ഒരു മനഃശാസ്ത്രജ്ഞന്റെ
അനുഭവക്കുറിപ്പുകൾ

oru manasasthrajnante anubhavakkurippukal

•

dr. n m muhammadali

•

first edition
february 2009

•

second edition
february 2013

•

typesetting
megha

•

published
chintha publishers, thiruvananthapuram

•

•

cover
ambeesh

•

വിതരണം

ദേശാഭിമാനി ബുക്ക് ഹൗസ്

H O തിരുവനന്തപുരം–695 035
www.chinthapublishers.com
chinthapublishers@gmail.com

ബ്രാഞ്ചുകൾ

ഹെഡ്ഡാഫീസ് ബ്രാഞ്ച് കുന്നുകുഴി • ഓവർബ്രിഡ്ജ് തിരുവനന്തപുരം • കെ എസ് ആർ ടി സി ബസ് സ്റ്റേഷൻ ആലപ്പുഴ • കെ എസ് ആർ ടി സി ബസ് സ്റ്റേഷൻ എറണാകുളം • മച്ചിങ്ങൽ ലെയ്ൻ തൃശൂർ • ഐ ജി റോഡ് കോഴിക്കോട് • കെ എസ് ആർ ടി സി ബസ് സ്റ്റേഷൻ കോഴിക്കോട് • എൻ ജി ഒ യൂണിയൻ ബിൽഡിങ് കണ്ണൂർ • സെൻട്രൽ ബസ് ടെർമിനൽ കോംപ്ലക്സ് താവക്കര കണ്ണൂർ

CR - 1214 / 3111

ഒരു മന:ശാസ്ത്രജ്ഞന്റെ അനുഭവക്കുറിപ്പുകൾ

ഡോ. എൻ എം മുഹമ്മദലി

ചിന്ത പബ്ലിഷേഴ്സ്
തിരുവനന്തപുരം-695 035

ഡോ. എൻ എം മുഹമ്മദലി

കൊടുങ്ങല്ലൂരിലെ അഴീക്കോട് 1942 നവംബർ 13 ന് ജനിച്ചു. പിതാവ്: എൻ കെ മുഹമ്മദ് കുട്ടി, മാതാവ്: കെ കെ കുഞ്ഞാച്ചുമ്മ. തിരുവനന്തപുരം മെഡിക്കൽ കോളേജിൽനിന്ന് 1967 ൽ എം ബി ബി എസ് പാസായി. 1969 ൽ ആരോഗ്യവകുപ്പിൽ അസിസ്റ്റന്റ് സർജനായി. 1974 ൽ റാഞ്ചിയിലെ ആൾ ഇന്ത്യാ ഇൻസ്റ്റിറ്റ്യൂട്ട് ഓഫ് സൈക്യാട്രിയിൽനിന്ന് മനോരോഗചികിത്സയിൽ ബിരുദാനന്തരബിരുദം നേടി. 1997 ൽ സർക്കാർ സേവനത്തിൽനിന്നും വിരമിച്ചു.

മന:ശാസ്ത്രം മനസിന്റെ കാണാലോകം, മതവും മനുഷ്യനും, താളംതെറ്റിയ ജീവിതകഥകൾ (മനോരോഗ ചികിത്സയിലെ അനുഭവക്കുറിപ്പുകൾ), *ആത്മാവിലെ ഇരുട്ടും വെളിച്ചവും* (നോവൽ), *ശാക്യമുനിയുടെ നാട്ടിൽ* (യാത്രാവിവരണം), *ഫ്രോയിഡിന്റെ ജീവിതകഥ* (ജീവചരിത്രം), *പരവതാനികൾ വിൽക്കുന്നവർ* (കഥകൾ), *ശവമുറിയിലെ ജോലി* (കഥകൾ), *മുഹമ്മദ് എന്ന മനുഷ്യൻ* (ജീവചരിത്രം) എന്നിവയാണ് മറ്റു പ്രധാന കൃതികൾ.

വിലാസം: 33, ഹരിതഗിരി, കാഞ്ഞിരംപാറ
തിരുവനന്തപുരം - 695 030
ഫോൺ: 0471 2362722, 9447771722

ഉള്ളടക്കം

ആമുഖം 7

പരലോകത്തിനായി ജീവിക്കുന്ന യുവാവ് 9

എസ്‌ത്തേറിന്റെ ദിവ്യഗർഭം 15

പവിത്രന്റെ അന്ത്യം 21

സുബൈറിന്റെ കുടുംബത്തെ ബാധിച്ച പ്രേതങ്ങൾ 26

വിഷാദരോഗം വരുന്ന വഴികൾ 31

തകരുന്ന സ്വപ്നങ്ങൾ 36

ഒരു ജീനിയസിന്റെ ജനനം 42

ചിതറിയ മനസ്സ്, തകർന്ന ജീവിതം 47

സത്യം പറയും, മുഴുവൻ സത്യവും പറയും 52

രോഗങ്ങളുടെ സമാഹാരം 58

നെഞ്ചിലെ നെരിപ്പോട് 65

ജീവിതം ദുഃഖത്തിന്റെ പര്യായം 71

മറ്റൊരു ഒഥല്ലോ 77

ഒറ്റപ്പെട്ടവരുടെ വിഷാദങ്ങൾ 82

പത്മവ്യൂഹത്തിൽ നിർഭയനായി 87

മനസിന്റെ ഹേമന്തവും വസന്തവും 92

മറ്റൊരു ആത്മീയഗുരുകൂടി ജനിക്കുന്നു 98

രോഷാതുരമായ മനസ്സ് 104

ദൈവത്തിന്റെ നാട്ടിൽ സാത്താന്റെ ഇടങ്ങൾ 110

ഡോക്ടർ രോഗിയാകുമ്പോൾ 116

ലഹരിയുടെ വഴികൾ 122

അകാരണഭയത്തിന്റെ കാരണങ്ങൾ 128

ചികിത്സയുടെ ദുരന്തഫലങ്ങൾ 134

മറയില്ലാത്ത സംഘർഷങ്ങൾ 139

രോഗത്തിന്റെ ബീജങ്ങൾ 145
നവവധുവിന്റെ ധർമസങ്കടം 151
പ്രണയം ഒരു രോഗമാകുമ്പോൾ 157
രോഗത്തിൽ നിന്നു രോഗമുണ്ടാകുന്നു 163
വഴിതെറ്റിയ ചികിത്സയുടെ കഥ 169
ലോപ്പസിന്റെ മരണവും നഷ്ടപരിഹാരക്കേസും 175
വഴികൾ മുടക്കുന്ന വിശ്വാസങ്ങൾ 181
ചികിത്സയുടെ ഭാരം 187
വേദനയായി രൂപം മാറുന്ന വിഷാദം 193
കാണാമറയത്തിരുന്ന് ആക്രമണം നടത്തുന്ന രോഗം 199
അത്ഭുതചികിത്സകളുടെ ദുരന്തഫലം 205
ദുരന്തനാടകത്തിലെ രംഗങ്ങൾ 212
നഷ്ടപ്പെട്ട ഭാവിയും ഭൂതവും 218
മുടിയനായ ഭർത്താവിനുവേണ്ടി 224
മനസിലെ കവിത കവർന്നെടുത്ത രോഗം 230
മദ്യവും മിഥ്യാവിശ്വാസരോഗവും ഒന്നിക്കുമ്പോൾ 236
അദൃശ്യശക്തിയുമായുള്ള സഹവാസം 242
ഒരു 'മിസ്കാൾ ദുരന്തം' 248
മുടിയനായ പുത്രനും ദുരിതമനുഭവിക്കുന്ന ഉമ്മയും 254
ഒരു രോഗജീനിന്റെ താണ്ഡവനടനം 260
ജനിതകവും സാഹചര്യവും ഒത്തുവരുമ്പോൾ 267
ചതിക്കുഴിയിൽ വീഴാതെ രക്ഷപ്പെട്ടപ്പോൾ 273
ജീവിതം തകർത്ത സംശയങ്ങളുടെ ഉത്ഭവസ്ഥാനം 279
ദുഷ്കീർത്തിഭയം ചികിത്സ മുടക്കിയപ്പോൾ 285
ഔഷധപ്പേടിയുടെ ദുരന്തഫലങ്ങൾ 291
മനോരോഗി എന്ന ഭീകരൻ 298

ആമുഖം

ഒരാളുടെ രോഗത്തെക്കുറിച്ച് മറ്റൊരാളോടു പറയുന്നത് അധാർമികമാണ്. പക്ഷേ, ചികിത്സകരുടെ അനുഭവങ്ങൾ പരസ്പരം കൈമാറുന്നതിലൂടെയാണ് ചികിത്സാശാസ്ത്രം വളരുന്നത്. ചികിത്സകരല്ലാത്തവരും രോഗങ്ങളെക്കുറിച്ച് അറിയുന്നത് നല്ലതാണെന്നാണ് എന്റെ പക്ഷം. വൈദ്യശാസ്ത്രപ്രസിദ്ധീകരണങ്ങളിൽ ചികിത്സകരുടെ അനുഭവങ്ങൾ വിവരിക്കുമ്പോൾ രോഗികളുടെ യഥാർഥപേരുകൾ മറച്ചുപിടിക്കുന്നു. ആ മാതൃക സ്വീകരിച്ച് രോഗികളുടെയും ബന്ധുക്കളുടെയും പേരുകളും പശ്ചാത്തലവും മാറ്റിപ്പറഞ്ഞുകൊണ്ടാണ് രോഗകാര്യങ്ങൾ പറഞ്ഞിട്ടുള്ളത്.

1

പരലോകത്തിനായി ജീവിക്കുന്ന യുവാവ്

ഒരുകൊല്ലത്തിനു ശേഷമാണ് ഞാൻ നിഷാദിനെ വീണ്ടും കാണുന്നത്. യുവാവിന്റെ താടിരോമങ്ങൾ ഇഴയടുപ്പമില്ലാതെ താഴോട്ട് വളരാൻ തുടങ്ങി. മുണ്ഡനം ചെയ്ത തലയുടെ പിൻഭാഗത്ത് പറ്റിപ്പിടിച്ചിരിക്കുന്ന വെള്ളത്തൊപ്പി. ഒടുവിൽ കാണുമ്പോഴുണ്ടായിരുന്ന പുഷ്ടിയും പ്രസാദവും നഷ്ടപ്പെട്ടിരിക്കുന്നു. പേശികൾ വലിഞ്ഞുമുറുകിയിരിക്കുകയാണ്. നീണ്ടുമെലിഞ്ഞ ശരീരം കുലച്ച വില്ലുപോലെ ആയിരുന്നു. അയാൾ മുഷ്ടികൾ മുറുക്കി കൈകൾ ശരീരത്തോട് ചേർത്തുപിടിച്ച് പല്ലുകൾ കടിച്ചുപിടിച്ച് ഏതോ അദൃശ്യശക്തിയുടെ ആക്രമണത്തെ ചെറുത്തു. ഒരു കുഞ്ഞിനെ ആനയിക്കുന്നതുപോലെ ബാപ്പയും ഉമ്മയും നിഷാദിനെ കൺസൽട്ടേഷൻ മുറിയിലേക്ക് കൊണ്ടുവന്നു. നിസാർ മുഹമ്മദും സാജിതയും ഇരുന്നു. എന്റെ വലതുവശത്തുള്ള കസേരയിൽ ഇരിക്കാൻ ചെറുപ്പക്കാരനോട് ആവർത്തിച്ച് പറഞ്ഞിട്ടും ഇരിക്കുന്നില്ല. ഇടയ്ക്കിടെ വാച്ചിൽ നോക്കി, ഉടനെ ഘോരമായതെന്തോ സംഭവിക്കുമെന്ന മട്ടിൽ നിൽക്കുകയാണ്. ഞാൻ ചികിത്സകന്റെ അധികാരത്തോടെ ഇരിക്കാൻ ആവശ്യപ്പെട്ടപ്പോൾ അയാൾ സ്വരം താഴ്ത്തി എന്നോട് മന്ത്രിച്ചു:

"ഞാൻ വട്ടിയൂർക്കാവ് പള്ളീപ്പോയി അസർ നിസ്കരിച്ചിട്ട് ഉടനെ വരാം."

നിസാർ മുഹമ്മദ് പൊട്ടിത്തെറിക്കാൻ ഭാവിച്ചപ്പോൾ ഞാൻ ആംഗ്യം കൊണ്ട് വിലക്കി. ഞാൻ വളരെ മയത്തിൽ പറഞ്ഞു:

"എന്തെങ്കിലും കാരണത്താൽ നിശ്ചിതസമയത്ത് നിസ്കരിക്കാൻ കഴിയാതിരുന്നാൽ പിന്നീട് നിസ്കരിച്ചാൽ മതിയല്ലോ."

അയാളുടെ പേശികൾക്ക് അയവുവന്നതുപോലെ തോന്നി. വിരലുകൾ നിവർന്നു.

"സമയത്തിന് നിസ്കരിക്കാതിരുന്നാൽ എനിക്ക് ഭയങ്കര റ്റെൻഷൻ തോന്നും."

അയാൾ എങ്ങനെയോ പറഞ്ഞൊപ്പിച്ചു. അയാളുടെ നിർബന്ധത്തിനു വഴങ്ങാതെ സൗമ്യമായി വീണ്ടും ഇരിക്കാൻ പറഞ്ഞു. അയാൾ ഗത്യന്തരമില്ലാതെ ഇരുന്നു. ബാപ്പയും ഉമ്മയും ആശ്വാസത്തോടെ നിശ്വസിച്ചു. നിഷാദിന് പ്രയാസങ്ങൾ വീണ്ടും തുടങ്ങിയെന്ന് നിസാർമുഹമ്മദ് ഫോൺ ചെയ്ത് പറഞ്ഞപ്പോൾ പ്രശ്നം ഇത്രത്തോളം ഗുരുതരമാണെന്ന് എനിക്കുതോന്നിയില്ല. ഒരു കൊല്ലം മുമ്പാണ് നിഷാദിനെ ചികിത്സയ്ക്കായി കൊണ്ടുവന്നത്. അന്ന് പറഞ്ഞ 'ചരിത്രം'എനിക്കോർമയുണ്ട്.

പത്താം ക്ലാസിൽ പഠിക്കുമ്പോഴാണ് നിഷാദ് പതിവായി നിസ്കരിക്കാനും മതകാര്യങ്ങൾ ശ്രദ്ധിക്കാനും തുടങ്ങിയത്. കോളേജ് അധ്യാപികയായ സാജിതയും ഗസറ്റഡ് ഓഫീസറായ നിസാർ മുഹമ്മദും മകൻ മതകാര്യങ്ങളിൽ താൽപ്പര്യം കാണിച്ചുതുടങ്ങിയതിൽ സന്തോഷിച്ചു. ഔദ്യോഗിക ജീവിതത്തിന്റെ തിരക്ക് കാരണം ദിവസവും അഞ്ച് നേരം നിസ്കരിക്കാൻ കഴിയാറില്ല. അടുത്തകാലത്തായി നാട്ടുകാരിൽ ചിലർ വിമർശനങ്ങൾ ഉയർത്തുന്നത് അവരെ അലട്ടുന്നുണ്ട്. സാജിത തലയും മുഖവും മറയ്ക്കാതെ 'കണ്ടമാനം'നടക്കുന്നതിനെയാണ് ഏറെപ്പേർ കുറ്റപ്പെടുത്തിയത്. സാജിത അത് വകവച്ചില്ല. മകൻ മതകാര്യങ്ങളിൽ താൽപ്പര്യം കാണിക്കുന്നത് ഒരുപക്ഷേ തങ്ങളുടെ വിമർശകരെ നിശ്ശബ്ദരാക്കുമെന്ന് അവർ പ്രതീക്ഷിച്ചു. ഒരു സംശയം മനസിലുണ്ടായിരുന്നു. ആരാണ് നിഷാദിനെ മതകാര്യങ്ങളിൽ ഇത്രത്തോളം ബോധവാനാക്കിയത്? നിഷാദിൽ നിന്നും കിട്ടിയ വിവരം അവരെ ഭയപ്പെടുത്തി. ചിലർ ഇടയ്ക്കിടെ സ്കൂളിൽ വരാറുണ്ടെന്നും അവരാണ് പുതിയതലമുറയെ മതബോധമുള്ളവരാക്കുന്നതെന്നും മനസിലായി. അവർ പറയുന്ന മതകാര്യങ്ങൾ മാത്രമേ ശ്രദ്ധിക്കാവൂ എന്ന് മുന്നറിയിപ്പ് നൽകി.

പത്താം ക്ലാസിൽ ഉയർന്ന മാർക്കോടെ നിഷാദ് പാസായി. പ്ലസ് വൺ ക്ലാസിൽ പഠിക്കുമ്പോൾ പഠിത്തത്തേക്കാൾ പ്രാധാന്യം നിസ്കാരത്തിനും *ഖുർ ആൻ* പാരായണത്തിനും ആകുന്നുണ്ടോ എന്ന് നിസാർ മുഹമ്മദ് സംശയിച്ചു. നിസ്കാരത്തിന്റെയും ഓത്തിന്റെയും കാര്യത്തിൽ മകനെ വിമർശിക്കരുതെന്ന് സാജിത ശഠിച്ചു. പ്ലസ് റ്റു പരീക്ഷയിലും സാമാന്യം നല്ലമാർക്ക് നേടിയെങ്കിലും പ്രതീക്ഷിച്ചതിൽ കുറവായിരുന്നു. മാർക്ക് കുറയാൻ കാരണമുണ്ടായിരുന്നു. രാവിലെ നാലുമണിക്ക് അലാറം വച്ചുണർന്നാൽ പഠിക്കാനിരിക്കാതെ സൈക്കിൾ ചവിട്ടി മൂന്നുകിലോമീറ്റർ അകലെയുള്ള പള്ളിയിൽ സുബഹ് നിസ്കാരത്തിനുപോകും. നിസ്കാരത്തിനുശേഷം പള്ളിയിലിരുന്ന് കുറേനേരം *ഖുർആൻ* ഓതും. തിരിച്ചെത്തുമ്പോൾ ഏഴുമണിയാകും. പിന്നെ സ്കൂളിൽ പോകാനുള്ള തയ്യാറെടുപ്പാണ്. രാത്രിയിലും പഠിക്കാൻ എടുക്കുന്നതിനേക്കാൾ കൂടുതൽ സമയം *ഖുർആൻ* പാരായണത്തിന് എടുക്കുമായിരുന്നു. ഇടയ്ക്കിടെ

ഏതോ അദൃശ്യശക്തിയുടെ കടന്നുകയറ്റത്തെ ചെറുക്കാനെന്നോണം ശരീരമാകെ ബലം പിടിക്കുന്നതും തലകുലുക്കുന്നതും കാണാമായിരുന്നു. എന്താണ് കാര്യമെന്ന് ചോദിക്കുമ്പോഴൊക്കെ ഒന്നുമില്ലെന്ന് പറഞ്ഞ് ഒഴിഞ്ഞുമാറി. ഇതൊക്കെ ആയിട്ടും നല്ല നിലയിൽത്തന്നെ പാസ്സാകാനും യൂണിവേഴ്സിറ്റി നടത്തുന്ന കമ്പ്യൂട്ടർ സയൻസ് ഡിഗ്രികോഴ്സിന് അഡ്മിഷൻ നേടാനും കഴിഞ്ഞ മകന്റെ ബുദ്ധിശക്തിയെക്കുറിച്ച് അവർ അഭിമാനത്തോടെയാണ് സംസാരിച്ചത്.

കുറച്ചുനാളായി പഠിത്തത്തിൽ തീരെ ശ്രദ്ധിക്കുന്നില്ല. പല ദിവസങ്ങളിലും ക്ലാസിൽ പോകുന്നതേയില്ല. ചില ചീത്തവിചാരങ്ങൾ മനസിൽ ഇടയ്ക്കിടെ പൊന്തിവരുന്നത് തടയാനാണ് ശരീരം ബലംപിടിക്കുന്നതെന്ന് നിഷാദ് സമ്മതിച്ചു. മനസിലേക്ക് നുഴഞ്ഞുകയറുന്നത് *ശിർക്കിന്റെ ചിന്തകളാണെന്നേ അയാൾ പറയുന്നുള്ളൂ. ചിന്തകളുടെ ഉള്ളടക്കമെന്താണെന്ന് പറയുന്നില്ല. അത്തരം ചിന്തകൾ മനസിൽ പൊന്തിവരുമ്പോൾ മനസിൽ വലിയമർദം അനുഭവപ്പെടുന്നു. പാപബോധം മനസിനെ വല്ലാതെ അലട്ടുന്നു. ദുർവിചാരങ്ങൾ മനസിലേക്ക് കടക്കാതിരിക്കാനായിട്ടാണ് പല്ലുകൾ കടിച്ചുപിടിക്കുകയും മുഷ്ടികൾ ചുരുട്ടി ബലം പിടിച്ചുനിൽക്കുകയും ചെയ്യുന്നത്. ഇതൊക്കെ മറ്റുള്ളവർ ശ്രദ്ധിക്കുന്നുണ്ടെന്ന് തോന്നിത്തുടങ്ങിയപ്പോൾ ക്ലാസിൽ പോകാൻ വിമുഖത കാണിച്ചു. ശിർക്കിന്റെ ചിന്തകൾ തന്റെ മനസിലേക്ക് കടത്തിവിടുന്നത് ശൈത്താനാണെന്ന് നിഷാദ് വിശ്വസിച്ചു. ശൈത്താനെ തടയാനായി വളരെനേരം *ഖുർ ആൻ* പാരായണത്തിൽ മുഴുകി. തന്റെ ചിന്തകളും പ്രവൃത്തികളും നിരർഥകങ്ങളാണെന്ന് നിഷാദിന് ബോധ്യമുണ്ട്, പക്ഷേ അവയെ ഒഴിവാക്കാനാവുന്നില്ല.

മകന് മാനസികമായി ചില പ്രശ്നങ്ങളുണ്ടെന്ന് നിസാർ മുഹമ്മദിനും സാജിതയ്ക്കും ബോധമായി. അയാളെ ഒരു ക്ലിനിക്കൽ സൈക്കോളജിസ്റ്റിന്റെ അടുക്കൽ സൈക്കോതെറാപ്പിക്ക് (മാനസികചികിത്സ) കൊണ്ടുപോയി. ഒബ്സസീവ് കമ്പൽസീവ് ഡിസോർഡർ എന്ന ലഘു മനോരോഗം (Neurosis)ആണെന്നും ഭയപ്പെടാനില്ലെന്നും അദ്ദേഹം പറഞ്ഞു. പലപ്രാവശ്യം സൈക്കോതെറാപ്പിനടത്തിയിട്ടും കുറവൊന്നും കണ്ടില്ല.

ക്ലിനിക്കൽ സൈക്കോളജിസ്റ്റ് ഇസ്ലാം മതവിശ്വാസി അല്ലാത്തതുകൊണ്ട് തന്റെ പ്രശ്നത്തെക്കുറിച്ച് മനസിലാക്കാൻ കഴിയുകയില്ലെന്നു പറഞ്ഞ് സൈക്കോതെറാപ്പിക്ക് പോകാൻ നിഷാദ് വിസമ്മതിക്കുകയും ചെയ്തു. സൈക്യാട്രിസ്റ്റിന്റെ ചികിത്സ നൽകാനാണ് ക്ലിനിക്കൽ സൈക്കോളജിസ്റ്റ് ഉപദേശിച്ചത്. ഒരു മുസ്ലീം സൈക്യാട്രിസ്റ്റിന്റെ അടുക്കൽത്തന്നെ പോകണമെന്ന് നിഷാദ് ശഠിച്ചു.

പരിശോധനയിൽ അയാളുടെ രോഗം ഒഴിയാബാധയും നിർബന്ധപ്രേരണകളും അടങ്ങുന്ന ഒബ്സസ്സീവ് കമ്പൽസീവ് ഡിസോർഡർ (Obsessive Compulsive Disorder-OCD)തന്നെയാണെന്ന് വ്യക്തമായി.

ലഘു മനോരോഗങ്ങളുടെ (Neurosis) പട്ടികയിലാണതിനെപ്പെടുത്തിയിട്ടുള്ളതെങ്കിലും രോഗിയും ബന്ധുക്കളും ഈ രോഗം മൂലം കഠിനവ്യഥ അനുഭവിക്കേണ്ടിവരുന്നു.

ആറുമാസക്കാലത്തെ ചികിത്സ കഴിഞ്ഞപ്പോൾ യുവാവിന്റെ രോഗലക്ഷണങ്ങൾ മിക്കവാറും അപ്രത്യക്ഷമായി. അതോടെ അവർ ചികിത്സയും നിറുത്തി. മതചര്യകൾ മുടക്കം കൂടാതെ അനുഷ്ഠിക്കണമെന്ന് ചിലർ വീണ്ടും ഉപദേശിക്കാൻ തുടങ്ങി.

പത്തുമാസത്തെ ഇടവേളയ്ക്കുശേഷം പഴയ രോഗലക്ഷണങ്ങൾ വീണ്ടും പ്രത്യക്ഷപ്പെടാൻ തുടങ്ങി. ഇപ്പോൾ നിഷാദ് എന്ന പത്തൊമ്പതുകാരൻ ജീവിക്കുന്നത് സർവശക്തനായ അല്ലാഹുവിന് ഇബാദത്ത് (ആരാധന) ചെയ്ത്, കഴിയുന്നതും വേഗം പരലോകത്തെത്തി സ്വർഗത്തിൽ പ്രവേശിക്കാൻ വേണ്ടിയാണ്. ഏതൊരുകാര്യവും ഇസ്ലാമികമാണോ എന്ന് മനസിൽ അളന്നും തൂക്കിയും നോക്കിയതിനുശേഷം മാത്രമേ ചെയ്യാറുള്ളുവെന്ന് അയാൾ സമ്മതിച്ചു. ഇലക്ട്രോണിക് ബിരുദം നേടാനുള്ള പഠനവിഷയങ്ങളിൽ പലതും അനിസ്ലാമികമാണെന്ന സംശയം അയാളുടെ മനസിനെ അലട്ടുന്നതായും സമ്മതിച്ചു. കമ്പ്യൂട്ടർ സ്ക്രീനിൽ മനുഷ്യരുടെ ചിത്രങ്ങൾ കാണുന്നത് നിശ്ചയമായും അനിസ്ലാമികം തന്നെയെന്നാണ് യുവാവിന്റെ അഭിപ്രായം. താടിവടിച്ച് മുഖം മിനുക്കുന്നതും തലമുണ്ഡനം ചെയ്ത് തൊപ്പിവയ്ക്കാതിരിക്കുന്നതും അനിസ്ലാമികമാണത്രേ.

മരുന്നുകളും Cognitive Behaviour Therapy എന്ന ആധുനിക മനശാസ്ത്ര ചികിത്സയുമാണ് യുവാവിനു നൽകിക്കൊണ്ടിരിക്കുന്നത്. ഔഷധപ്രയോഗം കൊണ്ട് മാത്രം ഇത്തരം രോഗങ്ങൾക്ക് ശമനം കിട്ടുമെന്നുള്ള മിഥ്യാധാരണകൾ മനോരോഗചികിത്സകർ ഉപേക്ഷിച്ചുകൊണ്ടിരിക്കുകയാണ്. രോഗിയുടെ മനസിലെ തെറ്റായ വിശ്വാസങ്ങളും ധാരണകളും മാറ്റാനുള്ള ശ്രമങ്ങൾ ഔഷധപ്രയോഗത്തോടൊപ്പം നടത്തിയാലേ രോഗശമനം ഉണ്ടാകുകയുള്ളൂ.

ഏറ്റവും ഒടുവിൽ കാണുമ്പോൾ യുവാവ് ക്ലാസിൽ പോകാൻ തുടങ്ങിയിരുന്നു. ശരീരം പുഷ്ടിപ്പെട്ടു, കാരണം ഭക്ഷണപദാർഥങ്ങൾ ഇസ്ലാമിക നിയമപ്രകാരം നിഷിദ്ധമാക്കപ്പെട്ടവയാണോ എന്ന് സംശയിച്ച് മാറ്റിവയ്ക്കാതെ കഴിക്കുന്നുണ്ട്. *ഖുർആൻ* പാരായണത്തിന്റെ സമയം കുറച്ചു. കൂടുതൽ സമയം പഠനത്തിനുവേണ്ടി നീക്കിവയ്ക്കുന്നുണ്ട്. നിർദേശിച്ചതനുസരിച്ച് രാവിലെ ഒരു മണിക്കൂർ വ്യായാമത്തിനായി ഓടുന്നുമുണ്ട്. യുവാവ് 'വിശ്വാസരോഗ'ത്തിൽ നിന്നും പൂർണമായി മുക്തിനേടുമെന്നാണ് പ്രതീക്ഷ.

മനോരോഗചികിത്സയുടെ ചരിത്രത്തിൽ പ്രധാനസ്ഥാനമുള്ള രോഗമാണ് ഒബ്സസീവ് കമ്പൽസീവ് ഡിസോർഡർ അഥവാ ഒ സി ഡി. മധ്യയുഗത്തിൽ യൂറോപ്പിൽ ക്രിസ്തീയസഭ മനോരോഗികളെ കണ്ടിരു

ന്നത് പിശാചുസേവകരോ ആഭിചാരക്കാരോ ആയ മതനിന്ദകരായിട്ടായിരുന്നു. അനേകം മനോരോഗികളെ റോമൻ കത്തോലിക്കാസഭ ഇങ്കിസിഷന് (മതദ്രോഹക്കുറ്റവിചാരണ)വിധേയരാക്കി പീഡിപ്പിച്ചു കൊന്നു. കുറ്റവിചാരണയിൽ മതദ്രോഹികളെ തിരിച്ചറിയുന്നതിന് ആഭിചാരക്കാരുടേയും പിശാചുസേവകരുടെയും ലക്ഷണങ്ങൾ വിവരിക്കുന്ന ഒരു കൈപ്പുസ്തകം ഡൊമിനിക്കൻ പാതിരിമാരായ ജേക്കബ് സ്പ്രേംഗറും ഹൈന്റിക്ക് ക്രേമറും ചേർന്ന് 1487 ൽ എഴുതിയുണ്ടാക്കി. *Malleus Maleficarum* (ആഭിചാരക്കാർക്കൊരു കൊട്ടുവടി) എന്നായിരുന്നു കൈപ്പുസ്തകത്തിന്റെ പേര്. അതിൽ ആഭിചാരക്കാരെ തിരിച്ചറിയാനുള്ള ലക്ഷണങ്ങളായി വിവരിക്കുന്നതെല്ലാം മനോരോഗലക്ഷണങ്ങളാണ്. ഒരു ബൊഹീമിയക്കാരൻ തന്റെ യുവാവായ മകനെ പിശാചുബാധ ഒഴിപ്പിക്കാനായി റോമിൽ കൊണ്ടുവന്ന കഥ പാതിരി വിവരിക്കുന്നുണ്ട്. യുവാവിന്റെ പിശാചുബാധയെക്കുറിച്ച് ഇങ്ങനെയാണ് എഴുതിയിരിക്കുന്നത്:

> അയാൾ ഏതെങ്കിലും ദേവാലയത്തിനു മുമ്പിലെത്തുമ്പോൾ അല്ലെങ്കിൽ വിശുദ്ധകന്യാമറിയത്തിന്റെ പ്രതിമയുള്ള കപ്പേളയ്ക്ക് മുമ്പിൽ നിൽക്കുമ്പോൾ അശ്ലീലച്ചുവയോടെ നാക്കുകൾ പുറത്തേക്ക് നീട്ടുന്നു. എന്തിനാണങ്ങനെ ചെയ്യുന്നതെന്നു ചോദിച്ചപ്പോൾ പിശാച് അയാളെക്കൊണ്ടങ്ങനെ ചെയ്യിക്കുന്നതാണെന്ന് മറുപടിപറഞ്ഞു. അയാളുടെ നാക്ക് മാത്രമല്ല, കൈകാലുകളും ചെവിയും തൊണ്ടയും മനസും എല്ലാം തന്നെ പിശാചിന്റെ നിയന്ത്രണത്തിലാണെന്നും സമ്മതിച്ചു. മനസിലേക്ക് വിശുദ്ധകന്യാമറിയത്തെക്കുറിച്ചുള്ള അശ്ലീലചിന്തകൾ കടത്തിവിടുന്നതും പിശാചുതന്നെ. പിശാചുബാധയിൽ നിന്നും മുക്തനാകാൻ അയാൾ ഉൽക്കടമായി ആഗ്രഹിച്ചു. പക്ഷേ നിർഭാഗ്യവശാൽ പിശാചിനെ ഒഴിപ്പിക്കാനുള്ള പീഡനങ്ങൾ അയാളുടെ ജീവൻ അപഹരിച്ചു. തന്റെ മകന്റെ ആത്മാവ് പരിശുദ്ധമായാണല്ലോ പരലോകത്തേയ്ക്ക് ഗമിച്ചതെന്ന് വിശ്വാസിയായ ആ പിതാവ് ആശ്വസിച്ചു.

യുവാവിന്റെ പിശാചുബാധലക്ഷണങ്ങളുടെ വിവരണത്തിൽനിന്നും അയാൾക്ക് ഒബ്സസീവ് കമ്പൽസീവ് മനോരോഗമാണെന്ന് വ്യക്തമാണ്.

മനോവിശകലനത്തിന്റെ (Psychoanalysis)ഉപജ്ഞാതാവായ സിഗ്മണ്ട് ഫ്രോയിഡ് ഒബ്സസീവ് കമ്പൽസീവ് രോഗത്തെക്കുറിച്ച് 1907 ൽ പ്രസിദ്ധീകരിച്ച *Obsessive Acts and Religious Practices* എന്ന മനഃശാസ്ത്രപ്രബന്ധം തുടങ്ങുന്നത് ഇങ്ങനെയാണ്:"ഒബ്സസീവ് കമ്പൽസീവ് രോഗികൾ നിർബന്ധപ്രേരണകൾമൂലം ചെയ്യുന്ന പ്രവൃത്തികളും മതവിശ്വാസികൾ തങ്ങളുടെ ഭക്തി പ്രകടിപ്പിക്കുന്നതിനായി നിർവഹിക്കുന്ന മതപരമായ അനുഷ്ഠാനങ്ങളും തമ്മിലുള്ള സാദൃശ്യം കണ്ട് അന്തം വിട്ടുപോയവരിൽ ആദ്യത്തെ ആൾ ഞാനായിരിക്കുകയില്ല. ഇത്തരം പ്രവൃത്തികളെ 'ആചാരപരം'(Ceremonial) എന്നു വിശേഷിപ്പിക്കുന്നതിൽ

നിന്നുതന്നെ മതവും ഈ രോഗവും തമ്മിലുള്ള ബന്ധം പ്രകട മാണ്.''ഫ്രോയിഡിന്റെ ഈ നിഗമനം ഇന്നും പ്രസക്തമാണ്.

ഒബ്സസീവ് കമ്പൽസീവ് രോഗികൾ അനുഷ്ഠാനപരമായി ചെയ്യുന്ന പ്രവൃത്തികളും മതപരമായ അനുഷ്ഠാനങ്ങളും തമ്മിൽ സാദൃശ്യമുണ്ടെങ്കിലും നിഷാദിന്റെ രോഗത്തിന്റെ നിദാനം മതവിശ്വാസമാണെന്ന് ധരിക്കരുത്. അയാളുടെ രോഗലക്ഷണങ്ങൾ മതവിശ്വാസവുമായി ബന്ധപ്പെട്ടതാകാൻ കാരണം നാട്ടിലെ ഇസ്ലാമിക പുനരുജ്ജീവന (revival)പ്രവണതകളാണ്.

നാഗരികതയും അതിന്റെ അസന്തുഷ്ടികളും എന്ന പ്രബന്ധത്തിൽ സിഗ്മണ്ട് ഫ്രോയിഡ് ഇങ്ങനെ എഴുതി:

> മതം സാർവലൗകികമായ ഒരു ഒബ്സസീവ് ന്യൂറോസിസ് ആണ്. കുട്ടികളുടെ ഒബ്സസീവ് ന്യൂറോസിസ് പോലെ തന്നെ, അത് പിതാവിനോടുള്ള വിരോധഭാവം ഉൾക്കൊള്ളുന്ന ഈഡിപ്പസ് കോംപ്ലക്സിൽ നിന്നും തുടങ്ങുന്നു. ഈ സങ്കൽപ്പനം ശരിയാണെങ്കിൽ കുട്ടി വളരുമ്പോൾ ഈഡിപ്പസ് കോംപ്ലക്സ് അപ്രത്യക്ഷമാകുന്നതുപോലെ നാം ഇന്നത്തെ അവസ്ഥയിൽ നിന്നും പുരോഗമിക്കുന്നതോടെ മതത്തിൽ നിന്ന് അകലും.

---

*ഏകനായ അല്ലാഹുവിന് സൃഷ്ടിസ്ഥിതിസംഹാരകർമങ്ങളിൽ പങ്കാളികളുണ്ടെന്ന് പറയലും അവയെ ആരാധിക്കലും (ബഹുദൈവാരാധന) ആണ് ശിർക്ക്.

അനുവാചകന്റെ യുക്തിബോധത്തിന്മേൽ മാറ്റുരച്ച് നോക്കിമാത്രമാണ്: പരീക്ഷണശാലയിലെ പരീക്ഷണങ്ങളിലൂടെയല്ല.

2

എസ്തേറിന്റെ ദിവ്യഗർഭം

പത്തൊമ്പതു വയസുകാരി എസ്ത്തേറിനെ ആശുപത്രിയിൽ അഡ്മിറ്റ് ചെയ്യാൻ കൊണ്ടുവന്നിരിക്കുകയാണ്. അഞ്ചരയടി പൊക്കം. വടിവൊത്തശരീരം. താരപ്പൊലിമയുള്ള സൗന്ദര്യം. പെരുമാറ്റത്തിലും സംസാരത്തിലും യാതൊരു അപാകതയുമില്ല.

ആശുപത്രിയിൽ അഡ്മിറ്റ് ചെയ്യാതെ രണ്ടുവർഷത്തിലധികമായി ചികിത്സിക്കുന്നു. പല സൈക്കോളജിസ്റ്റുകളെയും സൈക്യാട്രിസ്റ്റുക ളെയും കാണിച്ചു. സൈക്കോത്തെറാപ്പി നടത്തി. ഒരുപാട് മരുന്നുകളും കൊടുത്തു. അസുഖത്തിന് യാതൊരു കുറവുമില്ല. കുറച്ചുനാൾ ആശു പത്രിയിൽ അഡ്മിറ്റ് ചെയ്ത് പരീക്ഷണം നടത്തിനോക്കാമെന്ന് കരുതി യാണത്രേ എസ്ത്തേറിനെ കൊണ്ടുവന്നിരിക്കുന്നത്.

എസ്ത്തേർ പ്ലസ്റ്റുവിന് പഠിച്ചുകൊണ്ടിരിക്കുകയായിരുന്നു. എൻട്രൻസ് എഴുതി ഇലക്ട്രോണിക്സ് എഞ്ചിനീയറിങ്ങിന് ചേർന്ന് പഠിച്ച് ക്യാമ്പസ് സെലക്ഷൻ നേടി ഏതെങ്കിലും മൾട്ടിനാഷണൽ കമ്പ നിയിൽ ജോലിനേടണമെന്നും അമേരിക്കയിൽ പോകണമെന്നുമായിരുന്നു എസ്ത്തേറിന്റെ ആഗ്രഹം. ഇതൊക്കെ അതിമോഹങ്ങളായിരുന്നില്ല. പഠിത്തം കോൺവെന്റിലായിരുന്നു. പത്താംക്ലാസ് ഡിസ്റ്റിങ്ഷനോടെ പാസ്സായി. പ്ലസ്റ്റുവിന് റാങ്ക് നേടുമെന്ന പ്രതീക്ഷയിലായിരുന്നു. പെട്ടെ ന്നാണ് എല്ലാം താറുമാറായത്.

ഒരു ദിവസം എസ്ത്തേർ സ്കൂളിൽ നിന്നു വന്നത് അവശയായിട്ടാ ണ്. സ്കൂൾബസിറങ്ങി അഞ്ചാറ് മിനിട്ട് നടക്കണം വീട്ടിലെത്താൻ. നഗ രത്തിലെ ഉന്നതർ താമസിക്കുന്ന ഹൗസിംഗ് കോളനിയിലെ റോഡ് വിജ നമായിരുന്നു. തന്റെ പിന്നിൽ ആരോ ഉണ്ടെന്ന് എസ്ത്തേറിനു തോന്നി. ഭയംകൊണ്ട് തിരിഞ്ഞുനോക്കാൻ കഴിഞ്ഞില്ല. നടത്തത്തിനിടയിൽ 'കന്യ കയായ നീ ഗർഭിണിയാണ്, നീ ദൈവപുത്രനെ പ്രസവിക്കും' എന്ന്

ആരോ ചെവിയിൽ മന്ത്രിക്കുന്നതുപോലെ തോന്നി. സ്വന്തം ചിന്തയുടെ പ്രതിധ്വനിയാണോ പുറത്തുനിന്നുവന്ന ശബ്ദമാണോ കേട്ടതെന്ന് എസ്ത്തേറിന് വ്യക്തമായി പറയാൻ കഴിയുന്നില്ല. എന്തായാലും എസ്ത്തേറിനു ഒരു കാര്യം ഉറപ്പായി. താൻ ദിവ്യഗർഭം ധരിച്ചിരിക്കുന്നു. കന്യാമറിയത്തെപ്പോലെ താൻ ദൈവപുത്രനെ പ്രസവിക്കും.

വീട്ടിലെത്തിയ ഉടനെ എസ്ത്തേർ കട്ടിലിൽ കയറിക്കിടന്നു. അമ്മയും അച്ഛനും എത്തിയിട്ടില്ല. രണ്ടുപേരും പ്രൈവറ്റ്കോളേജിലെ അധ്യാപകരാണ്. കോളേജ് സമയത്തിനുശേഷം സുവിശേഷപ്രസംഗ ത്തിനോ വീടുകളിൽ പ്രാർഥനയ്ക്കോ പോകുന്ന ദിവസം വരാൻ വൈകും. സുവിശേഷപ്രസംഗത്തിനു പോകുന്ന ദിവസങ്ങളിൽ വീട്ടിൽ വന്ന് എസ്ത്തേറിനേയും കൂട്ടിയാണ് പോകാറ്. വീടുകളിൽ പ്രാർഥന നടത്താൻ പോകുമ്പോൾ എസ്ത്തേറിനെ കൂട്ടാറില്ല. അച്ഛനും അമ്മയും താനും ദൈവവഴിയിലായത് ഭാഗ്യമെന്നോർത്ത് സന്തോഷിക്കാറുണ്ട് എസ്ത്തേർ. പ്രാർഥനായോഗങ്ങളിൽ വളരെ ആവേശത്തോടെയാണ് എസ്ത്തേർ പങ്കെടുക്കാറ്. ചിലപ്പോഴൊക്കെ എസ്ത്തേർ വ്യതിരിക്ത ബോധാവസ്ഥയിൽ (trance state)എത്തുകയും മറുഭാഷ സംസാരിക്കു കയും ചെയ്യാറുണ്ട്. തങ്ങളെപ്പോലെ മകളും ദൈവത്തിൽ അർപ്പിതയാ യതിൽ ജോർജിനും മേഴ്സിക്കും അതീവസന്തോഷമായിരുന്നു. പക്ഷേ, മകൾ ദൈവപുത്രനെ ഗർഭം ധരിച്ചിരിക്കുന്നു എന്ന് പറഞ്ഞു കേട്ടപ്പോൾ രണ്ടുപേരും ഭയപ്പെട്ടു.

ജോർജ് സുവോളജി അധ്യാപകനാണ്, ജന്തുക്കളിൽ ഗർഭധാരണം നടക്കുന്നതെങ്ങനെയെന്ന് പഠിപ്പിക്കുന്ന ആളാണ്. കന്യാമറിയത്തിന്റെ ദിവ്യഗർഭം വ്യത്യസ്തമായരീതിയിൽ സംഭവിച്ചതാണെന്ന് ഉറച്ചുവിശ്വ സിക്കുന്നു. അത്തരത്തിൽ രണ്ടാമതൊരു ദിവ്യഗർഭം ഇനി സംഭവിക്കു കയില്ലെന്ന് ജോർജിനറിയാം. മേഴ്സി പഠിപ്പിക്കുന്നത് സൈക്കോളജി യാണ്. മകൾക്ക് "ഡെല്യൂഷൻ"(മിഥ്യാവിശ്വാസം)ആണെന്ന കാര്യത്തിൽ സംശയമില്ല. അത് താൽക്കാലികമാകാം. അല്ലെങ്കിൽ സ്കിസോഫ്രീനിയ എന്ന ഗുരുതരമായ മനോരോഗത്തിന്റെ ലക്ഷണമാകാം. മകളുടെ ഡെല്യൂ ഷൻ താൽക്കാലികമാകണേ എന്ന് മേഴ്സിയും ജോർജും 'മുട്ടിപ്പായി' പ്രാർഥിച്ചു. മകൾ ക്ഷീണം മാറി എഴുന്നേറ്റപ്പോൾ ഭക്ഷണം കൊടുത്തു. എന്നിട്ട് ഒപ്പം വിളിച്ചിരുത്തി ഡെല്യൂഷൻ എന്താണെന്ന് വിശദീകരിച്ചു കൊടുത്തു.

വ്യക്തിയുടെ മനസിൽ ഉറച്ചുപോയതും ഒരു വിധത്തിലും മാറ്റാൻ കഴിയാത്തതും മിഥ്യയും അയുക്തവുമായ വിശ്വാസമാണ് ഡെല്യൂഷൻ. വിവിധമതവിശ്വാസങ്ങൾക്കും ആൾദൈവങ്ങളിലുള്ള വിശ്വാസങ്ങൾക്കും പലതരത്തിലുള്ള അന്ധവിശ്വാസങ്ങൾക്കും ഈ വിശേഷണങ്ങളെല്ലാം ചേരുമെങ്കിലും അവയൊന്നും ഡെല്യൂഷൻ അല്ല. ഡെല്യൂഷൻ സമൂഹ ത്തിൽ മറ്റാർക്കുമില്ലാത്ത മിഥ്യാവിശ്വാസമാണ്. എസ്ത്തേർ ദിവ്യഗർഭം

ധരിച്ചു എന്ന വിശ്വാസം ഡെല്യൂഷൻ മാത്രമാണെന്ന് ജോർജും മേഴ്സിയും ആവും വിധമെല്ലാം വിശദീകരിച്ചുകൊടുത്തു. പാറപോലെ ഉറച്ചവിശ്വാസം ഉപേക്ഷിക്കാൻ എസ്ത്തേറിനു കഴിഞ്ഞില്ല. എസ്ത്തേറിനെ പ്രശസ്തനായ ഒരു ക്ലിനിക്കൽ സൈക്കോളജിസ്റ്റിന്റെ അടുക്കൽ കൊണ്ടുപോയി. പലതവണ സൈക്കോതെറാപ്പി നൽകിയെങ്കിലും ദിവ്യ ഗർഭവിശ്വാസത്തിന് ഇളക്കമൊന്നും ഉണ്ടായില്ല.

യാഥാർത്ഥ്യവുമായുള്ള ബന്ധം വിടുക, പൂർവാപരബന്ധമില്ലാത്ത ചിന്തകൾ വച്ചുപുലർത്തുക, അശരീരികൾ കേൾക്കുക തുടങ്ങിയ സ്കീസിഫ്രീനിയരോഗലക്ഷണമൊന്നും എസ്ത്തേർ പ്രകടിപ്പിച്ചില്ല. പഠിത്തത്തിൽ താൽപ്പര്യം കുറഞ്ഞതുമാത്രമാണ് പ്രകടമായ ഒരുമാറ്റം. അതിന് എസ്ത്തേർ തക്കതായ ഒരു കാരണവും പറഞ്ഞു. ഇലക്ട്രോണിക്സ് എഞ്ചിനീയറാകണമെന്ന് താൽപ്പര്യം ഇല്ലാതായി. ദൈവമാർഗത്തിൽ സഞ്ചരിച്ച് സുവിശേഷം പ്രസംഗിക്കുക എന്നതായി എസ്ത്തേറിന്റെ ജീവിതലക്ഷ്യം.

അഞ്ചാറുമാസം സൈക്കോതെറാപ്പികൊടുത്തിട്ടും മിഥ്യാവിശ്വാസത്തിന് ഇളക്കമൊന്നും കാണാതായപ്പോൾ ഒരു സൈക്യാട്രിസ്റ്റിനെക്കൂടി കാണിച്ച് മരുന്ന് കൊടുത്തുനോക്കണമെന്ന് സൈക്കോളജിസ്റ്റ് ഉപദേശിച്ചു. തുടർന്ന് പല സൈക്യാട്രിസ്റ്റുകളെയും കാണിച്ചു. പല തരത്തിലുള്ള മരുന്നുകൾ കൊടുത്തു. ധ്യാനകേന്ദ്രത്തിൽ കുറച്ചുദിവസം താമസിച്ചു. ധ്യാനകേന്ദ്രത്തിലെ ചിലർ എസ്ത്തേറിന്റെ ആകാരസൗഷ്ഠവത്തിൽ തൽപ്പരരാണെന്ന് കണ്ടപ്പോൾ അവിടെനിന്നും പോന്നു. വേളാങ്കണ്ണിയിൽ കുറച്ചുദിവസം താമസിച്ചു പ്രാർഥിച്ചു. ചിലർ ഉപദേശിച്ചതനുസരിച്ച് മനസില്ലാമനസോടെ ബീമാപള്ളിയിലും ഏർവാടിയിലും പോയി. ഒടുവിൽ ആശുപത്രിയിൽ അഡ്മിറ്റു ചെയ്ത് ചികിത്സിച്ച് പരീക്ഷണം നടത്തിനോക്കാമെന്ന് കരുതിയാണ് എസ്ത്തേറിനെ കൊണ്ടുവന്നിരിക്കുന്നത്.

പക്വതയുള്ള ഒരു യുവതിയാണ് എസ്ത്തേർ. ചോദ്യങ്ങൾക്കെല്ലാം യുക്തിപൂർവമായ മറുപടികളാണ് തന്നത്. താൻ ഗർഭിണിയാണെന്ന മിഥ്യാവിശ്വാസം വച്ചുപുലർത്തുകയും അനുബന്ധമായ ചില ഭാവഹാവാദികൾ പ്രകടിപ്പിക്കുകയും ചെയ്തതതൊഴിച്ചാൽ മനോരോഗത്തിന്റെ മറ്റു ലക്ഷണങ്ങളൊന്നും കാണിച്ചില്ല.

"എസ്ത്തേർ ഗർഭിണിയാണോ?"

"അതെ."

"എത്രകാലമായി ഗർഭിണിയാണെന്ന് തോന്നാൻ തുടങ്ങിയിട്ട്?"

"തോന്നലല്ല, ഞാൻ യഥാർഥത്തിൽ ഗർഭിണിയാണ്."

"എത്ര കാലമായി ഗർഭിണിയായിട്ട്?"

"രണ്ടരക്കൊല്ലം."

"ഗർഭം രണ്ടരക്കൊല്ലം നീണ്ടുനിൽക്കാറുണ്ടോ?"

"ഇത് സാധാരണ ഗർഭമല്ല."

"പിന്നെ?"

"ദിവ്യഗർഭം, ദൈവപുത്രനെയാണ് ഗർഭം ധരിച്ചിരിക്കുന്നത്."

"ഗർഭിണിയുടെ ശാരീരികലക്ഷണങ്ങളൊന്നും കാണുന്നില്ലല്ലോ."

എസ്ത്തേറിന്റെ മുഖം ചുമന്നുതുടുത്തു. ചോദ്യം ഇഷ്ടപ്പെട്ടില്ലെന്ന് സ്പഷ്ടം. രോഷം പ്രകടിപ്പിച്ചുകൊണ്ട് മറുപടിപറഞ്ഞു.

"ഞാൻ പറഞ്ഞില്ലേ ഡോക്ടർ, സാധാരണ ഗർഭമല്ലെന്ന്."

"ഗർഭം എത്രകാലം നീണ്ടുനിൽക്കും?"

"അതെനിക്കറിയില്ല, ദൈവത്തിനേ അറിയാവൂ."

"ഭാവിജീവിതത്തെക്കുറിച്ചെന്താണ് പ്ലാൻ? ഇലക്ട്രോണിക്സ് പഠനം പൂർത്തിയാക്കണ്ടേ?"

"അതിലിപ്പം ഇന്ററസ്റ്റില്ല."

"പിന്നെ എന്താണ് പ്ലാൻ?"

എസ്ത്തേർ മടിച്ചുമടിച്ചാണ് മറുപടിപറഞ്ഞത്.

"സുവിശേഷ പ്രസംഗം നടത്തണം."

"ഒരു ജോലി വേണ്ടേ?"

"വേണം. ഒരു ചെറിയജോലി മതി."

"ഉദാഹരണം."

"പ്രൈമറി റ്റീച്ചറായാൽ മതി, അപ്പം സുവിശേഷത്തിന് സമയം കിട്ടും."

എസ്ത്തേറിന്റെ മാതാപിതാക്കളോട് ഞാൻ കാര്യങ്ങൾ തുറന്നു പറഞ്ഞു. ഡെല്യൂഷണൽ ഡിസോർഡർ എന്ന മനോരോഗമാണ്. അത് പൂർണമായും മാറിക്കിട്ടുക പ്രയാസമാണ്. മതവിശ്വാസം (religious faith)മാറ്റാൻ എളുപ്പമല്ലാത്തതുപോലെ മിഥ്യാവിശ്വാസവും (delusion)മാറ്റാൻ പ്രയാസമാണ്. മതവിശ്വാസം ശൈശവം മുതലേ തുടങ്ങുന്ന പ്രത്യായനങ്ങളിലൂടെ (suggestions)ആണ് മനസിൽ രൂഢമൂലമാകുന്നതെങ്കിൽ ഡെല്യൂഷൻ ഭൂതോദയം പോലെ പെട്ടെന്നാണ് മനസിൽ രൂപപ്പെടുക.

ജർമനിയിലെ മനോരോഗവിദഗ്ധനും തത്വജ്ഞാനിയുമായിരുന്ന കാൾ തിയോഡോർ ജാസ്പേഴ്സാണ് (1883–1969) ഡെല്യൂഷനെക്കുറിച്ച് ശാസ്ത്രീയമായ വിവരണം ആദ്യമായി നൽകിയത്. മൂന്നു സവിശേഷതകളാണ് ഡെല്യൂഷനുള്ളത്. മിഥ്യാവിശ്വാസിക്ക് തന്റെ വിശ്വാസം പരമസത്യമാണെന്നുള്ള കാര്യത്തിൽ യാതൊരു സംശയവും ഉണ്ടായിരിക്കുകയില്ല. വിശ്വാസം തെറ്റാണെന്ന് ശാസ്ത്രീയമായും യുക്തിപൂർവമായും തെളിയിച്ചാലും വിശ്വാസത്തിന് ഒരു ഉലച്ചിലും തട്ടുന്നില്ല. വിശ്വാസത്തിന്റെ അസംഭവ്യതയാണ് മൂന്നാമത്തെ സവിശേഷത. തന്റെ വിശ്വാസത്തിന്റെ അസംഭവ്യതയെക്കുറിച്ചോ വൈചിത്ര്യത്തെക്കുറിച്ചോ വ്യക്തിക്ക് യാതൊരു ഉൾക്കാഴ്ചയും ഉണ്ടായിരിക്കുകയില്ല.

മിഥ്യാവിശ്വാസം വച്ചുപുലർത്തുന്ന പലരും മനോരോഗികളാണെന്ന കാര്യം അറിയപ്പെടാതെ സമൂഹത്തിൽ ജീവിതം തുടരും. കാരണം അവ

രുടെ മിഥ്യാവിശ്വാസം ചില വിചിത്രസ്വഭാവങ്ങളിലൂടെ പ്രകടമാകുമെന്നല്ലാതെ ദൈനംദിനജീവിതത്തേയോ പഠനം, ജോലി തുടങ്ങിയ കാര്യങ്ങളേയോ സാരമായി ബാധിക്കാറില്ല. ഇവരിൽ ചിലർ ദിവ്യശക്തിയുള്ളവരായും ആൾദൈവങ്ങളായും തെറ്റിദ്ധരിക്കപ്പെടാനും സാധ്യതയുണ്ട്. ചില ആൾദൈവങ്ങൾ, ചിലർ മാത്രം, യഥാർഥത്തിൽ ഡെല്യൂഷൻ ഉള്ളവരാണ്. അവർ കപടനാടകക്കാരല്ല.

ദിവ്യശക്തികളെക്കുറിച്ചുള്ള മിഥ്യാവിശ്വാസം പോലെതന്നെ മറ്റു പല മിഥ്യാവിശ്വാസങ്ങളും കണ്ടുവരാറുണ്ട്. തനിക്കെതിരായി ശത്രുക്കൾ സദാ ഗൂഢാലോചന നടത്തിക്കൊണ്ടിരിക്കുന്നു. ഭാര്യ/ഭർത്താവ് പരസംഗം നടത്തുന്നു. അജ്ഞാതശക്തികൾ തന്നെ സദാ സ്വാധീനിച്ചുകൊണ്ടിരിക്കുന്നു. തുടങ്ങിയ മിഥ്യാവിശ്വാസങ്ങളാണ് സാധാരണ കണ്ടുവരാറ്. ഇത്തരം മിഥ്യാവിശ്വസങ്ങൾ ഉള്ളവരിൽ പലരും ചികിത്സയ്ക്ക് വരാറില്ല. അവർ തുടരെത്തുടരെ നിയമപരമായ നടപടികൾ സ്വീകരിക്കുകയും അധികൃതർക്ക് പരാതികൾ നൽകുകയും ചെയ്തുകൊണ്ടിരിക്കും. ചിലർ ആതുരാവസ്ഥയിലെത്താറില്ല. എല്ലാം സംശയത്തോടെ വീക്ഷിക്കുക, തങ്ങളുടെ കുറ്റങ്ങൾക്കും കുറവുകൾക്കും കാരണം മറ്റുള്ളവരാണെന്ന് ധരിക്കുക, വിമർശനങ്ങളോട് അസഹിഷ്ണുത പ്രകടിപ്പിക്കുക തുടങ്ങിയ വ്യക്തിത്വസവിശേഷതകൾ പ്രകടിപ്പിക്കുന്നതിൽ ഒതുങ്ങുന്നു അവരുടെ സംശയാവസ്ഥ (Paranoia or paranoid state).

സമൂഹത്തിലെ നല്ലൊരുശതമാനം ജനങ്ങൾ അടിസ്ഥാനരഹിതമായ സംശയങ്ങൾ വച്ചുപുലർത്തുന്ന സാഹചര്യങ്ങൾ ഉണ്ടാകാറുണ്ട്. ഭരണാധികാരികളുടെ തെറ്റായ നിലപാടുകളും മാധ്യമങ്ങളുടെ ബോധപൂർവമായ പ്രചരണങ്ങളുമാണ് ഇത്തരം സംശയാവസ്ഥകൾക്ക് (paranoid states) കാരണം. യൂറോപ്പിലെ പലരാജ്യങ്ങളിലെയും അമേരിക്കയിലെയും ജനങ്ങളിൽ ഭീകരാക്രമണത്തെക്കുറിച്ചുള്ള സംശയാവസ്ഥ നിലനിൽക്കുന്നു. ഈ സംശയാവസ്ഥ ഉയർന്നതോതിൽ നിലനിറുത്താൻ ഭരണാധികാരികളും ചില മാധ്യമങ്ങളും ബോധപൂർവം ശ്രമിക്കുകയും ചെയ്യുന്നു. ഇതിനോടനുബന്ധിച്ചുള്ള മറ്റൊരു സംശയാവസ്ഥയാണ് ഭീകരരെല്ലാം മുസ്ലീങ്ങളാണെന്നത്. “എല്ലാ മുസ്ലീങ്ങളും ഭീകരരല്ല, എന്നാൽ ഭീകരരെല്ലാം മുസ്ലീങ്ങളാണ്”എന്ന പ്രസ്താവന സാമൂഹ്യമായ സംശയാവസ്ഥ സൃഷ്ടിക്കണമെന്ന ഉദ്ദേശ്യത്തോടെ പുറപ്പെടുവിച്ചതാണ്. സോവിയറ്റ് യൂണിയൻ നിലവിലുണ്ടായിരുന്നപ്പോൾ സ്വന്തം ജനങ്ങളെ കമ്യൂണിസ്റ്റ് ആക്രമണത്തെക്കുറിച്ചുള്ള സംശയാവസ്ഥയിൽ നിറുത്താനാണ് അമേരിക്കൻ ഭരണാധികാരികൾ ശ്രമിച്ചുകൊണ്ടിരുന്നത്.

മിഥ്യാവിശ്വാസങ്ങൾ ഉണ്ടാക്കുന്ന വൈകാരിക പ്രതികരണങ്ങളാണ് സാമൂഹ്യമായ അസ്വസ്ഥതകൾക്കും വ്യക്തികളുടെ ആതുരാവസ്ഥയ്ക്കും കാരണം. മനോരോഗത്തിന്റെ പരിധിയിലേക്ക് കടന്ന വ്യക്തികൾക്ക് ചികിത്സ ആവശ്യമാണ്. വൈകാരികപ്രതികരണങ്ങൾ ലഘൂകരി

ക്കാൻ ലക്ഷ്യമിട്ടുകൊണ്ട് ഔഷധങ്ങളും മാനസികചികിത്സയും (Psychotherapy) നൽകണം.

എസ്ത്തേറിന്റെ ഡെല്യൂഷൻ മൂലം വൈകാരികപ്രതികരണങ്ങൾ ഉണ്ടാകാതിരിക്കാൻ കുറഞ്ഞതോതിൽ മരുന്നുകൊടുക്കുകയും പഠനം തുടരാൻ പ്രോത്സാഹിപ്പിക്കുകയും ചെയ്യുക എന്ന ചികിത്സാരീതിയാണ് സ്വീകരിച്ചത്. സുവിശേഷപ്രസംഗത്തിനായി ജീവിതം ഉഴിഞ്ഞുവെക്കാനാണ് എസ്ത്തേറിന്റെ തീരുമാനമെങ്കിലും ഉപജീവനത്തിനായി ഒരു അധ്യാപികയാകാനുള്ള തീരുമാനം കൂടി എസ്ത്തേറിനെക്കൊണ്ടെടുപ്പിക്കാൻ കഴിഞ്ഞിട്ടുണ്ട്. പഠനം തുടരാൻ എസ്ത്തേർ സമ്മതിച്ചു. സങ്കൽപ്പത്തിലെ ദിവ്യഗർഭം പേറിക്കൊണ്ടാണ് എസ്ത്തേർ ഇപ്പോൾ ക്ലാസിൽ പോകുന്നത്.

3

പവിത്രന്റെ അന്ത്യം

പവിത്രന്റെ മരണവാർത്ത അറിഞ്ഞത് പത്രത്തിലെ ചരമപേജിൽ നിന്നാണ്. 'കുടുംബകലഹം: ഗൃഹനാഥൻ ജീവനൊടുക്കി'...പവിത്രന്റെ പേരുകണ്ടാണ് വാർത്ത മുഴുവൻ വായിച്ചത്. 'നെട്ടയത്തെ കൈരളി നഗറിലെ അശ്വതിയിൽ പവിത്രൻ (45) ആണ് വീടിന്റെ പിന്നിലുള്ള മാവിൽ തൂങ്ങിമരിച്ചനിലയിൽ കാണപ്പെട്ടത്. കുടുംബകലഹത്തെത്തുടർന്ന് പവിത്രൻ അർധരാത്രി വീടുവിട്ടിറങ്ങി. മദ്യപാനമാണ് കുടുംബകലഹത്തിന് കാരണം.

പവിത്രൻ കുടി നിറുത്താനുള്ള ചികിത്സയ്ക്ക് 'കരുണാസായി ഡി അഡിക്ഷൻ സെന്ററി'ൽ നാലു തവണ വന്നിട്ടുണ്ടായിരുന്നു. നാലു തവണയും പവിത്രൻ സ്വമേധയാ വന്നതാണ്. ഓരോ പ്രാവശ്യവും ഡിസ്ചാർജ് ചെയ്തുപോകുമ്പോൾ 'ഇനി ഞാൻ വരൂല്ല ഡോക്ടർ' എന്നു പറയുമായിരുന്നു. ചരമപ്പേജിലെ വാർത്തയും ചിത്രവും കണ്ടപ്പോൾ പവിത്രന്റെ വാക്കുകൾ മനസിൽ പ്രതിധ്വനിച്ചു. ഇനി പവിത്രൻ വരില്ല.

കുടി നിറുത്തിയതിനുശേഷം വീണ്ടും കുടിച്ചു തുടങ്ങുന്നതെങ്ങനെയെന്ന് പവിത്രൻ പറഞ്ഞു: "എടയ്ക്ക് കൊറച്ച് കുടിക്കാതെ എന്തിനിങ്ങനെ ജീവിക്കണെന്ന് ചെലപ്പളൊക്കെ എനിക്ക് തോന്നും. ആഗ്രഹം അടക്കാൻ കഴിയാതാവും. ഒടനേപോകും ബാറിലോട്ട്. രണ്ട്പെഗ്ഗ് മാത്രം കഴിക്കണമെന്നും തീരുമാനിച്ചാണ് പോകുന്നത്. രണ്ടു പെഗ്ഗ് കഴിക്കുമ്പം തോന്നും ഒന്നുകൂടി ആകാമെന്ന്. അങ്ങനെ അഞ്ചാറ് പെഗ്ഗ് കഴിക്കും. വീട്ടിലെത്തുമ്പം ഭാര്യ ബഹളം കൂട്ടും. അപ്പം ഞാൻ വയലന്റായിപ്പോകും. പിന്നെ എന്തൊക്കെ ചെയ്യുമെന്ന് തിട്ടമില്ല, പിറ്റേന്നാവുമ്പം തലേന്ന് ചെയ്തതൊന്നും ഓർമിക്കൂല."

പവിത്രൻ പറഞ്ഞ കഥ എനിക്കോർമയുണ്ട്. കുടി തുടങ്ങിയത് കോളേജിൽ പഠിക്കുമ്പോഴാണ്. സഹപാഠികളിൽ ഒരാൾ പഠിത്തം ഇടയ്ക്ക് വച്ച് നിർത്തി പട്ടാളത്തിൽ ചേർന്നു. ഒരു കൊല്ലം കഴിഞ്ഞ് അവ

ധിക്കുവന്നപ്പോൾ കൂട്ടുകാരെ സൽക്കരിക്കാനായി ഒരു കുപ്പി റം കൊണ്ടു വന്നിരുന്നു. നാലു കൂട്ടുകാർ ചേർന്ന് ഒരു ഹോട്ടലിൽ മുറിയെടുത്ത് റം മുഴുവൻ കുടിച്ചു. നെഞ്ചിനുള്ളിൽക്കൂടി അഗ്നിപർവതലാവ ഒഴുകുന്നതു പോലെയാണ് ആദ്യം പവിത്രന് തോന്നിയത്. ക്രമേണ നെഞ്ചിലെ എരിച്ചിൽ മാറി സുഖാനുഭൂതിയായി. മനസിലുള്ളതെല്ലാം തുറന്നുപറയാൻ യാതൊരു മടിയും തോന്നാത്ത പരമമായ സ്വാതന്ത്ര്യബോധം. ഭക്ഷണം കഴിക്കാൻ ആർത്തി തോന്നി. ഇറച്ചിക്കും പറോട്ടയ്ക്കും ഇരട്ടിരുചിയായിരുന്നു. ഭക്ഷണം കഴിഞ്ഞപ്പോൾ ഉറങ്ങാൻ അദമ്യമായ ആഗ്രഹം. ഉറങ്ങിയെഴുന്നേറ്റപ്പോൾ രാത്രിയായി. ലഹരി മുഴുവൻ വിട്ടു. തലയ്ക്കൊരു ഭാരം, ചെറിയതോതിൽ തലവേദനയും. പകൽ പതിനൊന്നുമണിയോടെ ആരംഭിച്ച പാനോത്സവം അങ്ങനെയാണവസാനിച്ചത്.

അതിനുശേഷം മാസത്തിൽ ഒന്നോ രണ്ടോതവണ കൂട്ടുകാർ ഒത്തുകൂടി മദ്യപിക്കും. ഇടയ്ക്കിടെ മദ്യപിക്കുന്നതിൽ യാതൊരു കുറ്റബോധവും തോന്നിയില്ല. കാരണം പവിത്രന്റെ അച്ഛനും ഇടയ്ക്കൊക്കെ മദ്യപിക്കാറുണ്ട്. എങ്കിലും അച്ഛൻ വീട്ടിലുണ്ടെന്നറിഞ്ഞാൽ മദ്യപിച്ചുകൊണ്ട് വീട്ടിൽ കയറുകയില്ലായിരുന്നു. ഒരു ദിവസം മദ്യലഹരിയോടെ അച്ഛന്റെ മുമ്പിൽപ്പെട്ടു. അച്ഛൻ വളരെയധികം ശാസിച്ചു. ശാസന കേട്ടുകൊണ്ടിരുന്നപ്പോൾ ഇനിമേലിൽ കുടിക്കരുതെന്നല്ല, അച്ഛൻ കുടിക്കാറില്ലേ, പിന്നെന്തിന് ഇത്രയധികം വഴക്കു പറയുന്നു എന്ന ചോദ്യമാണ് മനസിൽ തോന്നിയത്. മറ്റൊരു ദിവസം മദ്യപിച്ചു വന്നുകയറിയപ്പോൾ അച്ഛൻ കരണത്തടിച്ചു. പ്രതിഷേധസൂചകമായി ഭക്ഷണം കഴിക്കാതെ കിടന്നുറങ്ങി. പിന്നീടൊരു ദിവസം മദ്യലഹരിയിൽ വന്നപ്പോൾ അച്ഛൻ കരണത്തടിക്കാനോങ്ങി, പെട്ടെന്ന് അച്ഛന്റെ കൈയിൽ കടന്നുപിടിച്ചു. അടിച്ചാൽ തിരിച്ചടിക്കുമെന്ന് പറഞ്ഞു. അച്ഛനാണ് അന്ന് ഭക്ഷണം കഴിക്കാതെ കിടന്നുറങ്ങിയത്.

ഇടയ്ക്കിടെയുള്ള മദ്യപാനവും വീട്ടിലെ വഴക്കും കാരണം പഠിത്തം താറുമാറായി. അവസാനവർഷം പരീക്ഷയിൽ തോറ്റപ്പോൾ പഠിത്തം നിറുത്തി കച്ചവടം തുടങ്ങാൻ അച്ഛൻ പറഞ്ഞു. അച്ഛന് സ്വന്തമായി ഒരു മെഡിക്കൽ ഷോപ്പുണ്ടായിരുന്നു. ബിഎസ്സി പാസായതിനുശേഷം പവിത്രനെ ഫാർമസി ഡിപ്ലോമയ്ക്ക് അയയ്ക്കാനായിരുന്നു അച്ഛന്റെ പ്ലാൻ. പവിത്രന്റെ പേരിൽത്തന്നെ ഒരു മെഡിക്കൽഷോപ്പ് തുടങ്ങി അതിന്റെ ചുമതല ഏൽപ്പിച്ചു. കൂടെ പഠിച്ചിരുന്ന ബിന്ദുവുമായി പവിത്രൻ അടുപ്പത്തിലായിരുന്നു. വിവാഹക്കാര്യം ആലോചിക്കാൻ തുടങ്ങിയപ്പോൾ ബിന്ദുവിനെ വിവാഹം ചെയ്താൽ മതിയെന്ന് പറഞ്ഞു. സർക്കാർ സർവീസിലെ ഒരു ലാസ്റ്റ്ഗ്രേഡ് ജീവനക്കാരന്റെ മകളാണ് ബിന്ദു. എങ്കിലും അച്ഛൻ എതിരുപറഞ്ഞില്ല. വിവാഹിതനായാൽ മകന്റെ അമിതമദ്യപാനം നിൽക്കുമെന്നായിരുന്നു അച്ഛന്റെ പ്രതീക്ഷ.

വിവാഹത്തിനുശേഷം രണ്ടുമൂന്നു മാസം തീരെ മദ്യപിക്കാറില്ലായിരുന്നു. പതിവിൽക്കൂടുതലായി കച്ചവടം നടന്ന ഒരു ദിവസം കടപൂട്ടി

വീട്ടിലേക്ക് വരുമ്പോൾ അൽപ്പം മദ്യപിക്കണമെന്ന് ആഗ്രഹം തോന്നി, ബാറിൽ കയറി. രണ്ട് പെഗ്ഗു മാത്രമേ കഴിക്കാവൂ എന്ന് തീരുമാനിച്ചാണ് കയറിയത്, പക്ഷേ നാലോ അഞ്ചോ പെഗ്ഗ് കഴിച്ചിട്ടാണ് നിറുത്തിയത്. വീട്ടിലെത്തിയപ്പോൾ അച്ഛൻ വളരെയധികം ശാസിച്ചു. മേലിൽ ഇതാവർത്തിച്ചാൽ വീടുവിട്ടിറങ്ങേണ്ടിവരുമെന്ന് താക്കീത് ചെയ്തു. ഭാര്യയുടെ മുമ്പിൽ വച്ചായിരുന്നു അച്ഛന്റെ ഭർത്സനം. പവിത്രന് അത് വലിയ അപമാനമായിത്തോന്നി. മദ്യപാനം ഒഴിവാക്കണമെന്ന് തോന്നി. കുറച്ചു ദിവസം മദ്യപിക്കാതെ വീട്ടിലെത്തി. വീണ്ടും ഇടയ്ക്കിടെ മദ്യപിക്കാൻ തുടങ്ങി. അച്ഛന്റെ മുമ്പിൽപ്പെടാതിരിക്കാൻ വളരെ വൈകി വരാൻ തുടങ്ങി. അപ്പോൾ ഭാര്യക്കായി പിണക്കം. ഇതിനിടെ ഭാര്യ ഗർഭിണിയായി, പവിത്രൻ ഒരു പെൺകുഞ്ഞിന്റെ പിതാവായി. അഞ്ചാറുമാസക്കാലം പവിത്രൻ മദ്യപിച്ചില്ല.

കുഞ്ഞുമായി ഭാര്യ വീട്ടിൽ വന്ന ദിവസമാണ് പട്ടാളക്കാരനായ പഴയ സുഹൃത്ത് പവിത്രനെ കാണാനെത്തിയത്. അന്ന് കട തുറന്നിരുന്നില്ല. സുഹൃത്തിന്റെ കൈയിൽ ഒരു കുപ്പി റം ഉണ്ടായിരുന്നു. സുഹൃത്തുമായി പുറത്തേക്കിറങ്ങിയ പവിത്രൻ തിരിച്ചെത്തിയത് അർധരാത്രി കഴിഞ്ഞാണ്. അന്ന് അച്ഛനും ഭാര്യയും ഒരുപോലെ പവിത്രനെ ഭർത്സിച്ചു. അതിൽ പ്രതിഷേധിച്ച് പവിത്രൻ നിത്യവും മദ്യപിക്കാൻ തുടങ്ങി. താമസം മാറ്റണമെന്ന് അച്ഛൻ ശഠിച്ചു. അച്ഛൻ അങ്ങനെ പറഞ്ഞസ്ഥിതിക്ക് താനിനി ആ വീട്ടിൽ താമസിക്കുകയില്ലെന്ന് ഭാര്യയും പറഞ്ഞു. പവിത്രനും ബിന്ദുവും വീട് വാടകയ്ക്കെടുത്ത് വേറിട്ട് താമസം തുടങ്ങി. പുതിയ വീട്ടിൽ താമസമാക്കിയതിനുശേഷം രണ്ടുമൂന്നു മാസക്കാലം മദ്യപിച്ചില്ല. ഒരു ഞായറാഴ്ച പതിവിലേറെ വ്യാപാരം നടന്നു. അതൊന്ന് ആഘോഷിക്കാൻ തീരുമാനിച്ചു. മദ്യപിച്ച് വീട്ടിലെത്തിയതിന്റെ പേരിൽ ഭാര്യ ബഹളം കൂട്ടി, പവിത്രന് കോപം അടക്കാൻ കഴിഞ്ഞില്ല ഭാര്യയെ അടിച്ചു. അതിനുശേഷം നിത്യവും മദ്യപിക്കാൻ തുടങ്ങി. കച്ചവടത്തിൽ ലാഭം കുറഞ്ഞു. മരുന്നുകൾ കടം തരുന്ന ഡിസ്ട്രിബ്യൂട്ടേഴ്സിനു കൊടുത്തിരുന്ന ചെക്കുകൾ ചിലത് ബൗൺസ് ചെയ്തു. മൊത്തവ്യാപാരികൾ ഫോൺ ചെയ്ത് മരുന്ന് കടം തരുന്നത് നിറുത്തുമെന്ന് ഭീഷണിപ്പെടുത്തി. ഗത്യന്തരമില്ലാതെ വന്നപ്പോൾ അച്ഛനോട് തന്നെ സഹായം അഭ്യർഥിച്ചു. ഇനിമേലിൽ താൻ സഹായിക്കുകയില്ലെന്ന നിബന്ധനയോടെ അച്ഛൻ പണം കൊടുത്തു. നിത്യവും മദ്യം കഴിക്കാതെ നിവർത്തിയില്ലെന്നായി. മദ്യം കഴിക്കാത്ത ദിവസം ആകെയൊരു അസ്വസ്ഥതയാണ്. എന്തോ ആപത്ത് സംഭവിക്കാൻ പോകുന്നു എന്ന ഭയം. ഉറക്കക്കുറവും അനുഭവപ്പെട്ടു. താൻ മദ്യത്തിന്റെ അടിമയാണെന്ന് പവിത്രനു തോന്നി.

കുടി നിറുത്താനെന്താണ് വഴിയെന്ന് ചില സുഹൃത്തുക്കളോട് ചോദിച്ചു. കരുണാസായി ഡി അഡിക്ഷൻ സെന്ററിൽ ചികിത്സയ്ക്ക് വിധേയനായി കുടി നിർത്തിയ സുഹൃത്താണ് മാർഗം പറഞ്ഞു കൊടുത്തത്.

ഡി അഡിക്ഷൻ സെന്ററിൽ മൂന്നാഴ്ച കിടന്നാണ് ചികിത്സിച്ചത്. അതിനുശേഷം ആറുമാസക്കാലം കുടിച്ചില്ല, വീണ്ടും തുടങ്ങി. രാത്രി വീട്ടിൽവരുമ്പോൾ മദ്യപിച്ചിട്ടുണ്ടെന്ന് മനസിലായാൽ ഭാര്യ ബഹളമുണ്ടാക്കും. അപ്പോൾ പവിത്രൻ വാശിയോടെ പിറ്റേ ദിവസവും മദ്യപിക്കും. ഇങ്ങനെയുള്ള വിഷമവൃത്തത്തിൽപ്പെട്ട് ഉഴലുകയായിരുന്നു പവിത്രൻ. മാസങ്ങൾ കടന്നുപോകുമ്പോൾ പവിത്രനുതന്നെ തോന്നും ചികിത്സയ്ക്ക് വിധേയനാകണമെന്ന്. ഇങ്ങനെയാണ് നാലു തവണ ചികിത്സയ്ക്ക് വിധേയനായത്.

പവിത്രന്റെ ആത്മഹത്യയുടെ വാർത്ത അറിഞ്ഞപ്പോൾ ഡി അഡിക്ഷൻ സെന്ററിലെ സൈക്കോളജിസ്റ്റ് പവിത്രന്റെ വീട്ടിൽപ്പോയി തിരക്കി. അദ്ദേഹത്തിനു കിട്ടിയ വിവരം ഇതാണ്: ഒടുവിൽ ചികിത്സ കഴിഞ്ഞതിനുശേഷം പവിത്രൻ ഒരുകൊല്ലത്തോളം മദ്യപിച്ചില്ല. വീണ്ടും ഒരു ദിവസം രാത്രി പവിത്രൻ മദ്യപിച്ചുവന്നപ്പോൾ ഭാര്യ ശക്തിയായി പ്രതിഷേധിച്ചു. പ്രകോപിതനായ പവിത്രൻ ഭാര്യയെ കരണത്തടിച്ചു. ഇനി തന്നെ അടിച്ചാൽ വെട്ടുകത്തിയെടുക്കുമെന്ന് ഭാര്യ ഭീഷണിപ്പെടുത്തി. പവിത്രൻ അടങ്ങി. ഭാര്യയോട് വാശി തീർക്കാനായി പിറ്റേദിവസം വളരെയധികം മദ്യപിച്ച് അർധരാത്രിയിലാണ് വീട്ടിലെത്തിയത്. അന്നും ഭാര്യ ബഹളമുണ്ടാക്കി. ഇത് നിത്യവും ആവർത്തിക്കാൻ തുടങ്ങി. മാസങ്ങളോളം ഇതു തുടർന്നു. ഒരു ദിവസം പതിവുപോലെ പവിത്രൻ അർധരാത്രി വീട്ടിൽ വന്നപ്പോൾ ഭാര്യ കതക് തുറന്നില്ല. കോപം അടക്കാനാവാതെ കതക് ചവിട്ടിപ്പൊളിക്കാൻ ശ്രമിച്ചുനോക്കി. അത് വിഫലമായപ്പോൾ പവിത്രൻ വീടിന്റെ പിന്നിലേക്ക് നടന്നു...

മദ്യപാനരോഗം തുടർന്നാൽ ശാരീരികവും മാനസികവുമായ നിരവധി അനന്തരഫലങ്ങളുളവാക്കും. ആത്മഹത്യാപ്രവണത അവയിലൊന്നാണ്. അമിതമായി മദ്യം കഴിക്കുന്നത് ഒരു സ്വഭാവദൂഷ്യമായിട്ടാണ് അടുത്തകാലം വരെ പൊതുസമൂഹവും വൈദ്യശാസ്ത്രവും കണക്കാക്കിയിരുന്നത്. നിയന്ത്രണമില്ലാത്ത മദ്യപാനം ഒരു മനോരോഗമാണെന്ന നിഗമനത്തിലാണ് ഇപ്പോൾ വൈദ്യശാസ്ത്രം എത്തിയിട്ടുള്ളത്. മറ്റെല്ലാ മനോരോഗങ്ങളെയും പോലെ അമിതമദ്യപാനരോഗവും (Alcohol Abuse Disorder) ജൈവപരവും (biological), മനഃശാസ്ത്രപരവും (Psychological), സാമൂഹികവുമായ (Social) കാരണങ്ങളാൽ ഉണ്ടാകുന്ന ഒരു ആതുരാവസ്ഥയാണെന്ന് അസന്ദിഗ്ധമായി വൈദ്യശാസ്ത്രം അംഗീകരിച്ചത് 1987 ലാണ്. ജീവശാസ്ത്രപരമായ കാരണങ്ങളിൽ ജനിതകവും (genitic factor) ഉൾപ്പെടുന്നുവെന്നാണ് അടുത്തകാലത്തെ കണ്ടെത്തൽ. പൊതുസമൂഹം ഇപ്പോഴും അമിതമദ്യപാനം മനോരോഗമാണെന്ന് അംഗീകരിച്ചിട്ടില്ല. അമിതമദ്യപാനം കൊണ്ടുണ്ടാകുന്ന അനന്തരഫലങ്ങളെക്കുറിച്ച് ജനങ്ങളെ ബോധവൽക്കരിക്കലും രോഗം ബാധിച്ചവരെ താമസംവിനാ ചികിത്സയ്ക്ക് വിധേയരാക്കലുമാണ് ശാസ്ത്രീയമായ നടപടികൾ.

ചികിത്സയ്ക്ക് വിധേയനായി മദ്യപാനം ഉപേക്ഷിച്ച പവിത്രൻ ഇടവേളയ്ക്ക് ശേഷം ഒരുദിവസം മദ്യപിച്ചപ്പോൾ എല്ലാം തകർന്നു എന്ന ധാരണയോടെ മറ്റുള്ളവർ രൂക്ഷമായി പ്രതികരിച്ചതാണ് പവിത്രന്റെ അന്ത്യത്തിനു കാരണമായത്. ചികിത്സയ്ക്ക് വിധേയരായവർ വീണ്ടും മദ്യപിച്ചാൽ സമചിത്തതയോടെ പ്രതികരിക്കുകയും സ്വയം നിയന്ത്രിക്കാൻ സ്നേഹപൂർവം ഉപദേശിക്കുകയുമാണ് ചെയ്യേണ്ടത്. മദ്യപാനരോഗി സ്വയം നിയന്ത്രിക്കാൻ കഴിയാത്ത അവസ്ഥയിലാണെങ്കിൽ വീണ്ടും ചികിത്സയ്ക്ക് വിധേയനാക്കുകയാണ് ചെയ്യേണ്ടത്.

4

സുബൈറിന്റെ കുടുംബത്തെ ബാധിച്ച പ്രേതങ്ങൾ

അവസാനത്തെ പരീക്ഷണത്തിനാണ് സുബൈറിനെ ആശുപത്രിയിൽ കൊണ്ടുവന്നത്. ആശുപത്രിയിലെ ചികിത്സകൊണ്ട് ഫലമുണ്ടാകുമെന്ന് വിശ്വാസമില്ല. അവരുടെ അറിവിൽ സുബൈറിന്റെ പ്രശ്നം രോഗമല്ല, പ്രേതബാധയാണ്. അയൽപക്കത്ത് കൂട്ടആത്മഹത്യ നടന്നത് മുതലാണ് സുബൈറിന്റെ പ്രശ്നങ്ങൾ ആരംഭിക്കുന്നത്. സുബൈറിന്റെ ബാപ്പ സുലൈമാൻ ആക്രിക്കച്ചവടക്കാരനാണ്. നാടുനീളെ നടന്ന് പഴയ പേപ്പർ, കാലിച്ചാക്ക്, കുപ്പി എന്നിവയൊക്കെ വാങ്ങി ചാലയിൽ കൊണ്ടുപോയി വിൽക്കും. ഉമ്മ ജമീല പാടത്തെ പണികൾക്കും വീട്ടുജോലികൾക്കും പോകും. സുബൈറിനു താഴെ രണ്ടു പെൺമക്കളാണ്. അവരെ വിവാഹം ചെയ്തയക്കണം , വീടിനൊരു മുറികൂടി പണിയണം. ഭാരിച്ച ചെലവുകൾ വരുന്നത് മുൻകൂട്ടിക്കണ്ട സുലൈമാനും ജമീലയും കഠിനമായി അധ്വാനിച്ച് മിച്ചം വച്ച് കുടുംബത്തിനു ചെറിയൊരു സമ്പാദ്യമുണ്ടാക്കിയിരുന്നു. അതെല്ലാം സുബൈറിനെ ബാധിച്ച 'പ്രേതങ്ങൾ'അപഹരിച്ചു.

അയൽപക്കത്ത് ഇടത്തരം കൃഷിക്കാരനായ കൃഷ്ണനും കുടുംബവുമായിരുന്നു. കൃഷിക്കുവേണ്ടി ബാങ്കിൽ നിന്നും പണം കടമെടുത്തിരുന്നു. തിരിച്ചടയ്ക്കാൻ കഴിഞ്ഞില്ല. പലിശയ്ക്കുമേൽ പലിശകയറി, ഒടുവിൽ ജപ്തി നോട്ടീസ് ആയി. വീടുവിട്ടിറങ്ങേണ്ടിവരുമെന്ന് ഭയപ്പെട്ട കൃഷ്ണനും ഭാര്യയും രണ്ടുപെൺമക്കളും വിഷം കഴിച്ച് മരിച്ചു. സുബൈർ പത്താംക്ലാസിൽ പഠിക്കുകയായിരുന്നു. കൃഷ്ണന്റെ മൂത്തമകൾ സരോജം സുബൈറിന്റെ ക്ലാസിലായിരുന്നു പഠിച്ചിരുന്നത്. കൂട്ടആത്മഹത്യ നടന്നതിനുശേഷം കുറച്ചുനാൾ സുബൈർ പതിവില്ലാത്തവിധം മൗനത്തിലായിരുന്നു. സ്കൂളിൽ പോകാനും താൽപ്പര്യം കുറഞ്ഞു. അയൽപക്കത്തെ ദുരന്തം മൂലമുള്ള ദുഃഖമാണെന്നാണ് കരുതിയത്.

ഒരു ദിവസം കൃഷ്ണന്റെ വീട്ടുവളപ്പിൽ കുറെ ആളുകൾ എന്തൊക്കെയോ ചെയ്യുന്നത് സുബൈർ കണ്ടു. പറമ്പ് അളക്കുകയാണെന്ന് മനസിലായി. ആളുകൾ പോയപ്പോൾ സന്ധ്യയായി. എല്ലാവരും പോയിക്കഴിഞ്ഞപ്പോൾ സുബൈർ വീട്ടുവളപ്പിൽ കടന്നു. വരാന്തയിൽ കയറിയപ്പോൾ ചുവരിൽ കൃഷ്ണന്റെ ഫോട്ടോ തൂക്കിയിരിക്കുന്നത് കണ്ടു. ആ ഫോട്ടോ മുമ്പും അവിടെ ഉണ്ടായിരുന്നു. പക്ഷേ അന്നു സന്ധ്യക്ക് കണ്ടപ്പോൾ ഫോട്ടോയിലെ കൃഷ്ണൻ ചിരിച്ചുകൊണ്ട് സുബൈറിനോട് എന്തോ പറഞ്ഞതായി തോന്നി. തോന്നിയതല്ല, കൃഷ്ണൻ സംസാരിക്കുന്നത് ശരിക്കും കേട്ടു. സുബൈർ ഭയപ്പെട്ട് വീട്ടിലേക്കോടി. ബാപ്പ ആക്രിക്കച്ചവടം കഴിഞ്ഞ് എത്തിയിരുന്നു. ഉമ്മ അടുക്കളയിൽ പണിയിലായിരുന്നു. സുബൈർ ഭയന്നോടിവരുന്നതു കണ്ട് ബാപ്പ എന്താണ് കാര്യമെന്ന് ചോദിച്ചു. സുബൈറിന് മറുപടിപറയാൻ കഴിയുന്നതിനു മുമ്പ് മുറ്റത്ത് ബോധമറ്റ് വീണു. മുഖത്ത് വെള്ളം തളിച്ചപ്പോൾ ഉണർന്നു. എന്താണുണ്ടായതെന്ന് ബാപ്പയും ഉമ്മയും ചോദിച്ചപ്പോൾ വ്യക്തമായി ഒന്നും പറഞ്ഞില്ല. അണ്ണൻ എന്തോ പറഞ്ഞു എന്നു മാത്രമേ പറഞ്ഞുള്ളൂ. അയൽക്കാരൻ കൃഷ്ണനെ അണ്ണൻ എന്നാണ് സുബൈർ വിളിച്ചിരുന്നത്. കൃഷ്ണന്റെ വീട്ടുവളപ്പിൽ കടന്ന സുബൈറിന്റെ ശരീരത്തിൽ കൃഷ്ണന്റെ പ്രേതം കൂടിയോ എന്ന് സുലൈമാനും ജമീലയും സംശയിച്ചു. രാത്രി ഭക്ഷണം കഴിച്ചു കഴിഞ്ഞ ഉടനെ സുബൈർ വീണ്ടും ബോധം കെട്ടുവീഴുകയും ഉണർന്നെഴുന്നേറ്റതിനുശേഷം പരസ്പരബന്ധമില്ലാതെ പലതും പറയുകയും ചെയ്തു. പ്രേതബാധയെക്കുറിച്ചുള്ള സംശയം ബലപ്പെട്ടു. ഒരു ഘട്ടത്തിൽ സുബൈർ അടക്കിയ സ്വരത്തിൽ 'ഞാൻ വരൂല, ഞാൻ വരൂല'എന്നു പറയുന്നതു കേട്ടു. ആരോടാണ് സംസാരിക്കുന്നതെന്ന് ചോദിച്ചപ്പോൾ അണ്ണനോടാണെന്ന് സുബൈർ മറുപടി പറഞ്ഞു. അതോടെ കൃഷ്ണന്റെ പ്രേതം സുബൈറിന്റെ ശരീരത്തിലുണ്ടെന്ന് സുലൈമാനും ജമീലയ്ക്കും ഉറപ്പായി. അതിരാവിലെ തന്നെ നരുവാമൂട് പള്ളിയിലെ മുസല്യാരുടെ അടുത്തുകൊണ്ടുപോയി പ്രേതബാധ ഒഴിഞ്ഞുകിട്ടാൻ വേണ്ടത് ചെയ്യിക്കാൻ തീരുമാനിച്ചു.

'ചരിത്രം'കേട്ടുകഴിഞ്ഞപ്പോൾ മുസലിയാർ സുബൈറിനെ അടിമുടിയൊന്ന് നോക്കി. സുബൈർ ചിരിച്ചുകൊണ്ട് നിന്നതേയുള്ളു. തന്റെ നോട്ടത്തിൽ കൂസാതെ സുബൈർ നിൽക്കുന്നതു കണ്ടപ്പോൾ 'കടുപ്പമുള്ള കേസാ'ണെന്ന് മുസലിയാർ സുലൈമാന് മുന്നറിയിപ്പ് നൽകി. പിഞ്ഞാണിയെഴുത്തുകൊണ്ട് മാത്രം പോയെന്നുവരില്ല. ഉറുക്കുകൂടി കെട്ടണം. രണ്ടിനും കൂടി അഞ്ഞൂറു രൂപ ചെലവായി. കുറച്ചു ദിവസങ്ങൾ പ്രശ്നങ്ങളൊന്നുമില്ലാതെ കടന്നുപോയി. എങ്കിലും സുബൈർ പഴയതുപോലെ സ്കൂളിൽ പോകാനും പഠിക്കാനും ഉത്സാഹം കാണിച്ചില്ല. പലപ്പോഴും ആരോടും ഒന്നും മിണ്ടാതെ മൗനിയായി കഴിച്ചുകൂട്ടും. പല്ലു തേക്കാനും കുളിക്കാനും ആരെങ്കിലും നിർബന്ധിക്കണം. കിണറ്റിൻകരയിൽപ്പോയി വെള്ളം കോരാതെ എങ്ങോ മിഴിച്ചുനോക്കിനിൽക്കും. ചിലപ്പോൾ

ആരോടോ സംസാരിക്കുന്നതും കാണാം. മുസലിയാർ കെട്ടിക്കൊടുത്ത ഉറുക്ക് സുബൈർ ഒരുദിവസം അഴിച്ച് കിണറ്റിലിട്ടു. പിറ്റേന്ന് തന്നെ സുലൈമാൻ നരുവാമൂട് മുസലിയാരെക്കണ്ട് വിവരം പറഞ്ഞു. സുബൈറിന്റെ ശരീരത്തിൽ ഒന്നിലധികം പ്രേതങ്ങളുണ്ടെന്നായിരുന്നു മുസലിയാരുടെ അഭിപ്രായം. അതുകൊണ്ട് ഹോമം ചെയ്യണമെന്നായി. മുസലിയാർ ഹോമം ചെയ്തത് സുലൈമാനും ജമീലയും കൂടി വിവരിച്ചു. അകത്തെമുറിയിൽ, സുബൈറിനെ ഇറക്കിനിറുത്തിയാൽ അരയോളം വരുന്ന കുഴി എടുപ്പിച്ചു. അത് ഉമിയും ചിരട്ടകളും കൊണ്ട് നിറച്ചു. പൂവൻ കോഴിയെ അറുത്ത് അതിന്റെ ചോര അതിനുമീതെ തളിച്ചു. കുഴിയിലെ ഉമിക്ക് തീ കൊളുത്തി. കുഴിയിലെ ഉമിയും ചിരട്ടകളും കത്തിത്തീരുന്ന തുവരെ മുസലിയാരും സംഘവും കൂട്ടം കൂടി നിന്ന് എന്തൊക്കെയോ മന്ത്രങ്ങൾ ഉരുവിട്ടു. സുബൈറിനെ മുറിയുടെ മൂലയിൽ പുതപ്പിട്ടു മൂടി കിടത്തിയിരുന്നു. രാത്രി എട്ടുമണിയോടെ തുടങ്ങിയ ഹോമം അർധരാത്രിയിലാണ് അവസാനിച്ചത്. അപ്പോഴേക്ക് സുബൈർ ഉറങ്ങിപ്പോയിരുന്നു. വളരെ ദിവസങ്ങളായി രാത്രി ഉറങ്ങാത്ത സുബൈർ ഉറങ്ങിക്കണ്ടപ്പോൾ ഹോമം ചെയ്തതോടെ പ്രേതങ്ങൾ ഒഴിഞ്ഞുപോയെന്ന് ഉറപ്പായി.

തുടർന്നുള്ള ദിവസങ്ങളിൽ സുബൈറിൽ വലിയ മാറ്റമൊന്നും കണ്ടില്ല. കൂടിയിരിക്കുന്നത് ഹിന്ദുക്കളുടെ പ്രേതമായതിനാൽ ഏതെങ്കിലും അമ്പലത്തിലെ പൂജാരിയെക്കൊണ്ട് പ്രേതബാധ ഒഴിപ്പിക്കണമെന്ന് ചിലർ ഉപദേശിച്ചു. അകലെയുള്ള ഒരു ക്ഷേത്രത്തിൽ സുബൈറിനെ കൊണ്ടുപോയി പൂജാരിയെ കാണിച്ചു. സുബൈറിൽ കൂട്ടആത്മഹത്യ ചെയ്ത കുടുംബത്തിലെ എല്ലാവരുടെയും പ്രേതങ്ങൾ ഉണ്ടെന്നായിരുന്നു പൂജാരിയുടെ അഭിപ്രായം. കർമങ്ങൾ ഒന്നൊന്നായി ചെയ്ത് നോക്കണം. പൂജാരി പറഞ്ഞ കർമങ്ങൾ ഒന്നൊന്നായി ചെയ്തു. ഒടുവിൽ ഹോമവും ചെയ്തു. മുസലിയാരുടെ ഹോമത്തിൽ നിന്നും വ്യത്യസ്തമായിരുന്നു പൂജാരിയുടെ ഹോമം. മുറിക്കകത്ത് കുഴിയെടുക്കുന്നതിനു പകരം ഇഷ്ടികകൾ കൊണ്ട് അഗ്നികുണ്ഡം പണിയുകയാണ് ചെയ്തത്. ചിരട്ടക്കനൽ നിറച്ചതിനുശേഷം കർപ്പൂരം ഇട്ടുകൊണ്ടിരുന്നു. വീടാകെ സുഗന്ധമുള്ള കർപ്പൂരപ്പുക കൊണ്ട് നിറഞ്ഞു.

പൂജാരിയുടെ ഹോമം കഴിച്ചിട്ടും സുബൈറിന് മാറ്റമൊന്നുമില്ല. ആദ്യം ബോധം കെട്ടുവീണപ്പോൾ തലച്ചോറിന് ക്ഷതംപറ്റിയതായിരിക്കാമെന്നും അതുകൊണ്ട് സിറ്റിയിലെ പ്രൈവറ്റ് ആശുപത്രിയിൽ കൊണ്ടുപോയി സ്കാൻ ചെയ്ത് നോക്കണമെന്നും ചിലർ ഉപദേശിച്ചു. അതനുസരിച്ച് ആശുപത്രിയിൽ കൊണ്ടുപോയി വിവരങ്ങളെല്ലാം പറഞ്ഞപ്പോൾ സ്കാൻ ചെയ്യണമെന്ന് പ്രൈവറ്റാശുപത്രിയിലെ ഡോക്ടറും ഉപദേശിച്ചു. സ്കാൻ ചെയ്യാൻ മൂവായിരം രൂപയേ വേണ്ടിവന്നുള്ളു. മുസലിയാരും പൂജാരിയും ചെയ്ത ഹോമങ്ങൾക്ക് അയ്യായിരം രൂപവീതം ചെലവാക്കേണ്ടി വന്നു. സ്കാൻ ചെയ്തതിനുശേഷം ഡോക്ടർ വ്യക്തമായി ഒന്നും പറഞ്ഞില്ല. ചില മരുന്നുകൾ കഴിക്കണമെന്നു മാത്രം പറഞ്ഞു.

ഡോക്ടർ നിർദേശിച്ച മരുന്നുകൾ വാങ്ങിക്കൊടുത്തു. സുബൈറിന്റെ പെരുമാറ്റത്തിൽ ഗുണപരമായ മാറ്റം കണ്ടുതുടങ്ങി. രണ്ടുമൂന്നു മാസം മരുന്നുകൾ കഴിച്ചതോടെ സുബൈർ പഴയസ്ഥിതിയിലായി. സ്കൂളിൽ പോകാൻ തുടങ്ങി. മരുന്നുകൾ നിറുത്തിക്കൊള്ളാൻ ഡോക്ടർ പറഞ്ഞു. സുബൈർ പത്താം ക്ലാസിലെ പരീക്ഷ എഴുതി പാസായി. തുടർന്ന് പഠിക്കാൻ ആഗ്രഹമില്ലാതിരുന്നതുകൊണ്ട് മോട്ടോർ വർക്ക്ഷോപ്പിലെ പണി പഠിക്കാൻ തീരുമാനിച്ചു. വർക്ക്ഷോപ്പിലെ അപ്രന്റിസായി പൊയ്ക്കൊണ്ടിരുന്നപ്പോൾ പഴയ ലക്ഷണങ്ങൾ വീണ്ടും കാണിച്ചുതുടങ്ങി. അതോടെ തലച്ചോറിന്റെ ക്ഷതമല്ല പ്രേതബാധ തന്നെയെന്ന് ഉറപ്പായി. സുബൈറിനെ പൂജാരിയുടെ അടുക്കൽ തന്നെ കൊണ്ടുപോയി, ഹോമം ചെയ്യണമെന്നായി പൂജാരി. പണമില്ലാത്തതുകൊണ്ട് ഹോമം വീണ്ടും ചെയ്യിക്കാൻ കഴിയാത്ത ദുഃഖത്തിലായിരുന്നു സുലൈമാനും ജമീലയും. സുബൈർ അപ്രന്റിസായി പോകുന്ന വർക്ക്ഷോപ്പിന്റെ ഉടമയാണ് സുബൈറിനെ ഒരു സൈക്യാട്രിസ്റ്റിന്റെ അടുക്കൽ കൊണ്ടുപോകാൻ ഉപദേശിച്ചത്. തുടർന്നും ആ വർക്ക്ഷോപ്പിൽ തന്നെ പോകണമെന്നുള്ളതുകൊണ്ട് മനസില്ലാമനസോടെ അയാളുടെ ഉപദേശം സ്വീകരിക്കാൻ തീരുമാനിച്ചു. അങ്ങനെയാണ് സുബൈർ എന്റെ മുമ്പിലെത്തിയത്. പരിശോധനയിൽ സുബൈറിന് schizophrenia(സ്കിസോഫ്രീനിയ) എന്ന മനോരോഗത്തിന്റെ ലക്ഷണങ്ങൾ ഉള്ളതായി കണ്ടു. ശിഥിലവും അയുക്തവുമായ ചിന്തകൾ (thought disorder)അശരീരി കേൾക്കൽ (auditory hallucinations)മിഥ്യാവിശ്വാസങ്ങൾ (delusions) തുടങ്ങിയ രോഗലക്ഷണങ്ങൾ പ്രേതബാധയുടെ ലക്ഷണങ്ങളാണെന്ന് സുബൈറിന്റെ ബാപ്പയും ഉമ്മയും ധരിച്ചുവശായതാണ് പ്രശ്നങ്ങൾക്ക് കാരണം. സ്കിസോഫ്രീനിയരോഗം ശമിക്കാൻ മരുന്നും സൈക്കോതെറാപ്പിയും ആവശ്യമാണ്. അതെല്ലാം നൽകിയപ്പോൾ സുബൈർ മനസിന്റെ സമനില വീണ്ടെടുത്തു. രണ്ടാഴ്ച കഴിഞ്ഞ് ആശുപത്രി വിട്ടു. ഇപ്പോൾ മോട്ടോർ വർക്ക്ഷോപ്പിൽ മുടക്കം കൂടാതെ പോകുന്നുണ്ട്.

അദൃശ്യശക്തികളും പരേതരുടെ ആത്മാവുകളും ശരീരത്തിൽ കടന്നുകൂടുന്നതുകൊണ്ടാണ് മനോരോഗലക്ഷണങ്ങൾ കാണിക്കുന്നതെന്നുള്ള വിശ്വാസം ലോകത്തിന്റെ എല്ലാഭാഗത്തുമുള്ള ജനങ്ങൾ വച്ചുപുലർത്തിയിരുന്നു. ശാസ്ത്രത്തിന്റെ വെളിച്ചം വീശിത്തുടങ്ങിയതോടെ അത്തരം വിശ്വാസങ്ങൾ ജനങ്ങൾ കൈവെടിയാൻ തുടങ്ങി. എങ്കിലും നമ്മുടെ നാട്ടിൽ ചിലർ ഇപ്പോഴും അത്തരം വിശ്വാസങ്ങൾ കൊണ്ടുനടക്കുന്നവരാണ്. അവർ രോഗശമനത്തിനായി ബീമാപള്ളി, ഏർവാടി എന്നിവിടങ്ങളിലെ ഖബറുകളിൽ അന്ത്യവിശ്രമംകൊള്ളുന്ന ഔലിയമാരുടെ സഹായം തേടുകയോ മന്ത്രവാദികളെ സമീപിക്കുകയോ ചെയ്യും. ജനങ്ങളുടെ അന്ധവിശ്വാസങ്ങളെ മുതലെടുക്കുന്നവരാണ് സുബൈറിന്റെ പ്രേതങ്ങളെ ഒഴിപ്പിക്കാൻ കർമങ്ങൾ ചെയ്ത മുസലിയാരും പൂജാരിയും. ഇവരുടെ പുതിയ സംഘടിത രൂപങ്ങളാണ് ധ്യാനകേന്ദ്രങ്ങൾ.

സുബൈറിനെ പരിശോധിക്കുന്ന ഏതൊരു ഡോക്ടർക്കും അയാൾക്ക് മനോരോഗമാണെന്ന് മനസിലാകുന്ന അവസ്ഥയിലായിരുന്നു. എന്നിട്ടും പ്രൈവറ്റ് ആശുപത്രിയിലെ ഡോക്ടർ മൂവായിരം രൂപ മുടക്കി തല സ്കാൻ ചെയ്യാൻ നിർദേശിച്ചത് അധാർമികം (unethical) തന്നെയാണ്. ആവശ്യമില്ലാത്ത പരിശോധനകൾക്കുവേണ്ടി രോഗികളെക്കൊണ്ട് അനാവശ്യച്ചെലവ് ചെയ്യിച്ച് അതിന്റെ കമീഷൻ പറ്റുന്ന ഡോക്ടർമാർ അന്ധവിശ്വാസങ്ങളെ മുതലെടുക്കുന്ന തന്ത്രികളേക്കാൾ അധമരാണ്.

5

വിഷാദരോഗം വരുന്ന വഴികൾ

കയർ പൊട്ടി താഴെ വീണതുകൊണ്ടാണ് സജീവ് എന്ന പെയിന്റർ രക്ഷപ്പെട്ടത്. മാവിന് ഉയരം കുറവായതുകൊണ്ട് വീഴ്ചയിൽ ചെറിയപരിക്കേ പറ്റിയുള്ളൂ. വീടിനു പുറകിൽ ആരോ അലർച്ചയോടെ നിലത്തു വീഴുന്ന ശബ്ദം കേട്ടാണ് സജീവിന്റെ ഭാര്യ സരിത ഉറക്കത്തിൽ നിന്നുണർന്നത്. ഭർത്താവ് കട്ടിലിൽ ഇല്ല. പെട്ടെന്ന് മനസിലൊരു കൊള്ളിയാൻ മിന്നി. ഷോക്കേറ്റതുപോലെ സരിത പെട്ടെന്നെഴുന്നേറ്റ് പിന്നാമ്പുറത്തേക്കോടി. കുടുംബത്തിന്റെ അത്താണി മാഞ്ചുവട്ടിൽ കഴുത്തിൽ കയറോടെ ബോധമറ്റ് കിടക്കുന്നത് കണ്ടപ്പോൾ അറിയാതെ ആർത്തനാദം പുറപ്പെടുവിച്ചുപോയി. ആളുകൾ ഓടിക്കൂടി. അയൽക്കാരൻ രവികുമാർ സ്വന്തം ടാക്സി കാറുള്ള ടാക്സിഡ്രൈവറാണ്, ശ്വാസം നിലയ്ക്കുന്നതിനു മുമ്പ് മെഡിക്കൽകോളേജാശുപത്രിയിലെത്തിച്ചത് രവികുമാറാണ്.

രണ്ടുദിവസം ഐ സി യൂണിറ്റിൽ കിടന്നു. ജനറൽ വാർഡിലേക്ക് മാറ്റിയപ്പോൾ സൈക്യാട്രിസ്റ്റ് വന്നുനോക്കി. ഡിപ്രഷൻ അതായത് വിഷാദരോഗം ആണെന്നും അതിന് മരുന്നുകൾ കഴിക്കണമെന്നും പറഞ്ഞു. ആശുപത്രിയിൽനിന്നും പോന്നതിനുശേഷവും കുറച്ചുനാൾ മരുന്നുകൾ കഴിച്ചു. ജോലിക്ക് പോയിത്തുടങ്ങി. മരുന്നുകൾ കഴിക്കുമ്പോൾ മയക്കം ഉണ്ടാകുന്നതുകാരണം മരുന്നുകൾ നിറുത്തി. മിക്കദിവസവും ജോലിക്ക് പോകാറില്ല, ക്ഷീണമാണെന്നാണ് പറയുന്നത്. ജോലിക്കുപോകുന്ന ദിവസം മദ്യപിച്ചാണ് വീട്ടിൽ വരാറ്. തീരെ പതിവില്ലാത്തതായിരുന്നു മദ്യപാനം. എന്തുചെയ്യണമെന്നറിയാതെ സരിത വിഷമിച്ചു. സജീവ് നല്ലൊരു പെയിന്ററാണ്. വീടുകളുടെ നിർമാണം ഏറ്റെടുത്ത് നടത്തുന്ന ഒരു ഇടത്തരം കോൺട്രാക്റ്ററുടെ പണിക്കാരനാണ്. പണി കൂടുതലുള്ള സമയമായിരുന്നു, എന്നിട്ടും സജീവിനെ ഇടയ്ക്കിടെ ജോലിക്കു കാണാ

തായപ്പോൾ കോൺട്രാക്റ്റർ വീട്ടിൽ വന്ന് കാരണമന്വേഷിച്ചു. സജീവൻ മദ്യത്തിന് അടിമയായിപ്പോയെന്നാണ് കോൺട്രാക്റ്റർ കരുതിയത്. ഒരു ഡി അഡിക്ഷൻ സെന്ററിൽ കുറച്ച് ദിവസം അഡ്മിറ്റ് ചെയ്ത് ചികിത്സിക്കാൻ കോൺട്രാക്റ്റർ നിർബന്ധിച്ചു. കോൺട്രാക്റ്റർ സ്വന്തം കാറിലാണ് സജീവനെ സരിതയോടൊപ്പം കൊണ്ടുവന്നത്.

'കഥ'തുടക്കം മുതൽ പറയാൻ ഞാൻ സരിതയോടാവശ്യപ്പെട്ടു. സരിതയും സജീവനും വിവാഹിതരായിട്ട് ഒമ്പതുകൊല്ലമായി. ഏഴുവയസുള്ള മകളും അഞ്ചുവയസുള്ള മകനുമുണ്ട്. കുട്ടികളെ പഠിപ്പിക്കണം, നല്ലനിലയിലാക്കണം,അതിമോഹങ്ങളൊന്നുമില്ല, മോന് നല്ലൊരു ജോലി കിട്ടണം, മോൾക്ക് ജോലിയും നല്ലൊരു ബന്ധവും. അത്രമാത്രം. നാട്ടിലെങ്ങും കെട്ടിട നിർമാണം തകൃതിയായി നടക്കുന്നതുകൊണ്ട് സജീവിന് നിത്യവും പണിയുണ്ട്. മദ്യപാനമോ മറ്റനാവശ്യ ചെലവുകളോ ഇല്ലായിരുന്നു. ആകെയുള്ള അനാവശ്യച്ചെലവ് ഇടയ്ക്കിടയ്ക്ക് സിനിമ കാണുന്നതു മാത്രമാണ്. മമ്മൂട്ടിയുടെയും മോഹൻലാലിന്റെയും സുരേഷ്ഗോപിയുടെയും സിനിമ വന്നാൽ മൂന്നും നാലും പ്രാവശ്യം കാണും. ആദ്യത്തെ പ്രാവശ്യം സരിതയെയും കുട്ടികളെയും കൂട്ടും. പിന്നെ തനിച്ച് മൂന്നോനാലോ തവണ പോകും. എന്തിനാണ് ഒരു സിനിമതന്നെ ഇത്രയധികം പ്രാവശ്യം കാണുന്നതെന്ന് സരിതയ്ക്ക് മനസിലാകുന്നില്ല. മുമ്പൊക്കെ സരിതയ്ക്ക് സിനിമ കാണാൻ ഉത്സാഹമായിരുന്നു. വരുന്ന സിനിമകളൊക്കെ ഒരുപോലിരിക്കുന്നതുകൊണ്ട് സരിതയ്ക്കിപ്പോൾ സിനിമ കാണുന്നതുതന്നെ ഇഷ്ടമില്ല. അധ്വാനിച്ചുണ്ടാക്കുന്ന പണം തട്ടിയെടുക്കുന്ന ഇടപാടായി മാറിയിരിക്കുകയാണ് ഇപ്പോൾ സിനിമ എന്നാണ് സരിതയുടെ ഉറച്ച അഭിപ്രായം. സജീവ് ഒരു സിനിമ തന്നെ മൂന്നും നാലും തവണ കാണുന്നത് അധികച്ചെലവെന്നല്ല അനാവശ്യച്ചെലവ് തന്നെയാണത്രേ. ആത്മഹത്യാശ്രമത്തിനുശേഷം സജീവ് സിനിമ കാണാൻ പോകാറില്ല. അതൊരു നല്ലകാര്യമാണെങ്കിലും ആൾക്കെന്തോ തകരാറുണ്ടെന്നാണ് സരിതയ്ക്ക് തോന്നിയിട്ടുള്ളത്.

സരിത തയ്യൽ പഠിച്ചിട്ടുണ്ട്. ആദ്യം ഒരു റെഡിമെയിഡ് ഷോപ്പിൽ തയ്യൽക്കാരിയായി ജോലി ചെയ്തിരുന്നു. പണ്ടത്തെ ജനകീയാസൂത്രണ പദ്ധതിയിൽ സരിതയ്ക്ക് ഒരു തയ്യൽ മെഷീൻ കിട്ടിയതുമുതൽ വീട്ടിലിരുന്ന് തന്നെ റെഡിമെയിഡ്കടക്കാരുടെ ഓർഡറനുസരിച്ച് തുന്നിക്കൊടുക്കലാണ്. അല്ലലും അലട്ടലുമില്ലാതെ ജീവിതം മുന്നോട്ടുപോകുകയായിരുന്നു.

സജീവ് പഴയ ഒരു മോട്ടോർസൈക്കിൾ വാങ്ങിയതോടെ ചെലവ് കൂടി. സമയത്തിന് ജോലിസ്ഥലത്തെത്താൻ വേണ്ടിയാണ് ബൈക്ക് വാങ്ങിയതെന്നായിരുന്നു സജീവിന്റെ വാദം. അവർ താമസിക്കുന്ന വീടിനടുത്ത് സിറ്റിബസ്സ്റ്റോപ്പാണ്. ആറരമണിക്ക് സിറ്റിയിലേക്ക് ബസുണ്ട്. രാവിലെ ആയതുകൊണ്ട് തിരക്കൊന്നുമില്ല. ഇരുന്നുതന്നെ പോകാം. ഏഴു

മണിയോടെ സിറ്റിയിലെത്താം. സജീവിന്റെ വാദം സരിതയ്ക്ക് ബോധ്യപ്പെട്ടില്ലെങ്കിലും ഒരാഗ്രഹമല്ലേ എന്നു കരുതി എതിർത്തൊന്നും പറഞ്ഞില്ല. ബൈക്ക് വാങ്ങിയതു കാരണമാണ് കളർ റ്റി വി വാങ്ങിയതിന്റെ ഇൻസ്റ്റാൾമെന്റ് തീരുമ്പോൾ എംബ്രോയിഡറി ചെയ്യാൻ കഴിയുന്ന ഒരു തയ്യൽമെഷീൻ ഇൻസ്റ്റാൾമെന്റിൽ വാങ്ങണമെന്ന ആഗ്രഹം നടക്കാതെ പോയത്. ഇപ്പോൾ മറ്റൊരാളെ ഏൽപ്പിച്ചാണ് തുന്നിത്തീർക്കുന്ന ചുരിദാറിനും മറ്റും അലങ്കാരത്തയ്യൽ ചെയ്യിക്കുന്നത്. അത് സ്വന്തമായി ചെയ്തിരുന്നെങ്കിൽ വരുമാനം കൂടുമായിരുന്നു. ബൈക്ക് വാങ്ങിയപ്പോൾ ചെലവാണ് കൂടിയത്. കളർ റ്റി വി ആർക്കെങ്കിലും വിറ്റിട്ട് എംബ്രോയിഡറി മെഷീൻ വാങ്ങിയാലോ എന്നാലോചിക്കാറുണ്ട്. മനസ്സ് അനുവദിക്കുന്നില്ല. ഇതെല്ലാം സരിത മനസിൽ വച്ചതേയുള്ളു. സജീവിനെ വേദനിപ്പിക്കരുതെന്ന് കരുതി പറഞ്ഞില്ല. ആളൊരു തൊട്ടാവാടിയാണെന്ന് സരിതയ്ക്കറിയാം. നിസ്സാരകാരണം മതി മുഖം വാടാനും മൗനിയാകാനും.

ഒരു ദിവസം സജീവൻ ഒരു മൊബൈൽ ഫോണുമായി വന്നപ്പോൾ സരിതയ്ക്ക് എന്തെങ്കിലും പറയാതിരിക്കാൻ കഴിഞ്ഞില്ല. മറ്റൊന്നും പറഞ്ഞില്ല: എന്തിനാണ് ഈ മൊബൈൽ എന്നുചോദിച്ചതേയുള്ളൂ. ഇപ്പോൾ എല്ലാവർക്കും ഫോണുണ്ടെന്നായിരുന്നു സജീവന്റെ മറുപടി. മൊബൈൽ ഫോണിന്റെ ഗുണങ്ങൾ സജീവ് വിവരിച്ചു. അത് ഇന്നൊരാവശ്യമാണ്. ഒരു പെയിന്റർക്ക് ഫോണുണ്ടായാൽ കോൺട്രാക്റ്റർമാർക്ക് ബന്ധപ്പെടാൻ കഴിയും. കൂടുതൽ പണി കിട്ടും. അടുത്ത വീട്ടിലെ രവികുമാറിന് മൊബൈലുള്ളതുകൊണ്ട് ടാക്സിക്ക് കൂടുതൽ ഓട്ടം കിട്ടുന്നുണ്ട്. സരിത ഇടപെട്ടുകൊണ്ട് പറഞ്ഞു:

"ഓട്ടം കൂടുതല് കിട്ടണൊന്നൂല്ലാന്നാണ് രവിയണ്ണന്റെ ഭാര്യ സരസ്വതിയക്കൻ പറഞ്ഞത്."

സരിത പറഞ്ഞതു ശ്രദ്ധിക്കാതെ സജീവൻ മൊബൈൽ ഫോണിന്റെ ആവശ്യകത വിവരിച്ചു. എല്ലാ ഓട്ടോറിക്ഷക്കാർക്കും ഫോണുണ്ട്. കൂലിപ്പണിക്കാർക്കുപോലുമുണ്ട്. കൊത്തന്റെ കൈയാളായി ദിവസക്കൂലിക്ക് പണിയെടുക്കുന്ന പയ്യനുപോലും ഫോണുണ്ട്. പിന്നെന്തുകൊണ്ട് പീസ് വർക്കും സബ്കോൺട്രാക്റ്റും ചെയ്യുന്ന ഒരു പെയിന്റർക്ക് ഫോൺ ആയിക്കൂടാ? സജീവിന്റെ വാദങ്ങളൊന്നും സരിതയ്ക്ക് ബോധ്യമായില്ല.

ഫോണിന് എന്തുവിലയെന്നു ചോദിച്ചപ്പോൾ വെറും നിസാര തുക മാസം തോറും കൊടുത്താൽ മതിയെന്നാണ് സജീവ് പറഞ്ഞത്. ഫോണിന്റെ വില ഇൻസ്റ്റാൾമെന്റായി കൊടുത്താൽ മതി. മാസവരി 199 രൂപ. ഇരുന്നൂറ് തികച്ചില്ല. അമ്പത് വിളി സൗജന്യം. ഫോണിന്റെ വിലയുടെ ഗഡുവും മാസവരിയും ചേർത്ത് അഞ്ഞൂറുരൂപ വേണ്ട. 499 രൂപ മതി. എത്ര ലാഭകരം!

ഫോൺ വാങ്ങിയ സാഹചര്യം സജീവൻ വിവരിച്ചു. വളരെക്കാലമായി മനസിലുള്ളൊരു ആഗ്രഹമായിരുന്നു. എല്ലാവർക്കും ഫോണുണ്ട്.

വഴി നീളെ പരസ്യങ്ങൾ. പത്രങ്ങളിലും റ്റി വി യിലും പരസ്യങ്ങൾ. ഓരോ പ്രാവശ്യം പരസ്യം കാണുമ്പോഴും ഒരെണ്ണം വേണമെന്ന ആഗ്രഹം മനസിൽ ശക്തമാവും. പുതിയ കെട്ടിടം പണി നടക്കുന്ന സ്ഥലത്തിന് തൊട്ടടുത്ത് വഴിയരികിൽ ഷാമിയാന കൊണ്ട് ചതുരത്തിലുള്ളൊരു താൽക്കാലിക 'ഫോൺകട'ആകാശത്തുനിന്നിറങ്ങി വന്നതുപോലെ പ്രത്യക്ഷപ്പെട്ടു. സജീവ് രണ്ടും കൽപ്പിച്ച് വർണശബളമായ ഫോൺകടയിലേക്ക് ചെന്നു തിരക്കി. നിലാവുപോലുള്ള പുഞ്ചിരിയും തേൻകിനിയുന്ന വാക്കുകളുമാണ് സജീവിനെ എതിരേറ്റത്. നിസാരതുകയേ വേണ്ടൂ, 499 രൂപ! വേറെ ഒന്നും വേണ്ട. ഒരു പാസ്പോർട്ട് സൈസ് ഫോട്ടോ, വോട്ടു ചെയ്യാനുള്ള ഐഡന്റിറ്റി കാർഡിന്റെ ഫോട്ടോകോപ്പി. സ്വർഗത്തിന്റെ ചെറുതുണ്ട് പോലുള്ള ഫോൺകട റോഡരികിൽത്തന്നെ കാണും. നാളെ എല്ലാം കൂടി കൊണ്ടുവന്നാൽ നാളെത്തന്നെ ഫോൺ കൈയിൽ കിട്ടും. വൈകുന്നേരത്തോടെ ആക്റ്റിവേറ്റ് ചെയ്യും. പിന്നെ ഇന്ത്യയിലെവിടെയും വിളിക്കാം. ഇന്ത്യയിലെവിടെയും! മൊബൈൽഫോൺ കൈയിലേന്തി ആഹ്ലാദത്തിമിർപ്പോടെ പരസ്യപ്പലകയിൽ നിന്ന് ആകാശത്തേക്കുയരുന്ന അൽപ്പവസ്ത്രധാരിണിയായ മനോഹരാംഗിയുടെ ചിത്രം സജീവിന്റെ മനസിൽ തെളിഞ്ഞു.

ഒരു മാസം തികയാറായപ്പോൾ ഫോണിനടയ്ക്കാൻ 499 രൂപ സ്വരൂപിച്ച് സജീവ് കാത്തിരുന്നു. ബില്ല് കണ്ടപ്പോൾ സജീവ് അസ്തപ്രജ്ഞനായിപ്പോയി. 989 രൂപ! ഇതെങ്ങനെ വന്നു? ബില്ലിന്റെ പുറത്ത് സംശയം വിളിച്ചുചോദിക്കാനുള്ള നമ്പർ കൊടുത്തിട്ടുണ്ട്. സജീവ് വിളിച്ചപ്പോൾ കൊഞ്ചയുള്ള പെണ്ണിന്റെ സംസാരം. 'താങ്കളുടെ കൺസ്യൂമർ കോഡ് പരയൂ.'അതു പറഞ്ഞു. 'താങ്കൾക്ക് ഫിഫ്റ്റി കാൾസ് സൗജന്യമുണ്ട്. ബാക്കിയുള്ളതിന് പേ ചെയ്യണം.'സംഭാഷണം തീർന്നു. ക്ലിക്ക്!

ആദ്യത്തെ ബില്ലിന്റെ പണമടയ്ക്കാൻ സരിതയുടെ ചെറിയ സമ്പാദ്യത്തിൽ നിന്നുതന്നെ വേദനയോടെ എടുത്തുകൊടുത്തു. തുടർന്നുള്ള മാസങ്ങളിലും എഴുന്നൂറും എണ്ണൂറുമൊക്കെ അടയ്ക്കേണ്ടിവന്നു. സരിതയുടെ അഭിപ്രായത്തിൽ അന്നുമുതലാണ് സജീവ് മൗനത്തിലായത്. ഒന്നിനും ഉത്സാഹമില്ല. ജോലിക്കുപോകാൻ മടി. കുഞ്ഞുങ്ങൾ രണ്ടു പേരും പട്ടിണിയായിപ്പോകുമല്ലോ എന്നോർത്തിട്ടാണ് ജോലിക്ക് പോകുന്നത്. എന്തിനിങ്ങനെ ജീവിക്കുന്നു എന്ന് ഇടയ്ക്കിടെ തന്നത്താൻ പറയുന്നത് സരിത കേട്ടിട്ടുണ്ട്.

സജീവ് തന്റെ മനസിനെ അലട്ടിയിരുന്ന പ്രശ്നങ്ങളെക്കുറിച്ച് തുറന്നു സംസാരിച്ചു. തനിക്കും കുടുംബത്തിനും എന്തോ ആപത്ത് സംഭവിക്കാൻപോകുന്നു. എന്ന ഭയമാണെപ്പോഴും. രാത്രിയിൽ ഉറക്കം കിട്ടാതെ തിരിഞ്ഞും മറിഞ്ഞും കിടന്ന് സമയം കഴിച്ചുകൂട്ടും. കോഴി കൂവിക്കഴിയുമ്പോഴാണ് ഒന്നു മയങ്ങുക. മിക്കദിവസവും മയക്കത്തിൽ മൊബൈൽ ഫോൺ കമ്പനിക്കാർ വന്ന് വീട് ജപ്തി ചെയ്യുന്നതും

തന്നെയും ഭാര്യയെയും കുഞ്ഞുങ്ങളെയും വീട്ടിൽ നിന്നിറക്കി വിടുന്നതും സ്വപ്നം കാണും. തനിക്ക് ഇനി സ്വസ്ഥമായ ഒരു ജീവിതമില്ലെന്ന് തോന്നി. അതുകൊണ്ടാണ് ഇനി ജീവിക്കേണ്ടെന്ന് തോന്നിയത്.

"ഫോൺ എന്തു ചെയ്തു?"

സരിത പറഞ്ഞു:

"അത് വീട്ടിലുണ്ട്. കൈകൊണ്ട് തൊടാറില്ല. എന്നാലും മാസം തോറും ബില്ല് വന്നുകൊണ്ടിരുന്നു. ഒരു കൊല്ലത്തോളം കൃത്യമായി ത്തന്നെ അടച്ചു. പിന്നെ അടയ്ക്കാതായി, ഇപ്പം ബില്ലൊന്നും വരാറില്ല."

സജീവിന്റെ കുടുംബത്തിൽ ആർക്കെങ്കിലും മനോരോഗമുണ്ടോ എന്ന ചോദ്യത്തിന് സരിത ഇല്ലെന്നാണ് പറഞ്ഞത്. സജീവ് സംഭാഷ ണത്തിൽ ഇടപെട്ടുകൊണ്ട് പറഞ്ഞു:

"എന്റെ രണ്ടാമത്തെ അമ്മാവന് ചെറിയതോതിൽ ഉണ്ടായിരുന്നു."

സജീവ് അമ്മാവന്റെ രോഗത്തെക്കുറിച്ച് വിവരിച്ചപ്പോൾ അയാളു ടേതും വിഷാദരോഗം തന്നെ ആയിരുന്നെന്ന് തോന്നി. സരിത ആകാം ക്ഷയോടെ ചോദിച്ചു:

"ഈ രോഗം പാരമ്പര്യമായിട്ട് വരുമോ ഡോക്ടർ?"

"പാരമ്പര്യം ഒരു ഘടകമാണ്. പല ഘടകങ്ങളിൽ ഒന്നു മാത്രം."

മനോരോഗം മാത്രമല്ല എല്ലാരോഗങ്ങളും ഉണ്ടാകുന്നത് പല ഘട കങ്ങളുടെ കൂട്ടായ്മയിലൂടെയാണ്. ഒരാൾക്ക് ക്ഷയരോഗം വരാൻ കാരണം 'മൈക്രോബാക്ടീരിയം റ്റ്യൂബർക്കുലേ' എന്ന രോഗാണു മാത്ര മാണെന്നായിരുന്നു ധാരണ. സാമൂഹ്യസാമ്പത്തിക സാഹചര്യങ്ങൾക്കും രോഗനിദാനത്തിൽ പങ്കുണ്ടെന്നാണ് ആധുനികവൈദ്യശാസ്ത്രം കണ്ടെ ത്തിയിരിക്കുന്നത്. മനോരോഗങ്ങളുടെ നിദാനത്തിൽ പാരമ്പര്യഘടകം പ്രധാനപ്പെട്ടതാണെങ്കിലും സാഹചര്യങ്ങൾ ഒത്തു വന്നാലേ രോഗം പ്രത്യ ക്ഷമാകുകയുള്ളൂ. ആലിന്റെ വിത്ത് മുളച്ച് ആൽവൃക്ഷമാകണമെങ്കിൽ അതിനുള്ള ഭൗതികസാഹചര്യങ്ങൾ ഉണ്ടായിരിക്കണം.

മൊബൈൽ ഫോണും മോട്ടോർസൈക്കിളും ഉപേക്ഷിച്ച് നിത്യവും നിർബന്ധപൂർവം ജോലിക്കു പോകാനും മനസ് വിഷാദരോഗത്തിൽ നിന്നു വിമുക്തമാകുന്നതുവരെ ചില മരുന്നുകൾ കഴിക്കാനും ഉപദേശിച്ച് സജീവിനെയും സരിതയേയും യാത്രയാക്കി.

6

തകരുന്ന സ്വപ്നങ്ങൾ

തങ്ങളുടെ സ്വപ്നങ്ങൾ തകർന്നതല്ല, ഏകമകൻ സുനിൽ തകർത്തതാണെന്നായിരുന്നു ഗസറ്റഡ് ഓഫീസർമാരായ നളിനിയുടെയും പ്രതാപന്റെയും അഭിപ്രായം. ഭാര്യ ആരോഗ്യവകുപ്പിലും ഭർത്താവ് കൃഷി വകുപ്പിലും മിനിസ്റ്റീരിയൽ വിഭാഗത്തിലാണ് ജോലിചെയ്യുന്നത്. തങ്ങൾക്ക് അങ്ങേയറ്റം കയറിച്ചെല്ലാവുന്ന പടവാണ് സീനിയർ അഡ്മിനിസ്ട്രേറ്റീവ് അസിസ്റ്റന്റ്. ഒരു കാലത്ത് തങ്ങൾ ആഗ്രഹിച്ചതാണ് ഡോക്ടറോ എഞ്ചിനീയറോ ആകണമെന്ന്. ആകാൻ കഴിഞ്ഞില്ല, അച്ഛനമ്മമാർ അതിനു ശ്രമിച്ചില്ല. അവരെ കുറ്റം പറയാനാവില്ല, കാരണം അന്നൊക്കെ മക്കളെ ഡോക്ടറോ എഞ്ചിനീയറോ ആക്കണം എന്ന 'ജ്വരം' ആർക്കുമില്ലായിരുന്നു.

നളിനിയുടെ അച്ഛൻ ഒരു കൃഷിക്കാരനായിരുന്നു. സ്വന്തമായി നിലമുണ്ട്, നെൽക്കൃഷി നഷ്ടമായപ്പോൾ വാഴ, മരച്ചീനി, പച്ചക്കറികൾ തുടങ്ങിയ പലവക കൃഷികൾ മാറിമാറി ചെയ്യുകയാണ്. അമ്മയും അച്ഛനും പാടത്ത് പണിക്കാരോടൊപ്പം നിന്ന് അധ്വാനിക്കും. രണ്ടുപേർക്കും വിദ്യാഭ്യാസം കുറവാണ്. പത്താംക്ലാസ് പോലും പാസായിട്ടില്ല, അവരെങ്ങനെ മക്കളെ ഡോക്ടറോ എഞ്ചിനീയറോ ആക്കണമെന്ന് തീരുമാനിക്കും? മക്കൾക്ക് സർക്കാർ ജോലി തന്നെ വേണമെന്നില്ലാത്ത ആളുകളാണ് അവർ. സ്വന്തം ഉത്സാഹത്തിലാണ് ബി എ വരെ പഠിച്ചതും പി എസ് സി ടെസ്റ്റെഴുതി ക്ലാർക്ക് ജോലി സമ്പാദിച്ചതും. സ്കൂളിൽ പഠിക്കുമ്പോൾ പലരും പറയുന്നതുകേട്ടും റാങ്ക് കിട്ടുന്ന കുട്ടികളെപ്പറ്റിയുള്ള വാർത്തകൾ ആഘോഷപൂർവം പത്രങ്ങളും ചാനലുകളും അവതരിപ്പിക്കുന്നത് കണ്ടും കേട്ടും നളിനിക്കും ആഗ്രഹം ഉണ്ടായി. ഒരു ഡോക്ടറാകണം. പക്ഷേ നടന്നില്ല. എൻട്രൻസ് കോച്ചിങ്ങിനയയ്ക്കാൻ അച്ഛൻ താൽപ്പര്യം

കാണിച്ചില്ല. ഒടുവിലൊരു ക്ലാർക്കായി ഇപ്പോൾ ഗസറ്റഡ്ഓഫീസറുമായി. അതുകൊണ്ടെന്തു കാര്യം? ജന്മം പാഴായില്ലേ?

പ്രതാപന്റെ അച്ഛൻ ചെറുനഗരത്തിലെ ചെറുകിടവ്യാപാരിയാണ്. അമ്മയ്ക്ക് ജോലിയൊന്നുമില്ല. പത്താംക്ലാസിൽ റാങ്ക് കിട്ടുന്ന കുട്ടികൾ ഡോക്ടറാകണം, എൻജിനീയറാകണം എന്നൊക്കെ പറയുന്നതിന്റെ വാർത്തകൾ കണ്ടപ്പോഴുണ്ടായ നേരിയ ഒരാഗ്രഹമായിരുന്നു ഡോക്ട റാകണമെന്നുള്ളത്. സ്കൂളിൽ പഠിക്കുമ്പോൾ പനിക്ക് ചികിത്സിക്കാൻ താലൂക്കാശുപത്രിയിൽ കിടക്കേണ്ടിവന്നു. രോഗം ഭേദമാകാത്തതു കാരണം മെഡിക്കൽ കോളേജിലേക്കയച്ചു. ഒരാഴ്ച മെഡിക്കൽ കോളേ ജിൽ രോഗിയായി കിടന്നപ്പോൾ മെഡിക്കൽ വിദ്യാർഥികൾ വെളുത്ത കോട്ട് ധരിച്ച് കഴുത്തിൽ കുഴലുമായി മാനസസരസിലെ അരയന്നങ്ങ ളെപ്പോലെ ആണുംപെണ്ണും ഇടകലർന്ന് നടന്നുനീങ്ങുന്നത് കൊതി യോടെ നോക്കിക്കിടന്നിട്ടുണ്ട്. തനിക്കും അതുപോലെ നടക്കണമെന്ന് ആഗ്രഹം തോന്നിയിട്ടുമുണ്ട്. പക്ഷേ ബി എ വരെ പഠിപ്പിക്കാൻ തന്നെ അച്ഛൻ പാടുപെട്ടു. ഭാഗ്യം പിഴയ്ക്കാതിരുന്നതുകൊണ്ട് പി എസ് സി ടെസ്റ്റെഴുതി ക്ലാർക്ക് ജോലി കിട്ടി.

എൻ ജി ഓ മാരുടെ സർവീസ് സംഘടനാ യോഗത്തിൽവച്ചാണ് നളിനിയും പ്രതാപനും പരിചയപ്പെട്ടത്. അവർ പ്രണയിച്ചു, വിവാഹിത രായി. രണ്ടുപേരും ഒരുകാര്യം ആദ്യമേ തീരുമാനിച്ചു. മകനായാലും മക ളായാലും ഒരു കുട്ടി മതി. അവനെ അല്ലെങ്കിൽ അവളെ ഒരു ഡോക്ടറാ ക്കണം. തങ്ങളുടെ സ്വപ്നം മകനിലൂടെ അല്ലെങ്കിൽ മകളിലൂടെ യാഥാർ ഥ്യമാകണം. അതിനുവേണ്ടി വളരെയധികം പാടുപെട്ടു. അൺഎയിഡഡ് ഇംഗ്ലീഷ്മീഡിയം സ്കൂളിലാണ് സുനിലിനെ പഠിപ്പിച്ചത്. പുറമേ ട്യൂഷനും. ഭാരിച്ച ചെലവ് തന്നെ. എങ്കിലും വകവച്ചില്ല, എൻട്രസ് പരീക്ഷയായി രുന്നു ലക്ഷ്യം.

സുനിലിനെ യൂണിഫോമും ഷൂസും ഇടീച്ച്, ടൈ കെട്ടിച്ച് ഭാരിച്ച സ്കൂൾബാഗ് പിന്നിൽ തൂക്കിച്ച് മഞ്ഞനിറത്തിലുള്ള സ്കൂൾബസിൽ കയറ്റിവിടുമ്പോഴൊക്കെ സുനിൽ ഒരു ഡോക്ടറാകുമെന്ന ഉറപ്പായിരു ന്നു നളിനിക്ക്. പത്താം ക്ലാസിൽ വെറും പാസ്സ് എന്നറിഞ്ഞപ്പോൾ നൈരാ ശ്യം തോന്നിയെങ്കിലും സാരമില്ലെന്ന് സ്വയം സമാധാനിച്ചു. പത്തിനും പ്ലസ്റ്റുവിനും വലിയമാർക്കൊന്നും കിട്ടിയില്ലെങ്കിലും സാരമില്ല. എൻട്രൻസിന്റെ കടമ്പകടന്നാൽ മതിയല്ലോ, ഡോക്ടറാകാൻ.

പത്താംക്ലാസ് കഴിഞ്ഞ ഉടനെ എൻട്രൻസ്കോച്ചിങ് ക്ലാസിൽ അയ യ്ക്കാൻ തുടങ്ങി. സുനിൽ പ്ലസ്റ്റുവിനും കഷ്ടിച്ചേ പാസായുള്ളൂ. നളിനിയും പ്രതാപനും ആശ കൈവെടിഞ്ഞില്ല. എൻട്രൻസിന്റെ ഫലം കാത്തിരുന്നു. റാങ്ക്ലിസ്റ്റിൽ താഴെ അറ്റത്താണെന്നറിഞ്ഞപ്പോൾ മകൻ ഡോക്ടറാകു മെന്നുള്ള പ്രതീക്ഷ തകർന്നു. ഒരു സ്വാശ്രയ എഞ്ചിനിയറിങ് കോളേജിൽ ഇലക്ട്രോണിക്സിൽ അഡ്മിഷൻ വാങ്ങി. ഇലക്ട്രോണിക്സും മോശമായ വിഷയമല്ല, അതിലും ഇപ്പോൾ താൽപ്പര്യമില്ലാത്ത മട്ടാണ് സുനിലിന്.

ക്ലാസിൽ പോകാൻ തന്നെ മടി. വളരെയധികം നിർബന്ധിച്ചാൽ മാത്രമേ ക്ലാസിൽ പോകൂ. കഴിഞ്ഞ സെമസ്റ്ററുകളിലെ പരീക്ഷകളിൽ ചിലത് എഴുതിയില്ല. എഴുതിയവ തന്നെ എല്ലാം പരാജയപ്പെട്ടു. തനിക്ക് പഠിക്കാനും പരീക്ഷയ്ക്ക് തയാറെടുക്കാനും കഴിയുന്നില്ലെന്നായിരുന്നു സുനിലിന്റെ വിശദീകരണം.

അടുത്തകാലത്തായി ക്ലാസിൽപ്പോകാനും മടി കാണിച്ചുതുടങ്ങി. ക്ലാസിൽപോകാൻ പറയുമ്പോൾ സുനിൽ തട്ടിക്കയറുന്നു. ഒരു ദിവസം ക്ലാസിൽപ്പോകാൻ വൈകുന്നതുകണ്ടപ്പോൾ പഠിക്കാൻ താൽപ്പര്യമില്ലേ എന്ന് നളിനി ചോദിച്ചു. ഞാനിനി പഠിക്കുന്നില്ല എന്ന സുനിലിന്റെ മറുപടി കേട്ട് നളിനിയും പ്രതാപനും അന്ധാളിച്ചുപോയി.

സ്വഭാവത്തിലും ചില മാറ്റങ്ങൾ കണ്ടുതുടങ്ങി. രാത്രിമുഴുവൻ ഉറക്കമൊഴിച്ച് മുറിയിൽ അങ്ങോട്ടുമിങ്ങോട്ടും നടക്കും. നളിനിയും പ്രതാപനും മകനെ രഹസ്യമായി നിരീക്ഷിക്കാൻ തുടങ്ങി. അച്ഛനോടും അമ്മയോടും പതിവില്ലാത്തവിധം കോപം പ്രകടിപ്പിക്കുന്നു. കഴിഞ്ഞ ആഴ്ചയിൽ പ്രതാപൻ പരീക്ഷയുടെ കാര്യം തിരക്കിയപ്പോൾ തനിക്കറിഞ്ഞുകൂടെന്നാണ് സുനിൽ പറഞ്ഞത്. അങ്ങനെ അറിഞ്ഞുകൂടെന്ന് പറഞ്ഞാൽ പറ്റുമോ എന്നുചോദിച്ചപ്പോൾ ക്രുദ്ധനായി അച്ഛനെ അടിക്കാനോങ്ങുകയാണ് ചെയ്തത്. മറ്റൊരിക്കൽ വിളമ്പിവച്ച ഭക്ഷണം ഇഷ്ടപ്പെട്ടില്ലെന്ന് പറഞ്ഞ് പാത്രത്തോടെ എടുത്ത് ചുവരിലെറിഞ്ഞുടച്ചു.

ഒരു ദിവസം രാത്രി മകന്റെ മുറിയിൽ എന്തോ തട്ടിമറിഞ്ഞുവീഴുന്നത് കേട്ട് ഓടിച്ചെന്നുനോക്കിയപ്പോൾ കണ്ടകാഴ്ച അവരെ ഞെട്ടിച്ചു. ബെഡ്ഷീറ്റ് വടം പോലെ ചുരുട്ടി ഫാനിൽ കെട്ടിയിരിക്കുന്നു. കസേരയിൽ കയറി നിന്ന് കഴുത്തിൽ കുരുക്കിടാൻ ഒരുങ്ങുമ്പോൾ അബദ്ധത്തിൽ കസേരമറിഞ്ഞ് സുനിൽ നിലത്ത് വീണതാണ് കേട്ടശബ്ദം. അച്ഛനുമമ്മയും അശനിപാതമേറ്റതുപോലെ അസ്ത്രപ്രജ്ഞരായി നിന്നുപോയി. നളിനിയിലെ അമ്മ പെട്ടെന്നുണർന്നു. ഓടിച്ചെന്ന് മകനെ കെട്ടിപ്പിടിച്ച് കരയാൻ തുടങ്ങി. പ്രതാപൻ ശരീരം തളർന്ന് സുനിലിന്റെ കട്ടിലിൽ ഇരുന്നു.

മനസിന്റെ സമനില വീണ്ടെടുത്തപ്പോൾ പ്രതാപൻ മകനോട് എന്തിനാണിങ്ങനെ ചെയ്യാൻപോയത് എന്ന് സൗമ്യമായി ചോദിച്ചു. തനിക്കിനി ജീവിക്കണമെന്നില്ലെന്നും മരിക്കാൻ തന്നെയാണ് ഒരുക്കമെന്നും സുനിൽ പറഞ്ഞപ്പോൾ അച്ഛനും അമ്മയും എന്തുചെയ്യണമെന്നറിയാതെ വിഷമിച്ചു.

'കഥ' ഇത്രത്തോളമായപ്പോൾ പ്രതാപന്റെ കണ്ഠമിടറി. നളിനിയുടെ കണ്ണുകൾ നിറഞ്ഞു. പ്രതാപൻ തുടർന്നു:

–അപ്പോഴാണ് ഡോക്ടറെക്കുറിച്ചോർത്തത്. ഞങ്ങൾ ഗസറ്റഡായതുമുതൽ ഡോക്ടറെ കാണുന്നതല്ലേ. അതിനുമുമ്പും യൂണിയനിലായിരുന്നപ്പോഴും അറിയാമായിരുന്നു. പതിനാറുകൊല്ലം കെ ജി ഒ എയുടെ ജനറൽസെക്രട്ടറി ആയിരുന്നതല്ലേ. ഡോക്ടറുടെ അടുത്തല്ലാതെ മറ്റൊരു സൈക്യാട്രിസ്റ്റിന്റെ അടുത്ത് പോകാൻ സുനിവരില്ലെന്നു പറഞ്ഞു.

സൈക്യാട്രിസ്റ്റിന്റെ അടുത്ത് കൊണ്ടുപോകുന്നത് അവനെ ഒരു മെന്റൽപേഷ്യന്റ് ആക്കാനാണെന്നാണ് അവന്റെ ഭയം.

രണ്ടുപേരോടും കുറച്ചുനേരം പുറത്തിരിക്കാൻ ആവശ്യപ്പെട്ടു. മുറിയുടെ വാതിലുകൾ അടച്ച് ഞങ്ങൾ തനിച്ചായപ്പോൾ സുനിൽ തന്റെ മനസിന്റെ വാതായനങ്ങൾ മലർക്കെത്തുറന്നു. അയാളുടെ പെരുമാറ്റത്തിലും സംസാരത്തിലും മനോരോഗത്തിന്റെ ലാഞ്ചനപോലുമില്ല. യുക്തിപൂർവമായും കാര്യകാരണബന്ധത്തോടുകൂടിയുമാണ് അയാൾ കാര്യങ്ങൾ അവതരിപ്പിച്ചത്.

ഓർമവച്ചകാലം മുതലേ അയാൾ അമ്മയിൽനിന്നും അച്ഛനിൽ നിന്നും ഒരൊറ്റക്കാര്യമേ കേട്ടിട്ടുള്ളൂ. 'പഠിക്കൂ പഠിക്കൂ സമയം വെറുതെ കളയാതെ പഠിക്കൂ.' തന്റെ ബാല്യം നഷ്ടപ്പെടുത്തി. തന്റെ ജീവിതം തുലച്ചു. ജീവിതം മടുത്തിട്ടൊന്നുമല്ല ആത്മഹത്യക്ക് ശ്രമിച്ചത്. അച്ഛനെയും അമ്മയെയും ഒരു പാഠം പഠിപ്പിക്കാൻ വേണ്ടിയായിരുന്നു. നാടുവിട്ടുപോയാലെന്തെന്ന് ചിലപ്പോഴൊക്കെ ആലോചിച്ചിട്ടുണ്ട്. പക്ഷേ ഏതെങ്കിലും നാട്ടിൽ ചെന്നുകിടന്ന് നരകിക്കേണ്ടിവരുമല്ലോ എന്നോർത്തിട്ടാണ് നാടുവിടാതിരുന്നത്. നാടുവിടുന്നതിനേക്കാൾ അവരെ പാഠം പഠിപ്പിക്കാൻ നല്ലത് മരിക്കലാണെന്ന് തീരുമാനിച്ചു. ഒരുപക്ഷേ മനസില്ലാമനസോടെ ചെയ്യാൻ ശ്രമിച്ചതുകൊണ്ടായിരിക്കും കസേര മറിഞ്ഞതും നിലത്തു വീണതും.

സംസാരത്തിലും പെരുമാറ്റത്തിലും മനോരോഗ ലക്ഷണമൊന്നും കണ്ടില്ലെങ്കിലും ഉറക്കക്കുറവും പഠിത്തത്തിൽ താൽപ്പര്യമില്ലായ്മയും അച്ഛനമ്മമാരോട് അനിയന്ത്രിതമായ കോപപ്രകടനവും കൂടി പരിഗണിച്ചേ മതിയാവൂ.

"എന്താണ് സുനിലിന്റെ ഭാവിപരിപാടി? പഠിത്തം പൂർത്തിയാക്കി ഒരു ജോലി സമ്പാദിക്കണമെന്നില്ലേ?"

"ജോലി വേണമെന്നുണ്ട്. എനിക്ക് ഇലക്ട്രോണിക്സ് എഞ്ചിനീയറാവണ്ട. ഡോക്ടറാവണ്ടാന്ന് നേരത്തേതന്നെ തീരുമാനിച്ചതാണ്. അതുകൊണ്ടാണ് എൻട്രൻസിന് മനഃപൂർവം അറിയാവുന്ന ആൻസറും എഴുതാതിരുന്നത്."

"അച്ഛനോടും അമ്മയോടും ഉള്ളവിരോധം കൊണ്ടാണോ ഇലക്ട്രോണിക്സ് എഞ്ചിനീയർ ആകേണ്ടെന്ന് തീരുമാനിച്ചത്? അതോ വിഷയങ്ങൾ മനസിലാക്കാൻ പ്രയാസമായതുകൊണ്ടാണോ?"

"വിഷയം മനസിലാകാണ്ടൊന്നുമില്ല, പരീക്ഷകഴിഞ്ഞ എല്ലാ സെമസ്റ്ററുകളിലും കൂടി പത്ത് പേപ്പറുണ്ട്. പത്തും ഒന്നിച്ചെഴുതി എടുക്കാനെനിക്കുപറ്റും."

"എങ്കിൽ അതിനുശ്രമിക്കരുതോ? അച്ഛനെയും അമ്മയെയും തോൽപ്പിക്കാൻ സ്വന്തം ഭാവി കളയണോ?"

"ഞാൻ ശ്രമിക്കാം, പക്ഷേ ആരും എന്നോട് പഠിക്കാൻ പറയരുത്."

"ഉറക്കക്കുറവുണ്ടെന്ന് പറഞ്ഞത് ശരിയാണോ?"

"അത് ശരിയാണ്, ഉറക്കക്കുറവുണ്ട്, പിന്നെ ദേഷ്യം അടക്കാൻ കഴിയുന്നില്ല. എനിക്ക് എന്തോ മെന്റൽ ഡിസീസ് വന്നെന്ന് തോന്നുന്നു."

"മരുന്ന് വല്ലതും കഴിക്കണമെന്ന് തോന്നുന്നുണ്ടോ?"

"ഉണ്ട്. ഉറക്കം കിട്ടാനും ദേഷ്യം കൺട്രോള് ചെയ്യാനും ഉള്ള എന്തെങ്കിലും മരുന്നെഴുതിത്തരണം. ശരിക്കും എനിക്ക് മെന്റലിന്റെ അസുഖമുണ്ടോ ഡോക്ടർ?"

"സുനിലിന് ചില മാനസികപ്രശ്നങ്ങളുണ്ട്. അത് ഒരു രോഗമാണെന്നു കരുതി വിഷമിക്കണ്ട. അച്ഛനും അമ്മയും ഇടപെടാതിരുന്നാൽ പഠിത്തം തുടർന്ന് പറഞ്ഞതുപോലെ എല്ലാപേപ്പറുകളും എഴുതി എടുക്കുമോ?"

പഠിത്തം തുടരാമെന്ന് സുനിൽ സമ്മതിച്ചു. അയാൾ ആവശ്യപ്പെട്ട തരത്തിലുള്ള മരുന്നും എഴുതിക്കൊടുത്തു. സുനിലിനെ പുറത്തിരുത്തിക്കൊണ്ട് നളിനിയോടും പ്രതാപനോടും ഞാൻ എന്റെ മുമ്പിൽ 'ചികിത്സയ്ക്ക്'കൊണ്ടുവന്ന ഒരു പത്തുവയസുകാരന്റെ 'കഥ'പറഞ്ഞു.

നഗരത്തോട് ചേർന്നുകിടക്കുന്ന ഗ്രാമത്തിൽ നിർമാണത്തൊഴിലാളിയായി മാറിയ കർഷകത്തൊഴിലാളിയാണ് മണിയൻ. ഭാര്യ വസുമതി പ്രൈമറിഹെൽത്ത് സെന്ററിലെ പാർട്ട്ടൈം തൂപ്പുകാരിയും. അവർക്കും മൂത്തമകൻ വിനുവിനെ പഠിപ്പിച്ച് നല്ലനിലയിലാക്കണം. ഡോക്ടറാക്കണം എന്ന ആഗ്രഹം തുറന്നുപറയാൻ മടിയായതുകൊണ്ടാണ് 'നല്ലനിലയിലാക്കണം'എന്ന ചമൽക്കാരപ്രയോഗം. വിനുവിനെ നല്ലനിലയിലാക്കാൻ സ്കൂളിൽപോകുന്നതിനുമുമ്പും വൈകിട്ട് സ്കൂളിൽ നിന്ന് വന്നതിനുശേഷവും ട്യൂട്ടോറിയലിൽ പഠിക്കാനയക്കും. കുറച്ചുദിവസങ്ങളായി വിനോദ് വീട്ടിൽനിന്നിറങ്ങും പക്ഷേ സ്കൂളിൽ ചെല്ലുകയില്ല. ഇതറിഞ്ഞ അധ്യാപകനാണ് വിനോദിനെ ഏതെങ്കിലും സൈക്കോളജിസ്റ്റിനെ കാണിച്ച് കൗൺസിലിങ് കൊടുക്കണമെന്ന് ഉപദേശിച്ചത്. വസുമതി ജോലിചെയ്തിരുന്ന പ്രൈമറിഹെൽത്ത് സെന്ററിലെ ഡോക്ടറാണ് എന്റെ അടുത്തേക്കയച്ചത്. അച്ഛനമ്മമാരെ മാറ്റിയിരുത്തി വിനോദിനോട് എന്തുകൊണ്ടാണ് സ്കൂളിൽപോകാത്തതെന്ന് ചോദിച്ചപ്പോൾ വളരെ ലളിതമായ ഉത്തരമാണ് ലഭിച്ചത്. രാവിലത്തെ ട്യൂട്ടോറിയൽക്ലാസ് കഴിഞ്ഞ് വീട്ടിൽ വന്ന് പ്രാതൽ കഴിച്ചെന്ന് വരുത്തി പുസ്തകക്കെട്ടുമെടുത്ത് ഓടിപ്പിടഞ്ഞ് സ്കൂളിലെത്തുമ്പോൾ ക്ലാസ് തുടങ്ങിയിരിക്കും. വൈകിയെത്തുന്നതിന്റെ പേരിൽ ടീച്ചറിന്റെ വക ശകാരം. ചിലപ്പോൾ ചൂരൽപ്രയോഗവും. ഇതെല്ലാമൊഴിവാക്കാൻ വിനോദ് വീട്ടിൽനിന്നിറങ്ങിയാൽ എവിടെയെങ്കിലും അലഞ്ഞുനടന്ന് സമയം കഴിച്ചുകൂട്ടും. രാവിലെയുള്ള ട്യൂട്ടോറിയൽ പഠനം ഒഴിവാക്കിയപ്പോൾ കുട്ടി സ്കൂളിൽപ്പോകാനും ഉത്സാഹത്തോടെ പഠിക്കാനും തുടങ്ങി.

കഥ കേട്ടപ്പോൾ നളിനിയും പ്രതാപനും ഒന്നും പറയാതെ മൗനത്തിലായി. സുനിലിന് വിഷാദരോഗത്തിന്റെ ആരംഭമാണെന്നുമാത്രം

അവരോട് പറഞ്ഞു. രോഗകാരണം അവർ തന്നെയാണെന്ന് സ്വയം മനസിലാക്കട്ടെ എന്നു കരുതി.

സുനിൽ മാസം തോറും 'റിവ്യൂ'വിന് വരുന്നുണ്ട്. അയാൾ പറഞ്ഞതുപോലെ തന്നെ എഴുതാതെ വിട്ടതും എഴുതിത്തോറ്റതുമായ പത്ത് പേപ്പറുകൾഒന്നിച്ച് എഴുതി ജയിച്ചു.

സുനിൽ എന്ന യുവാവ് മോഹങ്ങളുടെ ഇരയാണ്. അയാൾ വർണ രാജിയുടെ (spectrum)അങ്ങേയറ്റത്തെ വർണമാണ്. ഇത്രത്തോളം എത്താത്ത 'ഇരകൾ'അരങ്ങിൽ വരാത്ത ദുരന്തകഥാപാത്രങ്ങളായി സമൂഹത്തിൽ കഴിഞ്ഞുകൂടുന്നുണ്ട്.

7

ഒരു ജീനിയസിന്റെ ജനനം

ഞാനൊരു ജീനിയസാണ്. ഒരു ക്രിയേറ്റീവ് ജീനിയസ്. എന്റെ ക്രിയേറ്റിവിറ്റി പ്രയോഗിക്കാൻ കഴിയുന്നത് സിനിമയിലാണെന്ന് എനിക്ക് മനസിലായത് കഴിഞ്ഞ ഫിലിം ഫെസ്റ്റിവൽ കണ്ടപ്പോഴാണ്. എന്റെ അച്ഛൻ എന്നെ വളരാനനുവദിക്കുന്നില്ല. അച്ഛൻ വെറുമൊരു പഴഞ്ചൻ ബ്യൂറോക്രാറ്റാണ്. സെക്രട്ടറിയേറ്റീന്ന് റിട്ടയർ ചെയ്തെങ്കിലും ഫയലിൽ ക്വറിയിട്ട് കാര്യം മുടക്കുന്ന സ്വഭാവം മാറീട്ടില്ല. എന്നെ ഭ്രാന്തനാക്കാനുള്ള ശ്രമമാണിപ്പോൾ. അതിനാണ് എന്നെ ഡോക്ടറുടെ അടുത്ത് കൊണ്ടുവന്നിരിക്കുന്നത്. ഇതിനുമുമ്പ് സൈക്കോളജിസ്റ്റിന്റടുത്ത് കൊണ്ടുപോയി. അയാള് ഒരുപാട് അഡ്വൈസ് തന്നു, അഡ്വൈസ് തരുന്നതിനു മുമ്പുതന്നെ അതെല്ലാം ഞാൻ നടപ്പിലാക്കീട്ടുള്ളതാണ്. ഫോർ എക്സാമ്പിൾ, പെഴ്സിസ്റ്റന്റ് പെഴ്സീവറൻസ് വേണോന്നാണ് അയാൾ പറഞ്ഞത്. എന്നു വെച്ചാല് ഒരു കാര്യത്തിൽത്തന്നെ ഉറച്ചുനിൽക്കണമെന്ന്. ഞാൻ സിനിമാരംഗത്ത് തന്നെ ഉറച്ചുനിൽക്കാനാണ് തീരുമാനിച്ചിട്ടുള്ളത്. അച്ഛൻ സമ്മതിക്കണ്ടേ. ഇനിയിപ്പോ മെന്റൽ പേഷ്യന്റാണെന്ന് വരുത്തിക്കഴിഞ്ഞാൽ എന്നെ ഊളമ്പാറ അഡ്മിറ്റ് ചെയ്യിക്കാമല്ലോ. ഡോക്ടർ അതിനു കൂട്ടുനിൽക്കരുത് പ്ലീസ്.

ഗോപകുമാർ മുപ്പത്തഞ്ചുകാരനാണെങ്കിലും കാഴ്ചയിൽ അത്രയും തോന്നുകയില്ല. മുടി നീട്ടിവളർത്തി പിന്നിൽ റബ്ബർബാൻഡ്കൊണ്ട് കെട്ടി ഒതുക്കിവച്ചിരിക്കുന്നു. ഊശാന്താടിയെ തൊടാൻ അടുക്കുന്ന കൃതാവ് കണങ്കാൽ വരെ ഇറങ്ങുന്ന, ചാക്കുതുണികൊണ്ടുള്ള ജൂബയും പാന്റ്സുമാണ് വേഷം. ചെറുപ്പക്കാരന്റെ വാഗ്ധോരണി കേട്ടപ്പോൾ ഉന്മാദം ആണെന്നാണ് ആദ്യം തോന്നിയത്. ഉന്മാദരോഗികളുടെ സംസാരത്തിന് അന്തമുണ്ടായിരിക്കുകയില്ല. ഭ്രാന്തനാക്കാൻ കൂട്ടുനിൽക്കരുതെന്ന അഭ്യർ

ഥനയോടെ യുവാവ് സംസാരം നിറുത്തിയതുകാരണം ഉന്മാദരോഗത്തെക്കുറിച്ചുള്ള സംശയം നീങ്ങി. അൽപ്പനേരത്തെ മൗനത്തിനുശേഷം അയാൾ ചോദിച്ചു:

"അച്ഛനെന്താണ് എന്നെക്കുറിച്ച് പറഞ്ഞത്? എനിക്ക് മെന്റൽഡിസീസാണെന്ന് പറഞ്ഞോ?"

ഗോപകുമാർ ഒരു വ്യാഴവട്ടക്കാലം മുമ്പ് ഫിസിക്സ് എം എസ് സി ഒന്നാം ക്ലാസിൽ പാസ്സായതാണ്. മകൻ പി എച്ച് ഡി എടുത്തതിനുശേഷം ഗവേഷണം തുടരുകയോ കോളേജ് അധ്യാപകനാകുകയോ ചെയ്യുമെന്നായിരുന്നു അഡിഷണൽ സെക്രട്ടറി ശിവരാമന്റെ പ്രതീക്ഷ. മകന്റെ ഗവേഷണത്തിന് എല്ലാസഹായവും ചെയ്തു കൊടുക്കണമെന്ന് യൂണിവേഴ്സിറ്റിയിലെ ബന്ധപ്പെട്ടവരോടെല്ലാം പറഞ്ഞിരുന്നതുമാണ്. പെട്ടെന്നാണ് തന്റെ വിഷയം ഫിസിക്സ് അല്ലെന്നും അഡ്മിനിസ്ട്രേഷനാണെന്നും ഉള്ള തോന്നൽ ഗോപകുമാറിനുണ്ടായത്. ഐ എ എസ്കാരനാകാൻ വേണ്ടി കോച്ചിങ് ക്ലാസിൽ ചേർന്നു. പ്രിലിമിനറിയിൽത്തന്നെതോറ്റു. എന്നിട്ടും നാലഞ്ചുവർഷം ഐ എ എസ് എന്നു പറഞ്ഞു നടന്നു.

ശിവരാമൻ പെൻഷനായി, മകനെക്കുറിച്ചുള്ള എല്ലാപ്രതീക്ഷകളും തകർന്നപ്പോൾ പി എസ് സി ടെസ്റ്റെഴുതി എന്തെങ്കിലും ജോലി സമ്പാദിക്കണമെന്ന് നിർബന്ധിക്കാൻ തുടങ്ങി. ഗോപകുമാർ സെക്രട്ടറിയേറ്റ് അസിസ്റ്റന്റാകാനുള്ള പി എസ് സി ടെസ്റ്റെഴുതി ജയിച്ചു. കുറച്ചുനാൾ സെക്രട്ടറിയേറ്റിൽ ജോലി ചെയ്തു. അത് വെറും ഗുമസ്തപ്പണിയാണെന്ന് പറഞ്ഞ് ഉപേക്ഷിച്ചു. പിന്നെ ഒരു പ്രൈവറ്റ് കോളേജിൽ താൽക്കാലിക ഫിസിക്സ് അധ്യാപകനായി. അവിടെത്തന്നെ തുടരുകയും യുജിസിപ്രകാരമുള്ള പരീക്ഷകളെഴുതി സ്ഥിരമാകുകയും ചെയ്യാമായിരുന്നു. അധ്യാപകന്റെ ജോലി ഒരു ജീനിയസിനു പറ്റിയതല്ലെന്നു പറഞ്ഞ് രാജിവച്ചു.

പത്രത്തിൽ പരസ്യം കണ്ടപ്പോൾ അമേരിക്കൻ ഇൻഷുറൻസ് കമ്പനിയുടെ ബാംഗ്ലൂർ ശാഖയിലേക്ക് അപേക്ഷ അയയ്ക്കാൻ ശിവരാമൻ മകനെ നിർബന്ധിച്ചു. അപേക്ഷ അയയ്ക്കുകയും ജോലികിട്ടുകയും ചെയ്തു. അവിടെ ജോലി ചെയ്യുമ്പോഴാണ് ഗോവയിൽപ്പോയി ഫിലിം ഫെസ്റ്റിവൽ കണ്ടത്. അതിനുശേഷം ഒരു സിനിമ 'ചെയ്യണം'എന്നുപറഞ്ഞ് നടക്കുകയാണ്. വേഷത്തിൽ മാറ്റം വരുത്തിയത് ഫിലിം ഫെസ്റ്റിവലിൽ ഡെലിഗേറ്റായതിനു ശേഷമാണ്. ഇതിനിടയിൽ ഗോപകുമാറിന്റെ വിവാഹം കഴിഞ്ഞു. നല്ല കുടുംബം. പെൺകുട്ടി കോളേജ് ലക്ചററാണ്. ഗോപകുമാർ ഒരു ജോലിയിലും ഉറച്ചുനിൽക്കാത്ത ആളാണെന്ന് അവർക്ക് ഒരു ധാരണയുമില്ലായിരുന്നു. ബാംഗ്ലൂരിലെ അമേരിക്കൻ കമ്പനിയിലെ ജോലിക്കുപോകാതെ ഫിലിം ഡയറക്ട് ചെയ്യണമെന്ന് പറഞ്ഞുതുടങ്ങിയപ്പോഴാണ് എന്തോ തകരാറുണ്ടെന്ന് തോന്നുകയും സൈക്കോളജിസ്റ്റിനെ കാണിക്കുകയും ചെയ്തത്. സൈക്കോളജിസ്റ്റിന്റെ കൗൺസി

ലിങ് കുറെ കഴിഞ്ഞു. അദ്ദേഹം തന്നെയാണ് സൈക്യാട്രിസ്റ്റിനെക്കൂടി കാണിക്കണമെന്ന് പറഞ്ഞത്.

വിവാഹം കഴിഞ്ഞെങ്കിലും ആ കുട്ടിയോട് യാതൊരടുപ്പവും കാണിക്കുന്നില്ല. കുട്ടിയോടൊത്ത് ഒരാഴ്ചപോലും താമസിച്ചില്ല. ഗോപകുമാറിന്റെ ഭാര്യവീട്ടുകാർക്ക് ചില സംശയങ്ങൾ തോന്നിത്തുങ്ങി. അവർ ബന്ധം പിരിയണമെന്ന ആവശ്യം ഉന്നയിച്ചിരിക്കുകയാണ്. കുടുംബകോടതിയിൽ കേസ് ഫയൽ ചെയ്തുകഴിഞ്ഞു.

അച്ഛൻ പറഞ്ഞതിനെല്ലാം ഗോപകുമാറിന് വിശദീകരണങ്ങളുണ്ട്. ഫിസിക്സിൽ ഗവേഷണത്തിന് ഇന്ത്യയിൽ സ്കോപ്പില്ലാത്തതുകൊണ്ടാണത്രേ അതുപേക്ഷിച്ച് അഡ്മിനിസ്ട്രേറ്റീവ് സർവീസ് തിരഞ്ഞെടുത്തത്. അഡ്മിനിസ്ട്രേറ്റീവ് സർവീസ് ജീനിയസിന് യോജിച്ചതല്ലാത്തതുകൊണ്ട് അതും ഉപേക്ഷിച്ചു. താനൊരു ഐ എ എസ് ഓഫീസറായതിനുശേഷം ജോലി ഉപേക്ഷിച്ചതുപോലെയാണ് ഗോപകുമാറിന്റെ സംസാരം.

“പ്രൈവറ്റ് കോളേജിലെ ലക്ചറർ ജോലി എന്തുകൊണ്ടുപേക്ഷിച്ചു?”

“ഒന്നാമത് ഫിസിക്സ് ഞാനുപേക്ഷിച്ച സബ്ജക്ടാണ്. ലക്ചറർ ജോലിയിൽ നിന്നും ഒന്നും നേടാനില്ല. ഫിലിമിലേ എനിക്ക് എന്തെങ്കിലും ചെയ്യാൻ കഴിയൂ. എനിക്ക് ക്രിയേറ്റീവ് ടാലന്റുണ്ട്. അതച്ഛന് മനസിലാവില്ല.”

“ബാംഗ്ലൂരിലെ ജോലി ഉപേക്ഷിച്ചോ?”

“ഇല്ല. ഫിലിം ചെയ്യാനായി അവരെനിക്ക് ലോംഗ് ലീവ്തന്നിരിക്കയാണ്. ഫിലിം ചെയ്തുകഴിഞ്ഞാലുടനെ തിരിച്ചുചെല്ലണമെന്ന് പറഞ്ഞിട്ടുണ്ട്. പക്ഷേ എനിക്ക് കണ്ടിന്യൂ ചെയ്യാൻ കഴിയില്ല. കാരണം രാത്രിയാണ് ജോലി. അമേരിക്കൻ ഫേം ശരിക്കും ഔട്ട്സോഴ്സ് ചെയ്യുകയാണ്. അമേരിക്കയിൽ കമ്പനിയുടെ ബ്രാഞ്ച് നടത്തുന്നതിനുപകരം ഇന്ത്യയിൽ നടത്തുന്നു. അമേരിക്കയിൽ കമ്പനി നടത്തുന്നതിന്റെ പത്തിലൊന്ന് ചെലവിൽ ഇന്ത്യയിൽ നടത്താം. കസ്റ്റമേഴ്സെല്ലാം അമേരിക്കക്കാരാണ്. അവർക്ക് പകലായിരിക്കുമ്പോഴാണ് ഓഫീസ് ഇവിടെ പ്രവർത്തിക്കുന്നത്. അതുമല്ല യാതൊരു ഫ്രീഡവുമില്ല. ഫിലിം ഫെസ്റ്റിവലിന് പോകാൻ തന്നെ അവധി തരാൻ മടിച്ചു. ഫിലിം ഷൂട്ടിങ് തുടങ്ങുന്നതിനു മുമ്പു തന്നെ റിസൈൻ ചെയ്യാനാണുദ്ദേശിക്കുന്നത്.”

“ഭാര്യയോടൊത്ത് എന്തുകൊണ്ട് കഴിയാനിഷ്ടപ്പെടുന്നില്ല?”

“ഓ! ഷി ഈസ് എ ഫാറ്റ് ഹെഡ്, സില്ലിഗേൾ.”

“പിന്നെ എന്തിനു വിവാഹത്തിനു സമ്മതിച്ചു?”

“വിവാഹത്തിനുമുമ്പ് അറിയില്ലല്ലോ. സത്യം പറഞ്ഞാൽ അച്ഛൻ നിർബന്ധിച്ചതുകൊണ്ടാണ് സമ്മതിച്ചത്.”

“അവർ ബന്ധമൊഴിയാൻ കേസ് കൊടുത്തിരിക്കുന്നു.”

“വളരെ നല്ലത്.”

“വിവാഹബന്ധം വേണ്ടെന്നാണോ?”

“എന്റെ വേവ്ലെംഗ്തിലുള്ള ജീനിയസായ ഗേളിനെ വേണം.”

ഗോപകുമാർ മിഥ്യാവിശ്വാസരോഗത്തിന്റെ (delusional disorder)പിടിയിലാണെന്ന് വ്യക്തമായി. അയാൾക്ക് മരുന്നും സ്വന്തം മാനസികരോഗത്തെക്കുറിച്ചുള്ള ഉൾക്കാഴ്ചയും (insight)യാഥാർഥ്യബോധവും (reality orientation) കൈവരാൻ മനഃശാസ്ത്ര ചികിത്സയും ആവശ്യമാണ്.

തന്റെ മകന് മനോരോഗമാണെന്ന വസ്തുത അംഗീകരിക്കാൻ ശിവരാമന് പ്രയാസം തോന്നി. ഒരു സ്വഭാവദൂഷ്യം മാത്രമാണെന്നായിരുന്നു അദ്ദേഹത്തിന്റെ ധാരണ. തന്റേയോ ഭാര്യയുടേയോ കുടുംബത്തിലാർക്കും മനോരോഗമില്ല, പിന്നെങ്ങനെ തന്റെ മകന് മനോരോഗമുണ്ടാകും എന്നാണ് ചോദ്യം. മനോരോഗത്തിന്റെ കാരണങ്ങളിൽ പാരമ്പര്യം പല ഘടകങ്ങളിൽ ഒന്നുമാത്രമാണെന്ന കാര്യം ബോധ്യപ്പെടുത്താൻ ശ്രമിച്ചു. താനൊരു ജീനിയസ്സാണെന്ന മകന്റെ വിശ്വാസം ശരിയല്ലേ, ഫിസിക്സിൽ ഒന്നാം ക്ലാസിൽ പാസ്സായ ആൾ ശരിക്കുമൊരു ജീനിയസ് തന്നെയല്ലേ എന്നായിരുന്നു ശിവരാമന്റെ അടുത്ത ചോദ്യം. ജീനിയസ്സാണെങ്കിൽ താൻ പഠിച്ചവിഷയത്തിൽ ഗവേഷണവും പഠനവുമൊക്കെ നടത്തി ഒരു വ്യാഴവട്ടക്കാലം കൊണ്ട് എന്തെങ്കിലും നേടേണ്ടതല്ലേ എന്ന മറുചോദ്യമാണ് ശിവരാമന്റെ കണ്ണുതുറപ്പിച്ചത്.

മകന്റെ രോഗത്തിന്റെ സ്വഭാവം ബോധ്യപ്പെടുത്താനായി എനിക്കറിയാവുന്ന മറ്റൊരു രോഗിയുടെ കാര്യം വിവരിച്ചു. കിള്ളിയാർ ഗോപീമോഹനന്റെ സാന്നിധ്യം നഗരത്തിലെ എല്ലാ സാഹിത്യ,രാഷ്ട്രീയ സദസുകളിലും ഉണ്ടായിരിക്കും. താനൊരു സാഹിത്യകാരനാണെന്നാണ് കിള്ളിയാർ ഗോപീമോഹനന്റെ വിശ്വാസം. ചർച്ചായോഗങ്ങളാണെങ്കിൽ ചർച്ചയിൽ പങ്കെടുത്ത് ആദ്യം സംസാരിക്കുന്നത് കിള്ളിയാർ ആയിരിക്കും. തോൾസഞ്ചിയിൽ എപ്പോഴും താൻ രചിച്ച പുസ്തകങ്ങളിൽ ഒന്നിന്റെ കൈയെഴുത്തുപ്രതി ഉണ്ടായിരിക്കും. കിള്ളിയാർ കർഷകത്തൊഴിലാളി കുടുംബത്തിലാണ് ജനിച്ചത്. പത്താംക്ലാസിൽ ഒരു തവണ തോറ്റതോടെ പഠനം നിറുത്തി. അന്നുമുതൽ തുടങ്ങിയതാണ് സാഹിത്യപ്രവർത്തനം. കിള്ളിയാറിനു മിഥ്യാവിശ്വാസ രോഗം പകർന്നുകൊടുക്കുന്നതിൽ പൈങ്കിളിവാരികകൾക്ക് ഒരു പങ്കുണ്ടെന്നാണ് എന്റെ അഭിപ്രായം. കാരണം ഹൈസ്കൂൾ ക്ലാസിലെത്തിയതുമുതൽ രണ്ടു പൈങ്കിളിവാരികകൾ പതിവായി വായിക്കാൻ തുടങ്ങി. അന്നുമുതലാണ് സ്വന്തം പേരിനോടൊപ്പം കിള്ളിയാർ കൂട്ടിച്ചേർത്ത് തൂലികാനാമം ഉണ്ടാക്കിയതും എഴുത്തു തുടങ്ങിയതും. സാഹിത്യകാരനായതു കാരണം സാധാരണ ജോലികളൊന്നും ചെയ്യാൻ പറ്റാത്ത മാനസികാവസ്ഥയിലുമായി. അങ്ങനെ കിള്ളിയാറിന്റെ മുമ്പിൽ ജീവിതം വഴിമുട്ടി നിൽക്കുകയാണ്.

എന്റെ മകന് ഈ രോഗം വന്നതെന്തുകൊണ്ടാണ്?

ഒരു പക്ഷേ പഠിച്ചുകൊണ്ടിരുന്നപ്പോൾ തോന്നിയ ഐ എ എസ് ഭ്രമമായിരിക്കാം. ഉറപ്പിച്ച് പറയാനാവുകയില്ല. ഒരു കാര്യം മാത്രം അസന്ദിഗ്ധമായിപ്പറയാം. മനോരോഗങ്ങൾ ശൂന്യതയിൽ നിന്നല്ല ഉണ്ടാകുന്നത്. വിവിധഘടകങ്ങളാണ് മനോരോഗങ്ങൾക്കു നിദാനം.

മിഥ്യാവിശ്വാസരോഗികൾ മറ്റുലക്ഷണങ്ങൾ പ്രകടിപ്പിക്കാത്തതു കൊണ്ട് മനോരോഗിയാണെന്ന് ബന്ധുക്കൾ തിരിച്ചറിയാൻ കാലതാമസ മെടുക്കുന്നു. ചിലരുടെ രോഗം ഒരിക്കലും തിരിച്ചറിയപ്പെട്ടില്ലെന്നും വരാം. ദിവ്യമായ കഴിവുകളുണ്ടെന്നുള്ള മിഥ്യാവിശ്വാസം ചിലപ്പോൾ സമൂഹ ത്തിലേക്ക് കൂടി വ്യാപിക്കുന്നു. അങ്ങനെയാണ് ചില ആൾ ദൈവങ്ങൾ ഉണ്ടാകുന്നത്. ഒരു വ്യക്തിയിൽ മാത്രമായി ഒതുങ്ങിനിൽക്കുമ്പോൾ മിഥ്യാ വിശ്വാസം (Delusion) മനോരോഗലക്ഷണമാണ്. സമൂഹം ആ മിഥ്യാവി ശ്വാസം സമൂഹത്തിലേക്ക് വ്യാപിക്കുമ്പോൾ മതവിശ്വാസമായി മാറുന്നു.

ഗോപകുമാറിന്റെ മാനസികമായ അസ്വസ്ഥതകൾക്ക് ശമനം കിട്ടാൻ കുറഞ്ഞ തോതിൽ മരുന്നുകൾ കഴിക്കാമെന്ന് സമ്മതിച്ചു. ഒരു പ്രൊഡ്യൂ സറെ കണ്ടെത്തി സിനിമയുടെ നിർമാണം തുടങ്ങുന്നതുവരെയും ബാംഗ്ളൂരിലെ ജോലി ഉപേക്ഷിക്കുകയില്ലെന്നും ജോലിയിൽ തിരികെ പ്രവേശിച്ചുകൊള്ളാമെന്നും ഉറപ്പുനൽകിയാണ് ഗോപകുമാർ പോയത്. ജോലിയിൽ പ്രവേശിക്കാമെന്ന ഉറപ്പ് പാലിച്ചതായും മരുന്ന് കഴിക്കുന്ന തായും ഗോപകുമാർ തന്നെ പിന്നീട് ഫോൺചെയ്ത് അറിയിച്ചു. ചെറുപ്പക്കാരന് ഉൾക്കാഴ്ച ഉണ്ടാകുമെന്നും മിഥ്യാവിശ്വാസത്തിൽ നിന്നും മുക്തനാകുമെന്നുമാണ് പ്രതീക്ഷ.

8

ചിതറിയ മനസ്സ്, തകർന്ന ജീവിതം

ദേവരാജൻ എസ് എം വി ഹൈസ്കൂളിൽ എന്റെ സഹപാഠി ആയിരുന്നു. പത്താം ക്ളാസ് കഴിഞ്ഞ് ഞങ്ങൾ രണ്ടുവഴിക്കായി. പിന്നെ കണ്ടുമുട്ടുന്നത് കാൽനൂറ്റാണ്ടിനുശേഷമാണ്. സഹോദരിയെ മനോ രോഗാശുപത്രിയിൽ അഡ്മിറ്റ് ചെയ്യാൻകൊണ്ടുവന്നതായിരുന്നു ദേവ രാജൻ. പരസ്പരം തിരിച്ചറിയാൻ നിമിഷാർധമേ വേണ്ടിവന്നുള്ളു.

"അലി...... അല്ലേ?..... എന്നെ മനസിലായോ? എസ് എം വീല്....."

ദേവരാജൻ?

"ഓ തന്നെ,തന്നെ. പഴയ ദേവരാജൻ തന്നെ. അലി എന്നെക്കണ്ടപ്പം ഓർത്തല്ല്."

"ദേവരാജനെന്താണ് ജോലി?"

പത്താംക്ലാസ് കഴിഞ്ഞ് ദേവരാജൻ കമ്പോസിങ് പഠിച്ചു. ഗവൺമെന്റ് പ്രസ്സിലെ തൊഴിലാളിയായി. ഇപ്പോൾ ഫോർമാനാണ്. എന്റെ പിതാവും ഗവൺമെന്റ് പ്രസ്സിലെ തൊഴിലാളിയായിരുന്ന കാര്യം പഠി ക്കുന്നകാലത്ത് ദേവരാജനോട് ഞാൻ പറഞ്ഞിരുന്നു. അതോർത്തിട്ട് ദേവ രാജൻ പറഞ്ഞു.

"ഞാനും അലീടെ ബാപ്പാടവഴിക്ക് തന്നെ. അലി പഠിച്ച് സ്കോളർഷിപ്പൊക്കെ വാങ്ങി മെഡിക്കൽ കോളേജിച്ചേർന്നെന്നും ഡാക്ട റായെന്നും ഒക്കെ അറിഞ്ഞിരുന്നു. മെന്റലിന്റെ സ്പെഷലിസ്റ്റായകാര്യം അറിഞ്ഞൂടായിരുന്നു. അതിപ്പം ഒരു വിധത്തീ എനിക്ക് ഗുണമായല്ല്. ഇതി നുമുമ്പ് ഇവിടെ വന്നപ്പം അലിയെ കണ്ടില്ലല്ല്."

"ഞാൻ കോഴിക്കോടായിരുന്നു."

"ഓ കുതിരവട്ടത്ത്! ശ്ശെ, അതറിഞ്ഞിരുന്നെങ്കി ഞാൻ സുശീലയെ അങ്ങോട്ട് കൊണ്ടുവരുമായിരുന്നല്ല്." ദേവരാജൻ സഹോദരിയുടെ കഥ പറഞ്ഞു. പല ഡോക്ടർമാരോടും 'രോഗചരിത്രവും' 'കുടുംബചരിത്രവും'

ആവർത്തിച്ചിട്ടുള്ളതുകൊണ്ട് ഒരു സൈക്യാട്രിസ്റ്റിന് കേൾക്കേണ്ടതായ കാര്യങ്ങൾ ചുരുക്കി അവതരിപ്പിക്കേണ്ടതെങ്ങനെന്ന് ദേവരാജൻ പഠിച്ചുകഴിഞ്ഞു. അച്ഛനും അമ്മയ്ക്കും രണ്ടു മക്കൾ മാത്രം, ദേവരാജനും അനുജത്തി സുശീലയും. അച്ഛന്റെ കുടുംബത്തിലോ അമ്മയുടെ കുടുംബത്തിലോ മനോരോഗികളാരുമില്ല. അപസ്മാരമോ മറ്റുതരത്തിലുള്ള നാഡീരോഗങ്ങളോ (neurological diseases) ഇല്ല. മദ്യത്തിനും മയക്കുമരുന്നുകൾക്കും അടിമപ്പെട്ടവരുമില്ല. ആത്മഹത്യയുടെ 'ചരിത്ര'മില്ല. സുശീലയെമാത്രം തിരഞ്ഞുപിടിച്ച് രോഗം ആക്രമിച്ചതുപോലെ തോന്നും കുടുംബചരിത്രം കേട്ടാൽ.

സുശീലയുടെ രോഗം പതിനാലാം വയസിൽ തുടങ്ങിയതാണ്. ഒമ്പതാം ക്ളാസിൽ പഠിക്കുകയായിരുന്നു. ഒരു ദിവസം സന്ധ്യക്ക് ഉദിയന്നൂർ ദേവീക്ഷേത്രത്തിൽ തൊഴാൻ പോയപ്പോൾ എന്തിനെയോ കണ്ട് പേടിച്ചതാണെന്നാണ് പറയുന്നത്. വീട്ടിൽ വന്ന ഉടനെ കുറച്ച് വെള്ളം വേണമെന്ന് പറഞ്ഞു. വെള്ളം കുടിച്ച് ഗ്ളാസ് താഴെ വയ്ക്കുന്നതിനു മുമ്പ് സുശീല ബോധമറ്റുനിലത്തുവീണു. മുഖത്ത് വെള്ളം തളിച്ചപ്പോൾ കണ്ണുതുറന്നു. പരിഭ്രമിച്ച നോട്ടം. ഏതോ അദൃശ്യശക്തി മുമ്പിൽ നിൽക്കുന്നതുപോലുള്ള തുറിച്ചുനോട്ടം. അമ്പലത്തിൽ നിന്നും വന്നപ്പോൾ മുതലല്ലേ. ഏതോ ഗന്ധർവനോ പ്രേതമോ കൂടിയതായിരിക്കുമെന്ന് കരുതി മന്ത്രവാദവും പൂജയുമൊക്കെ നടത്തിനോക്കി. പരസ്പരബന്ധമില്ലാത്ത സംസാരം. കുളിയും പല്ലുതേപ്പുമൊന്നും കൃത്യമായി നടത്തുന്നില്ല. രാത്രി ഉറക്കമില്ല. എപ്പോഴും എന്തോ ശ്രദ്ധിച്ചുകൊണ്ട് നിൽക്കും. ചിലപ്പോൾ തന്നത്താൻ ചിരിക്കും. മറ്റു ചിലപ്പോൾ ഏതോ അശരീരി കേട്ടിട്ടെന്നോണം മറുപടി പറയും. ശരിക്കും അശരീരി കേൾക്കാറുണ്ടെന്നാണ് പിന്നീട് ഡോക്ടർ ചോദിച്ചപ്പോൾ പറഞ്ഞത്.

പൂജയും കർമങ്ങളുമൊക്കെ പലവട്ടം നടത്തിയിട്ടും മാറ്റമില്ലെന്നു കണ്ടപ്പോൾ സൈക്യാട്രിസ്റ്റിനെ കാണിച്ചു. മനോരോഗമുണ്ടെന്നും മരുന്നുകൊടുക്കണമെന്നും പറഞ്ഞതല്ലാതെ എന്തുരോഗമാണെന്നോ എത്രകാലം മരുന്നു കൊടുക്കണമെന്നോ പറഞ്ഞില്ല. മരുന്നുകൾ കൊടുക്കുമ്പോൾ ഭേദമാകും. അപ്പോൾ മരുന്നുകൊടുക്കുന്നത് നിറുത്തും. കുറച്ചു ദിവസം കഴിയുമ്പോൾ വീണ്ടും തന്നത്താൻ സംസാരവും ചെകിടോർത്തിരിക്കലും തുടങ്ങും. വാർഡിൽ രോഗികളെ പരിശോധിച്ചുകൊണ്ട് നിന്നപ്പോൾ കുഴഞ്ഞുവീണു മരിച്ച സൈക്യാട്രിസ്റ്റ് ഡോക്ടർ സുരരാജ് മണിയാണ് സുശീലയ്ക്ക് സ്കിസോഫ്രീനിയ എന്ന രോഗമാണെന്നും വളരെക്കാലം തുടർച്ചയായി മരുന്നുകൊടുക്കണമെന്നും വ്യക്തമായി പറഞ്ഞത്. സുശീലയ്ക്ക് മാറാരോഗമാണെന്ന് എല്ലാവർക്കും ബോധ്യമായി.

അച്ഛനും അമ്മയും മരിച്ചു. വീട്ടിൽ ദേവരാജനും ഭാര്യയും സുശീലയും മാത്രമേയുള്ളൂ. ദേവരാജന് കുട്ടികളില്ല. അതുകൊണ്ട് സുശീലയെ സംരക്ഷിക്കുന്ന കാര്യം എളുപ്പമായി. എങ്കിലും തന്റെ കാലം കഴിയുമ്പോൾ സുശീല എന്തുചെയ്യുമെന്ന ചിന്തയാണ് ദേവരാജനെ അലട്ടുന്നത്.

ദേവരാജന്റെ ഭാര്യ സുശീലയെ പരിചരിക്കുന്നുണ്ട്. പക്ഷേ തന്റെ കാല ശേഷവും അങ്ങനെ തുടരണമെന്നുണ്ടോ എന്നാണ് ദേവരാജൻ ചോദിക്കുന്നത്. മറ്റൊരു പ്രശ്നം, മരുന്നു കൊടുത്തു കൊണ്ടിരുന്നാലും ഇടയ്ക്ക് സ്ഥിതിമോശമാവുന്നതാണ്. അപ്പോൾ സുശീല അക്രമാസക്തയാവും. സംരക്ഷിക്കുന്ന സഹോദരനെയും പരിചരിക്കുന്ന നാത്തൂനെയും പുലഭ്യം പറയും. ദേഹോപദ്രവമേൽപ്പിക്കാൻ ശ്രമിക്കും. അപ്പോൾ ആശുപത്രിയിൽ അഡ്മിറ്റ് ചെയ്യും. കഷ്ടിച്ച് ഒരു മാസം കഴിയുമ്പോൾ ആശുപത്രിയിൽ നിന്നും പേരുവെട്ടിവിടും. വീട്ടിൽ വന്നാൽ കുറച്ച് ദിവസത്തേക്ക് പ്രശ്നമൊന്നും കാണുകയില്ല.പിന്നെയും ആളിന്റെപ്രകൃതം മാറും. തുടർച്ചയായി അഞ്ചാറുമാസമെങ്കിലുംആശുപത്രിയിൽ നിറുത്തിയിരുന്നെങ്കിൽ അസുഖം ഭേദമാകുമെന്നാണ് ദേവരാജന്റെ ധാരണ. ആലംബഹീനരായ വനിതകൾക്കും മനോരോഗിണികൾക്കും അഭയസ്ഥാനമെന്ന് പേരുകേട്ട സ്ഥാപനത്തിൽ സുശീലയേയും കൊണ്ട് ഒരിക്കൽ ദേവരാജൻ പോയി. അവിടെ ചെന്നപ്പോഴാണറിഞ്ഞത് മാസംതോറും വലിയ തുക ഫീസായി കൊടുക്കണമെന്ന്. എങ്കിലും ഒരു മാസം അവിടെ കിടത്തി. തുടർന്നും അവിടെ കിടത്താനുള്ള ചെലവ് ദേവരാജനെക്കൊണ്ട് താങ്ങാനാവാത്തതായിരുന്നു. 'ചരിത്രം' പറഞ്ഞുകഴിഞ്ഞപ്പോൾ ദേവരാജൻ തന്റെ ആവശ്യം ഉന്നയിച്ചു.

"കൊറഞ്ഞത് മൂന്നുമാസമെങ്കിലും സുശീലയെ ആശുപത്രീല് നിറുത്തണം."

സ്കിസോഫ്രീനിയ രോഗികളെ ദീർഘകാലം ആശുപത്രിയിൽ പാർപ്പിച്ചാലുണ്ടാകുന്ന അനന്തരഫലങ്ങളെക്കുറിച്ച് ദേവരാജനോട് പറഞ്ഞു. അവരുടെ ശേഷിക്കുന്ന ചിന്താശക്തിയും നഷ്ടപ്പെട്ട് വെറും ജീവച്ഛവങ്ങളായി മാറും. അതുകൊണ്ടാണ് അത്തരം രോഗികളെ കഴിയുന്നതും വേഗം ഡിസ്ചാർജ് ചെയ്യണമെന്ന നയം സ്വീകരിച്ചിട്ടുള്ളത്. അങ്ങനെ ചെയ്താൽ വീട്ടുകാരെന്തുചെയ്യുമെന്നാണ് ദേവരാജന്റെ ചോദ്യം.

ദീർഘസ്ഥായിയായ സ്കിസോഫ്രീനിയ (Chronic Schizophrenia) രോഗമുള്ളവർക്ക് പുനരധിവാസകേന്ദ്രങ്ങളാണ് യഥാർഥത്തിൽ വേണ്ടത്. അവർക്ക് ആവശ്യമായ തോതിൽ മരുന്നുകൾ കൊടുക്കുന്നതോടൊപ്പം മനസ്സ് പൂർണമായും മുരടിച്ച് ചലിക്കുന്ന ജഡങ്ങളായിപ്പോകാതിരിക്കാൻ കൈത്തൊഴിലുകൾ പരിശീലിപ്പിക്കണം, വായന പ്രോത്സാഹിപ്പിക്കണം,കായികവിനോദത്തിനും മാനസികോല്ലാസത്തിനും അവസരം ഉണ്ടാക്കണം. ഇതൊക്കെയുള്ള റീഹാബിലിറ്റേഷൻ സെന്ററുകളാണ് വേണ്ടത്. 'ഭ്രാന്തൻ ജയിലുകൾ' അല്ല. മനോരോഗാശുപത്രികൾ തന്നെ വേണമെന്നില്ല. മനോരോഗികളെ ചികിത്സിക്കാൻ മറ്റുള്ള ആശുപത്രികളിൽ സൈക്യാട്രിസ്റ്റും ക്ലിനിക്കൽ സൈക്കോളജിസ്റ്റുകളും സൈക്യാട്രക് സോഷ്യൽ വർക്കർമാരും അടങ്ങുന്ന വിദഗ്ധസംഘവും പരിശീലനം ലഭിച്ച നഴ്സുമാരും അത്യാവശ്യം വന്നാൽ കുറച്ചുദിവസത്തേയ്ക്ക് കിടത്തി

ചികിൽസിക്കാനുള്ള വാർഡും മതിയാകും. രോഗം ദീർഘസ്ഥായി ആയാൽ പുനരധിവാസ കേന്ദ്രത്തിലേക്ക് മാറ്റണം.

ഞാൻ പറഞ്ഞതൊന്നും നടപ്പുള്ള കാര്യമല്ലെന്ന ഭാവത്തോടെ ദേവ രാജൻ തലകുലുക്കിക്കൊണ്ടിരുന്നു. മനോരോഗാശുപത്രികളുടെ ശോച്യാ വസ്ഥയെക്കുറിച്ച് പഠിച്ച് പരിഹാരമാർഗങ്ങൾ നിർദേശിക്കാൻ നിയോ ഗിച്ച ഏകാംഗകമ്മിഷന്റെമുമ്പിൽ ഇതേകാര്യങ്ങൾ അവതരിപ്പിച്ചപ്പോൾ ദേവരാജൻ തലകുലുക്കിയതുപോലെ തന്നെ ഏകാംഗകമ്മിഷനും തല കുലുക്കിയതാണ് എനിക്കോർമവന്നത്. ഞാൻ പറഞ്ഞത് സോവിയറ്റ് യൂണിയനിലെ സമ്പ്രദായമാണെന്നും നമ്മുടെ നാട്ടിൽ ആ സിസ്റ്റം അല്ലെ ന്നുമായിരുന്നു ആരോഗ്യവകുപ്പ് സെക്രട്ടറികൂടി ആയിരുന്ന ഏകാംഗക മ്മിഷന്റെ ധ്വനി സാന്ദ്രമായ പ്രതികരണം.

സുശീലയ്ക്ക് താൽക്കാലികമായെങ്കിലും ആശുപത്രിയിൽ അഭയം കിട്ടുമെന്നായപ്പോൾ സുശീലയുടെ രോഗത്തിന്റെ നിജസ്ഥിതി എന്താ ണെന്നറിയണം ദേവരാജന്. സ്കൂളിൽ സഹപാഠിയായിരുന്ന ഒരു ഡോക്ട റോടല്ലാതെ മറ്റൊരു ഡോക്ടറോട്അങ്ങനെ ചോദിക്കാൻ കഴിയുമോ എന്ന ആമുഖത്തോടെയാണ് ദേവരാജൻ ചോദിച്ചത്. മുമ്പങ്ങനെ ചോദി ച്ചതിന്റെ തിക്താനുഭവങ്ങളുടെ അടിസ്ഥാനത്തിലാണ് പറയുന്നതെന്നും ദേവരാജൻ പറഞ്ഞു.

സ്കിസോഫ്രീനിയ എന്ന വാക്കിന്റെ അർഥം ചിതറിയ മനസ്സ് എ ന്നാണ്. ആധുനിക മനോരോഗചികിൽസയ്ക്ക് തുടക്കം കുറിച്ച ആൾ എന്ന ഖ്യാതി നേടിയ ജർമൻ സൈക്യാട്രിസ്റ്റ് എമിൽ ക്രേപ്ലിനാണ് ഇരുപതാം നൂറ്റാണ്ടിന്റെ ആദ്യദശകത്തിൽ ഈ രോഗത്തെക്കുറിച്ച് ശാസ്ത്രീയമായ വിവരണം നൽകിയത്. അദ്ദേഹം ഈ രോഗത്തിനു നൽകിയ പേര് അകാലമേധാക്ഷയം എന്നർഥമുള്ള Dementia Praecox എന്നായിരുന്നു. മേധാക്ഷയമല്ല ചിന്തകളുടെ ചിതറലാണ് യഥാർഥത്തിൽ സംഭവിക്കുന്നതെന്നും അതുകൊണ്ട് ചിതറിയ മനസ്സ് എന്നർഥം വരുന്ന സ്കിസോഫ്രീനിയ എന്നപേരാണുചിതമെന്നും ക്രേപ്ലിന്റെ സമകാലി കനായിരുന്ന സ്വിസ്സ് സൈക്യാട്രിസ്റ്റ് യൂജിൻ ബ്ളോലർ വാദിച്ചു. അദ്ദേ ഹത്തിന്റെവാദമാണ് ശരിയെന്ന് ശാസ്ത്രലോകം വിധിക്കുകയും സ്കിസോഫ്രീനിയ എന്നപേര് സ്ഥിരമാകുകയും ചെയ്തു. സ്കിസോ ഫ്രീനിയ മനസിന്റെ ക്യാൻസർ ആണെന്നാണ് ചില മനോരോഗചികിൽസ കരുടെ അഭിപ്രായം.

എങ്ങനെയാണ് മനസ്സ് ചിതറുന്നതെന്നായി ദേവരാജൻ. ചിന്തകൾ പരസ്പരബന്ധമില്ലാതെ ശിഥിലമാകുന്നു. അതുകൊണ്ടാണ് സംസാരം പൂർവാപരബന്ധമില്ലാതാകുന്നത്. ചിന്തയോടൊപ്പം ഭാഷയും കലങ്ങുന്നു. വാക്കുകൾ കൂടിക്കുഴഞ്ഞ് അവിയൽപ്പരുവമാകുന്നു. സ്വന്തം മനസിന്റെ അബോധതലത്തിലുള്ള ചിന്തകൾ ബാഹ്യലോകത്ത് നിന്നും വരുന്ന തായി തോന്നുന്നു. ഇതാണ് അശരീരികളായി കേൾക്കുന്നത്. ഇതോടൊപ്പം അസാധാരണവും വിചിത്രവുമായ പെരുമാറ്റങ്ങളും ഉണ്ടാകും. സ്കിസോ

ഫ്രീനിയ പല തരത്തിലുണ്ട്. മിഥ്യാവിശ്വാസങ്ങളും സംശയങ്ങളും മാത്രം ലക്ഷണമായിട്ടുള്ള മിഥ്യാവിശ്വാസരോഗവും (delusional disorder) സംശയരോഗവും (Paranoia) സ്കിസോഫ്രീനിയ തന്നെയാണെങ്കിലും ബാഹ്യമായ മറ്റുലക്ഷണങ്ങളൊന്നുമില്ലാത്തതുകൊണ്ട് അവരുടെ രോഗം തിരിച്ചറിയപ്പെടാൻ വൈകുന്നു. ചിലപ്പോൾ ഒരിക്കലും തിരിച്ചറിയപ്പെട്ടില്ലെന്നും വരാം.

ദേവരാജന്റെ സഹോദരിയെ ബാധിച്ചരോഗം ചികിത്സയ്ക്ക് വഴങ്ങാത്ത ദീർഘസ്ഥായിയായ തരത്തിലുള്ളതാണ്. ഇത്തരം സ്കിസോഫ്രീനിയ രോഗം ബാധിച്ചവരെ ബന്ധുക്കൾ തിരസ്കരിക്കുന്നതോടെ അവർക്ക് തെരുവിനെ ആശ്രയിക്കേണ്ടി വരുന്നു. അവരെ തെരുവിൽ അലയാൻ വിടാതെ സംരക്ഷിക്കേണ്ട ചുമതല സമൂഹത്തിനുണ്ട്. അവർക്കു വേണ്ടിയാണ് പുനരധിവാസകേന്ദ്രങ്ങൾ തുടങ്ങേണ്ടത്.

ദേവരാജൻ സ്കിസോഫ്രീനിയരോഗിണിയായ സഹോദരിയെ സംരക്ഷിക്കാൻ തയ്യാറായതുകൊണ്ട് സുശീലയ്ക്ക് അലയേണ്ടി വന്നില്ല. തന്റെ കാലം കഴിയുമ്പോൾ സ്വന്തം സഹോദരിയുടെ സ്ഥിതി എന്താകുമെന്ന ചിന്ത ദേവരാജനെ അലട്ടുന്നു.

9

സത്യം പറയും, മുഴുവൻ സത്യവും പറയും

നഫീസയുടെ ജീവിതം ദുരിതമയമാകുമെന്നോ കോടതിയിലെ സാക്ഷിക്കൂട്ടിൽ കയറി നിന്ന് സത്യം പറയും എന്നു തുടങ്ങുന്ന സത്യ വാചകം ചൊല്ലിയതിനുശേഷം ഭർത്താവായ നസീറിന്റെ അവസ്ഥയെ ക്കുറിച്ച് പറയേണ്ടിവരുമെന്നോ അവർ ചികിത്സയ്ക്ക് വന്നപ്പോൾ പ്രതീ ക്ഷിച്ചതേയില്ല.

നഫീസയുടെ അമ്മാവൻ സുബൈറാണ് ദുരന്തകഥ പറയാൻ വന്നി രിക്കുന്നത്. നഫീസ ശരീരത്തിൽ മണ്ണെണ്ണയൊഴിച്ച് ആത്മാഹൂതി ചെയ്യാൻ ശ്രമിച്ചു. ഭാഗ്യാതിരേകത്താൽ ജീവൻ രക്ഷപ്പെട്ടു. പക്ഷേ ആയു ഷ്കാലം മുഴുവൻ പൊള്ളൽപ്പാടുകൾ വികൃതമാക്കിയ മുഖവുമായി ജീവി ക്കണം. അംഗവൈകല്യവുമുണ്ട്. ഇതിനൊക്കെപ്പുറമേ ആത്മഹത്യാശ്ര മത്തിന് കേസുണ്ടാവുമെന്നും ഭയപ്പെടുന്നു. ആശുപത്രിയിൽ കിടക്കു മ്പോൾ ഡോക്ടർ റിപ്പോർട്ട് ചെയ്തതിനെത്തുടർന്ന് പോലീസ് വന്ന് മൊഴിയെടുക്കുകയും അന്വേഷണം നടത്തുകയും ചെയ്തിട്ടുണ്ട്.

സുബൈറിന്റെ അഭിപ്രായത്തിൽ സഫീസയുടെ ആത്മഹത്യാശ്ര മത്തിനു പിന്നിൽ രണ്ടു കാരണക്കാരാണുള്ളത്. ഭർത്താവ് നസീറും കുടുംബക്കാരും ഒന്നാംസ്ഥാനത്താണ്. രണ്ടാം സ്ഥാനത്ത് പള്ളിക്കാരും.

"ഞാനെന്താണ് ചെയ്യേണ്ടത്?"

"ഡോക്ടർ അറിയാവുന്ന കാര്യം മുഴുവൻ കോടതിയിൽ പറയണം."

അവർ വന്നതുമുതലുള്ള കാര്യങ്ങൾ ഞാൻ ഓർത്തുനോക്കി. മൂന്ന രമണിക്കൂർ ബസ്സ് യാത്രചെയ്താണ് ചെറുനഗരത്തിൽ നിന്നും നസീറും സഫീസയും ചികിൽസയ്ക്ക് വന്നത്. എന്റെ അടുക്കൽ വന്നാൽ നസീ റിന്റെ 'രോഗം' മാറുമെന്ന് അവരെ ആരോ ധരിപ്പിച്ചു. നഫീസയാണ് കാര്യ ങ്ങൾ വിശദീകരിച്ചത്.

അവർ വിവാഹിതരായിട്ട് വർഷം നാലു കഴിഞ്ഞു. ഇതുവരെയും ലൈംഗികബന്ധത്തിലേർപ്പെടാൻ കഴിഞ്ഞിട്ടില്ല. നസീർ ഒഴിഞ്ഞു മാറുകയാണ്. എന്താണ് കാര്യമെന്ന് പറയുന്നില്ല. നഫീസക്ക് ശരീരത്തിന്റെ വിളികളെ അവഗണിക്കാനാവുന്നില്ല. സഹികെട്ടപ്പോൾ നഫീസ തുറന്നു സംസാരിക്കാൻ തീരുമാനിച്ചു. ലൈംഗികശേഷിയില്ലെങ്കിൽ അക്കാര്യം പറയണമെന്നും ചികിൽസയ്ക്ക് പോകണമെന്നും നഫീസ ശഠിച്ചു. ഗത്യന്തരമില്ലാതെ നസീർ കാര്യം തുറന്നു പറഞ്ഞു.

നസീറിന് സ്ത്രീയെ പ്രാപിക്കണമെന്ന് ആഗ്രഹമുണ്ട്. പക്ഷേ അതൊരിക്കലും അദമ്യമായ ആഗ്രഹമായിരുന്നില്ല. ലിംഗം പൂർണതയിൽ ഉദ്ധരിക്കാറുമില്ല. അടുത്ത കാലത്തൊന്നും തുടങ്ങിയതല്ല. ചെറുപ്പം മുതലേ അങ്ങനെയാണ്. തനിക്ക് ലൈംഗികശേഷി കുറവാണെന്ന് നസീറിന് അറിയാം. ഉറക്കത്തിൽ ഭാഗികമായി മാത്രമേ ഉദ്ധാരണം ഉണ്ടാകാറുള്ളൂ. ഒന്നോരണ്ടോ പ്രാവശ്യം മാത്രം സ്വപ്നസ്ഖലനം ഉണ്ടായിട്ടുണ്ട്. സ്വയംഭോഗം ചെയ്യാനുള്ള ശ്രമവും വിജയിച്ചിട്ടില്ല. നഫീസയാണ് ഇക്കാര്യങ്ങളെല്ലാം പറഞ്ഞത്. ഇതിൽ കുറെ കാര്യങ്ങൾ താൻതന്നെ നസീറിനോട് ചോദിച്ചു മനസിലാക്കിയതാണെന്ന് നഫീസ തന്റേടത്തോടെ പറഞ്ഞു. മറ്റുചില ഡോക്ടർമാരെക്കണ്ടപ്പോൾ അവർ നസീറിനോട് ചോദിച്ചതും നസീർ അവരോട് പറഞ്ഞതുമായ കാര്യങ്ങളും നഫീസ കേട്ട് മനസിലാക്കിയിട്ടുമുണ്ട്. ചെറുപ്പം മുതലേ നസീറിന് ലൈംഗികശേഷിയില്ലെന്നുള്ള കാര്യം നഫീസ മനസിലാക്കിയതങ്ങനെയാണ്.

ഭർത്താവിന്റെ സാന്നിധ്യത്തിൽ ലൈംഗികകാര്യങ്ങളെക്കുറിച്ച് നഫീസ കൂസലില്ലാതെയാണ് സംസാരിച്ചത്. നഫീസ പറഞ്ഞതെല്ലാം തലകുനിച്ചിരുന്ന് കേൾക്കുകയായിരുന്നു നസീർ. ലൈംഗികശേഷി ഇല്ലാതിരുന്നിട്ടും വിവാഹത്തിനു തുനിഞ്ഞതെന്തിനെന്നായിരുന്നു നഫീസയുടെ ചോദ്യം. നസീർ തന്നെ വഞ്ചിച്ചു എന്നാണ് നഫീസ കരുതുന്നത്. അടുത്തകാലത്ത് നസീറിനെ സംശയരോഗവും പിടികൂടിയിട്ടുണ്ടെന്നാണ് നഫീസ പറഞ്ഞത്. കാമപൂരുണത്തിനായി പരപുരുഷൻമാരുമായി നഫീസ അവിഹിതബന്ധം പുലർത്തുന്നുണ്ടെന്ന് നസീർ സംശയിക്കുന്നു. അതിന്റെ പേരിൽ അയാൾ നഫീസയെ ഭർത്സിക്കുക മാത്രമല്ല ചിലപ്പോഴൊക്കെ മർദിക്കുകയും ചെയ്യാറുണ്ട്. ആരുമായിട്ടാണ് നഫീസ ബന്ധം പുലർത്തുന്നതെന്ന് അയാൾക്ക് കൃത്യമായി പറയാൻ കഴിഞ്ഞില്ല. ആരൊക്കെയോ നഫീസയുമായി ബന്ധം പുലർത്തുന്നുണ്ടെന്ന് അയാൾക്കുറപ്പുണ്ടത്രേ. ഭർത്താവിന്റെ സംശയരോഗം കൂടിയായപ്പോൾ നഫീസയുടെ ജീവിതം ദു:സഹമായി. എന്തെങ്കിലും ഒരു പരിഹാരം നിർദേശിക്കണം. എങ്ങനെയെങ്കിലും തങ്ങളെ രക്ഷപ്പെടുത്തണം. ഇല്ലെങ്കിൽ....

ധ്വനിസാന്ദ്രമായ മൗനത്തിലാണ് നഫീസയുടെ സംസാരം അവസാനിപ്പിച്ചത്. താൻ നിരപരാധിയാണെന്നാണ് നസീറിന്റെ വാദം. ബാപ്പയും ഉമ്മയും നിർബന്ധിച്ചതുകൊണ്ടാണ് നസീർ വിവാഹത്തിന് സമ്മ

തിച്ചത്. നസീറിന്റെ ബാപ്പ ഒരു ചെറുകിട കച്ചവടക്കാരനാണ്. നഗരത്തിൽ ഒരു സ്റ്റേഷനറിക്കടയുണ്ട്. നസീറും രണ്ടനുജത്തിമാരുമാണ് സന്താനങ്ങൾ. പെൺമക്കളുടെ വിവാഹം കഴിഞ്ഞപ്പോഴേയ്ക്കും താങ്ങാനാവാത്ത കടത്തിന്റെ ഭാരം ചുമലിലായി. കച്ചവടം തണുത്തു. കടം വീട്ടണം. കച്ചവടം ഒന്നു മെച്ചപ്പെടുത്തുകയും വേണം. അതിനു നസീർ വിവാഹിതനാകണം. മകനു കിട്ടുന്ന സ്ത്രീധനം കൊണ്ട് രണ്ടുകാര്യങ്ങളും നടത്താം. പല നല്ല ആലോചനകളും വന്നു. പക്ഷേ നസീർ ഒഴിഞ്ഞുമാറുകയാണ്. നഫീസയുടെ ആലോചന വന്നപ്പോൾ ബാപ്പ നിർബന്ധിച്ചു. നസീറിനു ഒഴിഞ്ഞുമാറാൻ കഴിഞ്ഞില്ല. നഫീസയുടെ കഴുത്തിൽ കെട്ടിയ താലി കൊലക്കയറായി മാറുമെന്നോ വിവാഹം നഫീസയുടെ ജീവിതം നശിപ്പിക്കുമെന്നോ മുൻകൂട്ടിക്കാണാൻ കഴിഞ്ഞിരുന്നെങ്കിൽ....

നഫീസയുടെ മാമ സുബൈർ ആത്മഗതത്തിൽ പറഞ്ഞുനിറുത്തി. ഒരു കാര്യം കൂടി സുബൈറിന് അറിയണം. നസീറിന് എന്തെങ്കിലും രോഗമുണ്ടായിരുന്നോ? ആയുഷ്കാലം മുഴുവൻ ലൈംഗികശേഷി വീണ്ടെടുക്കാൻ കഴിയാത്ത അവസ്ഥയാണോ അയാളുടേത്? ഇതിനു മരുന്നുകളൊന്നുമില്ലേ?

ചോദ്യങ്ങൾ നഫീസയും ചോദിച്ചതാണ്. ഞാൻ എല്ലാം അവരോട് തുറന്നുപറയുകയും ചെയ്തിരുന്നു. സുബൈറിനെ ബോധ്യപ്പെടുത്താൻ വേണ്ടി അതെല്ലാം ആവർത്തിച്ചു. സ്ത്രീകളുടെയും പുരുഷൻമാരുടെയും ലൈംഗികശേഷിക്കുറവുകളെക്കുറിച്ച് നാലു പതിറ്റാണ്ടുകാലം നീണ്ടുനിന്ന (1957 മുതൽ 1990 കളുടെ അവസാനം വരെ) ശാസ്ത്രീയ പഠനങ്ങൾ നടത്തിയ രണ്ടു ശാസ്ത്രജ്ഞരാണ് വില്യം മാസ്റ്റേഴ്സും (William Masters) വിർജീനിയ ഇ ജോൺസണും (Virginia E Johnson) അവരുടെ അഭിപ്രായത്തിൽ പുരുഷന്റെ ലൈംഗികശേഷിക്കുറവ് രണ്ടു തരത്തിലുണ്ട്. ആയുഷ്കാലം മുഴുവനും നീണ്ടുനിൽക്കുന്നതും ഇടക്കാലത്ത് പ്രത്യക്ഷമാകുന്നതും. ഇടക്കാലത്ത് ആരംഭിക്കുന്ന ശേഷിക്കുറവ് ചികിത്സിച്ച് മാറ്റാവുന്നതാണ്. ആദ്യത്തെ ഇനത്തിലുള്ള ലൈംഗികശേഷിക്കുറവ് ചികിത്സകൊണ്ട് പരിഹരിക്കപ്പെടാൻ സാധ്യതക്കുറവാണ്. ഇക്കൂട്ടരുടെ ബാല്യം മുതലേ തന്നെ ലിംഗം പൂർണമായും ഉദ്ധരിക്കുകയില്ല. സുബൈറിന്റെ കാര്യത്തിലെന്നപോലെ ഇവർക്ക് സ്വയംഭോഗശേഷിയും ഉണ്ടായിരിക്കുകയില്ല. ലൈംഗികമായ ഇച്ഛകളും കാമവും കുറവായിരിക്കും. ചിലരിൽ ലൈംഗിക ഹോർമോണുകളുടെ കുറവുമുണ്ടായിരിക്കും. ഇങ്ങനെയുള്ളവർക്ക് ഹോർമോൺ ചികിൽസകൊണ്ട് മെച്ചം കിട്ടിയേക്കും. ജനിതകത്തകരാറ് കൊണ്ടാണ് ഇങ്ങനെയുണ്ടാകുന്നത് എന്നാണ് പുതിയ സിദ്ധാന്തം. എന്നാൽ ശേഷിക്കുറവുള്ള എല്ലാവരിലും ലൈംഗികഹോർമോണുകളുടെ കുറവ് കണ്ടില്ലെന്നും വരാം. നസീറിന് ലൈംഗികഹോർമോണിന്റെ കുറവില്ലെന്ന് പരിശോധനയിൽ തെളിഞ്ഞതാണ്. ഇത്തരക്കാർക്ക് ഹോർമോൺ നൽകിയതുകൊണ്ട് പ്രയോജനമില്ല. മരുന്നുകളും മനഃശാസ്ത്ര ചികിത്സയും ഫലപ്രദമാകാറില്ല.

യാഥാർത്ഥ്യം അംഗീകരിച്ച് ജീവിതം അതിനനുസരിച്ച് ചിട്ടപ്പെടുത്തുകയേ മാർഗമുള്ളു.

യാഥാർത്ഥ്യം അംഗീകരിച്ച് ഭാര്യാഭർതൃബന്ധം നിലനിറുത്തുന്ന രണ്ടുപേരുടെ കഥ ഞാൻ വിവരിച്ചു. ഭർത്താവ് ഒരു കൃഷിഓഫീസറും ഭാര്യ ദന്തഡോക്ടറുമാണ്. പെൻഷൻ പറ്റിയ ഗസറ്റഡ് ഓഫീസർ ശ്രീധരന്റെ മകളാണ് ഡോക്ടർ ജയന്തി മകൾ വിവാഹിതയായിട്ട് നാലഞ്ചു വർഷം കഴിഞ്ഞെങ്കിലും കുഞ്ഞുങ്ങൾ ഉണ്ടാകാത്തതെന്തുകൊണ്ടാണെന്ന് ശ്രീധരനും ഭാര്യയും ചോദിക്കാൻ തുടങ്ങി. മാത്രവുമല്ല ജയന്തി കുറച്ചു നാളായി വിഷാദമഗ്നയാണ്. അച്ഛനും അമ്മയും പിടിച്ചിരുത്തി ചോദിച്ചപ്പോൾ തനിക്കൊരു സൈക്യാട്രിസ്റ്റിനെ കാണണമെന്ന് ജയന്തി പറഞ്ഞു. മുൻപരിചയം ഉള്ളതുകൊണ്ടാണ് ശ്രീധരൻ മകളെ എന്റെ അടുക്കൽ കൂട്ടിക്കൊണ്ടു വന്നത്. ജയന്തി തന്റെ അനുഭവങ്ങൾ വിവരിച്ചു. രാജേന്ദ്രൻ സൈക്യാട്രിസ്റ്റിനെ കാണാൻ വരികയില്ലെന്ന് തറപ്പിച്ചു പറഞ്ഞു. തന്റെ ലൈംഗികശേഷിക്കുറവ് മറ്റൊരാളോട് പറയാൻ മടിയാണ്. ജയന്തിയുടെ നിർബന്ധത്തിനു വഴങ്ങിയാണ് ഒരു സെക്സോളജിസ്റ്റിനെ കാണാനും പരിശോധനകൾ നടത്താനും തയ്യാറായത്. പരിശോധനയിൽ രാജേന്ദ്രന് ആയുഷ്കാലം നീണ്ടുനിൽക്കുന്ന ലൈംഗികശേഷിക്കുറവാണെന്ന് മനസിലായി. എങ്കിലും രണ്ടുപേരും വിവാഹജീവിതം തുടരാൻ തീരുമാനിച്ചു. സെക്സോളജിസ്റ്റിന്റെ ഉപദേശപ്രകാരം രതിപൂർവ ക്രീഡകളിലൂടെ ആനന്ദം കണ്ടെത്താനുള്ള ശ്രമങ്ങൾ തുടരുകയായിരുന്നു. അതിനിടയിലാണ് വിഷാദരോഗം ജയന്തിയെ പിടികൂടിയത്. ആറു മാസത്തെ ചികിത്സകൊണ്ട് ജയന്തി വിഷാദരോഗത്തിന്റെ പിടിയിൽ നിന്നും മുക്തിനേടി. അവർ ഒരുമിച്ചുള്ള ജീവിതം തുടരുന്നു.

പൊതുപ്രവർത്തകനായ രവീന്ദ്രന്റെ മകൻ സുരേഷ് വളരെ വൈകിയാണ് വിവാഹിതനായത്. സുരേഷ് ഒരു സ്വകാര്യ ആശുപത്രിയിലെ ഫാർമസിസ്റ്റാണ്. അച്ഛനും അമ്മയും വളരെ നിർബന്ധിച്ചതിനുശേഷമാണ് സുരേഷ് വിവാഹത്തിനു സമ്മതിച്ചത്. വധുവിന്റെ വീട്ടിൽ രണ്ടു ദിവസമേ സുരേഷ് താമസിച്ചുള്ളു. മൂന്നാം ദിവസം വീട്ടിൽപ്പോയി വരാമെന്ന് പറഞ്ഞ് ഇറങ്ങിയതാണ്. അതിനുശേഷം അയാൾ ഭാര്യവീട്ടിൽ പോകുകയോ ഭാര്യയെക്കാണുകയോ ചെയ്യാതെ ഒഴിഞ്ഞുമാറി നടന്നു. എന്താണ് കാര്യമെന്ന് പലവട്ടം ചോദിച്ചപ്പോൾ അവൾ 'മോശക്കാരി' ആണെന്നായിരുന്നു അയാളുടെ മറുപടി. അതെങ്ങനെ മനസിലായെന്ന് പറയുന്നില്ല. മകന്റെ പെരുമാറ്റത്തിൽ സംശയം തോന്നിയിട്ടാണ് സൈക്യാട്രിസ്റ്റിനെ കാണിക്കാൻ തീരുമാനിച്ചത്. പരിശോധനയിൽ അയാൾക്ക് ആയുഷ്കാലം നീണ്ടുനിൽക്കുന്ന തരത്തിലുള്ള ലൈംഗികശേഷിക്കുറവുണ്ടെന്ന് മനസിലായി. പെൺകുട്ടിയുടെ ഭാവി നശിപ്പിക്കാതിരിക്കാൻ നഷ്ടപരിഹാരം കൊടുത്ത് ബന്ധം വേർപ്പെടുത്തുന്നതാണ് നല്ലതെന്ന് ഉപദേശിച്ചെങ്കിലും സുരേഷിന്റെ അച്ഛൻ രവീന്ദ്രന് അത് അംഗീകരിക്കാൻ കഴിഞ്ഞില്ല. തന്റെ മകന് ലൈംഗികശേഷിക്കുറവ് വരാനിടയില്ലെന്നാണ്

അദ്ദേഹത്തിന്റെ ഉറച്ച വിശ്വാസം. മറ്റു പലരെയും കാണിച്ചു. പല ചികിത്സകളും ചെയ്തുനോക്കി. വർഷങ്ങൾ രണ്ടു മൂന്നു കടന്നുപോയി. സുരേഷ് ഭാര്യയെ കാണാൻ പോകുകയോ ഭാര്യയോടൊത്തു കഴിയുകയോ ചെയ്യാൻ തയ്യാറായില്ല. ഒടുവിൽ പെൺകുട്ടിയുടെ വീട്ടുകാർ ആവശ്യപ്പെട്ട നഷ്ടപരിഹാരം കൊടുത്ത് മകന്റെ വിവാഹബന്ധം വേർപ്പെടുത്താൻ രവീന്ദ്രൻ നിർബന്ധിതനായി. ഇപ്പോൾ പെൺകുട്ടി മറ്റൊരാളുടെ ഭാര്യയാണ്. സുരേഷ് എന്ന ഫാർമസിസ്റ്റ് തനിച്ച് ജീവിക്കാൻ തുടങ്ങിയിട്ട് ഒരു വ്യാഴവട്ടക്കാലമായി.അയാളെ ഞാൻ ഇടയ്ക്കൊക്കെ കാണാറുണ്ട്. അയാൾ യാഥാർഥ്യം അംഗീകരിച്ച് അവിവാഹിതനായി ജീവിതം തുടരാനാണ് തീരുമാനിച്ചിട്ടുള്ളതെന്ന് എന്നോട് പറഞ്ഞു.

കഥകൾ കേട്ടുകഴിഞ്ഞിട്ടും അവസാനത്തെ പരീക്ഷണം കൂടി നടത്തി നോക്കണമെന്ന് നഫീസ ശഠിച്ചു. നയാഗ്രവെള്ളച്ചാട്ടത്തെ അനുസ്മരിപ്പിക്കുന്ന പേരുള്ളതും ബഹുരാഷ്ട്ര കുത്തകക്കമ്പനികൾ വർഷങ്ങളായി ലാഭക്കൊയ്ത്ത് നടത്തിക്കൊണ്ടിരിക്കുന്നതുമായ മരുന്നെഴുതിക്കൊടുത്താണ് ദമ്പതികളെ അന്ന് യാത്രയാക്കിയത്. പരീക്ഷണം പരാജയപ്പെട്ടാൽ യാഥാർഥ്യം അംഗീകരിച്ച് പരസ്പരം സഹകരിച്ച് രതിപൂർവകേളികളിലൂടെ ലൈംഗിക സംതൃപ്തി നേടി ഒരുമിച്ചുള്ള ജീവിതം തുടരുകയോ വിവാഹജീവിതം അവസാനിപ്പിച്ച് അവരവരുടെ വഴിക്ക് തിരിയുകയോ ചെയ്യണമെന്ന ഉപദേശവും നൽകിയിരുന്നു.

ഒരുമിച്ചുള്ള ജീവിതം തുടരാനാണ് തീരുമാനമെങ്കിൽ മാനസിക പ്രശ്നങ്ങൾക്ക് പരിഹാരം കാണാൻ ഇടയ്ക്കിടയ്ക്ക് വരണമെന്നും പറഞ്ഞിരുന്നു.

മൂന്നുമാസം കഴിഞ്ഞപ്പോൾ വന്നത് നഫീസയും ഉമ്മയും കൂടിയാണ്. പരീക്ഷണം വിജയിച്ചില്ല. നസീറിന്റെ സംശയരോഗം പരിധികടന്നിരിക്കുന്നു. പീഢനം നിത്യസംഭവമായിമാറി. വിവാഹബന്ധം വേർപ്പെടുത്താൻ നഫീസയും ബന്ധുക്കളും തീരുമാനിച്ചു. പക്ഷേ പുരുഷന്റെ ലൈംഗിക ശേഷിക്കുറവിന്റെ പേരിൽ വിവാഹബന്ധം വേർപ്പെടുത്താൻ മഹല്ല് കമ്മിറ്റി സമ്മതിക്കുന്നില്ല. പുരുഷന് ലൈംഗികശേഷി ഇല്ലാതെവരില്ലെന്നാണ് പള്ളിയിലെ ഖത്തീബിന്റെ വാദം. ഖത്തീഫ് നസീറിനെ വിളിച്ചു സംസാരിച്ചില്ലേ എന്ന് ഞാൻ ചോദിച്ചു. നഫീസയുടെ ഉമ്മ പറഞ്ഞു:

"ഇവട വെച്ച് അവൻ പറഞ്ഞ കാര്യങ്ങളൊക്കെ ഞങ്ങള് ഖത്തീബിനോട് പറഞ്ഞപ്പം ഖത്തീബ് അവനെ വിളിച്ച് ചോദിച്ചു. അതെല്ലാം കള്ളമെന്നാണ് ഇപ്പോളവൻ പറയുന്നത്. അതവന്റെ ബാപ്പ അവനെക്കൊണ്ട് പറയിപ്പിച്ചതാണ്. ബന്ധം വേർപ്പെടുത്തിയാല് പണ്ടവും പണവും തിരിച്ച് തരണ്ടിവരുമല്ല്. പണം കൊടുത്തതിന് പൊറമേ ഇവൾടെ ഇരുപത്തഞ്ച് പവന്റെ ആഭരണം തൂക്കിവിറ്റ് അയാള് കച്ചോടത്തിലെറക്കീട്ടുണ്ട്. പണ്ടവും പണവും കിട്ടീല്ലെങ്കിലും വേണ്ട. പെണ്ണിന്റെ ജീവിതം രക്ഷപ്പെട്ടാമതി. പള്ളിക്കമ്മെറ്റീല് ഹാജരാക്കാൻ ഡോക്ടറ് ഒരു സർട്ടിഫിക്കറ്റ് തരണം."

“എന്റെ സർട്ടിഫിക്കറ്റ് കണ്ടാൽ ഖത്തിബിനും പള്ളിക്കമ്മിറ്റിക്കാർക്കും ബോധ്യം വരുമോ?”

“ബോധ്യം വരണോല്ല്. ഇക്കാര്യത്തില് ഡോക്ടർമാര് പറയണതല്ലാണ്ട് ഖത്തിബ്മാര് പറയണതല്ലല്ല് ശരി.”

അവരുടെ ആവശ്യപ്രകാരം നസീറിന്റെ അവസ്ഥയും ചികിത്സയുടെ വിശദാംശങ്ങളും അടങ്ങുന്ന സർട്ടിഫിക്കറ്റ് കൊടുത്തു. തുടർന്നുണ്ടായ കാര്യങ്ങൾ സുബൈർ വിവരിച്ചു. സർട്ടിഫിക്കറ്റ് പള്ളിക്കമ്മറ്റിക്കാർ വാങ്ങി വായിച്ചുനോക്കി. കമ്മിറ്റി കൂടി തീരുമാനിക്കട്ടെ എന്നു പറഞ്ഞു. മാസങ്ങൾ കടന്നുപോയിട്ടും തീരുമാനമൊന്നും അറിയിച്ചില്ല. വിവാഹമോചനത്തിനു കുടുംബകോടതിയിൽ പോകുമെന്ന് പറഞ്ഞപ്പോൾ പള്ളിക്കമ്മിറ്റിയിൽ നഫീസയുടെ വിവാഹമോചനക്കാര്യം ചർച്ചചെയ്തു. പുരുഷന്റെ ലൈംഗികശേഷിക്കുറവിന്റെ പേരിൽ വിവാഹമോചനത്തിന് അനുവാദം കൊടുക്കേണ്ടതില്ലെന്നായിരുന്നു തീരുമാനം. കുടുംബകോടതിയിൽപ്പോയി വിവാഹമോചനം നേടാം. പക്ഷേ സമുദായം ബഹിഷ്കരിക്കുമോ എന്ന ഭയമായിരുന്നു വീട്ടുകാർക്ക്. ഗതിമുട്ടിയപ്പോഴാണ് നഫീസ ആത്മാഹൂതിക്ക് ശ്രമിച്ചത്.

“നഫീസയുടെ മാമ സുബൈറിന്റെ അപേക്ഷ ഇതാണ്: ഇത് ഇനി മറ്റൊരു പെൺകുട്ടിക്ക് സംഭവിക്കരുത്. ഡോക്ടർ കോടതിയിൽ എല്ലാം പറയണം.”

കോടതിയിൽ പോകേണ്ടി വന്നാൽ മുഴുവൻ സത്യവും പറയുമെന്ന് ഉറപ്പുകൊടുത്ത് നഫീസയുടെ അമ്മാവൻ സുബൈറിനെ യാത്രയാക്കി.

10

രോഗങ്ങളുടെ സമാഹാരം

പെൻഷൻകാരനായ തോമസ് രോഗങ്ങളുടെ ഒരു സമാഹാരമാണ്. മസ്തിഷ്കം, ഹൃദയം, കരൾ, ആമാശയം, വൻകുടൽ, വൃക്കകൾ തുടങ്ങിയ അവയവങ്ങളെല്ലാം തകരാറിലാണ്. ഭാഗ്യമുള്ളതുകൊണ്ട് എല്ലാ അവയവങ്ങളും ഒന്നിച്ച് തകരാറിലാവുന്നില്ല. ഓരോ അവയവം മാറിമാറി മാത്രമേ ആതുരാവസ്ഥയിലാകാറുള്ളു. മസ്തിഷ്കത്തിന് തകരാറ് സംഭവിക്കുമ്പോൾ ഓർമക്കുറവും തലയ്ക്കകത്ത് പെരുപ്പും ഉറക്കക്കുറവും അനുഭവപ്പെടുന്നു. അത് ഭേദമാകുമ്പോൾ ആമാശയം കുഴപ്പത്തിലാവുന്നു. അപ്പോഴാണ് “വായു” (ഗ്യാസ്) ശല്യപ്പെടുത്തുന്നത്. കുറച്ചു നാൾ കഴിയുമ്പോൾ ഗ്യാസിന്റെ ഉപദ്രവം മാറി ഹൃദയത്തിനാവും കുഴപ്പം. അപ്പോൾ നെഞ്ചിടിപ്പും നെഞ്ചിൽ സൂചികൊണ്ട് കുത്തുന്നതുപോലെ വേദനയും അനുഭവപ്പെടും. കരൾ തകരാറിലാവുമ്പോഴാണത്രേ പിത്തരസം പുളിച്ച് തികട്ടുന്നത്. വൻകുടൽ കേടാവുമ്പോൾ ധാരാളം “കീഴ്ശ്വാസം” വിടേണ്ടി വരും. വൃക്കകളുടെ കുഴപ്പം കാരണമാണ് മൂത്രത്തിന് മഞ്ഞനിറം ഉണ്ടാകുന്നത്. മാനസികമായ അസ്വസ്ഥതയും എന്തോ അപകടം സംഭവിക്കാൻ പോകുന്നു എന്ന സന്ത്രാസവും സ്ഥിരമായി അനുഭവപ്പെട്ടുകൊണ്ടിരിക്കുന്നു. ഇതൊന്നും തോമസിന്റെ അന്ധവിശ്വാസമല്ല, അനുഭവങ്ങളാണ്. തോമസിന് യാതൊരുവിധ അന്ധവിശ്വാസങ്ങളുമില്ല. കാരണം ആൾ നിരീശ്വരവാദിയാണ്.

രോഗങ്ങൾ മാറിമാറി വരുന്നതിനനുസരിച്ച് ഡോക്ടർമാരെ മാറിമാറി കാണുകയും മരുന്നുകൾ മാറിമാറി കഴിക്കുകയും ചെയ്യുന്നുണ്ട്. അടുത്തയിടെ ജലദോഷവും പനിയും ഉണ്ടായപ്പോൾ ഒരു ഡോക്ടറെ കണ്ടു. ആന്റിബയോട്ടിക്ക് ക്യാപ്സ്യൂൾ എഴുതിക്കൊടുത്തു. അത് ഒരാഴ്ച കഴിച്ചതോടെയാണ് ഓർമക്കുറവ്, ഗ്യാസ്ട്രബിൾ, നെഞ്ചിലെ സൂചിക്കുത്ത്

അങ്ങനെ പലരോഗങ്ങളും ഒന്നിച്ച് ആക്രമണം നടത്തിയത്. ആന്റിബയോട്ടിക്ക് എഴുതിക്കൊടുത്ത ഡോക്ടറുടെ അടുക്കൽത്തന്നെ ചെന്ന് രോഗ വിവരങ്ങൾ അവതരിപ്പിച്ചു. ആന്റിബയോട്ടിക്ക് കഴിച്ചതുകൊണ്ടാണ് ഇങ്ങനെ കുറെ രോഗങ്ങൾ ഒന്നിച്ചാക്രമണം നടത്താനിടയായതെന്ന് പറഞ്ഞപ്പോൾ ഡോക്ടർക്ക് കോപം വന്നു. തോമസിന് എന്തോ മാനസിക രോഗമാണെന്നും ഉടനെതന്നെ ഒരു സൈക്യാട്രിസ്റ്റിനെ കാണണമെന്നും പറഞ്ഞ് ഡോക്ടർ ഒഴിവാക്കി. ഡോക്ടർ കൊടുത്ത കത്തുമായാണ് എന്റെ അടുക്കൽ വന്നത്.

"ഈ കത്തുമായി വരുന്ന മിസ്റ്റർ തോമസിന് ജി എ ഡി (ജനറൽ ആങ്സൈറ്റി ഡിസോർഡർ) എന്ന മനോരോഗം ഉണ്ടെന്ന് സംശയിക്കുന്നു. വേണ്ടത് ചെയ്യുക."

തോമസ് ഒരു പൊതുപ്രവർത്തകനാണ്. മിശ്രവിവാഹസംഘം, യുക്തിവാദിസംഘം, ഫിലിംസൊസൈറ്റി, സാഹിത്യാസ്വാദകക്കൂട്ടായ്മ, പ്രകൃതിസംരക്ഷണസമിതി, മനുഷ്യാവകാശ സംഘം, ഉപഭോക്തൃസംരക്ഷണ സമിതി, സീനിയർ സിറ്റിസൺസ് ഫോറം, പെൻഷനേഴ്സ് യൂണിയൻ എന്നീ സംഘടനകളിൽ സജീവ അംഗമാണ്. പൈജാമ പോലെ അയഞ്ഞ പരുക്കൻ പാന്റ്സും കാൽമുട്ടിനുതാഴെ ഇറങ്ങിക്കിടക്കുന്ന ഖാദിസിൽക്കിന്റെ ജൂബയുമാണ് വേഷം. മുടിയും താടിമീശയും നീട്ടി വളർത്തിയിട്ടുണ്ട്. അപൂർണമായ നരയും പേരിനു കഷണ്ടിയുമുണ്ട്. മെലിഞ്ഞുനീണ്ടശരീരവും സവിശേഷതയുള്ള വേഷവും തോമസിനെ ആൾക്കൂട്ടത്തിൽ വേറിട്ടുകാണിക്കുന്നു. തോമസിനെ ഞാൻ നഗരത്തിലെ പല രംഗങ്ങളിലും വച്ച് കണ്ടിട്ടുണ്ട്. അങ്ങനെ ഉണ്ടായ പരിചയം വച്ചാണ് കൺസൽട്ടേഷന് വന്നിരിക്കുന്നത്.

"എനിക്ക് എന്റെ ഡിസീസിനെക്കുറിച്ച് പറയാൻ കുറച്ച് സമയം തരണം ഡോക്ടർ."

"തോമസ് പറയുന്നത് മുഴുവൻ ഞാൻ കേൾക്കാം."

ഉൽക്കണ്ഠരോഗത്തിന് (Anxiety disorder) മരുന്നല്ല പ്രധാനം, മന:ശാസ്ത്ര ചികിൽസയാണ്. മന:ശാസ്ത്രചികിത്സയുടെ പ്രധാനഭാഗം രോഗിക്ക് പറയാനുള്ളത് മുഴുവൻ കേൾക്കലാണ്. തോമസ് തന്റെ രോഗചരിത്രം വിവരിക്കാൻ തുടങ്ങി. പെൻഷനാകുന്നതുവരെ തോമസിന് യാതൊരു അസുഖവും ഇല്ലായിരുന്നു. പെൻഷനായതിനുശേഷവും മൂന്നാലു വർഷക്കാലം ചെറിയ തോതിൽ "ഗ്യാസ്ട്രബിൾ" ഉണ്ടായിരുന്നതല്ലാതെ മറ്റുരോഗങ്ങളൊന്നും ശല്യപ്പെടുത്തിയിരുന്നില്ല. ഒരു ഡോക്ടറെ കണ്ടപ്പോൾ ഗ്യാസ്ട്രബിളിനുള്ള ഗുളിക കുറിച്ചുകൊടുത്തു. അത് തുടർച്ചയായി കഴിച്ചുപോന്നു. ഗുളിക കഴിക്കുമ്പോൾ ആശ്വാസം കിട്ടും. ഗുളിക വാങ്ങാൻ ഡോക്ടറുടെ ചീട്ടൊന്നും വേണ്ടാത്തതുകൊണ്ട് ഡോക്ടറെ കാണാൻ പിന്നെ പോയിട്ടില്ല. അങ്ങനെ വർഷങ്ങളായി "ഗ്യാസ്ട്രബിൾഗുളിക" തോമസിന്റെ ജീവിതത്തിന്റെ ഭാഗമാണ്.

മറ്റൊരവസരത്തിൽ ഓർമക്കുറവും തലപ്പെരുപ്പവും അനുഭവപ്പെട്ടപ്പോൾ ഒരു ഡോക്ടറെ കണ്ടു. അദ്ദേഹം ഒരു ഗുളിക രാവിലെയും

രാത്രിയും കഴിക്കാൻ പറഞ്ഞുകൊണ്ട് എഴുതിക്കൊടുത്തു. ആ ഗുളികയും ഇടയ്ക്കിടെ കഴിക്കും. അത് ഡോക്ടറുടെ ചീട്ടില്ലാതെ തരില്ലെന്ന് മെഡിക്കൽ ഷോപ്പുകാര് പറയുമെങ്കിലും നാലോ അഞ്ചോ ഗുളികമതിയെന്ന് പറയുമ്പോൾ കൊടുക്കും. ഗ്യാസ്ട്രബിളിനും തലപ്പെരുപ്പിനും പുറമേ മറ്റ് അസ്വസ്ഥതകൾ തോന്നുമ്പോഴെക്കെ ഏതെങ്കിലും ഡോക്ടറെ കണ്ട് മരുന്നുകൾ കുറിച്ചു വാങ്ങും. തോമസ് സ്ഥിരമായി കഴിക്കുന്ന വിറ്റാമിൻ ഗുളികകളുണ്ട്. അതൊക്കെ ഏതു മെഡിക്കൽഷോപ്പിൽ നിന്നും എപ്പോഴും കിട്ടും. ഇങ്ങനെ ഡോക്ടർമാരെ കണ്ടും കാണാതെയും മരുന്നുവാങ്ങി കഴിക്കൽ തുടരവെയാണ് ജലദോഷവും പനിയും വന്നത്. ഡോക്ടർ മരുന്നെഴുതിയപ്പോൾത്തന്നെ ചോദിച്ചതാണ് ആന്റിബയോട്ടിക്ക് ആണോ എന്ന്. തോമസിന് മരുന്നുകൾ കഴിക്കുന്നത് ഇഷ്ടമാണെങ്കിലും ആന്റിബയോട്ടിക്കിനെ ഭയമാണ്. പത്രങ്ങളിലും മാസികകളിലും ആന്റിബയോട്ടിക്കിന്റെ ദൂഷ്യഫലങ്ങളെകുറിച്ച് ധാരാളം ആളുകൾ എഴുതിയിട്ടുണ്ടല്ലോ. ആന്റിബയോട്ടിക്ക് എന്നാൽ ജീവന് തന്നെ എതിര് എന്നാണല്ലോ അർഥം. നെഞ്ചിൽ അണുബാധയുണ്ടെന്നും ആന്റിബയോട്ടിക്ക് കഴിച്ചേ പറ്റൂ എന്നും പറഞ്ഞതുകൊണ്ട് ഗത്യന്തരമില്ലാതെയാണ് ആന്റിബ യോട്ടിക്ക് കഴിക്കാനിടയായതും രോഗങ്ങൾ ഒന്നിച്ചാക്രമണം നടത്തിയതും.

ഇപ്പോൾ തോമസിനെ അലട്ടുന്ന പ്രശ്നങ്ങൾ തലയ്ക്ക് പെരുപ്പ്, അസ്വസ്ഥത, ഉറക്കക്കുറവ് എന്നിവയാണ്. ഈ മൂന്നു രോഗങ്ങൾക്ക് മൂന്നു തരത്തിലുള്ള മരുന്നുകൾ കുറിച്ചു കിട്ടുമെന്ന പ്രതീക്ഷയിലാണ് തോമസ് വന്നിരിക്കുന്നത്.

ആത്മകഥയും കുടുംബചരിത്രവും വിവരിക്കാൻ പറഞ്ഞപ്പോൾ തോമസ് തീരെ താൽപ്പര്യം കാണിച്ചില്ല. നഗരത്തിൽ നിന്നു വളരെ അകലെയുള്ള ഗ്രാമത്തിലാണ് തറവാട്. എട്ടുസന്താനങ്ങളിൽ രണ്ടാമനാണ് തോമസ്. കുടുംബത്തിലാർക്കും മനോരോഗമില്ല. ബി എ പാസ്സായ ഉടനെ ക്ളാർക്കായി സർക്കാർജോലിയിൽ പ്രവേശിച്ചു. സീനിയർ സൂപ്രണ്ടായി പെൻഷൻ പറ്റി. വിവാഹം ചെയ്തു. ഭാര്യ ഗവൺമെന്റ് സ്കൂളിലെ അധ്യാപിക ആയിരുന്നു. അവർക്കും പെൻഷനായി. രണ്ട് ആൺമക്കളാണുള്ളത്. രണ്ടുപേരും പഠിത്തത്തിൽ മിടുക്കരായിരുന്നു. അവരിപ്പോൾ ഡോക്ടർമാരാണ്. ഒരാൾ അമേരിക്കയിലും രണ്ടാമൻ ഇംഗ്ലണ്ടിലുമാണ്.

തോമസ് പറഞ്ഞകാര്യങ്ങളിൽ നിന്നും രോഗങ്ങളുടെ വേരുകൾ എവിടെയാണെന്ന് വ്യക്തമായില്ല. അതുകൊണ്ട് ചോദ്യങ്ങൾ ചോദിക്കേണ്ടിവന്നു.

"തോമസിന്റെ മനസ്സിനെ അലട്ടുന്ന എന്തെങ്കിലും പ്രശ്നമുണ്ടോ? സാമ്പത്തികപ്രശ്നം.... മക്കൾ രണ്ടുപേരും മറുനാട്ടിലാണെന്ന ചിന്ത... അങ്ങനെ എന്തെങ്കിലും പ്രശ്നം...?"

അൽപ്പം നീണ്ട മൗനത്തിനുശേഷമാണ് തോമസ് തന്റെ സ്വകാര്യ ജീവിതത്തെക്കുറിച്ച് പറഞ്ഞു തുടങ്ങിയത്:

"അങ്ങനെ പ്രശ്നങ്ങളൊന്നുമില്ല ഡോക്ടർ. എല്ലാം ഉണ്ടോ എന്ന് ചോദിച്ചാൽ ഉണ്ട്. പക്ഷേ ഒന്നും ഞാൻ വിചാരിച്ച രീതിയിലല്ല. എന്നെ പേഴ്സണലായിട്ട് ഡോക്ടർക്ക് അറിയാമല്ലോ. എനിക്ക് ചില പ്രിൻസിപ്പിൾസും ചിട്ടകളുമൊക്കെയുണ്ട്. എന്റെ വൈഫും മക്കളുമെല്ലാം വേറെ രീതിയിലാണ്...."

നിരീശ്വരവാദിയായ തോമസിന് മതവിശ്വാസമില്ലാത്ത ഒരു പെൺകുട്ടിയെ വിവാഹം കഴിക്കണമെന്നായിരുന്നു ആഗ്രഹം. ആഗ്രഹമല്ല വാശി തന്നെയായിരുന്നു. അതും അന്യമതത്തിലും ജാതിയിലും പെട്ട കുടുംബത്തിൽ നിന്നൊരു പെൺകുട്ടിയെ വേണം. വളരെക്കാലത്തെ അന്വേഷണത്തിനുശേഷം ഈഴവജാതിയിൽപ്പെട്ട നളിനിയെ ജീവിതസഖിയാക്കാൻ തോമസിനു കഴിഞ്ഞു. നളിനിയുടെ ബാല്യകാലത്തുതന്നെ അച്ഛനും അമ്മയും മരിച്ചുപോയി. വലിയച്ഛന്റെ സംരക്ഷണയിലാണ് നളിനി വളർന്നത്. വലിയച്ഛൻ നളിനിയെ സഹായിച്ചതു കാരണം പഠിക്കാനും പ്രൈമറി അധ്യാപികയുടെ ജോലി സമ്പാദിക്കാനും കഴിഞ്ഞു. വലിയച്ഛൻ നിരീശ്വരവാദിയായിരുന്നു. നളിനിക്കും ഈശ്വരവിശ്വാസം ഇല്ലെന്നാണ് എല്ലാവരും പറഞ്ഞത്. പക്ഷേ വിവാഹം കഴിഞ്ഞ് കുറച്ചുനാൾ കഴിഞ്ഞപ്പോഴാണ് മനസിലായത് നളിനിക്ക് ഈശ്വരവിശ്വാസമുണ്ടെന്ന്. സ്കൂളിൽ പോകുന്ന വഴിക്ക് നളിനി ദേവീക്ഷേത്രത്തിൽപ്പോയി തൊഴാറുണ്ട്. തോമസ് അറിഞ്ഞപ്പോൾ ക്ഷേത്രത്തിൽ പോകുന്നത് വിലക്കി.

മക്കൾക്ക് പേരിടുന്ന കാര്യത്തിലായിരുന്നു പിന്നത്തെത്തർക്കം. മൂത്ത മകന് മാക്സിം ഗോർക്കി എന്ന് പേരിടണമെന്ന് തോമസ് പറഞ്ഞപ്പോൾ നളിനി എതിർത്തു. ഒടുവിൽ സിദ്ധാർഥൻ എന്നു പേരിട്ടു. രണ്ടാമത്തെ മകന് ലെനിൻ എന്ന് പേരിടണമെന്ന് തോമസ് വാശിപിടിച്ചതുകാരണം നളിനിക്കു വഴങ്ങേണ്ടിവന്നു. നളിനിയാണ് കുട്ടിയെ സ്കൂളിൽ ചേർത്തത്. അപ്പോൾ കുട്ടിക്ക് രാജേന്ദ്രൻ എന്നപേരാണ് നൽകിയത്. നളിനിയുടെ അച്ഛന്റെ പേരാണത്. തോമസ് അറിഞ്ഞപ്പോൾ ബഹളം കൂട്ടിയെങ്കിലും രാജേന്ദ്രൻ എന്ന പേരുമാറ്റാൻ കഴിഞ്ഞില്ല. കാരണം കുട്ടിയും തനിക്ക് രാജേന്ദ്രൻ എന്ന പേരുമതിയെന്ന് പറഞ്ഞു. അഞ്ചുവയസുകാരന്റെ അഭിപ്രായം കണക്കിലെടുക്കാനാവില്ലെന്ന് തോമസ് തർക്കിച്ചെങ്കിലും ഫലമൊന്നുമുണ്ടായില്ല.

കുട്ടികളെ ഈശ്വരവിശ്വാസം പഠിപ്പിക്കുന്നതിനെ ചൊല്ലി കുടുംബവഴക്ക് പതിവായി. അതിലും തോമസ് പരാജയപ്പെട്ടു. സിദ്ധാർഥനും രാജേന്ദ്രനും അച്ഛനോടുള്ള വാശി തീർക്കാൻ നിത്യവും ക്ഷേത്രദർശനം നടത്തുക പതിവാക്കി. മക്കൾ രണ്ടുപേരും തന്നെ അനുസരിക്കാത്തതുകൊണ്ട് അവരുടെ മെഡിക്കൽകോളേജിലെ പഠനത്തിന്റെ ചിലവിനുള്ള തുക തരില്ലെന്ന് തോമസ് പറഞ്ഞു. പറയുക മാത്രമല്ല മക്കൾക്ക് പണം കൊടുക്കുന്നത് നിറുത്തുകയും ചെയ്തു. നളിനിയാണ് എല്ലാ ചെലവുകളും നിറവേറ്റിയത്. മക്കൾ രണ്ടുനേരും നല്ല നിലയിൽ പാസാകുകയും എം ഡി എടുത്തതിനുശേഷം അമേരിക്കയിലേക്കും ഇംഗ്ലണ്ടിലേക്കും

പോകുകയും ചെയ്തു. മക്കളുടെ പഠനത്തിനു സഹായിച്ചതിന്റെപേരിൽ നളിനിക്ക് വലിയ കടത്തിന്റെഭാരം പേറേണ്ടിവന്നു. പക്ഷേ മക്കൾ രണ്ടു പേരും കൂടി അത് താമസം കൂടാതെ വീട്ടി. മക്കളുടെ വിവാഹക്കാര്യത്തിലും തോമസിന്റെ അഭിപ്രായം തിരസ്കരിക്കപ്പെട്ടു. സിദ്ധാർഥനും രാജേന്ദ്രനും അമ്മയുടെ കുടുംബത്തിൽപ്പെട്ട പെൺകുട്ടികളെത്തന്നെ വിവാഹം ചെയ്തു. അവരും ഭർത്താക്കന്മാരോടൊപ്പം നാടുവിട്ടുപോയ ഡോക്ടർമാരാണ്.

മക്കളും മരുമക്കളും നാട്ടിൽ വരുമ്പോഴൊക്കെ തോമസിനെ അവഗണിച്ച് അമ്മയോടൊത്ത് മൂകാംബികയിലും പളനിയിലും തിരുപ്പതിയിലുമൊക്കെ തീർഥയാത്രകൾ പോകും. ഭാര്യയും മക്കളും "അന്ധവിശ്വാസത്തിലും അനാചാരങ്ങളിലും" അഭിരമിക്കുന്നതിനെ മുമ്പൊക്കെ തോമസ് ശക്തിയായി എതിർത്തുകൊണ്ടിരുന്നു. എതിർപ്പ് വിപരീതഫലങ്ങളാണ് ഉളവാക്കുന്നതെന്ന് മനസിലായതോടെ തോമസ് നിശ്ശബ്ദനായി. സ്വന്തം വീട്ടിൽ അന്യനെപ്പോലെ കഴിയാൻ നിർബന്ധിതനായി. അതോടെയാണ് തോമസിനെ രോഗങ്ങൾ ആക്രമിക്കാൻ തുടങ്ങിയത്.

രോഗിയായിട്ടുപോലും ഭാര്യയും മക്കളും തന്നെ വേണ്ടത്ര ശ്രദ്ധിക്കുന്നില്ലെന്നാണ് തോമസിന്റെ പരാതി. എന്തെങ്കിലും അസുഖത്തിന്റെ കാര്യം പറയുമ്പോൾത്തന്നെ നളിനി പുച്ഛത്തോടെ "തുടങ്ങി" എന്ന് പറയും. ഗ്യാസ്ട്രബിളുള്ളതുകൊണ്ട് രാത്രി കഞ്ഞിയും പയറും വേണമെന്ന് പറയുമ്പോൾ തന്നത്താൻ ഉണ്ടാക്കിക്കഴിക്കാൻ പറയും. അവർക്ക് വേണ്ടത് ചപ്പാത്തിയും മീനും ഇറച്ചിയുമൊക്കെയാണ്. ഭക്ഷണകാര്യത്തിൽപ്പോലും തന്റെ ഇംഗിതം നടക്കാതിരിക്കുകയാണ്.

തോമസിന്റെ രോഗകാരണം വ്യക്തമാണ്. തന്റെ യുക്തിചിന്ത കുടുബാംഗങ്ങൾ അംഗീകരിക്കാതെ വന്നതിലുള്ള പ്രതിഷേധമാണ് രോഗങ്ങളുടെ രൂപത്തിൽ പ്രത്യക്ഷപ്പെട്ടത്. കുടുംബാംഗങ്ങളുടെ ശ്രദ്ധ തന്നിലേക്കാർഷിക്കാനാണ് തോമസ് യഥാർഥത്തിൽ രോഗങ്ങളുടെ സമാഹാരമായത്. പക്ഷേ അതും വിപരീതഫലമാണുണ്ടാക്കിയത്. ഇത് തോമസിനെ ബോധ്യപ്പെടുത്തുന്ന കാര്യം ദുഷ്കരമാണ്. കഴിച്ചുകൊണ്ടിരിക്കുന്ന എല്ലാ മരുന്നുകളും നിറുത്താൻ പറഞ്ഞപ്പോൾ തോമസ് ഒന്നു ഞെട്ടി.

"ഡോക്ടർ.....അപ്പോൾ....മരുന്നൊന്നും കഴിച്ചില്ലെങ്കിൽ......"

മരുന്നുകൾ നിറുത്തിയാൽ എന്തെങ്കിലും അത്യാഹിതം സംഭവിക്കുമെന്നായിരിന്നു തോമസിന്റെ ഭയം. യാതൊന്നും സംഭവിക്കുകയില്ലെന്ന് ഞാൻ ഉറപ്പുകൊടുത്തു. പൊതുപ്രവർത്തനങ്ങളിൽ കൂടുതൽ സമയം ചെലവഴിക്കാനും നിത്യവും രാവിലെയും വൈകുന്നേരവും വ്യായാമത്തിനായി അരമണിക്കൂർ സമയമെങ്കിലും വേഗത്തിൽ നടക്കാനും ഉപദേശിച്ചു. ഏതെങ്കിലും ഒരു മരുന്നു കഴിക്കാതെ അസുഖങ്ങൾ മാറുമോ എന്നായിരുന്നു തോമസിന്റെ ചോദ്യം. രോഗങ്ങൾ തന്റെ യഥാർഥ അനുഭവമാണല്ലോ. മരുന്നുകഴിക്കാതെ രോഗം എങ്ങനെ മാറും? ചികിത്സാരംഗത്ത് മരുന്നുകമ്പനികൾ സ്വാധീനം ചെലുത്തുന്നത് എങ്ങനെയാണെന്ന് ബോധ്യപ്പെടുത്താൻ ഞാനൊരു ശ്രമം നടത്തി.

ഓരോ പ്രാവശ്യവും ഡോക്ടറെ കാണുമ്പോൾ കുടുംബപ്രശ്ന ത്തിൽ നിന്നുളവായ മാനസികമർദത്തിന് മരുന്നെഴുതുകയാണ്. മരുന്നെ ഴുതിത്തരുന്നതിന്റെ അർഥം നിങ്ങളൊരു രോഗിയാണെന്നുള്ള പ്രത്യായനം (suggestion) നൽകലാണ്. മരുന്നുകമ്പനികൾ പഠിപ്പിച്ചതനുസരിച്ചാണ് ഡോക്ടർമാർ മാനസികപ്രശ്നങ്ങൾക്ക് മരുന്നെഴുതുന്നത്. ഡോക്ടറുടെ പ്രത്യായനം മരുന്നെഴുതി വാങ്ങുന്ന ആൾ മനസിൽ സ്വീകരിക്കുന്നതോടെ വിജയിക്കുന്നത് മരുന്നുകമ്പനിയാണ്. പിന്നെ ഡോക്ടറുടെ കുറിപ്പടിയി ല്ലാതെയും അയാൾ മരുന്നുകൾ വാങ്ങിക്കഴിച്ചുകൊള്ളുമെന്ന് കമ്പനി ക്കറിയാം. മരുന്നുകമ്പനികളുടെ വരുമാനത്തിൽ നല്ലൊരുപങ്ക് നൽകു ന്നത് ഉൽക്കണ്ഠരോഗികളാണ്. അവർ ഡോക്ടറുടെ കുറിപ്പടിയില്ലാതെ തന്നെ ധാരാളം മരുന്നുകൾ വാങ്ങിക്കഴിക്കുന്നു. മരുന്നുകമ്പനികളുമായി മത്സരിക്കാൻ ഗോദയിലുള്ളത് മതനിരപേക്ഷവും അല്ലാത്തതുമായ ആത്മീയക്കാരും ആൾദൈവങ്ങളും ധ്യാനകേന്ദ്രക്കാരുമാണ്. നിരീശ്വര വാദിയായ തോമസ് തന്നെയും പ്രശസ്തനായ ഗുരുവിൽ നിന്നു പഠിച്ച "യോഗ"യും പ്രാണായാമവും ചെയ്യുന്നുണ്ടത്രേ. യുക്തിവാദിയായ ആളെ ങ്ങനെ "ഗുരു"വിന്റെ ശിഷ്യനായി എന്നു ചോദിച്ചു. മതനിരപേക്ഷ ആത്മീയക്കാരനാണ് ഗുരു എന്നായിരുന്നു മറുപടി. രണ്ടു കൈയും വീശി അരമണിക്കൂർ നേരം വേഗത്തിൽ നടക്കുകയോ കായികാധ്വാനം ചെയ്യു കയോ പതിവാക്കിയിട്ടുള്ളവർക്കൊന്നും യോഗയും പ്രാണായാമയും അതുപോലുള്ള തരികിടകളും ആവശ്യമായി വരാറില്ലെന്ന് തോമസിനെ പറഞ്ഞു മനസിലാക്കി.

അഞ്ചാറുമാസത്തെ ശ്രമഫലമായി തോമസ് മരുന്നില്ലാതെ ജീവി ക്കാനും രോഗബോധത്തിൽ നിന്നു മുക്തിനേടാനും പഠിച്ചു. അധികം താമസിയാതെ തന്നെ ചികിത്സ അവസാനിപ്പിക്കാമെന്ന് കരുതിയതാണ്. അപ്പോഴാണ് ഇളയമകൻ ഡോക്ടർ രാജേന്ദ്രനും ഭാര്യ ഡോക്ടർ രജനിയും ഇംഗ്ലണ്ടിൽ നിന്നും വന്നത്. ഒരു ദിവസം വൈകുന്നേരം ഡോക്ടർ രാജേന്ദ്രൻ എന്നെ മൊബൈൽഫോണിൽ വിളിച്ചു പറഞ്ഞു:

"പപ്പയ്ക്ക് ഡോക്ടറെ അടിയന്തരമായി കാണണം."

"എന്താണ് പ്രശ്നം?"

"അവിടെ വന്നിട്ട് പറയാം."

തോമസിന്റെ ഭാര്യ നളിനിയും മകൻ ഡോക്ടർ രാജേന്ദ്രനും കൂടി യാണ് തോമസിനെ കാറിൽ കൊണ്ടുവന്നത്. കാറിൽ നിന്നിറക്കി ഒരു കുഞ്ഞിനെയെന്നോണം ഭാര്യയും മകനും കൂടി കൈപിടിച്ചു നടത്തിയാണ് കൺസൽട്ടേഷൻ മുറിയിലേക്കാനയിച്ചത്. ഇതിനുമുമ്പ് പലപ്പോഴും ഭാര്യ യോടൊപ്പം ചികിത്സയ്ക്ക് വരണമെന്ന് പറഞ്ഞിട്ടുണ്ടായിരുന്നു. എത്ര പറഞ്ഞിട്ടും അവർ വരുന്നില്ലെന്നാണ് തോമസ് പറഞ്ഞത്. തോമസ് ഭാര്യ യെക്കുറിച്ചും മക്കളെക്കുറിച്ചും എന്നോട് ധാരാളം സംസാരിച്ചിട്ടുണ്ടെ ങ്കിലും നളിനിയെയും രാജേന്ദ്രനെയും ഞാൻ ആദ്യമായി കാണുകയാ യിരുന്നു. മധ്യവയസ്സ് പിന്നിട്ടെങ്കിലും സ്ത്രീസൗന്ദര്യത്തിന്റെ പ്രകാശം

തുളുമ്പിനിന്നിരുന്നു നളിനിയിൽ. ഇംഗ്ലണ്ടിൽ നിന്നും വന്ന രാജേന്ദ്രൻ മുണ്ടും ഷർട്ടും ധരിച്ച് നാടൻ വേഷത്തിലാണ്. തോമസ് ആളാകെ മാറിയിരിക്കുന്നു. മുഖം വളരെ മ്ലാനമാണ്. കണ്ണുകളിൽ ഭയത്തിന്റെ ആഴം. ചോദ്യങ്ങൾക്കൊന്നും മറുപടി പറയാനാകാതെ പേടിച്ചരണ്ട മുയലിനെപ്പോലെ മൗനത്തിന്റെ കട്ടിയുള്ള ആവരണത്തിനകത്ത് നിശ്ചലനായി രുന്നു. ഉൽക്കണ്ഠരോഗികൾക്ക് ചിലപ്പോഴൊക്കെ ഉണ്ടാകാറുള്ള ഘോരഭയത്തിന്റെ (Panic attack) പിടിയിലാണെന്ന് മനസിലായി. ഞാൻ ചോദ്യരൂപത്തിൽ നളിനിയെയും രാജേന്ദ്രനെയും നോക്കി. രാജേന്ദ്രൻ പപ്പയുടെ രോഗവിവരമല്ല പറഞ്ഞത്. സ്വന്തം പിതാവിനെക്കുറിച്ചുള്ള പരാതികളുടെ പ്രചണ്ഡമായ പ്രവാഹമായിരുന്നു അത്. ഒടുവിലയാൾ കാര്യത്തിലേക്ക് വന്നു.

"ഞങ്ങൾ നാളെ മൂകാംബികയ്ക്ക് പോകുന്നെന്നു പറഞ്ഞതുമുതലാണ് പപ്പ ഇങ്ങനെ ആയത്. പപ്പയ്ക്ക് യാതൊരു അസുഖവുമില്ല. He is a neurotic, you know. Just an anxiety neurosis. ഇപ്പം അതിനുള്ളയാതൊരു കാരണവുമില്ല."

"ഡോക്ടർ ഇംഗ്ലണ്ടിൽ ഏത് സ്പെഷ്യാലിറ്റിയിലാണ് പ്രാക്റ്റീസ് ചെയ്യുന്നത്?"

"I am a cardiologist. പപ്പ എന്നും ഇങ്ങനെയായിരുന്നു. ഞങ്ങളുടെ ജീവിതത്തിൽ തടസ്സങ്ങൾ മാത്രമേ സൃഷ്ടിച്ചിട്ടുള്ളു. ഈവൻ, ഞങ്ങളുടെ പഠിത്തം പോലും മുടക്കാൻ ശ്രമിച്ചു. മമ്മ ഹെൽപ്പ് ചെയ്തതുകൊണ്ടു മാത്രമാണ് ഞങ്ങൾ രക്ഷപ്പെട്ടത്."

ഘോരഭയത്തിന്റെ പിടിയിലമർന്നിരിക്കുന്ന തോമസിന്റെ മാനസികാവസ്ഥ എന്തെന്ന് ഹൃദ്രോഗവിദഗ്ധനായ മകന് മനസിലാക്കിക്കൊടുക്കാൻ ഒരു മണിക്കൂറോളം പ്രഭാഷണം നടത്തേണ്ടിവന്നു. തങ്ങൾ അമ്മയെയും കൂട്ടി മൂകാംബികയ്ക്ക് പോകുന്നതിലുള്ള പ്രതിഷേധമാണതെന്നായിരുന്നു രാജേന്ദ്രന്റെ തർക്കം. അത് ശരിയുമായിരുന്നു. പക്ഷേ പ്രതിഷേധം ഘോരഭയത്തിന്റെ രൂപത്തിലാണ് തോമസിന് അനുഭവപ്പെടുന്നത്. അതുകൊണ്ട് തോമസിനെ തനിച്ചാക്കിയിട്ട് പോകരുതെന്ന് അവരോട് പറഞ്ഞു. അങ്ങനെ ചെയ്താൽ തോമസിന്റെ ആത്മഹത്യവരെയുള്ള അനന്തരഫലങ്ങൾ ഉണ്ടാകാനുള്ള സാധ്യത ചൂണ്ടിക്കാണിച്ചപ്പോഴാണ് ഹൃദ്രോഗവിദഗ്ധന് മനോരോഗത്തിന്റെ ഗൗരവം മനസിലായത്.

പിറ്റേന്ന് തോമസ് ഫോൺ ചെയ്ത് ഘോരമായ ഒരു വിപത്തിൽ നിന്നും തന്നെ രക്ഷിച്ചതിനു നന്ദി പറഞ്ഞു. ഭാവിയിൽ ഇത്തരം സന്ദർഭങ്ങളിൽ മനസിന്റെ സമനില കൈവിടാതിരിക്കാനുള്ള തയ്യാറെടുപ്പിലാണ് തോമസ് ഇപ്പോൾ. ആറുമാസം കഴിയുമ്പോൾ അമേരിക്കയിലെ മകനും ഭാര്യയും വരും. അവരും അമ്മയെയും കൂട്ടി മൂകാംബികയിലോ തിരുപ്പതിയിലോ പോകും.

11

നെഞ്ചിലെ നെരിപ്പോട്

സുഷമയും രവീന്ദ്രനും അവരുടെ "കുടുംബപ്രശ്നത്തിനു" പരിഹാരം കാണാനാണ് വന്നത്. ചികിത്സയ്ക്കല്ല. രണ്ടുപേർക്കും സാധാരണയിൽ കവിഞ്ഞ ഉയരവും ഒത്ത തടിയുമുണ്ട്. കോളേജിൽ പഠിക്കുമ്പോൾ രണ്ടുപേരും എൻ സി സിയിലുണ്ടായിരുന്നു, കായികതാരങ്ങളുമായിരുന്നു.

പ്രണയവിവാഹമായിരുന്നോ? ആണെണും അല്ലെന്നും പറയാം. രണ്ടുപേരും പരസ്പരം അറിയുകയും ഇഷ്ടപ്പെടുകയും ചെയ്തിരുന്നു. പരസ്പരം ആകർഷിച്ചത് ആകാര സൗഷ്ഠവമാണ്. വീട്ടുകാർ ആലോചന നടത്തി വിവാഹം വിശ്ചയിക്കുന്നതിനു മുമ്പു തന്നെ സുഷമയും രവീന്ദ്രനും ഒരുമിച്ചു ജീവിക്കാൻ തീരുമാനിച്ചു. കൃത്യമായിപ്പറഞ്ഞാൽ അവരുടെ ആഗ്രഹപ്രകാരമാണ് വീട്ടുകാർ വിവാഹാലോചന തുടങ്ങിയത്. വിവാഹത്തിനു മുമ്പുതന്നെ അവർ ലൈംഗികബന്ധം പുലർത്താൻ തുടങ്ങിയിരുന്നു.

രവീന്ദ്രന് സബ്ഇൻസ്പെക്ടർ ആകണമെന്നായിരുന്നു ആഗ്രഹം. അത് സഫലമായില്ല. പി എസ് സി ടെസ്റ്റെഴുതി ക്ളാർക്കായി. സുഷമ ജോലിക്കുപോകുന്നത് രവീന്ദ്രന് ഇഷ്ടമില്ലായിരുന്നു. കുടുംബസ്വത്തിന്റെ വിഹിതം കിട്ടിയതുകൊണ്ട് ഒരാൾ മാത്രം ജോലിചെയ്താലും സുഖമായി ജീവിക്കാം. കുടുംബകലഹം തുടങ്ങിയതിനുശേഷം സുഷമ സഹകരണത്തിന്റെ ഡിപ്ലോമ പാസായി ഒരു സഹകരണസംഘത്തിൽ ക്ലാർക്കായി. രവീന്ദ്രനുമായുള്ള ബന്ധം വേർപിരിയേണ്ടിവന്നാൽ സ്വന്തം കാലിൽ നിൽക്കണമല്ലോ എന്നു കരുതിയാണ് രവീന്ദ്രന്റെ വിലക്കുകളെ മാനിക്കാതെ ജോലിസമ്പാദിച്ചത്. ഇനി രവീന്ദ്രനുമായുള്ള ബന്ധം ഉപേക്ഷിച്ചാലും പ്രശ്നമില്ല.

"ബന്ധം ഉപേക്ഷിക്കണമെന്നുണ്ടോ?"

രവീന്ദ്രൻ: ഞാനക്കാര്യം ആലോചിച്ചിട്ടേയില്ല.

സുഷമ: രവി മറ്റുസ്ത്രീകളുമായുള്ള ബന്ധം ഉപേക്ഷിച്ചാൽ വിവാഹബന്ധം വേർപ്പെടുത്തണമെന്ന് എനിക്കില്ല. ഏതു പെണ്ണിനെക്കണ്ടാലും രവി വശീകരിക്കും. അതിന് പ്രത്യേക കഴിവുണ്ട്. പഠിക്കുന്ന കാലം മുതലേ അങ്ങനെയാണ്. പെണ്ണുങ്ങൾ ഇഷ്ടപ്പെടുന്നത് രവിയുടെ ശരീരമാണ്. ഞാനും സത്യത്തിൽ രവിയുമായി അടുപ്പത്തിലായതങ്ങനെയാണ്. ഞാൻ ഭയങ്കര പൊസ്സസ്സീവാണ്. രവി മറ്റൊരു പെണ്ണിനോട് സംസാരിക്കുന്നത് തന്നെ എനിക്കിഷ്ടമല്ല.

രവീന്ദ്രൻ: ഇതാണ് പ്രശ്നം ഡോക്ടറേ. മനുഷ്യൻ സമൂഹത്തിൽ ജീവിക്കുമ്പോൾ പുരുഷൻമാരോടും സ്ത്രീകളോടും ഇടപെടേണ്ടിവരില്ലേ? ഒരു പെണ്ണിനോട് സംസാരിച്ചാലുടനെ കുഴപ്പമായെന്നാണ് ഇവൾ പറയുന്നത്.

സുഷമ: എനിക്ക് ഡോക്ടറോട് സ്വകാര്യമായി ചിലത് പറയാനുണ്ട്.

രവീന്ദ്രൻ: ഓയെസ് ഞാൻ പുറത്തിരിക്കാം.

സുഷമ തനിച്ചായപ്പോൾ സ്വാതന്ത്ര്യത്തോടെ മനസിലുള്ളത് തുറന്നു പറയാൻ തുടങ്ങി. രവീന്ദ്രന് പെണ്ണ് ഒരു ദൗർബല്യമാണ്. ഏതു പെണ്ണിനെയും വശീകരിച്ച് ലൈംഗികബന്ധത്തിന് വഴിപ്പെടുത്താൻ വലിയ മിടുക്കാണ്.

"അധികം ആണുങ്ങൾക്കും ഒന്നിലധികം പെണ്ണുങ്ങളുമായി ബന്ധം വേണമെന്ന് എനിക്കറിയാം. ആയിക്കോട്ടെ. പക്ഷേ എന്റെ മുമ്പിൽ വച്ച് ഞാൻ കാണാനേ പാടില്ല. രവി ഏതെങ്കിലുമൊരു പെണ്ണുമായി അടുത്തു പെരുമാറുന്നതു കാണുമ്പത്തന്നെ എന്റെ മനസ്സ് മണ്ണെണ്ണയ്ക്ക് തീപിടിച്ചപോലാവും. രവിയാണെങ്കിലോ എന്നോടുള്ള വാശിതീർക്കാനെന്നപോലെ കാണുന്ന പെണ്ണുങ്ങളെയെല്ലാം വശീകരിച്ച് കാര്യം സാധിക്കും. ശരീരവടിവിൽ ഏതു പെണ്ണും വീണുപോകുമല്ലോ. പിന്നെ പട്ടുപോലത്തെ നൈസായ പെരുമാറ്റമാണ് രവിയുടേത്. നൈസായ പെരുമാറ്റം അന്യസ്ത്രീകളോടേ ഒള്ളൂ. എന്നോടില്ല. എന്നോട് ഭയങ്കര കോപമാണ്. ഇപ്പം വന്ന് വന്ന് കൈവെക്കാനും തുടങ്ങിയിട്ടുണ്ട്."

വിവരണം ഇവിടെയെത്തിയപ്പോൾ സുഷമ വികാരാധീനയായി. കണ്ണുകൾ സജലങ്ങളായി. വിതുമ്പുന്ന സ്വരത്തിൽ ചോദിച്ചു.

"ഒരു ഭാര്യ ഇതെത്രകാലം സഹിക്കും ഡോക്ടർ? ഞാൻ തീതിന്നാൻ തുടങ്ങിയിട്ട് ഒരുപാടുകാലമായി. എനിക്കുമടുത്തു. ഇനിയും രവി ഇതു തുടരാനാണ് ഭാവമെങ്കിൽ ബന്ധം വേർപ്പെടുത്തണം. ഞാനും മോളും കൂടി ജീവിച്ചുകൊള്ളാം. നെഞ്ചിലൊരു നെരിപ്പോടുമായി ഒരു സ്ത്രീ എത്രകാലം ജീവിക്കും? ഒന്നുമാറി മറ്റൊന്നെന്നകണക്കിന് പെണ്ണുങ്ങളുമായി അടുപ്പത്തിലാവും. അതില്ലാതെ രവിക്ക് ജീവിക്കാൻ പറ്റാത്തതുപോലെയാണ്. ഇപ്പം തൊട്ടടുത്ത വീട്ടിലെ സ്ത്രീയുമായാണ് അടുപ്പം.

അവളുടെ ഭർത്താവ് ഗൾഫിലാണ്. സ്വന്തം വീട്ടിലെ കാര്യം പോലും നോക്കാൻ നേരമില്ല. എവിടെ വീടെടുത്ത് താമസിച്ചാലും അവിടെ ഒരു പെണ്ണുമായി അടുപ്പത്തിലാവും. ഇതിനുമുമ്പ് തമലത്ത് താമസിച്ചിരുന്നപ്പം അവിടെയും അയലത്തെ പെണ്ണുമായി അടുപ്പത്തിലായി. താമസം മാറ്റണമെന്ന് ഞാൻ വാശിപിടിച്ചു. താമസം മാറ്റിയപ്പം കൂടുതൽ സൗകര്യമായി. ഭർത്താവ് ഗൾഫിലായതുകാരണം ഒറ്റത്തടിയായി ജീവിക്കുന്ന ഒരുത്തിയെ കിട്ടി.

സുഷമയുടെ വിവരണത്തിൽ അതിശയോക്തി ഉള്ളതുപോലെ എനിക്കുതോന്നി. എന്റെ സംശയം പ്രകടിപ്പിക്കാനായി ചോദിച്ചു:

"ഇപ്പോഴത്തെ അയൽക്കാരിയുമായി ബന്ധപ്പെടുന്നുണ്ടെന്ന് ഉറപ്പാണോ?"

"ഞാനെന്തിനു കള്ളം പറയണം ഡോക്ടർ? ഭർത്താവ് സ്ത്രീലമ്പടനാണെന്ന് കള്ളം പറയുന്നത് ഭാര്യക്ക് ഗുണം ചെയ്യുമോ?"

സുഷമയുടെ ചോദ്യത്തിലെ യുക്തി ഒരു സൗധം പോലെ സുദൃഢമായിരുന്നു.

"വ്യക്തമായ എന്തെങ്കിലും തെളിവുണ്ടോന്നാണ് ഞാൻ ചോദിച്ചത്."

സുഷമ അൽപ്പം ക്ഷോഭത്തോടെയാണ് മറുപടി പറഞ്ഞത്.

"നേരിട്ടു കണ്ടിട്ടല്ലല്ലൊ ഇത്തരം കാര്യങ്ങള് ആളുകള് മനസിലാക്കുന്നത്. അവളുടെ വീട്ടിനു മുമ്പീക്കൂടെ പോവുമ്പഴുള്ള നോട്ടവും ശൃംഗാരച്ചിരിയും കണ്ടാലറിഞ്ഞുകൂടേ."

സുഷമയുടെ സംസാരം നീണ്ടുപോകുകയാണ്. ഭർത്താവിന്റെ വ്യഭിചാരങ്ങളെക്കുറിച്ച് പറയുമ്പോൾ അവർ ആനന്ദം കൊള്ളുന്നതായി തോന്നി. ഭർത്താവ് സ്വന്തം സഹോദരിയുമായും ലൈംഗികബന്ധം പുലർത്താറുണ്ടെന്ന് സുഷമ പറഞ്ഞു. എന്തിനേറെ ഏഴുവയസുകാരിയായ സ്വന്തം മകളെപ്പോലും കാമത്തോടുകൂടിനോക്കുന്നത് സുഷമയുടെ ശ്രദ്ധയിൽപ്പെട്ടിട്ടുണ്ടത്രേ. മറ്റുസ്ത്രീകളുമായി അനുസ്യൂതം ബന്ധം പുലർത്തുന്നതുകാരണം ഒരു ഭർത്താവിന്റെ കടമകൾ പോലും നിർവഹിക്കുന്നില്ലെന്നും സുഷമയ്ക്ക് പരാതിയുണ്ട്. മറയൊന്നുമില്ലാതെ തന്നെ സുഷമ പറഞ്ഞതിങ്ങനെയാണ്:

"പലപ്പോഴും ഫോർപ്ലേയൊക്കെ ചെയ്ത് എന്നെ സ്റ്റിമുലേറ്റ് ചെയ്തതിനുശേഷം ഇട്ടിട്ട്പൊക്കളയും."

ഭർത്താവിന് പരസ്ത്രീ സംഗമം ഉണ്ടോ എന്ന സന്ദേഹമായിരുന്നില്ല, ഉറച്ചവിശ്വാസം തന്നെയായിരുന്നു. സുഷമ മിഥ്യാവിശ്വാസ രോഗത്തിന്റെ (delusional disorder) പിടിയിലാണെന്ന് വ്യക്തമായി. സുഷമ ഒരു തീരുമാനം എടുത്തതുപോലെ തോന്നി.

"എന്റെ അടുത്ത് വരാൻപോലും രവി ഇഷ്ടപ്പെടുന്നില്ല. ഇങ്ങനെ തുടരാനാണ് ഭാവമെങ്കിൽ ഞാൻ ബന്ധം വേർപ്പെടുത്തും."

"ബന്ധം വേർപെടുത്താൻ തീരുമാനിച്ചോ?"

"ഞാൻ പറഞ്ഞില്ലേ, ഇതുവരെ ചെയ്തതെല്ലാം ഞാൻ മറക്കാം. മറ്റുസ്ത്രീകളുമായി ബന്ധം പുലർത്തുന്നത് തുടരുകയാണെങ്കിൽ ഈ ബന്ധം വേണ്ട."

സുഷമയെ പുറത്തിരുത്തി ഞാൻ രവീന്ദ്രനുമായി സംസാരിച്ചു. സുഷമ തന്നെ സംശയിക്കുന്നത് അവരുടെ സ്വഭാവദൂഷ്യം കൊണ്ടാണെന്നായിരുന്നു രവീന്ദ്രന്റെ വാദം. അവർ മുമ്പെങ്ങാനും മറ്റാരെങ്കിലുമായി ബന്ധപ്പെട്ടിരിക്കാം. അതിന്റെ കുറ്റബോധം കൊണ്ടോ അതു മറച്ചുപിടിക്കാനുള്ള വ്യഗ്രതകൊണ്ടോ ആണ് നിരപരാധിയായ തന്റെമേൽ ഇത്തരം കുറ്റാരോപണം നടത്തുന്നത്. ഈ സ്വഭാവം മാറ്റിയില്ലെങ്കിൽ ബന്ധം തുടരാൻ പ്രയാസമാണെന്നാണ് രവിയുടെ നിലപാട്.

സുഷമയ്ക്ക് മിഥ്യാവിശ്വാസരോഗമാണെന്ന് ബോധ്യപ്പെടുത്താൻ ഒരു ശ്രമം നടത്തി. അത് മനോരോഗമാണെന്നും അതിനു കാരണം അവരുടെ അവിഹിതബന്ധമല്ലെന്നും പറഞ്ഞപ്പോൾ മനോരോഗത്തിന്റെ മറ്റു ലക്ഷണങ്ങൾ അതായത് പൂർവാപരബന്ധമില്ലാത്ത സംസാരം, അശരീരി കേൾക്കൽ, തന്നത്താൻ സംസാരം, കുളിക്കാതെയും ശരീരശുചിത്വം പാലിക്കാതെയും നടക്കൽ എന്നിവയൊന്നും ഇല്ലല്ലോ എന്നായി. മിഥ്യാവിശ്വാസരോഗത്തിൽ മിഥ്യയായ വിശ്വാസവും അനുബന്ധപ്രശ്നങ്ങളുമല്ലാതെ മറ്റുലക്ഷണങ്ങളൊന്നുമില്ലാതെ, പലപ്പോഴും മനോരോഗിയാണെന്ന് തിരിച്ചറിയപ്പെടാതെ ജീവിതം തുടരാൻ സാധ്യതയുണ്ട്. വർക്കിച്ചേട്ടന്റെയും സാറാമ്മയുടെയും കഥ ഞാൻ രവീന്ദ്രനോട് പറഞ്ഞു.

ഗസറ്റഡ് ഓഫീസർമാരായ വർക്കിച്ചേട്ടനും ഭാര്യ സാറാമ്മയും ഒരേ സംഘടനയിൽ പ്രവർത്തിച്ചിരുന്നു. വർക്കിച്ചേട്ടൻ സംസ്ഥാനക്കമ്മിറ്റി അംഗമാണ്. സാറാമ്മ മഹിളാ വിഭാഗത്തിലാണ് പ്രവർത്തിച്ചിരുന്നത്. അവർക്ക് സന്താനങ്ങളില്ലാത്തതുകൊണ്ട് സംഘടനാപ്രവർത്തനത്തിന് ഇഷ്ടംപോലെ സമയമുണ്ടായിരുന്നു. ഒരുദിവസം സംഘടനയുടെ സംസ്ഥാനസെക്രട്ടറിക്ക് ഒരു ഊമക്കത്ത് കിട്ടി. സ്ത്രീയുടെ കൈപ്പടയിലായിരുന്നു കത്ത്. എല്ലാവരും വളരെ ബഹുമാനാദരങ്ങളോടെ കൊണ്ടുനടക്കുന്ന വർക്കിച്ചേട്ടൻ ഒരു വിഷയലമ്പടനാണെന്നും സംഘടനയുടെ ഓഫീസ്തന്നെയും അവിഹിതബന്ധങ്ങൾക്ക് ദുരുപയോഗപ്പെടുത്തുന്നുണ്ടെന്നും ആയിരുന്നു കത്തിൽ. കത്ത് വായിച്ച് സെക്രട്ടറി അത്ഭുതപ്പെട്ടുപോയി. അദ്ദേഹം കത്ത് വർക്കിച്ചേട്ടനെ കാണിച്ചു. കത്ത് വായിച്ച് വർക്കിച്ചേട്ടൻ ചിരിച്ചുകൊണ്ട് തന്റെ ഭാര്യ അനേകവർഷങ്ങളായി മിഥ്യാവിശ്വാസരോഗിണിയാണെന്നും അവരുടെ കത്താണതെന്നും പറഞ്ഞു. എത്ര നിർബന്ധിച്ചാലും സാറാമ്മ ചികിത്സയ്ക്ക് വിധേയയാകുകയില്ല. ഭർത്താവ് പരസംഗം നടത്തികൊണ്ടിരിക്കുന്നു എന്ന മിഥ്യാവിശ്വാസം വച്ചുപുലർത്തുകയും പലപ്പോഴും അതിന്റെ പേരിൽ കലഹം കൂട്ടുകയും ചെയ്യുന്നുവെന്നല്ലാതെ മറ്റപാകതകളൊന്നും അവർക്കില്ല. ഓഫീസ് ജോലിയും സംഘടനാപ്രവർത്തനങ്ങളും കാര്യക്ഷമമായിത്തന്നെ സാറാമ്മ നിർവഹിച്ചു.

ഭാര്യ മിഥ്യാവിശ്വാസരോഗിണിയാണെന്ന് മനസിലാക്കുകയും അവരോട് സഹാനുഭൂതിയോടെ പെരുമാറുകയും ചെയ്യുകയല്ലാതെ മറ്റു മാർഗങ്ങളൊന്നുമില്ലെന്ന് വർക്കിച്ചേട്ടനെ സൈക്യാട്രിസ്റ്റ് ഉപദേശിക്കുകയും വർക്കിട്ടേൻ ആ ഉപദേശം പൂർണമായും ഉൾക്കൊള്ളുകയും ചെയ്തതുകൊണ്ട് വളരെക്കാലം അവർ ഭാര്യാഭർത്താക്കന്മാരായിത്തുടർന്നു. പെൻഷനായതിനുശേഷം സാറാമ്മ വർക്കിച്ചേട്ടനുമായുള്ള ജീവിതം അവസാനിപ്പിച്ച് സദനത്തിലേയ്ക്ക് താമസം മാറ്റി. വർക്കിച്ചേട്ടൻ സഹോദരിയുടെ വീട്ടിലും കഴിഞ്ഞുകൂടുന്നു.

മിഥ്യാവിശ്വാസരോഗം പിടിപെട്ടാൽ വിശ്വാസം മാറ്റിയെടുക്കുക അസാധ്യം തന്നെ ആയിരിക്കും. വിശ്വാസം മൂലമുള്ള വൈകാരികപ്രതികരണങ്ങൾ ലഘൂകരിക്കാനുള്ള മരുന്നുകൾ കൊടുക്കാനേ നിവർത്തിയുള്ളൂ. മിഥ്യാവിശ്വാസരോഗികൾ മരുന്നുകൾ കഴിക്കാൻ വിമുഖതകാണിക്കുന്നു. ഭർത്താവ് അവിഹിതബന്ധത്തിലേർപ്പെടുന്നതിന് താനെന്തിന് മരുന്നു കഴിക്കുന്നു എന്നാണ് ഭാര്യയുടെ യുക്തിപൂർവമായ ചോദ്യം. മിഥ്യാവിശ്വാസരോഗം രണ്ടു തരത്തിലാണ് പുരോഗമിക്കുക. രോഗിയോട് സഹാനുഭൂതിയോടെ പെരുമാറുകയും അവരെ സംരക്ഷിക്കുകയും ചെയ്താൽ മിഥ്യാവിശ്വാസത്തിന്റെ വൈകാരികാംശം ശമിക്കും. മിഥ്യാവിശ്വാസവുമായി സമരസപ്പെട്ട്, മറ്റുള്ളവരുമായി അധികം ഏറ്റുമുട്ടാതെ കുടുംബജീവിതം മുന്നോട്ടുകൊണ്ടുപോകും. മിഥ്യാവിശ്വാസം വച്ചുപുലർത്തുന്നത് രോഗലക്ഷണമാണെന്ന് മനസിലാക്കാതെ രോഗിയെ കുറ്റപ്പെടുത്തുകയും അവരോടേറ്റുമുട്ടുകയും ചെയ്തുകൊണ്ടിരുന്നാൽ സ്ഥിതി വഷളാകും. പലപ്പോഴും അവർ തിരസ്കരിക്കപ്പെടുന്നു. രോഗം മൂർച്ഛിച്ച് യാഥാർഥ്യവുമായുള്ള ബന്ധം പൂർണമായും വേർപ്പെട്ട് പൂർണമായി മാനസികമായ ആതുരാവസ്ഥയിലാകുന്നു.

രവീന്ദ്രന് കാര്യങ്ങൾ ഏറെക്കുറെ മനസിലായെന്ന് തോന്നി. ഭാഗ്യവശാൽ സുഷമ മരുന്നു കഴിക്കാമെന്ന് സമ്മതിക്കുകയും ചെയ്തു. അഞ്ചാറുമാസക്കാലം അവർ ചികിത്സയ്ക്ക് വന്നുകൊണ്ടിരുന്നു. മരുന്നുകഴിച്ചു തുടങ്ങിയപ്പോൾ ഭർത്താവിന്റെ അപഥസഞ്ചാരങ്ങൾ തന്റെ മനസിനെ അധികം അലട്ടുന്നില്ലെന്ന് സുഷമ സമ്മതിച്ചു.

"രവീടെ സ്വഭാവത്തിനൊന്നും മാറ്റം വന്നിട്ടില്ല. എന്നാലും ഞാനിപ്പം അതൊന്നും മൈൻഡ്ചെയ്യാറില്ല."

മരുന്ന് കഴിച്ചുകൊണ്ടിരിക്കുമ്പോഴും മിഥ്യാവിശ്വാസരോഗത്തിന് വേലിയേറ്റങ്ങളുണ്ടാകാറുണ്ട്. ഒരു ദിവസം പരിശോധനയ്ക്ക് വന്നപ്പോൾ സുഷമ നിശ്ചയദാർഢ്യത്തോടെ പറഞ്ഞു.

"ഞാനിനി മരുന്നു കഴിക്കുന്നില്ല. ചികിത്സയ്ക്ക് വരുന്നുമില്ല."

"കാരണമെന്താണ്?"

"എനിക്ക് രോഗമൊന്നുമില്ല. രവി മറ്റുസ്ത്രീകളുടെ പിന്നാലെ പോകുന്നത് നിറുത്തിയാൽ മതി. ഞാൻ മരുന്നുകഴിക്കുന്നതുകൊണ്ട് രവിക്ക്

മറ്റുപെണ്ണുങ്ങളുടടുത്ത് പോകാൻ എളുപ്പമായിരിക്കുകയാണ്. കാരണം ഞാൻ മൈൻഡ് ചെയ്യാറില്ലല്ലോ."

രോഗത്തിന്റെ വേലിയേറ്റത്തിലാണ് സുഷമയെന്നും ആ യാഥാർത്ഥ്യം ഉൾക്കൊണ്ട് അവരോട് സഹിഷ്ണുതയോടും സഹാനുഭൂതിയോടുംകൂടി പെരുമാറുകയേ നിവർത്തിയുള്ളുവെന്നും രവീന്ദ്രനെ പറഞ്ഞു മനസിലാക്കിക്കാൻ ശ്രമിച്ചു. പക്ഷേ അയാൾക്ക് ഒരുപാട് സംശങ്ങളുണ്ടായിരുന്നു.

മനോരോഗിണിയായ ഭാര്യയുമായുള്ള ബന്ധം അവസാനിപ്പിക്കാൻ അവകാശമില്ലേ? രവീന്ദ്രന്റെ ചോദ്യത്തിനു കൃത്യമായ മറുപടി പറയാൻ എനിക്കുകഴിഞ്ഞില്ല. കോടതി എന്തു വിധിക്കുമെന്ന് എനിക്കറിഞ്ഞുകൂടാ. അങ്ങനെചെയ്യുന്നത് മാനുഷികമായ പ്രവൃത്തിയല്ല. കാരണം രോഗം വരുന്നത് ഒരാളുടെ കുറ്റം കൊണ്ടല്ല. ബന്ധം ഉപേക്ഷിക്കൽ ഒരു ശിക്ഷയാണ്. കുറ്റം ചെയ്യാത്ത ഭാര്യയെ എന്തിനുശിക്ഷിക്കുന്നു? രവീന്ദ്രൻ എന്റെ ചോദ്യത്തിനു മറുപടി പറഞ്ഞില്ല. അൽപ്പനേരത്തെ മൗനത്തിനുശേഷം ചോദിച്ചു: ചികിത്സിക്കാനും സംരക്ഷിക്കാനും ഞാൻ തയ്യാറാണ്. പക്ഷേ ചികിത്സയ്ക്ക് തയ്യാറല്ലെങ്കിൽ എന്തു ചെയ്യും? ചികിത്സിക്കാതിരുന്നാൽ മറ്റു അപകടങ്ങൾക്ക് സാധ്യതയില്ലേ?അതായത് ആത്മഹത്യ? ആ ചോദ്യം വളരെ പ്രസക്തമാണ്. മിഥ്യാവിശ്വാസരോഗികൾ മാനസികമായ അസ്വസ്ഥത സഹിക്കാനാവാതെ ആത്മഹത്യക്ക് ശ്രമിച്ചെന്നുവരാം. തന്റെ ദുരിതങ്ങൾക്ക് കാരണമായ വ്യക്തിയോട് പക വളർന്ന് ആ വ്യക്തിയെ ഇല്ലാതാക്കാൻ ശ്രമിച്ചെന്നുവരാം. മിഥ്യാവിശ്വാസങ്ങളും സംശയങ്ങളും മറ്റുമേഖലകളിലേയ്ക്ക് വ്യാപിച്ചെന്നും വരാം. വർക്കിച്ചേട്ടന്റെയും സാറാമ്മയുടെയും കാര്യത്തിൽ ഇതാണ് സംഭവിച്ചത്. പരസ്ത്രീബന്ധം നിർവിഘ്നം തുടരാനായി തന്നെ വിഷം നൽകി കൊല്ലാൻ ഭർത്താവ് ശ്രമിക്കുന്നതായി സാറാമ്മ സംശയിക്കാനും ഒടുവിൽ ഉറച്ചുവിശ്വസിക്കാനും തുടങ്ങി. അതോടെയാണ് സ്വന്തം രക്ഷയ്ക്കുവേണ്ടി സാറാമ്മ സദനത്തിലേയ്ക്ക് താമസം മാറ്റിയത്.

സുഷമയെ ബലം പ്രയോഗിച്ച് ഏതെങ്കിലും മനോരോഗാശുപത്രിയിൽ അഡ്മിറ്റ് ചെയ്തുകൂടേ? അങ്ങനെ ചെയ്യുന്നതിനുമുമ്പായി ബന്ധുക്കളെയും സുഹൃത്തുക്കളെയും ബോധ്യപ്പെടുത്തേണ്ടതുണ്ട്. അല്ലെങ്കിൽ രവീന്ദ്രന്റെ പരസ്ത്രീഗമനം സുഗമമാക്കാൻ ഭാര്യയെ മനോരോഗിണിയാക്കി എന്ന ആരോപണം വരും. അത് കൂടുതൽ പ്രശ്നങ്ങൾ സൃഷ്ടിക്കും. വ്യഭിചാരമിഥ്യാവിശ്വാസരോഗം (delusion of infedility) സ്ത്രീകളെയും പുരുഷൻമാരെയും ഒരുപോലെബാധിക്കുന്ന ഒന്നാണ്. പുരുഷനാണ് രോഗം വരുന്നതെങ്കിൽ ഭാര്യ ക്രൂരമായ പീഡനങ്ങൾക്കിരയാകും. ചിലപ്പോൾ കൊലചെയ്യപ്പെട്ടെന്നും വരാം.

സുഷമ പ്രഖ്യാപിച്ചതുപോലെ തന്നെ ചികിത്സനിറുത്തി. അവർ ഭാര്യാഭർതൃബന്ധം തുടരുന്നുണ്ടോ എന്നറിഞ്ഞുകൂടാ. സുഷമയുടെ ബന്ധുക്കളുടെ അനുമതിയോടെ മനോരോഗാശുപത്രിയിൽ അഡ്മിറ്റ് ചെയ്ത് ചികിത്സിക്കാൻ രവീന്ദ്രന് കഴിഞ്ഞോ എന്നും അറിഞ്ഞുകൂട.

12

ജീവിതം ദു:ഖത്തിന്റെ പര്യായം

വളരെക്കാലമായി മേരി ജീവച്ഛവമാണ്. ജീവിതം അഗാധഗർത്തം പോലെ ശൂന്യമാണ്. ഒരിക്കലും അവസാനിക്കാത്ത കാളരാത്രി. ഒന്നിനും ഉത്സാഹമില്ല. ഭക്ഷണത്തിനു രുചിയില്ല. നേരാം വണ്ണം ഉറങ്ങാൻ കഴിയുന്നില്ല. രാത്രി മൂന്നോനാലോ മണിക്കൂറേ ഉറങ്ങുകയുള്ളു. ഉറക്കത്തിൽ ഭയപ്പെടുത്തുന്ന ദു:സ്വപ്നങ്ങൾ കണ്ട് ഞെട്ടിയുണരും. പിന്നെ ഉറക്കമില്ല. എന്തിനു ജിവിക്കുന്നു എന്ന തോന്നലാണെപ്പോഴും. ഒന്നിലധികം പ്രാവശ്യം ആത്മഹത്യക്ക് ശ്രമിച്ചു. ഉറക്കഗുളികകൾ കളിച്ചാണ് ശ്രമം നടത്തിയത്. ജീവൻപോകും മുമ്പ് ആരെങ്കിലും കണ്ടെത്തി ആശുപത്രിയിലാക്കും. അതുകൊണ്ട് മരിക്കാനും കഴിഞ്ഞിട്ടില്ല. ജീവിക്കാനും കഴിയുന്നില്ല. തൂങ്ങി മരിക്കാൻ ധൈര്യമില്ലാത്തതുകൊണ്ടാണ് അതിനു ശ്രമിക്കാത്തത്. പൊട്ടി താഴെ വീഴുമല്ലോ. കഴുത്തിലെ കുരുക്ക് ശരിയായില്ലെങ്കിൽ വളരെനേരം തൂങ്ങിക്കിടന്ന് പിടയ്ക്കേണ്ടിവരും. ഇങ്ങനെയുള്ള ചിന്തകൾകാരണമാണ് തൂങ്ങിമരിക്കാൻ ശ്രമിക്കാത്തത്.

ഭക്ഷണത്തിനു രുചിതോന്നാറില്ലെന്ന് പറഞ്ഞെങ്കിലും മുപ്പതുകാരിയായ മേരിയുടെ ശരീരത്തിന് അമിതവണ്ണമുണ്ടായിരുന്നു. ദുർമേദസ്സിന് അവരുടെ മുഖസൗന്ദര്യത്തെ മായ്ച്ചുകളയാൻ കഴിഞ്ഞിട്ടില്ല. അടുത്ത കാലത്തെങ്ങാനും ശരീരത്തിന്റെ തൂക്കം നോക്കിയിട്ടുണ്ടോ എന്നു ഞാൻ ചോദിച്ചപ്പോൾ സൂചന മനസിലാക്കിക്കൊണ്ട് മേരി പറഞ്ഞു:

“എനിക്ക് വെയിറ്റിച്ചിരി കൂടുതലാണ് ഡോക്ടർ. അതിനുകാരണമുണ്ട്. ചോറും കറികളുമൊന്നും രുചിയോടെ കഴിക്കാൻ പറ്റാത്തതുകൊണ്ട് ക്ഷീണം പറ്റാതിരിക്കാൻ ഞാൻ മധുരപലഹാരങ്ങളും കേക്കുമൊക്കെ കൂടുതൽ കഴിക്കും. പിന്നെ ഒരു പ്രവർത്തിയെടുക്കാനും കഴിയുന്നില്ല.”

“പിന്നെ ലിക്കറും കഴിക്കും ഡോക്ടർ.” ആന്റോ ഇടപ്പെട്ടുകൊണ്ട് പറഞ്ഞു.

ശരീരത്തിന് അമിതഭാരമുണ്ടാകുന്നതെങ്ങനെയെന്നതിന്റെ ശാസ്ത്രീയവിശദീകരണം തന്നെയാണ് മേരി നൽകിയത്. മുറിയുടെ മൂലയിൽ സൂക്ഷിച്ചിരുന്ന ത്രാസ് ചൂണ്ടികാണിച്ചിട്ട് ഭാരം എത്രയെന്ന് നോക്കാൻ ഞാൻ പറഞ്ഞു. മേരി മടിച്ചുമടിച്ചാണ് തൂക്കം നോക്കിയത്. ആന്റോ മെഷീന്റെ സൂചികയിൽ കുനിഞ്ഞുനോക്കിയിട്ട് ഭാര്യയുടെ ഒരു വലിയ കുറ്റം കണ്ടുപിടിച്ചതുപോലെ ഉറക്കെ ഭാരം എത്രയെന്ന് വിളിച്ചുപറഞ്ഞു.

മേരി കസേരയിൽ വന്നിരുന്നിട്ട് തന്റെ ദു:ഖകഥകൾ തുടർന്നു. ആന്റോയുമായുള്ള വിവാഹം നടക്കുന്നതുവരെ ജീവിതത്തെക്കുറിച്ച് ഒരുപാടൊരുപാട് സ്വപ്നങ്ങളായിരുന്നു. എല്ലാം തുലഞ്ഞു. മേരിയുടെ ദു:ഖങ്ങൾക്ക് കാരണം ഭർത്താവ് ആന്റോയാണെന്ന് അവർ ദൃഢമായി വിശ്വസിക്കുന്നു. തന്റെ ദു:ഖങ്ങളെക്കുറിച്ച് പറഞ്ഞുകൊണ്ടിരുന്നപ്പോൾ മേരിയുടെ സ്വരം മുമ്പെവിടെയോ കേട്ടിട്ടുള്ളതുപോലെ തോന്നി. മാദകത്വമുള്ള സ്വരമാണ്.

“മേരി പാടാറുണ്ടോ? സ്വരം എവിടെയോ കേട്ടതുപോലെ തോന്നുന്നു.”

വിഷാദത്താൽ വാടിയിരുന്ന മുഖം അൽപ്പം വിടർന്നു. അഭിമാനം തുളുമ്പുന്ന സ്വരത്തിൽ പറഞ്ഞു: “ഞാനൊരു ഡബ്ബിംഗ് ആർട്ടിസ്റ്റാണ്. ഒരുപാട് സിനിമകളും സീരിയലുകളും ഡബ്ബ് ചെയ്തിട്ടുണ്ട്.”

ചില നടികളുടെ പേര് പറഞ്ഞിട്ട് അവർക്കെല്ലാം സിനിമകളിലും സീരിയലുകളിലും തന്റെ സ്വരമാണെന്ന് മേരി അഭിമാനത്തോടെ പറഞ്ഞു.

“എനിക്ക് വയ്യാത്തതുകൊണ്ട് ഒരുപാട് ചാൻസുകൾ മിസ്സായിട്ടുണ്ട് ഡോക്ടർ.”

ഭർത്താവായ ആന്റോ എങ്ങനെയാണ് മേരിയുടെ വിഷാദരോഗത്തിനു കാരണമായതെന്ന് ചോദിച്ചതോടെ മേരി വിഷാദമെല്ലാം കുടഞ്ഞുകളഞ്ഞ് ഭർത്താവിന്റെ ദുഷ്കൃത്യങ്ങൾ വിവരിക്കാൻ തുടങ്ങി. സാമാന്യം നല്ലൊരു തുക സ്ത്രീധനവും വളരെയധികം ആഭരണങ്ങളും നൽകിയാണ് മേരിയെ വിവാഹം ചെയ്തയച്ചത്. അതെല്ലാം ആന്റോ നശിപ്പിച്ചു. ബാങ്കിൽ ഉണ്ടായിരുന്ന പണമെല്ലാം തീർന്നു. അതിന്റെ പലിശയായിരുന്നു പ്രധാന വരുമാന മാർഗം. ബാങ്ക് നിക്ഷേപമെല്ലാം മേരി അറിയാതെ ആന്റോ പിൻവലിച്ച് ചെലവാക്കി.

മേരി ഒരു കാറ്ററിങ് സർവീസ് നടത്തുന്നുണ്ട്. ഹോം സയൻസ് ബി എസ് സി യാണ് പാസായത്. ക്ലാസ്സിൽ പഠിച്ചതുകൂടാതെ പാചകകലയിൽ സ്വന്തമായി കുറേ പരീക്ഷണങ്ങൾ നടത്തുകയും ചെയ്തിട്ടുണ്ട്. മേരിയുടെ കാറ്ററിങ് സർവീസിന് ട്രേഡ്നെയിമോ പരസ്യമോ ഒന്നുമില്ലെങ്കിലും ധാരാളം ഓർഡറുകൾ നഗരത്തിലെ വീടുകളിൽ നിന്നും ഹൗസിങ് കോളനികളിൽ നിന്നും കിട്ടുന്നുണ്ട്. കല്യാണങ്ങൾക്കു മുമ്പും പിമ്പുമുള്ള പാർട്ടികൾ,ഗെറ്റ് റ്റുഗതർ പാർട്ടികൾ, പിക്നിക്കുകൾ എന്നിവയ്ക്കെല്ലാം വേണ്ട ഭക്ഷ്യവിഭവങ്ങൾക്ക് മേരിയുടെ കാറ്ററിങ് സർവീ

സിനെയാണ് ആശ്രയിക്കുക. ഹോട്ടലുകളേക്കാൾ കുറഞ്ഞ നിരക്കിൽ വിട്ടിലുണ്ടാക്കുന്നതുപോലുള്ള വിഭവങ്ങൾ ആവശ്യാനുസരണം നൽകുന്നതുകൊണ്ടാണ് കൂടുതൽ ഓർഡർ കിട്ടിക്കൊണ്ടിരിക്കുന്നത്. ആന്റോ കൂടെ സഹായിച്ചിരുന്നെങ്കിൽ കാറ്ററിങ് സർവീസിൽ നിന്നുകിട്ടുന്ന വരുമാനംകൊണ്ട് ആരെയും ആശ്രയിക്കാതെ ജീവിക്കാമായിരുന്നു. കാറ്ററിങ് സർവീസ് സർഗാത്മകതയുള്ള ഒരാൾക്കു ചേർന്ന പണിയല്ലെന്നു പറഞ്ഞ് ആന്റോ സഹകരിക്കാറില്ല. എന്നാൽ മറ്റെന്തെങ്കിലും ജോലി ചെയ്യണമെന്ന് പറഞ്ഞതും തള്ളിക്കളഞ്ഞു. സീരിയലും സിനിമയും പിടിക്കുന്നെന്നു പറഞ്ഞാണ് നടത്തം. അതിനുവേണ്ടി പണം മുഴുവൻ ചെലവാക്കി. പക്ഷേ ഒന്നു പോലും റിലീസായില്ല. ഒരു പടമോ സീരിയലോ പുറത്തിറങ്ങി വിജയിച്ചാൽ രക്ഷപ്പെടുമല്ലോ എന്ന ചിന്തയിലായിരുന്നു മേരിയും.

മേരിയുടെ വിവരണം നിസ്സംഗനായാണ് ആന്റോ കേട്ടുകൊണ്ടിരിന്നുത്. ഞാൻ ചോദ്യരൂപത്തിൽ ആന്റോയുടെ മുഖത്തേക്ക് നോക്കിയപ്പോൾ അയാൾ നോട്ടം പുറത്തേക്കാക്കി ഒഴിഞ്ഞുമാറി. മേരി വിവരണം തുടർന്നു.

“എനിക്കു സ്ത്രീധനമായിത്തന്ന തുക ഞങ്ങളുടെ ജോയിന്റ് അക്കൗണ്ടിലാണിട്ടിരുന്നത്. അത് ഞാനറിയാതെ എന്റെ കള്ളൊപ്പിട്ടാണ് ഇദ്ദേഹം പിൻവലിച്ചത്. ഒടുവിലൊടുവിലായി മോഷണവും തുടങ്ങി ഡോക്ടർ. എന്റെ ആഭരണം മുഴുവൻ ഞാനറിയാതെ എടുത്തോണ്ടു പോയി വിറ്റു. സ്വന്തം വീട്ടിന്നാണെന്ന് പറഞ്ഞിട്ടുകാര്യമില്ല. ഞാനറിയാതെ എടുത്തത് മോഷണം തന്നാണെന്നാണ് എന്റെ അഭിപ്രായം.”

വിഷാദരോഗത്തെക്കാൾ കൂടുതലായി മേരിയുടെ മനസിനെ അലട്ടുന്നപ്രശ്നം ആന്റോയുടെ പ്രവർത്തികളാണെന്ന് തോന്നി.

“ആന്റോയോട് വെറുപ്പ് തോന്നുന്നുണ്ട് അല്ലേ?”

"I hate this man."

മേരിയുടെ ആതുരമായ മനസിന്റെ അടിത്തട്ടിൽ നിന്നാണ് ആ വാക്കുകൾ വന്നത്.

“നിങ്ങൾ തമ്മിൽ ശാരീരികബന്ധം.....?”

“സെക്സോ? ഒരുപാടു വർഷങ്ങളായി ഡോക്ടർ, യാതൊരു ബന്ധവുമില്ല. ഞാൻ പറഞ്ഞില്ലേ, എന്റെ ഡിപ്രഷൻ കാരണം ഒന്നിനും താൽപ്പര്യമില്ല. പിന്നെ ഈ മനുഷ്യനോടുള്ള വെറുപ്പും. രണ്ടു കുട്ടികളുണ്ടെന്നുള്ള കാര്യം ശരിതന്നെ. ഞങ്ങളുടെ രണ്ടാമത്തെ സന്താനത്തിനു ആറു വയസായി. ഏതാണ്ടത്രയും കാലം തന്നെ ആയിട്ടുണ്ടാവും ഞങ്ങൾ തമ്മിൽ ബന്ധപ്പെട്ടിട്ട്.”

ഭാര്യ പറയാനുള്ളതെല്ലാം പറയട്ടെ. അതുകഴിഞ്ഞ് താൻ പറയാം എന്ന മട്ടിൽ ഒട്ടും താൽപ്പര്യമില്ലാതെ കാത്തിരിക്കുകയാണ് ആന്റോ.

“ഇദ്ദേഹത്തിന്റെ ഈ രീതി അവസാനിക്കാതെ എന്റെ ഡിപ്രഷൻ മാറുകയില്ല. ഡോക്ടർ എന്തൊക്കെ മരുന്നു കുറിച്ചുതന്നാലും ശരി.”

എല്ലാം പറഞ്ഞുകഴിഞ്ഞെന്ന മട്ടിൽ മേരി മൗനം പാലിച്ചു. ഞാൻ വീണ്ടും ആന്റോയെ നോക്കി. അയാൾ തൊണ്ട ശുദ്ധമാക്കി പറയാൻ തുടങ്ങി.

“ഞാനൊരു ക്രിയേറ്റീവ് മൈൻഡഡാണ്.”

മേരി തടസ്സപ്പെടുത്തിക്കൊണ്ട് ചോദിച്ചു:

“എന്തു ക്രിയേഷനാണ് നടത്തുന്നത്? കൊല്ലമെത്രയായി ഇതും പറഞ്ഞ് നടക്കാൻ തുടങ്ങിയിട്ട്?”

ആന്റോ പറയട്ടെ എന്ന് മേരിയോട് ഞാൻ ആംഗ്യം കാണിച്ചു. ആന്റോ തുടർന്നു.

“ഞാനിപ്പം ഫിലിം ഫീൽഡിലാണ്. എന്റെ സ്വന്തം പ്ലോട്ടും സ്ക്രിപ്റ്റുമായിട്ടുണ്ട്. സ്പോൺസറെ കിട്ടിയാൽ ഒരു മെഗാസീരിയൽ ചെയ്യാൻ കഴിയും.”

പണം ചെലവാക്കിയതിനെക്കുറിച്ച് ഞാൻ ചോദിച്ചു.

“മേരി പറഞ്ഞതൊന്നും ഞാൻ നിഷേധിക്കുന്നില്ല. പക്ഷേ എല്ലാം എന്റെ ക്രിയേറ്റീവ് ആക്റ്റിവിറ്റീസിനുവേണ്ടിയാണ്. ഈ ഫിലിം ഫീൽഡെന്നു പറഞ്ഞാൽ എത്ര പണമിറക്കിയാലും തികയില്ല.”

“മേരിയുടെ ആഭരണങ്ങൾ എടുത്തുകൊണ്ടുപോയി വിറ്റു എന്നു പറഞ്ഞതും ശരിയാണോ?”

“ശരിയാണ്. ഒരു സ്പോൺസർ എന്റെ സ്ക്രിപ്റ്റുകൊണ്ട് മെഗാ സീരിയൽ ചെയ്യാമെന്ന് സമ്മതിച്ചു. പ്രൈംറ്റൈം കിട്ടിയാലേ അയാള് സ്പോൺസർ ചെയ്യൂന്ന് പറഞ്ഞു. പ്രൈം കിട്ടാൻ പണം ചെലവാക്കണം. For greasing the palms. ദൂരദർശന്റെ മാത്രമല്ല, എല്ലാ ചാനലിന്റെയും സ്ഥിതി അതാണ്.”

“എല്ലാം കള്ളമാണ് ഡോക്ടർ. ഇദ്ദേഹത്തിന് നുണ പറയാനൊന്നും യാതൊരു മന:സാക്ഷിക്കുത്തുമില്ല.”

ആന്റോയ്ക്ക് മിഥ്യാവിശ്വാസരോഗം ഉണ്ടെന്നും താനൊരു സർഗാത്മകപ്രതിഭയാണെന്ന മിഥ്യാവിശ്വാസത്തിന് (delusion of creative genius) അടിമപ്പെട്ടിരിക്കുകയാണെന്നും ഞാൻ സംശയിച്ചു. പക്ഷേ മനോരോഗത്തിന്റെ യാതൊരു ലക്ഷണവും അയാളിൽ കണ്ടില്ല. തികഞ്ഞ അലസതയും കണ്ടമാനം പണം ചെലവഴിക്കുക എന്ന സ്വഭാവദൂഷ്യവും മാത്രമേ കണ്ടുള്ളൂ. ഞാൻ മേരിയോട് ചോദിച്ചു:

“നിങ്ങളുടെ കുടുംബത്തിന്റെ ഇപ്പോഴത്തെ ഉപജീവനമാർഗമെന്താണ്?”

“ക്യാറ്ററിങ് സർവീസീന്നൊള്ള വരുമാനം. പിന്നെ ഡബ്ബിംഗിനു പോവുമ്പം എനിക്കു കിട്ടുന്നത്. തീരെ നിവർത്തിയില്ലാതെ വരുമ്പം എന്റെ അച്ചാച്ചനോടോ ചേട്ടന്മാരോടോ ഒക്കെ എരക്കും. ജീവിക്കണ്ടേ. മക്കളുടെ പഠിത്തത്തിനൊള്ള ചെലവൊക്കെ എന്റെ അച്ചാച്ചൻ തരുന്നതുകൊണ്ടാണ്.

"ഒരു ഉപജീവനമാർഗം കണ്ടെത്തണമെന്ന് നിങ്ങൾക്കിതുവരെയും തോന്നിയില്ലേ?"

മേരിയുടെ വിഷാദരോഗത്തിന് കാരണക്കാരനെന്ന് സ്വയം തെളിയിച്ച ആന്റോയോട് വിരോധഭാവം ഒട്ടും കലരാതെ,പരമാവധി നിഷ്പക്ഷത പാലിച്ചുകൊണ്ട് ഞാൻ ചോദിച്ചു. അയാൾ യാതൊരു കൂസലുമില്ലാതെ പറഞ്ഞു:

"എന്റെ അറ്റൻഷൻ മറ്റൊരു വഴിക്കു തിരിച്ചുവിട്ടാൽ പ്രൊഡക്ഷന്റെ പണി നിന്നുപോകും."

"എന്തിന്റെ പ്രൊഡക്ഷൻ?"

"സീരിയലിന്റെ."

"മേരി പൊട്ടിത്തെറിച്ചു: ഇത് പറയാൻ തൊടങ്ങീട്ട് കൊല്ലം അഞ്ചാറായി ഡോക്ടർ."

തന്റെ രോഗം എന്താണെന്നും രോഗത്തിന്റെ കാരണം ഇന്നതാണെന്നും ഒക്കെ തിരിച്ചറിഞ്ഞ, കലാഹൃദയമുള്ള യുവതിക്ക് ഒരു പക്ഷേ മരുന്നൊന്നും ഇല്ലാതെതന്നെ വിഷാദത്തിന്റെ അഗാധഗർത്തത്തിൽ നിന്നും കരകയറാനാവും. സീരിയലിന്റെ നിർമാണവുമായി ബന്ധപ്പെട്ട 'സർഗാത്മകപ്രവർത്തനം' തൽക്കാലം നിറുത്തിവച്ച് എന്തെങ്കിലുമൊരു തൊഴിൽ സ്വയം കണ്ടെത്തുകയോ മേരിയുടെ ക്യാറ്ററിങ് സർവീസിൽ സഹായിക്കുകയോ ചെയ്യണമെന്നും ഭാര്യയുടെ വിഷാദരോഗത്തിനുള്ള പ്രതിവിധി അതാണെന്നും ആന്റോയെ ബോധ്യപ്പെടുത്താൻ ഞാൻ ശ്രമിച്ചു.

മരുന്ന് കഴിക്കണമെന്ന് തോന്നുന്നുണ്ടോ എന്ന ചോദ്യത്തിന് മേരി വ്യക്തമായ മറുപടിയാണ് നൽകിയത്.

"മരുന്നെന്തെങ്കിലും കഴിക്കണം. അല്ലെങ്കിൽ.... സ്യൂയിസയിഡ് ചെയ്യണമെന്നുള്ള ചിന്ത വിട്ടുമാറുന്നില്ല." പ്രിസ്ക്രിപ്ഷൻ കൈയിൽ കിട്ടിയപ്പോൾ മേരി ഒന്നോടിച്ചു നോക്കിയിട്ട് ചോദിച്ചു:

"മൂന്നുതരം മരുന്നുണ്ടോ?"

ഒന്നുകൂടി ശ്രദ്ധിച്ചു നോക്കാൻ ഞാൻ ആവശ്യപ്പെട്ടപ്പോൾ മേരി നോക്കിവായിക്കാൻ തുടങ്ങി. ആദ്യത്തേത് മരുന്നിന്റെ പേരായിരുന്നു. രണ്ടാമത്തേത് ഭക്ഷണം ക്രമീകരിക്കാനും മൂന്നാമത്തേത് വ്യായാമം ചെയ്യാനും ഉള്ള നിർദേശമായിരുന്നു.

"ഡയറ്റിങ്ങും എക്സർസൈസും ഇങ്ങനെ മരുന്നെഴുതുന്നതു പോലെ എഴുതണോ?"

മരുന്നുപോലെ തന്നെ അവയും പ്രധാനപ്പെട്ടതാണെന്ന് ശ്രദ്ധയിൽ പെടുത്താനാണെന്നുള്ള വിശദീകരണം മേരിക്കിഷ്ടപ്പെട്ടു. ആറുമാസക്കാലത്തെ ചികിത്സകൊണ്ട് മേരി ആത്മഹത്യാ പ്രവണതയുടെ പിടിയിൽ നിന്നും രക്ഷപ്പെട്ടു.

നീണ്ടകാലത്തെ ഇടവേളയ്ക്കുശേഷമാണ് മേരിയും ആന്റോയും വന്നത്. മേരിയെ തിരിച്ചറിയാൻ തന്നെ പ്രയാസമായ വിധത്തിൽ ശരീരം ശോഷിച്ചിരിക്കുന്നു. മുഖവുരയെന്നോണം മേരി പറഞ്ഞു: ഞാൻ മരി

ച്ചിട്ട് ഉയിർത്തെഴുന്നേറ്റതാണ് ഡോക്ടർ. എനിക്ക് ഹാർട്ടറ്റാക്കുണ്ടായി. കാറ്റ് പോകുന്നതിനുമുമ്പ് ഹോസ്പിറ്റലിലെത്തിയതുകാരണം രക്ഷപ്പെട്ടു. അവര് ബൈപാസ്സ് ഓപ്പറേഷൻ ചെയ്യണമെന്നുപറഞ്ഞു. അതും കഴിഞ്ഞു. ഡിപ്രഷനുള്ള ട്രീറ്റ്മെന്റ് തുടരണമെന്ന് കാർഡിയോളജിസ്റ്റ് നിർബന്ധമായി പറഞ്ഞു.

ഹൃദയത്തിന്റെ ധമനികൾക്ക് (coronary arteries) കേടുവരുത്തി ഹൃദയാഘാതത്തിന് ഇടയാക്കുന്ന നിരവധി ഘടകങ്ങളുണ്ട്. പുകവലി, പ്രമേഹരോഗം,ഉയർന്ന രക്തമർദ്ദം (hypertension),അമിതാഹാരം മൂലമുണ്ടാകുന്ന അമിതവണ്ണവും രക്തത്തിലെ കൊളസ്ടോൾ വർധനവും, വ്യായാമത്തിന്റെ കുറവ് എന്നിവയെല്ലാമാണവ. മാനസികമർദവും (mental tension),വിഷാദവും (depression)ഹൃദയധമനികൾക്ക് കേടുവരുത്തുമെന്നുള്ള കാര്യം ഇപ്പോൾ വൈദ്യശാസ്ത്രം അംഗീകരിച്ചിട്ടുണ്ട്.

മേരിയുടെ ജീവിതം ദു:ഖത്തിന്റെ പര്യായമാക്കിയ ആന്റോ ഇപ്പോൾ എന്തുചെയ്യുന്നു എന്ന എന്റെ ചോദ്യത്തിന് കാറ്ററിങ് സർവീസ് നടത്തുന്നു എന്നാണ് പറഞ്ഞത്. മേരി ആശുപത്രിയിലായിരുന്നപ്പോൾ അത് മുടങ്ങാതെ നടത്തിക്കൊണ്ടു പോകാൻ ആന്റോയെ ബന്ധുക്കൾ നിർബന്ധിച്ചു. ഇക്കാര്യം ആന്റോനേരത്തെതന്നെ ചെയ്യാൻ തുടങ്ങിയിരുന്നെങ്കിൽ മേരിയുടെ വിഷാദരോഗവും അനന്തരഫലമായ ഹൃദ്രോഗവും ഒഴിവാക്കാമായിരുന്നു.

13

മറ്റൊരു ഒഥല്ലോ

ഒന്നരക്കൊല്ലത്തെ കാലയളവിൽ രണ്ടാം തവണയാണ് വരദൻ കുടിനിറുത്തൽ ചികിത്സയ്ക്ക് കരുണാസായി ഡീ അഡിക്ഷൻ സെന്ററിൽ വരുന്നത്. ആരുടെയും നിർബന്ധത്തിനു വഴങ്ങിയല്ല ആദ്യതവണ ചികിത്സയ്ക്ക് വന്നത്. ഇത്തവണയും അങ്ങനെ തന്നെ. ചികിത്സ കഴിഞ്ഞുപോയിട്ട് ഒരുകൊല്ലത്തിലധികംകാലം മദ്യം കഴിച്ചില്ല. കുടി വീണ്ടും തുടങ്ങാനുള്ള സാഹചര്യം വരദൻ വിവരിച്ചു. ഭാര്യയുമായി ചെറിയൊരു കലഹം. കഴിഞ്ഞതവണയും വരദൻ അതുതന്നെയാണ് പറഞ്ഞത്. കലഹത്തിന്റെ കാരണം എന്തെന്ന് ചോദിച്ചിട്ട് അന്നു പറഞ്ഞില്ല. ഭാര്യയും ഭർത്താവും തമ്മിലുള്ള സാധാരണ കലഹം എന്നു പറഞ്ഞൊഴിഞ്ഞു. ഭാര്യയോട് സംസാരിക്കാനായി അവരെ വിളിച്ചു വരുത്തണമെന്നു പറഞ്ഞപ്പോൾ വരദൻ പറഞ്ഞു: 'അവരുടെ കുഴപ്പമല്ല. കുഴപ്പം എന്റേത് തന്നെ. പിന്നെന്തിനു അവരെക്കൂടി ബുദ്ധിമുട്ടിക്കുന്നു?' ഇത്തവണ അങ്ങനെ പറഞ്ഞൊഴിയാൻ ഞാൻ സമ്മതിച്ചില്ല. വരദന്റെ കുടുംബചരിത്രം വിശദമായി പരിശോധിക്കാൻതന്നെ തീരുമാനിച്ചു. സമ്മർദത്തിനു മുമ്പിൽ വരദന് വഴങ്ങേണ്ടിവന്നു. അയാൾ കുടുംബചരിത്രം രത്നച്ചുരുക്കത്തിലാണ് പറഞ്ഞത്.

വരദൻ പത്താംക്ലാസ്സുവരെ മാത്രമേ പഠിച്ചിട്ടുള്ളൂ. പത്താംക്ലാസ്സ് പരീക്ഷ പാസായില്ല. ഭാര്യ ബി എ, ബി എഡ് ഡിഗ്രികളുള്ള ഹൈസ്കൂൾ ടീച്ചറാണ്. ഒരുപക്ഷേ ഈ വൈരുധ്യമായിരിക്കണം കുടുംബകലഹത്തിനും വരദന്റെ മദ്യപാനരോഗത്തിനും കാരണമെന്ന് ഞാനൂഹിച്ചു. ഊഹം ശരിയാവണമെന്നില്ല. മറ്റെന്തെങ്കിലും കാരണങ്ങളും കണ്ടേക്കാം. ചോദ്യങ്ങൾക്കുത്തരം പറയാൻ വരദന് മടിയായിരുന്നു.

സ്കൂളിൽ പഠിക്കുന്ന കാലത്ത് തന്നെ വരദന് അമ്മാവന്റെ മകൾ ഭാനുമതിയോട് അഭിനിവേശം തോന്നിയിരുന്നു. വരദനേക്കാൾ അഞ്ചു

വയസിനു താഴെയുള്ള ഭാനുമതിക്കന്ന് പ്രണയത്തെക്കുറിച്ച് ഒന്നുമറി യില്ലായിരുന്നു. പത്താം ക്ലാസ്സിൽ തോറ്റതോടെ വരദൻ പഠിത്തം നിറുത്തി ഗൾഫിൽ പോകാൻ ഒരുക്കം തുടങ്ങി. വരദന്റെ നാട്ടിൽനിന്നും ഒരുപാ ടുപേർ ഗൾഫിൽ പോയിട്ടുണ്ട്. അവരിലധികംപേരും വലിയ പഠിത്ത മൊന്നുമില്ലാത്തവരാണ്. അതുകൊണ്ട് വരദൻ പഠിത്തം തുടരണമെന്ന് ആർക്കും നിർബന്ധമില്ലായിരുന്നു. നിനച്ചതുപോലെ വരദൻ ഗൾഫിൽ പോയി. പത്തുകൊല്ലത്തിനുശേഷം തിരിച്ചുവന്നു. നല്ലൊരു സമ്പാദ്യവു മുണ്ടായിരുന്നു. ആ മൂലധനം കൊണ്ട് എന്തെങ്കിലും ബിസിനസ്സ് നടത്തി നാട്ടിൽത്തന്നെ കഴിഞ്ഞുകൂടാൻ തീരുമാനിച്ചതിനു പിന്നിലെ പ്രേരകം മുറപ്പെണ്ണ് ഭാനുമതിയോടുള്ള അഭിനിവേശം തന്നെയായിരുന്നു. വരദൻ തിരിച്ചെത്തിയപ്പോൾ ഭാനുമതി പ്രീഡിഗ്രിക്ലാസ്സിൽ പഠിക്കുകയാണ്.

ബിസ്സിനസ്സിനെക്കുറിച്ചാലോചിച്ചപ്പോൾ ആദ്യം മനസിലെത്തിയത് പണമിടപാടാണ്. കാരണം ഗൾഫിൽ പോകാനൊരുങ്ങുന്നവർക്ക് പണം കടം കൊടുക്കുന്ന കുറെ ബ്ലേഡ് കമ്പനികൾ നാട്ടിലുണ്ടായിരുന്നു. വിസ യ്ക്കു വേണ്ടി ബ്ലേഡിൽ നിന്നും കടമെടുത്താണ് വരദനും ഗൾഫിൽപോ യത്. ഗൾഫ് പണംകൊണ്ട് ചെറുനഗരത്തിന്റെ വേഷമണിഞ്ഞ ഗ്രാമ ത്തിൽ വരദൻ മറ്റൊരു പണമിടപാട് സ്ഥാപനം കൂടി തുടങ്ങി.'ഐശ്വ ര്യാ ഫിനാൻസിയേഴ്സ്. കഴുത്തറുപ്പില്ലാത്ത ബ്ലേഡ് കമ്പനിയാണ് വരദന്റെ ഐശ്വര്യാ ഫിനാൻസിയേഴ്സ് എന്ന് നാട്ടിൽ പ്രശസ്തിനേടി. പണം പഠിപ്പിന്റെ കുറവ് നികത്തി. ഭാനുമതിയെ വരദന് വിവാഹം ചെയ്തു കൊടുക്കാൻ മടിച്ചുനിന്ന അമ്മാവന് വരദൻ സ്വീകാര്യനായി. ഭാനുമ തിക്കും വരദനെ ഇഷ്ടമായിരുന്നു. പക്ഷേ ഒരു നിബന്ധനയുണ്ട്. വിവാഹം കഴിഞ്ഞാലും പഠിത്തം തുടരാൻ അനുവദിക്കണം. വരദൻ സമ്മതിച്ചെന്ന് മാത്രമല്ല ഭാനുമതി പഠിത്തം തുടർന്ന് പഠിത്തത്തിലുള്ള തന്റെ കുറവ് നികത്തണമെന്നും അഭിപ്രായപ്പെട്ടു. വിവാഹത്തിനുശേഷം വരദൻ തന്നെ യാണ് ഭാനുമതിയെ പഠിപ്പിച്ചതും മാനേജ്മെന്റിന്റെ കീഴിലുള്ള ഹൈസ്കൂളിൽ "ഡൊണേഷൻ" കൊടുത്ത് ടീച്ചർ ജോലി വാങ്ങിക്കൊ ടുത്തതും. ഉൽപ്പതിഷ്ണുവായ ചെറുപ്പക്കാരൻ എന്ന ഖ്യാതിയും നേടി.

വരദൻ രാഷ്ട്രീയക്കാരനുംകൂടിയാണ്. അടുത്തകാലം വരെ കോൺഗ്രസിലായിരുന്നു. കരുണാകരൻ ഗ്രൂപ്പിൽ. ലീഡർ ഡിക്ക് തുട ങ്ങിയപ്പോൾ വരദനും ഡിക്ക് പാർട്ടിക്കാരനായി. ഇപ്പോൾ എൻ സി പി യാണ്. കഴിഞ്ഞ പഞ്ചായത്ത് തിരഞ്ഞെടുപ്പിൽ ഭാനുമതിയുടെ അനുജ ത്തിയുടെ ഭർത്താവ് രമേശൻ കോൺഗ്രസിന്റെ സ്ഥാനാർഥിയായിരുന്നു. അപ്പോൾ ഡിക്ക് പാർട്ടിയുടെ തീരുമാനമനുസരിച്ച് വരദൻ ഇടതുമുന്നണി സ്ഥാനാർഥി മണിയെയാണ് പിന്തുണച്ചത്. ഭാനുമതി അതിനെ എതിർത്തു. ബന്ധുവിനെയല്ലേ സഹായിക്കേണ്ടത്? വരദൻ അംഗീകരി ച്ചില്ല. എന്തു ബന്ധം? അനുജത്തിയുടെ ഭർത്താവെന്ന അകന്ന ബന്ധമ ല്ലേയുള്ളു. മാത്രവുമല്ല രാഷ്ട്രീയത്തിൽ ബന്ധം നോക്കാൻ പറ്റുമോ? ഭാര്യയും ഭർത്താവും എതിർ പാർട്ടികളിൽ പ്രവർത്തിക്കുകയും മത്സരി

ക്കുകയുമൊക്കെച്ചെയ്ത സംഭവങ്ങളില്ലേ? ഇതൊന്നും പറഞ്ഞിട്ട് ഭാനുമതിക്ക് സമ്മതമായില്ല. എന്തുതന്നെയായാലും രമേശനെ സഹായിക്കണമെന്നായിരുന്നു ഭാനുമതിയുടെ നിർബന്ധം.

രമേശനെ സഹായിക്കണമെന്ന് ഭാനുമതി ആവശ്യപ്പെട്ടത് എന്തുകൊണ്ടാണെന്ന ചിന്ത വരദന്റെ മനസിനെ അലട്ടാൻ തുടങ്ങി. രാഷ്ട്രീയമൊന്നുമില്ലാത്ത ഭാനുമതിക്ക് ബന്ധുവിനെ സഹായിക്കണമെന്ന ചിന്തയല്ലാതെ മറ്റൊന്നും ഉണ്ടായിരിക്കാനിടയില്ലെന്ന് പലവട്ടം തന്നോടുതന്നെ പറഞ്ഞിട്ടും മനസിലേക്ക് ഒഴിയാബാധപോലെ ആ ചിന്ത വന്നുകൊണ്ടിരുന്നു. മനസിനു സ്വസ്ഥതകിട്ടാനായി തിരഞ്ഞെടുപ്പു പ്രവർത്തനത്തിൽ നിന്നും പിൻവാങ്ങി ബിസിനസ്സിൽ തന്നെ ശ്രദ്ധിച്ചു. അപ്പോൾ പാർട്ടിക്കാർ വരദനെ തിരക്കിവന്നു. ഭാര്യയുടെ അനുജത്തിയുടെ ഭർത്താവിനെ രഹസ്യമായി സഹായിക്കുന്നുണ്ടെന്ന് ചിലർ വരദൻ കേൾക്കാതെ പറഞ്ഞു. കേട്ടതൊക്കെ അയാൾ ശക്തിയായി നിഷേധിച്ചു. അപ്പോൾ വരദനറിയാതെ ഭാനുമതി സഹായിക്കുന്നുണ്ടെന്നായി ചിലർ. ആശുപത്രിമുക്കിൽ വച്ച് രമേശനും ഭാനുമതിയും സംസാരിക്കുന്നത് കണ്ടതായി പാർട്ടിക്കാരിൽ ചിലർ വരദനോടു പറഞ്ഞു. സംസാരിച്ചെങ്കിലെന്ത്, അവർ ബന്ധുക്കളല്ലേ എന്നായിരുന്നു പറഞ്ഞവരോട് ചോദിച്ചത്. പാർട്ടിക്കാരോട് അങ്ങനെ പറഞ്ഞെങ്കിലും സംശയം മനസിൽ ഉമിത്തീപോലെ എരിയാൻ തുടങ്ങി.

രാത്രി വീട്ടിലെത്തിയപ്പോൾ വരദൻ ഭാനുമതിയോട് ആദ്യം ചോദിച്ചത് ആശുപത്രിമുക്കിൽ വച്ച് രമേശനുമായി സംസാരിച്ചോ എന്നായിരുന്നു ചോദ്യം. ചോദ്യം ഭാനുമതിക്ക് ഇഷ്ടപ്പെട്ടില്ല. സംസാരിച്ചെങ്കിലെന്ത് എന്ന മറുചോദ്യം ഒരു ചാട്ടുളിപോലെയാണ് വരദന്റെ മനസിൽ തറച്ചത്. ഓഹോ, അങ്ങനെയാണല്ലേ എന്ന് പതിഞ്ഞസ്വരത്തിൽ തന്നോടുതന്നെ പറഞ്ഞതല്ലാതെ മറ്റൊന്നും പറഞ്ഞില്ല. വരദൻ ഭാനുമതിയെ രഹസ്യമായി നിരീക്ഷിക്കാൻ തുടങ്ങി. അതുവരെയും മദ്യപിക്കാതിരുന്ന ആൾ വൈകുന്നേരങ്ങളിൽ "ബാങ്ക്" അടച്ചതിനുശേഷം നേരെ ബാറിലേക്ക് പോകുന്നത് പതിവായി. ആദ്യമൊക്കെ ഒന്നരയോ രണ്ടോ പെഗ്ഗുവീതമേ കുടിക്കാറുണ്ടായിരുന്നുള്ളു. പിന്നെ അതു പോരെന്നുതോന്നി. വരദൻ അധികം മദ്യം കഴിക്കാൻ തുടങ്ങിയപ്പോൾ ഭാനുമതി മദ്യപാനത്തിന്റെ പേരിൽ കലഹിക്കാനും തുടങ്ങി. രാത്രികളിൽ വീട് ശബ്ദമുഖരിതമായി. മദ്യലഹരിയിൽ രമേശനുമായുള്ള ഭാനുമതിയുടെ രഹസ്യ വേഴ്ചയെക്കുറിച്ച് വരദൻ പറഞ്ഞു. ഭർത്താവിന്റെ ആരോപണം നിഷേധിക്കുന്നതിനുപകരം, ഭർത്താക്കന്മാർക്ക് കഴിവില്ലാതെ വരുമ്പോഴാണ് ഭാര്യമാർ അവിഹിതബന്ധത്തിന് പോകുന്നതെന്ന് തർക്കിക്കുകയാണ് ഭാനുമതി ചെയ്തത്. അമ്മയും അച്ഛനും തമ്മിലുള്ള വഴക്ക് കേട്ട് കുട്ടികൾ ഭയവിഹ്വലരായി. മദ്യപാനം നിറുത്തിയില്ലെങ്കിൽ താനും കുട്ടികളും തറവാട്ടിലേക്ക് പോകുമെന്നും ബന്ധം ഉപേക്ഷിക്കുമെന്നും ഭാനുമതി ഭീഷണിപ്പെടുത്തി.

ലഹരി അടങ്ങിയപ്പോൾ വരദൻ ചിന്തിച്ചു. ഭാനുമതിയെ സംശയിച്ചത് ശരിയായില്ല. സംശയത്തിന്റെ പേരിൽ അവരെ കുറ്റപ്പെടുത്തിയത് ഒട്ടും ശരിയായില്ല. പക്ഷേ ഭാനുമതിയോട് ക്ഷമചോദിക്കാൻ വരദന്റെ അഭിമാനബോധം അനുവദിച്ചില്ല. തെറ്റ് പ്രവർത്തിയിലൂടെ തിരുത്തിക്കാണിച്ചാൽ മതിയല്ലോ എന്നു കരുതി. കുറേ ദിവസം മദ്യം കഴിക്കാതിരുന്നു. അപ്പോൾ വീണ്ടും സംശയങ്ങൾ അലട്ടാൻ തുടങ്ങി. ഒപ്പംമദ്യലഹരി ആസ്വദിക്കണമെന്നുള്ള ഉൽക്കടമായ ആഗ്രഹം അടക്കാൻ കഴിയാതെയുമായി. വരദൻ വീണ്ടും മദ്യപിക്കാൻ തുടങ്ങിയപ്പോൾ വീട്ടിൽ കലഹം തലപൊക്കി. കുടി നിറുത്തുമെന്ന് സ്വയം തീരുമാനിച്ചെങ്കിലും കഴിഞ്ഞില്ല. അങ്ങനെയാണ് ആദ്യതവണ ചികിത്സയ്ക്ക് വന്നത്. അന്ന് ഇക്കാര്യങ്ങൾ തുറന്നുപറഞ്ഞില്ല. കാരണം താനൊരു സംശയരോഗിയാണെന്ന് മുദ്രയടിക്കപ്പെടുമോ എന്ന ഭയമായിരുന്നു.

ചികിത്സ കഴിഞ്ഞതിനുശേഷം ആറുമാസത്തോളം മദ്യം കഴിച്ചില്ല. ഭാനുമതിയും രമേശനും തമ്മിലുള്ള ബന്ധത്തെക്കുറിച്ച് സംശയം വീണ്ടും തലപൊക്കാൻ തുടങ്ങി. അതിനൊരു കാരണവുമുണ്ടായിരുന്നു. തിരഞ്ഞെടുപ്പിൽ ഇടതുമുന്നണി സ്ഥാനാർഥി വിജയിച്ചെങ്കിലും ഭൂരിപക്ഷം പ്രതീക്ഷിച്ചതിനേക്കാൾ കുറവായിരുന്നു. കുറച്ചുനാൾ വരദൻ സജീവമായി രംഗത്തില്ലാത്തതുകൊണ്ടാണ് ഭൂരിപക്ഷം കുറഞ്ഞതെന്ന് തിരഞ്ഞെടുപ്പിൽ ജയിച്ച മണി കുറ്റപ്പെടുത്തി. തിരഞ്ഞെടുപ്പു കഴിഞ്ഞിട്ടും രമേശനും ഭാനുമതിയും പലസ്ഥലങ്ങളിലും വെച്ച് സംസാരിക്കുന്നത് കണ്ടതായി ചിലർ പറഞ്ഞു. ഭാനുമതിയെ രഹസ്യമായി നിരീക്ഷിക്കാൻ ചിലരെ ഏർപ്പാടുചെയ്തു. ഒന്നുരണ്ടാഴ്ചക്കാലം അവർ നിരീക്ഷിച്ചിട്ടും ഭാനുമതിയും രമേശനും എവിടെയെങ്കിലുംവച്ച് സംസാരിക്കുന്നത് ആരും കണ്ടില്ല. വളരെ ഗൂഢമായ രീതിയിൽ അവർ സന്ധിക്കുന്നുണ്ടാവുമോ എന്ന സംശയം മനസിനെ അലട്ടാൻ തുടങ്ങി. മനസിന്റെ സ്വസ്ഥതയ്ക്കുവേണ്ടി മദ്യപാനമല്ലാതെ മറ്റൊരു മാർഗവും കണ്ടില്ല. ഇത്തവണ വീട്ടിൽ വലിയ കലഹങ്ങളൊന്നും ഉണ്ടായില്ലെങ്കിലും വരദന് തന്നെ കുറ്റബോധം തോന്നിത്തുടങ്ങി. കുട്ടികൾ വളർന്നു വരുന്നു. അവർ അച്ഛന്റെ മദ്യപാനം കാണുന്നുണ്ട്. ഒരു ദിവസം മദ്യപിച്ചുകൊണ്ട് വീട്ടിലെത്തിയപ്പോൾ ചേട്ടൻ അനുജനോട് എന്തോ രഹസ്യം പറയുന്നത് കണ്ടു. അച്ഛൻ മദ്യലഹരിയിൽവന്ന കാര്യത്തെക്കുറിച്ചായിരിക്കും അവർ പറഞ്ഞതെന്ന് വരദന് തോന്നി. അന്നുതന്നെ കുടി നിറുത്താൻ തീരുമാനിക്കുകയും ചെയ്തു. അങ്ങനെയാണ് രണ്ടാമതും വരദൻ ചികിത്സയ്ക്കെത്തിയത്.

വരദനെ മിഥ്യാവിശ്വാസരോഗം (delusional disorder) ബാധിച്ചിട്ടില്ല. പക്ഷേ സംശയാവസ്ഥ (paranoid state) അയാളുടെ മനസിനെ ആതുരമാക്കുന്നു. ഭാനുമതിയുടെ സാന്നിധ്യത്തിൽ അയാളുടെ സംശയാവസ്ഥയ്ക്കുള്ള കാരണങ്ങൾ വിവരിച്ചു. പുരുഷ മേധാവിത്വം നിലനിൽക്കുന്ന സമൂഹത്തിൽ ഭാര്യ വിദ്യാഭ്യാസത്തിന്റെകാര്യത്തിൽ വളരെയധികം

ഉയർന്ന സ്ഥാനത്തായിരിക്കുന്നത് ഭർത്താവിന്റെ മനസിൽ സംശയാവസ്ഥ സൃഷ്ടിക്കും. വരദന്റെ അധമമനോഭാവമാണ് (inferiority complex) സംശയാവസ്ഥ ഉണ്ടാകാൻ കാരണം. ഭാര്യാഭർത്തൃബന്ധത്തിൽ മേൽക്കീഴ് അവസ്ഥ ഇല്ലെന്നും പരുഷമേധാവിത്വത്തിന്റേതായ സാമൂഹ്യസാഹചര്യമാണ് ഭർത്താവിന്റെ മനസിൽ ഇത്തരം തോന്നലുകൾ ഉണ്ടാക്കുന്നതെന്നും ഉള്ള അവബോധം ഉണ്ടായെങ്കിൽ മാത്രമേ വരദന്റെ സംശയാവസ്ഥമാറുകയുള്ളു. അങ്ങനെ അവബോധം ഉണ്ടാകാൻ എന്താണ് ചെയ്യേണ്ടതെന്നായി വരദൻ. ഒരു സാമൂഹ്യസാഹചര്യം എങ്ങനെയാണ് മാനസികാവസ്ഥയ്ക്ക് കാരണമാകുന്നതെന്ന് മനസിലാക്കുക. അക്കാര്യം തന്നെ ഇടയ്ക്കിടെ സ്വയം പ്രത്യായനം (self suggestion) ചെയ്തുകൊണ്ടിരിക്കുക. ആവർത്തിച്ചുള്ള പ്രത്യായനവും (suggestion) സ്വയം പ്രത്യായനവും മനസിന്റെ സംശയാവസ്ഥയിൽ മാറ്റം വരുത്തും. ഇങ്ങനെയുള്ള പ്രത്യായനവും സ്വയം പ്രത്യായനവും അടങ്ങുന്ന ജ്ഞാനഗോചരതാപരമായ മാനസിക ചികിത്സയ്ക്ക് (cognitive psychotherapy) വിധേയനായില്ലെങ്കിൽ സംശയാവസ്ഥ മിഥ്യാവിശ്വാസരോഗമോ (delusional disorder) മിഥ്യാവിശ്വാസങ്ങൾ പ്രധാനലക്ഷണമായിട്ടുള്ള സ്കിസോഫ്രീനിയ രോഗമോ (paranoid pschizophrenia) ആയി മാറാനുള്ള സാധ്യതകൾ തള്ളിക്കളയാനാവില്ല.

പത്താംക്ലാസ്സ് പാസ്സായിട്ടില്ലെങ്കിലും ഭാനുമതിയെ പഠിപ്പിക്കാനും അധ്യാപികയായി ജോലി നേടാനും സഹായിച്ച വരദൻ വിശാലമനസ്കനാണ്. എങ്കിലും സമൂഹത്തിൽ നിലനിൽക്കുന്ന പുരുഷമേധാവിത്വത്തിന്റെ പരിമിതികൾ അതിലംഘിച്ച് മുന്നോട്ടുപോകാൻ വിശാലമനസ്കനായ വരദന് കഴിയാതിരുന്നതാണ് മാനസികപ്രശ്നങ്ങൾക്കും മദ്യപാനരോഗത്തിനും കാരണമായത്.

ഷേക്സ്പിയറുടെ *The Tragedy of Othello, The Moore of Venice* എന്ന നാടകത്തിലെ ദുരന്തനായകനാണ് ഒഥല്ലോ. നീചനായ ഇയാഗൊവിന്റെ ദുഷ്പ്രേരണയാൽ നിഷ്കളങ്കയായ ഭാര്യ ഡെസ്ഡിമോണയുടെ ചാരിത്ര്യശുദ്ധിയെ സംശയിക്കുകയും ദുരന്തത്തിൽ കലാശിക്കുകയും ചെയ്യുന്നു. ഭാര്യയുടെ ചാരിത്ര്യശുദ്ധിയെക്കുറിച്ചുള്ള സംശയാവസ്ഥയ്ക്ക് (paranoid state) അടിമപ്പെട്ട് ദുരന്തത്തിലേക്ക് നിപതിച്ച അനശ്വരകഥാപാത്രത്തെ അനുസ്മരിച്ചുകൊണ്ടാണ് വൈദ്യശാസ്ത്രം ഈ ആതുരാവസ്ഥയ്ക്ക് *Othello Syndrome* എന്ന പേരു കൊടുത്തിരിക്കുന്നത്. ഒഥല്ലോയുടെ മനസിൽ സംശയാവസ്ഥ സൃഷ്ടിച്ചത് ദുഷ്ടനായ ഇയാഗൊ ആണല്ലോ. വരദന്റെ കാര്യത്തിൽ ഇയാഗൊയുടെ സ്ഥാനം വഹിച്ചത് സമൂഹത്തിൽ നിലനിൽക്കുന്ന പുരുഷമേധാവിത്വമാണ്.

14

ഒറ്റപ്പെട്ടവരുടെ വിഷാദങ്ങൾ

രാത്രി എട്ടുമണിക്കേ കൺസൽട്ടേഷന് വരാൻ കഴിയൂവെന്നും അതിന് അനുവദിക്കണമെന്നും ആയിരുന്നു ഫോണിൽ സംസാരിച്ച ആളിന്റെ ആവശ്യം. സംസാരിച്ചത് സ്ത്രീയാണോ പുരുഷനാണോ എന്ന് തിരിച്ചറിയാൻ കഴിഞ്ഞില്ല. കൃത്യം എട്ടുമണിക്ക് ഒരു ടാക്സികാർ ഗേറ്റിനുമുമ്പിൽ വന്നുനിന്നപ്പോൾ ഫോൺ ചെയ്ത് പറഞ്ഞവരാവും എന്നൂഹിച്ചു. കാർ ഓടിച്ചിരുന്ന യുവത്വം പിന്നിട്ടിട്ടില്ലാത്ത ഡ്രൈവറും മുൻസീറ്റിൽത്തന്നെ ഇരുന്നിരുന്ന യുവതിയും പുറത്തേക്കിറങ്ങി. ഫോൺ ചെയ്തതനുസരിച്ച് വന്നതാണെന്ന് ഡ്രൈവർ പറഞ്ഞു. അയാൾക്ക് എന്തോ അസാധാരണത്വം ഉള്ളതുപോലെ തോന്നി. ശബ്ദംസ്ത്രീയുടേതുപോലെ മൃദുലമാണ്. കൂടെയുള്ള യുവതിയെക്കാൾ പൊക്കം കുറവാണ്. ടൂറിസ്റ്റ് ടാക്സി ഡ്രൈവർമാർ ധരിക്കാറുള്ള വെള്ള പാന്റും അയഞ്ഞ സ്ളോക്കുമാണ് വേഷം. യുവതി സാൽവാറും കമ്മീസുമാണ് ധരിച്ചിരുന്നത്. നഗരത്തിലെ ഒരുടാക്സി ഡ്രൈവർ തന്റെ ഭാര്യയെ ചികിത്സിക്കാൻ കൊണ്ടുവന്നിരിക്കുകയാണെന്നായിരുന്നു ആദ്യത്തെ കണക്കുകൂട്ടൽ. ടാക്സിയുടെ ഓട്ടം കഴിഞ്ഞേ ഭാര്യയെ ചികിത്സയ്ക്ക് കൊണ്ടുവരാൻ കഴിയുകയുള്ളല്ലോ. അതുകൊണ്ടായിരിക്കണം രാത്രി എട്ടു മണിക്കേ വരാൻ കഴിയുകയുള്ളൂവെന്ന് മുൻകൂറായി പറഞ്ഞത്.

കൂടെയുള്ള യുവതിക്ക് കുറച്ചു നാളായി മാനസികമായ ചില അസ്വസ്ഥതകൾ അനുഭവപ്പെടുന്നുണ്ടെന്നും അതിന് എന്തെങ്കിലും മരുന്ന് എഴുതിക്കൊടുക്കണമെന്നും ടാക്സി ഡ്രൈവർ ആവശ്യപ്പെട്ടു. യുവതിയുടെ മുഖത്ത് പരിഭ്രമത്തിന്റെ ലക്ഷണങ്ങളായിരുന്നു. എന്താണ് പ്രയാസം എന്ന ചോദ്യത്തിന് മറുപടിയായി അനി (അതാണ് ഡ്രൈവറുടെ പേര്) തന്റെ രണ്ടു കൈത്തണ്ടകളും നീട്ടിക്കാണിച്ചു. കൈത്തണ്ടകളിൽ പലയിടങ്ങളിലും പൂച്ച മാന്തുകയും കടിക്കുകയും ചെയ്തതുപോലെ ചെറിയ

ചെറിയ മുറിവുകളും പോറലുകളുമായിരുന്നു. അതെല്ലാം സുനിതകടിക്കുകയും മാന്തുകയും ചെയ്തതാണെന്ന് പറഞ്ഞു. സാധാരണ സ്ത്രീയും പുരുഷനും കൂടി കൺസൾട്ടേഷനുവന്നാൽ ആദ്യം അവർ തമ്മിലുള്ള ബന്ധം ചോദിക്കാതെ തന്നെ വ്യക്തമാകും. അനിയുടെ സംസാരത്തിൽ നിന്നും സുനിതയുമായുള്ള ബന്ധം വ്യക്തമായില്ല. അവർ തമ്മിലുള്ള ബന്ധത്തെക്കുറിച്ച് ചോദിച്ചപ്പോൾ അനി പറഞ്ഞു: "ഞങ്ങൾ ഒരുമിച്ചു ജീവിക്കുന്നവരാണ്."

"സുനിത നിങ്ങളുടെ ആരാണ്? ഭാര്യയാണോ?"

"ഞാൻ പുരുഷനല്ല. സ്ത്രീയാണ്. ഞങ്ങൾ ലെസ്ബിയൻസാണ്. പത്തുകൊല്ലമായി ഞങ്ങൾ ഒരുമിച്ചു ജീവിക്കാൻ തുടങ്ങിയിട്ട്."

സ്വവർഗാനുരാഗികളായ രണ്ടു സ്ത്രീകളെ മന:ശാസ്ത്രപരമായി മനസിലാക്കാനുള്ള അവസരം പാഴാക്കരുതെന്ന് ഞാൻ തീരുമാനിച്ചു. അവരുടെ ബാല്യം മുതലുള്ള കാര്യങ്ങൾ ചോദിക്കാൻ തുടങ്ങിയപ്പോൾ അനിയും സുനിതയും മടിയോടുകൂടിയാണ് പ്രതികരിച്ചത്. എന്തുകൊണ്ടാണവർ ചോദ്യങ്ങൾക്കു മറുപടി പറയാൻ മടിക്കുന്നതെന്ന് ഞാൻ ഊഹിച്ചു. രതിക്രീഡാരീതികളെക്കുറിച്ച് ചോദിക്കുമെന്നുള്ള ഭയമായിരുന്നു അവരുടെ മനസിൽ. അതിനെക്കുറിച്ച് ഒന്നും തന്നെ ചോദിക്കുകയില്ലെന്ന് ഉറപ്പ് കൊടുത്തപ്പോൾ അവർ മടികൂടാതെ ബാല്യം മുതലുള്ള അനുഭവങ്ങൾ പറയാൻ തുടങ്ങി.

അനിയും സുനിതയും ദളിതരുടെ കോളനിയിലെ താമസക്കാരായിരുന്നു. അയൽക്കാരായതുകൊണ്ട് ബാല്യം മുതലേ അടുപ്പത്തിലായിരുന്നു. അനിയുടെ അച്ഛൻ ഒരു ഓട്ടോ ഡ്രൈവറാണ്. അനിയെ ചെറുപ്പം മുതലേ ആൺകുട്ടിയെപ്പോലെയാണ് വളർത്തിയത്. ട്രൗസറും ഷർട്ടുമായിരുന്നു വേഷം. മുടി ആൺകുട്ടികളുടേതുപോലെ ക്രോപ്പ് ചെയ്യിക്കും. അനി എന്ന പേരിട്ടതും അച്ഛനും അമ്മയുമാണ്. സ്കൂളിൽ ചേർത്തതും ആ പേരിൽത്തന്നെയാണ്. രജിസ്റ്ററിൽ പെൺകുട്ടി എന്നാണ് രേഖപ്പെടുത്തിയതെങ്കിലും ആൺകുട്ടിയുടെ വേഷത്തിലാണ് സ്കൂളിലയച്ചത്. അച്ഛനും അമ്മയും തന്നെ എന്തുകൊണ്ടാണങ്ങനെ വളർത്തിയതെന്ന് ഇന്നും അനിക്കറിഞ്ഞുകൂടാ. സ്കൂളിലും കോളേജിലും അനി ആൺകുട്ടിയായിത്തന്നെയാണ് അറിയപ്പെട്ടിരുന്നത്. സ്കൂളിൽ പ്രശ്നമൊന്നുമില്ലായിരുന്നു.

കോളേജിലെത്തിയപ്പോൾ ചില പ്രശ്നങ്ങളൊക്കെയുണ്ടായി. ചില കൂട്ടുകാർ അനിയുടെ സ്ത്രൈണഭാവങ്ങളിൽ ആകൃഷ്ടരായി. ചില കടന്നുകയറ്റങ്ങൾക്കു ശ്രമിക്കുകയും ചെയ്തു. അനി പ്രീഡിഗ്രി കഴിഞ്ഞ് തുടർന്നു പഠിക്കാതിരിക്കാനുള്ള കാരണവും അതായിരുന്നു. കടന്നുകയറ്റത്തിനു ശ്രമിച്ചവർപോലും അനി യഥാർഥ സ്ത്രീയാണെന്ന് തിരിച്ചറിഞ്ഞിരുന്നില്ല. പഠിത്തം നിറുത്തിയപ്പോൾ അച്ഛൻ അനിയെ കാർ ഡ്രൈവിങ് പഠിപ്പിച്ചു. ഡ്രൈവിങ് പഠിച്ചതിനുശേഷം കുറച്ചുനാൾ ടാക്സി ഡ്രൈവറായി ജോലി ചെയ്തു. അതിനുശേഷം മെഡിക്കൽ കോളേജിലെ ഒരു പ്രൊഫസറുടെ വീട്ടിലെ ഡ്രൈവറായി. രണ്ടുകൊല്ലം മുമ്പ് സ്വന്തം ടാക്സി കാർ വാങ്ങുന്നതുവരെ ഡോക്ടറുടെ ഡ്രൈവറായിരുന്നു.

ഡോക്ടറുടെ ഡ്രൈവറാകുന്നതിനു മുമ്പ് ടാക്സി ഓടിച്ചിരുന്നപ്പോഴും ഇപ്പോഴും കൂടെയുള്ള ടാക്സിഡ്രൈവർമാർ അനി സ്ത്രീയാണെന്നു മനസിലാക്കിയിട്ടില്ല. നഗരത്തിലെ ടാക്സിഡ്രൈവർമാർക്കിടയിൽ അനി ഇന്നും പുരുഷനാണ്. മെഡിക്കൽകോളേജിലെ പ്രൊഫസർക്ക് സംശയം തോന്നി ചില ചോദ്യങ്ങൾ ചോദിക്കാൻ തുടങ്ങിയപ്പോൾ അനി കാര്യം തുറന്നുപറഞ്ഞു. പക്ഷേ അതുകൊണ്ട് ജോലി നഷ്ടപ്പെട്ടില്ല. ദീർഘദൂരം ഓടിക്കാൻ കഴിയുമോ എന്നു ചോദിച്ചപ്പോൾ ആത്മവിശ്വാസത്തോടെ കഴിയുമെന്ന് പറഞ്ഞു. ഡോക്ടറുടെ കുടുംബത്തെയും കൊണ്ട് രണ്ടും മൂന്നും ദിവസങ്ങൾ നീണ്ടുനിൽക്കുന്ന ദീർഘയാത്രകൾ പോയിട്ടുണ്ട്. തിരുപ്പതി, പളനി, മൂകാംബിക മുതലായ തീർഥാടനകേന്ദ്രങ്ങളിലേക്കാണ് ഡോക്ടറും കുടുംബവും പോകാറ്. സ്വന്തം ടാക്സി വാങ്ങാനായപ്പോൾ മാത്രമാണ് ഡോക്ടറുടെ വീട്ടിലെ ജോലി ഉപേക്ഷിച്ചത്.

സുനിത സാധാരണ പെൺകുട്ടിയായിട്ടുതന്നെയാണ് വളർന്നത്. പക്ഷേ ചെറുപ്പം മുതലേ 'അനിയണ്ണനോട്' അടുപ്പം തോന്നിയിരുന്നു. ബാല്യം കടന്ന് കൗമാരത്തിലെത്തിയപ്പോൾ അടുപ്പത്തിന്റെ ഭാവങ്ങൾ മാറി. സുനിത ആ ബന്ധത്തെക്കുറിച്ച് ഇങ്ങനെയാണ് പറഞ്ഞത്: "എനിക്ക് അനിയണ്ണനെ പിരിഞ്ഞിരിക്കാൻ പറ്റാതായി." അനി ഒരു പെൺകുട്ടിയാണെന്ന് സുനിതയുടെ വീട്ടുകാർക്ക് അറിയാമായിരുന്നതുകൊണ്ട് അനിയുമായി പരിധിവിട്ട് അടുത്തു പെരുമാറുന്നതിൽ എതിർപ്പൊന്നും പറഞ്ഞില്ല. പത്താംക്ലാസ്സ് പാസ്സായതിനുശേഷം സുനിത കോളേജിൽ ചേർന്നെങ്കിലും പ്രീഡിഗ്രിക്കപ്പുറം പോകാൻ കഴിഞ്ഞില്ല. പ്രീഡിഗ്രി പരീക്ഷയിൽ തോറ്റപ്പോൾ പഠിത്തം നിറുത്തി. കമ്പ്യൂട്ടറും തയ്യലും പഠിക്കാൻ തുടങ്ങി. അക്കാലത്താണ് അനിയും സുനിതയും ഒരുമിച്ചു ജീവിക്കാൻ തീരുമാനിച്ചത്. അനിയുടെ അച്ഛനമ്മമാർക്ക് സുനിതയെ വീട്ടിൽകൊണ്ടുവരുന്നതിൽ എതിർപ്പില്ലായിരുന്നു. പക്ഷേ സുനിതയുടെ വീട്ടുകാർ ശക്തിയായി എതിർത്തു. സുനിതയുടെ വീട്ടുകാർ മാത്രമല്ല ദളിതരുടെ കോളനി ഒന്നടങ്കം എതിർത്തു. രണ്ടു സ്ത്രീകൾ ഭാര്യാഭർത്താക്കന്മാരെപ്പോലെ ജീവിക്കുന്നത് "പ്രകൃതിവിരുദ്ധം" ആണെന്നായിരുന്നു പലരുടെയും അഭിപ്രായം. എന്താണ് പ്രകൃതിവിരുദ്ധമായിട്ടുള്ളതെന്ന് സുനിതയ്ക്കും അനിക്കും ഇതുവരെയും മനസിലായിട്ടില്ലെന്നാണ് അവർ പറഞ്ഞത്.

കോളനിയിൽ താമസിക്കാൻ കഴിയാതെ വന്നപ്പോൾ നഗരാതിർത്തിയോട് ചേർന്നുകിടക്കുന്ന ഗ്രാമത്തിൽ ഒരു വീട് വാടകയ്ക്കെടുത്ത് അവർ കുടുംബജീവിതം തുടങ്ങി. നാട്ടുകാരാരും തന്നെ അനി ഒരു സ്ത്രീയാണെന്ന് അറിഞ്ഞിരുന്നില്ല. പക്ഷേ സുനിതയുടെ വീട്ടുകാർ ഹൈക്കോടതിയിൽ ഹേബിയസ് കോർപ്പസ് ഹർജികൊടുത്തു. അനി സുനിതയെ തട്ടിക്കൊണ്ടുപോയി തടവിൽ പാർപ്പിച്ചിരിക്കുന്നു എന്നായിരുന്നു പരാതി. അത് പത്രത്തിൽ വരികയും നാട്ടുകാർ അറിയുകയും ചെയ്തു. അനിയോടൊപ്പം ജീവിക്കാനാണ് ഇഷ്ടമെന്ന് സുനിത കോടതിയിൽ ബോധിപ്പിക്കുകയും കോടതി അതിന് അനുവാദം കൊടുക്കുകയും ചെയ്തു.

ഒരുമിച്ചുജീവക്കാൻ കോടതി അനുവാദം കൊടുത്തെങ്കിലും നാട്ടുകാർ എതിർത്തു. സ്ത്രീയും പുരുഷനും ഒരുമിച്ചു ജീവിക്കുന്നത് പ്രകൃതിവിരുദ്ധം തന്നെയെന്നായിരുന്നു ഗ്രാമവാസികളുടെയും വാദം. അവർ മറ്റൊന്നുകൂടി പറഞ്ഞു. ഗ്രാമത്തിന്റെ പരദേവതയായ ദേവിയുടെ കോപമുണ്ടാകും. വാടകവീട് ഒഴിയണമെന്നായി വീട്ടുടമ. ഗത്യന്തരമില്ലാതെ വീടൊഴിഞ്ഞു. കുറച്ചുകാലം മറ്റൊരു ഗ്രാമത്തിൽ ഒരു വീട്ടുകാരുടെ 'പേയിങ് ഗസ്റ്റായി' അനിയും സുനിതയും താമസിച്ചു. പിന്നെ ഒരു വീട് വാടകയ്ക്ക് കിട്ടി. പുതിയ താമസസ്ഥലത്തുള്ളവർ അനിയും സുനിതയും സ്വവർഗാനുരാഗികളാണെന്ന് അറിഞ്ഞിട്ടില്ല. അറിഞ്ഞാൽ കുടിയൊഴിപ്പിക്കുകയോ ഊരുവിലക്കേർപ്പെടുത്തുകയോ ചെയ്യുമെന്നുറപ്പാണ്. അതുകൊണ്ട് അവർ വളരെ സൂക്ഷിച്ചാണ് ജീവിക്കുന്നത്. രാത്രി എട്ടുമണിക്കേ കൺസൾട്ടേഷനു വരാൻ കഴിയുകയുള്ളുവെന്ന് പറയാൻ കാരണം വരേണ്ടത് ദളിതരുടെ കോളനിയുടെ സമീപത്തുകൂടി ആയതു കൊണ്ടാണ്. തങ്ങളെ ആരെങ്കിലും കണ്ടാൽ എന്തെങ്കിലും "പ്രശ്നം" ഉണ്ടാകുമെന്ന് അവർ ഭയപ്പെടുന്നു.

കുറച്ചുനാളായി സുനിതയെ ഒരു ഭയം പിടികൂടിയിരിക്കുന്നു. അനി തന്നെ ഉപേക്ഷിച്ചുകളയുമോ എന്നാണ് ഭയം. ഭയം ചിലപ്പോൾ അധികരിക്കും. അപ്പോൾ പരസ്പരബന്ധമില്ലാതെ സംസാരിക്കുകയും സുബോധമില്ലാതെ പെരുമാറുകയും ചെയ്യും. അത്തരം സന്ദർഭങ്ങളിൽ സുനിത അനിയെ മാന്തുകയും കടിക്കുകയും ചെയ്യും. അതിന്റെ പാടുകളാണ് അനിയുടെ കൈത്തണ്ടകളിൽ കണ്ടത്. ഒരു ദിവസം ഭയം അധികമായപ്പോൾ സുനിത ആത്മഹത്യക്ക് ശ്രമിച്ചു. അകത്തെ മുറിയിലെ ഫാനിൽ തൂങ്ങിമരിക്കാനാണ് ശ്രമിച്ചത്. അനി ടാക്സി ഓട്ടം കഴിഞ്ഞ് വന്ന് കുളിക്കുകയായിരുന്നു. സുനിത എന്തോ അപസ്വരങ്ങൾ പുറപ്പെടുവിച്ചതുപോലെ തോന്നി. സംശയം തോന്നി കുളിമുറിയിൽ നിന്നോടിവന്ന് നോക്കിയപ്പോൾ സുനിത കിടന്നു പിടയ്ക്കുന്നതാണ് കണ്ടത്. കട്ടിലിൽക്കയറി നിന്ന് സുനിതയുടെ കാലിൽപ്പിടിച്ചുപൊക്കി. ആ നിൽപ്പിൽ നിന്നുകൊണ്ട് ഉറക്കെ "ഓടിവരണേ" എന്നു നിലവിളിച്ചു. അയൽക്കാർ ഓടിക്കൂടി സഹായിച്ചു. സുനിതയുടെ ബോധം കെട്ടിട്ടില്ലായിരുന്നു. ശരീരത്തിന് എന്തെങ്കിലും കേടുപറ്റിയിട്ടുണ്ടോ എന്ന് പരിശോധിപ്പിക്കുവാൻ ആശുപത്രിയിൽ പോകുന്ന കാര്യം പറഞ്ഞപ്പോൾ സുനിത ശക്തിയായി എതിർത്തു.

കുറച്ചുദിവസങ്ങൾക്കുശേഷം ഒരു സൈക്കോളജിസ്റ്റിനെ കണ്ടപ്പോൾ സുനിതയ്ക്ക് വിഷാദരോഗമാണെന്നും സൈക്യാട്രിസ്റ്റിനെ കാണണമെന്നും പറഞ്ഞു. സൈക്യാട്രിസ്റ്റ് മരുന്നിന് കുറിച്ചു കൊടുത്തെങ്കിലും ലെസ്ബിയൻ ജീവിതം അവസാനിപ്പിച്ചില്ലെങ്കിൽ വിഷാദരോഗത്തിൽ നിന്നും പൂർണമോചനം സാധ്യമല്ലെന്നാണ് പറഞ്ഞത്. അവർക്ക് ഈ ജീവിതം തന്നെ തുടരുകയും വിഷാദരോഗത്തിൽ നിന്നും മോചനം നേടുകയും വേണം.

സ്വവർഗാനുരാഗത്തിന് (homosexuality) ജീവശാസ്ത്രപരം, മന: ശാസ്ത്രപരം, സാമൂഹികം എന്നിങ്ങനെ പല തലങ്ങളുണ്ട്. സ്വവർഗാ

നുരാഗശീലം ജനിതകഘടകത്തിലൂടെ കൈമാറപ്പെടുന്നു എന്നു കരുതുന്നവരുമുണ്ട്. സ്വവർഗാനുരാഗികളായ അനേകം പുരുഷൻമാരെയും സ്ത്രീകളെയും ജീവിശാസ്ത്രപരമായി പഠിച്ച സൈമൺ ലെവെ(Simon Levay) 1994ൽ *ഡിസ്കവർ* ശാസ്ത്രമാസികയിൽ പ്രസിദ്ധപ്പെടുത്തിയ ശാസ്ത്രപ്രബന്ധത്തിൽ പറഞ്ഞത് സ്വവർഗാനുരാഗശീലം ജനിതകത്തിലൂടെ കൈമാറപ്പെടുന്നു എന്നുള്ളതിന് ഒരു തെളിവും തനിക്കുകിട്ടിയില്ലെന്നാണ്. ഭൗതികസാഹചര്യങ്ങളാണ് വ്യക്തികളെ സ്വവർഗാനുരാഗികളാക്കുന്നത്. ഏറ്റവും കുറഞ്ഞത് എന്റെ അടുക്കൽ ചികിൽസയ്ക്ക് വന്ന സുനിതയുടെയും അനിയുടെയും കാര്യത്തിൽ അതാണ് സംഭവിച്ചത്. ലൈംഗികതയിലെ അരാജകത്വം വിലക്കുന്നതിലപ്പുറം പോയി എന്തെങ്കിലും തരത്തിലുള്ള രതിശീലത്തെ പ്രകൃതിവിരുദ്ധമായി മുദ്രയടിക്കുന്നത് സംഘടിത മതങ്ങളാണ്. സ്വവർഗാനുരാഗശീലം മനോരോഗങ്ങളുടെ പട്ടികയിൽ നിന്നും 1987ൽത്തന്നെ ഒഴിവാക്കിയിട്ടുണ്ട്. സ്വവർഗ രതിശീലം ഉപേക്ഷിക്കണമെന്ന് ഉപദേശിക്കാനോ അത് മനോരോഗമാണെന്ന് കരുതി ചികിത്സിക്കാനോ മുതിരേണ്ടതില്ല എന്നാണ് വൈദ്യശാസ്ത്രത്തിന്റെ നിലപാട്. എന്റെ നിലപാടും അതുതന്നെയാണെന്ന് സുനിതയെയും അനിയെയും ബോധ്യപ്പെടുത്തി.

സുനിത വിഷാദരോഗത്തിന്റെ പിടിയിലാകാൻ കാരണം സ്വവർഗാനുരാഗജീവിതമല്ല, ഊരുവിലക്കുകളും സാമൂഹികമായ സമ്മർദങ്ങളുമാണ്. സാമൂഹികസമ്മർദങ്ങളെ ചെറുത്തു നിൽക്കാനാകാതെ അനി പരാജയപ്പെട്ട് തന്നെ ഉപേക്ഷിച്ചുപോകുമോ എന്ന ഭയം തന്നെയായിരുന്നു വിഷാദാവസ്ഥയ്ക്കും ആത്മഹത്യാശ്രമത്തിനും കാരണം. ഇപ്പോൾ താമസിക്കുന്ന സ്ഥലത്തുള്ള ആളുകൾ തങ്ങൾ രണ്ടുപേരും സ്ത്രീകളാണെന്ന കാര്യം മനസിലാക്കുമോ എന്ന ഭയം സുനിതയുടെ മനസിനെ അലട്ടാൻ തുടങ്ങിയിട്ട് കുറച്ചു നാളുകളായി. അങ്ങനെയാണ് ഭയവും വിഷാദവും തുടങ്ങിയത്. മറ്റൊരു സ്ഥലത്തേക്ക് താമസം മാറ്റി പരീക്ഷിച്ചു നോക്കാൻ അവരെ ഉപദേശിക്കുകയും മരുന്നുകൾ നിർദേശിക്കുകയും ചെയ്തു.

ഒരാഴ്ചയ്ക്കുശേഷം ദളിതരുടെ കോളനിയിൽ നിന്നും ചിലർ എന്നെ കാണാൻ വന്നു. അവർക്കറിയേണ്ടിയിരുന്നത് രണ്ടു സ്ത്രീകൾ ചികിത്സയ്ക്ക് വന്നിരുന്നോ എന്നാണ്. സുനിതയുടെയും അനിയുടെയും രക്ഷയെക്കരുതി ഞാൻ ഒന്നും പറഞ്ഞില്ലെങ്കിലും അവർ കാര്യങ്ങൾ ഊഹിച്ചറിഞ്ഞു. വീണ്ടും പരിശോധനയ്ക്ക് വരേണ്ട തീയതിക്കുമുമ്പായി അനി ഫോൺ ചെയ്തു. സുനിതയുടെ വിഷാദരോഗത്തിനു ശമനമുണ്ട്. പക്ഷേ വീണ്ടും പരിശോധനയ്ക്കായി വീട്ടിലേക്ക് വരാൻ അവർക്ക് ഭയമാണെന്നും സുരക്ഷിതമായ മറ്റൊരിടം പറഞ്ഞാൽ അവിടെ വരാമെന്നുമാണ് അനി പറഞ്ഞത്. സുരക്ഷിതമായ ഒരിടത്തിൽ വച്ചാണ് അവരെ വീണ്ടും കണ്ടത്. ഉപദേശിച്ചനതുസരിച്ച് അവർ താമസം മാറ്റുകയും മരുന്നുകൾ കഴിക്കുകയും ചെയ്തു. സുനിതയുടെ വിഷാദരോഗത്തിനു ശമനമുണ്ടായിരുന്നു.

15

പത്മവ്യൂഹത്തിൽ നിർഭയനായി

നഗരത്തിലെ വരേണ്യരുടെ ഹൗസിങ് കോളനിയിലെ ആളൊഴിഞ്ഞ റോഡിലൂടെ നടക്കുമ്പോൾ പിന്നിൽ ആരോ പേരുപറഞ്ഞ് വിളിക്കുന്നത് കേട്ടു. ഞാൻ തിരിഞ്ഞുനോക്കി. പുതുതായിത്തുടങ്ങിയ പച്ചക്കറിപ്പീടികയിൽ നിന്നാണ് വിളി. കടയിൽ മധ്യവയസ്കനായ വിൽപ്പനക്കാരൻ മാത്രമേയുള്ളൂ. അയാൾ എന്നെ നോക്കി വെളുക്കെച്ചിരിക്കുകയാണ്. ഞാൻ കടയുടെ മുമ്പിലേക്ക് ചെന്ന് സൂക്ഷിച്ചു നോക്കി. എവിടെയോവച്ച് കണ്ടിട്ടുള്ളതുപോലെ തോന്നിയെങ്കിലും ആളെ തിരിച്ചറിയാൻ കഴിഞ്ഞില്ല.

"സാറിനെന്നെ മനസ്സിലായില്ലേ? ഞാൻ സതീശനാണ്. മെന്റലിലെ ക്രിമിനൽ വാർഡിൽ കിടന്നിരുന്നില്ലേ സതീശൻ. സാറല്ലേ അന്ന് 'ഫിറ്റ് റ്റു സ്റ്റാന്റ് ട്രയൽ' എന്നെഴുതി എന്നെ കോടതീലോട്ടയച്ചത്?"

സതീശന്റെ പഴയരൂപം മനസിൽ തെളിഞ്ഞു. അന്നയാൾ യുവത്വത്തിന്റെ തിളപ്പിലായിരുന്നു. മനോരോഗാശുപത്രിയിലെ 'ശുശ്രൂഷകൾ' അയാളുടെ ശരീരത്തെ ഉലച്ചിരുന്നു. ഇപ്പോൾ കാലം അയാളിൽ കൈയൊപ്പ് വച്ചിരിക്കുന്നു. ചെന്നികളിലും വെട്ടി നിരപ്പാക്കാത്ത മീശയിലും നരകയറിയിരിക്കുന്നു. കഷണ്ടിയും കുടവയറും അയാൾക്ക് ഇരുത്തം വന്നതായി സാക്ഷ്യപ്പെടുത്തി.

ഹൗസിംഗ് കോളനിയുടെ ഷോപ്പിങ് കോംപ്ലക്സിന്റെ ഒരരികിൽ ഭവ്യതയോടെ നില്ക്കുന്ന പഴം-പച്ചക്കറിപ്പീടിക തുടങ്ങിയത് അടുത്ത കാലത്താണ്. വൈകുന്നേരങ്ങളിലെ ധൃതിനടത്തങ്ങൾക്കിടയിൽ ഞാനത് ശ്രദ്ധിച്ചിരുന്നു.

"ഇത് സതീശന്റെ കടയാണോ?"

"കട എന്റെ മാമന്റേതാണ്. ആശുപത്രീന്ന് പോന്നതീപ്പിന്നെ ഞാൻ മാമന്റെ കൂടെയാണ്. ഇതിനു മുമ്പ് വട്ടിയൂർക്കാവ് മാർക്കറ്റിലായിരുന്നു

വ്യാപാരം. ഇവിടെത്തൊടങ്ങിയപ്പം എന്നോട് ഇവട വന്നു നിൽക്കാൻ പറഞ്ഞു. സാറന്ന് കോടതീലോട്ട് അയച്ചതോണ്ടാണ് മെന്റലീന്ന് പോരാൻ കഴിഞ്ഞത്."

മനോരോഗാശുപത്രിയിൽ നിന്നും വിടുതൽ കിട്ടിയകാര്യം കാൽനൂറ്റാണ്ടിനുശേഷവും അയാളുടെ സ്മരണകളിൽ സജീവമായി നിൽക്കുകയാണ്. മനോരോഗാശുപത്രിക്കകത്തെ ജയിലാണ് ക്രിമിനൽ വാർഡ്. ഇവിടെ കുറ്റവാളികളല്ല, മനസിന്റെ സമനില തെറ്റിയപ്പോൾ ചെയ്തികളിൽ തെറ്റുകൾ വന്നുപോയവരാണ്. കണ്ണില്ലാത്ത നിയമത്തിന് അത് കാണാനും തിരിച്ചറിയാനും കഴിയുന്നില്ല.

സതീശൻ കോളേജ് വിദ്യാർഥിയായിരുന്നപ്പോഴാണ് അസുഖം തുടങ്ങിയത്. വിദ്യാർഥിസംഘടനയുടെ മുൻനിരപ്രവർത്തകരിലൊരാളായിരുന്നു അയാൾ. കോളേജിലെ സംഘട്ടനങ്ങളിലെല്ലാം സതീശൻ ഒരു കക്ഷിയായിരുന്നു. പരീക്ഷകൾ സതീശനെ തെല്ലും അലട്ടിയില്ല. ചെറിയൊരു പ്രകോപനമുണ്ടാകുമ്പോഴേക്കും കടന്നാക്രമിക്കുന്ന സതീശന് കോളേജിലും പുറത്തും ഒരുപാട് എതിരാളികളുമുണ്ടായി. അതിനെക്കുറിച്ച് സതീശനും കൂട്ടുകാരും ബോധവാൻമാരായിരുന്നു. സൂക്ഷിക്കണം, സൂക്ഷിച്ചുനടക്കണം എന്നിങ്ങനെ കൂട്ടുകാർ ഉപദേശിച്ചുകൊണ്ടിരുന്നു. അതൊക്കെ കേട്ടുകേട്ടായിരിക്കണം തന്നെ ആക്രമിക്കാനും വകവരുത്താനും ചിലർ ഗൂഢാലോചന നടത്തുന്നതായി സതീശന് തോന്നാൻ തുടങ്ങി. പൊതുനിരത്തിലൂടെ നടക്കുമ്പോൾ പലരും തന്റെ നീക്കങ്ങൾ ശ്രദ്ധിക്കുന്നുണ്ടെന്ന് സതീശന് സംശയം തോന്നി. കുറച്ചുനാൾ കഴിഞ്ഞപ്പോൾ സംശയം നീങ്ങി ഉറപ്പായി. ആരൊക്കെയാണ് ഗൂഢാലോചന നടത്തുന്നതെന്ന് സതീശന് തിരിച്ചറിയാൻ കഴിഞ്ഞില്ല. അവർ നിഗൂഢമായ മാർഗങ്ങളിലൂടെ തന്നെക്കുറിച്ചുള്ള സന്ദേശങ്ങൾ കൈമാറുന്നുണ്ടെന്ന് സതീശന് ഉറപ്പുണ്ടായിരുന്നു. ഏതുനിമിഷവും അദൃശ്യമായ ശത്രുക്കൾ തന്റെമേൽചാടിവീഴുമെന്നഭയം സതീശനെ അനുസ്യൂതമായി അലട്ടിക്കൊണ്ടിരുന്നു. മുഖ്യമന്ത്രി മുതലിങ്ങോട്ട് സർക്കിൾ ഇൻസ്പെക്ടർ വരെയുള്ള സകല അധികാരികൾക്കും സതീശൻ പരാതികൾ അയച്ചു. ആരും ശ്രദ്ധിച്ചില്ല. അവരെയെല്ലാം തന്റെ അദൃശ്യരായ ശത്രുക്കൾ സ്വാധീനിച്ചുവെന്നാണ് സതീശൻ പറഞ്ഞത്. ശത്രുക്കളുടെ പദ്മവ്യൂഹത്തിനകത്തുള്ള ജീവിതം ദുസ്സഹമായി. ജീവിതം അവസാനിപ്പിച്ചാലെന്തെന്ന് പല തവണ ആലോചിച്ചതാണ്. പക്ഷേ മനസുവന്നില്ല. ധൈര്യമുണ്ടായില്ലെന്നുവേണം പറയാൻ. ശത്രുഭയം കാരണം സതീശൻ അധികം പുറത്തിറങ്ങാതായി. പഠിത്തം നിന്നു.

സതീശന്റെ കുടുംബചരിത്രത്തെക്കുറിച്ച് ചോദിച്ചപ്പോൾ മറയൊന്നുമില്ലാതെ പറഞ്ഞത് ഞാനോർത്തു.

"എന്റെ അച്ഛനൊരു സംശയരോഗിയാണ്. പാരനോയിഡ് സ്കിസോഫ്രീനിയ. എനിക്കും അതാണെന്നുപറഞ്ഞാൽ ഞാൻ സമ്മതിക്കൂല. എന്റെ അനുഭവമെല്ലാം സത്യമാണ്. ഡെല്യൂഷനൊന്നുമില്ല."

സതീശന്റെ അച്ഛൻ നിയമക്കുരുക്കിലൊന്നും പെട്ടില്ല. പക്ഷേ ആത്മഹത്യകൊണ്ട് ദുരിതപൂർണമായ ജിവിതത്തിനു വിരാമമിടുകയാണ്

ചെയ്തത്. തന്നെ മനോരോഗാശുപത്രിയിൽ നിന്നും മോചിപ്പിക്കണമെന്നല്ല,കോടതിയിലയച്ച് കുറ്റവിചാരണ നടത്താനുള്ള സാഹചര്യം ഉണ്ടാക്കണമെന്നു മാത്രമേ സതീശനാവശ്യപ്പെടുന്നുള്ളു.

ഞാൻ സ്ഥലം മാറിവന്നപ്പോൾ ക്രിമിനൽ വാർഡ് എന്റെ ചുമതലയിലാണെന്ന് സൂപ്രണ്ട് അറിയിച്ചു. ക്രിമിനൽ വാർഡിന്റെ ചുമതല നൽകുന്നത് ഒരു 'ശിക്ഷ'യാണെന്നായിരുന്നു പൊതുവേയുള്ള അഭിപ്രായം. കുറ്റം ചെയ്യാതെ'ശിക്ഷിക്കപ്പെട്ടതിൽ' ഞാൻ പരാതിയൊന്നും ഉന്നയിച്ചില്ല. അനേകം വർഷങ്ങളായി ക്രിമിനൽ വാർഡിൽ കഴിയുന്ന രോഗികളുണ്ട്. സമൂഹത്തിലേക്ക് ഇറക്കിവിടാൻ പാകമാകുന്നതുവരെ ആശുപത്രിത്തടവിൽ കഴിയാൻ വിധിക്കപ്പെട്ടവർ, രോഗം മാറുന്നതുവരെ വിചാരണത്തടവുകാരനായി(under trial) കഴിഞ്ഞുകൂടുന്നവർ, അങ്ങനെ പലതരക്കാരാണ്. ഓരോരുത്തരെയായി ഞാൻ പരിശോധിച്ചു അവരുടെ പഴക്കവും കനവുമുള്ള ഫയലുകളും ഓരോന്നായി പരിശോധിച്ചു. കൂട്ടത്തിൽ സതീശനും ഫയലും എന്റെ മുമ്പിലെത്തി. കോടതിയുടെ ഉത്തരവുപ്രകാരം സതീശനെ ആശുപത്രിയിലാക്കിയിട്ട് മൂന്നുകൊല്ലം കഴിഞ്ഞിരുന്നു. അയൽക്കാരനെ കമ്പിപ്പാരകൊണ്ട് തലയ്ക്കടിച്ചു പരുക്കേൽപ്പിക്കാൻ ശ്രമിച്ചുവെന്നാണ് കുറ്റം. വധശ്രമം എന്ന കുറ്റമല്ല ചാർത്തിയിരിക്കുന്നത്. സതീശനെ മോചിപ്പിക്കാൻ വീട്ടുകാർ ഒരുപാടൊരുപാട് ശ്രമങ്ങൾ നടത്തി. ഫലം കാണാതെ വന്നപ്പോൾ എല്ലാവരും സതീശനെ മറന്നു. സതീശന് കോടതിയിലെ പ്രതിക്കൂട്ടിൽ നിന്നുകൊണ്ട് വിചാരണ നേരിടാനുള്ള മാനസികാവസ്ഥയുണ്ടെന്ന് ചുമതലയുള്ള സൈക്യാട്രിസ്റ്റ് കോടതിയെ രേഖാമൂലം അറിയിക്കണം. അഞ്ചാറുമാസം കൂടുമ്പോൾ കോടതിയിൽ നിന്നും അന്വേഷണം എത്തും. പരിശോധിക്കുമ്പോൾ സതീശന് മനോരോഗമുണ്ടെന്ന് കാണും. മനോരോഗമുള്ള ആളെ വിചാരണയ്ക്കയക്കാൻ കഴിയുമോ? ഇങ്ങനെ സതീശൻ ഒരു വിഷമവൃത്തത്തിൽപ്പെട്ടു കിടക്കുകയാണ്.

താൻ ചെയ്ത കുറ്റകൃത്യത്തെക്കുറിച്ച് സതീശന്റെ കാഴ്ചപ്പാടെന്തെന്ന് ഞാൻ പരിശോധിച്ചു. അയൽക്കാരനെ കമ്പിപ്പാരകൊണ്ട് അടിക്കാൻ തക്കതായ കാരണമുണ്ടായിരുന്നുവെന്നാണ് സതീശന്റെവാദം. ശത്രുക്കൾക്ക് തന്റെ നീക്കങ്ങളെക്കുറിച്ച് രഹസ്യസന്ദേശങ്ങൾ അയച്ചുകൊണ്ടിരുന്നത് അയാളാണെന്ന് സതീശന് പെട്ടെന്നൊരു ഭൂതോദയമുണ്ടായി. കമ്പിപ്പാരയുമായി ചെല്ലുന്നതുകണ്ട് സംശയം തോന്നിയ അയൽക്കാരൻ സ്വയം രക്ഷയ്ക്കായി തടുത്തതുകാരണം തലയ്ക്ക് അടിയേറ്റില്ല. കീഴ്ത്താടിയിൽ ചെറിയൊരു മുറിവ് പറ്റിയതേയുള്ളു. കോടതിയിൽ ഹാജരാക്കിയ സതീശനെ റിമാന്റ് ചെയ്തു. സബ്ജയിൽ സൂപ്രണ്ടാണ് സതീശനൊരു മനോരോഗിയാണെന്ന് സംശയിക്കുന്നതായി കോടതിയെ അറിയിച്ചത്. കോടതി നിരീക്ഷണത്തിനായി മനോരോഗാശുപത്രിയിലേക്കയച്ചു.

കുറ്റം ചെയ്തെന്ന് തെളിഞ്ഞാൽ അനുഭവിക്കേണ്ട തടവുശിക്ഷയുടെ കാലാവധിയേക്കാൾ അധികകാലം സതീശൻ "ഭ്രാന്തൻ ജയിലിൽ" തടവുശിക്ഷ അനുഭവിച്ചുകഴിഞ്ഞു. എന്നിട്ടും നിയമത്തിന്റെ കുരു

ക്കിൽ നിന്നും തലയൂരാൻ പറ്റുന്നില്ല. കോടതിയിൽ എത്തിയാൽ തന്റെ നിരപരാധിത്വം തെളിയിക്കാനാവുമെന്നാണ് സതീശൻ പറഞ്ഞത്. നിരപരാധിത്വമെന്നാൽ കുറ്റം ചെയ്തില്ല എന്നല്ല, തക്കതായ കാരണം ഉള്ളതുകൊണ്ടായിരുന്നു അയൽക്കാരനെ അടിക്കാൻ ശ്രമിച്ചത് എന്ന കാര്യം കോടതിയെ ബോധ്യപ്പെടുത്താൻ കഴിയുമെന്ന് സതീശൻ ഉറപ്പു പറഞ്ഞു.

ഭാവനയിലെ ശത്രുക്കളെക്കുറിച്ചുള്ള സതീശന്റെ അഭിപ്രായം ആരാഞ്ഞു. തന്നെ അപായപ്പെടുത്താൻ ശ്രമിക്കുന്ന ശത്രുക്കളുണ്ടെന്ന് സതീശൻ വിശ്വസിക്കുന്നുണ്ടെങ്കിലും മുമ്പുണ്ടായിരുന്നതുപോലുള്ള ഭയാശങ്കകളില്ല. മാത്രവുമല്ല അയൽക്കാരൻ അക്കൂട്ടത്തിൽപ്പെട്ട ആളാണെന്ന് തെറ്റായി ധരിച്ചതുകൊണ്ടാണ് അയാളെ അടിക്കാൻ ചെന്നതെന്ന് ഇപ്പോൾ തോന്നുന്നുമുണ്ട്. സതീശന് ഭാഗികമായ ഉൾക്കാഴ്ചയുണ്ടായിട്ടുണ്ട്. മനോരോഗാശുപത്രിയിൽ വന്നതിനുശേഷം മരുന്നുകൾ കഴിക്കാൻ തുടങ്ങിയതിന്റെ ഫലമായിരുന്നു അത്. ആശുപത്രിയിൽ നിന്നും പോയാലും മരുന്നുകൾ തുടരാമെന്ന് സതീശൻ ഉറപ്പുനൽകി.

സതീശന്റെ മാനസികാവസ്ഥയെക്കുറിച്ച് വിശദമായ റിപ്പോർട്ട് തയ്യാറാക്കി കോടതിയിൽ നിന്നും അന്വേഷണം വരുന്നതും കാത്തിരുന്നു. അന്വേഷണം വന്നപ്പോൾ വിശദമായ റിപ്പോർട്ടിനോടൊപ്പം സതീശന് വിചാരണ നേരിടാനുള്ള മാനസികാവസ്ഥയുണ്ടെന്നുള്ള അഭിപ്രായവും രേഖപ്പെടുത്തി. കോടതികളിലേക്കയക്കുന്ന റിപ്പോർട്ടുകളെല്ലാം ആശുപത്രി സൂപ്രണ്ട് കാണണമെന്നായിരുന്നു അന്നത്തെച്ചട്ടം. സൂപ്രണ്ട് എന്നെ മുറിയിലേക്കു വിളിപ്പിച്ചു. രോഗം മാറാത്ത ആൾക്കെങ്ങനെ കോടതിയിലെ വിചാരണ നേരിടാൻ കഴിയുമെന്നായിരുന്നു അദ്ദേഹത്തിന്റെ ചോദ്യം. പാരനോയിഡ് സ്കിസോഫ്രീനിയ ഒരു മാറാരോഗമാണ്. അപ്പോൾ സതീശൻ ചെറിയൊരുകുറ്റത്തിന് ജീവപര്യന്തം തടവുശിക്ഷ അനുഭവിക്കേണ്ടിവരില്ലേ എന്ന മറുചോദ്യം ഞാൻ ഉന്നയിച്ചു. സതീശന് കോടതിയിലെ പ്രതിക്കൂട്ടിൽ നിന്നുകൊണ്ട് വിചാരണനേരിടാനുള്ള മാനസികാവസ്ഥ ഉണ്ടെന്നാണ് എന്റെ നിഗമനമെന്നും കോടതിക്ക് മറിച്ചാണ് അഭിപ്രായമെങ്കിൽ വിചാരണനടത്താതെ സതീശനെ തിരിച്ചയച്ചുകൊള്ളുമെന്നും ഞാൻ പറഞ്ഞപ്പോൾ സൂപ്രണ്ട് റിപ്പോർട്ട് കോടതിയിലേക്കയക്കാമെന്ന് സമ്മതിച്ചു.

പ്രതീക്ഷിച്ചതുപോലെ സതീശനെ കോടതിയിൽ ഹാജരാക്കാൻ കോടതിയുടെ നിർദേശം വന്നു. ബന്ധപ്പെട്ട പോലീസ് സ്റ്റേഷനിൽ നിന്നും പോലീസുകാരെ വരുത്തി അവരെ ഏൽപ്പിക്കുകയാണ് ചെയ്യേണ്ടത്. അവർ പ്രതിയെ കോടതിയിൽ ഹാജരാക്കി വിചാരണകഴിയുമ്പോൾ തിരികെക്കൊണ്ടുവന്ന് ആശുപത്രിയിൽ ഏൽപ്പിക്കും. മുമ്പൊരു പ്രാവശ്യം കോടതിയിൽ ഹാജരാക്കാൻ പൊലീസ് വന്നപ്പോൾ പൊലീസിനെ കണ്ട് സതീശന്റെ സമനിലതെറ്റിയ കഥ വാർഡൻ പറഞ്ഞു. യാതൊരു കാരണവശാലും സമനിലതെറ്റരുതെന്നും കോടതിയിൽ വക്കീലും ജഡ്ജിയും ചോദിക്കുന്ന ചോദ്യങ്ങൾക്കെല്ലാം യുക്തിപൂർവം മറുപടി പറയണമെന്നും

സതീശനെ പഠിപ്പിച്ചു. ആശുപത്രിയിൽ നിന്നും വിടുതൽ കിട്ടിയാൽ എന്തു ചെയ്യുമെന്ന് ഞാൻ ചോദിച്ചു. അമ്മാവൻ തനിക്കെന്തെങ്കിലും തൊഴിൽ തരുമെന്നും അത് ചെയ്തു അടങ്ങിയൊതുങ്ങിക്കഴിയുമെന്നും സതീശൻ പറഞ്ഞു. കോടതിയിലും ഇതേ ചോദ്യം ഉന്നയിക്കാനിടയുണ്ടെന്ന് ഞാൻ സതീശന് മുന്നറിയിപ്പുകൊടുത്തു.

സതീശൻ വളരെ സന്തോഷവാനായിട്ടാണ് കോടതിയിൽനിന്നും തിരിച്ചെത്തിയത്. കുറ്റം സമ്മതിച്ചതുകൊണ്ട് വിചാരണ വേഗം കഴിഞ്ഞുവെന്ന് സതീശൻ പറഞ്ഞു. ശിക്ഷയുടെ കാലാവധിയേക്കാൾ കൂടുതൽ ക്കാലം ആശുപത്രിത്തടവിൽ കഴിഞ്ഞതുകൊണ്ട് സതീശന്റെ ഉത്തരവാദിത്വം ഏറ്റെടുക്കാൻ തയ്യാറുള്ള ബന്ധുവിനെ ഏൽപ്പിച്ച് ആശുപത്രിയിൽ നിന്നും വിടുതൽ ചെയ്യാമെന്നായിരുന്നു കോടതിയുടെ ഉത്തരവ്. അമ്മാവനാണ് ആശുപത്രിയിലെത്തി സതീശനെ കൊണ്ടുപോയത്.

പച്ചക്കറി വാങ്ങാൻ വന്ന ആളിന് സാധനങ്ങൾ എടുത്തുകൊടുത്തിട്ട് സതീശൻ പറഞ്ഞു:

"അന്നുമുതലിന്നുവരേം അമ്മാവന്റെ കൂടത്തന്നെ ജീവിതം."

"സതീശന്റെ വിവാഹം കഴിഞ്ഞോ?"

"ഇല്ല. മെന്റൽപേഷ്യന്റിനാര് പെണ്ണുതരും? ഏതു പെണ്ണ് കൂടെ വരും? അന്ന് ഡിസ്ചാർജ് ചെയ്യുമ്പം ഡോക്ടർ പറഞ്ഞില്ലേ,വിവാഹം ചെയ്യുന്നെങ്കി പെണ്ണിനോടും കുടുംബക്കാരോടും രോഗത്തിന്റെകാര്യം തുറന്നുപറഞ്ഞിട്ട് അവർക്ക് സമ്മതമുണ്ടെങ്കിലേ വിവാഹം ചെയ്യാൻ പാടുള്ളൂന്ന്. ഒന്നുരണ്ടാലോചനയൊക്കെവന്നു. മെന്റലിന്റെ രോഗമുണ്ടായിരുന്നെന്ന് പറഞ്ഞത് കേട്ടപടി ആലോചനമതിയാക്കിപ്പോയി. പിന്നെ ഞാനും വിചാരിച്ചു ഇങ്ങനെയങ്ങ് കഴിഞ്ഞാമതിയെന്ന്."

"ശത്രുക്കളുണ്ടോ ഇപ്പോഴും?"

"ശത്രുക്കളൊക്കെയുണ്ട്. പക്ഷേ പേടിയില്ല. അന്നെഴുതിത്തന്ന ഗുളിക രാത്രി ഒരെണ്ണം ഇപ്പഴും കഴിക്കുന്നുണ്ട്. ഗുളിക കഴിച്ചില്ലെങ്കിൽ ഉറക്കം കിട്ടുകയില്ല. ചെറിയ പേടിയും തോന്നും."

സംശയരോഗികളുടെ ഭാവനയിലുള്ള 'ശത്രുക്കൾ' ഒരിക്കലും ഇല്ലാതാകുകയില്ല. ശത്രുക്കളുടെ ഒരു 'അയഥാർഥസമൂഹം' (Paranoid Psuedocommunity) രോഗിയുടെ അന്ത്യം വരെ നിലനിൽക്കും. പക്ഷേ കാലം ചെല്ലുമ്പോൾ ശത്രുക്കൾ നിരുപദ്രവികളാകുകയും രോഗി ശത്രുക്കളുടെ പത്മവ്യൂഹത്തിൽ നിർഭയനായി ജീവിക്കാൻ പഠിക്കുകയും ചെയ്യും.

നടക്കാനൊരുങ്ങിയപ്പോൾ സതീശൻ ചോദിച്ചു: "ഇനി മരുന്നു നിറുത്തട്ടോ?"

സംശയരോഗത്തിന് അറുതിയില്ലെന്നാണ് ശാസ്ത്രം പറയുന്നത്. ആയുഷ്കാല ചികിത്സയാണ് ഗ്രന്ഥങ്ങളിലും പുതിയ ഗവേഷണപ്രബന്ധങ്ങളിലും പറയുന്നത്. ഇന്നത്തെ വിജ്ഞാന നിലവാരത്തിൽ ചില രോഗങ്ങളെ ജീവിതത്തിന്റെ സഹയാത്രികരായി അംഗീകരിക്കേണ്ടിവരും. അതുകൊണ്ട് ഞാൻ തറപ്പിച്ചു പറഞ്ഞു: മരുന്നു നിറുത്തരുത്.

16

മനസിന്റെ ഹേമന്തവും വസന്തവും

ലളിത ഫോൺചെയ്ത് കൺസൾട്ടേഷന് സമയം തരണമെന്നാവശ്യപ്പെട്ടപ്പോൾ മനസിലായി അവരുടെ മനസിന്റെ ഹേമന്തം തുടങ്ങിയെന്ന്. ലളിതയുടെ യുവത്വത്തിൽ തുടങ്ങിയതാണ് മനസിന്റെ ഹേമന്തവും വസന്തവും മാറിമാറി വരുന്നത്. വിഷാദാവസ്ഥ മനസിന്റെ ഹേമന്തവും ഉന്മാദാവസ്ഥ വസന്തവുമാണെന്നാണ് കവിത എഴുതാറുള്ള ലളിതയുടെ അഭിപ്രായം. വിഷാദാവസ്ഥയിൽ ലോകമാകെ മഞ്ഞുറഞ്ഞ് മരവിച്ച് കിടക്കുന്നതുപോലെ തോന്നും. ഉന്മാദം വരുമ്പോൾ വിഷുക്കാലത്ത് ഇലകൾപോലും ഉപേക്ഷിച്ച് നിറഞ്ഞ് പൂത്തുനിൽക്കുന്ന കർണികാരം പോലെയാവും മനസ്സ്. വിഷാദത്തിൽ മനസ്സ് കയ്പുനീരുനിറഞ്ഞ പാനപാത്രമാണെങ്കിൽ ഉന്മാദത്തിൽ സന്തോഷം നിറഞ്ഞു തുളുമ്പുന്ന മധുചഷകമാണ്. വിഷാദത്തിലും ഉന്മാദത്തിലും ലളിത കുത്തിക്കുറിച്ച കവിതാശകലങ്ങൾ നിറഞ്ഞഡയറി മേശപ്പുറത്ത് തുറന്നുവച്ചുകൊണ്ട് ലളിത എന്നെ ബോധ്യപ്പെടുത്താൻ പലപ്പോഴും ശ്രമിച്ചിട്ടുണ്ട്. പക്ഷേ, മനസിന്റെ പൂക്കാലം അധികനാൾ നീണ്ടുനിൽക്കാറില്ല. മാത്രവുമല്ല ഒരു ഹേമന്തത്തിന് ഒരു വസന്തം എന്ന കണക്കിനുമല്ല വരുന്നത്. വസന്തങ്ങളേക്കാൾ വളരെ കൂടുതലാണ് ലളിതയ്ക്ക് ഹേമന്തങ്ങൾ. അസുഖം തുടങ്ങിയത് ഇരുപതുകൊല്ലം മുമ്പാണ്. ഈ കാലത്തിനിടയിൽ വർഷത്തിലൊന്ന് എന്ന കണക്കിന് വിഷാദാവസ്ഥ ഉണ്ടായിട്ടുണ്ട്. ഉന്മാദാവസ്ഥയാകട്ടെ മൂന്നോനാലോ തവണ മാത്രം. അതും കഷ്ടിച്ച് ഒന്നോ രണ്ടോ മാസം മാത്രമേ നീണ്ടു നിൽക്കാറുള്ളൂ.

രോഗം ആദ്യമായി വന്നതുമുതൽ ലളിതയെ ഞാൻ കാണുന്നു. അന്ന് ലളിതയ്ക്ക് സർക്കാരാഫീസിൽ ജോലി കിട്ടിയതേയുള്ളൂ. ഇഷ്ടമുണ്ടായിട്ടല്ല ഗുമസ്തപ്പണിക്ക് ചേർന്നത്. എം എ പാസായതിനുശേഷം

ഡോക്ടറേറ്റ് എടുക്കണം. കോളേജധ്യാപികയാകണം, കവിതകളെഴുതി പ്രശസ്തിനേടണം, എന്നൊക്കെ സ്വപ്നം കണ്ടിരുന്നതാണ്. എം എ പൂർത്തിയാക്കാൻ കഴിഞ്ഞില്ല. അച്ഛന്റെ ആകസ്മികമായ മരണവും സാമ്പത്തികപ്രയാസങ്ങളും കാരണം പഠിത്തം നിറുത്തി ജോലിക്കു പോകാൻ നിർബന്ധിതയായി. അച്ഛൻ സർവീസിലിരിക്കെ മരിച്ചതു കൊണ്ട് ലളിതയ്ക്ക് ആ വകയിൽ ജോലികിട്ടി. ലളിത ജോലിസ്വീകരിച്ച് കുടുംബത്തിന്റെ വരുമാനമാർഗം ഉറപ്പുവരുത്തിയാലേ അനുജത്തിയുടേയും അനുജന്റേയും പഠിത്തം തുടരാനും മുട്ടില്ലാതെ ജീവിതം മുന്നോട്ടുകൊണ്ടുപോകാനും കഴിയൂ. അമ്മയ്ക്ക് കിട്ടുന്ന കുടുംബപെൻഷൻ കൊണ്ട് ഒരു വ്യക്തിക്കുമാത്രമേ കഷ്ടിച്ചുകഴിയാനൊക്കുകയുള്ളൂ. ചുരുക്കം ചിലർക്കൊഴികെ മറ്റെല്ലാ ഉദ്യോഗസ്ഥർക്കും കൽപ്പവൃക്ഷത്തെപ്പോലെയോ അക്ഷയപാത്രത്തെപ്പോലെയോ തോന്നിച്ചിരുന്ന വകുപ്പിൽ ജോലിചെയ്തിട്ടും കൈകളിൽ കറ തെല്ലും പുരളാതെ നോക്കിയിരുന്ന ആളായിരുന്നു ലളിതയുടെ അച്ഛൻ.

ജോലിയിൽ പ്രവേശിച്ച് അധികനാൾ കഴിയുന്നതിനു മുമ്പുതന്നെ ഒരു ഭയം ലളിതയെ അലട്ടാൻ തുടങ്ങി. താൻ ചെയ്യുന്ന ജോലികൾ എല്ലാം ശരിയാകുന്നുണ്ടോ എന്നായിരുന്നു ഭയം. ജോലിക്ക് ചേർന്നപ്പോൾ ലളിതയെ ഡെസ്പാച്ച് സെക്ഷനിലാണ് നിയമിച്ചത്. പുറത്തേക്കുള്ള കത്തുകളയക്കുന്ന ജോലി വളരെ എളുപ്പമായിരുന്നു. എങ്കിലും എഴുതിയ അഡ്രസ്സുകൾ തെറ്റിപ്പോയോ എന്ന ഭയം ഇടയ്ക്കിടെ അലട്ടാൻ തുടങ്ങി. ശിപായി ശങ്കു അണ്ണൻ എഴുത്തുകളെല്ലാം കൊണ്ടുപോയി പോസ്റ്റു ചെയ്തതിനുശേഷമാണ് സംശയവും ഭയവും അലട്ടാൻ തുടങ്ങുക. ഒരു ദിവസം ലളിത തന്റെ സംശയത്തെക്കുറിച്ച് ശങ്കുഅണ്ണനോട് പറഞ്ഞു. അണ്ണൻ സമാധാനിപ്പിച്ചത് ഇങ്ങനെയാണ്:

“അഡ്രസ്സ് തെറ്റിയെങ്കിലെന്ത്? കുഞ്ഞ് അതോർത്ത് വെപ്രാളപ്പെടണ്ട. സർക്കാരാഫീസിന്ന് അയക്കണ കത്തുകളിലെ അഡ്രസ്സ്കള് ചെലപ്പം തെറ്റീന്നും വരും.”

അണ്ണന്റെ സാന്ത്വനം ഗുണത്തേക്കാളേറെ ദോഷമാണ് ചെയ്തത്. താൻ അഡ്രസ്സ് തെറ്റിച്ചാണ് എഴുതിയതെന്ന് ലളിത ഭയപ്പെട്ടു. ഓഫീസറെ കണ്ട് ഡെസ്പാച്ച് ചെയ്ത കത്തുകളിൽ ചിലതിന്റെ അഡ്രസ്സ് തെറ്റിപ്പോയെന്ന് പറഞ്ഞു. ഓഫീസർ അതിനു വലിയ പ്രാധാന്യമൊന്നും കൊടുത്തില്ല.

“ഏത് ഓഫീസിലേക്കയച്ചതാണ് തെറ്റിപ്പോയത്?”

“ഏതാണെന്നറിഞ്ഞുകൂട സാർ.”

ഓഫീസർ ലളിതയെ സംശയത്തോടെ സൂക്ഷിച്ചുനോക്കിയിട്ട് പറഞ്ഞു:

“സാരമില്ല. ഇനി എഴുതുമ്പോൾ ശ്രദ്ധിച്ചാൽ മതി.”

എത്ര ശ്രദ്ധിച്ചിട്ടും തെറ്റുകൾ പറ്റുന്നതായി ലളിതയ്ക്ക് തോന്നി. ഓഫീസിൽ പോകുന്നകാര്യം ഓർക്കുമ്പോൾത്തന്നെ ഭയം തോന്നിത്തു

ടങ്ങി. ജോലിയിൽ വരുത്തിയ തെറ്റുകളെക്കുറിച്ചോർത്ത് ഉറക്കം കിട്ടാതായി. ഭയം മാത്രമായിരുന്നില്ല,കടുത്ത നൈരാശ്യവും ബാധിച്ചു. തനിക്ക് ജീവിതത്തിലൊന്നും തന്നെ നേടാനായില്ല. ഇനിയൊട്ട് നേടാനുമാവില്ല. ലളിതയെന്ന പെൺകുട്ടി ജനിച്ചത് പ്രകൃതിക്കു പറ്റിയ തെറ്റായിരുന്നു. സൃഷ്ടി,സ്ഥിതി,സംഹാരക്രിയകൾ നടത്തുന്ന ഒരു അതിമാനുഷനിൽ ലളിതയ്ക്ക് വിശ്വാസമില്ലാതിരുന്നതുകൊണ്ട് തന്റെ പാഴ്ജന്മത്തിനു കാരണക്കാരിയായ പ്രകൃതിയെയാണ് ലളിത കുറ്റപ്പെടുത്തിയത്. അടുത്ത നിമിഷത്തിൽത്തന്നെ മറിച്ചും ചിന്തിക്കും. തന്റെ പാഴ്ജന്മത്തിന്റെ പേരിൽ പ്രകൃതിയെ എന്തിനു കുറ്റപ്പെടുത്തുന്നു? തന്റെ ജന്മം പാഴാകാൻ കാരണം താൻ തന്നെ. താൻ പല തെറ്റുകളും ചെയ്തു. സ്കൂളിൽ പഠിക്കുമ്പോൾ കൂടെ പഠിക്കുന്ന ആൺകുട്ടികളെ കാമത്തോടെ നോക്കിയിട്ടുണ്ട്. അവരെ ധ്യാനിച്ച് ഉത്തേജിതയായിട്ടുണ്ട്. ശരീരത്തിന്റെ വിളികൾക്ക് ഉത്തരം കൊടുത്ത് തെറ്റുകൾ ചെയ്തു. സ്വയം തെറ്റുകൾ ചെയ്ത് പാഴിലായ മനുഷ്യജീവിതങ്ങളെക്കുറിച്ച് ലളിത കവിതകളെഴുതി. എങ്കിലും അവയൊക്കെ വെറും ചവറുകളാണെന്ന് തോന്നിയിട്ട് വലിച്ചുകീറിക്കളയുകയാണ് ചെയ്തത്. ഒരു കവിത ഒരു വാരികകയ്ക്ക് അയച്ചുകൊടുത്തത് മടക്കത്തപാലിൽത്തന്നെ തിരിച്ചുവന്നപ്പോൾ ആത്മഹത്യ ചെയ്താലെന്തെന്ന് ആലോചിച്ചു. വേദനാരഹിതമായി അതെങ്ങനെ ചെയ്യാമെന്നായി ചിന്ത. ചിലപ്പോൾ തനിക്കു ജീവനൊടുക്കാനും കഴിയുന്നില്ലല്ലോ എന്നോർത്ത് കണ്ണുകൾ നിറയും. ചെന്നായ്ക്കൾ വട്ടം കൂടി നിന്ന് ഒരു കുഞ്ഞാടിനെ കടിച്ചുകീറുന്നതുപോലെ പലതരം ചിന്തകൾ തന്റെ മനസിനെ കടിച്ചുകീറുന്നതായി തോന്നിയെന്നാണ് ലളിത വിഷാദത്തിൽ നിന്നു മുക്തയായപ്പോൾ എന്നോട് പറഞ്ഞത്.

ലളിത ഓഫീസിൽ പോകാതെ വീട്ടിൽത്തന്നെ മൗനിയായി ദു:ഖിച്ചിരിക്കുന്നത് കണ്ടപ്പോൾ അമ്മയ്ക്ക് സംശയമായി. കാരണമെന്തെന്ന് ചോദിച്ചപ്പോൾ ഒന്നുമില്ലെന്ന് മാത്രം പറഞ്ഞൊഴിഞ്ഞു. ലളിതയുടെ അമ്മയാണ് ആദ്യം ലളിതയെ എന്റെ അടുക്കൽ കൊണ്ടുവന്നത്. വിഷാദരോഗത്തിൽ നിന്നും ലളിത വളരെവേഗം മുക്തയായി. ജോലിക്കുപോകാൻ തുടങ്ങി.

ഒരു കൊല്ലം തികയുന്നതിനുമുമ്പുതന്നെ അമ്മ ലളിതയെയും കൂട്ടി വീണ്ടും വന്നു. അത് മറ്റൊരു ലളിതയായിരുന്നു. ആഹ്ളാദം നിറഞ്ഞുതുളുമ്പിയിരുന്ന ലളിതയുടെ മനസിന്റെ വാതായനങ്ങളും കിളിവാതിലുകളും മലർക്കെ തുറന്നിട്ടിരിക്കുകയായിരുന്നു. കല്യാണത്തിനു പോകുന്നതുപോലെ പട്ടുസാരിയുടുത്ത് മുല്ലപ്പൂചൂടിയാണ് കൺസൾട്ടേഷന് വന്നിരിക്കുന്നത്. ലളിതയ്ക്ക് വിവാഹിതയാകണം. എത്രയും പെട്ടെന്ന്. ആൾ സലിം രാജകുമാരനെപ്പോലെ സുന്ദരനായിരിക്കണം. ലക്ഷ്മണനെപ്പോലെ കരുത്തനായിരിക്കണം. കവിയായിരുന്നാൽ നന്ന്. ഏറ്റവും കുറഞ്ഞത് സഹൃദയത്വമെങ്കിലും വേണം. ലളിത എഴുതിയ കവിതകളുടെ

ഒരു കെട്ട് എന്റെ മുമ്പിൽ അഴിച്ചുനിരത്തി. കവിതകൾ ഓടിച്ചുനോക്കിയപ്പോൾ അനുഭവപ്പെട്ടത് മനം പുരട്ടുന്ന ഉപരിപ്ലവതയാണ്.

ഉന്മാദത്തിന്റെ ലക്ഷണമാണ് ഉപരിപ്ലവത. മനസിന്റെ ആതുരാവസ്ഥകൾ സർഗാത്മകതയെ ത്വരിപ്പിക്കുമെന്നാണ് ചിലരുടെ വിശ്വാസം. തന്റെ കുടുംബത്തിൽ സ്കിസോഫ്രീനിയ രോഗികളുണ്ടെന്നും സ്കിസോഫ്രീനിയരോഗത്തിന്റെ അംശങ്ങൾ തന്റെ മനസിനെയും ബാധിച്ചിട്ടുണ്ടെന്നും അതിന്റെ ഫലമായാണ് തനിക്ക് വ്യത്യസ്തരീതിയിൽ എഴുതാൻ കഴിയുന്നതെന്നും ആറു നോവലുകളെഴുതി പ്രസിദ്ധീകരിച്ച് പ്രസിദ്ധിയിലേക്കുയരാൻ കാത്തിരിക്കുന്ന ഒരു നോവലിസ്റ്റ് ഈയിടെ അഭിമാനപൂർവം എന്നോട് പറയുകയുണ്ടായി. അദ്ദേഹത്തിന്റെ വിശ്വാസം അദ്ദേഹത്തെ രക്ഷിക്കട്ടെ എന്നു കരുതി ഞാൻ ഖണ്ഡിക്കാൻ പോയില്ല. മനസിന്റെ ആതുരാവസ്ഥയും സർഗാത്മകതയും തമ്മിൽ യാതൊരു ബന്ധവുമില്ല. രോഗബാധിതമായാൽ മനസിന്റെ സർഗാത്മകത തളരുകയാണ് ചെയ്യുക. ആതുരാവസ്ഥ അനുഭവിക്കേണ്ടിവന്നാൽ അതിൽ നിന്നും മുക്തിനേടിയതിനുശേഷം തന്റെ മാനസികാനുഭവങ്ങളുടെ വാങ്മയങ്ങൾ മനോജ്ഞമായി ആവിഷ്കരിക്കാൻ കഴിയുന്നത് സർഗാത്മകതയാണ്. മാനസികാതുരാവസ്ഥ സർഗാത്മകത വർധിപ്പിക്കും എന്ന വിശ്വാസം പോലെ മറ്റൊരു മിഥ്യാവിശ്വാസമാണ് ലഹരിപദാർഥങ്ങളും മദ്യവും ഉപയോഗിച്ചാൽ സർഗാത്മകത വർധിക്കുമെന്നുള്ളത്. ഈയിടെ കരുണാസായി മുക്തികേന്ദ്രത്തിൽ ചികിത്സയ്ക്കു വന്ന ഒരു യുവകവി പറഞ്ഞത് അനുഭൂതികളുണ്ടാകാനും അവയിൽ നിന്നും കവിതകൾ വാർന്നുവീഴാനുമാണ് അയാൾ മദ്യപിക്കുന്നതെന്നാണ്. മദ്യപാനം അയാളുടെ കവിമനസിനെ തളർത്തുകയാണ് ചെയ്യുന്നതെന്ന് ബോധ്യപ്പെടുത്താൻ വളരെ സമയം ചെലവഴിക്കേണ്ടിവന്നു.

കവിതകൾ സമയം കിട്ടുമ്പോൾ വായിച്ചുകൊള്ളാമെന്ന് പറഞ്ഞപ്പോൾ ലളിത പൊട്ടിത്തെറിച്ചു.

“സമയം കിട്ടലുണ്ടാവില്ല. ഡോക്ടർക്ക് കവിതവായിച്ചു മനസിലാക്കാനുള്ള സഹൃദയത്വമുണ്ടോ? സഹൃദയത്വം പോയിട്ട് നിങ്ങൾക്ക് ഹൃദയമുണ്ടോ? അല്ലെങ്കിൽത്തന്നെ ഏതു ഡോക്ടർക്കാണ് ഹൃദയമുള്ളത്? ഹൃദയശൂന്യതയുടെ ആൾരൂപങ്ങളല്ലേ നിങ്ങളൊക്കെ.”

ലളിതയുടെ വാക്കുകൾ പരുഷമാകുന്നത് കണ്ടപ്പോൾ അമ്മയ്ക്ക് അസ്വസ്ഥത തോന്നി. സാരമാക്കേണ്ടെന്ന് ഞാൻ പറഞ്ഞു. ലളിതയുടെ രോഗത്തിന്റെ സ്വഭാവം അവരെ മനസിലാക്കിക്കാൻ ശ്രമിച്ചു. വിഷാദവും ഉന്മാദവും മാറിമാറിവരുന്ന രണ്ടു ധ്രുവങ്ങളുള്ള മനോരോഗമാണ് ലളിതയുടേത്. ആധുനിക മനോരോഗ ചികിത്സാശാസ്ത്രത്തിന്റെ പിതാവെന്ന് അറിയപ്പെടുന്ന ജർമൻ ഭിഷഗ്വരൻ എമിൽ ക്രേപ്ലിൻ ഉന്മാദ-വിഷാദ മനോരോഗം (Manic Depressive Psychosis-MDP) എന്ന അന്വർഥകമായ പേരാണ് രോഗത്തിനു നൽകിയത്. ഇപ്പോൾ അതുമാറ്റി ദ്വിധ്രുവ

രോഗം എന്ന (Bipolar Disorder) പേരാണ് നൽകിയിട്ടുള്ളത്. ഉന്മാദവും വിഷാദവും മാറിമാറിവരാൻ സാധ്യതയുണ്ടെന്ന് പറഞ്ഞപ്പോൾ അതിന് ഒരറുതിയുണ്ടാവില്ലേ എന്നായി അവരുടെചോദ്യം. ബൈപോളാർ രോഗം ആ ജീവനാന്തം തുടരുമെന്നാണ് നിരീക്ഷണങ്ങൾ സൂചിപ്പിക്കുന്നത്. മനസ് വിഷാദാവസ്ഥയിലേക്കും ഉന്മാദാവസ്ഥയിലേക്കും ഊഞ്ഞാലാടിക്കൊണ്ടിരിക്കുന്ന അവസ്ഥ ഒഴിവാക്കാൻ ചിത്തഭാവത്തെ ഉറപ്പിച്ചുനിർത്തുന്ന മരുന്നുകളുടെ (mood stabilisers) ഒരു പ്രതിരോധനിരയുണ്ടിപ്പോൾ. ലളിതയ്ക്ക് അത്തരത്തിലൊരു മരുന്നുകുറിച്ചുകൊടുത്തിട്ട് ചിലർക്ക് ഈ മരുന്നുകൾ ഫലിക്കാതിരിക്കാനുള്ള സാധ്യതയുണ്ടെന്ന് മുന്നറിയിപ്പും നൽകി.

ഒരു വർഷം തികയുന്നതിനുമുമ്പ് ലളിത വീണ്ടും വിഷാദരോഗത്തിനു ചികിത്സിക്കാൻ വന്നു. നിർണായക ഘട്ടത്തിലാണ് രോഗം വീണ്ടും വന്നത്. ലളിതയുടെ വിവാഹാലോചന നടക്കുകയാണ്. തീയ്യതിയും മുഹൂർത്തവും നിശ്ചയിക്കാമോ? വിഷാദാവസ്ഥ എത്രനാൾ നീണ്ടു നിൽക്കും? അമ്മയുടെ സംശയങ്ങൾക്കു മറുചോദ്യമാണ് ഞാനുന്നയിച്ചത്:

"ലളിതയുടെ രോഗവിവരം ഭാവിവരനോടും ബന്ധുക്കളോടും പറഞ്ഞോ?"

"അത് പറയണോ? പറഞ്ഞാൽ വിവാഹം നടക്കുമോ?"

"പറയണമെന്നാണ് എന്റെ ഉറച്ച അഭിപ്രായം."

കാരണങ്ങൾ ഞാൻ വിശദീകരിച്ചു. സമൂഹത്തിൽ മനോരോഗങ്ങളെക്കുറിച്ച് ഭയസംഭ്രമങ്ങളും ദുഷ്കീർത്തികളും (stigma) നിലനിൽക്കുന്നുണ്ട്. ഈ സാഹചര്യത്തിൽ മനോരോഗം വന്നിട്ടുള്ളകാര്യം മറച്ചുവച്ചുകൊണ്ട് വിവാഹബന്ധത്തിലേർപ്പെട്ടാൽ പല അനന്തരഫലങ്ങളും ഉളവാകും. ലളിതയുടെ അമ്മയും ബന്ധുക്കളും എന്റെ ഉപദേശം തള്ളിക്കളഞ്ഞു. വിവാഹിതയായാൽ വിഷാദവും ഉന്മാദവും മാറിമാറിവരുന്ന അവസ്ഥ നീങ്ങിക്കിട്ടുമെന്നായിരുന്നു അവരുടെ വിശ്വാസം.

വിവാഹം മനോരോഗത്തിന് പരിഹാരമാണെന്ന ധാരണയിൽ രോഗം ബാധിച്ച യുവതീയുവാക്കളെ ചില അച്ഛനമ്മമാർ തിടുക്കത്തിൽ വിവാഹബന്ധത്തിലേർപ്പെടുത്താറുണ്ട്. പലപ്പോഴും അത്തരം ബന്ധങ്ങൾ പരാജയത്തിലാണ് കലാശിക്കാറ്. വേർപാടുകളുടെയും വക്കാണങ്ങളുടെയും ആഘാതം നിരപരാധികളായ രോഗികളുടെ മാനസികാവസ്ഥ കൂടുതൽ ആതുരമാക്കാനും സാധ്യതയുണ്ട്. ലളിതയുടെ കാര്യത്തിലും അതുതന്നെ സംഭവിച്ചു. ലളിതയുടെ ഭർത്താവ് വിദ്യാസമ്പന്നനും സംസ്കൃതചിത്തനും ആയിരുന്നു. വിവാഹം കഴിഞ്ഞ് ഒരു കൊല്ലം തികയുന്നതിനുമുമ്പ് ലളിതയ്ക്ക് വിഷാദരോഗം വീണ്ടും തുടങ്ങി. മുമ്പും രോഗം വന്നിട്ടുണ്ടെന്നും അക്കാര്യം മറച്ചുവച്ചാണ് ബന്ധത്തിലേർപ്പെട്ടതെന്നും ആരോപണം ഉന്നയിക്കുകയും ബന്ധം വേർപ്പെടുത്തുകയും ചെയ്തു. മനസിന്റെ ഹേമന്തവും വസന്തവും മാറിമാറിവന്നു. വർഷങ്ങൾ കടന്നുപോയി.

ലളിത അപരിചിതനായ ഒരാളോടൊപ്പമാണ് കൺസൾട്ടേഷൻ മുറിയിലേക്ക് കടന്നുവന്നത്. അപ്പോൾ ഞാൻ അവരുടെ മനസിന്റെ കഴിഞ്ഞുപോയ ഹേമന്തങ്ങളെയും വസന്തങ്ങളെയും കുറിച്ചാലോചിച്ചുപോയതാണ്. അവർ വിവാഹിതയായിരിക്കാം. പക്ഷേ ആൾ യുവത്വം പിന്നിട്ടിട്ടേയുള്ളൂ. അയാൾ മധ്യവയസിലേക്ക് പ്രവേശിക്കുന്ന ലളിതയെ വിവാഹം ചെയ്യുമോ? എന്റെ ചിന്തകൾ വായിച്ചെടുത്തിട്ടെന്നോണം ലളിത കൂടെയുള്ള ആളിനെ പരിചയപ്പെടുത്തി. ലളിതയുടെ സംസാരത്തിൽ വിഷാദത്തിന്റെയോ ഉന്മാദത്തിന്റെയോ ലക്ഷണങ്ങളൊന്നുമില്ലായിരുന്നു. അപരിചിതനെ എനിക്കു പരിചയപ്പെടുത്തിയപ്പോൾ ലളിത ഒരു കൗമാരക്കാരിയെപ്പോലെ നാണം കൊണ്ടുതുടുത്തു. രവീന്ദ്രൻ സോഫ്റ്റ്വെയർ എഞ്ചിനീയറാണ്. എല്ലാം അറിഞ്ഞുകൊണ്ട് വിവാഹം ചെയ്യാൻ തയ്യാറായിരിക്കുന്നു. രവീന്ദ്രന്റെ രണ്ടാം വിവാഹമായിരിക്കുമോ? ഞാൻ മറയൊന്നുമില്ലാതെ ചോദിച്ചു:

"രവീന്ദ്രന്റെ ആദ്യവിവാഹമാണോ?"

"അതെ. ഞാൻ എല്ലാം അറിഞ്ഞുകൊണ്ടുതന്നെ...ലളിതയ്ക്ക് എന്നേക്കാൾ പ്രായമുണ്ട്. ബൈപോളാർ ഡിസോർഡറുണ്ട്. രണ്ടാം വിവാഹമാണ്. ലളിതയുടെ നിർബന്ധപ്രകാരമാണ് ഡോക്ടറെ കാണാൻ വന്നത്. എന്തെങ്കിലും സംശയമുണ്ടെങ്കിൽ ഡോക്ടറോട് ചോദിച്ച് തീർക്കണമെന്നാണ് ലളിതയുടെ വാശി."

എന്തുകൊണ്ടാണ് വിഷാദരോഗവും ഉന്മാദരോഗവും മാറിമാറി വരാൻ സാധ്യതയുള്ള, മധ്യവയസിലേക്ക് കടക്കാനൊരുങ്ങുന്ന, ആദ്യവിവാഹമുക്തയായ ഒരു സ്ത്രീയെ വിവാഹം ചെയ്യാൻ തീരുമാനിച്ചതെന്ന് ഞാൻ ചോദിച്ചില്ല. എന്തുകൊണ്ടാണ് രവീന്ദ്രൻ വിവാഹം ചെയ്യാൻ വൈകിയതെന്ന് ചോദിച്ചു. രവീന്ദ്രന്റെ മൂത്ത സഹോദരി ഒരു സ്കിസോഫ്രീനിയ രോഗിണിയാണ്. അവരുടെ വിവാഹം നടക്കുമോ എന്ന അന്വേഷണത്തിലായിരുന്നു ഇതുവരെയും.

"സഹോദരിയുടെ വിവാഹം നടന്നോ?"

"ഇല്ല. അത് നടക്കുമെന്ന് തോന്നുന്നില്ല."

ഒരുപാട് ചോദ്യങ്ങൾ മൗനമായി എന്നോട് ചോദിച്ചുകൊണ്ടാണ് ലളിതയും രവീന്ദ്രനും പോയത്.

17

മറ്റൊരു ആത്മീയഗുരുകൂടി ജനിക്കുന്നു

ഗിരിശങ്കർ എം എസ് സി ഫിസിക്സ് ഡിഗ്രി എടുത്തതിനുശേഷം എം സി എ(മാസ്റ്റർ ഓഫ് കമ്പ്യൂട്ടർ ആപ്ലിക്കേഷൻ)പാസ്സായി. ബാംഗ്ലൂരിലെ ഒരു സോഫ്റ്റ്വെയർ കമ്പനിയിലായിരുന്നു ജോലി. അത് ഉപേക്ഷിച്ചു. വിശേഷിച്ച് കാരണമൊന്നും പറഞ്ഞില്ല. ജോലി വേണ്ട. അത്രതന്നെ.

താടിയും മുടിയും നീട്ടിവളർത്തിയ, നീണ്ടുമെലിഞ്ഞ് സുന്ദരനായ യുവാവ് പരിശോധനാമുറിയിലേക്ക് യാതൊരു കൂസലുമില്ലാതെയാണ് കടന്നുവന്നത്. മനോരോഗാശുപത്രിയിൽ അഡ്മിറ്റ് ചെയ്തതിന്റെപേരിൽ തനിക്ക് യാതൊരങ്കലാപ്പുമില്ലെന്ന് തെളിയിക്കണമെന്ന് യുവാവ് ആഗ്രഹിക്കുന്നതുപോലെതോന്നി ഭാവഹാവാദികൾ കണ്ടപ്പോൾ. മുറിയിലേക്ക് കടന്നിട്ട് അയാൾ പക്വതവന്ന ഒരാളെപ്പോലെ കൈകൾകൂപ്പി തൊഴുതു നിന്നു. ഞാൻ ഇരിക്കാൻ ക്ഷണിച്ചതിനുശേഷം മാത്രമേ വലതുവശത്ത് രോഗിക്ക് ഇരിക്കാനായി ഇട്ടിട്ടുള്ള കസേരയിൽ ഇരുന്നുള്ളു. തൂവെള്ളനിറത്തിലുള്ള, പാതിരിമാരുടെ ളോഹ പോലെ ഇറക്കമുള്ള ജൂബയും പൈജാമയുമാണ് വേഷം. വെളുത്തനെറ്റിയിലെ സിന്ദൂരപ്പൊട്ടിന് തിളക്കമുണ്ടായിരുന്നു.

മൂന്നുദിവസം മുമ്പാണ് ഗിരിശങ്കറെ ആശുപത്രിയിൽ അഡ്മിറ്റ് ചെയ്തത്. കരുണാസായി ആശുപത്രിയിലെ ക്ലിനിക്കൽ സൈക്കോളജിസ്റ്റ് അയാളെ ആദ്യം പരിശോധിച്ചതിനുശേഷം എന്നെ ഫോണിൽ വിളിച്ചു. സ്കിസോഫ്രീനിയ,മേനിയ,ഡിപ്രഷൻ,ആങ്സൈറ്റി...ഒരു രോഗത്തിന്റെയും ലക്ഷണങ്ങളൊന്നും തന്നെയില്ല. അയാൾക്ക് രോഗമാണെന്നും അഡ്മിറ്റ് ചെയ്ത് ചികിത്സിക്കണമെന്നും ഗിരിശങ്കറുടെ അച്ഛൻ ശഠിക്കുന്നു. എന്തു ചെയ്യണം? അഡ്മിറ്റ് ചെയ്യണോ? ചെയ്താൽ എന്തെങ്കിലും മരുന്നു കൊടുക്കണമോ?

"അഡ്മിറ്റ് ചെയ്യുന്നതിനെക്കുറിച്ച് ഗിരിശങ്കർ എന്തു പറയുന്നു?"

"അച്ഛന്റെ സംശയം തീർക്കാനായി അഡ്മിറ്റ് ചെയ്യുന്നതിൽ വിരോധമില്ലെന്നാണ് ഗിരിശങ്കർ പറഞ്ഞത്."

"അഡ്മിറ്റ് ചെയ്യൂ. മരുന്നൊന്നും കൊടുക്കണ്ട. ഞാൻ കണ്ടതിനു ശേഷം തീരുമാനിക്കാം. അയാളുടെ അച്ഛനെയും അമ്മയേയും എനിക്കു കാണണം. ഞാൻ വരുന്നദിവസം അവരോട് വരാൻ പറയണം." അങ്ങനെയാണ് ഗിരിശങ്കറെ അഡ്മിറ്റ് ചെയ്തത്. ഗിരിശങ്കറാണ് സംഭാഷണം തുടങ്ങിയത്.

"എനിക്കു മരുന്നൊന്നും വേണ്ടെന്ന് പറഞ്ഞതിന് ഡോക്ടറോട് നന്ദി പറയുന്നു." വാർത്താ സമ്മേളനങ്ങളിൽ ചിലർ ചെയ്യുന്നതുപോലെ സാവകാശത്തിൽ, വാക്കുകൾക്കിടയിൽ ഇടമിട്ട്,സ്ഫുടമായാണ് യുവാവ് സംസാരിക്കുന്നത്. ഔഷധപ്രയോഗത്തിന്റെ സാധ്യത സൂചിപ്പിക്കാനായി ഞാൻ പറഞ്ഞു:

"ഞാൻ കണ്ടതിനുശേഷം തീരുമാനിക്കാമെന്നാണ് പറഞ്ഞത്."

"എനിക്ക് രോഗമൊന്നുമില്ലെന്ന് ഞാൻ ഡോക്ടറെ ബോധ്യപ്പെടുത്താം."

"ആദ്യം എനിക്ക് ഗിരിശങ്കറിന്റെ അച്ഛനെയും അമ്മയെയും കാണണം. അവർ വന്നിട്ടുണ്ടോ? എങ്കിൽ അവരോട് വരാൻ പറയൂ. അവരോട് സംസാരിക്കുന്നതുവരെ പുറത്തിരിക്കാൻ ഗിരിശങ്കറിന് ഒബ്ജക്ഷനില്ലല്ലോ?"

അയാൾ അനുസരണയുള്ള കുട്ടിയെപ്പോലെ പുറത്തേക്കുപോയി. ഗിരിശങ്കറിന്റെ അച്ഛൻ പത്മകുമാർ കേന്ദ്രപൊതുമേഖലാസ്ഥാപനത്തിലാണ് ജോലിചെയ്യുന്നത്. അമ്മ സുജാത കേന്ദ്രസർക്കാർജീവനക്കാരിയാണ്. ഒരൊറ്റ സന്താനം. പത്മകുമാറിന്റെയോ സുജാതയുടെയോ കുടുംബത്തിൽ ആർക്കും മനോരോഗമില്ല. പക്ഷേ സുജാതയുടെ അച്ഛൻ പെൻഷനായതിനുശേഷം സന്യാസം സ്വീകരിച്ച് നാടുചുറ്റാൻ തുടങ്ങി. ഇടയ്ക്കൊക്കെ നാട്ടിൽ വരുമായിരുന്നു. സുജാതയുടെ അമ്മ മരിച്ചെന്നറിഞ്ഞിട്ടും അഞ്ചാറുമാസം കഴിഞ്ഞാണ് അച്ഛൻ നാട്ടിൽ വന്നത്. അതിനുശേഷം സുജാത അച്ഛനെ കണ്ടിട്ടില്ല. ജീവിച്ചിരിക്കുന്നുണ്ടെങ്കിൽ ഇപ്പോൾ എൺപത്തഞ്ച് വയസായിട്ടുണ്ടാകും.

പത്മകുമാറിന് യാതൊരു സംശയവുമില്ല മകന് എന്തോ മാനസികരോഗമാണ്. സുജാതയ്ക്ക് അത്രത്തോളം ഉറപ്പില്ല. എങ്കിലും എന്തോ മാനസികപ്രശ്നം അയാളെ വഴിതെറ്റിക്കുകയോ അലട്ടുകയോ ചെയ്യുന്നുണ്ട്. അതൊരു മനോരോഗമാണെന്ന് ഉറപ്പിച്ചു പറയാൻ സുജാത മടിക്കുന്നു. ഒരുപക്ഷേ തന്റെ മകന് മനോരോഗം ഉണ്ടാകുകയില്ലെന്നുള്ള വിശ്വാസമോ ഉണ്ടാകരുതെന്ന ആഗ്രഹചിന്തയോ ആയിരിക്കണം അതിനു പിന്നിലെന്ന് സുജാതതന്നെ സമ്മതിക്കുന്നു. തന്റെ അച്ഛനെപ്പോലെ ആയിപ്പോകുമോ എന്നും ഭയക്കുന്നു.

ബാംഗ്ലൂരിലെ ജോലി രാജിവച്ച് വന്നതിനുശേഷം ഗിരിശങ്കർ അധികം പുറത്തേക്കിറങ്ങാറില്ല. ജീവിതരീതിയും വേഷവും എല്ലാം

ആകെ മാറ്റിയിരിക്കുന്നു. ബാംഗ്ളൂരിൽ നിന്നു വരുമ്പോൾത്തന്നെ വേഷം ഇതായിരുന്നു. പാന്റും ഷർട്ടും നമ്മുടെ സംസ്കാരത്തിനു യോജിച്ചതല്ലെന്നാണ് ഗിരിശങ്കറുടെ അഭിപ്രായം. രാവിലെ നാലുമണിക്കെഴുന്നേറ്റ് എന്തൊക്കെയോ കർമങ്ങൾ അനുഷ്ഠിക്കും. മുറി അടച്ച് തനിച്ചിരുന്നാണ് കർമങ്ങൾ ചെയ്യുന്നത്. യോഗാഭ്യാസമല്ല. മറ്റെന്തോ കർമങ്ങളാണ്. ഭക്ഷണക്രമത്തിലും മാറ്റം വരുത്തി. ആദ്യം മത്സ്യമാംസാദികളൊന്നും വേണ്ടെന്നേ പറഞ്ഞുള്ളൂ. ഇപ്പോൾ അയാൾ സ്വന്തമായി പാകം ചെയ്താണ് കഴിക്കുന്നത്. പ്രധാനമായും പച്ചിലകൾ അധികം വേവിക്കാതെയുണ്ടാക്കുന്ന കറിയും ചോറുമാണ് ഭക്ഷണം. ചായ കുടിക്കാറില്ല. അതിനുപകരം മല്ലിവെള്ളം തിളപ്പിച്ച് പാലൊഴിക്കാതെയാണ് കുടിക്കാറ്. എന്താണീമാറ്റത്തിനു കാരണമെന്ന് ചോദിച്ചാൽ ഒന്നും പറയുന്നില്ല. അത് അച്ഛനും അമ്മയ്ക്കും മനസിലാവില്ല എന്നുമാത്രമേ പറയൂ. ഇതൊക്കെയാണെങ്കിലും മകന് മനോരോഗമാണെന്ന് സുജാതയ്ക്ക് തോന്നുന്നില്ല. കാരണം സാധാരണയിൽ നിന്നു വ്യത്യസ്തരീതികൾ എന്നല്ലാതെ മനോരോഗത്തിന്റെ ലക്ഷണമൊന്നും ഇല്ലെന്ന് അവർക്കുറപ്പാണ്. പരസ്പരബന്ധമില്ലാതെ സംസാരിക്കുക, അശരീരികൾ കേൾക്കുക, മിഥ്യാവിശ്വാസങ്ങൾ വച്ചുപുലർത്തുക, കുളി, പല്ല്തേപ്പ് തുടങ്ങിയ നിത്യകർമങ്ങൾ അനുഷ്ഠിക്കാതെയും ശരീരശുചിത്വം പാലിക്കാതെയും നടക്കുക തുടങ്ങിയവയാണ് അവരുടെ അഭിപ്രായത്തിൽ മനോരോഗത്തിന്റെ ലക്ഷണങ്ങൾ. പത്മകുമാറിന്റെ അഭിപ്രായം മറിച്ചാണ്. അസാധാരണമായ ജീവിതരീതികളും പ്രവൃത്തികളും മനോരോഗലക്ഷണങ്ങളാണ്. മനോരോഗം ഇല്ലാത്ത ഒരാൾ ഇന്നത്തെക്കാലത്ത് മാസം തോറും പതിനയ്യായിരത്തോളം രൂപ ശമ്പളവും മറ്റാനുകൂല്യങ്ങളും കിട്ടിയിരുന്ന ജോലി കളഞ്ഞ് വീട്ടിൽ വന്ന് വെറുതെയിരിക്കുമോ?

വേഷത്തിലുള്ള അസാധാരണത്വമൊഴികെ മറ്റൊരു അപാകതയും ഗിരിശങ്കറുടെ പെരുമാറ്റത്തിലോ സംഭാഷണത്തിലോ കണ്ടില്ല. എന്തുകൊണ്ടീവേഷം എന്ന ചോദ്യത്തിന് വേഷം തന്റെ തനിമ അല്ലെങ്കിൽ അനന്യത നിലനിറുത്താനെന്നായിരുന്നു മറുപടി.

"ഓരോരുത്തർക്കും ഓരോ ഐഡന്റിറ്റിയുണ്ടല്ലോ. ഐഡന്റിറ്റിയുടെ ഭാഗമാണ് വേഷം. പ്രൈവറ്റ് ലൈഫിൽ ഒരു വേഷം പബ്ലിക്ക് ലൈഫിൽ മറ്റൊരുവേഷം ഇങ്ങനെയാണ് ഭൂരിപക്ഷം പേരും. ഞാൻ വീട്ടിനകത്തും പുറത്തും ഒരേ വേഷം ധരിക്കുന്നു."

"അടുത്തകാലത്തല്ലേ വേഷത്തിൽ മാറ്റം വന്നത്?"

"അകത്തെ മാറ്റത്തിനനുസരണമായി പുറത്തും മാറ്റം വന്നു."

"അകത്ത് എന്താണ് മാറ്റം വന്നത്?"

"ഒരുപാട് മാറ്റം വന്നു."

ആന്തരികമായി തനിക്കുവന്ന മാറ്റങ്ങൾ ഗിരിശങ്കർ വിവരിച്ചു. ടെക്നോളജിയുടെ അടിമയായിജീവിക്കരുതെന്ന് അയാൾ തീരുമാനിച്ചു. യന്ത്രങ്ങളുടെ യുഗം പിറന്നതോടെയാണ് മനുഷ്യൻ ടെക്നോളജിയുടെ

അടിമയാകാൻ തുടങ്ങിയത്. കമ്പ്യൂട്ടർ യുഗം പിറന്നതോടെ അടിമത്തം പൂർണമായത്രേ. യന്ത്രങ്ങൾ വിശേഷിച്ച് കമ്പ്യൂട്ടറുകൾ മനുഷ്യനെ ഭൗതിക യാഥാർഥ്യത്തിൽ നിന്നും വേർപ്പെടുത്തി പ്രതീതിയാഥാർഥ്യത്തിൽ (virtual reality) തളച്ചിട്ടിരിക്കുകയാണ്. മനുഷ്യസമൂഹത്തെ പ്രതീതിയാഥാർഥ്യത്തിൽ നിന്നും മോചിപ്പിച്ച് ഭൗതികയാഥാർഥ്യത്തിലേക്ക് (physical reality) തിരിച്ചുകൊണ്ടുവരണം. മറ്റുള്ളവരെ ഭൗതികയാഥാർഥ്യത്തിലേക്ക് തിരിച്ചുകൊണ്ടുവരുന്നതിനെക്കാൾ പ്രധാനമാണത്രേ സ്വയം തിരിച്ചുവരിക എന്നുള്ളത്. അതിന്റെ ആദ്യത്തെ പടിയാണ് ഐഡന്റിറ്റി നിലനിറുത്തുക എന്നുള്ളത്. ഐഡന്റിറ്റി അബ്സൊല്യൂട്ട് ആയിരിക്കണം. അബ്സൊല്യൂട്ട് ഐഡന്റിറ്റി.

"അബ്സൊല്യൂട്ട് ഐഡന്റിറ്റി. കേവലസ്വത്വം. ഫിസിക്കൽ റിയാലിറ്റി. ഭൗതികയാഥാർഥ്യം. ഈ പദപ്രയോഗങ്ങൾ എവിടന്ന് കിട്ടി?"

"ഞാൻ സ്വയം കോയിൻ ചെയ്തതാണ്."

"മറ്റെന്തെങ്കിലും പുതിയ പദം കോയിൻ ചെയ്തിട്ടുണ്ടോ?"

"ഇല്ല. പക്ഷേ ഒരുപാടെണ്ണം എനിക്കു കോയിൻ ചെയ്യാൻ കഴിയും. ഞാൻ എപ്പോഴും അതിനെക്കുറിച്ചെല്ലാമാണ് ചിന്തിച്ചുകൊണ്ടിരിക്കുന്നത്."

"എന്തിനാണ് താടിയും മുടിയും വളർത്തുന്നത്?"

"അത് പ്രകൃതിയിലുള്ളതാണല്ലോ."

"ഗിരിശങ്കറിന്റെ ഗുരു ആരാണ്?"

"ആരുമല്ല. ഞാൻ തന്നെയാണ് എന്റെ ഗുരു. ഞാൻ എന്നിലെ ഗുരുവിനെ കണ്ടെത്തിയിട്ടുണ്ട്."

ഗിരിശങ്കറുടെ വാക്കുകൾ കേട്ടപ്പോൾ സെൻബുദ്ധിസ്റ്റ് തത്ത്വവും ക്വാക്കറിസവുമാണ് എനിക്കോർമവന്നത്. നിങ്ങൾ നിങ്ങളിലേക്ക് തന്നെ നോക്കിക്കൊണ്ടിരിക്കുക. അപ്പോൾ നിങ്ങളിലെ ബുദ്ധനെ കാണാമെന്നാണ് സെൻബുദ്ധിസം പറയുന്നത്. പതിനേഴാം നൂറ്റാണ്ടിലെ ഇംഗ്ലണ്ടിൽ ജീവിച്ചിരുന്ന ജോർജ് ഫോക്സ് (George Fox) ആണ് 'ക്വാക്കറിസം' (Quakerism) 'സുഹൃത്തുകളുടെ മതാത്മകസമൂഹം' (Religious Society of Friends) എന്നീ പേരുകളിലറിയപ്പെട്ടിരുന്ന ക്രൈസ്തവ വിഭാഗം തുടങ്ങിയത്. ദൈവവുമായി ആശയവിനിമയം നടത്താനും ദൈവത്തോട് പ്രാർഥിക്കാനും പള്ളിയുടെയോ പട്ടക്കാരന്റെയോ സഹായം ആവശ്യമില്ലെന്നും ദൈവം മനുഷ്യന്റെ അകത്ത് ആന്തരികപ്രഭയുടെ (inner light) രൂപത്തിൽ ഉണ്ടെന്നുമായിരുന്നു ജോർജ് ഫോക്സിന്റെ സിദ്ധാന്തം. അമേരിക്കയിലും യൂറോപ്പിലുമായി പഴയ ക്വാക്കറിസത്തിന്റെ പുതിയ അവാന്തരവിഭാഗങ്ങളിൽപ്പെട്ടവർ ഒരു ലക്ഷത്തി മുപ്പത്തയ്യായിരത്തോളം പേർ ഇപ്പോഴുമുണ്ടെന്നാണ് കണക്ക്. ആധുനിക മന:ശാസ്ത്രത്തിന്റെ വെളിച്ചത്തിൽ ജോർജ് ഫോക്സിന്റെ ജീവിതത്തെയും വ്യക്തിത്വത്തെയും കുറിച്ച് പഠനം നടത്തിയ മന:ശാസ്ത്രജ്ഞരുടെ അഭിപ്രായത്തിൽ അയാളൊരു സ്കിസോഫ്രീനിയ രോഗി ആയിരുന്നു.

"എന്താണ് ഗിരിശങ്കറുടെ ഭാവി പരിപാടി?"

"ഒന്നുമില്ല. വെറുതെ ജീവിക്കുക. ടെക്നോളജിയുടെ അടിമയാകാതെ ജീവിക്കുക."

"വേഷം ശ്രീ ശ്രീ രവിശങ്കറുടേതുപോലുണ്ടല്ലോ. ആർട്ട് ഓഫ് ലിവിങ് പരിപാടികളിൽ പങ്കെടുക്കാറുണ്ടോ?"

"ഒരിക്കൽ പങ്കെടുത്തിട്ടുണ്ട്."

"അന്നുമുതലാണോ പുതിയ മാർഗം കണ്ടെത്തിയത്?"

"അല്ല. അതിനുമുമ്പുതന്നെ ഞാൻ അന്വേഷണം തുടങ്ങിയിരുന്നു."

"ആർട്ട് ഓഫ് ലിവിങ് പരിപാടികളിൽ പിന്നെ പങ്കെടുക്കാതിരുന്നത് എന്തുകൊണ്ടാണ്?"

"അതിന്റെ ആവശ്യമില്ലെന്ന് തോന്നി. എന്നിലൊരു ഗുരുവുള്ളപ്പോൾ മറ്റൊരു ഗുരുവിന്റെ സഹായം ആവശ്യമില്ല."

"ടെക്നോളജിയുടെ അടിമയാകാതെ വെറുതെ ജീവിക്കുക എന്നു പറഞ്ഞല്ലോ. വരുമാനമാർഗം എന്താണ്?"

"വരുമാനമെന്തിന്? പ്രകൃതിയെ ആശ്രയിച്ചു ജീവിക്കണം."

"ചോറ് ഉണ്ണണ്ടേ? അരി വാങ്ങണ്ടേ?"

എന്റെ ചോദ്യത്തിലെ ആക്ഷേപഹാസ്യം യുവാവിന് മനസിലായില്ല. അയാൾ അൽപ്പനേരം ആലോചിച്ചതിനുശേഷം പറഞ്ഞു.

"അതിനും ഞാൻ ഒരു മാർഗം കണ്ടെത്തും."

ഗിരിശങ്കർ മിഥ്യാവിശ്വാസരോഗം(Delusional Disorder) ബാധിച്ച യുവാവാണ്. മിഥ്യാവിശ്വാസം (delusion) എസ്ത്തേറിന്റെ കാര്യത്തിലെന്നപോലെ(ഒരു യുവതി ദൈവത്തിന്റെ കുഞ്ഞിനെ ഗർഭം ധരിച്ചിരിക്കുന്നുവെന്ന് വിശ്വസിക്കുന്നു.'എസ്ത്തേറിന്റെ ദിവ്യഗർഭം' എന്ന ശീർഷകത്തിലുള്ള കുറിപ്പ് നോക്കുക) അയഥാർഥവും (false) വിചിത്രവും (bizarre) ആയ ഒരൊറ്റ ആശയത്തിൽ ഊന്നിയുള്ളതാണെങ്കിൽ മന:ശാസ്ത്രം പഠിക്കാത്തവർക്കും എളുപ്പത്തിൽ മനസിലാകും. ചിലരുടെ മിഥ്യാവിശ്വാസങ്ങൾ അവ്യക്തവും തത്വചിന്താപരമാണെന്ന പ്രതീതിയുളവാക്കുന്നവയും (pseudophilosophical) ആയിരിക്കും. ഇക്കൂട്ടരുടെ മിഥ്യാവിശ്വാസരോഗം തിരിച്ചറിയപ്പെടാതെപോകും. അവർ സമൂഹത്തിൽ ജീവിതം തുടരും. അവരിൽ ചിലർ 'വേറിട്ട' ജീവിതം നയിക്കുന്നവരാണെന്ന് സമൂഹം അംഗീകരിക്കുകയും അവർ ജീവിതം തുടരുകയും ചെയ്യും. മറ്റുചിലർ ദിവ്യശക്തിയുള്ളവരാണെന്ന് തെറ്റിദ്ധരിക്കപ്പെടാൻ സാധ്യതയുണ്ട്. അവരെ ഗുരുക്കന്മാരോ ആചാര്യന്മാരോ ആൾദൈവങ്ങളോ ആക്കി താൽപ്പര്യമുള്ളവർ മാധ്യമങ്ങളുടെയും മറ്റു പ്രചരണോപാധികളുടെയും സഹായത്തോടെ വളർത്തിയെടുക്കുകയും ചെയ്തേക്കാം. മനസിന്റെ ആതുരാവസ്ഥ (abnormality) ഒരു വർണരാജി (spectrum) പോലെയാണ്. ഏറ്റവും താഴത്തെ പടിയിൽ ചിന്തയുടെ തലത്തിൽ അമൂർത്തമായ വൈകല്യങ്ങളും വൈചിത്ര്യങ്ങളും അവ്യക്തതകളും മാത്രമേ കാണുകയുള്ളൂ. ഇവരെ മിഥ്യാവിശ്വാസരോഗം (delusional disorder) ബാധിച്ചവർ എന്നാണ് ആധുനിക ശാസ്ത്രം തരംതിരിച്ചിട്ടുള്ളത്. ഇവരിൽ പലരും ചികിത്സകരുടെ മുമ്പിൽ ഒരിക്കലും എത്തിയില്ലെന്നും വരാം.

പത്മകുമാർ സ്വന്തം മകന്റെ മാനസികമായ ആതുരാവസ്ഥ തിരിച്ചറിഞ്ഞതുകൊണ്ടും ചികിത്സയ്ക്ക് വിധേയനാക്കണമെന്ന് ശഠിച്ചതുകൊണ്ടുമാണ് ഗിരിശങ്കർ ആശുപത്രിയിലെത്തിയത്. അയാൾക്ക് മരുന്നും മാനസികചികിത്സയും (psychotherapy) ആവശ്യമാണ്. മിഥ്യാവിശ്വാസരോഗികൾ മരുന്നു കഴിക്കാൻ സമ്മതിക്കാറില്ല. രോഗമൊന്നുമില്ലാത്ത ആൾ എന്തിനു മരുന്നു കഴിക്കുന്നു എന്നാണ് അവരുടെ യുക്തിപൂർവമായ ചോദ്യം. അവരുടെ രോഗാവസ്ഥയെക്കുറിച്ച് അവർക്ക് ഉൾക്കാഴ്ച കാണുകയില്ല. മാനസികചികിത്സയിലൂടെ അവരുടെ ആതുരാവസ്ഥയെക്കുറിച്ച് ഉൾക്കാഴ്ചയുണ്ടാക്കി എടുത്തെങ്കിൽ മാത്രമേ അവരെ സാധാരണ ജീവിതത്തിലേക്ക് തിരിച്ചുകൊണ്ടു വരാൻ കഴിയുകയുള്ളൂ.

രണ്ടാഴ്ചത്തെ ചികിത്സയ്ക്കുശേഷം നടത്തിയ അഭിമുഖസംഭാഷണത്തിൽ പ്രകൃതിയെ ആശ്രയിച്ച് നിഷ്ക്രിയനായി മനുഷ്യന് ജീവിക്കാനാവില്ലെന്നും മനുഷ്യൻ സ്വയം അധ്വാനിച്ച് അടിസ്ഥാനാവശ്യങ്ങൾ നേടേണ്ടതുണ്ടെന്നും ഗിരിശങ്കർ സമ്മതിച്ചു. രാജിവച്ച ജോലി തിരിച്ചു കിട്ടാൻ സാധ്യതയുണ്ടോ എന്നാരായണമെന്നും അയാൾ പറഞ്ഞു. അയാൾ മിഥ്യാവിശ്വാസങ്ങളിൽ നിന്നും മുക്തിനേടി സാധാരണജീവിതത്തിലേക്ക് തിരിച്ചുവരുമെന്നാണ് പ്രതീക്ഷ.

18

രോഷാതുരമായ മനസ്സ്

രത്നാംബാളുടെ മനസ്സ് ആതുരാവസ്ഥയിലാകാൻ കാരണം ഭർത്താവിനോടുള്ള രോഷം മനസിൽ അമർന്നുകത്തുന്നതുകൊണ്ടാണെന്ന് ആദ്യത്തെ പരിശോധനയിൽത്തന്നെ എനിക്കു മനസിലായി. ശിവരാമയ്യരുടെ പെരുമാറ്റത്തിൽ തിരുത്തലുകൾ വരുത്തണമെന്നും ഭാര്യയോട് സഹാനുഭൂതിയോടെയും മമതയോടെയും പെരുമാറണമെന്നും ഞാൻ ഉപദേശിക്കുകയും ചെയ്തിരുന്നതാണ്. ഭാര്യയോടുള്ള പെരുമാറ്റത്തിൽ തിരുത്തലുകൾ വേണമെന്ന് ശിവരാമയ്യരെ പൂർണമായും ബോധ്യപ്പെടുത്തിയത് എന്റെ പറച്ചിലല്ല, കൺസൾട്ടേഷൻ മുറിയിൽവച്ച് എന്റെ സാന്നിധ്യത്തിൽ രത്നാംബാൾ കൊടുത്ത മുഖമടച്ചുള്ള അടിയാണ്. മനസിൽ അമർന്നുകത്തിയിരുന്ന രോഷാഗ്നിയുടെ ആളിക്കത്തലായിരുന്നു അത്.

ശിവരാമയ്യർക്ക് കേന്ദ്രപൊതുമേഖലാസ്ഥാപനത്തിലാണ് ജോലി. തൊഴിലാളി സംഘടനയിൽ പ്രവർത്തിക്കുന്ന ആളാണ്. രത്നാംബാൾ കേന്ദ്രസർക്കാർ ജീവനക്കാരിയാണ്. ജീവനക്കാരുടെ സംഘടനയിൽ അംഗത്വം മാത്രമേയുള്ളു. പ്രവർത്തനമൊന്നുമല്ല. രണ്ടു പെൺമക്കളാണവർക്ക്. രണ്ടുപേരും അമേരിക്കയിൽ ജോലിചെയ്യുന്ന കമ്പ്യൂട്ടർ സോഫ്റ്റ്‌വെയർ എഞ്ചിനീയർമാരാണ്. മൂത്തമകളുടെ വിവാഹം മൂന്നു വർഷം മുമ്പു കഴിഞ്ഞു. ജാമാതാവും അമേരിക്കയിൽതന്നെ. രണ്ടാമത്തെ മകൾക്ക് അമേരിക്കയിൽ ജോലിചെയ്യുന്ന ഒരു പയ്യന്റെ ആലോചന വന്നു. വിവാഹം തീരുമാനിച്ചു. അമേരിക്കയിൽ ജോലിചെയ്യുന്നവർക്ക് നാട്ടിലെത്താൻ അവധിയും യാത്രാസൗകര്യങ്ങളും ഒത്തുവരുന്നതനുസരിച്ച് തീയതിയും മുഹൂർത്തവും നിശ്ചയിക്കാമെന്നാണ് ധാരണ.

കുറച്ചു ദിവസങ്ങളായി രത്നാംബാളിനെ ഒരു മനസികപ്രശ്നം അലട്ടുന്നു. രത്നാംബാളിന്റെ സുഹൃത്ത് സുശീല അക്കൗണ്ടന്റ് ജന

റൽ ആപ്പീസിൽ ജോലി ചെയ്യുന്നുണ്ട്. രത്നാംബാളുടെ മകളുമായി വിവാഹം നിശ്ചയിച്ചിരുന്ന പയ്യന്റെ അച്ഛനെ സംബന്ധിക്കുന്ന ഒരു ഫയൽ സുശീലയുടെ കൈയിലാണ് എത്തിയത്. അദ്ദേഹം ആരോഗ്യവുകുപ്പിലെ മിനിസ്റ്റീരിയൽ വിഭാഗത്തിൽ ജോലി ചെയ്തിരുന്ന സമയത്ത് വിജിലൻസ് കേസിൽപ്പെട്ടു. അഴിമതിക്കുറ്റത്തിന് പ്രോസിക്യൂഷൻ നടപടി ഉണ്ടായില്ല. വിജിലൻസ് ട്രിബ്യൂണൽ അന്വേഷണം നടത്തി ശിക്ഷിച്ചു. പെൻഷനിൽ കുറവ് വരുത്തിയാണ് ശിക്ഷ. ആ ഫയലാണ് അക്കൗണ്ടന്റ് ജനറലാപ്പീസിൽ എത്തുകയും സുശീലയുടെ കൈയിൽ വരികയും ചെയ്തത്. ഇക്കാര്യം രത്നാംബാളിനെ അറിയിക്കണമെന്ന് സുശീലയ്ക്ക് തോന്നി. ഇത്തരം ഫയലുകൾ അക്കൗണ്ടന്റ് ജനറൽ ആപ്പീസിൽ വരുമെന്ന് രത്നാംബാളിന് അറിയാം. ഭാവിയിൽ മറ്റേതെങ്കിലും മാർഗത്തിലൂടെ ബന്ധുവിന്റെ വിജിലൻസ് കേസിനെക്കുറിച്ച് അറിഞ്ഞാൽ താൻ ബോധപൂർവം അറിയിക്കാതിരുന്നതാണെന്ന് സംശയിക്കുമെന്ന് സുശീലയ്ക്ക് തോന്നി. അതുകൊണ്ടാണ് രത്നാംബാളിനോട് അക്കാര്യം വെളിപ്പെടുത്തിയത്. അഴിമതിക്കാരനായ ഒരാളുടെ മകനുമായുള്ള ബന്ധം വേണോ എന്നുള്ള ചിന്തയാണ് രത്നാംബാളിനെ അലട്ടുന്നത്. പ്രോസിക്യൂഷൻ നടപടിയും ജയിൽ ശിക്ഷയും ഉണ്ടായില്ലെങ്കിലും ആളൊരു അഴിമതിക്കാരനല്ലേ എന്ന ചിന്ത മനസ്സിലേക്ക് അടിക്കടി പൊന്തിവരുന്നു. സർക്കാരാഫീസുകളിലെ അഴിമതി പരക്കെയുള്ള സാഹചര്യത്തിൽ ഇതത്രകാര്യമാക്കാനില്ലെന്നാണ് ശിവരാമയ്യരുടെ നിലപാട്. ഭർത്താവിന്റെ അനാസ്ഥയാണ് അങ്ങനെയൊരു ബന്ധത്തിന്റെ തീരുമാനത്തിലെത്തിച്ചതെന്നാണ് രത്നാംബാളിന്റെ ആരോപണം. മകളും ഭാവിവരനും തമ്മിൽ അമേരിക്കയിൽ വച്ച് പരിചയപ്പെടുകയും അടുപ്പത്തിലാകുകയും അവളുടെ ആഗ്രഹപ്രകാരം ആലോചനകൾ നടത്തുകയും ചെയ്ത സ്ഥിതിക്ക് താനെന്ത് അനാസ്ഥയാണ് കാണിച്ചതെന്നാണ് ശിവരാമയ്യരുടെ ചോദ്യം. കുട്ടികൾ അടുപ്പത്തിലായെങ്കിലും ബന്ധുക്കളെയും കുടുംബത്തെയുംകുറിച്ച് ശരിക്ക് അന്വേഷണം നടത്തി മോശം ആളുകളാണെങ്കിൽ ബന്ധത്തിൽ നിന്നും മകളെ രക്ഷപ്പെടുത്താൻ അച്ഛനും അമ്മയ്ക്കും വിശേഷിച്ച് അച്ഛന്, ചുമതലയുണ്ടെന്ന് രത്നാംബാൾ ഉറച്ചു വിശ്വസിക്കുന്നു.

ഭാര്യയും ഭർത്താവും തർക്കം തുടർന്നു. എവിടെയും എത്തുകയില്ലെന്ന് മനസിലായപ്പോൾ അവസാനതീരുമാനം മകൾക്ക് തന്നെ വിട്ടുകൂടേ എന്ന് ഞാൻ ചോദിച്ചു. മകളോട് രത്നാംബാൾ ഇക്കാര്യം ഫോണിൽക്കൂടി സംസാരിച്ചുകഴിഞ്ഞു. അച്ഛനെയല്ലല്ലോ താൻ വിവാഹം ചെയ്യുന്നത് എന്നായിരുന്നു മകളുടെ മറുപടി. അതോടെ രത്നാംബാളിന്റെ മാനസികനില കൂടുതൽ വഷളായി. അച്ഛന് ധർമാധർമങ്ങളെക്കുറിച്ച് വ്യക്തമായ ധാരണയുണ്ടെങ്കിലല്ലേ മക്കൾക്കും അതുണ്ടാകൂ എന്നാണ് രത്നാംബാളുടെ വാദം. ഈ കുഴപ്പങ്ങൾക്കെല്ലാം കാരണം ശിവരാമയ്യരുടെ അശ്രദ്ധയും അനാസ്ഥയുമാണ്. ഇദ്ദേഹവുമായുള്ള ബന്ധം

കാരണം തന്റെ ജീവിതം പാഴായി. മകളുടെ ജീവിതവും പാഴാകാൻ പോകുന്നു. എങ്ങനെ ഒരമ്മയ്ക്ക് സഹിക്കാൻ കഴിയും.

രത്നാംബാളുടെ കണ്ഠമിടറി. കണ്ണുകൾ നിറഞ്ഞു. സംസാരശേഷി വീണ്ടെടുക്കാനെന്ന മട്ടിൽ അവർ കുറച്ചുനേരം മൗനം പൂണ്ടിട്ടു തുടർന്നു:

“എനിക്ക് ജീവിതം തന്നെ മടുത്തു ഡോക്ടർ. ആത്മഹത്യ ചെയ്താലെന്തന്നുപോലും ചിന്തിക്കാറുണ്ട്. എല്ലാത്തിനും കാരണക്കാരൻ ഈ മനുഷ്യനാണ്. വലിയ സംഘടനാ പ്രവർത്തകനാണ്. ഘോരഘോരം പ്രസംഗിക്കും അഴിമതിക്കെതിരായി. സ്ത്രീസ്വാതന്ത്ര്യത്തിനുവേണ്ടി. സ്വന്തം ഭാര്യയോടും മക്കളോടും ഇദ്ദേഹം ചെയ്യുന്നതെന്താണെന്ന് ആരു മറിയുന്നില്ല. ഒരൊറ്റദിവസംപോലും അർധരാത്രിയാകാതെ വീട്ടിൽ വരൂല. വന്നാൽത്തന്നെ ഒരു വാക്ക് എന്നോട് മിണ്ടില്ല. ഭക്ഷണം കഴിക്കും കുറേ നേരം വായിക്കും. പിന്നെ കിടന്നുറങ്ങും. അദ്ദേഹത്തിന് ആവശ്യമുണ്ടെങ്കിൽ മാത്രം സെക്സ്. അത് എനിക്ക് വയ്യെങ്കിലും വേണം. വീട്ടിൽ എന്റെ സഹായത്തിന് ഒരു വേലക്കാരിയെ നിറുത്തുന്നതുപോലും ഇഷ്ടമില്ല. വേലക്കാരിയുണ്ടെങ്കിൽ എനിക്ക് അവരോടെങ്കിലും കുറച്ചുനേരം സംസാരിക്കാമല്ലോ. വീട്ടിലേക്കാവശ്യമുള്ള ഒരു സാധനം പോലും വാങ്ങാറില്ല. എല്ലാം ഞാൻ തന്നെ വാങ്ങിക്കൊണ്ടുവരണം. എങ്ങനെ ഭക്ഷണം പാകം ചെയ്താലും കുറ്റം പറയും.”

രത്നാംബാൾ സംസാരിക്കുന്നതിനിടയിൽ ഇടപെടാൻ ശിവരാമയ്യർ ശ്രമിച്ചെങ്കിലും ഞാൻ വിലക്കി. അവർക്ക് പറയാനുള്ളതെല്ലാം പറഞ്ഞു കഴിഞ്ഞപ്പോൾ ഞാൻ ശിവരാമയ്യരുടെ നേരേനോക്കി. സംഘടനാസമ്മേളനത്തിൽ ചർച്ചകൾക്ക് മറുപടിപറയുന്ന മട്ടിൽ ചെറിയൊരു ഒരുക്കത്തിനുശേഷം ശിവരാമയ്യർ പറഞ്ഞു:

“ഇതെല്ലാം അടിസ്ഥാനരഹിതമാണ് ഡോക്ടർ. ഞാൻ സംഘടനാപ്രവർത്തനം നടത്തുന്നതിന് ഇവര് പണ്ടേ എതിരാണ്. എനിക്കാണെങ്കിൽ സംഘടനാരംഗത്ത് പ്രവർത്തിക്കുന്നത് പ്രധാനപ്പെട്ട കാര്യമാണ്. വേലക്കാരിയെ പറഞ്ഞുവിട്ടത് ഞാനല്ല. അവരെ ഒരു ഏജൻസി അയച്ചതാണ്. മൂന്നുമാസത്തിൽ കൂടുതൽ ഒരു വേലക്കാരിയെ ഒരു വീട്ടിൽ നിൽക്കാൻ അവർ അനുവദിക്കാറില്ല. മൂന്നുമാസം കഴിഞ്ഞപ്പോൾ അവരെ തിരിച്ചുവിളിച്ചതാണ്. പകരം ആളെ തരാമെന്ന് പറഞ്ഞിട്ട് ഇവരാണ് വേണ്ടെന്നുപറഞ്ഞത്.”

ശിവരാമയ്യർ പറഞ്ഞത് ശരിയാണോ എന്നു ചോദിച്ചപ്പോൾ രത്നാംബാൾ പറഞ്ഞു:

“ഇദ്ദേഹം വിചാരിച്ചിരുന്നെങ്കിൽ അവർ തന്നെ തുടരുമായിരുന്നു. ഇനി വരുന്നവർ എങ്ങനെയുള്ളവരാണെന്ന് അറിഞ്ഞുകൂടാത്തതുകൊണ്ടാണ് ആ ഏജൻസിയോട് വേണ്ടന്നു പറഞ്ഞത്. മകളുടെ വിവാഹക്കാര്യം വന്നപ്പോൾ ശരിക്ക് അന്വേഷിക്കാത്തതുകൊണ്ടല്ലേ ഇങ്ങനെ കുഴപ്പം പിടിച്ച ആളുടെ മകനുമായുള്ള ബന്ധം നിശ്ചയിക്കേണ്ടിവന്നത്.

ശിവരാമയ്യർ തുടക്കം മുതലേ കുടുംബം നോക്കാത്ത ആളാണെന്നാണ് രത്നാംബാളിന്റെ പരാതി. താൻ സംഘടനാപ്രവർത്തനം നടത്തുന്നതിലുള്ള എതിർപ്പുമൂലമാണ് അവരിങ്ങനെ പറയുന്നതെന്നാണ് ശിവരാമയ്യരുടെ വിശദീകരണം. രണ്ടിലും ശരിയുണ്ടായിരിക്കാം. എന്തായാലും രത്നാംബാൾ ഇപ്പോൾ വിഷാദരോഗത്തിന്റെ പിടിയിലാണ്. അവരുടെ അച്ഛന്റെയോ അമ്മയുടേയോ കുടുംബങ്ങളിൽ ആർക്കും തന്നെ മനോരോഗമൊന്നുമില്ല. ഭാര്യാഭർത്തൃബന്ധത്തിൽ ദീർഘകാലമായി നിലനിൽക്കുന്ന അപസ്വരങ്ങൾ ഒരുപക്ഷേ അവരുടെ വിഷാദരോഗത്തിന് കാരണമായിരുന്നിരിക്കാം. എന്തായാലും അവർക്ക് ശിവരാമയ്യരുടെ പെരുമാറ്റങ്ങൾ തീരെ ഇഷ്ടപ്പെടുന്നില്ല. ഭർത്താവിനോടുള്ള രോഷം അവരുടെ ഓരോവാക്കിലും നിറഞ്ഞുതുളുമ്പുന്നുണ്ടായിരുന്നു. ആ രോഷത്തിനു കാരണം ശിവരാമയ്യരുടെ സ്നേഹശൂന്യമായ പെരുമാറ്റവും ഭാര്യയോട് കാണിക്കുന്ന അവഗണനയും ആണെന്നുള്ള കാര്യത്തിൽ എനിക്കു സംശയമുണ്ടായിരുന്നില്ല. രത്നാംബാളിന് വിഷാദരോഗത്തിനുള്ള മരുന്ന് കൊടുക്കുന്നതുപോലെതന്നെ പ്രധാനപ്പെട്ടകാര്യമാണ് ശിവരാമയ്യരുടെ പെരുമാറ്റത്തിൽ മാറ്റം വരുത്തേണ്ടതും. അത് അദ്ദേഹത്തെ ബോധ്യപ്പെടുത്താൻ ശ്രമിച്ചു. പോകാൻ സമയത്ത് രത്നാംബാൾ ചോദിച്ചു:

"മകളുടെ വിവാഹക്കാര്യമോ?"

"അത് മകൾക്ക് തന്നെ വിടുക. അവർ പറഞ്ഞതാണ് ശരി. അച്ഛൻ അഴിമതിക്കേസിൽപ്പെട്ട ആളായതുകൊണ്ട് മകനും അഴിമതിക്കാരനോ ധർമച്യുതിയുള്ള ആളോ ആകണമെന്നില്ലല്ലോ. രത്നാംബാളിന്റെ വിഷാദരോഗം ശമിച്ചതിനുശേഷം മാത്രം തീയതിയും മുഹൂർത്തവും നിശ്ചയിച്ചാൽ മതി."

ഒരു മാസം കഴിഞ്ഞ് വീണ്ടും വരാനാണ് ഞാൻ പറഞ്ഞിരുന്നത്. രണ്ടാഴ്ച കഴിഞ്ഞപ്പോൾ രത്നാംബാൾ ഒരു ദിവസം അതിരാവിലെ എനിക്കു ഫോൺ ചെയ്തു. ഉടനെ കാണാൻ അനുവദിക്കണം. രത്നാംബാൾ തനിച്ചാണ് കൺസൾട്ടേഷനുവന്നത്. അവരുടെ അവസ്ഥകണ്ടപ്പോൾ ഞാൻ അത്ഭുതപ്പെട്ടുപോയി. വലതുകണ്ണിനു താഴെയായി മുഖത്ത് ചതവ്. കണ്ണിനകത്തും ചോരപ്പാടുകൾ. കീഴ്ചുണ്ടിന്റെ വലതറ്റത്തും മുറിവുണ്ട്. വന്നപാടെ അവർ പൊട്ടിക്കരഞ്ഞു. കരച്ചിലടങ്ങിയപ്പോൾ പറഞ്ഞു:

"എന്റെ ഭർത്താവെന്നു പറയുന്ന മനുഷ്യൻ ചെയ്തതാണിതെല്ലാം."

"എന്താണ് കാരണം?"

"ഇന്നലെരാത്രി ഞാൻ വഴങ്ങിക്കൊടുക്കാത്തതിന്. എനിക്ക് വയ്യായിരുന്നു. എന്നെ റേപ് ചെയ്യാൻ ശ്രമിച്ചു. ഞാൻ വഴങ്ങിയില്ല. ഡൊമസ്റ്റിക്ക് വയലൻസിന് ഞാൻ വനിതാകമ്മീഷനിൽ കേസു കൊടുക്കട്ടെ ഡോക്ടർ?"

എന്താണ് മറുപടി പറയേണ്ടതെന്ന് ഞാൻ സംശയിച്ചു. ഞാൻ മനസിൽ ഒരു കണക്കുകൂട്ടൽ നടത്തി. ഭർത്താവിന് ഭാര്യയെ മർദിച്ച് മുറി

വേൽപ്പിക്കാനവകാശമില്ല. അത് ക്രിമിനൽക്കുറ്റം തന്നെയാണ്. മകളുടെ വിവാഹം നിശ്ചയിച്ചിരിക്കുന്ന സന്ദർഭത്തിൽ കേസും കൂട്ടവുമൊക്കെ എന്തെല്ലാം അനന്തരഫലങ്ങളുളവാക്കും എന്ന് ചിന്തിക്കേണ്ടത് അവർ തന്നെയാണ്. ഞാൻ പറഞ്ഞു:

"കേസ് കൊടുക്കാമെന്നാണ് എന്റെ അഭിപ്രായം."

"അതുതന്നെയാണ് ഞാനും ചിന്തിക്കുന്നത്. ഡോക്ടറോട് ചോദിച്ചിട്ട് ആകാമെന്ന് കരുതിയാണ് ഞാൻ വന്നത്."

"ആദ്യം ആശുപത്രിയിൽപ്പോയി മുറിവ് വച്ചുകെട്ടണം. കണ്ണാശുപത്രിയിലും കാണിക്കണം. മകളുടെ വിവാഹക്കാര്യം എന്തായി?"

"തീയതിയും മുഹൂർത്തവും നിശ്ചയിക്കാൻ ചെറുക്കന്റെ വീട്ടുകാർ അടുത്തമാസം വരും. ഡോക്ടർ പറഞ്ഞതുപോലെ തീരുമാനം മോൾക്കുവിട്ടു. ആ പ്രശ്നം ഇപ്പോൾ എന്നെ അത്രയധികം അലട്ടുന്നില്ല. ഉറക്കം കിട്ടുന്നുണ്ട്. ഇപ്പോൾ എന്റെ ഭർത്താവാണ് പ്രശ്നം."

രത്നാംബാൾ പോയി ഒരു മണിക്കൂർ കഴിഞ്ഞപ്പോൾ ശിവരാമയ്യർ വന്നു. ആൾ ദു:ഖിതനാണ്. മുഖവുരയൊന്നുമില്ലാതെ അയാൾ പറഞ്ഞു:

"ഭാര്യയെ ഞാൻ അടിച്ചുപോയി ഡോക്ടർ. അവർ ഡോക്ടർക്ക് ഫോൺചെയ്യുന്നത് കണ്ടു. ഇവിടെ വന്നിരുന്നോ?"

"വന്നിരുന്നു."

ഞങ്ങൾ തമ്മിൽ നടന്ന സംഭാഷണം വിവരിച്ചു. അവർ ക്രിമിനൽ കംപ്ലയിന്റ് കൊടുക്കാൻ പോകുന്നകാര്യവും ഞാൻ പറഞ്ഞു.

"അവർ കേസുകൊടുക്കുന്നെങ്കിൽ കൊടുക്കട്ടെ. എനിക്ക് അബദ്ധം പറ്റിപ്പോയതാണ്."

"മുമ്പും നിങ്ങൾ ഭാര്യയെ മർദിച്ചിട്ടില്ലേ?"

"എപ്പോഴും എന്നെ വല്ലാതെ ഹരാസ്സ് ചെയ്യുന്നു. സഹികെടുമ്പോൾ ചെയ്തുപോകുന്നതാണ്."

"ഏതെങ്കിലും പുരുഷൻ നിങ്ങളെ ഹരാസ്സ് ചെയ്താൽ കൈവയ്ക്കാൻ ധൈര്യപ്പെടുമോ?"

ശിവരാമയ്യർ അൽപ്പനേരം മൗനമായിരുന്നിട്ട് പറഞ്ഞു:

"ഞാൻ തെറ്റാണ് ചെയ്തത്."

"അത് നിങ്ങളുടെ ഭാര്യയെ ബോധ്യപ്പെടുത്തൂ.എന്നിട്ട് തെറ്റ് ആവർത്തിക്കാതിരിക്കാൻ ശ്രമിക്കൂ. അവർ ഒരു വിഷാദരോഗിണിയാണ്. അവരോട് സഹാനുഭൂതിയോടെ പെരുമാറണം. അവർ ആത്മഹത്യചെയ്താൽ അതിന് നിങ്ങളുത്തരവാദിയായിരിക്കും."

"ശരി ഡോക്ടർ. ഞാനവരോട് അപ്പോളജൈസ് ചെയ്യും."

ശിവരാമയ്യരെപ്പോലെ ഒരാൾ ഭാര്യയോട് ഇത്തരത്തിൽ പെരുമാറുന്നത് എന്തുകൊണ്ടാണെന്ന് ഞാൻ ചിന്തിച്ചുനോക്കി. അയാളിൽ മനോരോഗത്തിന്റെ യാതൊരു ലക്ഷണവുമില്ല. ചികിത്സയും സഹാനുഭൂതിയും ആവശ്യമായ അവസരത്തിൽപ്പോലും ലൈംഗികബന്ധത്തിന് വഴങ്ങാത്ത

തിന്റെ പേരിൽ ഭാര്യയെ മർദിച്ച് മുറിവേൽപ്പിക്കുന്നത് സംസ്കാരശൂന്യത തന്നെ.

ഒരു മാസം കഴിഞ്ഞപ്പോൾ ശിവരാമയ്യരും രത്നാംബാളും വീണ്ടും പരിശോധനക്കുവന്നു. രത്നാംബാൾ പറഞ്ഞു:

"ഞാൻ കേസുകൊടുത്തില്ല ഡോക്ടർ. മകളുടെ വിവാഹം നിശ്ചയിച്ചിരിക്കുന്നസമയത്ത് അമ്മയും അച്ഛനും തമ്മിൽ പൊലീസ്കേസിലാണെന്നറിഞ്ഞാൽ അവളുടെ ഭാവി അപകടത്തിലാകുമല്ലോ എന്നോർത്തിട്ടാണ് കേസ് കൊടുക്കാതിരുന്നത്."

മകളുടെ വിവാഹത്തിന്റെ തീയതി നിശ്ചയിച്ചെന്നും ആ പ്രശ്നം ഇപ്പോൾത്തന്നെ അലട്ടുന്നില്ലെന്നും പറഞ്ഞു. ഇപ്പോഴത്തെ പ്രശ്നം ഭർത്താവിന്റെ ശല്യമാണ്. തൊട്ടതിനെല്ലാം കുറ്റം പറച്ചിലാണ്. വീട്ടിൽ വരുന്നവരോടെല്ലാം രത്നാംബാളിന് ഭ്രാന്താണെന്ന് പറയുമത്രേ. ശിവരാമയ്യർ ഇടയ്ക്ക് കയറിപ്പറഞ്ഞു:

"ഈ പറയുന്നതെല്ലാം വെറും കള്ളമാണ് ഡോക്ടർ."

ശിവരാമയ്യർ പറഞ്ഞുതീരുന്നതിനുമുമ്പ് രത്നാംബാൾ ചാടിയെഴുന്നേറ്റ് ഹാൻഡ്ബാഗുകൊണ്ട് ശിവരാമയ്യരുടെ മുഖത്ത് രണ്ടുപ്രാവശ്യം അടിച്ചു. ഞാൻ സ്തബ്ധനായിപ്പോയി. ശിവരാമയ്യർ അസ്തപ്രജ്ഞനായതുപോലെ നിശ്ചലനായി ഇരുന്നതേയുള്ളു. രത്നാംബാൾ വിഷാദത്തിൽ നിന്നും മുക്തയായി ഉന്മാദാവസ്ഥയിലേക്ക് കടന്നതാണെന്ന് എനിക്കു സംശയം തോന്നി. വിഷാദരോഗത്തിനുള്ള മരുന്നുകൾ ചില രോഗികളിൽ താൽക്കാലികമായ ഉന്മാദാവസ്ഥ ഉളവാക്കും.

വിഷാദത്തിലും ഉന്മാദത്തിലും രത്നാംബാളിന്റെ മനസിൽ ഭർത്താവിനോടുള്ള രോഷം തന്നെയാണ് എരിഞ്ഞുകൊണ്ടിരുന്നത്. അതിനുള്ള കാരണം അയാളുടെ ഭാര്യയോടുള്ള പെരുമാറ്റം തന്നെയാണെന്ന് ബോധ്യപ്പെടുത്താൻ ഞാൻ വീണ്ടുമൊരു ശ്രമംകൂടി നടത്തി. അത് വിജയിച്ചതായിട്ടാണ്, അവർ മകളുടെ വിവാഹം കഴിഞ്ഞ് പരിശോധനയ്ക്ക് വന്നപ്പോൾ തോന്നിയത്. പഴയതുപോലെ ശിവരാമയ്യർ തന്നെ ചീത്തപറയുകയോ പീഡിപ്പിക്കുകയോ ചെയ്യുന്നില്ലെന്നും സ്നേഹത്തോടെയാണ് പെരുമാറുന്നതെന്നും രത്നാംബാൾ പറഞ്ഞു. അവരുടെ മുഖം പ്രസന്നമായിരുന്നു.

19

ദൈവത്തിന്റെ നാട്ടിൽ സാത്താന്റെ ഇടങ്ങൾ

രണ്ടുകൊല്ലം മുമ്പ് 'ബ്രൗൺഷുഗർ' എന്ന മയക്കുമരുന്നിന്റെ പിടിയിൽ നിന്നും മുക്തിനേടിയ മാഹീൻ വീണ്ടും ചികിത്സയ്ക്ക് വന്നിരിക്കുകയാണ്. ആൾ വളരെ അവശനാണ്. ചടച്ചുമെലിഞ്ഞ ശരീരവും എണ്ണമയമില്ലാത്ത പാറിപ്പറക്കുന്ന മുടിയും കരിവാളിച്ചമുഖവും പാതി കരിഞ്ഞ വിറകുകൊള്ളിയെ അനുസ്മരിപ്പിച്ചു. ഇനി ഒരിക്കലും ബ്രൗൺഷുഗറിന് അടിമപ്പെടാത്ത വിധത്തിൽ മോചിപ്പിച്ചുകൊടുക്കണമെന്നാണ് മാഹീന്റെ ഉമ്മ കാസിംബീവിയുടെ ആവശ്യം. കഴിഞ്ഞതവണത്തെ ഡീഅഡിക്ഷൻ ചികിത്സാവേളയിൽ ഉണ്ടായകാര്യങ്ങൾ ഓർത്തപ്പോൾ മയക്കുമരുന്നു നിറുത്തുമ്പോൾ മസ്തിഷ്കത്തിനുണ്ടാകുന്ന ആഘാതത്തിൽ അയാളുടെ ജീവന് അപകടം വരാതെ നോക്കേണ്ടതെങ്ങനെ എന്നായിരുന്നു എന്റെ ചിന്ത. കഴിഞ്ഞതവണ മയക്കുമരുന്ന് നിറുത്തിയതിനെത്തുടർന്ന് നാൽപ്പത്തെട്ട് മണിക്കൂറുകൾ അയാൾ ജീവന്മരണപോരാട്ടത്തിലായിരുന്നു. നഴ്സുമാരും അറ്റൻഡർമാരും ഉറക്കമൊഴിച്ചിരുന്ന് ശുശ്രൂഷിച്ചാണ് അയാളെ മരണത്തിൽ നിന്നും ജീവിതത്തിലേക്ക് കരകയറ്റിയത്.

പോപ്പി ചെടിയുടെ കായയുടെ പുറത്ത് വരയുമ്പോൾ ഊറിക്കിട്ടുന്ന കറ ശേഖരിച്ച് ഉണക്കിയെടുക്കുന്നതാണ് കറുപ്പ്. കറുപ്പിന്റെ സത്തായ മോർഫിൻ അസറ്റൈലേഷൻ എന്ന രാസക്രിയയ്ക്ക് വിധേയമാക്കുമ്പോൾ ഹെറോയിൻ ആയി മാറുന്നു. രാസനാമം ഡൈഅസറ്റൈൽ മോർഫീൻ അല്ലെങ്കിൽ ഡയാമോർഫീൻ എന്നാണ്. ഹെറോയിന്റെ അധോലോകത്തെ പേരാണ് ബ്രൗൺഷുഗർ. കറുപ്പിന് മനുഷ്യന്റെ നാഗരികതകളോളം തന്നെ ചരിത്രമുണ്ട്. പൊതുവർഷം (Common Era-CE) ആരംഭിക്കുന്നതിന് 3400 വർഷം (Before Common Era-BCE) മുമ്പ് മെസൊപൊട്ടേമിയയിൽ പോപ്പി കൃഷിചെയ്തിരുന്നതിന് പുരാവസ്തു

തെളിവുകളുണ്ട്. കറുപ്പിലുള്ള ആൽക്കലോയിഡുകളിൽ കോഡീനും മോർഫീനുമാണ് പ്രധാനം. കോഡീൻ വേദനസംഹാരിയായി ഉപയോഗിക്കുന്നു. മോർഫീൻ വേദന ശമിപ്പിക്കുന്നതിനുപുറമേ ലഹരിയും ഉറക്കവും നൽകുന്നു. അതുകൊണ്ട് മോർഫീനോ കറുപ്പോ പതിവായി കുറച്ചു ദിവസം ഉപയോഗിച്ചാൽ മാനസികമായും ശാരീരികമായും അതിന് അടിമപ്പെടുകയും പതിവായി ഉപയോഗിക്കേണ്ടിവരികയും ചെയ്യും. മറ്റൊരു മരുന്നുകൊണ്ടും ശമനം കിട്ടാത്ത വേദനകൾ മോർഫീൻ കൊണ്ട് ശമിക്കുന്നു. ചില ക്യാൻസർ രോഗികൾക്ക് വേദനയിൽ നിന്നും മോചനം നേടാൻ മോർഫീനെ ആശ്രയിച്ചേ മതിയാകൂ. മോർഫീൻ ഹെരോയിൻ ആയി മാറുമ്പോൾ ലഹരിദായകശക്തി പതിന്മടങ്ങ് വർധിക്കുന്നു. ഒരൊറ്റപ്രാവശ്യം ഉപയോഗിച്ചാൽപ്പോലും വീണ്ടും ഉപയോഗിക്കാനുള്ള അദമ്യമായ ആഗ്രഹമുണ്ടാകും. അതുകൊണ്ട് ഹെരോയിൻ ഔഷധമായി ഉപയോഗിക്കുന്നില്ല. എന്നാൽ അധോലോകത്തെ ചക്രവർത്തിനിയായി ഹെരോയിൻ വാഴാൻ തുടങ്ങിയിട്ട് അരനൂറ്റാണ്ടിലേറെ ക്കാലമായി.

ഹെറോയിൻ ഉപയോഗിക്കുന്നവരുടെ മസ്തിഷ്കകോശങ്ങൾ വളരെ വേഗം അതിന്റെ താളത്തിലും ലയത്തിലും പ്രവർത്തിക്കാൻ തുടങ്ങുന്നു. മരുന്ന് രക്തത്തിലില്ലാത്ത അവസ്ഥ ആറുമണിക്കൂറിലേറെ നീണ്ടുനിന്നാൽ മസ്തിഷ്കകോശങ്ങൾ താളംതെറ്റി പ്രവർത്തിക്കാൻ തുടങ്ങുന്നതുകാരണം വ്യക്തിക്ക് കഠിനമായ അസ്വസ്ഥതയും മരണഭയവും അനുഭവപ്പെടുന്നു. തുടർന്ന് രോഗി വ്യതിരിക്ത ബോധാവസ്ഥയിലാകുകയും സ്ഥലകാലബന്ധം വിട്ടുപോകുകയും ചെയ്യും. തക്കതായ മരുന്നുകളും ശുശ്രൂഷയും നൽകി മസ്തിഷ്കത്തിന്റെ പ്രവർത്തനം സാധാരണഗതിയിലാക്കിയില്ലെങ്കിൽ മരണം സംഭവിക്കും.

ആദ്യത്തെത്തവണ മാഹീനെ അഡ്മിറ്റ് ചെയ്ത് നാലഞ്ച് മണിക്കൂർ കഴിഞ്ഞപ്പോൾ അസ്വസ്ഥത ആരംഭിച്ചു. രണ്ടു രാവും പകലും നീണ്ടുനിന്ന ശുശ്രൂഷയിലൂടെയാണ് അയാളുടെ ജീവൻ രക്ഷപ്പെടുത്തിയതും മനസിന്റെ സമനില വീണ്ടെടുത്തതും. ഇനി താൻ ജീവിതത്തിലൊരിക്കലും ബ്രൗൺഷുഗർ ഉപയോഗിക്കുകയില്ലെന്ന് ദൃഢമായ പ്രതിജ്ഞയെടുത്താണ് ആശുപത്രിയിൽ നിന്നും പോയത്. തന്നെ ചിലർ നിർബന്ധിച്ച് ബ്രൗൺഷുഗർ വ്യാപാരത്തിലേക്ക് വലിച്ചിഴച്ചതുകൊണ്ടാണ് വീണ്ടും ഉപയോഗിച്ചുതുടങ്ങിയതെന്നാണ് മാഹീന്റെ വിശദീകരണം.

മാഹീന്റെ വീട് ടൂറിസ്റ്റ് കേന്ദ്രമായ കോവളത്താണ്. മത്സ്യക്കച്ചവടക്കാരനായിരുന്ന ബാപ്പ റോഡപകടത്തിൽ മരിച്ചതിനുശേഷം മാഹീൻ പഠിത്തം നിറുത്തി ബാപ്പചെയ്തിരുന്ന മത്സ്യക്കച്ചവടം ഏറ്റെടുത്താണ് പ്രായമായ ഉമ്മയും മൂന്നു സഹോദരങ്ങളുമുള്ള കുടുംബത്തെ പോറ്റിയിരുന്നത്. കോവളത്ത് ടൂറിസ്റ്റുകളുടെ വരവും പോക്കും മാഹീനെ സംബന്ധിച്ചിടത്തോളം മറ്റൊരുലോകത്ത് നടന്നിരുന്ന സംഭവങ്ങളാണ്. വികൃതവേഷങ്ങൾ ധരിച്ച സായിപ്പുമാരും മദാമ്മമാരും തെരുവിലൂടെ നടക്കുന്നതും

ഹവ്വാബീച്ചിൽ നഗ്നരായി കുളിക്കുന്നതുമൊക്കെ കണ്ടിട്ടുണ്ട്. അവരൊക്കെ അന്യലോകജീവികളാണെന്ന ധാരണയിൽ കൗതുകത്തോടെ ചിലപ്പോഴെല്ലാം നോക്കിനിന്നിട്ടുണ്ട്. ആ ലോകത്തേക്ക് എന്നെങ്കിലും താനും കടന്നുചെല്ലുമെന്നോ തന്റെ ജീവിതം ഒരു ദുരന്തത്തിലേക്കുള്ള വഴിയിലേക്ക് തിരിയുമെന്നോ മാഹീൻ സ്വപ്നത്തിൽപ്പോലും വിചാരിച്ചിട്ടില്ല.

മീൻകച്ചവടത്തിൽ നിന്നുള്ള വരുമാനം കൊണ്ട് കഷ്ടിച്ച് കഴിഞ്ഞുകൂടുകയായിരുന്നു. ഇളയസഹോദരിയുടെ വിവാഹക്കാര്യം ഒത്തുവരുമ്പോഴേക്കും മോട്ടോർ ആക്സിഡന്റ് ട്രൈബ്യൂണലിന്റെ വിധി വരുമെന്നും കിട്ടുന്ന നഷ്ടപരിഹാരത്തുകകൊണ്ട് വിവാഹച്ചെലവുകൾ നിർവഹിക്കാമെന്നും കണക്കുകൂട്ടി നടക്കുകയായിരുന്നു മാഹീൻ. അപ്പോഴാണ് ദുരന്തവാഹകൻ ഒരു പൊൻമാനിന്റെ രൂപത്തിൽ മാഹീന്റെ മുമ്പിൽ വന്നത്. ഉച്ചയോടെ മീൻകച്ചവടം കഴിഞ്ഞ് തിരിച്ചെത്തിയപ്പോൾ പുതിയ വേഷത്തിലുള്ള ഒരു “ഹിപ്പി” മാഹീന്റെ വീട്ടിലേക്ക് തിരിയുന്ന കവലയിൽ നിൽക്കുന്നുണ്ടായിരുന്നു. മാഹീൻ സൈക്കിളിൽ വരുമ്പോൾ അയാൾ മാഹീനോട് എന്തോ ചോദിച്ചു. എന്താണെന്ന് വ്യക്തമായി കേൾക്കാത്തതുകാരണം അയാൾക്കരികെ സൈക്കിളിൽത്തന്നെയിരുന്നുകൊണ്ട് എന്താണ് ചോദിച്ചതെന്ന് ആരാഞ്ഞു. അയാൾക്കറിയേണ്ടിയിരുന്നത് സിറ്റിയിലേക്ക് ഇനി എപ്പോഴാണ് ബസ്സ് എന്നാണ്. സംഭാഷണം തുടങ്ങാനും പരിചയപ്പെടാനും അതൊരു നിമിത്തമാക്കിയതാണെന്ന് മാഹീന് വേഗം മനസിലായി. തന്നെയും തന്റെ കുടുംബത്തെയും കുറിച്ചുള്ള കുറേ കാര്യങ്ങൾ അയാൾ നേരത്തേ തന്നെ മനസിലാക്കിയിട്ടാണ് വന്നിരിക്കുന്നതെന്ന് സംഭാഷണത്തിൽ നിന്നും മനസിലായി. അയാൾക്ക് യഥാർഥത്തിൽ വേണ്ടിയിരുന്നത് കോവളം ബീച്ചിൽ സായിപ്പുമാരെയും മദാമ്മമാരെയും സമീപിച്ച് മയക്കുമരുന്നു വിൽപ്പന നടത്താൻ പറ്റുന്ന പുതിയൊരാളെയാണ്. അയാൾ തന്ത്രപൂർവമാണ് സംഭാഷണം മുന്നോട്ടുകൊണ്ടുപോയത്. അരമണിക്കൂർ നീണ്ടുപോയ സംഭാഷണത്തിനിടയിൽ അപരിചിതൻ കൂടുതൽ വരുമാനം കിട്ടുന്ന ഒരു സൈഡ്ബിസിനസ്സിനെക്കുറിച്ച് സൂചിപ്പിച്ചു. താൽപ്പര്യമുണ്ടെങ്കിൽ ബന്ധപ്പെടണമെന്നു പറഞ്ഞ് അയാൾ ഒരു ഫോൺനമ്പർ കൊടുത്തു.

കൂടുതൽ വരുമാനം കിട്ടുന്ന സൈഡ് ബിസിനസ്സിനെക്കുറിച്ച് മാഹീൻ ചിന്തിക്കാൻ തുടങ്ങി. എന്തായിരിക്കുമത്? അയാൾ ഒരു സൂചനയും നൽകിയില്ല. മീൻകച്ചവടമെല്ലാം കഴിഞ്ഞ് വൈകുന്നേരങ്ങളിൽ ബീച്ചിൽ ഒന്ന് ചുറ്റിക്കറങ്ങണം. ആവശ്യമുള്ള സായിപ്പുമാർക്കും മദാമ്മമാർക്കും ഒരു സാധനം വിൽക്കണം. എല്ലാദിവസവും വേണ്ട. ആഴ്ചയിൽ മൂന്നോ നാലോ ദിവസം മാത്രം. നല്ല കമ്മീഷൻ തരും. ഇത്രയും മാത്രമേ അയാൾ പറഞ്ഞുള്ളൂ. എന്താണ് സാധനമെന്നോ എന്തുവിലയായിരിക്കുമെന്നോ ഒന്നും പറഞ്ഞില്ല. മാഹീന് അപ്പോഴേ സംശയം തോന്നിയിരുന്നു. മയക്കുമരുന്നുവിൽപ്പനയുടെ കാര്യമാണ് അയാൾ സൂചിപ്പിച്ചതെന്ന്.

ചരസ്സ്, ബ്രൗൺഷുഗർ തുടങ്ങിയ മയക്കുമരുന്നുകളുടെ കച്ചവടം കോവളത്ത് ധാരാളമായി നടക്കുന്നുണ്ടെന്ന് പറഞ്ഞുകേട്ടിരുന്നു. അതത്ര മോശപ്പെട്ടകാര്യമാണെന്ന് മാഹീന് തോന്നിയില്ല. കാരണം മയക്കുമരുന്ന് വിദേശികൾക്കല്ലേ വിൽക്കുന്നത്. നല്ല കമ്മീഷൻ തരുമെന്നല്ലേ പറഞ്ഞത്. നല്ല വിൽപ്പന നടക്കുന്ന ദിവസം അഞ്ഞൂറോ ആയിരമോ കമ്മീഷൻ കിട്ടാൻ പ്രയാസമുണ്ടാവില്ലെന്നാണ് അയാൾ പറഞ്ഞത്. മയക്കുമരുന്നു വിൽപ്പനയാണെങ്കിൽ പൊലീസിന്റെ പിടിയിൽപ്പെടാതെ നോക്കണമെന്നേയുള്ളൂ. മറ്റൊരു ബാധ്യതയുമില്ല. അപരിചിതൻ പറഞ്ഞകാര്യത്തിന്റെ പല നല്ലവശങ്ങളും മനസിൽ കണ്ടെങ്കിലും അയാൾ തന്ന ഫോൺനമ്പറിൽ വിളിച്ചില്ല. കാരണം പേടിയായിരുന്നു. എന്താണെന്ന് വിശദീകരിക്കാൻ കഴിയാത്ത ഒരു ഭയം.

ഒരാഴ്ച കഴിഞ്ഞപ്പോൾ മാഹീൻ അപരിചിതനെ വീണ്ടും കണ്ടുമുട്ടി. യാദൃച്ഛികമെന്ന മട്ടിലാണ് അപരിചിതൻ മാഹീനുമായി വീണ്ടും കണ്ടത്. സൈഡ് ബിസിനസ്സിന്റെ 'മുതലാളി'യെ പരിചയപ്പെടുത്തിക്കൊടുക്കണമെന്ന് മാഹീൻ അങ്ങോട്ടാവശ്യപ്പെടുകയാണ് ചെയ്തത്. ഇയാളെ ഇനിയും കണ്ടുമുട്ടിയില്ലെങ്കിലോ എന്ന ചിന്തയായിരുന്നു മാഹീന്. മയക്കുമരുന്നു വിൽപ്പനയെ കുറിച്ചാലോചിക്കുമ്പോഴുണ്ടായിരുന്ന അമൂർത്തമായ ഭയം ഇപ്പോഴുമുണ്ടെങ്കിലും പഴയതുപോലെ മനസിനെ അലട്ടുന്നില്ല. മയക്കുമരുന്നു വിൽപ്പനയിൽ നിന്നുള്ള വമ്പിച്ച വരുമാനത്തെക്കുറിച്ചുള്ള സ്വപ്നങ്ങളായിരുന്നു മാഹീന്റെ മനസ്സ് നിറയെ. പിന്നെ കാര്യങ്ങളെല്ലാം വളരെ വേഗത്തിലാണ് നടന്നത്.

വിദേശികൾക്കാവശ്യമുള്ള പനയോലത്തൊപ്പി, കല്ലുമാല തുടങ്ങിയ നാടൻ കരകൗശലവസ്തുക്കളുടെ നടന്നുവിൽപ്പനക്കാരനായിട്ടാണ് മാഹീൻ കോവളം ബീച്ചിൽ വൈകുന്നേരങ്ങളിൽ പ്രത്യക്ഷപ്പെട്ടത്. മീൻ കച്ചവടം യാതൊരുകാരണവശാലും ഉപേക്ഷിക്കരുതെന്നും കരകൗശലവസ്തുക്കളുടെ വിൽപ്പന സൈഡ് ബിസിനസ്സായി മാത്രമേ നടത്താവൂ എന്നും സൈഡ്ബിസിനസ്സിന്റെ ''മുതലാളി'' നിർബന്ധം പിടിച്ചു. ഇത്രയും കാലം മാഹീൻ ഈ 'സൈഡ്ബിസിനസ്സ്' നടത്തിയിട്ടും അതിന്റെ മുതലാളി ആരാണെന്നോ എവിടെയാണെന്നോ വിൽപ്പനച്ചരക്കെത്തിച്ചുകൊടുക്കുന്ന അപരിചിതൻ ആരാണെന്നോ മാഹീന് ഇതേവരെയും മനസിലാക്കാൻ കഴിഞ്ഞിട്ടില്ല. അധോലോകത്തെ അദൃശ്യനായ വിഷനായികയാണ് ഹെറോയിൻ. ഇരകളെ സ്പർശിച്ച് വശത്താക്കാൻ ഉപയോഗിക്കുന്ന അവളുടെ ചെറുവിരലുകൾ മാത്രമേ പുറത്ത് ദൃശ്യമാകുകയുള്ളൂ.

ഹെറോയിൻ വിൽപ്പന നിർവിഘ്നം നടക്കുമ്പോൾ മാഹീന് ഒരു ഉൾവിളിയുണ്ടായി. അൽപ്പം സ്വയം ഉപയോഗിച്ചുനോക്കിയാലെന്താണ്? മാഹീൻ വല്ലപ്പോഴുമൊരിക്കൽ മദ്യത്തിന്റെ ലഹരി ആസ്വദിക്കാറുണ്ടായിരുന്നു. മദ്യത്തിന്റെ ലഹരിയെക്കാൾ അനേകമടങ്ങ് ആനന്ദദായകം ആണ് ബ്രൗൺഷുഗറിന്റെ ലഹരിയെന്ന് പലരും പറഞ്ഞിട്ടുണ്ട്. പറഞ്ഞു

കേട്ടത് ശരിയാണെന്ന് ഉപയോഗിച്ചപ്പോൾ മാഹീനു തോന്നി. മനസ്സ് വായുവിൽ ചാഞ്ചാടിപ്പറക്കുന്ന ഒരു ചെറുതൂവൽ പോലെയായി. എല്ലാ ബന്ധനങ്ങളിൽ നിന്നും പ്രാരാബ്ധങ്ങളിൽ നിന്നും മോചിതനായതിന്റെ ലാഘവത്വം അനിർവചനീയമായിരുന്നു. പിറ്റേന്ന് അതേ സമയമായപ്പോൾ ആരോ ഓർമിപ്പിച്ചതുപോലെ വീണ്ടും ഉപയോഗിക്കണമെന്നുള്ള ഉൽക്കടമായ ആഗ്രഹം തോന്നി. രണ്ടുമൂന്നു ദിവസം ഹെറോയിൻ കുത്തിവയ്ക്കാതെ മാഹീൻ പിടിച്ചുനിന്നു. നാലാം ദിവസം വീണ്ടും മരുന്നു സ്വയം കുത്തിവച്ചു. പിന്നെ നിത്യവും കുത്തിവയ്പ് വേണമെന്നായി.

മാഹീനെ രണ്ടാമതും അഡ്മിറ്റ് ചെയ്തു. കഴിഞ്ഞ തവണ അഡ്മിറ്റ് ചെയ്തപ്പോൾ എച്ച് ഐ വി/എയിഡ്സ് ബാധിച്ചിട്ടുണ്ടോ എന്ന പരിശോധന നടത്തിയിരുന്നു. കാരണം മാഹീൻ ഹെറോയിൻ പതിവായി കുത്തിവയ്ക്കുകയാണ് ചെയ്തിരുന്നത്. രണ്ടുകൈകളിലും കാലുകളിലും സ്വയം നടത്തിയ കുത്തിവയ്പുകൾ അണുബാധമൂലം പഴുത്തുണങ്ങിയതിന്റെ പാടുകൾ ധാരാളമുണ്ടായിരുന്നു. ഇങ്ങനെ മയക്കുമരുന്നുകൾ കുത്തിവയ്ക്കുന്നവർക്ക് എയിഡ്സ് ബാധിക്കാൻ സാധ്യതയുണ്ട്. ഉറകൾ ഉപയോഗിക്കാതെ എയിഡ്സ് രോഗികളുമായി ലൈംഗികബന്ധത്തിലേർപ്പെടുന്നതിലൂടെയും എയിഡ്സ് ബാധയുള്ളവരുടെ ശരീരത്തിൽ കുത്തിവച്ച സൂചികൊണ്ട് മരുന്നോ മയക്കുമരുന്നോ കുത്തിവയ്ക്കുന്നതിലൂടെയുമാണ് പ്രധാനമായും എയിഡ്സ് രോഗത്തിന്റെ വൈറസുകൾ ഒരാളിൽ നിന്നും മറ്റൊരാളിലേക്ക് പകരുന്നത്. കഴിഞ്ഞ തവണ പരിശോധിച്ചപ്പോൾ ഭാഗ്യവശാൽ മാഹീനെ എയിഡ്സ് ബാധിച്ചിട്ടില്ലായിരുന്നു. ഇത്തവണയും രക്തപരിശോധന നടത്താനും ആവശ്യമായ ഇൻജക്ഷൻ, ഗുളിക, ഡ്രിപ് എന്നിവയൊക്കെ നൽകാനും നിദേശിച്ചുകൊണ്ട് മാഹിനെ അഡ്മിറ്റ് ചെയ്തു. പ്രതീക്ഷിച്ചതുപോലെ അർധരാത്രിയോടെ ഹെറോയിന്റെ വിശ്വരൂപം പ്രത്യക്ഷമായി. മാഹീൻ അർധബോധാവസ്ഥയിൽ അലറുന്നു. കൈകാലുകൾ കട്ടിലിനോട് ചേർത്ത് ബന്ധിച്ചിരിക്കുകയാണ്. കെട്ടുകൾ പൊട്ടിക്കാനുള്ള ശ്രമമാണ്. താരതമ്യേന ദോഷരഹിതമായ മറ്റൊരു മയക്കുമരുന്ന് കുത്തിവയ്ക്കുകയല്ലാതെ മറ്റൊരു മാർഗവുമില്ല.

പിറ്റേദിവസം മാഹീനെ കാണുമ്പോൾ അയാൾ ശാന്തനായിരുന്നു. പക്ഷേ ഹെറോയിൻ പതിവായി കഴിച്ചിരുന്നവർ കഴിക്കാതാവുമ്പോൾ ഉണ്ടാകുന്ന അപൂർവമായ ഒരു അവസ്ഥ അയാളെ ഗ്രസിച്ചിരുന്നു. ലിംഗം ഉദ്ധൃതാവസ്ഥയിൽത്തന്നെ നിൽക്കുന്നു. ഈ അവസ്ഥയ്ക്ക് പ്രയാപ്പിസം (priapism) എന്നാണ് പറയുന്നത്. മൂന്നുദിവസത്തെ ചികിത്സയ്ക്ക് ശേഷമാണ് ലിംഗത്തിന്റെ ഉദ്ധൃതാവസ്ഥയ്ക്ക് ശമനം വന്നത്. രക്തപരിശോധനയിൽ മാഹീന് എയിഡ്സ് വൈറസ് ബാധയില്ലെന്ന് തെളിഞ്ഞു. ഒരിക്കൽ ഹെറോയിന്റെ പിടിയിൽ നിന്നും മുക്തിനേടിയതിനുശേഷം വീണ്ടും തുടങ്ങിയതെങ്ങനെയെന്ന് അയാൾ വിവരിച്ചു.

മീൻകച്ചവടം ചെയ്ത് അടങ്ങിയൊതുങ്ങി കഴിയുകയായിരുന്നു. അപ്പോൾ പഴയ 'അപരിചിതൻ' വീണ്ടും മാഹിന്റെ മുമ്പിൽ പ്രത്യക്ഷ

പ്പെട്ടു. മയക്കുമരുന്ന് സ്വയം ഉപയോഗിക്കാതെ വിൽപ്പന നടത്തിയാൽ ഒരാപത്തും വരില്ലെന്ന് പറഞ്ഞ് മാഹീനെ പ്രലോഭിപ്പിച്ചു. അയാൾ പറഞ്ഞത് ശരിയാണല്ലോ എന്ന് മാഹീനും തോന്നി. മയക്കുമരുന്നു കച്ചവടം കൊണ്ട് വീടിന്റെ മുൻവശം ചെറിയൊരു ടെറസ് പണിത് മോടിപിടിപ്പിക്കാനും സ്ത്രീധനം കൊടുത്ത് സഹോദരിയെ വിവാഹം ചെയ്തയക്കാനുമുള്ള വക കിട്ടിയതല്ലേ? സ്വയം അതിന്റെ ലഹരി ആസ്വദിക്കണമെന്ന ആഗ്രഹമല്ലേ കുഴപ്പങ്ങൾ വരുത്തിവച്ചത്. മാഹീൻ ഹെരോയിൻ വിൽപ്പന പുനരാരംഭിക്കാൻ തീരുമാനിച്ചു.

ചില്ലറ വിൽപ്പനക്കാരിലധികവും സ്വയം മരുന്നുപയോഗിക്കുന്നവരാണെന്ന് അപരിചിതനറിയാം. നല്ല വരുമാനത്തിനുപുറമേ ഹെരോയിന്റെ ലഹരിക്കും അവരെ ഈ രംഗത്ത് ഉറപ്പിച്ചു നിറുത്തുന്നതിൽ പ്രധാന പങ്കുണ്ട്. ചില്ലറ വിൽപ്പന തുടങ്ങിയാൽ അധികം താമസിയാതെ സ്വയം ഉപയോഗം തുടങ്ങിക്കൊള്ളുമെന്നും അയാൾക്കറിയാം. എല്ലാം മുറപോലെ നടന്നു. മാഹീൻ വീണ്ടും ഹെറോയിൻ കുത്തിവയ്ക്കാൻ തുടങ്ങിയതങ്ങനെയാണ്.

ആശുപത്രിയിൽ നിന്നും പോകുമ്പോൾ മാഹീന്റെ ഉമ്മ കാസിം ബീവി ആവശ്യം വീണ്ടും ഉന്നയിച്ചു.

"ഇനി ഒരിക്കലും ഇവനിത് കുത്തിവെക്കാതിരിക്കണം. അതിനുവേണ്ട മരുന്നെഴുതികൊടുക്കണം."

"അതിനു മരുന്നൊന്നുമില്ല."

"പിന്നെന്തുചെയ്യണം?"

"നിങ്ങൾ കോവളത്തു നിന്നു താമസം മാറ്റണം."

"വീട് വിറ്റട്ട് പോവേണ്ടിവരൂലെ?"

"വിറ്റിട്ട് പോകണം."

'ദൈവത്തിന്റെ സ്വന്തം നാട്' എന്നാണല്ലോ ടൂറിസ്റ്റ് പരസ്യങ്ങളിൽ നമ്മുടെ നാട് വിശേഷിപ്പിക്കപ്പെടുന്നത്. അവിടെ ചിലയിടങ്ങളിൽ സാത്താന് യഥേഷ്ടം വിഹരിക്കാൻ കഴിയും. സാത്താനാണ് ആ ഇടങ്ങളിൽ വാഴുന്നത്. മാഹീനെപ്പോലെയുള്ളവർക്ക് അവന്റെ പ്രലോഭനങ്ങളെ അതിജീവിക്കാൻ കഴിയുകയില്ല. കോവളം ടൂറിസ്റ്റ് കേന്ദ്രമായതോടെ വസ്തുവിന് വില കൂടിയിട്ടുണ്ട്. റോഡരികിലുള്ള ആറ് സെന്റ് സ്ഥലത്താണ് അവരുടെ വീട്. അത് വിറ്റാൽ നല്ല വില കിട്ടും. കിട്ടുന്ന പണം കൊണ്ട് അധോലോകത്തിന്റെ കൈകൾ നീട്ടാനിടയില്ലാത്ത ഏതെങ്കിലും ഗ്രാമത്തിൽപ്പോയി വസ്തുവാങ്ങി വീട് വച്ച് ജീവിക്കണം. മീൻകച്ചവടം അവിടെയും തുടരാമല്ലോ. ഒരു പറിച്ചുനടൽ നടത്തുമെന്ന് പറഞ്ഞുകൊണ്ടാണ് കാസിംബീവി മകനെ ആശുപത്രിയിൽ നിന്നും കൊണ്ടുപോയത്.

20

ഡോക്ടർ രോഗിയാകുമ്പോൾ

തലേദിവസം രാത്രി ചികിത്സയ്ക്ക് ആശുപത്രിയിലാക്കിയ രോഗിയുടെ ഫയൽ മേശപ്പുറത്തുവച്ച് നഴ്സ് ശബ്ദം താഴ്ത്തിപ്പറഞ്ഞു:

"ആളൊരു ഡോക്ടറാണ്. ഇന്നലെ കൊണ്ടുവന്നപ്പം ഭയങ്കര വയലന്റായിരുന്നു.

"എന്താണ് പ്രശ്നം?ആരാണ് കൊണ്ടുവന്നത്?"

"ആൽക്കഹോൾ അഡിക്ഷനാണ്. ഭാര്യയും ഭാര്യയുടെ ചേട്ടനും കൂടെ പിടിച്ചുകെട്ടിയാണ് കൊണ്ടുവന്നത്. രാവിലെ ഡോക്ടർ പരിശോധനയ്ക്ക് വരുന്നതിനുമുമ്പേ വരാമെന്നും പറഞ്ഞ് അവർ പോയി."

ആശുപത്രിയിലെ സുരക്ഷാ ഉദ്യോഗസ്ഥരുടെ സഹായത്തോടെയാണ് ഡോക്ടറെ നഴ്സുമാർ പരിശോധനാമുറിയിലേക്ക് കൊണ്ടു വന്ന് കസേരയിലിരുത്തിയത്. ആൾ മദ്യത്തിന്റെ ലഹരിയിൽ നിന്നും മുക്തനായിരുന്നെങ്കിലും മദ്യമണത്തിന്റെ കുമ്മൽ മുറിയിലാകെ പരന്നു. സ്വരത്തിലെ പാരുഷ്യം അൽപ്പംപോലും മറയ്ക്കാതെ ഡോക്ടർ പറഞ്ഞു:

"അയാം ഡോക്ടർ രവികുമാർ. ഞാനൊരു സർജനാണ്....ഹോസ്പിറ്റലിലെ മെഡിക്കൽ ഓഫീസർ ഇൻ ചാർജാണ്. എന്നെ ഇവിടെ അഡ്മിറ്റ് ചെയ്യാനും ട്രീറ്റ് ചെയ്യാനും നിങ്ങൾക്കധികാരമില്ല. എന്നെ ഉടനെ ഡിസ്ചാർജ് ചെയ്യണം. നിങ്ങളുമൊരു ഡോക്ടറല്ലേ? പേഷ്യന്റിന്റെ, പ്രത്യേകിച്ച് ഒരു ഡോക്ടറായ എന്റെ കൺസെന്റില്ലാതെ ഹോസ്പിറ്റലിൽ അഡ്മിറ്റ് ചെയ്യാനും ട്രീറ്റ് ചെയ്യാനും പാടില്ലെന്നറിഞ്ഞുകൂടേ?"

കലിയടങ്ങാൻ രാത്രി കുത്തിവച്ച മരുന്നിന്റെ മയക്കം കാരണം നാക്കിനു കുഴച്ചിൽ. അർധരാത്രി ബലം പ്രയോഗിച്ച് കൊണ്ടു വന്ന രോഗിക്ക് കുത്തിവയ്ക്കാനുള്ള മരുന്നിനെക്കുറിച്ച് ഡ്യൂട്ടിയിലുണ്ടായിരുന്ന നഴ്സ് എന്നോട് ഫോണിൽ അഭിപ്രായം ചോദിച്ചിരുന്നു. മദ്യത്തിന്റെ ലഹരിയുള്ളതുകൊണ്ട് അളവുകുറച്ച് മയക്കുമരുന്നു കുത്തിവച്ചാൽ മതി

യെന്ന് നിർദേശം കൊടുത്തു. അളവുകുറച്ച് കൊടുത്തതുകൊണ്ടാണ് ഡോക്ടർക്ക് രാവിലെ ഉണരാനും എഴുന്നേറ്റിരിക്കാനും സംസാരിക്കാനും കഴിഞ്ഞത്. ഡോക്ടറെ ആശുപത്രിയിലാക്കിയതിന്റെ നിയമവശങ്ങൾ ഞാൻ വിശദീകരിച്ചു. സാധാരണ ആശുപത്രികളിൽ പ്രവേശിപ്പിച്ച് ചികിത്സനൽകുന്ന നിയമമല്ല മെന്റൽ ഹെൽത്ത് ആക്റ്റിലെ വകുപ്പുകളനുസരിച്ചാണ് ഡോക്ടറെ ആശുപത്രിയിലാക്കിയത്. സ്വമേധയാ ചികിത്സയ്ക്ക് വിധേയരാകാൻ കഴിയാത്ത മാനസികാവസ്ഥയിലുള്ള രോഗികളെ ആശുപത്രിയിലാക്കാനും ചികിത്സിക്കുവാനും ബന്ധുക്കൾക്ക് അവകാശമുണ്ട്. ബന്ധുക്കളാരുമില്ലെങ്കിൽ പൊലീസുകാർക്ക് മജിസ്ട്രേറ്റിന്റെ മുമ്പിൽ ഹാജരാക്കി ആശുപത്രിയിലാക്കാനുള്ള ഉത്തരവ് സമ്പാദിക്കാം. കാരണം ചില മാനസികാവസ്ഥകൾ രോഗിക്കും മറ്റുള്ളവർക്കും അപകടകരമാണ്. അത്തരം അവസ്ഥകളിൽ നിർബന്ധപൂർവമുള്ള ചികിത്സ ആവശ്യമാണ്. ഡോക്ടർക്കുവേണ്ടി ഭാര്യ അപേക്ഷതന്നതിന്റെ അടിസ്ഥാനത്തിൽ ഡോക്ടർ ഇപ്പോൾ സ്ഥാപനത്തിന്റെ "കസ്റ്റോഡിയൽ കെയറിൽ" ആണെന്നു പറഞ്ഞതോടെ രവികുമാറിന്റെ സ്വരത്തിന് മയം വന്നു.

"ഡി അഡിക്ഷൻ ട്രീറ്റ്മെന്റ് എനിക്കാവശ്യമില്ല. എനിക്കു വേണമെങ്കിൽ ഏതു നിമിഷവും ഡ്രിങ്കിങ് നിർത്താൻ കഴിയും."

ചികിത്സ ആവശ്യമില്ലെന്ന് തോന്നുന്നെങ്കിൽ ഭാര്യവന്ന് വിടുതൽ ചെയ്യിച്ച് കൊണ്ടു പോകാൻ തയാറാണെങ്കിൽ കൂടെ അയക്കാമെന്ന് ഉറപ്പ് കൊടുത്തപ്പോൾ ഡോക്ടറുടെ മുഖത്തെ പേശികൾക്ക് അയവുവന്നു. ചോദ്യങ്ങൾക്ക് മറുപടി പറയുമെന്ന അവസ്ഥയിലായി. വളരെ സമയമെടുത്ത് ക്ഷമയോടെ ചോദിച്ച് ഡോക്ടർ ഇന്നത്തെ അവസ്ഥയിലായതെങ്ങനെയെന്ന് ഞാൻ മനസിലാക്കി.

രവികുമാർ സമ്പന്നകുടുംബത്തിലാണ് ജനിച്ചത്. ഒരേയൊരു സന്താനം. മകനെ ഡോക്ടറാക്കുന്നതാണ് തങ്ങളുടെ ജീവിതലക്ഷ്യമെന്ന് അച്ഛനും അമ്മയും ഒരുപോലെ ചിന്തിച്ചു. മകൻ പഠിത്തത്തിൽ പിന്നോക്കമാണെന്ന യാഥാർഥ്യം അവരെ പിന്തിരിപ്പിച്ചില്ല. രവികുമാറും ചെറുപ്പം മുതലേ നടപ്പും ഭാവവുമൊക്കെ ഒരു ഡോക്ടറാണെന്ന മട്ടിലായിരുന്നു. ഡോക്ടർമാരുടെ ആർഭാടപൂർണമായ ജീവിതമാണ് അയാളെ ആകർഷിച്ചത്.

സ്വന്തം കഥ പറഞ്ഞുതുടങ്ങിയപ്പോൾ രവികുമാറിന്റെ മനസിലെ കെട്ടുകൾ അയഞ്ഞു. ആത്മകഥാകഥനം ഇഷ്ടമില്ലാത്തവർ ചുരുക്കമാണല്ലോ. ഡോക്ടർ അനായാസമായി ആത്മകഥ പറയാൻ തുടങ്ങി. തന്റെ അപഥസഞ്ചാരങ്ങൾ വീരകൃത്യങ്ങളായിട്ടാണ് അവതരിപ്പിച്ചത്. പണത്തിന്റെ ഉത്തോലകബലം കൊണ്ട് സ്കൂളിലെയും കോളേജിലെയും പരീക്ഷകളിൽ രവികുമാറിനെ അപ്പുറം കടത്തുകയായിരുന്നു. കർണാടകത്തിലെ സ്വകാര്യ മെഡിക്കൽ കോളേജിൽ ചേരാൻ ഇരുപത്തഞ്ചു ലക്ഷമാണ് തലവരികൊടുത്തത്. തലവരിത്തുകയുടെ വലിപ്പത്തിൽ അയാൾ അഭിമാനംകൊള്ളുന്നതുപോലെതോന്നി. അഞ്ചുകൊല്ലം കൊണ്ട് പഠനം പൂർത്തിയാക്കേണ്ട രവികുമാർ പത്തുകൊല്ലമെടുത്തു

മെഡിക്കൽ കോളേജിൽ നിന്നും പുറത്തിറങ്ങാൻ. എത്ര കൊല്ലം കഴിഞ്ഞായാലും സാരമില്ല മകൻ ഡോക്ടറായാൽ മതിയെന്നായിരുന്നു അച്ഛനമ്മമാരുടെ വാശി. രവികുമാർ എം ബി ബി എസ് പാസായപ്പോഴേക്കും അതിനൊരു വിലയുമില്ലെന്ന നിലവന്നു. പി ജി യുണ്ടെങ്കിലേ പുറത്തിറങ്ങി നടക്കാൻ കഴിയുകയുള്ളൂ. തലവരിപ്പണം കൊടുത്താൽ ഏതു പോസ്റ്റ് ഗ്രാജുവേറ്റ് കോഴ്സിനും ചേരാം. എൻട്രൻസ് ടെസ്റ്റിന്റെ കടമ്പ കടത്തേണ്ടതിന്റെ ചുമതല മാനേജ്മെന്റിനാണ്. എൻട്രൻസിൽ പാസാക്കുന്നതിനുള്ള കൂലിയും കൂടി ആയപ്പോൾ എം ബി ബി എസിനു ചേരാൻ കൊടുത്തതിന്റെ ഇരട്ടി തലവരിപ്പണം എം എസ് ഡിഗ്രിക്ക് ചേരാൻ കൊടുക്കേണ്ടിവന്നു. അത്രയും തുകകൊടുത്ത് എം എസ് ഡിഗ്രിക്ക് ചേർന്നത് തന്റെ നേട്ടമായിട്ടാണ് രവികുമാർ കാണുന്നത്. മൂന്നുകൊല്ലം കൊണ്ട് പൂർത്തിയാക്കേണ്ടിയിരുന്ന ബിരുദാനന്തരപഠനത്തിന് ആറു കൊല്ലം വേണ്ടിവന്നു. അത് അയാളുടെ കുറ്റം കൊണ്ടല്ലെന്നും മറ്റു മെഡിക്കൽ കോളേജുകളിൽ നിന്നും വന്ന വരുത്തന്മാരായ പരീക്ഷകർ (എക്സ്റ്റേണൽ എക്സാമിനേഴ്സ്) 'ഉടക്കിയതു' കാരണമാണെന്നും രവികുമാർ പറയുന്നു. അങ്ങനെ നീണ്ട പതിനാറുകൊല്ലം കൊണ്ടാണ് രവികുമാർ പോസ്റ്റ് ഗ്രാജ്യുവേറ്റ് ഡിഗ്രിയുള്ള സർജൻ ആയത്. ഇതെല്ലാം വലിയ നേട്ടങ്ങളായിട്ടാണ് രവികുമാർ അവതരിപ്പിച്ചത്. പഠിത്തത്തിനിടയിൽ ജീവിതം തിമിർത്താടിയതിന്റെ കഥകളുമുണ്ട്. കർണാടകയിൽ പഠിക്കുന്ന കാലത്ത് താനൊരു 'ദാദാ' ആയിരുന്നെന്ന് അയാൾ അഭിമാനപൂർവം പറഞ്ഞു.

ഡോ.രവികുമാർ തന്റെ വീരസാഹസികകഥകൾ വിവരിക്കുമ്പോൾ നമ്മുടെ നാട്ടിലെ മെഡിക്കൽ വിദ്യാഭ്യാസത്തിന്റെ അവസ്ഥയെക്കുറിച്ചാണ് ഞാൻ ചിന്തിച്ചത്.

പഠിത്തം കഴിഞ്ഞ് ആറുമാസക്കാലം ഒരു പ്രൈവറ്റ് ആശുപത്രിയിൽ ജോലി ചെയ്തു. സ്വന്തമായി ആശുപത്രി തുടങ്ങാൻ താൽപ്പര്യമില്ലായിരുന്നു. അത് ഭാരിച്ച ചുമതലയാണ്. യാതൊരു അല്ലലും അലട്ടലുമില്ലാതെ ജോലി ചെയ്യാൻ പറ്റിയ ലാവണം സർക്കാർ സർവീസാണ്. അതുകൊണ്ട് പി എസ് സി അപേക്ഷ ക്ഷണിച്ചപ്പോൾ രവികുമാർ അപേക്ഷിച്ചു. ജോലിയിൽ പ്രവേശിച്ചിട്ട് പത്തുകൊല്ലത്തോളമായി. പക്ഷേ.... ആറുമാസമായി സസ്പെൻഷനിലാണ്! ഡ്യൂട്ടി സമയത്ത് മദ്യപിച്ച് ആശുപത്രിയിൽ ചെന്നതിന്റെ പേരിൽ സസ്പെന്റ് ചെയ്ത ഡിഎം ഓ ആണ് രവികുമാറിന്റെ നോട്ടത്തിൽ കുറ്റക്കാരൻ.

ഡോ.രവികുമാറിന്റെ ഭാര്യവന്നിട്ടുണ്ടെന്ന് നഴ്സ് വന്ന് അറിയിച്ചു. അൽപ്പനേരം പുറത്തിരിക്കാൻ പറഞ്ഞപ്പോൾ ഡോക്ടറുടെ ഭാവം മാറി.

"യൂ ആർ ഇൻസൽറ്റിങ് മി. ഞാനൊരു ഡോക്ടറാണ്. എന്നെ മാറ്റിയിരുത്തിയിട്ട് എന്റെ ഭാര്യയുമായി ഇന്റർവ്യൂ വേണ്ട."

ഡോക്ടറുടെ ഭാര്യയെ മുറിയിലേക്ക് വിളിപ്പിച്ചു. അവർ പക്വമതിയാണെന്ന് തോന്നി. മാന്യമായ രീതിയിൽ അഭിവാദ്യം ചെയ്തുകൊണ്ടാണ്

കടന്നുവന്നത്. കസേരയിലിരുന്നതിനുശേഷം അവർ സ്വയം പരിചയപ്പെടുത്തി. അവർ ഒരു സ്വകാര്യകോളേജിലെ ശാസ്ത്രാധ്യാപികയാണ്.

മനോരോഗചികിത്സയിൽ രോഗികളുടെ അസാന്നിധ്യത്തിൽ അടുത്ത ബന്ധുക്കളോട് കാര്യങ്ങൾ ചോദിച്ചു മനസിലാക്കേണ്ടതുണ്ട്. അക്കാര്യം സൂചിപ്പിച്ചപ്പോൾ ഡോക്ടറിൽ നിന്നുണ്ടായ മോശമായ പ്രതികരണത്തെക്കുറിച്ച് ഞാൻ രവികുമാറിന്റെ ഭാര്യ ലളിതയോട് പറഞ്ഞു. ഡോക്ടർ രവികുമാറിന്റെ അസാന്നിധ്യത്തിൽ സംസാരിക്കുവാൻ വിസമ്മതമുണ്ടോ എന്ന് ചോദിച്ചു. അവർ പറഞ്ഞു:

“രവിയുടെ കാര്യങ്ങൾ ഡോക്ടറോട് സംസാരിക്കണമെന്ന ഉദ്ദേശ്യത്തോടെയാണ് ഞാൻ അവധിയെടുത്തുവന്നത്.”

ഭാര്യയെ രൂക്ഷമായി നോക്കിയിട്ട് രവികുമാർ മുറിയിൽ നിന്നും പുറത്തേക്കിറങ്ങി. ലളിത അവരുടെ അനുഭവങ്ങൾ വിവരിച്ചു.

വളരെ വർഷങ്ങളായിട്ട് രവികുമാർ നിത്യവും മദ്യപിക്കും. പലദിവസങ്ങളിലും രാവിലെ മദ്യപിച്ചുകൊണ്ടാണ് ആശുപത്രിയിൽ പോകാറ്. രാവിലെ ഒരു പെഗ്ഗെങ്കിലും കഴിച്ചില്ലെങ്കിൽ കൈവിറയ്ക്കുമെന്നാണ് കാരണം പറയാണ്. മദ്യത്തിന് അടിമയായിപ്പോയെന്ന് ഇടയ്ക്കൊക്കെ സമ്മതിക്കാറുണ്ടെങ്കിലും ചികിത്സയ്ക്ക് വിധേയനാകാൻ സമ്മതിക്കാറില്ല. ചികിത്സ ഇല്ലാതെതന്നെ കുടിനിറുത്തുവാൻ കഴിയുമെന്നാണ് പറയാറ്. കുറച്ചു ദിവസങ്ങൾ കുടിക്കാതിരിക്കുകയും ചെയ്യും. കുടിക്കാത്ത ദിവസങ്ങളിൽ കൈവിറയലും അസ്വസ്ഥതയും ഉറക്കക്കുറവും അനുഭവപ്പെടാതിരിക്കാൻ ഏതെങ്കിലും മയക്കുമരുന്നുകഴിക്കും. കഷ്ടിച്ച് ഒരാഴ്ച കഴിയുമ്പോൾ വീണ്ടും മദ്യപാനം തുടങ്ങും. അടുത്ത കാലത്തായി സ്വഭാവത്തിലും ചില മാറ്റങ്ങൾ കണ്ടുതുടങ്ങി. ഭാര്യക്ക് ജാരസംസർഗമുണ്ടോ എന്ന് സംശയം. കോളേജിൽ നിന്നും അൽപ്പം വൈകിവന്നാൽ പൊലിസ് മുറയിലുള്ള ചോദ്യം ചെയ്യലാണ്. സുഹൃത്തുക്കളുമായി ഫോണിൽ സംസാരിക്കുന്നത് സംശയത്തോടെ ശ്രദ്ധിച്ചു നിൽക്കും. ആർക്കാണ് ഫോൺചെയ്തതെന്ന് അറിയണം. ഇങ്ങനെ സംശയത്തിന്റെ നിഴലിൽ കഴിയാൻ പ്രയാസമാണെന്ന് പറഞ്ഞപ്പോൾ വിവാഹബന്ധം വേർപെടുത്താമെന്നായി.

ആശുപത്രിയിൽ പോകുന്നതിലും കൃത്യതയില്ലാതായി. പൊതുജനങ്ങളുടെ പരാതികൾ കിട്ടിയപ്പോൾ ഡി എം ഓ അന്വേഷണത്തിനു വന്നു. ഡി എം ഓ യോട് വളരെ മോശമായിട്ടാണ് പെരുമാറിയതെന്ന് മറ്റു ഡോക്ടർമാർ പറയുന്നു. അന്വേഷണം കഴിഞ്ഞപ്പോൾ സസ്പെൻഷൻ ഉത്തരവുവന്നു. സസ്പെൻഷനിലായതിനുശേഷം ഇരുപത്തിനാലു മണിക്കൂറും ലഹരിയിലാണ്. പലപ്പോഴും അബോധാവസ്ഥയിലാകുന്ന വിധത്തിൽ മദ്യപിക്കും. പലപ്പോഴും അടക്കാനാവാത്ത കോപാവേശമാണ്. വീട്ടിലെ വേലക്കാരോട് മനുഷ്യത്വമില്ലാതെ പെരുമാറും. അതുകാരണം ഇപ്പോൾ ഒരു ഏജൻസിക്കാരും വീട്ടുവേലയ്ക്ക് ആളെ അയച്ചു തരുന്നില്ല.

ഗത്യന്തരമില്ലാതെ വന്നപ്പോഴാണ് ലളിത സ്വന്തം സഹോദരന്റെ സഹായത്തോടെ രവികുമാറിനെ ആശുപത്രിയിലാക്കിയത്. ആശുപത്രി യിൽ നിന്നും തിരിച്ചുചെന്നാൽ ലളിതയുടെ ചേട്ടനെ കൊല്ലുമെന്ന് ഭീഷ ണിയും മുഴക്കിയിരുന്നു.

രവികുമാർ ലളിത ദമ്പതികൾക്ക് കുട്ടികളില്ല. കുഴപ്പം രവികുമാറി നാണെന്ന് പരിശോധനയിൽ തെളിഞ്ഞതാണ്. ഒരു കുഞ്ഞിനെ ദത്തെ ടുക്കാമെന്ന് ലളിതയ്ക്ക് അഭിപ്രായമുണ്ട്. കുട്ടികൾ ഭാരമാണെന്നാണ് രവികുമാറിന്റെ അഭിപ്രായം. കുട്ടിയുണ്ടായിരുന്നെങ്കിൽ ഒരുപക്ഷേ രവി കുമാറിന്റെ അമിതമദ്യപാനരോഗത്തിനും കുത്തഴിഞ്ഞ ജീവിതത്തിനും തടയാകുമെന്നാണ് ലളിത ചിന്തിക്കുന്നത്.

രവികുമാറിന്റെ പ്രധാന പ്രശ്നം 'സാമൂഹ്യവിരുദ്ധസ്വഭാവം' (Antisocial Behaviour) ആണെന്ന് ഞാൻ പറഞ്ഞപ്പോൾ ഭാര്യ ലളിതയ്ക്ക് സ്വീകാര്യമായിതോന്നിയില്ല. അത്തരത്തിലുള്ള സ്വഭാവദൂഷ്യങ്ങൾചേരി പ്രദേശങ്ങളിൽ ജനിച്ചുവളർന്നവർക്കും സമൂഹത്തിന്റെ അടിത്തട്ടിലുള്ള വർക്കും മാത്രമല്ലേ ഉണ്ടാകൂ എന്നാണ് അവരുടെ ചോദ്യം. അത് ചില മന:ശാസ്ത്രജ്ഞർ സൃഷ്ടിച്ച മിഥ്യയാണെന്ന് ഞാൻ വിശദീകരിച്ചു. അത് മന:ശാസ്ത്രത്തിലെ രാഷ്ട്രീയമാണ്. ഇതുപോലെ പല മിഥ്യകളും മന: ശാസ്ത്രത്തിലെ വരേണ്യരാഷ്ട്രീയം സൃഷ്ടിച്ചിട്ടുണ്ട്. അവയിലൊന്നാ യിരുന്നു അമേരിക്കയിലെ ആഫ്രിക്കൻ വംശജരുടെ കുറഞ്ഞബുദ്ധിമാനം (IQ). പിൽക്കാലത്ത് നടത്തിയ വസ്തുനിഷ്ഠപഠനങ്ങൾ ആ മിഥ്യ തകർത്തു.

സാമൂഹ്യ വിരുദ്ധസ്വഭാവത്തിന് നിദാനമായി ബാല്യത്തിലെ അമിത ലാളന അല്ലെങ്കിൽ പീഡനം, ജനിതകഘടകം, സാമൂഹ്യസാഹചര്യങ്ങൾ എന്നിങ്ങനെ പല ഘടകങ്ങളുണ്ടെന്നാണ് ആധുനിക പഠനങ്ങൾ തെളി യിക്കുന്നത്. ഏതൊക്കെ ഘടകങ്ങളാണ് രവികുമാറിന്റെ സാമൂഹ്യ വിരുദ്ധ സ്വഭാവത്തിന് കാരണമായതെന്ന് വ്യക്തമായ നിഗമനത്തിലെത്താൻ കൂടു തൽ പരിശോധന ആവശ്യമാണ്. കൗമാരത്തിൽ അയാൾ പണക്കൊഴു പ്പിൽ തിമിർക്കുകയായിരുന്നുവെന്ന് അയാളുടെ വാക്കുകൾ തന്നെ വ്യക്ത മാക്കിയതാണ്. അമിതമദ്യപാനം, കുത്തഴിഞ്ഞജീവിതം, സാമൂഹ്യാവബോ ധമില്ലായ്മ, കുറ്റബോധമില്ലായ്മ ഇവയെല്ലാം സാമൂഹ്യ വിരുദ്ധസ്വഭാവ ത്തിന്റെ ലക്ഷണങ്ങളാണ്. ആക്രാമകത (aggression) സാമൂഹ്യവിരുദ്ധ സ്വഭാവത്തിന്റെ അവിഭാജ്യഘടകമാണ്. സാമൂഹ്യവിരുദ്ധസ്വഭാവം മനോ രോഗങ്ങളുടെ പട്ടികയിലാണെങ്കിലും ഈ 'രോഗികൾ' ചെയ്യുന്ന കുറ്റ കൃത്യങ്ങൾക്ക് അവർ ഉത്തരവാദികൾ (criminal responsibility) ആണ്. മറ്റു മനോരോഗികൾ ചെയ്തുപോകുന്ന കുറ്റകൃത്യങ്ങളിൽ നിന്നും കോടതി അവരെ വിമുക്തരാക്കിയേക്കാം. എന്നാൽ സാമൂഹ്യവിരുദ്ധ സ്വഭാവക്കാർ ചെയ്യുന്ന കുറ്റകൃത്യങ്ങൾക്ക് ശിക്ഷിക്കപ്പെടും.

സാമൂഹ്യവിരുദ്ധസ്വഭാവത്തിന് ചികിത്സ ആവശ്യമാണ്. അതിനുള്ള ചികിത്സ നൽകിയെങ്കിൽ മാത്രമേ രവികുമാറിന്റെ മദ്യപാനരോഗത്തിനു

ശമനമുണ്ടാകൂ. മരുന്നുകളേക്കാൾ പ്രധാനം രവികുമാറിന്റെ വ്യക്തിത്വ ഘടനയുടെ അഴിച്ചുപണി (Personality restructuring) ലക്ഷ്യം വച്ചു കൊണ്ടുള്ള മന:ശാസ്ത്രചികിത്സയാണ്.

ഭാര്യ ആശുപത്രിയിൽ നിന്നും പേരുവെട്ടി കൊണ്ടുപോകാൻ തയ്യാറല്ലെന്നു പറഞ്ഞതോടെ രവികുമാർ ആശുപത്രിയിൽ തങ്ങാൻ നിർബന്ധിതനായി. മന:ശാസ്ത്രചികിത്സയുടെ ഫലമായി അയാളുടെ മനോഘടനയിൽ ഗുണപരമായ മാറ്റം വരുമെന്നാണ് പ്രതീക്ഷ. രവികുമാർ മധ്യവയസിലേക്ക് കടന്നുകഴിഞ്ഞു. മധ്യവയസിലേക്ക് കടക്കുമ്പോൾ സാമൂഹ്യവിരുദ്ധസ്വഭാവത്തിൽ മാറ്റം വരാനുള്ള സാധ്യത ഏറുന്നു.

ഡോക്ടർക്ക് മറ്റെന്തെങ്കിലും മനോരോഗമുണ്ടോയെന്ന് ലളിതയ്ക്ക് സംശയമുണ്ട്. മുമ്പെങ്ങുമില്ലാത്തവിധം ഭാര്യയെ സംശയിക്കാൻ തുടങ്ങിയിരിക്കുന്നു. അതിന്റെ കാരണം ഞാൻ വിശദീകരിച്ചു. മദ്യപാനരോഗികളിൽ അനുബന്ധമായി മറ്റുള്ള ആതുരാവസ്ഥകളും ഉണ്ടാകാറുണ്ട്. അതിലൊന്നാണ് മദ്യപാനസംബന്ധിയായ സംശയാവസ്ഥ (alcoholoc paranoiea) മേധാക്ഷയം, സ്മൃതിക്ഷയം, അപസ്മാരം തുടങ്ങിയ രോഗങ്ങളും ഉണ്ടാകാറുണ്ട്. മസ്തിഷ്കകോശങ്ങൾക്ക് സാരമായ തകരാറ് സംഭവിച്ചിട്ടില്ലെങ്കിൽ അനുബന്ധമായ ആതുരാവസ്ഥകൾക്കെല്ലാം മദ്യപാനം ഉപേക്ഷിച്ച് കുറേനാളുകൾക്കുള്ളിൽ സ്വയമേവ ശമനമുണ്ടാകും.

രവികുമാർ ആശുപത്രിയിൽ നിന്നും ഒളിച്ചോടിപ്പോകാതിരിക്കാൻ പ്രത്യേകം ശ്രദ്ധിക്കേണ്ടിയിരിക്കുന്നു. സുരക്ഷാജോലിക്കാരുടെ നോട്ടം ഇരുപത്തിനാലുമണിക്കൂറും അയാളുടെമേൽ ഉണ്ടാകുവാനുള്ള ഏർപ്പാടുകൾ ചെയ്തു. ആശുപത്രിയിൽ നിന്നും പോയതിനുശേഷം നിയമപരമായ നടപടികൾ സ്വീകരിക്കാൻ സാധ്യതയുള്ളതുകൊണ്ട് കോടതിയുടെ മുന്നിൽ വിശദീകരണം കൊടുക്കാനുള്ള മുൻകരുതലുകളോടെയാണ് ഡോ. രവികുമാറിന്റെ ചികിത്സ നടക്കുന്നത്.

21

ലഹരിയുടെ വഴികൾ

ദാമോദരൻ പോറ്റി കടലോരഗ്രാമത്തിലെ സാമാന്യം പ്രശസ്തിയുള്ള ക്ഷേത്രത്തിലെ ശാന്തിക്കാരനാണ്. ശമ്പളത്തിനുപുറമേ കുടുംബങ്ങളിലെ ചടങ്ങുകൾക്ക് ദക്ഷിണ കിട്ടും. നാട്ടിൻപുറത്ത് അറിയപ്പെടുന്ന ജ്യോതിഷിയുമാണ്. ഭാര്യയുടെ കുടുംബസ്വത്തിന്റെ വിഹിതമായി രണ്ടേക്കർ തെങ്ങിൻതോപ്പ് കിട്ടിയിട്ടുണ്ട്. ഒരു മകളേയുള്ളു. സാമാന്യം സുഭിക്ഷതയിൽ കഴിഞ്ഞിരുന്ന കുടുംബമാണ്. പക്ഷേ കുറച്ചുനാളായി ദാരിദ്ര്യത്തിന്റെ വക്കിലാണ്. ഹൈസ്കൂളിൽ പഠിക്കുന്ന ഏകമകളുടെ ആവശ്യങ്ങൾ എല്ലാം നിറവേറ്റിക്കൊടുക്കാനാവുന്നില്ല. ഓണത്തിന് മകൾക്ക് കോടിയൊന്നും വാങ്ങിക്കൊടുത്തില്ല. പലവ്യഞ്ജനക്കടക്കാരനോടും പാൽക്കാരനോടും കടം പറയേണ്ടിവരുന്നു. വീട്ടിലെ പ്രയാസങ്ങൾ വിവരിക്കുമ്പോൾ പോറ്റിയുടെ ഭാര്യ സരസ്വതിയുടെ വാക്കുകൾ വിഷാദത്തിൽ കുതിർന്നു. എല്ലാത്തിനും കാരണം പോറ്റിയുടെ ചുമമരുന്നുകൂടിയാണ്.

ദാമോദരൻ പോറ്റിക്ക് കുറേനാൾ മുമ്പ് പനിയും ജലദോഷവും പിടിപെട്ടു. പനിമാറിയെങ്കിലും ചുമ മാറിയില്ല. വീട്ടിലുള്ളവരുടെയെല്ലാം ഉറക്കം കെടുത്തിയ ചുമ മാറാൻ ഡോക്ടർ ഒരു ചുമ മരുന്ന് (cough syrup) എഴുതിക്കൊടുത്തു. രാത്രി രണ്ട് സ്പൂൺ മരുന്ന് കഴിച്ച് ഉറങ്ങാൻ കിടന്നപ്പോൾ സുഖകരമായ അനുഭൂതി തോന്നി. പിന്നെ ഗാഢമായ നിദ്രയിലായി. വെളുപ്പിന് ക്ഷേത്രത്തിൽ പോകാൻ ഉണർന്നെഴുന്നേറ്റപ്പോഴും ലഹരിയുടെ ശേഷിപ്പ് തങ്ങിനിൽപ്പുണ്ടായിരുന്നു. നിത്യകർമങ്ങളൊക്കെ കഴിഞ്ഞ് ക്ഷേത്രത്തിലേക്ക് പുറപ്പെടുന്നതിനുമുമ്പായി ചുമമരുന്ന് രണ്ട് കരണ്ടി സേവിച്ചു. ലഹരിക്കുവേണ്ടിയാണ് മരുന്നു കഴിച്ചതെന്ന് ഭാര്യയും മകളും സംശയിച്ചതേയില്ല. അന്ന് പ്രഭാതപൂജാവേളയിൽ ശാന്തിക്കാരൻ നല്ല ഉത്സാഹത്തിലായിരുന്നു. പതിവില്ലാത്തവിധം ഭക്തരോട് കുശലങ്ങളും തമാശകളും പറഞ്ഞു. പ്രഭാതപൂജയ്ക്കുശേഷം നടയടച്ച് വീട്ടിൽ

വന്നപ്പോൾ ചുമമരുന്ന് വീണ്ടും രണ്ട് സ്പൂൺ കഴിച്ചു. ലഹരി ആസ്വദിച്ച് മയങ്ങിപ്പോയി. ഉച്ചപൂജയ്ക്ക് പോകാൻ സരസ്വതി വിളിച്ചുണർത്തേണ്ടിവന്നു. ദിവസത്തിൽ രണ്ടുനേരം ഓരോ സ്പൂൺ വീതം കഴിക്കണമെന്നുപറഞ്ഞാണ് ഡോക്ടർ ചുമമരുന്നെഴുതിക്കൊടുത്തത്. പക്ഷേ ഇടയ്ക്കിടെ കഴിക്കണമെന്ന ഉൽക്കടമായ ആഗ്രഹം. ചുമമരുന്നു കഴിച്ചാൽ നല്ല ഉൽസാഹമാണ്. പ്രശ്നം നോക്കാൻ വരുന്നവരോട് വാതോരാതെ സംസാരിക്കും. ഉള്ളിലുള്ളതെല്ലാം തുറന്നു പറയാൻ ആവേശം തോന്നും. ചുമ മാറിയെങ്കിലും പോറ്റി ചുമമരുന്നുകുടിക്കുന്നത് നിറുത്തിയില്ല. എന്നു മാത്രമല്ല ദിവസത്തിൽ പല്യപ്രാവശ്യം മരുന്നു കുടിക്കണമെന്നായി. ഒരു കുപ്പി വാങ്ങിയാൽ ഒരു മാസം കൊണ്ട് കഴിച്ചുതീർക്കേണ്ട മരുന്ന് കഷ്ടിച്ച് ഒരാഴ്ചകൊണ്ട് തീരുമെന്നായി. തീർന്ന ഉടനെ മരുന്നുഷാപ്പിൽപ്പോയി മറ്റൊരു കുപ്പി വാങ്ങും. എന്തിനിങ്ങനെ എപ്പോഴും മരുന്നു കഴിക്കുന്നു എന്ന് സരസ്വതി ചോദിച്ചാൽ കൃത്രിമമായി ചുമച്ചു കാണിക്കും.

ഡോക്ടറുടെ ചീട്ടിന് പഴക്കമേറി. എങ്കിലും മരുന്നുകടക്കാരൻ ചുമമരുന്നു കൊടുക്കാൻ മടി കാണിച്ചില്ല. രണ്ടും മൂന്നും ദിവസം കൂടുമ്പോൾ ഓരോ കുപ്പി ചുമമരുന്ന് വാങ്ങുന്നത് പതിവായപ്പോൾ മരുന്നുകടക്കാരന് സംശയം തോന്നി. ഡോക്ടറെകണ്ട് പുതിയ പ്രിസ്ക്രിപ്ഷൻ എഴുതിവാങ്ങണമെന്ന് പറഞ്ഞു. ഡോക്ടർ സംശയിച്ചാലോ എന്നു ഭയന്നിട്ട് മരുന്നിന്റെ പേര് ഒരു വെള്ളക്കടലാസിൽ എഴുതി നഗരത്തിൽ പോയി ഒരു മെഡിക്കൽഷോപ്പിൽ കാണിച്ചപ്പോൾ മരുന്നെടുത്തുകൊടുത്തു. അത് തീർന്നപ്പോൾ നഗരത്തിലെ മറ്റൊരു കടയിൽ കാണിച്ച് മരുന്നുവാങ്ങി. നഗരത്തിലെ മെഡിക്കൽ ഷോപ്പുകൾ മാറിമാറിക്കയറി മരുന്നുവാങ്ങി. ചില മരുന്നുകടക്കാർ ഡോക്ടറുടെ കുറിപ്പടിയില്ലാതെ മരുന്നു കൊടുക്കാൻ മടിച്ചു. ഒരു കടയിൽ നിന്നും കിട്ടിയില്ലെങ്കിൽ മറ്റൊരു കടയിൽ കയറും.

നല്ല രീതിയിൽ ലഹരി കിട്ടണമെങ്കിൽ മൂന്നോ നാലോ സ്പൂൺ ചുമമരുന്നു കഴിക്കണമെന്നായി. ഒരു കുപ്പിമരുന്ന് ഒരൊറ്റദിവസം കൊണ്ട് തന്നെ തീരുമെന്നനിലയായി. നഗരത്തിൽ പോയാൽ പല കടകളിൽ കയറി അഞ്ചോ പത്തോ കുപ്പി മരുന്ന് വാങ്ങിയിട്ടേ തിരിച്ച് ഗ്രാമത്തിലെത്തുകയുള്ളൂ. ഇടയ്ക്കിടയ്ക്ക് നഗരത്തിൽപ്പോകുന്ന ബുദ്ധിമുട്ടും പണച്ചെലവും ഭാരമായിത്തോന്നിയപ്പോൾ ചുമമരുന്നുകുടിനിറുത്തിയാലെന്തെന്ന് ആലോചിച്ചു. മരുന്നു കുടി നിറുത്താൻ തീരുമാനിച്ചു. വാങ്ങിവച്ചതിൽ അവസാനത്തെ കുപ്പി പൊട്ടിച്ചപ്പോൾ പതിവുപോലെ പുതിയ സ്റ്റോക്ക് വാങ്ങാൻ നഗരത്തിൽ പോയില്ല. കുപ്പിയിൽ അവശേഷിച്ച മരുന്നുകഴിച്ച് പോറ്റി ഉറങ്ങാൻ കിടന്നു. രാവിലെ ക്ഷേത്രത്തിൽ പോകുന്നതിനുമുമ്പായി പതിവുപോലെ മരുന്നുകുടിച്ചില്ല. പൂജാകർമങ്ങൾ ചെയ്തുകൊണ്ടിരുന്നപ്പോൾ അസഹ്യമായ അസ്വസ്ഥത അനുഭവപ്പെട്ടു. ഉടലാകെ വിറച്ചു. മുടിമുതൽ അടിവരെ വിയർപ്പിൽക്കുളിച്ചു. ശാന്തിക്കാരന് എന്തു പറ്റിയെന്ന് തൊഴാൻ വന്ന പലരും സംശയിച്ചു. 'എന്താ സുഖ

മില്ലേ?' എന്ന് ചിലർ ചോദിക്കുകയും ചെയ്തു. താൻ ചുമമരുന്നിന്റെ പിടിയിലായെന്ന് ദു:ഖത്തോടെ ഓർത്തു. പ്രഭാതപൂജ കഴിഞ്ഞ് നടയടച്ച ഉടനെ ദാമോദരൻ പോറ്റി നഗരത്തിലേക്ക് വണ്ടി കയറി. ഒരാഴ്ച കഴിക്കാനുള്ള ചുമമരുന്നിന്റെ കുപ്പികളുമായാണ് തിരിച്ചെത്തിയത്.

ചുമമരുന്ന് കണക്കിലധികം കുടിക്കുന്നത് ലഹരിക്കുവേണ്ടിയാണെന്ന് ഭാര്യയും മകളും മനസിലാക്കിയത് അഭിമാനിയായ ദാമോദരൻ പോറ്റിയെ തളർത്തി. മരുന്നു കുടിക്കുന്നകാര്യം പറഞ്ഞതുകൊണ്ട് സരസ്വതി കലഹിക്കാൻ തുടങ്ങിയതോടെ ദാമോദരൻ പോറ്റി ഒരു മുൻശുണ്ഠിക്കാരനായി മാറി. വളരെ സൗമ്യനായിരുന്ന പോറ്റി മുൻകോപിയും കലഹപ്രിയനുമായിത്തീർന്നു. ക്ഷേത്രദർശനത്തിനു വരുന്നവരോടും പ്രശ്നം വയ്പിക്കാൻ വരുന്നവരോടും തട്ടിക്കയറാൻ തുടങ്ങി. ലളിതയ്ക്ക് ജീവിതം ദു:സഹമായി. ജീവനൊടുക്കിയാൽ എന്തെന്ന് പലപ്പോഴും ചിന്തിച്ചു. മകളെക്കുറിച്ചോർത്ത് അത്തരം ചിന്തകളെ മനസിൽ നിന്നും തട്ടിമാറ്റി. ഒടുവിൽ മകളെയും കൂട്ടി തറവാട്ടിലേക്ക് പോകാൻ ലളിത തീരുമാനിച്ചു. അക്കാര്യം പോറ്റിയോട് പറഞ്ഞപ്പോൾ പോറ്റി പറഞ്ഞത് കേട്ട് അമ്മയും മകളും ഞെട്ടിപ്പോയി. അവർ പോയാൽ പിറ്റേന്ന് രാവിലെ ആളുകൾ കാണുന്നത് മുറ്റത്തെ മാവിൻകൊമ്പത്ത് കയറിൽ തൂങ്ങിയാടുന്ന തന്റെ ശവമായിരിക്കുമെന്നാണ് പോറ്റി പറഞ്ഞത്. ലളിത ചേട്ടനെ ഫോൺ ചെയ്തുവരുത്തി. അദ്ദേഹത്തിന്റെ നിർബന്ധപ്രകാരമാണ് പോറ്റി ചികിത്സയ്ക്കുവേണ്ടി ആശുപത്രിയിൽ കിടക്കാൻ സമ്മതിച്ചത്. ചുമമരുന്നുകുടി നിറുത്തണമെന്ന് പോറ്റിക്ക് ആഗ്രഹമുണ്ടായിരുന്നു. പക്ഷേ അതിനുവേണ്ടി ആശുപത്രിയിൽ കിടക്കാൻ തയ്യാറല്ലായിരുന്നു. കാരണം നാട്ടുകാരറിഞ്ഞാൽ നാണക്കേടാകും എന്ന ചിന്തയാണ് പോറ്റിയെ അതിൽ നിന്നും ഇത്രയും നാൾ പിന്തിരിപ്പിച്ചത്. ആശുപത്രിയിലെത്തിക്കഴിഞ്ഞപ്പോൾ പോറ്റി പൂർണമായി ചികിത്സയുമായി സഹകരിക്കാമെന്നായി.

ചുമമരുന്ന് കുടിക്കാതിരുന്നാലുണ്ടാകാവുന്ന അസ്വാസ്ഥ്യങ്ങളെക്കുറിച്ച് വിവരിച്ചു. കഠിനമായ അസ്വസ്ഥത അനുഭവപ്പെടും. ശരീരം മുഴുവൻ വിയർത്തൊഴുകും. ഒപ്പം വിറയലും അനുഭവപ്പെടും. ചിലപ്പോൾ അപസ്മാരബാധതന്നെ ഉണ്ടായെന്നും വരാം. പതിവായി കഴിച്ചുകൊണ്ടിരിക്കുന്ന മയക്കുമരുന്നുകൾ കഴിക്കാതായാൽ മസ്തിഷ്കകോശങ്ങളുടെ താളം തെറ്റിയുള്ള പ്രവർത്തനമാണ് ഇത്തരം ലക്ഷണങ്ങൾക്ക് (withdrawl symptoms)കാരണം. അവ പരമാവധി ഒഴിവാക്കാൻ മയക്കുമരുന്നുകൾ കൊടുക്കുകയേ നിവർത്തിയുള്ളൂ. എന്നിട്ട് അവ കുറേശ്ശെ കുറച്ച് പൂർണമായും നിറുത്തുകയാണ് ചെയ്യുക. മൂന്നാഴ്ചത്തെ ചികിത്സകൊണ്ട് ദാമോദരൻ പോറ്റി ചുമമരുന്നിന്റെ ബന്ധനത്തിൽ നിന്നും പൂർണമായും മുക്തനായി.

ചുമമരുന്നുകൾ ചികിത്സയിൽ അത്യാവശ്യമുള്ള മരുന്നല്ല. ചുമമരുന്നുകൾ കഴിക്കുന്നതുകൊണ്ട് വിശേഷിച്ച് ഗുണമൊന്നുമില്ലെന്ന് നിര

വധി പഠനങ്ങൾ തെളിയിച്ചിട്ടുണ്ട്. എങ്കിലും ഇത്തരം മരുന്നുകൾ ഉൽപ്പാദിപ്പിച്ച് വിതരണം ചെയ്യുന്നതിൽ നിന്ന് മരുന്നുകമ്പനികളെ വിലക്കുവാൻ ഒരു ഗവൺമെന്റും തയ്യാറല്ല. മരുന്നുകമ്പനികളുടെ പ്രേരണകൾക്കു വശംവദരായി ആവശ്യമില്ലാതെ ചുമമരുന്നുകൾ ഡോക്ടർമാർ പതിവായി എഴുതിക്കൊടുക്കുകയും ചെയ്യുന്നു. അത് കഴിക്കാനിടയാവുന്നവരിൽ ചിലരെങ്കിലും അതിന് അടിമപ്പെടുന്നു.

സുനിൽകുമാർ പ്ലസ് വൺ വിദ്യാർഥിയാണ്. പത്താം ക്ലാസിലെ പരീക്ഷയ്ക്ക് തയ്യാറെടുത്തുകൊണ്ടിരുന്നപ്പോൾ പരീക്ഷയിൽ തോറ്റുപോവുമോ എന്ന ഭയം സുനിൽകുമാറിനെ പിടികൂടി. ഭയം അകാരണമാണെന്ന് സുനിലിനറിയാം. എല്ലാ ക്ലാസ് പരീക്ഷകളിലും അയാൾ ഒന്നാമനായിരുന്നു. റാങ്ക് കിട്ടുമെന്ന് എല്ലാ അധ്യാപകരും പറഞ്ഞ് സുനിലിനെ പ്രോത്സാഹിപ്പിക്കാറുമുണ്ടായിരുന്നു. അടിസ്ഥാനമില്ലെന്നറിയാമെങ്കിലും ഭയം മനസിനെ അലട്ടിക്കൊണ്ടിരുന്നു. ചില രാത്രികളിൽ ഭയം കാരണം ഉറക്കവും കുറവായി. താൻ ഒരു മനോരോഗിയായിപ്പോകുമോ എന്നുപോലും സുനിൽ ഭയപ്പെട്ടു. ഒടുവിൽ തന്റെ മനസിനെ അലട്ടികൊണ്ടിരിക്കുന്ന പ്രശ്നത്തെക്കുറിച്ച് അച്ഛനമ്മമാരോട് പറഞ്ഞു. ഭയപ്പെടേണ്ടതില്ലെന്ന് പറഞ്ഞ് സമാധാനിപ്പിക്കുന്നതിനുപകരം അച്ഛന് പരിചയമുള്ള ഒരു ഡോക്ടറുടെ അടുക്കൽ കൂട്ടിക്കൊണ്ടുപോയി. വലിയ "റ്റെൻഷൻ" അനുഭവപ്പെടുന്നുവെന്നാണ് സുനിൽ ഡോക്ടറോട് പറഞ്ഞത്. ഡോക്ടർ റ്റെൻഷൻ കുറയാനുള്ള ഒരു ഗുളിക കുറിച്ചുകൊടുത്തു. പരീക്ഷ കഴിയുന്നതുവരെ രാവിലെയും രാത്രിയും ഓരോ ഗുളികകഴിച്ചുകൊള്ളാനും നിർദേശിച്ചു. ആദ്യത്തെഗുളികകഴിച്ചപ്പോൾ തന്നെ സൂര്യനുദിച്ചുയരുമ്പോൾ മൂടൽമഞ്ഞ് മായുന്നതുപോലെ റ്റെൻഷൻ തീരെ ഇല്ലാതായി. ഭയം മാറിയെന്നു മാത്രമല്ല ഗുളികകഴിച്ച് അരമണിക്കൂറോളം കഴിഞ്ഞപ്പോൾ ഒരു സുഖാനുഭൂതിയും അനുഭവപ്പെട്ടു. സുനിൽ കുമാറും അച്ഛനും അമ്മയും ആശ്വസിച്ചു. എല്ലാവരും ഡോക്ടറുടെ കൈപ്പുണ്യത്തെ പുകഴ്ത്തുകയും ചെയ്തു. പ്രതീക്ഷിച്ചതുപോലെ പരീക്ഷ നല്ലരീതിയിൽ എഴുതുകയും ചെയ്തു.

പരീക്ഷ കഴിഞ്ഞിട്ടും ഗുളികകഴിക്കുന്നത് നിറുത്താൻ തോന്നിയില്ല. മാത്രവുമല്ല രണ്ടുനേരം കഴിക്കുന്നതിനുപകരം മൂന്നും നാലും നേരം കഴിക്കണമെന്നായി. ഒരു ഗുളിക കഴിച്ചാൽ വേണ്ടത്ര സുഖാനുഭൂതി കിട്ടുന്നില്ലെന്നായപ്പോൾ രണ്ടും മൂന്നും ഗുളികകൾ ഒന്നിച്ചുകഴിക്കാൻ തുടങ്ങി. അച്ഛനും അമ്മയും അറിയാതെയാണ് ഗുളിക കഴിച്ചിരുന്നത്. വല്ലാത്തൊരു കുറ്റബോധം സുനിലിനെ പിടികൂടി. കുറ്റബോധത്തിൽ നിന്നുണ്ടായ മാനസികവ്യഥ കുറയാൻ വേണ്ടി കൂടുതൽ ഗുളികകൾ കഴിക്കണമെന്നായി.

പ്രതീക്ഷിച്ചതുപോലെ റാങ്ക് കിട്ടിയില്ലെങ്കിലും നല്ല മാർക്കോടെ തന്നെ സുനിൽ പരീക്ഷ പാസ്സായി. ഡോക്ടറാകണമെന്ന ലക്ഷ്യത്തോടെ സയൻസ് ഗ്രൂപ്പെടുത്ത് പ്ലസ് വൺ ക്ലാസ്സിൽ ചേർന്നു. പഴയതുപോലെ സുനിലിന്റെ മുഖം പ്രസന്നമല്ലെന്നകാര്യം അച്ഛനും അമ്മയും ശ്രദ്ധിച്ചു.

എപ്പോഴും ഉറക്കം തൂങ്ങുന്നതുപോലെ തോന്നും. മുഖം ചീർത്തിരിക്കുന്നതും ശ്രദ്ധയിൽപെട്ടു. അതിന്റെ കാരണത്തെക്കുറിച്ച് അന്വേഷിച്ചില്ല.

നിത്യവും കഴിക്കാനുള്ള ഗുളികകൾ വാങ്ങാനുള്ള പണം കണ്ടെത്തുന്നത് പ്രയാസമുള്ള കാര്യമായിരുന്നു. പോക്കറ്റുമണിയായി തരുന്നത് തികയുന്നില്ല. ഡോക്ടറുടെ കുറിപ്പടിയില്ലാതെയാണ് മരുന്നുവാങ്ങാൻ ചെല്ലുന്നത്. മരുന്നിന് വില കൂടുതലെടുക്കുന്നുണ്ടെന്ന് സുനിലിനു തോന്നിയെങ്കിലും കടക്കാരോട് ചോദിക്കാൻ ധൈര്യപ്പെട്ടില്ല. ഗുളിക വാങ്ങാൻ സുനിൽ വീട്ടിൽ നിന്നുതന്നെ ചെറിയതോതിൽ മോഷണം തുടങ്ങി.

പഠിത്തം വളരെ മോശമായി. പഴയതുപോലെ ശ്രദ്ധകേന്ദ്രീകരിക്കാൻ കഴിയുന്നില്ല. പഠിക്കാനിരിക്കുമ്പോൾ ഉറക്കം തൂങ്ങിപ്പോകുന്നു. പഠിച്ചത് ഓർത്തെടുക്കാനും ബുദ്ധിമുട്ടായി. മസ്തിഷ്കമാകെ മരവിച്ചതുപോലെതോന്നി. പഠിക്കാൻ കഴിയാത്തതിന്റെ സങ്കടത്തോടൊപ്പം വീട്ടിൽ നിന്നും ഇടയ്ക്കിടെ പണം മോഷ്ടിക്കേണ്ടിവരുന്നതിന്റെ കുറ്റബോധവും മനസിനെ അലട്ടാൻ തുടങ്ങി. ജീവിതം അവസാനിപ്പിച്ചാലെന്തെന്നുള്ള ചിന്ത ചിലപ്പോഴൊക്കെ മനസിൽ പൊന്തിവന്നു. പത്രത്തിലെ ചരമപ്പേജ് ശ്രദ്ധപൂർവം വായിക്കുന്നത് പതിവായി. അതിൽ തന്നെ ആത്മഹത്യയുടെ വാർത്തകൾ കൂടുതൽ താൽപ്പര്യത്തോടെ വായിച്ചു. ഓരോ ആത്മഹത്യാവാർത്ത വായിക്കുമ്പോഴും അതിന്റെ വിശദാംശങ്ങളെക്കുറിച്ചു ചിന്തിച്ചു. ഏറ്റവും എളുപ്പവും വേദനാസഹിതവുമായ രീതി ഏതെന്ന അന്വേഷണമായിരുന്നു അത്. ഇത്രത്തോളമായപ്പോൾ തന്റെ മരണം ആസന്നമായോ എന്ന ഭയം സുനിലിനെ പിടികൂടി. പല ദിവസങ്ങളിലും ക്ലാസിലേക്കെന്നുപറഞ്ഞ് ഇറങ്ങിയിട്ട് നഗരത്തിലെ ആളൊഴിഞ്ഞ കോണുകളിൽ എവിടെയെങ്കിലും പോയിരുന്ന് താൻ മരിച്ചാലുണ്ടാകുന്ന കാര്യങ്ങളെക്കുറിച്ച് ആലോചിക്കും. അച്ഛനും അമ്മയും തന്റെ വിയോഗത്തിൽ ദു:ഖിതരായി ജീവിതം അവസാനിപ്പിക്കുമോ എന്ന് സുനിൽ ചിന്തിച്ചു. താൻ എപ്പോഴും ചിന്തിക്കുന്നത് മരണത്തെക്കുറിച്ചാണല്ലോ എന്ന് ഇടയ്ക്കിടെ സ്വയം വിലയിരുത്തുകയും ചെയ്യും. എന്താണ് രക്ഷാമാർഗം എന്നും ചിലപ്പോഴൊക്കെ ചിന്തിക്കാറുണ്ട്. റ്റെൻഷൻ കുറയാനുള്ള ഗുളികകൾ കഴിക്കുന്നത് നിറുത്തിയാൽ പ്രശ്നം തീരുമെന്ന് സുനിലിന് അറിയാമായിരുന്നു. പക്ഷേ നിറുത്താൻ കഴിയുന്നില്ല. രാത്രി നാലു ഗുളികകളെങ്കിലും വിഴുങ്ങിയില്ലെങ്കിൽ ഉറക്കം കിട്ടുകയില്ല. കഴിക്കുന്ന ഗുളികകളുടെ എണ്ണം കുറഞ്ഞാൽ ദു:സ്വപ്നങ്ങൾ കണ്ട് ഇടയ്ക്കിടെ ഞെട്ടിയുണരും. ഒരു രാത്രി കഴിക്കാൻ രണ്ടു ഗുളികകളേ അവശേഷിച്ചിരുന്നുള്ളു. അന്ന് കണ്ട ഭീകരസ്വപ്നത്തെക്കുറിച്ചോർക്കുമ്പോൾ ഞെട്ടലുണ്ടാകും. കിടപ്പുമുറിയിലെ ഫാനിൽ തൂങ്ങിക്കിടന്ന് പിടയ്ക്കുന്ന സ്വന്തം ശരീരമാണ് സ്വപ്നത്തിൽക്കണ്ടത്. ഇതിൽ നിന്നും രക്ഷപ്പെടാൻ മരുന്നിനു കുറിച്ചുതന്ന ഡോക്ടറെതന്നെ അച്ഛനറിയാതെ പോയി കണ്ടാലോ എന്നാലോചിച്ചു. പക്ഷേ ഫീസുകൊടുക്കാൻ പണം വേണം.

അച്ഛനെക്കാണണമെന്ന് പറഞ്ഞാൽ.... ഒടുവിൽ തന്റെ പ്രയാസങ്ങളെ ക്കുറിച്ച് അച്ഛനോടു തന്നെ തുറന്നുപറയാൻ സുനിൽ തീരുമാനിച്ചു.

അച്ഛനോട് എല്ലാക്കാര്യങ്ങളും തറന്നുപറഞ്ഞപ്പോൾ മനസിന് ലാഘവം തോന്നി. അച്ഛൻ കുറ്റപ്പെടുത്തുകയോ ഭർത്സിക്കുയോ ചെയ്തില്ല. സാരമില്ലെന്നും ഡോക്ടറെക്കണ്ടാൽ എല്ലാ പ്രശ്നത്തിനും പരിഹാരമു ണ്ടാകുമെന്നും ആശ്വസിപ്പിക്കുകയാണ് ചെയ്തത്. അച്ഛനെ വിശ്വാസ ത്തിലെടുത്ത് നേരത്തേതന്നെ കാര്യങ്ങൾ തുറന്നുപറയാതിരുന്നതിന്റെ കുറ്റബോധത്താൽ സുനിൽ തേങ്ങിപ്പോയി. അച്ഛൻ സുനി ലിനെയും കൂട്ടി ആദ്യം കണ്ട ഡോക്ടറുടെ അടുക്കൽത്തന്നെ ചെന്നു. സുനിലിന്റെ അച്ഛൻ കാര്യങ്ങൾ പറഞ്ഞുതുടങ്ങിയപ്പോൾത്തന്നെ ഡോക്ടർ ഇടപെട്ടു കൊണ്ട് സുനിലിനോട് ചോദിച്ചു:

“തന്നോടാര് പറഞ്ഞു ഞാനെഴുതിത്തന്ന മരുന്ന് ഇത്രയും കാലം കഴിക്കാൻ? പരീക്ഷ കഴിയുന്നതുവരെ കഴിക്കാനല്ലേ പറഞ്ഞിരുന്നത്?”

സുനിലിനെ കുറ്റപ്പെടുത്തിയത് അച്ഛന് ഇഷ്ടപ്പെട്ടില്ലെങ്കിലും സൗമ്യ തയോടെതന്നെ പറഞ്ഞു:

“അയാൾക്കൊരബദ്ധം പറ്റി ഡോക്ടർ. ഇപ്പോഴയാൾക്ക് അത് കഴി ക്കാതിരിക്കാൻ പറ്റുന്നില്ല.”

“എനിക്കതിനു റെസ്പോൺസിബിലിറ്റിയൊന്നുമില്ല. അയാളൊരു ഡ്രഗ് അഡിക്റ്റായിക്കഴിഞ്ഞു. ഇനി ഏതെങ്കിലും ഡീ അഡീക്ഷൻ സെന്റ റിലോ മെന്റൽഹോസ്പിറ്റലിലോ അഡ്മിറ്റുചെയ്ത് ചികിത്സിക്കണം. ഞാൻ റഫറൻസ് ലെറ്റർ എഴുതിത്തരാം.”

സുനിലിന്റെ ദുരവസ്ഥയ്ക്ക് കാരണക്കാരനായ ഡോക്ടറുടെ കത്തുമായാണ് ആശുപത്രിയിൽ ചികിത്സയ്ക്ക്വന്നത്. ഒരാഴ്ചത്തെ ചികി ത്സയോടെ സുനിൽ മയക്കുമരുന്നിന്റെ പിടിയിൽ നിന്നും മുക്തനായി.

പരീക്ഷക്കാലത്ത് പലകുട്ടികൾക്കും തോറ്റുപോകുമോ എന്ന ആശങ്ക ഉണ്ടാകാറുണ്ട്. ക്ലാസിൽ നന്നായി പഠിക്കുന്ന കുട്ടികൾക്കും ആശങ്കയു ണ്ടാകാറുണ്ട്. കൗൺസലിങ്പോലുള്ള ലളിതമായ മന:ശാസ്ത്രമാർഗ ങ്ങളിലൂടെ പരിഹാരം കാണാവുന്ന പ്രശ്നമാണിത്. സുനിലിനെ ഒരു സൈക്കോളജിസ്റ്റിന്റേയോ സൈക്യാട്രിസ്റ്റിന്റേയോ അടുക്കലേക്ക് പറ ഞ്ഞുവിടുന്നതിനുപകരം “റ്റെൻഷൻ” കുറയാനുള്ളമരുന്ന് എഴുതികൊ ടുത്തത് തെറ്റായ ചികിത്സയാണ്. മരുന്നു കമ്പനികളുടെ പരസ്യങ്ങൾ സ്വാധീനിച്ചതിന്റെ ഫലമായി പല ഡോക്ടർമാരും ശാസ്ത്രീയമായ ചികിത്സയുടെ മാർഗത്തിൽ നിന്നും വ്യതിചലിച്ച് ലഹരിയുടെ വഴികൾ കാണിച്ചുകൊടുക്കുന്നവരായി അവരറിയാതെ പ്രവർത്തിച്ചുപോകുന്നു.

22

അകാരണഭയത്തിന്റെ കാരണങ്ങൾ

മാഹീനെ ചികിത്സയ്ക്കായി അയച്ചത് ഒരു സൈക്കോളജിസ്റ്റാണ്. ആറുമാസത്തോളമായി അകാരണമായ ഭയം(phobia) എന്ന മനോരോഗത്തിന് മന:ശാസ്ത്രചികിത്സ (psyehotherapy) നൽകികൊണ്ടിരിക്കുയാണ്. മന:ശാസ്ത്ര ചികിത്സകൊണ്ട് മാത്രം ഫലമില്ലെങ്കിൽ മരുന്നും കൊടുക്കണം. ആവശ്യമായ മരുന്ന് എഴുതിക്കൊടുക്കാനാണ് സൈക്കോളജിസ്റ്റ് മാഹീനെ അയച്ചത്.

മാഹീൻ തന്റെ രോഗത്തിന്റെ ചരിത്രം വിവരിച്ചു. നഗരത്തിൽ സ്റ്റേഷനറിക്കച്ചവടം നടത്തുകയാണ്. വർഷങ്ങൾക്കുമുമ്പ് മാഹീനെ പട്ടി കടിച്ചു. അലഞ്ഞുതിരിഞ്ഞുനടക്കുന്ന പട്ടിയായതുകൊണ്ട് പേവിഷബാധ ഉണ്ടാകാതിരിക്കാൻ പ്രതിരോധകുത്തിവയ്പ് നടത്തണമെന്ന് ഡോക്ടർ ഉപദേശിച്ചതനുസരിച്ച് കുത്തിവയ്പ് നടത്തി. അക്കാര്യം മാഹീൻ മറന്നുപോകുകയും ചെയ്തു. രണ്ടു വർഷങ്ങൾക്കുശേഷം ഒരു ദിവസം രാത്രി കടയടച്ച് വീട്ടിലേക്ക് പോകുമ്പോൾ റോഡിൽ കുറേമുമ്പിലായി തെരുവുനായ്ക്കൾ കടികൂടുന്നത് കണ്ടു. പട്ടികടിച്ചതും കുത്തിവയ്പ്പെടുത്തതും മാഹീൻ ഓർത്തു. ഒരു കല്ല് കൈയിലെടുത്ത് നായ അടുത്തു വരികയാണെങ്കിൽ എറിഞ്ഞോടിക്കാൻ തയ്യാറായിനിന്നു. അൽപ്പനേരം കഴിഞ്ഞപ്പോൾ കടികൂടിക്കൊണ്ടിരുന്ന നായ്ക്കൾ എങ്ങോട്ടോ ഓടിപ്പോയി. കല്ല് ദൂരെ എറിഞ്ഞ് മാഹീൻ നടത്തം തുടർന്നു. പെട്ടെന്ന് മനസിലൊരു സംശയമുദിച്ചു. താൻ കൈയിലെടുത്ത കല്ലിൽ പട്ടിയുടെ ഉമിനീർ വീണിരിക്കുമോ? പേപ്പട്ടിയുടെ ഉമിനീരിൽക്കൂടിയാണ് പേവിഷബാധ ഉണ്ടാകുന്നതെന്ന് ഡോക്ടർ പറഞ്ഞതോർത്തു. താൻ കൈയിലെടുത്ത കല്ലിൽ പട്ടിയുടെ ഉമിനീർ വീണിരിക്കാനിടയില്ലെന്ന് മാഹീൻ തന്നോടുതന്നെ പറഞ്ഞു. എങ്കിലും മുൻകരുതലെന്നോണം കൈകൾ ശരീരത്തിന്റെ മറ്റു

ഭാഗങ്ങളിലൊന്നും സ്പർശിക്കാതെ സൂക്ഷിച്ചാണ് വീട്ടിലെത്തിയത്. വീട്ടിലെത്തിയ ഉടനെ ധരിച്ചിരുന്ന വസ്ത്രങ്ങൾ ഊരി ഭാര്യയെ ഏൽപ്പിച്ച് അതെല്ലാം വെള്ളത്തിലിട്ട് തിളപ്പിക്കണമെന്ന് നിർദേശിച്ചു. തിളയ്ക്കുന്ന വെള്ളത്തിൽ പേവിഷബാധയുടെ അണുക്കൾ നശിച്ചുപോകുമെന്ന് മാഹീനോട് പബ്ളിക് ഹെൽത്ത് ലബോറട്ടറിയിലെ ഉദ്യോഗസ്ഥൻ പറഞ്ഞതോർത്തു. വസ്ത്രങ്ങൾ വെള്ളത്തിലിട്ട് തിളപ്പിക്കണമെന്ന് പറഞ്ഞപ്പോൾ ഭാര്യ നസീമ അത്ഭുതപ്പെട്ടു. മാഹീൻ ഉണ്ടായതെല്ലാം വിവരിച്ചു. പേവിഷബാധയ്ക്കെതിരെ മുൻകരുതലുകൾ നല്ലതാണെങ്കിലും മാഹീന്റേത് അൽപ്പം കൂടുതലല്ലേയെന്ന് നസീമയ്ക്ക് തോന്നി. ആ സംശയം ഉന്നയിച്ചപ്പോൾ പറഞ്ഞതനുസരിച്ചാൽ മതിയെന്നായിരുന്നു മാഹീന്റെ പ്രതികരണം. നസീമ പിന്നെ തർക്കിച്ചില്ല. മാഹീൻ വളരെ സമയമെടുത്ത് വിശദമായി കുളിച്ചു.

മുണ്ടുടുത്ത്, ചെരിപ്പിട്ട് നടന്നാൽ നായ്ക്കളുടെ ഉമിനീർ വീണ മണ്ണ് കാലിൽ പുരളാൻ ഇടയുള്ളതുകൊണ്ട് മാഹീൻ പാന്റ്സും ഹാഫ് ഷൂസും ധരിക്കാൻ തുടങ്ങി. തെരുവിൽ എവിടെയെങ്കിലും നായ്ക്കളെ കണ്ടാൽ ആ തെരുവിലൂടെ നടക്കാതെ മറ്റൊരു വഴിയിലൂടെ നടക്കും. ദിവസങ്ങൾ കടന്നുപോയപ്പോൾ നായ്ക്കളോടുമാത്രമല്ല വീട്ടിലെ പൂച്ചയോടും ഭയം തോന്നിത്തുടങ്ങി. കാണുമ്പോഴൊക്കെ വിരട്ടിയോടിച്ചതു കാരണം പൂച്ച വീട്ടിൽ കയറാതായി. ഒരു മിണ്ടാപ്രാണിയോട് കാണിക്കുന്നത് ക്രൂരതയാണെന്ന് നസീമയ്ക്ക് പലപ്പോഴും തോന്നിയിട്ടുണ്ട്. ചോദിക്കാൻ ധൈര്യം വന്നില്ല. മാഹീൻ ചെയ്യുന്ന കാര്യങ്ങളുടെ കാരണം ചോദിക്കുമ്പോൾ കുപിതനാകുന്നു.

താൻ ചെയ്യുന്ന പ്രവൃത്തികൾ യുക്തിരഹിതമാണെന്നതോന്നൽ മാഹീനുണ്ട്. പക്ഷേ പേവിഷബാധ ഉണ്ടാകാതിരിക്കാൻ അത്തരം മുൻകരുതലുകൾ ആവശ്യമാണെന്നുതന്നെ അയാൾക്കുതോന്നി.

പട്ടികളെയും പൂച്ചകളെയും മാത്രമല്ല വീട്ടിൽ പല്ലി, പാറ്റ മുതലായ പ്രാണികളും പേവിഷബാധ ഉണ്ടാക്കുന്നവയാണെന്ന് മാഹീൻ സംശയിക്കാൻ തുടങ്ങി. പല്ലിയിൽ നിന്നും പാറ്റയിൽ നിന്നും പേവിഷബാധ ഉണ്ടായതായി ആരും പറഞ്ഞിട്ടില്ലെങ്കിലും സാധ്യതയുണ്ടല്ലോ എന്നായിരുന്നു മാഹീന്റെ ഭയം.

പേവിഷബാധ ഭയന്നിട്ട് ചില ദിവസങ്ങളിൽ മാഹീന് പുറത്തേക്കിറങ്ങാൻ കഴിയാതായി. സ്റ്റേഷനറിക്കച്ചവടം പലദിവസങ്ങളിലും മുടങ്ങി. ഒരുദിവസം രാവിലെ ചായകുടിക്കാൻ കപ്പ് കൈയിലെടുത്ത ഉടനെ ചായ മുഴുവൻ മുറ്റത്തേക്കൊഴിച്ചുകളഞ്ഞു. കട്ടൻ ചായ കൊണ്ടുവരാൻ നസീമയോട് വിളിച്ചുപറഞ്ഞു. നസീമ അടുക്കളയിൽ നിന്നുവന്ന് കാരണം തിരക്കി. കറവപ്പശുവിന് പേവിഷബാധ ഉണ്ടായാൽ പാലിൽക്കൂടി മനുഷ്യനെയും ബാധിക്കുമെന്നാണ് മാഹീൻ പറഞ്ഞത്. തന്റെ ഭർത്താവിന് എന്തോ തകരാറുണ്ടെന്ന് മുമ്പുതന്നെ നസീമയ്ക്ക് സംശയം തോന്നി

യിരുന്നതാണ്. പാലിൽക്കൂടി പേവിഷബാധ ഉണ്ടാകുന്ന കാര്യം പറഞ്ഞതോടെ ഭർത്താവിന് മനോരോഗമുണ്ടെന്ന് നസീമയ്ക്കുറപ്പായി. ആരെയെങ്കിലും കാണിക്കണമെന്ന് നസീമ ഒരുദിവസം ധൈര്യമവലംബിച്ച് പറഞ്ഞു. പ്രതീക്ഷിച്ചതുപോലെ മാഹീൻ തട്ടിക്കയറുകയല്ല, മറിച്ച് താനും അതാലോചിക്കുന്നുണ്ടെന്നാണ് പറഞ്ഞത്. മാഹീന് ജീവിതം ദുസ്സഹമായിക്കഴിഞ്ഞിരുന്നു. അടിസ്ഥാനരഹിതമായ ഭയമാണ് തന്റേതെന്ന് മാഹീനറിയാം. പക്ഷേ ഭയം തോന്നിയാലെന്തുചെയ്യും? അങ്ങനെയാണ് മാഹീൻ സൈക്കോളജിസ്റ്റിനെക്കാണാൻ പോയത്. എല്ലാം കേട്ടതിനു ശേഷം മാഹീന് 'ഫോബിയ' എന്ന ലഘുമനോരോഗമാണന്നും സൈക്കോതെറാപ്പി ചെയ്യണമെന്നും സൈക്കോളജിസ്റ്റ് പറഞ്ഞു.

ഫോബിയയെ ന്യൂറോസിസ് (neurosis) രോഗങ്ങളുടെ പട്ടികയിലാണ് പെടുത്തിയിട്ടുള്ളത്. ന്യൂറോസിസ് വിഭാഗത്തിൽപ്പെട്ട രോഗങ്ങൾ ലഘുവായമനോരോഗം ആണെന്നാണ് സങ്കൽപ്പം. ന്യൂറോസിസിൽ രോഗി യാഥാർഥ്യങ്ങളുമായുള്ള ബന്ധം കൈവിടുകയോ വ്യക്തിത്വത്തിൽ സാരമായ മാറ്റങ്ങളുണ്ടാകുകയോ ചെയ്യുന്നില്ല. സൈക്കോസിസ് (psychosis) വിഭാഗത്തിൽപ്പെട്ട രോഗങ്ങൾ ബാധിച്ചവർക്കാകട്ടെ യാഥാർഥ്യ ബോധം നഷ്ടപ്പെടുകയും ചിന്തകൾ ശിഥിലമാകുകയും വ്യക്തിത്വം നഷ്ടമാകുകയും ചെയ്യും. അതുകൊണ്ടാണ് സൈക്കോസിസ് രോഗങ്ങളെ ഗുരുതരം എന്നും ന്യൂറോസിസുകളെ ലഘുതരം എന്നും തിരിച്ചിരിക്കുന്നത്. ഫോബിയ (phobia) ലഘുമനോരോഗങ്ങളുടെ പട്ടികയിലാണെങ്കിലും അത് ബാധിച്ചാൽ ജീവിതം ദുസ്സഹമായിത്തീരും.

ജെയിംസ് ബി വാട്ട്സൺ എന്ന അമേരിക്കൻ മന:ശാസ്ത്രജ്ഞൻ നടത്തിയ പരീക്ഷണം വ്യക്തിയുടെ തിക്തമായ അനുഭവത്തിൽ നിന്നും ഭയം ജനിക്കുകയും സ്ഥായിയാകുകയും ചെയ്യുന്ന മാനസികപ്രക്രിയ മനസിലാക്കാൻ സഹായിക്കുന്നതാണ്. വ്യക്തി അനുഭവത്തിൽ നിന്നും പഠിച്ചുണ്ടാക്കുന്നതാണ് ഫോബിയ എന്ന് വാട്ട്സണിന്റെ പരീക്ഷണം തെളിയിച്ചു. പതിനൊന്നുമാസം പ്രായമുള്ള ആൽബർട്ട് ബി എന്ന ശിശുവിനെ വെളുത്ത എലിയെക്കാണിക്കുകയും അതിനുശേഷം ഭയപ്പെടുത്തുന്ന തരത്തിലുള്ള ശബ്ദമുണ്ടാക്കുകയും ചെയ്തു. ഇത് പലവട്ടം ആവർത്തിച്ചപ്പോൾ നിരുപദ്രവിയായ വെള്ളെലിയെ കാണുമ്പോൾ ത്തന്നെ ആൽബർട്ട് ഭയം പ്രകടിപ്പിച്ചു. അകാരണമായ മൃഗഭയം (zoophobia) എന്ന മനോവൈകല്യം ആ ശിശുവിൽ സ്ഥായിയായി. ശിശു വളർന്നപ്പോൾ വെള്ളെലിയെ മാത്രമല്ല വെളുത്ത നിറമുള്ള എന്തിനെയും കണ്ടാൽ ഭയപ്പെടാൻ തുടങ്ങി. കൃത്രിമമായി സൃഷ്ടിച്ച ഫോബിയമാറ്റിയെടുക്കാൻ ആൽബർട്ടിനെ മാനസികചികിത്സയ്ക്ക് വിധേയനാക്കേണ്ടി വന്നു.

വ്യക്തിക്ക് ശരിയായ അവബോധം ഉണ്ടാകാനുള്ള ജ്ഞാനഗോചരതാ ചികിത്സ (cognitive therapy) നൽകിയാലേ അകാരണഭയം മാറി

ക്കിട്ടുകയുള്ളൂ. പേപ്പട്ടിവിഷബാധ എങ്ങനെ ഏതെല്ലാം സാഹചര്യങ്ങളിൽ ഉണ്ടാകുന്നു എന്ന കാര്യം ശാസ്ത്രീയമായി വിശദീകരിക്കണം. പേയിളകിയ പട്ടിയുടെ ഉമിനീരിൽ പേവിഷബാധയുടെ വൈറസുകൾ ഉണ്ടെങ്കിലും ഉമിനീർ മണ്ണിൽ വീണാൻ വൈറസിന് അധികസമയം ജീവിക്കാൻ കഴിയുകയില്ലെന്നുള്ള ശാസ്ത്രസത്യം മാഹീനോട് ആവർത്തിച്ച് പ്രത്യായനം ചെയ്താലേ ഭയം മാറുകയുള്ളൂ. ബോധനചികിത്സയോടൊപ്പം മരുന്നുകളും കൊടുക്കണം. എങ്കിലും ഭയത്തിൽ നിന്നും മനസ്സ് മുക്തമാകാൻ വർഷങ്ങൾ തന്നെ വേണ്ടിവന്നേക്കാം.

ബിനോജ് ഡിഗ്രി ക്ലാസിൽ പഠിക്കുകയാണ്. കുറച്ചുനാളായി പതിവായി ക്ലാസിൽ പോകുന്നില്ല. ക്ലാസ് മുറിയിൽ തുടർച്ചയായി ഇരിക്കാൻ പറ്റാത്തതുകൊണ്ടാണ് പോകാത്തതെന്നാണ് ബിനോജിന്റെ വിശദീകരണം. ക്ലാസ് മുറിയിൽ മാത്രമല്ല വീട്ടിലെ മുറിയിലും അധികസമയം കഴിച്ചുകൂട്ടാൻ പറ്റുന്നില്ല. പകൽ സമയത്ത് മുറ്റത്ത് കസേരയിട്ടിരുന്നാണ് വായിക്കാറ്. രാത്രിയാകുന്നതോടെ പുറത്തേക്ക് പോകും. ഭക്ഷണം കഴിച്ച് കിടക്കാറാവുമ്പോഴാണ് തിരിച്ചെത്താറ്. പഠനമുറിയിൽ ഒറ്റയ്ക്കിരുന്ന് പഠിക്കാൻ പറ്റുന്നില്ലെന്നാണ് കാരണമായി പറയുന്നത്. ബിനോജ് കുറെക്കാലമായി സിനിമയ്ക്ക് പോകാറില്ല. കാരണം തിയേറ്ററിലിരിക്കാൻ കഴിയുന്നില്ല. മുറികളിലും അടഞ്ഞസ്ഥലങ്ങളിലും ഇരിക്കുമ്പോൾ ഒരു ഭയം പിടികൂടുന്നു. തനിക്കെന്തോ സംഭവിക്കുമെന്നുള്ള ഭയമാണ്. ഒപ്പം ശ്വാസം മുട്ടുന്നതുപോലെയും തോന്നും. തന്റെ വിചിത്രമായ ഭയത്തെക്കുറിച്ച് ആരോടും പറയാതെ കഴിച്ചുകൂട്ടുകയായിരുന്നു. കാരണം മറ്റുള്ളവർ അറിഞ്ഞാൽ തന്നെ 'ഭ്രാന്തൻ' 'വട്ട്' എന്നൊക്കെപ്പറഞ്ഞ് കളിയാക്കുമോ എന്ന ഭയമാണ്. പലപ്പോഴും ക്ലാസിൽപ്പോകാത്തതിന്റെയും വീട്ടിലിരുന്ന് പഠിക്കാത്തതിന്റെയും പേരിൽ അച്ഛനും അമ്മയും കുറ്റപ്പെടുത്താനും കലഹിക്കാനും തുടങ്ങിയപ്പോൾ ഗത്യന്തരമില്ലാതെ ബിനോജ് അച്ഛനോട് കാര്യം തുറന്നുപറഞ്ഞു. മകന് എന്തോ ഗുരുതരമായ മനോരോഗം ബാധിച്ചെന്ന് ഭയപ്പെട്ടാണ് അച്ഛനും അമ്മയും കൂടി ബിനോജിനെ കൊണ്ടുവന്നിരിക്കുന്നത്. ഇടുങ്ങിയ ഇടങ്ങളോടും മുറികളോടുമുള്ള അകാരണ ഭയം (phobia) മനോജിനെ പിടികൂടിയതാണ്. അതിന്റെ കാരണം കണ്ടുപിടിക്കാൻ കഴിഞ്ഞാൽ ബോധവൽക്കരണചികിത്സയിലൂടെ മാറ്റിയെടുക്കാവുന്നതേയുള്ളു. ഏതെങ്കിലും ഇടുങ്ങിയ സ്ഥലത്തോ മുറിയിലോ വച്ച് ഭയപ്പെടുത്തുന്ന എന്തെങ്കിലും അനുഭവം ഉണ്ടായതായി ഓർമയിൽ വരുന്നുണ്ടോ എന്ന ചോദ്യത്തിന് മറുപടിപറയാതെ കുറേനേരമിരുന്നു. അച്ഛനമ്മമാരുടെ സാന്നിധ്യത്തിൽ പറയാൻ മടിക്കുന്നതാണെന്ന് മനസിലായപ്പോൾ അവരോട് കുറച്ചുനേരം പുറത്തിരിക്കാൻ ആവശ്യപ്പെട്ടു.

ബാല്യത്തിൽ തനിക്കുണ്ടായ ദുരനുഭവം ബിനോജ് വിവരിച്ചു. ഒരു അവധിക്കാലത്ത് അമ്മാവന്റെ മകൻ അതിഥിയായിവന്നു. അന്ന് ബിനോജിന് എട്ടു വയസായിരുന്നു. വീട്ടിൽ മറ്റാരുമില്ലാതിരുന്ന സമയത്ത് വിരുന്നു

വന്ന ചേട്ടനും ബിനോജും പഠനമുറിയിൽ വർത്തമാനം പറഞ്ഞുകൊണ്ടിരിക്കുകയായിരുന്നു. ചേട്ടൻ എഴുന്നേറ്റ് മുറിയുടെ വാതിലും ജന്നലുകളും അടച്ച് ഇരുട്ടാക്കിയിട്ട് ബിനോജിനോട് വസ്ത്രങ്ങൾ അഴിക്കാൻ പറഞ്ഞു. മടിച്ചുനിന്ന ബിനോജിനെ ചേട്ടൻ ബലമായി പിടിച്ച് നഗ്നനാക്കിയതിനുശേഷം കട്ടിലിൽ കിടത്തി ലൈംഗികമായി പീഡിപ്പിച്ചു. ഉറക്കെ കരയണമെന്നും അയാളെ കടിച്ചും മാന്തിയും മുറിവേൽപ്പിക്കണമെന്നും ഉൽക്കടമായി ആഗ്രഹിച്ചെങ്കിലും ഒന്നുശബ്ദിക്കാൻ പോലും കഴിയാതെ കിടന്നുകൊടുക്കേണ്ടിവന്നു ബിനോജിന്. എല്ലാം കഴിഞ്ഞപ്പോൾ ആരോടും പറയരുതെന്നും പറഞ്ഞാൽ കഴുത്തുഞെരിച്ച് കൊന്നുകളയുമെന്നും പറഞ്ഞു. അന്നുരാത്രി ഒരുവലിയ അൾസേഷ്യൻ നായ തന്റെ മേൽ ചാടിവീണ് കടിച്ചുമുറിക്കുന്നതായി ബിനോജ് സ്വപ്നം കണ്ട് ഞെട്ടിയുണർന്ന് നിലവിളിച്ചു. വിരുന്നുവന്ന ചേട്ടൻ പിറ്റേന്ന് സ്ഥലം വിടുകയും ചെയ്തു. ദിവസങ്ങളോളം ബിനോജ് ദു:സ്വപ്നങ്ങൾ കണ്ട് ഞെട്ടിയുണർന്നു. ആരോടും മിണ്ടാതെ ദു:ഖിതനായി നടന്ന ബിനോജിനോട് എന്തുപറ്റിയെന്ന് അമ്മ ചോദിക്കുകയും ചെയ്തു. ക്രമേണ ആ സംഭവത്തെക്കുറിച്ച് ബിനോജ് മറന്നു.

കഴിഞ്ഞ വർഷം പരീക്ഷയ്ക്ക് പഠിച്ചുകൊണ്ടിരുന്നപ്പോൾ വേനൽ മഴ പെയ്യാനുള്ള ഒരുക്കം കണ്ടു. ആകാശം കാർമേഘം മൂടി. അന്തരീക്ഷം ഇരുണ്ടു. ശക്തിയായ കാറ്റിനോടൊപ്പമാണ് മഴവന്നത്. മഴവെള്ളം മുറിക്കുള്ളിലേക്ക് വീഴാതിരിക്കാനായി ബിനോജ് ജന്നലുകളും വാതിലുകളും അടച്ചു. അതിനിടയിൽ വിദ്യുച്ഛക്തി നിലച്ചതിനാൽ മുറിയിലാകെ ഇരുട്ടായി. പെട്ടെന്ന് ബിനോജ് ബാല്യത്തിൽ ലൈംഗികപീഡനത്തിനിരയായകാര്യം ഓർമിച്ചുപോയി. മുറിയിലിരിക്കാൻ ഭയം' തോന്നിയതുകാരണം വാതിൽ തുറന്ന് സ്വീകരണമുറിയിലേക്കോടി. അന്നുമുതലാണ് മുറിക്കകത്തിരിക്കുമ്പോൾ ഭയവും ശ്വാസം മുട്ടലും അനുഭവപ്പെടാൻ തുടങ്ങിയത്.

ഫോബിയയുടെ കാരണം കണ്ടുപിടിക്കാൻ കഴിഞ്ഞതുകൊണ്ട് ബിനോജിന്റെ ചികിത്സ എളുപ്പമായി. പേശികളെല്ലാം അയവുവരുത്തി കിടക്കുകയും ആ അവസ്ഥയിൽ ഭയകാരണമായ സംഭവത്തെക്കുറിച്ച് പലവട്ടം ഓർക്കുകയും ചെയ്യുക എന്ന മന:ശാസ്ത്രവിദ്യ ബിനോജിനെ പഠിപ്പിച്ചു. ഇത് ആവർത്തിച്ചാൽ ഭയകാരണമായ സംഭവത്തോടുള്ള വികാര പ്രജ്ഞ മാറിപ്പോകുകയും ഭയം ഇല്ലാതാകുകയും ചെയ്യും. ആഴ്ചകളോ മാസങ്ങളോ എടുത്തേക്കും ഭയത്തിൽ നിന്നും മുക്തിനേടാൻ.

നമ്മുടെ നാട്ടിലെ പകുതിയോളം കുട്ടികൾ ലൈംഗികമായി പീഡിപ്പിക്കപ്പെടുന്നുണ്ടെന്നാണ് ഒരു പഠനത്തിൽ കണ്ടെത്തിയത്. ഇതിൽ എഴുപതു ശതമാനം സംഭവങ്ങളിലും അടുത്തബന്ധുക്കൾ തന്നെയാണ് കുറ്റവാളികൾ. സമൂഹത്തിന്റെ ജീർണതയാണ് അത് തെളിയിക്കുന്നത്. കമ്പോളസംസ്കാരം വളർത്തിയെടുക്കാനുള്ള ശ്രമത്തിന്റെ ഫലമായാണ്

സമൂഹത്തിന് ജീർണത സംഭവിക്കുന്നത്. പൊതുവായ കുറ്റാരോപണങ്ങളും വിലാപങ്ങളും സാമൂഹികമായ ജീർണതയ്ക്ക് പരിഹാരമാകുകയില്ല. നിയമങ്ങൾ കർശനമായി നടപ്പിലാക്കുന്നതോടൊപ്പം കുട്ടികൾക്കിടയിലും മുതിർന്നവർക്കിടയിലും ബോധവൽക്കരണവും നടക്കണം.

ഫോബിയ പിടിപെടുന്ന വ്യക്തിക്ക് പലപ്പോഴും ഭയത്തിന്റെ കാരണം ഓർത്തെടുക്കാൻ കഴിഞ്ഞെന്നുവരില്ല. ഇത്തരം സന്ദർഭങ്ങളിൽ ചികിത്സ ദുഷ്കരമാവും. ദീർഘകാലം മന:ശാസ്ത്രചികിത്സയും മരുന്നും നൽകേണ്ടിവരും.

23

ചികിത്സയുടെ ദുരന്തഫലങ്ങൾ

നാലുവർഷങ്ങൾക്കുശേഷമാണ് സതിയെ വീണ്ടും ചികിത്സയ്ക്കായി ആശുപത്രിയിൽ കൊണ്ടുവന്നത്. സതിയുടെ അച്ഛൻ രാജപ്പൻ അന്നത്തെ കാര്യങ്ങൾ പറഞ്ഞുതുടങ്ങിയപ്പോൾ എല്ലാം ഓർമ്മയിൽ വന്നു. അന്ന് ആശുപത്രിയിൽ കൊണ്ടുവരുമ്പോൾ സതിയുടെ വിവാഹം കഴിഞ്ഞിട്ട് നാലുമാസമേ ആയിരുന്നുള്ളു.

ഇടത്തരം സർക്കാർജീവനക്കാരായ രാജപ്പനും വാസന്തിക്കും രണ്ടു പെൺമക്കളാണ്. സതിയും സരിതയും. പെൺമക്കളെ പഠിപ്പിച്ച് ഡോക്ടർമാരോ എഞ്ചിനീയർമാരോ ആക്കണമെന്നായിരുന്നു അവരുടെയും മോഹം. പക്ഷേ മക്കൾ രണ്ടുപേരും പഠിത്തത്തിൽ പിന്നോക്കമായിരുന്നു. തലവരിപ്പണം കൊടുത്ത് അഡ്മിഷൻ വാങ്ങി എഞ്ചിനീയറോ ഡോക്ടറോ ആക്കുന്നതിൽ രണ്ടുപേർക്കും താൽപ്പര്യമില്ല. താൽപ്പര്യമില്ലാതായത് അത്രയും പണം സ്വരൂപിക്കാൻ കഴിയുകയില്ലെന്ന യാഥാർഥ്യം മനസിലായതുകൊണ്ടാണ്. അതുകൊണ്ട് മക്കൾ ക്ലർക്കുമാരോ ഹൈസ്കൂൾ ടീച്ചർമാരോ ആയാൽ മതിയെന്ന് അവർ തീരുമാനിച്ചു. മൂത്തമകൾ സതിയുടെകാര്യത്തിൽ ആ ലക്ഷ്യവും സഫലീകരിക്കുകയില്ലെന്നുള്ള സ്ഥിതിയിലാണിപ്പോൾ.

സതി പ്ലസ് റ്റുവിന് പഠിച്ചുകൊണ്ടിരുന്നപ്പോൾ മനസിന്റെ സമനില തെറ്റി. ആവശ്യത്തിലധികം സംസാരിക്കും. എപ്പോഴും പാട്ടും കളിയും. ദിവസങ്ങളോളം ഉറങ്ങാതിരിക്കും. സഹപാഠികളോട് കാരണമില്ലാതെ വഴക്കിടാനും അധ്യാപകരോട് തട്ടിക്കയറാനും തുടങ്ങിയതോടെ സ്കൂളിൽ നിന്നും പുറത്താക്കി. സതിയെ നഗരത്തിലെ ഒരു സൈക്യാട്രിസ്റ്റിനെ കാണിച്ചു. കുട്ടിയുടെ അച്ഛന്റെയോ അമ്മയുടെയോ ബന്ധത്തിൽ ആർക്കെങ്കിലും മനോരോഗമുണ്ടായിട്ടുണ്ടോ എന്ന് ഡോക്ടർ ചോദിച്ച

പ്പോഴാണ് വർഷങ്ങൾക്കുമുമ്പ് നാടുവിട്ടുപോയ വലിയമ്മാവന് നാലും അഞ്ചും വർഷം കൂടുമ്പോൾ 'ഭ്രാന്തിളകാറുണ്ടായിരുന്ന' കാര്യം വാസന്തി ഓർത്തത്. വലിയമ്മാവൻ വിവാഹം ചെയ്യാതെ ഒറ്റത്തടിയായാണ് ജീവിച്ചിരുന്നത്. ഒരിക്കൽ മനോരോഗം വന്നപ്പോൾ അമ്മാവൻ നാടുവിട്ടു. വാർധക്യത്തിലേക്ക് കടന്നപ്പോഴാണ് നാട്ടിൽ തിരിച്ചെത്തിയത്. കുറേ വർഷങ്ങളായി അമ്മാവന് രോഗം വരാറില്ല.

അമ്മാവനിൽ നിന്നും പാരമ്പര്യമായിക്കിട്ടിയതാണ് സതിയുടെ രോഗമെന്ന് സൈക്യാട്രിസ്റ്റ് പറഞ്ഞതുമുതൽ സതിയുടെ ഭാവിയെക്കുറിച്ചുള്ള ചിന്ത രാജപ്പന്റെയും വാസന്തിയുടെയും മനസിനെ അലട്ടാൻ തുടങ്ങി. ഒരു മാസത്തോളം കാലം മരുന്നുകൾ കൊടുത്തപ്പോൾ സതിക്ക് മനസിന്റെ സമനില വീണ്ടുകിട്ടി. എങ്കിലും സതി ജീവിതകാലം മുഴുവൻ ഏകാകിനിയായി കഴിയേണ്ടിവരുമോ എന്ന ഭയം രാജപ്പനെയും വാസന്തിയെയും അലട്ടിക്കൊണ്ടിരുന്നു. അതുകൊണ്ട് മുടങ്ങിപ്പോയ പഠിത്തം തുടരുവാനും ഒരുജോലി സമ്പാദിക്കുവാനും മകളെ സഹായിക്കുന്നതിനുപകരം വിവാഹം ചെയ്തയക്കാനാണ് അവർ തിടുക്കം കൂട്ടിയത്. വിവാഹം കഴിഞ്ഞാലും പഠിത്തം തുടർന്ന് ജോലി സമ്പാദിക്കാൻ കഴിയുമല്ലോ എന്നായിരുന്നു കണക്കുകൂട്ടൽ. അങ്ങനെയാണ് കമ്പ്യൂട്ടറുകൾ വിൽക്കുന്ന സ്ഥാപനത്തിൽ സർവീസ് വിഭാഗത്തിൽ ജോലി ചെയ്തിരുന്ന 'സോഫ്റ്റ്വെയർ എഞ്ചിനീയർ' സതീശനുമായുള്ള ബന്ധം നിശ്ചയിച്ചതും വിവാഹം ചെയ്തയച്ചതും.

സതിയെ ആശുപത്രിയിൽ കൊണ്ടുവരുമ്പോൾ സതീശൻ വിവാഹബന്ധം ഉപേക്ഷിച്ചമട്ടായിരുന്നു. ഭർത്താവിന്റെ വീട്ടിൽ വച്ച് സതി 'ഓവറായി' സംസാരിക്കാനും മറ്റുള്ളവരോട് തട്ടിക്കയറാനും തുടങ്ങി. ഒരു ദിവസം സതീശന്റെ അമ്മയുമായുള്ള കലഹം മൂത്തപ്പോൾ സതി വെട്ടുകത്തിയെടുത്ത് അവരെ വെട്ടാനോങ്ങി. കൂട്ടനിലവിളിയും ബഹളവുമായി. ഓടിക്കൂടിയ അയൽക്കാരുടെ സഹായത്തോടെ സതീശൻ സതിയെ ബലമായി പിടിച്ച് കാറിൽ കയറ്റി വീട്ടിൽ കൊണ്ടാക്കി സ്ഥലം വിട്ടതാണ്. സതിക്ക് 'ഭ്രാന്ത് ഇളകാറുള്ള' കാര്യം മറച്ചുവെച്ചാണ് വിവാഹം നടത്തിയതെന്നായിരുന്നു സതീശന്റെയും വീട്ടുകാരുടെയും ആരോപണം. വിവാഹത്തിനുമുമ്പ് പഠിക്കുന്നകാലത്ത് സതിക്ക് ചെറിയതോതിൽ മതിഭ്രമം ഉണ്ടായത് സത്യമാണ്. ചികിത്സിച്ചപ്പോൾ അത് പൂർണമായും മാറി. വിവാഹത്തിനുശേഷം സതി തന്നെ പറഞ്ഞാണ് അക്കാര്യം സതീശനറിഞ്ഞത്. വിവാഹം ആലോചിക്കുന്നസമയത്ത് മുമ്പുണ്ടായ രോഗത്തിന്റെ കാര്യം ആരും പറയാറില്ലല്ലോ. ഭ്രാന്ത് വന്നകാര്യം നിസ്സാരമായി തള്ളിക്കളയാനുള്ളതല്ല എന്നായിരുന്നു സതീശന്റെയും വീട്ടുകാരുടെയും വാദം. അതിനെക്കുറിച്ച് സൂചനപോലും നൽകാതെ വിവാഹാലോചന നടത്തിയത് വഞ്ചനതന്നെയാണെന്ന് സതീശന്റെ അച്ഛനും അമ്മയും തറപ്പിച്ചു പറഞ്ഞു. സതീശനും ആ അഭിപ്രായക്കാരനായിരുന്നു.

സതീശൻ വീട്ടിൽ കൊണ്ടാക്കിയതിനുശേഷം സതിയുടെ സ്ഥിതി കൂടുതൽ വഷളായി. രാവും പകലും സംസാരിച്ചുകൊണ്ടേയിരിക്കും. ഉറക്കമില്ല. ചെറിയൊരു പ്രകോപനമുണ്ടായാലുടനെ രോഷം ആളിക്കത്തും. കൈയിൽ കിട്ടുന്നത് എടുത്തെറിയും. ഒരു രാത്രിയിൽ അയയിലിട്ടിരുന്ന വസ്ത്രങ്ങളെല്ലാം താഴെ കൂട്ടിയിട്ട് തീകൊടുത്തു പിറ്റേദിവസം രാവിലെ ആദ്യം കാണിച്ച ഡോക്ടറുടെ അടുക്കൽത്തന്നെ കൊണ്ടു പോയി. സതി വിവാഹിതയായതും നാലുമാസക്കാലം ഭർത്തൃഗൃഹത്തിലായിരുന്നതും ഡോക്ടറോട് പറഞ്ഞില്ല. മകൾ ഗർഭിണിയാണെന്നുള്ള കാര്യം ഡോക്ടറോട് പറയേണ്ടതാണെന്ന് അവർക്കുതോന്നിയില്ല. സതി ഗർഭിണിയാണെന്നുള്ളകാര്യം അറിയാതെ ഡോക്ടർ മരുന്നുകുത്തിവച്ചു ഒരു മാസത്തോളം ഗുളികകളും കൊടുത്തു. എന്നിട്ടും ശമനമില്ലാത്തതുകൊണ്ടാണ് അന്ന് സതിയെ ആശുപത്രിയിലേക്കു കൊണ്ടുവന്നത്.

പഴയ കേസ്ഫയൽ വരുത്തി മുഴുവൻ വായിച്ചുനോക്കി. സതിക്ക് ഉന്മാദരോഗമായിരുന്നു. പക്ഷേ മരുന്നുകളൊന്നും കൊടുക്കാൻ പറ്റാത്ത സ്ഥിതിയിലാണ് സതി വന്നത്. കാരണം സതി എട്ടാഴ്ച ഗർഭിണിയായിരുന്നു. മനോരോഗചികിത്സയ്ക്കുള്ള മിക്കവാറും എല്ലാ മരുന്നുകളും ഗർഭസ്ഥശിശുവിനെ ബാധിക്കും. ജനിക്കുന്ന ശിശുവിന് ആന്തരികവും ബാഹ്യവുമായ അവയവങ്ങളുടെ വൈകല്യവും ബുദ്ധിമാന്ദ്യവും ഉണ്ടാകാനിടയുണ്ട്. മരുന്നുകളുടെ ഇത്തരത്തിലുള്ള പാർശ്വഫലത്തിന് Terratogenic effect എന്നാണ് പറയുന്നത്. ഗർഭത്തിന്റെ ആദ്യത്തെ പന്ത്രണ്ട് ആഴ്ചക്കാലത്ത് മരുന്നുകൾ കൊടുത്താലാണ് വൈകല്യങ്ങൾക്ക് സാധ്യത. ആശുപത്രിയിൽ കൊണ്ടുവരുന്നതിനുമുമ്പ് ഡോക്ടർ കൊടുത്ത ഇൻജക്ഷനും ഗുളികകളും ഗർഭസ്ഥശിശുവിനെ ബാധിച്ചിട്ടുണ്ടോ എന്നറിയാൻ സ്കാൻ ചെയ്തു. മസ്തിഷ്കത്തിന്റെ വലിപ്പം സാധാരണ ഗർഭസ്ഥശിശുവിന്റേതിനേക്കാൾ കുറവാണെന്ന് സംശയിക്കുന്നുവെന്നായിരുന്നു സ്കാൻ റിപ്പോർട്ട്. ജനിക്കുന്ന കുഞ്ഞ് മന്ദബുദ്ധി ആകാനിടയുണ്ടെന്ന് മുന്നറിയിപ്പും സ്കാൻ റിപ്പോർട്ടിലുണ്ടായിരുന്നു. ഗർഭം അലസിപ്പിക്കുന്നതായിരിക്കും നല്ലതെന്ന് സതിയേയും അച്ഛനമ്മമാരെയും ഉപദേശിച്ചു. ഗർഭച്ഛിദ്രം നടത്താൻ സതിയും ഭർത്താവ് സതീശനും സമ്മതിക്കണം. ഗർഭം അലസിപ്പിക്കുന്നകാര്യം പറഞ്ഞപ്പോൾ സതി പൊട്ടിത്തെറിച്ചു:

"എനിക്കെന്റെ കുഞ്ഞിനെവേണം. എന്റെ കുഞ്ഞിനെക്കൊല്ലാൻ ഞാൻ സമ്മതിക്കൂല."

സതിക്ക് മനോരോഗമായതിനാൽ സതിയുടെ ഭർത്താവിനെ വിളിച്ചു വരുത്തി സമ്മതം രേഖാമൂലം എഴുതിവാങ്ങി ഗർഭച്ഛിദ്രം ചെയ്യിക്കണമെന്ന് ഉപദേശിച്ചു. അയാൾ നിയമപരമായി സതിയുമായുള്ള വിവാഹബന്ധം ഉപേക്ഷിച്ചിട്ടില്ലാത്തതിനാൽ അയാളുടെ സമ്മതമുണ്ടെങ്കിലേ ഗർഭച്ഛിദ്രം നടത്താൻ സാധിക്കുകയുള്ളുവെന്നാണ് സർക്കാർ ആശുപത്രിയിലെ എം റ്റി പി (Medical Termination of Pregnancy) വിഭാഗത്തിന്റെ നിലപാട്. രാജപ്പൻ സതീശനെത്തിരക്കി പുറപ്പെട്ടു. ജനിക്കുന്ന കുഞ്ഞ്

അംഗവൈകല്യമുള്ളതാണെങ്കിലും മന്ദബുദ്ധിയാണെങ്കിലും തന്റെ ഭാര്യയുടെ ഗർഭം അലസിപ്പിക്കാൻ സമ്മതിക്കുകയില്ലെന്ന് സതീശൻ ശഠിച്ചു. അയാളോട് ആശുപത്രിയിൽ വരാൻ പലവട്ടം ആവശ്യപ്പെട്ടിട്ടും വന്നില്ല. ഭ്രാന്തിളകാറുള്ള പെണ്ണിനെ തലയിൽ കെട്ടിവച്ച് ചതിച്ചവർ അനുഭവിക്കട്ടെ എന്ന് സതീശൻ ചിലരോടെല്ലാം പറഞ്ഞത് രാജപ്പൻ അറിഞ്ഞു. കോടതിയിൽ നിന്നും ഗർഭച്ഛിദ്രം നടത്താനുള്ള ഉത്തരവ് കിട്ടുമോ എന്ന് നോക്കാൻ ഉപദേശിച്ചെങ്കിലും രാജപ്പൻ അതിനൊന്നും മുതിർന്നില്ല. വരുന്നതുപോലെ വരട്ടെ എന്ന് പറഞ്ഞ് വിധിക്കു കീഴടങ്ങുകയാണ് ചെയ്തത്.

നാലുവർഷം മുമ്പ് ഉന്മാദരോഗത്തിന് ചികിത്സകഴിഞ്ഞ് സതി പോയതിനുശേഷമുള്ളകാര്യങ്ങൾ രാജപ്പൻ വിവരിച്ചു.

“അന്ന് ചികിത്സ കഴിഞ്ഞുപോയതിനുശേഷം മാനസികമായിട്ട് ഇതുവരെയും കുഴപ്പമൊന്നും ഉണ്ടായില്ല.”

“ജനിച്ച കുട്ടിക്ക് എന്തെങ്കിലും പ്രശ്നമുണ്ടായിരുന്നോ?”

“അന്ന് സ്കാൻ റിപ്പോർട്ടിൽ പറഞ്ഞതുപോലെ തന്നെ കുട്ടി മന്ദബുദ്ധിയാണ്. തല വളരെ ചെറുതാണ്. മൂന്നാമത്തെ വയസിലാണ് നേരേ നടക്കാൻ തുടങ്ങിയത്. ഇപ്പഴും സംസാരിക്കുകയില്ല. ഒരുപാട് സ്ഥലങ്ങളിൽകൊണ്ടുപോയി കാണിച്ചു. ബാംഗ്ളൂരിലെ നിംഹാൻസിലും കാണിച്ചു. എല്ലാവരും പറഞ്ഞത് ഒന്നും ചെയ്യാനൊക്കൂലന്നാണ്. ഭർത്താവ് പിന്നെ തിരിഞ്ഞുനോക്കീട്ടില്ല. രണ്ടുകൊല്ലം കഴിഞ്ഞപ്പം ബന്ധം ഒഴിഞ്ഞെന്ന് കാണിച്ച് രജിസ്റ്റർ നോട്ടീസ് വന്നു. ഞാനൊന്നും ചെയ്യാൻ പോയില്ല. അവന് ഇഷ്ടമില്ലെങ്കിപ്പിന്നെ എന്ത് ചെയ്യാൻ? മന്ദബുദ്ധിയായ കുഞ്ഞുള്ളതുകൊണ്ട് രണ്ടാമതൊരു ബന്ധത്തിന് ആരും വരുന്നില്ല. ഇനി അവളുടെ ജീവിതം ഇങ്ങനെയങ്ങ് കഴിയും. അല്ലാതെന്ത് ചെയ്യാൻ. ഞങ്ങളുടെ കാലം കഴിയുമ്പം അവളെ ആര് നോക്കുന്നോർത്തിട്ടാണ്....”

‘ചരിത്രം’ കേട്ടുകഴിഞ്ഞപ്പോൾ സതിയെ പരിശോധനാമുറിയിലേക്ക് കൊണ്ടുവരാൻ പറഞ്ഞു. പ്രചണ്ഡമായ ഉഷ്ണവാതം പോലെയാണ് സതി മുറിയിലേക്ക് കടന്നുവന്നത്. അവൾ ഉന്മാദത്തിന്റെ മൂർധന്യത്തിലായിരുന്നു. രണ്ടുപേർ പിടിച്ചിട്ടും കുതറിമാറാൻ ശ്രമിക്കുന്നു. മെലിഞ്ഞു നീണ്ട ശരീരം അഗ്നിജ്വാലപോലെ ഇളകിയാടി. തീക്കനലുകൾ പോലുള്ള വാക്കുകൾ അവൾ എല്ലാവരുടെയും മുഖത്തേക്കെറിയുകയാണ്. തപ്തമായ ആത്മാവിൽനിന്നും ബഹിർഗമിക്കുന്ന രോഷാഗ്നി.

“എന്നേം എന്റെ കുഞ്ഞിനേം കൊല്ലാൻ നോക്കുന്നോടാ..മോമ്മാരേ? നീയെല്ലാം കൂടി എന്നേം എന്റെ കുഞ്ഞിനേം ഈ പരുവത്തിലാക്ക്യേതും പോരാഞ്ഞിട്ടിനി കൊല്ലാനും കൂടി നോക്കുന്നോടാ....കളേ!”

അസഭ്യവാക്കുകൾ പറയുന്നതുകേട്ടപ്പോൾ രാജപ്പൻ മകളെ ശാസിച്ചു. ശാസനകേട്ടപ്പോൾ സതിയുടെ രോഷം ആളിക്കത്താൻ തുടങ്ങി.

“ഓ!തന്തയെന്നും പറഞ്ഞ് ഒരുത്തൻ നടക്കുന്നു. എന്റെ ഭർത്താവിനെ കൊന്നുകളഞ്ഞിട്ട് സ്വന്തം മോളെ വച്ചോണ്ടിരിക്കുന്ന ഒരു തന്ത.”

സ്വന്തം മകളുടെ ഭർത്സനം കേട്ട് രാജപ്പൻ തളർന്നിരുന്നുപോയി. ഉന്മാദാവസ്ഥയിൽ സാന്ത്വനങ്ങളും ശാസനകളും വിപരീതഫലങ്ങളേ

ഉളവാക്കുകയുളളു. അതുകൊണ്ട് മൗനം പാലിക്കാൻ രാജപ്പനോട് ആംഗ്യം കാണിച്ചു. മയങ്ങുവാനുള്ള ഇൻജക്ഷൻ കൊടുക്കുകയല്ലാതെ മറ്റു മാർഗളൊന്നുമില്ല.

ഒരു മാസത്തെ ചികിത്സവേണ്ടിവന്നു സതിക്ക് മനസിന്റെ സമനില വീണ്ടുകിട്ടാൻ. ഡിസ്ചാർജ് ചെയ്ത് പോകുന്നദിവസം രാജപ്പനോട് സതിയുടെ ഭാവിയെക്കുറിച്ച് എന്താണ് ചിന്തിക്കുന്നതെന്ന് ചോദിച്ചു.

"ഞാൻ ആലോചിച്ചിട്ട് ഒരു എത്തും പിടിയും കിട്ടുന്നില്ല."

"സതി എന്താണ് പറയുന്നത്?"

"അവളെന്തു പറയാനാണ്. അവളോട് ഒന്നും ചോദിച്ചിട്ടില്ല ഇതുവരേം."

സതിയെ മുറിയിലേക്ക് വിളിപ്പിച്ചു.

"വീട്ടിൽച്ചെന്നിട്ട് എന്തു ചെയ്യാനാണ് സതി ഉദ്ദേശിക്കുന്നത്?"

"ഒന്നും ചെയ്യാനില്ല. എന്റെ കുഞ്ഞിനെ നോക്കി ജീവിക്കും."

ഗർഭിണിയായിരുന്നപ്പോൾ ലഭിച്ച ചികിത്സയുടെ ദുരന്തഫലവും പേറി ജീവിതം കഴിച്ചുകൂട്ടുകമാത്രമേ തന്റെ മുമ്പിലൊരു മാർഗമുള്ളു എന്ന ചിന്തയിൽ വഴിമുട്ടി നിൽക്കുകയായിരുന്നു യൗവനം പിന്നിട്ടിട്ടില്ലാത്ത സതി. കുഞ്ഞിനെ മന്ദബുദ്ധികൾക്ക് പ്രത്യേകമായുള്ള സ്ഥാപനത്തിലാക്കിയിട്ട് പഠിത്തം തുടർന്നുകൂടേ എന്നു ചോദിച്ചപ്പോൾ മറന്നു കിടന്നിരുന്ന ഒരുകാര്യം പെട്ടെന്നോർമിച്ചതുപോലെ സതി പറഞ്ഞു:

"ഇനി പഠിക്കാനൊക്കുമോ?"

"എന്തുകൊണ്ടൊക്കുകയില്ല?"

പ്രൈവറ്റായി പ്ലസ്റ്റുവിന് ചേർന്ന് പഠിക്കാനും ഒരു ജോലി കിട്ടാനുള്ള ശ്രമങ്ങൾ നടത്താനും പറഞ്ഞപ്പോൾ സതിയുടെ ഉത്സാഹം വർധിച്ചു. പഠിത്തത്തിനിടയിൽ അസുഖം വീണ്ടും വന്നാലെന്തുചെയ്യുമെന്നായിരുന്നു സതിയുടെ സംശയം. അസുഖം വന്നാൽ ഇപ്പോൾ ചികിത്സിച്ചതുപോലെ ചികിത്സിക്കണം എന്നു പറഞ്ഞപ്പോൾ സതിയുടെ മുഖം വാടി. ഇനി രോഗം വരാതിരിക്കാൻ എന്തെങ്കിലും മരുന്നു കുറിച്ചുകൊടുക്കണമെന്നായി.

ഒരു മാസത്തിനുശേഷം പരിശോധനയ്ക്ക് വന്നപ്പോൾ കുഞ്ഞിനെ നഗരപ്രാന്തത്തിൽ മന്ദബുദ്ധികളായ കുട്ടികളെ താമസിപ്പിച്ച് പഠിപ്പിക്കുന്ന സ്ഥാപനത്തിൽ ചേർത്തിരിക്കുകയാണെന്നും സതി പ്ലസ്റ്റു പഠനം പുനരാരംഭിച്ചുവെന്നും ഉത്സാഹത്തോടെ പറഞ്ഞു.

മനോരോഗചികിത്സയുടെ അവിഭാജ്യഘടകമാണ് പുനരധിവാസം. യൂറോപ്പിലും അമേരിക്കയിലും രോഗിയുടെ പുനരധിവാസം ലക്ഷ്യമിട്ടുകൊണ്ടാണ് ചികിത്സ ആരംഭിക്കുന്നത്.

24

മറയില്ലാത്ത സംഘർഷങ്ങൾ

നൂർജഹാൻ ഹൈദരാബാദിൽ ഒരു സ്വകാര്യപ്രൊഫഷണൽകോളേജിലെ അധ്യാപികയാണ്. പതിനഞ്ചുകൊല്ലമായി ഹൈദരാബാദിൽ ജോലിചെയ്യാൻ തുടങ്ങിയിട്ട്. ഭർത്താവ് നിസാം ബഹുരാഷ്ട്ര മരുന്നു കമ്പനിയിലെ എക്സിക്യൂട്ടീവ് ആണ്. നൂർജഹാന് കുറച്ചു നാളായി ശരിയായരീതിയിൽ ജോലിചെയ്യാനാവുന്നില്ല. ക്ലാസെടുക്കുമ്പോൾ ചിന്തകൾ ചിതറിപ്പോകുന്നു. ശ്രദ്ധ പഠിപ്പിക്കുന്ന വിഷയത്തിൽത്തന്നെ കേന്ദ്രീകരിച്ചു നിറുത്താനാവുന്നില്ല. കുട്ടികളുടെ സംശയങ്ങൾക്ക് മറുപടിപറയാൻ കഴിയുന്നില്ല. ചിലപ്പോൾ പറയുന്നത് തെറ്റിപ്പോകുകയും ചെയ്യുന്നു. ക്ലാസെടുക്കുമ്പോൾ വരുന്ന വീഴ്ചകൾ കുട്ടികൾ ശ്രദ്ധിക്കുന്നുണ്ട്. വിദ്യാർഥികളുടെ ചെറിയ വികൃതികൾ കാണുമ്പോഴേക്കും അറിയാതെ പൊട്ടിത്തെറിച്ചുപോകുന്നു. തന്റെവീഴ്ചകൾ താമസിയാതെതന്നെ മാനേജ്മെന്റിന്റെ ശ്രദ്ധയിൽ വരുമെന്നുള്ള ഭയം കാരണം ഒരുമാസത്തേക്ക് ലീവെടുക്കുകയാണ് ചെയ്തത്.

നൂർജഹാന്റെ സംസാരം ചതുരവടിവിലായിരുന്നു. തൊഴിൽപരമായ ശീലം കൊണ്ടായിരിക്കാം മലയാളത്തേക്കാൾ എളുപ്പത്തിൽ വശമായത് കോൺവെന്റ് ആക്സന്റിലുള്ള ഇംഗ്ലീഷാണ്. യൗവനം പിന്നിട്ട നൂർജഹാന്റെ വടിവൊത്ത ശരീരം ഇപ്പോഴും യുവതയുടെ തുടിപ്പുകൾ ഓർമിക്കുന്നതുപോലെതോന്നി. ആഭരണങ്ങളുടെ അഭാവം സൗന്ദര്യത്തിന്റെ മാറ്റ് വർധിപ്പിച്ചു. ശരീരമാകെ മൂടുന്ന കറുത്തവസ്ത്രവും പർദയും ധരിച്ച് ഇരുട്ടിന്റെ കഷണമായി മാറാത്ത നൂർജഹാന്റെ സ്വാതന്ത്ര്യബോധം ഉദാത്തം തന്നെ.

ശരിയാംവണ്ണം ജോലിചെയ്യാൻ കഴിയാതെ വന്നപ്പോൾ ഹൈദരാബാദിലെ ഒരു സൈക്കോളജിസ്റ്റിന്റെ കൗൺസലിങിന് കുറച്ചുനാൾ

പോയി. പിന്നീട് അദ്ദേഹത്തിന്റെ ഉപദേശപ്രകാരം ഒരു സൈക്യാട്രിസ്റ്റിനെ കണ്ടു. നാലിനം മരുന്നുകൾ കുറിച്ചുകൊടുത്തു. അതെല്ലാം കഴിച്ചപ്പോൾ തലപൊക്കാൻ കഴിയാത്ത സ്ഥിതിയിലായി. രാവും പകലും ഉറക്കം തന്നെ. അതുകൊണ്ട് മരുന്നുകഴിക്കുന്നത് നിറുത്തി. ധ്യാനം മനസിന് നിയന്ത്രണം കിട്ടാൻ നല്ലതാണെന്ന് സഹാധ്യാപകർ ഉപദേശിച്ചപ്പോൾ കുറച്ചുദിവസം ഒരു സായിബാബ ആശ്രമത്തിൽപോയി ധ്യാനിക്കുകയും പ്രാർഥനായോഗങ്ങളിൽ പങ്കെടുക്കുകയും ചെയ്തു. അതുകൊണ്ട് യാതൊരുഗുണവും കാണാതായപ്പോഴാണ് ലീവെടുത്ത് നാട്ടിലേക്ക് വന്നത്. നൂർജഹാൻ സ്വമേധയാ ലീവെടുത്ത് വന്നതല്ല. നൂർജഹാന്റെ അവസ്ഥ യെക്കുറിച്ചറിഞ്ഞ സഹോദരൻ റഷീദ് ഹൈദരാബാദിലെത്തി നൂർജഹാ നെക്കൊണ്ട് ലീവെടുപ്പിച്ച് നാട്ടിലേക്ക് കൊണ്ടുവരികയാണ് ചെയ്തത്. കഥ ഇതുവരെ പറഞ്ഞിട്ടും ഭർത്താവ് ചിത്രത്തിൽ വന്നില്ലെന്നുള്ളകാര്യം ഞാൻ സൂചിപ്പിച്ചു.

ഭർത്താവിന്റെ കാര്യം പറയാനുള്ള മുന്നൊരുക്കമെന്നരീതിയിൽ നൂർജഹാൻ അൽപ്പനേരം മൗനംപാലിച്ചു. എന്നിട്ട് വളരെ കരുതലോടെ വാക്കുകൾ തിരഞ്ഞെടുത്ത് സാവകാശത്തിൽ തുടർന്നു:

"ഞങ്ങൾ സെപറേറ്റ് ചെയ്തു."

"നിയമപരമായ നടപടികൾ പൂർത്തിയാക്കിയോ?"

"ഇല്ല. നോട്ടീസ് കൊടുത്തിട്ടേയുള്ളു."

നൂർജഹാനാണ് വിവാഹബന്ധം വേർപെടുത്താനുള്ള നോട്ടീസ് കൊടുത്തതെന്ന് വ്യക്തം.

"എന്തായിരുന്നു കാരണം?"

"എന്നെ ചീറ്റ് ചെയ്തതാണെന്ന് തോന്നി."

തുടർന്ന് ചോദ്യങ്ങൾ ചോദിക്കാതെതന്നെ നൂർജഹാൻ നിസാമു മായുള്ള ബന്ധത്തിലെ സ്വരച്ചേർച്ചയില്ലായ്മയെക്കുറിച്ച് വിശദീകരിക്കാൻ തുടങ്ങി. പതിനാറ് വർഷമായി അവർ വിവാഹിതരായിട്ട്. കുഞ്ഞുങ്ങളില്ല. കാരണം നിസാമിന് ബീജങ്ങൾ കുറവാണ്. ഉള്ളവയിലധികവും വൈക ല്യങ്ങളുള്ളവയാണെന്ന് പരിശോധനയിൽ കണ്ടെത്തി. ഈ സാഹചര്യ ത്തിൽ പരീക്ഷണശാലയിൽവെച്ച് അണ്ഡ–ബീജസംയോജനം (In Virro Fertilisation-IVF) ചെയ്ത് ഗർഭാശയത്തിൽ നിക്ഷേപിച്ചാലേ ഗർഭധാ രണം നടക്കുകയുള്ളു. അങ്ങനെ ചെയ്താൽപ്പോലും സാധ്യത കുറവാ ണ്. ഐ വി എഫ് പലവട്ടം ചെയ്യേണ്ടിവരും. നൂർജഹാൻ ഒരിക്കൽ ഐ വി എഫ് ചെയ്തതാണ്. അത് പരാജയപ്പെട്ടു. വീണ്ടും ചെയ്യുന്നകാര്യത്തിൽ നിസാമിന് താൽപ്പര്യമില്ല. എങ്കിൽ ഒരു കുഞ്ഞിനെ ദത്തെടുക്കാമെന്ന് നൂർജഹാൻ പറഞ്ഞു. നിസാമിന് അതിനും താൽപ്പര്യമില്ല. അയാൾ ഒരു ആയുർവേദമരുന്ന് കഴിച്ചുകൊണ്ടിരിക്കുകയാണ്. അതിന്റെ ഫലം കണ്ടിട്ടേ ഇനി പരീക്ഷണങ്ങൾക്കോ ദത്തെടുക്കലിനോ തയ്യാറുള്ളുവെന്ന് നിസാം ശഠിക്കുന്നു. ആയുർവേദ ചികിത്സ തുടങ്ങിയിട്ട് വർഷം ഒന്നില ധികമായി. രണ്ടു പ്രാവശ്യം പരിശോധിപ്പിച്ചു. ബീജങ്ങളുടെ എണ്ണത്തിലും

രൂപത്തിലും യാതൊരു മാറ്റവും കാണുന്നുമില്ല. ഇങ്ങനെ അനിശ്ചിതത്വത്തിൽ എത്രനാൾ തുടരുമെന്നാണ് നൂർജഹാന്റെ ചോദ്യം. ഈ പ്രശ്നത്തിന്മേലാണ് തർക്കം തുടങ്ങിയത്. നിസാം സ്വന്തം ശേഷിക്കുറവ് അറിഞ്ഞുകൊണ്ട് ബോധപൂർവം തന്നെ വഞ്ചിക്കുകയായിരുന്നുവെന്ന് നൂർജഹാൻ ആരോപിച്ചു. അങ്ങനെയെങ്കിൽ വിവാഹബന്ധം വേർപെടുത്തി പിരിഞ്ഞുകൊള്ളാൻ നിസാം പറഞ്ഞപ്പോൾ എങ്കിൽ അങ്ങനെതന്നെ എന്ന് തിരിച്ചടിച്ചു. കുടുംബകോടതിയിൽ പ്രാക്റ്റീസ് ചെയ്യുന്ന വക്കീലിനെക്കണ്ട് വിവാഹമോചനത്തിന് നോട്ടീസ് കൊടുത്തു. നിസാമിനും വിവാഹമോചനത്തിന് സമ്മതമായതുകൊണ്ട് അധികം താമസിയാതെ കുടുംബകോടതിയുടെ ഉത്തരവ് ലഭിക്കുമെന്നാണ് നൂർജഹാന്റെ പ്രതീക്ഷ.

നൂർജഹാന്റെ ഭാഷണത്തിലും ഭാവഹാവാദികളിലും ഉന്മാദരോഗത്തിന്റെ ലക്ഷണങ്ങൾ പ്രകടമായിരുന്നു. തന്റെ ജീവിതം ഒരു പരാജയമാവാൻ കാരണം സ്വന്തം മാതാപിതാക്കളാണെന്ന് നൂർജഹാൻ ആരോപിച്ചു. കോളേജിൽ പഠിക്കുന്നകാലത്ത് സഹപാഠിയായ ജസ്റ്റിനുമായി നൂർജഹാൻ പ്രണയത്തിലായിരുന്നു. പഠനം പൂർത്തിയാക്കിയപ്പോൾ മാതാപിതാക്കൾ വിവാഹാലോചനതുടങ്ങി. നൂർജഹാൻ ജസ്റ്റിനുമായുള്ള ബന്ധത്തെക്കുറിച്ച് പറഞ്ഞപ്പോൾ ബാപ്പയും ഉമ്മയും എതിർത്തു. അവർ പറഞ്ഞ കാരണം ജസ്റ്റിൻ വേറൊരു മതവിശ്വാസിയാണെന്നാണ്. ജസ്റ്റിൻ മതം മാറുകയാണെങ്കിൽ വിവാഹത്തിനു സമ്മതിക്കാമെന്നു ബാപ്പ പറഞ്ഞു. ജസ്റ്റിൻ അതിനു തയ്യാറല്ല. നൂർജഹാന്റെ സഹോദരൻ റഷീദ് പറഞ്ഞു:

“ഞാൻ ജസ്റ്റിനുമായി സംസാരിച്ചതാണ്. കൺവർഷനൊന്നും പ്രോബ്ലമല്ലെന്നാണ് അയാൾ പറഞ്ഞത്. മതവിശ്വാസം ജസ്റ്റിനു പേരിനേയുള്ളൂ. അച്ഛനും അമ്മയും എതിർക്കുന്നതാണ് അയാൾക്ക് വലിയ പ്രശ്നം.”

വലിയ റബ്ബർ എസ്റ്റേറ്റുടമയുടെ മകനാണ് ജസ്റ്റിൻ. അച്ഛനും അമ്മയ്ക്കും ഏക സന്താനം. തങ്ങൾ പറയുന്നതനുസരിക്കാതെ അന്യമതത്തിൽപ്പെട്ട പെണ്ണിനെ വിവാഹം ചെയ്താൽ സ്വത്തിന്റെ ഒരംശം പോലും തരില്ലെന്ന് ഭീഷണിപ്പെടുത്തി. പണക്കാരനായ അച്ഛനമ്മമാരുടെ ഭീഷണി വകവെക്കാതെ പ്രേമിക്കുന്ന പെണ്ണിനെ വിവാഹം ചെയ്യാനുള്ള ധൈര്യം ജസ്റ്റിനില്ല. എതിർപ്പിനെയെല്ലാം അവഗണിച്ച് ഇടത്തരം സർക്കാർജീവനക്കാരുടെ മകളായ നൂർജഹാനെ വിവാഹം ചെയ്താൽ ജീവിതം ബുദ്ധിമുട്ടിലാകുമെന്ന് ജസ്റ്റിൻ റഷീദിനോട് തുറന്നുപറഞ്ഞു.

“ജസ്റ്റിൻ ആത്മാർത്ഥമായി പ്രേമിച്ചിരുന്നതായി നൂർജഹാനു തോന്നിയിട്ടുണ്ടോ?”

തന്റെ പ്രണയാനുഭവങ്ങളെ ഓർത്തു നോക്കുന്നതുപോലെ നൂർജഹാൻ എന്റെ ചോദ്യത്തിനു മുമ്പിൽ മൗനം പൂണ്ടു.

റഷീദ് മറ്റൊരുകാര്യം കൂടി വെളിപ്പെടുത്തി. ജസ്റ്റിനുമായുള്ള വിവാഹം നടക്കുകയില്ലെന്നായപ്പോൾ കുറച്ചുദിവസം നൂർജഹാൻ

മനസിന്റെ സമനില തെറ്റിയ മട്ടിലായി. വിവാഹത്തെക്കുറിച്ച് സംസാരിക്കുന്നവരോട് രോഷാകുലമായി പെരു മാറും. രാത്രിയിൽ ഉറക്കമില്ലാതായി. സൈക്യാട്രിസ്റ്റിനെക്കാണിച്ച് കുറച്ച് ദിവസം മരുന്നുകൾ കൊടുത്തപ്പോൾ സമനിലവീണ്ടെടുത്തു. അതിനു ശേഷമാണ് നിസാമുമായുള്ള ബന്ധം ആലോചിച്ചുറപ്പിച്ചത്. വിവാഹത്തിനുശേഷം രണ്ടുപേർക്കും ജോലികിട്ടി. അധികം താമസിയാതെ നൂർജഹാന്റെ ബാപ്പ ആകസ്മികമായി മരിച്ചു. അതിനു ശേഷം റഷീദാണ് സഹോദരിയുടെ സഹായത്തിനെത്താറ്.

നിസാമിന് ആദ്യം ബോംബെയിലായിരുന്നു ജോലി. ഹൈദരാബാദിലേക്ക് സ്ഥലംമാറ്റം വാങ്ങിയതാണ്. കുട്ടികളില്ലെന്ന ദു:ഖം നൂർജഹാനെ അലട്ടാറുണ്ടായിരുന്നെങ്കിലും അടുത്തകാലംവരെ രണ്ടുപേരും പ്രശ്നങ്ങളൊന്നുമില്ലാതെ ജീവിക്കുകയായിരുന്നു. നൂർജഹാന് വീട്ടുകാര്യങ്ങളിലും ജോലിയിലും ശ്രദ്ധിക്കാൻ കഴിയുന്നില്ലെന്നും സഹായത്തിനായി ഉമ്മ കുറച്ചുദിവസം ഹൈദരാബാദിൽ വന്നുനിന്നാൽ സഹായമാകുമെന്നും നിസാം ഫോൺചെയ്ത് പറഞ്ഞതനുസരിച്ചാണ് ഉമ്മ ഹൈദരാബാദിൽപ്പോയത്. അപ്പോൾ സ്ഥിതി കൂടുതൽ വഷളാകുകയാണ് ചെയ്തത്. തന്റെ ജീവിതം നശിപ്പിച്ചത് ഉമ്മയും ബാപ്പയും കൂടിയാണെന്നു പറഞ്ഞ് ഉമ്മയോട് വൈരാഗ്യത്തോടെയാണ് നൂർജഹാൻ പെരുമാറിയത്. ഒരു ദിവസം പതിവില്ലാതെ ഉമ്മയോട് തട്ടിക്കയറുകയും ഉമ്മയുടെ നേരെ കൈയോങ്ങുകയും ചെയ്തു. അതറിഞ്ഞപ്പോഴാണ് റഷീദ് നൂർജഹാനെക്കൊണ്ട് ലീവെടുപ്പിച്ച് നാട്ടിലേക്ക് കൊണ്ടുവന്നത്.

“വിവാഹബന്ധം വേർപെടുത്തിയതിനുശേഷം എന്ത് ചെയ്യാനാണ് ഉദ്ദേശിക്കുന്നത്?”

“ഞാൻ ഇൻഡിപെൻഡന്റായി ഒറ്റയ്ക്ക് കഴിയും.”

നൂർജഹാൻ വിവാഹമോചനത്തിനു നോട്ടീസുകൊടുത്തത് ഉന്മാദത്തിന്റെ ആവേശത്തിലാണെന്ന കാര്യം വ്യക്തമായി. ഉന്മാദരോഗം ശമിക്കാനുള്ള മരുന്നുകൾ എഴുതിക്കൊടുത്തു. ഒരു മാസം കഴിഞ്ഞ് വീണ്ടും പരിശോധനയ്ക്ക് വരാനും ഇതിനിടയിൽ വിവാഹമോചനത്തെക്കുറിച്ച് ഒന്നുകൂടി മനസിരുത്തി ചിന്തിക്കാനും പറഞ്ഞു.

“അത് ഞാൻ തീരുമാനിച്ചതാണ്. ഇറ്റ്സ് എ ക്ലോസ്ഡ് ചാപ്റ്റർ.

മുമ്പ് മരുന്നുകഴിച്ചപ്പോൾ മയക്കം അനുഭവപ്പെട്ടതുകൊണ്ടായിരിക്കണം മരുന്നിന്റെ കുറിപ്പ് വായിച്ചുനോക്കിയതിനുശേഷം നൂർജഹാൻ ചോദിച്ചു:

“രണ്ടു തരം മരുന്നുമതിയോ?”

“മതിയെന്നാണ് എനിക്കുതോന്നുന്നത്.”

“ഓ കെ ഇതിൽ ഏതെങ്കിലും മെഡിസിൻ സെഡേഷൻ ഉണ്ടാക്കുമോ?”

“രാത്രി കഴിക്കാനുള്ളത് ചെറിയതോതിൽ സെഡേഷൻ ഉണ്ടാക്കും. രാത്രി അൽപ്പം സെഡേഷൻ ആവശ്യമാണ്. കാരണം ഉറക്കം കുറവല്ലേ.”

"രാവിലെ കഴിക്കുന്നതിന് സെഡേറ്റീവ് ഇഫെക്റ്റ് ഉണ്ടാവില്ലല്ലോ?"

ഉണ്ടാവില്ലെന്ന് ഉറപ്പുകൊടുത്തപ്പോൾ നൂർജഹാൻ ഓ കെ എന്നു പറഞ്ഞുകൊണ്ട് പോകാനെഴുന്നേറ്റു. ഉന്മാദരോഗികൾ മയക്കമുണ്ടാക്കുന്ന മരുന്നുകളെ വെറുക്കുന്നു. അവർ ഉന്മാദാവസ്ഥയിൽ കഴിയാനാണ് ഇഷ്ടപ്പെടുന്നത്. കാരണം ഉന്മാദാവസ്ഥയിൽ ഒരുതരം ലഹരി (elation) അനുഭവപ്പെടുന്നു. അതില്ലാതാക്കുന്ന മരുന്നുകൾ കഴിക്കാൻ അവർ ഇഷ്ടപ്പെടുന്നില്ല.

ഒരു മാസം കഴിഞ്ഞ് പരിശോധനയ്ക്ക് വന്നപ്പോൾ നൂർജഹാൻ മനസിന്റെ സമനില കൈവരിച്ചതായി തോന്നി. നിസാമുമായുള്ള ബന്ധം വേർപെടുത്തിയാൽ താൻ ഏകാകിനിയായിപ്പോകുമെന്നുള്ള ചിന്തയാണ് അവരെ അലട്ടിയിരുന്നത്. വക്കീലിനെക്കൊണ്ട് നോട്ടീസയപ്പിച്ച സ്ഥിതിക്ക് ഇനി എന്തുചെയ്യണമെന്ന് നിശ്ചയമില്ലാതെ കുഴങ്ങുകയാണ് നൂർജഹാൻ.

"നിസാമിനോട് കാര്യങ്ങൾ തുറന്നുപറയുക. മനസിന്റെ സമനില തെറ്റിയപ്പോൾ ചെയ്തുപോയതാണെന്നും ഡൈവോഴ്സ് നോട്ടീസ് പിൻവലിക്കുകയാണെന്നും പറയുക. നൂർജഹാന്റെ മാനസികരോഗത്തെക്കുറിച്ച് അയാളുടെ സംശയങ്ങൾ തീർക്കേണ്ടിവരും. അടുത്ത പ്രാവശ്യം വരുമ്പോൾ നിസാമിനെയും കൂടെ കൊണ്ടുവരിക.

നിർദേശപ്രകാരം നൂർജഹാനും റഷീദും കൂടി നിസാമിനെ കണ്ടു സംസാരിച്ചു. ബന്ധം പുന:സ്ഥാപിക്കുവാൻ നിസാം തയ്യാറാണ്. പക്ഷേ ചില നിബന്ധനകൾ ഉണ്ട്. അവയെക്കുറിച്ച് ഡോക്ടറുടെ സാന്നിധ്യത്തിലേ സംസാരിക്കുകയുള്ളുവെന്ന് നിസാം പറഞ്ഞു.

ബഹുരാഷ്ട്ര മരുന്നു കമ്പനിയിലെ മെഡിക്കൽ റെപ്രസന്റേറ്റീവ്മാർ ചെയ്യാറുള്ളതുപോലെ കോട്ടും ടൈയും ധരിച്ചാണ് നിസാം വന്നത്. വെട്ടിയൊതുക്കി അരികുകൾ വടിച്ചൊതുക്കിയ താടിയും കുറ്റിത്തലമുടിയും നെറ്റിയിലെ നിസ്കാരത്തഴമ്പും അയാളുടെ സ്വത്വം വെളിപ്പെടുത്തി.

നിസാമിനറിയേണ്ടിയിരുന്ന ഒന്നാമത്തെക്കാര്യം നൂർജഹാന് ഉന്മാദരോഗം ഇനിയും വരാൻ സാധ്യതയുണ്ടോ എന്നാണ്. ഉന്മാദം വരുന്നത് ചില സാഹചര്യങ്ങളെ ആശ്രയിച്ചായിരിക്കും എന്ന് വിശദീകരിച്ചു. ആദ്യം അസുഖം വന്ന് പതിനാറു വർഷങ്ങൾക്കുശേഷമാണ് രണ്ടാമത് രോഗം വന്നത്. ഐ വി എഫ് ചെയ്യുമ്പോൾ അത് ഫലപ്രദമാകുമെന്നും താൻ ഗർഭം ധരിച്ച് കുഞ്ഞിനെ പ്രസവിച്ച് അമ്മയാകുമെന്നും ഉള്ള പ്രതീക്ഷ തകർന്നപ്പോഴാണ് അസുഖം വന്നത്. മാനസിക സംഘർഷം ഉണ്ടായില്ലെങ്കിൽ നൂർജഹാന് വീണ്ടും അസുഖം വരണമെന്നില്ല. ശാസ്ത്രത്തിന്റെ വെളിച്ചത്തിലുള്ള വിശദീകരണം നിസാമിന് വേണ്ടത്ര സ്വീകാര്യമായി തോന്നിയില്ല. അയാളുടെ അഭിപ്രായത്തിൽ ഐ വി എഫ് പരാജയപ്പെടാനും അനപത്യാദു:ഖം തുടർന്നനുഭവിക്കാനും കാരണം അല്ലാഹുവിന്റെ അനുഗ്രഹം ലഭിക്കാത്തതുകൊണ്ടാണത്രേ. അല്ലാഹുവിന്റെ അനുഗ്രഹം ലഭിക്കാൻ നൂർജഹാൻ അഞ്ചുനേരം നിസ്കരിക്കുകയും ഇസ്ലാമിക രീതി

യിൽ ജീവിക്കുകയും ചെയ്യണം. ഇസ്ലാമികരീതിയിൽ ജീവിക്കുക എന്നാൽ എന്താണർഥമാക്കുന്നതെന്നുള്ള ചോദ്യം നിസാമിന് ഇഷ്ടപ്പെട്ടില്ല. അത് എല്ലാവർക്കും അറിയാമല്ലോ എന്നായിരുന്നു മറുപടി. നൂർജഹാൻ ഇട പെട്ടുകൊണ്ടുപറഞ്ഞു:

"ഞാൻ പർദ ധരിക്കണമെന്നാണ് നിസാം പറയുന്നത്. വിവാഹം കഴിഞ്ഞനാൾ മുതൽ പറയാറുണ്ടായിരുന്നതാണ്. ഹൈദരാബാദിൽ അധികം മുസ്ലീം സ്ത്രീകളും പർദ ധരിക്കുന്നത് കണ്ടിട്ടാണ് പറയാൻ തുടങ്ങിയത്. പർദ ധരിക്കാൻ എന്നെക്കൊണ്ട് സാധ്യമല്ലെന്ന് കട്ട് ആന്റ് ഡ്രൈ ആയിട്ട് പറഞ്ഞപ്പോഴാണ് മിണ്ടാതായത്. ഇപ്പോൾ ഞാൻ സറണ്ടർ ചെയ്യുമെന്ന് തോന്നിയപ്പോൾ നിസാം വീണ്ടും പഴയ ആവശ്യവുമായി വന്നിരിക്കുകയാണ്. ഐ വിൽ നോട്ട് സറണ്ടർ."

ഭാര്യയുടെ മറയില്ലാത്ത പ്രഖ്യാപനത്തിനു മുമ്പിൽ നിസാം ചൂളിപ്പോയി. ജാള്യം മറയ്ക്കാനായി അയാൾ പറഞ്ഞു:

"പർദ ധരിക്കണമെന്നൊന്നും ഞാൻ ഡിമാന്റ് ചെയ്തില്ലല്ലോ. വിശ്വാസപരമായ കാര്യങ്ങൾ ചെയ്യണമെന്നേ ഞാനുദ്ദേശിച്ചുള്ളു."

ഒരുമിച്ചുള്ള ജീവിതം തുടരാമെന്നും മൂന്നുമാസം കൂടുമ്പോൾ രണ്ടുപേരും കൂടി ചികിത്സയ്ക്ക് വന്നുകൊള്ളാമെന്നും ഉറപ്പുനൽകിയാണ് പോയിരിക്കുന്നത്.

25

രോഗത്തിന്റെ ബീജങ്ങൾ

സൈമണും ഭാര്യ റോസിയും കേന്ദ്രപൊതുമരാമത്ത് വകുപ്പിലെ എഞ്ചിനീയർമാരാണ്. മാതൃകാദമ്പതികൾ എന്നാണ് അവർ അറിയപ്പെട്ടിരുന്നത്. രണ്ടുപേരെയും ഒരുമിച്ചല്ലാതെ കണ്ടിട്ടില്ല. പരിസ്ഥിതിസംരക്ഷണം, അശാസ്ത്രീയമായ വികസനത്തിനെതിരെ പ്രതിരോധം, മൃഗങ്ങളോടുള്ള ക്രൂരത അവസാനിപ്പിക്കൽ സമാന്തരസിനിമകളെ പ്രോത്സാഹിപ്പിക്കൽ തുടങ്ങിയ സാമൂഹ്യപ്രവർത്തനങ്ങളിൽ രണ്ടുപേരും ഒരുമിച്ച് സജീവമായി പങ്കെടുക്കാറുണ്ട്. സെമിനാറുകളിൽ ഭാര്യയും ഭർത്താവും പ്രബന്ധങ്ങൾ അവതരിപ്പിക്കാറുണ്ട്. അവർ ഒരുമിച്ചിരുന്നാണ് അതെല്ലാം തയ്യാറാക്കാറ്. എല്ലാക്കാര്യത്തിലും വ്യത്യസ്തത വേണമെന്നാണ് രണ്ടുപേരും ഒരേ സ്വരത്തിൽ പറയാറ്. വീട് പണിതത് ബേക്കർ മാതൃകയിലാണ്. ചെളി കുഴച്ചുണ്ടാക്കിയ കട്ടകൾ വെയിലത്തുണക്കിയാണ് രണ്ടു നിലയിലുള്ള വീട് നിർമിച്ചത്. സിമെന്റ് ഉപയോഗിച്ചത് ഒന്നാം നിലയുടെ തട്ട് വാർക്കാൻ മാത്രം. ചുവര് തേക്കാൻ ചളിയും പശയും ചേർത്തുള്ള മിശ്രിതമാണുപയോഗിച്ചത്. ഉണങ്ങിയപ്പോൾ മാർബിൾപോലെ മിനുസമുള്ള ചുമരായിമാറി. സിമെന്റിന്റെ ഉപയോഗം പരമാവധി കുറച്ചെങ്കിൽ മാത്രമേ പരിസ്ഥിതി സംരക്ഷണം സാധ്യമാവൂ എന്നാണ് അവർ പറയാറ്. പറയുന്നതുപോലെ പ്രവർത്തിക്കുക എന്നതാണ് അവരെ വ്യത്യസ്തരാക്കിയത്.

കുട്ടികൾക്ക് കിന്റർഗാർട്ടൻ 'വിദ്യാഭ്യാസം' അനാവശ്യമാണെന്നും അഞ്ചോ ആറോ വയസുവരെ കുട്ടികൾ കളിച്ചുതന്നെ വളരേണ്ടതാണെന്നുമാണ് അവരുടെ സിദ്ധാന്തം. സ്വന്തം കുട്ടികളിൽത്തന്നെ പരീക്ഷണം നടത്തി തെളിയിക്കാനും അവർക്കുകഴിഞ്ഞു. രണ്ട് ആൺകുട്ടികളാണവർക്ക്. അവരെ കിന്റർഗാർട്ടൻ സ്കൂളിൽ പഠിപ്പിക്കേണ്ടെന്ന് രണ്ടു പേരും കൂടിയാലോചിച്ച് തീരുമാനിച്ചു. രണ്ടുപേർക്കും ആറാം

വയസിൽ കേന്ദ്രീയവിദ്യാലയത്തിൽ പ്രവേശനം കിട്ടി. കിന്റർഗാർട്ടൻ 'പഠനം' ഇല്ലാത്ത കുട്ടികൾക്ക് കേന്ദ്രീയവിദ്യാലയങ്ങളിൽ അല്ലെങ്കിൽ നാടൻ വിദ്യാലയങ്ങളിൽ മാത്രമേ പ്രവേശനം ലഭിക്കുകയുള്ളു. അവർ ക്ലാസിൽ എപ്പോഴും ഒന്നാം സ്ഥാനത്താണ്. കിന്റർഗാർട്ടൻ 'പഠിത്തം' ഇല്ലാത്തതുകൊണ്ട് കുട്ടികൾക്ക് കുറവൊന്നും വരികയില്ലെന്ന് അവർ സ്വന്തം അനുഭവത്തിന്റെ അടിസ്ഥാനത്തിൽ എല്ലാവരോടും പറഞ്ഞു.

പന്ത്രണ്ട് വർഷങ്ങൾക്കുമുമ്പ് കുറിഞ്ഞി പൂത്തപ്പോൾ കുറിഞ്ഞിപ്പുൽമേടുകൾ സന്ദർശിക്കാനായി കുറിഞ്ഞിസംരക്ഷണസമിതി കൊടൈക്കനാൽ മുതൽ മൂന്നാർ വരെ ഒരാഴ്ചക്കാലം നീണ്ടുനിന്ന പദയാത്ര നടത്തി. അതിൽ അവരും പങ്കെടുത്തിരുന്നു. കഴിഞ്ഞ വർഷം കുറിഞ്ഞി പൂത്തപ്പോഴും അവർ മൂന്നാറിലെത്തി. നാലഞ്ചുമാസങ്ങൾക്കുമുമ്പ് പ്രകൃതി സ്നേഹികൾ നടത്തിയ ഒരു സെമിനാറിൽ പങ്കെടുക്കാൻ സൈമൺ തനിച്ചാണ് എത്തിയത്. സൈമൺ എന്തോ മാനസികവ്യഥ അനുഭവിക്കുന്നുണ്ടെന്ന് മുഖഭാവം വ്യക്തമാക്കി. റോസി എവിടെയെന്ന് ചോദിച്ചപ്പോൾ കുറച്ചുനാളായി സൗന്ദര്യപ്പിണക്കത്തിലാണെന്നും കൗൺസലിങ്ങിനായി ഡോക്ടറെ കാണാൻ വരുന്നുണ്ടെന്നും പറഞ്ഞു. പറഞ്ഞതുപോലെ രണ്ടു പേരും കൂടി വന്നു. പരാതിക്കാരൻ സൈമണായതുകൊണ്ട് ആദ്യം പ്രശ്നം അവതരിപ്പിക്കാൻ സൈമനെ വിളിച്ചു.

എഞ്ചിനീയറിംഗ് പഠിക്കുമ്പോൾ സഹപാഠിയായിരുന്ന ജേക്കബുമായി റോസിക്ക് പ്രേമമായിരുന്നുവെന്ന് കൂട്ടുകാർക്കിടയിൽ സംസാരമുണ്ടായിരുന്നു. സൈമൺന്റെയും റോസിയുടെയും വിവാഹാലോചന നടക്കുമ്പോൾ ഈ വിവരം സൈമനറിഞ്ഞു. കൂട്ടുകാരിൽ ചിലർ റോസിയും ജേക്കബും തമ്മിൽ അടുപ്പമായിരുന്ന കാര്യത്തെക്കുറിച്ച് അന്വേഷിച്ചറിഞ്ഞതിനുശേഷം മാത്രം ബന്ധമുറപ്പിക്കാവൂ എന്ന് മുന്നറിയിപ്പുനൽകി. അതനുസരിച്ച് സൈമൺ അന്വേഷണം നടത്തി. പലരും പലവിധത്തിലാണ് പറഞ്ഞത്. അവർ തമ്മിൽ ഗാഢമായ പ്രണയമായിരുന്നുവെന്നും അറബിക്കഥയിലെ ലൈലയെയും മജ്നുവിനെയും പോലെ ആയിരുന്നെന്നും ചിലർ പറഞ്ഞു. മറ്റുചിലർ പറഞ്ഞത് അത് പ്രണയമേ ആയിരുന്നില്ലെന്നാണ്. റോസിയോട് തന്നെ നേരിട്ട് ചോദിക്കാൻ സൈമൺ തീരുമാനിച്ചു. റോസിയുടെ വീട്ടിലേക്ക് കയറിച്ചെന്നു. റോസിയുമായി ഒരു കാര്യത്തെക്കുറിച്ച് സംസാരിച്ച് സംശയം തീർക്കാനുണ്ടെന്ന് പപ്പയോട് പറഞ്ഞു. പപ്പ മടിച്ചുനിന്നപ്പോൾ ഇക്കാര്യം റോസിയോട് സംസാരിച്ച് ബോധ്യപ്പെടാൻ അവസരം കിട്ടിയില്ലെങ്കിൽ വിവാഹം നടക്കുകയില്ലെന്ന് പറഞ്ഞു. അതോടെ പപ്പയുടെ എതിർപ്പ് തീർന്നു. ജേക്കബുമായി സാധാരണ പരിചയത്തിൽക്കവിഞ്ഞ് അടുപ്പമൊന്നും ഉണ്ടായിരുന്നില്ലെന്നു റോസി ആണയിട്ടുപറഞ്ഞപ്പോൾ സൈമൺ വിശ്വസിച്ചു. വിവാഹം നടന്നു. പതിനാറു വർഷം കടന്നുപോയത് വളരെ വേഗത്തിലാണ്. പെട്ടെന്നാണ് എല്ലാം തകിടം മറിഞ്ഞത്.

ഒരു ദിവസം സൈമൺ പതിവിലും വൈകിയാണ് വീട്ടലെത്തിയത്. കുട്ടികൾ അവരുടെ പഠനമുറിയിലായിരുന്നു. റോസി കമ്പ്യൂട്ടറിനു മുമ്പിലും. വൈകുന്നേരങ്ങളിൽ റോസി കമ്പ്യൂട്ടറിനുമുമ്പിൽ ചെലവഴിക്കാറുണ്ട്. ചിലപ്പോൾ ഇന്റർനെറ്റ് ബ്രൗസിങ്ങിൽ ആയിരിക്കും. മറ്റു ചിലപ്പോൾ ഏതെങ്കിലും സെമിനാറിൽ പ്രബന്ധം തയ്യാറാക്കുകയായിരിക്കും. അല്ലെങ്കിൽ ഓഫീസിലെ എന്തെങ്കിലും കാര്യമായിരിക്കും. വീട്ടിൽ വൈകി വന്ന ദിവസം സൈമൺ സ്വാഭാവികമായ ജിജ്ഞാസയാൽ കമ്പ്യൂട്ടർ മോണിട്ടറിങ് സ്ക്രീനിലൊന്നുനോക്കി. റോസിയുടെ മുഖത്ത് പതിവില്ലാത്ത ജാള്യം. പെട്ടെന്ന് റോസി കൈകളുയർത്തി സൈമൺന്റെ മുഖം മറച്ചുകൊണ്ട് നോക്കരുതെന്ന് പറഞ്ഞു. അപ്പോൾ സൈമൺ റോസിയെ കമ്പ്യൂട്ടറിനു മുമ്പിൽ നിന്നു തള്ളിമാറ്റി സ്ക്രീനിൽ വിസ്തരിച്ചു നോക്കി. റോസി ജേക്കബുമായി ചാറ്റ് ചെയ്യുകയായിരുന്നു! പെട്ടെന്ന് സൈമൺന്റെ മനസിൽ ഭൂതോദയമുണ്ടായി. റോസി ഇപ്പോഴും ജേക്കബുമായി പ്രണയത്തിലാണ്. രണ്ടുകൊല്ലം മുമ്പ് റോസി പഠിച്ച എഞ്ചിനീയറിംഗ് കോളേജിലെ പൂർവവിദ്യാർഥികളുടെ കുടുംബസംഗമം സംഘടിപ്പിച്ചിരുന്നു. അതിൽ സൈമണും റോസിയും പങ്കെടുത്തു. റോസി കൂട്ടുകാരികളുമായി കളിതമാശകൾ പറഞ്ഞ് നീങ്ങുന്നതിനിടയിൽ ഒരു നിമിഷം തനിച്ചായി. ആ സന്ദർഭത്തിൽ ജേക്കബ് റോസിയുടെ അടുത്തുവന്നു. അവർ പരിസരം മറന്ന് സംസാരിച്ചിരുന്നതായി സൈമണു തോന്നി. സംസാരം നീണ്ടുപോകുന്നുവെന്ന് തോന്നിയപ്പോൾ സൈമൺ അവരുടെ അടുത്തേക്ക് ചെന്ന് അനിഷ്ടം പ്രകടിപ്പിച്ചു. സൈമൺ പറഞ്ഞു:

"എന്താണ് ഞാൻ അന്ന് പറഞ്ഞതെന്ന് ഇപ്പോൾ ഓർക്കുന്നില്ല. എന്തായാലും റോസിയോട് ഇന്റിമസിയോടെ സംസാരിക്കുന്നത് എനിക്കിഷ്ടപ്പെട്ടില്ലെന്ന് അവന് മനസിലായി. ആ ദിവസം സംഭവിച്ചത് ഞാനങ്ങുമറന്നു. പിന്നെ ഈ ചാറ്റ് കണ്ടപ്പോഴാണ് പെട്ടെന്നോർമവന്നത്. അവര് തമ്മിൽ അഫയർ ഒന്നും ഇല്ലെന്ന് എനിക്കറിയാം. റോസി അവന്റെ കൂടെ പോകുമെന്നും എനിക്കുതോന്നുന്നില്ല. പക്ഷേ...അവൾ പലതും എന്നിൽനിന്നു മറച്ചുപിടിക്കാൻ ശ്രമിക്കുന്നു. ഞാൻ ടൂർ പോകുന്ന ദിവസങ്ങളിൽ രാത്രി രണ്ടും മൂന്നും മണിവരെയാണ് ചാറ്റ് ചെയ്യാറ്. ചിലപ്പോൾ മൂത്തമോൻ റോയിയെ അടുത്തിരുത്തിക്കൊണ്ടായിരിക്കും ചാറ്റ്. റോയിയിൽ നിന്നാണ് എനിക്ക് പാസ്‌വേഡ് കിട്ടിയത്. ഒരു ദിവസം ഞാൻ ഇന്റർനെറ്റ് കഫേയിൽ പോയി റോയി പറഞ്ഞ പാസ്‌വേഡ് ഉപയോഗിച്ച് അവരുടെ ചാറ്റിൽ കയറി. അപ്പോഴാണ് രാത്രി രണ്ടുമൂന്നു മണിവരെയൊക്കെ ചാറ്റ് ചെയ്യാറുള്ള കാര്യം ഞാനറിഞ്ഞത്. ഒടുവിലത്തെ രണ്ട് ചാറ്റിന്റെ പ്രിന്റൗട്ട് ഞാനെടുത്തു. ചാറ്റിന്റെ വിവരം ഞാനറിഞ്ഞെന്ന് അവനെ അവളറിയിച്ചു. എല്ലാം ഡിലീറ്റ് ചെയ്യാൻ അവൻ മൊബൈൽ മെസ്സേജയച്ചു. പിറ്റേന്ന് മുമ്പുള്ള ചാറ്റിന്റെ പ്രിന്റൗട്ട് എടുക്കാൻ ഞാൻ ചെന്നപ്പോഴാണ് എല്ലാം ഡിലീറ്റ് ചെയ്തെന്ന് മനസിലായത്. എനിക്കു കിട്ടിയ പ്രിന്റൗട്ട് ഞാൻ വായിച്ചുനോക്കി. ശരിക്കും കാമുകികാമുകന്മാർ തന്നെ.

"അത് കൊണ്ടു വന്നിണ്ടുണ്ടോ?"

"ഇല്ല അടുത്തതവണ വരുമ്പം കൊണ്ടുവന്ന് ഡോക്ടറെ കാണിക്കാം."

"ഇനി സൈമൺ റോസിയിൽ നിന്ന് എന്താണ് പ്രതീക്ഷിക്കുന്നത്?"

"ഇനി അവനുമായി യാതൊരുവിധത്തിലുള്ള കോണ്ടാക്റ്റും പാടില്ല."

"ഇക്കാര്യം റോസിയോട് നേരിട്ടുപറഞ്ഞോ?"

"പറഞ്ഞു. പറയുമ്പോഴൊക്കെ സൈമൺ വിചാരിക്കുന്നതുപോലെ ഒന്നും ഉണ്ടായിട്ടില്ലെന്ന് പറയുന്നതല്ലാതെ ഇനി അവനുമായി കോൺടാക്റ്റുണ്ടാവില്ലെന്ന് ഉറപ്പിച്ചു പറയുന്നില്ല."

എല്ലാം പറഞ്ഞുകഴിഞ്ഞെന്ന് സൈമണു തോന്നി. അയാൾ എഴുന്നേറ്റ് പുറത്തേക്ക് പോയിട്ട് റോസിയെ അകത്തുവരാൻ അനുവദിച്ചു. റോസിയുടെ മുഖത്ത് വിഷാദം നിഴലിട്ടിരുന്നു. അവർ ആയാസത്തോടെ സാവധാനത്തിൽ പറയാൻ തുടങ്ങി. റോസി തികച്ചും വ്യത്യസ്തമായ ചിത്രമാണ് അവതരിപ്പിച്ചത്. ജേക്കബുമായി ചാറ്റ് നടത്തിയതും പൂർവ വിദ്യാർഥി സംഗമത്തിൽ അയാളോട് സംസാരിച്ചതുമെല്ലാം ശരിയാണ്. സൈമൺ ധരിക്കുന്നതുപോലുള്ള അടുപ്പം അയാളോട് തോന്നിയിട്ടില്ല. അയാൾക്ക് റോസിയോട് അടുപ്പം തോന്നിയിരുന്നോ ഇല്ലയോ എന്ന് പറയാൻ തനിക്കുകഴിയുകയില്ലെന്നാണ് റോസി പറയുന്നത്. റോസി പറഞ്ഞു:

"ചാറ്റിന്റെ കാര്യം അറിഞ്ഞതുമുതൽ സൈമൺ ആളാകെമാറി. മിക്കദിവസവും രാത്രി ഉറക്കമില്ല. ചില ദിവസം വെളുപ്പിന് മൂന്നുമണിക്കും നാലുമണിക്കും എന്നെ വിളിച്ചുണർത്തും. ഞാൻ വീണ്ടും ഉറങ്ങാൻ ശ്രമിക്കുമ്പോൾ നിനക്ക് അവനുമായി രാത്രിമുഴുവനുമിരുന്ന് ചാറ്റ് ചെയ്യാൻ പറ്റും അല്ലേ എന്ന് ചോദിച്ച് എന്നെ അടിക്കും."

അത്രയുമായപ്പോൾ റോസി കരയാൻ തുടങ്ങി. ജേക്കബുമായി ചാറ്റ് ചെയ്യാനാരംഭിച്ചത് എന്നാണെന്നുള്ള ചോദ്യം കേട്ടപ്പോൾ തന്റെ നിരപരാധിത്വം തെളിയിക്കാനുള്ള ഒരവസരം കിട്ടിയതുപോലെ റോസി ഉത്സാഹത്തോടെ പറഞ്ഞു:

"കഴിഞ്ഞകൊല്ലം പുതിയവീട്ടിൽ താമസമാക്കി ആറുമാസം കഴിഞ്ഞപ്പോഴാണ് പി സി വാങ്ങിയതും ഇന്റർനെറ്റ് കണക്ഷനെടുത്തതും. ആലമ്നിക്കുവന്നവരുടെയെല്ലാം ഇ-മെയിൽ ഐ ഡി ഉണ്ടായിരുന്നതുകൊണ്ട് എല്ലാവർക്കും ഈമെയിലയച്ചു. കൂട്ടത്തിൽ ജേക്കബിനും അയച്ചു. പലരുമായും ചാറ്റ് ചെയ്യാനും തുടങ്ങി. കൂട്ടത്തിലിയാളും പെട്ടു. എല്ലാ പരിചയക്കാരും ചെയ്യാറുള്ളതുപോലെ ചില തമാശകളും ചാറ്റിൽ പറഞ്ഞിട്ടുണ്ടെന്നല്ലാതെ ഞാൻ പരിധിവിട്ട് ഒന്നും പറഞ്ഞിട്ടില്ല. കാരണം എനിക്കങ്ങനെ ഒരു ഫീലിങ്ങ് ഇല്ലായിരുന്നു. അയാള് മെസ്സേജയച്ചത് കണ്ട് ചാറ്റെല്ലാം ഡിലീറ്റ് ചെയ്തതാണ് എനിക്കുപറ്റിയ അബദ്ധം. ഡിലീറ്റ് ചെയ്തില്ലായിരുന്നെങ്കിൽ എല്ലാത്തിന്റെയും പ്രിന്റൗട്ടെടുത്ത് കാണിച്ച് സൈമൺന്റെ തെറ്റിദ്ധാരണ മാറ്റാമായിരുന്നു. ഞാനിന്ന് ഒരു നരകത്തിലാണ് ഡോക്ടർ കഴിഞ്ഞു കൂടുന്നത്..."

റോസി തന്റെ ദുരിതങ്ങൾ വിവരിച്ചു. രാത്രികളിൽ പലവട്ടം വിളിച്ചുണർത്തി ജേക്കബിനെ ബന്ധപ്പെടുത്തി അസഭ്യം പറയും. ചിലപ്പോൾ അടിക്കും. ശമ്പളം വാങ്ങുന്ന തുക ഒന്നായി സൈമൺന്റെ കൈയിൽ കൊടുക്കണം. പാസ്സ്ബുക്കുകളും ചെക്ക് ബുക്കുകളും സൈമൺന്റെ കസ്റ്റഡിയിലാണ്. നിത്യനിദാനത്തിനുള്ള പണം ചോദിച്ചാൽപ്പോലും പൊലീസ് മുറയിൽ ചോദ്യം ചെയ്യും. ചിലദിവസങ്ങളിൽ അപ്രതീക്ഷിതമായി റോസിയുടെ ഓഫീസിൽ കയറിച്ചെന്ന് മറ്റുള്ളവർ കാൺകെ മൊബൈൽ ഫോൺ വാങ്ങി പരിശോധിച്ചുനോക്കും. ഇന്നവൻ വിളിച്ചില്ലേ എന്ന് എല്ലാവരും കേൾക്കെ ചോദിക്കും. കുട്ടികളോടും വളരെ ക്രൂരമായാണ് പെരുമാറുന്നത്.

"റോയി ഒരു ദിവസം പറഞ്ഞത് പപ്പായ്ക്ക് എന്തോ മെന്റൽ ഡിസീസുണ്ടന്നാണ്. അങ്ങനെയുണ്ടോ ഡോക്ടർ?"

ഉണ്ടെന്നോ ഇല്ലെന്നോ ഞാൻ പറഞ്ഞില്ല. കാരണം അങ്ങനെ പറയാൻ കഴിയണമെങ്കിൽ തുടർന്നുള്ള സൈമൺന്റെ പ്രതികരണങ്ങളും പെരുമാറ്റങ്ങളും നിരീക്ഷിക്കേണ്ടിയിരിക്കുന്നു. രാത്രി വളരെ വൈകുന്നതുവരെ റോസി ജേക്കബുമായി ചാറ്റ് ചെയ്തതും ജേക്കബിന്റെ നിർദേശമനുസരിച്ച് എല്ലാ ചാറ്റുകളും ഡിലീറ്റ് ചെയ്തതും സൈമന്റെ മനസിൽ സംശയാവസ്ഥ (Paranoid state) ഉണ്ടാക്കിയിട്ടുണ്ട്. മന:ശാസ്ത്രപരമായ വിശദീകരണങ്ങൾ സംശയാവസ്ഥ നീക്കുന്നില്ലെങ്കിൽ അയാൾക്ക് മനോരോഗം തന്നെയാണെന്ന് പറയേണ്ടിവരും.

"രാത്രി വളരെ വൈകുന്നതുവരെ ജേക്കബുമായി ചാറ്റ് ചെയ്യാനുള്ള സാഹചര്യമെന്താണ്?"

"ഒരൊറ്റ ദിവസമേ അങ്ങനെ സംഭവിച്ചുള്ളു. അന്ന് സൈമൺ ടൂർ പോയതായിരുന്നു. ഞാൻ കുളിമുറിയിൽ കാല് തെറ്റിവീണതുകാരണം കാലിന് നീരുവന്ന് അനങ്ങാൻ വയ്യാതെ വീട്ടിലിരിക്കുകയായിരുന്നു. ടൂർ ക്യാൻസൽ ചെയ്യാൻ സൈമണോട് ഒരുപാട് പറഞ്ഞുനോക്കി. സൈമൺ അത് ശ്രദ്ധിക്കുകപോലും ചെയ്യാതെയാണ് രാത്രിവണ്ടിക്ക് പുറപ്പെട്ടത്. സത്യം പറഞ്ഞാൽ എനിക്ക് ദേഷ്യം തോന്നിയിട്ടാണ് രാത്രി രണ്ടരമണി വരേം ജേക്കബുമായി ചാറ്റ് ചെയ്തത്. അയാൾ ചില കൊച്ചുവർത്തമാനം തുടങ്ങിയപ്പോൾ എനിക്കുറക്കം വരുന്നെന്ന് പറഞ്ഞ് ഞാൻ ചാറ്റ് നിറുത്തി. എന്റെ ഗതികേടിന് അതാണ് സൈമൺന്റെ കൈയിൽ കിട്ടിയത്.

"സൈമൺന്റെ കുടുംബത്തിലാർക്കെങ്കിലും മനോരോഗമുള്ളതായിട്ടറിയാമോ?"

"സൈമൺന്റെ പപ്പാടെ പപ്പായ്ക്ക് എന്തോ തകരാറുണ്ടായിരുന്നതായി പറഞ്ഞുകേട്ടിട്ടുണ്ട്. ഗ്രാൻപാ ഇടയ്ക്കുവെച്ച് വിവാഹബന്ധം ഒഴിഞ്ഞ് ഒറ്റയ്ക്കായിരുന്നെന്ന് പറഞ്ഞുകേട്ടിട്ടുണ്ട്. പറഞ്ഞുകേട്ടിട്ടേയുള്ളു."

സംശയരോഗത്തിന്റെ ബീജങ്ങൾ സൈമണിൽ ഉണ്ടെന്നുള്ള സൂചനയാണ് റോസിയുടെ വാക്കുകൾ നൽകുന്നത്. ബീജങ്ങൾ മുളച്ച് വള

രാനുള്ള സാഹചര്യമുണ്ടെങ്കിലേ രോഗം പ്രത്യക്ഷപ്പെടുകയുള്ളു. ആ സാഹചര്യമൊരുക്കിയത് റോസിയുടെ ചാറ്റ് ആണ്.

"ഇത്രയും വിദ്യാഭ്യാസവും സാമൂഹ്യബോധവും ഒക്കെയുള്ള ഒരാൾക്ക് സ്വന്തം ഭാര്യയോട് ഇങ്ങനെയൊക്കെ പെരുമാറാൻ എങ്ങനെ കഴിയുന്നു എന്നോർക്കുമ്പഴാ എനിക്കത്ഭുതം."

സൈമൺ സംശയരോഗിയാണെന്നുള്ളതിന്റെ മറ്റൊരു തെളിവാണ് റോസിയുടെ വാക്കുകളിലുള്ളത്. എങ്കിലും മരുന്ന് എഴുതിക്കൊടുക്കാതെ ഒരാഴ്ച കഴിഞ്ഞ് വീണ്ടും വരാനുള്ള നിർദേശവുമായാണ് രണ്ടുപേരെയും യാത്രയാക്കിയത്.

ചാറ്റിന്റെ പ്രിന്റൗട്ടുമായാണ് സൈമൺ വന്നത്. ഓരോ വാക്കിനും സൈമൺ കാണുന്ന അർഥങ്ങൾ കുറിച്ചിട്ടുണ്ട്. അത് സംശയരോഗത്തിന്റെ മറ്റൊരു ലക്ഷണമാണ്.

സ്വഭാവത്തിൽ ഗുണപരമായ മാറ്റം ഉണ്ടായിട്ടുണ്ടെന്ന് റോസി പറഞ്ഞതുകൊണ്ട് മന:ശാസ്ത്രചികിത്സകൊണ്ട് സൈമൺന്റെ സംശയാവസ്ഥ മാറുമെന്ന പ്രതീക്ഷയിൽ മരുന്നൊന്നും നൽകാതെയാണ് രണ്ടാം തവണയും അവരെ യാത്രയാക്കിയത്.

26

നവവധുവിന്റെ ധർമസങ്കടം

മുൻകൂട്ടി സമയം നിശ്ചയിക്കാതെയാണ് ഒരു യുവതിയും രണ്ടു പുരുഷന്മാരുമടങ്ങുന്ന സംഘം കൺസൾട്ടേഷന് വന്നത്. വളരെ ദൂരെ നിന്നും വരുന്നവരാണെന്ന ആമുഖത്തോടെ അവർ മുറിയിലേക്ക് കട ന്നു. യുവതിയുടെ മുഖത്ത് പരിഭ്രമം പ്രകടമായിരുന്നതുകൊണ്ട് അവ രുടെ മാനസികപ്രശ്നത്തിനുപരിഹാരം തേടിയായിരിക്കണം വന്നതെന്ന് ഊഹിച്ചു. ഊഹം ശരിയായിരുന്നു. പക്ഷേ മറ്റൊരുവിധത്തിലായിരുന്നു.

അവരുടെ പ്രശ്നങ്ങൾ സാവകാശം പറയാൻ അവസരം വേണ മെന്നായിരുന്നു അവരുടെ ആദ്യത്തെ ആവശ്യം. മിനിയുടെ വിവാഹം കഴിഞ്ഞിട്ട് ഒരുമാസം തികയുന്നേയുള്ളു. വെറും മൂന്നുദിവസം അതാ യത് രണ്ടുരാത്രി മാത്രമാണ് വധു വരന്റെ വീട്ടിൽക്കഴിഞ്ഞത്. ഇനിയെന്ത് വേണമെന്ന് വിദഗ്ധോപദേശം തേടിയാണ് മൂത്തസഹോദരൻമാർ മിനിയെ കൂട്ടിക്കൊണ്ടുവന്നിരിക്കുന്നത്. പ്രശ്നം മിനിക്കല്ല, ഭർത്താവി നാണ്. തന്റെ ഭർത്താവ് ഒരു മനോരോഗിയാണെന്ന് സംശയം തോന്നി യപ്പോൾ ഭയപ്പെട്ട് മൂത്തചേട്ടനെ വിവരമറിയിക്കുകയും മിനിയെ വീട്ടി ലേക്ക് കൂട്ടിക്കൊണ്ടുവരികയുമാണ് ചെയ്തത്. ചേട്ടന്മാർ അനുജത്തി യുടെ ഭർത്താവായ ഹരികുമാറിനെക്കുറിച്ച് വിശദമായി അന്വേഷിച്ചു. മിനി യുടെ സംശയം ശരിയാണെന്ന് അന്വേഷണത്തിൽ മനസിലായി. വിവാഹ ദിവസം തന്നെ വരന്റെ പെരുമാറ്റം കണ്ടപ്പോൾ സംശയം തോന്നിയിരു ന്നതാണ്. വിവാഹച്ചടങ്ങുകൾക്കിടയിൽ ഹരികുമാർ ഏതോ സ്വപ്നലോക ത്തെന്നപോലെ ചിന്തിച്ചുകൊണ്ട് നിൽക്കുന്നതും ഓരോ ചടങ്ങും നിർവ ഹിക്കാൻ പതിവില്ലാത്തവിധം അച്ഛൻ മകന്റെ തോളത്തുതട്ടി ഓർമിപ്പി ക്കുന്നതും കണ്ടപ്പോൾ എന്തോ പന്തികേടുണ്ടെന്നുതോന്നി. ബന്ധുമി ത്രാദികളെ കാണുമ്പോഴുള്ള സാധാരണ പ്രതികരണമൊന്നും ഹരികു മാറിന്റെ മുഖത്തില്ലായിരുന്നു. നിർവികാരത അയാൾ ഒരു മുഖംമൂടി അണി

ഞ്ഞതുപോലെ തോന്നിച്ചു. അയാളുടെ പ്രകൃതം അങ്ങനെ ആയിരിക്കുമെന്നാണ് കരുതിയത്. പിന്നീടന്വേഷിച്ചപ്പോഴാണ് ഹരികുമാർ മനോരോഗത്തിന് ചികിത്സയിലാണെന്നറിഞ്ഞത്.

അവരുടെ കഥയിലെ ഹരികുമാർ മറ്റാരുടെയെങ്കിലും ചികിത്സയിലുള്ള രോഗി ആയിരിക്കുമെന്നാണ് ഞാൻ കരുതിയത്. എന്റെ ചികിത്സയിലുള്ളവർ വിവാഹകാര്യത്തെക്കുറിച്ച് പറയുമ്പോൾ വ്യക്തമായ നിർദേശങ്ങൾ ഞാൻ കൊടുക്കാറുണ്ട്. മനോരോഗത്തിന് ചികിത്സിക്കുന്നവർ വിവാഹബന്ധത്തിലേർപ്പെടുന്നതിനുമുമ്പ് രോഗത്തിന്റെയും ചികിത്സയുടെയും കാര്യം ഭാവി ബന്ധുക്കളോട്, വിശേഷിച്ച് ജീവിതപങ്കാളിയാകാൻ പോകുന്ന വ്യക്തിയോട് തുറന്നുപറയണമെന്ന് ആവർത്തിച്ച് ഉപദേശിക്കാറുണ്ട്. അതുകൊണ്ട് ഹരികുമാർ എന്റെ ചികിത്സയിലുള്ള രോഗിയല്ലെന്നുള്ള ഉറപ്പോടെയാണ് മിനിയുടെ കദനകഥ കേട്ടുകൊണ്ടിരുന്നത്. കഥപറയുന്നതിനിടയിൽ മിനിയുടെ ചേട്ടന്മാരിലൊരാൾ ചെറിയ ബാഗിൽ നിന്നും ഒരു കടലാസ് പുറത്തെടുത്ത് എന്റെ കൈയിൽത്തന്നു. ഞാൻ ഹരികുമാറിന് ഏറ്റവും ഒടുവിൽ മരുന്നെഴുതിക്കൊടുത്ത കുറിപ്പടിയായിരുന്നു അത്. കുറിപ്പടി തന്നിട്ട് ഒരുപാട് ചോദ്യങ്ങൾ അവർ ചോദിച്ചു. ചോദ്യങ്ങളുടെ ശരവർഷമായിരുന്നു അത്. ഹരികുമാറിന്റെ മനോരോഗം എന്തുതരത്തിലുള്ളതാണ്? ആയുഷ്കാലം മുഴുവൻ ചികിത്സിക്കേണ്ട ഒന്നാണോ?

അക്രമവാസനയുണ്ടാകുമോ? മിനിയുടെ ജീവൻ അപകടത്തിലാവുമോ? ഭാര്യാഭർത്തൃബന്ധം സാധ്യമാവുമോ? കുട്ടികൾ....?കുട്ടികൾക്ക് മനോരോഗം വരാൻ സാധ്യതയുണ്ടോ?

ചോദ്യങ്ങൾക്കു മറുപടി പറയുന്നതിനുമുമ്പ് ഞാനെഴുതിക്കൊടുത്ത കുറിപ്പടി എങ്ങനെ അവരുടെ കൈയിലെത്തിയെന്ന മറുചോദ്യം ചോദിച്ചപ്പോൾ മിനിയാണ് മറുപടി പറഞ്ഞത്.

"ഞാനാണ് ഏട്ടന്റെ കൈയിൽ കൊടുത്തത്."

"മിനിക്കെങ്ങനെ കിട്ടി? ഹരികുമാർ തന്നതാണോ?"

"അതെ. പെരുമാറ്റം കണ്ടപ്പോൾ എനിക്ക് സംശയംതോന്നിയിട്ട് എന്താണ് കുഴപ്പമെന്ന് ചോദിച്ചു. അപ്പോഴാണ് ഡോക്ടറുടെ ചികിത്സയിലാണെന്ന് പറഞ്ഞ് ഇതെടുത്ത് തന്നത്."

രണ്ടുകൊല്ലമായി സ്കിസോഫ്രീനിയ രോഗത്തിന് ചികിത്സതുടരുന്ന രോഗിയാണ് ഹരികുമാർ. അയാളുടെ കഥ ഞാൻ ഓർത്തെടുത്തു. ഉയർന്ന ശ്രേണിയിലുള്ള സർക്കാർ ഉദ്യോഗസ്ഥന്റെയും ഹൈസ്കൂൾ അധ്യാപികയുടെയും ഏകമകനാണ് ഹരികുമാർ. പഠിത്തത്തിൽ അതിസമർഥനായിരുന്നു. പത്താംക്ലാസ് പരീക്ഷയിൽ റാങ്ക് കിട്ടുമെന്നായിരുന്നു എല്ലാവരുടെയും പ്രതീക്ഷ. പക്ഷേ അവസാനഘട്ടമായപ്പോൾ ഹരികുമാറിന് പഠിത്തത്തിൽ താൽപ്പര്യം കുറഞ്ഞു. എപ്പോഴും എന്തോ ചിന്തിച്ചുകൊണ്ടിരിക്കും. രാത്രി വൈകിയേ ഉറങ്ങാറുള്ളു. പത്താംക്ലാസിലെ പഠിത്തത്തിന്റെ 'ടെൻഷൻ' ആയിരിക്കുമെന്നാണ് കരുതിയത്. പ്രതീക്ഷി

ച്ചതുപോലെ റാങ്ക് കിട്ടിയില്ലെങ്കിലും നല്ലനിലയിൽത്തന്നെ പത്താംക്ലാസ് പാസ്സായി. ഫിസിക്സ് ഗ്രൂപ്പിൽ പ്ലസ്‌വണ്ണിന് ചേർന്നു.

പഴയ ആവേശമൊന്നും പഠിത്തത്തിൽ കാണിച്ചില്ലെങ്കിലും പഠിത്തം അനുസ്യൂതം നടന്നു. ചെറുപ്പം മുതലേ ഹരികുമാർ അന്തർമുഖനായിരുന്നു. അധികം കൂട്ടുകാരില്ല. വീട്ടിൽ വന്നാൽ വായനാമുറിയിൽത്തന്നെയാണ് അധികസമയവും കഴിച്ചുകൂട്ടാറ്. അച്ഛനമ്മമാരോട് 'ആവശ്യത്തിനു' മാത്രം സംസാരിക്കും. ഹരികുമാറിന്റെ അച്ഛനും അന്തർമുഖനായതുകൊണ്ട് അമ്മയ്ക്ക് മകന്റെ സ്വഭാവത്തിൽ വിശേഷിച്ച് അസ്വസ്ഥതയൊന്നും അനുഭവപ്പെട്ടില്ല. പ്ലസ്‌വണ്ണിന് പഠിക്കുമ്പോൾ മകന്റെ അന്തർമുഖത്വം വർധിച്ചതുപോലെതോന്നി. മാത്രവുമല്ല, എപ്പോഴും അഗാധമായ ചിന്തയിലാണ്ടിരിക്കാനും തുടങ്ങി. ചിലപ്പോഴെല്ലാം അയാൾ തന്നോടുതന്നെ എന്തോ സ്വകാര്യം പറയുന്നത് അവ്യക്തമായി കേട്ടു. ഇത്രയുമായപ്പോൾ മകന് എന്തോ പന്തികേടുണ്ടെന്ന് അധ്യാപികയായ ഭവാനിക്കുതോന്നി. മകനെ ആരെയെങ്കിലും കാണിക്കുന്ന കാര്യം ഭർത്താവിനോട് പറഞ്ഞു. ഭവാനിക്കും സദാശിവനും കൂടുതൽ വിശ്വാസം ഹോമിയോപ്പതി ചികിത്സയിലായിരുന്നു. പ്രശസ്തനായ ഹോമിയോ ഡോക്ടറെ കാണിച്ചു. മാനസികമായ പിരിമുറുക്കമാണെന്നും അതിന് ഹോമിയോപ്പതിയിൽ ഫലപ്രദമായ മരുന്നുണ്ടെന്നും പറഞ്ഞു. ചികിത്സ ആറുമാസത്തോളം തുടർന്നിട്ടും മാറ്റമൊന്നും കാണാതായപ്പോൾ ഒരു സൈക്കോളജിസ്റ്റിനെക്കാണിച്ച് 'കൗൺസലിങ്' നടത്തണമെന്ന് ഹോമിയോ ഡോക്ടർ പറഞ്ഞു. മകന് മനോരോഗമൊന്നുമില്ലെന്ന് ഭവാനിക്കും സദാശിവനും ഉറപ്പായിരുന്നതിനാൽ സൈക്കോളജിസ്റ്റിനെ കാണിക്കണമെന്ന് തോന്നിയില്ല.

പഠിത്തം സമതലത്തിലെ നദിപോലെ മന്ദഗതിയിൽ തുടരുന്നുണ്ടായിരുന്നു. പ്ലസ് വൺ കടന്നുകൂടി. പ്ലസ്റ്റുവിന് പഠിക്കുമ്പോൾ പഠിത്തം വളരെ മോശമായെന്ന് ഭവാനിക്കു മനസിലായെങ്കിലും സൈക്കോളജിസ്റ്റിനെയോ സൈക്യാട്രിസ്റ്റിനെയോ കാണിക്കേണ്ടതില്ലെന്നു തന്നെ തീരുമാനിച്ചു. തന്റെ മകന് മനോരോഗമൊന്നുമില്ലെന്നും 'മെന്റൽ റ്റെൻഷൻ' മാത്രമേയുള്ളുവെന്നുമാണ് അവരുടെ വിശ്വാസം. അക്കൊല്ലം ഹരികുമാർ പരീക്ഷയിൽ തോറ്റത് മകന്റെ മടികാരണമെന്നാണ് അച്ഛനും അമ്മയും നിഗമനത്തിലെത്തിയത്. വീണ്ടും ഹോമിയോ ഡോക്ടറെത്തന്നെ കാണിച്ച് മരുന്നുകൊടുക്കാൻ തുടങ്ങി. പ്രൈവറ്റായി പഠിച്ച് ഹരികുമാർ പരീക്ഷ പാസ്സായപ്പോൾ ഹോമിയോചികിത്സയുടെ ഗുണഫലമാണെന്ന് ഡോക്ടർ അവകാശപ്പെട്ടു. ഹരികുമാർ ഫിസിക്സ് ബി എസ്സിക്ക് ചേർന്നു. ഹൈസ്കൂൾ ക്ലാസ്സുകളിൽ പഠിക്കുമ്പോൾ മകനുണ്ടായിരുന്ന താൽപ്പര്യം വീണ്ടുകിട്ടുമെന്ന പ്രതീക്ഷയിലായിരുന്നു ഭവാനിയും സദാശിവനും. ഹോമിയോ മരുന്നുകൾ തുടർന്നുകൊടുത്തുകൊണ്ടിരുന്നെങ്കിലും ആരോടും മിണ്ടാതെ നടക്കുന്ന സ്വഭാവത്തിന് മാറ്റമൊന്നും വന്നില്ല. രാത്രിമുഴുവൻ ഉറങ്ങാതെ മുറിയിൽ ചുറ്റിനടക്കലും

പിറുപിറുക്കലും അധികമായപ്പോൾ ഹോമിയോ ഡോക്ടർ മരുന്നുമാറ്റി ക്കൊടുത്തു. എന്നിട്ടും മാറ്റമൊന്നും കാണാതായപ്പോൾ സൈക്കോള ജിസ്റ്റിന്റെ അടുക്കൽ കോണ്ടുപോകാൻ തീരുമാനിച്ചു. ഹരുകുമാറിന് സ്കിസോഫ്രീനിയ രോഗമാണെന്നും ഉടനേതന്നെ സൈക്യാട്രിസ്റ്റിനെ കാണിച്ച് മരുന്നുകൊടുക്കണമെന്നുമാണ് സൈക്കോളജിസ്റ്റ് പറഞ്ഞത്. അലോപ്പതി മരുന്നുകളോട് കടുത്ത വിപ്രതിപത്തി ആയിരുന്നു ഭവാ നിക്കും സദാശിവനും. മകന്റെ സ്ഥിതിയിൽ മാറ്റം വന്നില്ലെങ്കിൽ പഠിത്തം മുടങ്ങുകയും ഭാവി അപകടത്തിലാവുകയും ചെയ്യുമെന്ന് സൈക്കോള ജിസ്റ്റ് മുന്നറിയിപ്പ് നൽകിയപ്പോൾ ഗത്യന്തരമില്ലാതെ സൈക്യാട്രിസ്റ്റിനെ കാണിച്ച് മരുന്നുകൾ കൊടുക്കാൻ തുടങ്ങി. മൂന്നുമാസത്തെ ചികിത്സ കഴിഞ്ഞപ്പോൾ ഹരികുമാറിന്റെ സ്വഭാവത്തിൽ വളരെ മാറ്റം വന്നു. പഠി ത്തത്തിൽ കൂടുതൽ താൽപ്പര്യം പ്രകടിപ്പിക്കാൻ തുടങ്ങി. രാത്രിമുഴു വൻ ഉറങ്ങാതിരുന്ന പതിവ് മാറി. ബി എസ് സി സെക്കന്റ്ക്ലാസോടെ പാസായി. കമ്പ്യൂട്ടർ ആപ്ലിക്കേഷൻ ഡിപ്ലോമോ കോഴ്സിനു ചേർന്നു. ഹരികു മാറിന്റെ അസുഖം മാറിയെന്ന ധാരണയിൽ ചികിത്സ നിറുത്താൻ തീരുമാനിച്ചു. നിറുത്തുന്നതിനുമുമ്പ് സൈക്യാട്രിസ്റ്റിനോട് അഭിപ്രായം ചോദി ച്ചില്ല.

അധികം താമസിയാതെ ഹരികുമാർ വീണ്ടും മൗനിയായി. എങ്കിലും മകന് മനോരോഗം ഉണ്ടെന്നോ മരുന്നു നിറുത്തിയപ്പോൾ അത് വീണ്ടും പത്തി പൊക്കിയതാണെന്നോ ഭവാനിക്കും സദാശിവനും തോന്നിയില്ല. മനസിന്റെ 'റ്റെൻഷൻ' കുറയ്ക്കാനായി വീണ്ടും ഹോമിയോ ചികിത്സ തുടങ്ങി. ഹോമിയോ ചികിത്സ പുനരാരംഭിച്ചപ്പോൾ ഹരികുമാറിന്റെ സ്വഭാ വത്തിൽ 'നല്ലമാറ്റം' വന്നതായിട്ടാണ് ഭവാനിയും സദാശിവനും അവകാ ശപ്പെട്ടത്. കമ്പ്യൂട്ടർ ആപ്ലിക്കേഷൻ ഡിപ്ലോമോ പരീക്ഷ കഷ്ടിച്ച് പാസ്സാ യി. എന്തെങ്കിലും ജോലിയിൽ ഏർപ്പെട്ടാൽ സ്വഭാവത്തിൽ മാറ്റംവരു മെന്ന പ്രതീക്ഷയിൽ സദാശിവൻ മകന് ഒരു അൺഎയിഡഡ് സ്കൂളിൽ ഫിസിക്സ് അധ്യാപകനായി ജോലി വാങ്ങിക്കൊടുത്തു. ക്ലാസിൽ ഹരി കുമാർ പലപ്പോഴും നിശ്ചലനായി എന്തോ ചിന്തിച്ചുകൊണ്ടുനിൽക്കും. ക്ലാസെടുക്കാൻ കഴിയുന്നില്ലെന്ന് മനസിലാക്കിയപ്പോൾ മാനേജ്മെന്റ് ജോലിയിൽ നിന്നും പിരിച്ചുവിട്ടു.

ഹരികുമാർ ബി എസ് സിക്കു പഠിക്കുമ്പോൾ ക്ലർക്ക് ജോലിക്കായി പബ്ലിക്ക് സർവീസ് കമ്മീഷന് അപേക്ഷ അയച്ചിരുന്നു. കമ്പ്യൂട്ടർ ആപ്ലി ക്കേഷൻ കോഴ്സിനു പഠിക്കുമ്പോഴാണ് പി എസ് സിയുടെ പരീക്ഷ എഴുതിയത്. അൺഎയിഡഡ് സ്കൂളിലെ അധ്യാപകജോലിയിൽ നിന്നു പിരിച്ചയച്ചപ്പോൾ ക്ലർക്ക് ജോലി കിട്ടുന്നതുവരെ മറ്റൊരു ജോലിക്കും പോകുകയില്ലെന്ന് തീരുമാനിച്ച് ഹരികുമാർ വീട്ടിൽത്തന്നെ കഴിയാൻ തീരുമാനിച്ചു. ഹോമിയോ മരുന്നുകൾ കഴിക്കുന്നുണ്ടെങ്കിലും വീട്ടിൽ നിന്നും തീരെ പുറത്തിറങ്ങാതായി. ശരീര ശുചിത്വം പാലിക്കുന്ന തിൽപ്പോലും മടികാണിച്ചുതുടങ്ങിയപ്പോൾ ഹരികുമാറിന്റെ അമ്മാവൻ

ഇടപ്പെട്ടു. അദ്ദേഹം ഒരു ബാങ്കിലെ ഉദ്യോഗസ്ഥനായിരുന്നു. അമ്മാവന്റെ നിർബന്ധപ്രകാരമാണ് സൈക്യാട്രിസ്റ്റിനെ കാണിക്കാൻ തീരുമാനിച്ചതും എന്റെ അടുക്കലെത്തിച്ചതും.

പഴകിയ സ്കിസോഫ്രീനിയരോഗത്തിന്റെ (chronic schizophrenia) എല്ലാ ലക്ഷണങ്ങളും ഞാൻ കാണുമ്പോൾ ഹരികുമാറിനുണ്ടായിരുന്നു. ഹരികുമാറിനെപ്പോലുള്ള രോഗികൾക്ക് തുടർച്ചയായി മരുന്നുകൊടുക്കേണ്ടതിന്റെ പ്രാധാന്യം അയാളുടെ അച്ഛനെയും അമ്മയെയും ബോധ്യപ്പെടുത്താൻ ശ്രമിച്ചു. ചികിത്സ തുടരുന്നതിനിടയിൽ ഹരികുമാറിന് സർക്കാർ സർവീസിൽ ക്ലർക്കു ജോലികിട്ടി. യാതൊരു കാരണവശാലും മരുന്നുകൾ നിറുത്തരുതെന്ന ഉപദേശം ആവർത്തിച്ചുകൊണ്ടിരുന്നു. മൂന്നു മാസത്തിലൊരിക്കൽ ഹരികുമാർ പരിശോധനയ്ക്കും ചികിത്സയ്ക്കും പതിവ് തെറ്റിക്കാതെ വന്നുകൊണ്ടിരുന്നു. ഒരുവർഷത്തോളമായിട്ട് അയാൾ തനിച്ചാണ് കൺസൾട്ടേഷന് വരാറ്. ഒരിക്കൽ വന്നപ്പോൾ ഹരികുമാർ ഒരു സംശയം ചോദിച്ചു:

"എനിക്ക് വിവാഹം ചെയ്യാമോ?"

രോഗത്തിന്റെകാര്യം തുറന്നുപറഞ്ഞുകൊണ്ടേ ബന്ധം നിശ്ചയിക്കാവൂ എന്ന് പതിവുപോലെ ഉപദേശം നൽകി. മൂന്നു മാസത്തിനുശേഷം ഹരികുമാർ വന്നപ്പോൾ തന്റെ വിവാഹം നിശ്ചയിച്ചെന്ന് ആഹ്ലാദത്തോടെ പറഞ്ഞു. ചികിത്സയുടെ കാര്യം അവരോട് പറഞ്ഞോ എന്നു ചോദിച്ചപ്പോൾ അച്ഛനും അമ്മാവനും പറയാമെന്ന് പറഞ്ഞിട്ടുണ്ടെന്നായിരുന്നു മറുപടി. മനോരോഗത്തിന് മരുന്നു കഴിക്കുന്നതുകൊണ്ട് 'പ്രത്യുൽപ്പാദനശേഷി'ക്ക് കുറവുണ്ടാകുമോ എന്നു മാത്രമായിരുന്നു അയാളുടെ സംശയം. ചില മരുന്നുകൾ കഴിക്കുമ്പോൾ ലൈംഗിക ശേഷിക്കുറവ് അനുഭവപ്പെടാൻ സാധ്യതയുണ്ടെന്നും അങ്ങനെയെന്തെങ്കിലും പ്രയാസം തോന്നിയാൽ മരുന്നിന്റെ അളവ് കുറയ്ക്കുകയോ മറ്റേതെങ്കിലും മരുന്ന് പരീക്ഷിച്ചുനോക്കുകയോ വേണമെന്ന് പറഞ്ഞു. ചികിത്സയുടെ കാര്യം ഭാവി ബന്ധുക്കളെയും വധുവാകാൻ പോകുന്ന കുട്ടിയെയും അറിയിക്കണമെന്ന ഉപദേശം ആവർത്തിക്കുകയും ചെയ്തു. ഹരികുമാർ സമ്മതഭാവത്തിൽ തലകുലുക്കിയാണ് സ്ഥലംവിട്ടത്.

"ഇത് അക്രമവാസനയുള്ള രോഗമാണോ ഡോക്ടർ? ഇവളുടെ ജീവന് എന്തെങ്കിലും അപകടമുണ്ടാകുമോ എന്നാണറിയേണ്ടത്."

ഹരികുമാറിന്റെ രോഗത്തെക്കുറിച്ച് ഞാൻ വിശദീകരിച്ചു. ചിന്തകൾ ചിതറി പരസ്പരബന്ധമില്ലാതാവുക (thought disorder) അശരീരികൾ കേൾക്കുക (auditory hallucinations)എന്നിവയാണ് അയാളുടെ രോഗത്തിന്റെ പ്രധാനലക്ഷണങ്ങൾ. എല്ലാ മനോരോഗികളും അക്രമവാസനയുള്ളവരാണെന്നത് തെറ്റായ ധാരണയാണ്. ശത്രുക്കൾ ആക്രമിക്കാൻ വരുന്നു എന്ന മിഥ്യാവിശ്വാസമുള്ള (persecutory delusions) രോഗികൾ മാത്രമേ തന്റെ ശത്രുവാണെന്ന ധാരണയിൽ ആക്രമിക്കുവാൻ ശ്രമിക്കാറുള്ളു. ഹരികുമാറിന് അത്തരം ലക്ഷണങ്ങളൊന്നും ഇല്ലാ

ത്തതുകൊണ്ട് ഭയപ്പെടാനില്ലെന്ന് ഉറപ്പുകൊടുത്തു. ചില സ്കിസോഫ്രീനിയ രോഗികൾക്ക് മേധാശക്തിയിൽ കുറവ് വരാറുണ്ട്. തുടർച്ചയായി ചികിത്സ കൊടുത്താൻ അതൊഴിവാക്കാം.

"ശരിക്കും അവർ ഞങ്ങളെ ചതിച്ചതാണ്. ഞങ്ങളിനി എന്തു ചെയ്യണം?"

ഇനിയെന്ത് എന്ന കാര്യത്തിൽ തീരുമാനമെടുക്കേണ്ടത് മിനിയും ചേട്ടന്മാരുമാണെന്ന് പറഞ്ഞപ്പോൾ മൂത്ത ചേട്ടൻ പറഞ്ഞു:

"മിനി എന്തു തീരുമാനിച്ചാലും ഞങ്ങള് സപ്പോർട്ട് ചെയ്യും."

ബന്ധം വേണ്ടെന്നുവച്ചാൽ ഹരികുമാറിന് എന്തു സംഭവിക്കുമെന്നായിരുന്നു മിനിയുടെ നിഷ്കളങ്കമായ ചോദ്യം. ഞാൻ വിശദീകരിച്ചു:

"ഹരികുമാറിന് മാനസികമായ ആഘാതമുണ്ടാകും. അതിന്റെ ഫലമായി അയാളുടെ മനോരോഗം അധികരിച്ചെന്നും വരാം. ഇതെല്ലാം ഒഴിവാക്കാനാണ് രോഗവിവരം ബന്ധപ്പെട്ട എല്ലാവരേയും മുൻകൂട്ടി അറിയിച്ചതിനുശേഷം വിവാഹം നിശ്ചയിക്കണമെന്ന് ഉപദേശിച്ചത്. അത് അയാളുടെ ബന്ധുക്കൾ ചെവിക്കൊണ്ടില്ല. അത് മനോരോഗിയായ ഹരികുമാറിന്റെ കുറ്റമല്ല. അയാൾ ഇക്കാര്യത്തിൽ നിരപരാധിയാണ്."

അൽപ്പനേരത്തെ മൗനത്തിനുശേഷം ഞാൻ ചോദിച്ചു:

"ബന്ധം ഉപേക്ഷിച്ച ആൾക്ക് എന്തു സംഭവിച്ചാലും മിനിക്കെന്താ?"

മിനിയുടെ മറുപടി ഉടനെ ഉണ്ടായി.

"കഴുത്തിൽ താലികെട്ടിയ ആളല്ലേ...?"

മിനിയുടെ ധർമസങ്കടം എനിക്ക് മനസിലായി. വീട്ടിൽച്ചെന്ന് സമയമെടുത്ത്, നല്ലതുപോലെ മനസിരുത്തി ആലോചിച്ചതിനുശേഷം തീരുമാനമെടുക്കാൻ പറഞ്ഞ് അവരെ യാത്രയാക്കി.

27

പ്രണയം ഒരു രോഗമാകുമ്പോൾ

യുവാവായ ജഗദൻപോറ്റി മലയോരഗ്രാമത്തിലുള്ള ക്ഷേത്രത്തിലെ ശാന്തിക്കാരനാണ്. ക്ഷേത്രം ദേവസ്വം ബോർഡുവകയായതുകൊണ്ട് സർക്കാർ സർവീസിലേതുപോലെ ജോലിയും ശമ്പളവും സുരക്ഷിതമാണ്. എന്നിട്ടും താൻ പ്രേമിക്കുന്ന വിലാസിനി എന്ന കോളേജുകുമാരിയുടെ അച്ഛനമ്മമാർ മകളെ തനിക്ക് വിവാഹം ചെയ്തുതരാൻ ഇഷ്ടപ്പെടാത്ത തെന്തുകൊണ്ട് എന്നാണ് പോറ്റിയുടെ ചോദ്യം. തനിക്കെന്താണ് കുറവ്? പ്ലസ്റ്റുവരെ പഠിത്തമുണ്ട്. ദേവസ്വംബോർഡിന്റെ ക്ഷേത്രത്തിൽ ശാന്തി ക്കാരനായിരുന്ന അച്ഛന്റെ ആകസ്മികമായ മരണം മൂലം ശാന്തിജോലി ഏറ്റെടുക്കേണ്ടിവന്നതുകൊണ്ടാണ് പഠിത്തം തുടരാൻ കഴിയാതിരുന്നത്. അല്ലെങ്കിൽ ഡിഗ്രി എടുക്കുമായിരുന്നു. കാഴ്ചയിൽ സുന്ദരനാണ്. നല്ല ഉയരവും വണ്ണവുമുണ്ട്. ശാന്തിക്കാരനാവുന്നതു വരെ ജിംനേഷ്യത്തിൽ പോകാറുണ്ടായിരുന്നു. എന്നിട്ടും എന്തുകൊണ്ടാണ് വിലാസിനിയുടെ അച്ഛനമ്മമാർ തന്നെ വേണ്ടെന്നുപറയുന്നത്?

ഞാൻ ചോദിച്ചു:

“വിലാസിനിക്ക് പോറ്റിയോട് ഇഷ്ടമാണോ?”

“പിന്നെ. അവൾക്കെന്നോട് ലൗവ് ആയതുകൊണ്ടാണല്ലോ എനി ക്കങ്ങോട്ട് ഇഷ്ടം തോന്നിയത്.”

“എങ്ങനെയാണ് നിങ്ങൾ തമ്മിലടുപ്പമായത്?”

ജഗദൻപോറ്റി ആ കഥ വിവരിച്ചു. വിലാസിനിയുടെ വീട് ക്ഷേത്ര ത്തിനടുത്താണ്. അവൾ കോളേജിൽ പോകുന്നതും തിരികെ വീട്ടിലേക്ക് വരുന്നതും ക്ഷേത്രത്തിന് മുമ്പിലുള്ള റോഡിലൂടെയാണ്. ശാന്തിക്കാര നായി വന്നതുമുതൽ വിലാസിനിയെ നിത്യവും കാണാൻ തുടങ്ങി. താൻ ശാന്തിക്കാരനായതുമുതലാണ് വിലാസിനി മിക്കവാറും ദിവസങ്ങളിൽ

ക്ഷേത്രദർശനത്തിന് വരാൻ തുടങ്ങിയതെന്ന് ജഗദൻപോറ്റി ദൃഢമായി വിശ്വസിക്കുന്നു. നിത്യവും തമ്മിൽ കണ്ടുകണ്ടാണ് അവൾക്കിങ്ങോട്ടും തനിക്കങ്ങോട്ടും പ്രണയമായതെന്ന് പോറ്റി അവകാശപ്പെടുന്നു.

അമ്മ സതിയും സുഹൃത്തായ രമേശുമാണ് ജഗദൻപോറ്റിയെ 'കൗൺസലിങ്ങിന്' കൊണ്ടുവന്നിരിക്കുന്നത്. മരുന്നൊന്നും കൊടുക്കാതെ തന്നെ വെറും 'കൗൺസലിങ്.' അതായത് നല്ല ഉപദേശം കൊണ്ട് മാത്രം തന്റെ മകന്റ സ്വഭാവത്തിന് മാറ്റം വരുമെന്നാണ് സതിയുടെ വിശ്വാസം. കൗൺസലിങ്ങിന് കൊണ്ടുവന്നത് ഒരു ഡോക്ടർ പറഞ്ഞതുകൊണ്ടാണ്.

കുറച്ചുനാളായി ജഗദന്റെ സ്വഭാവത്തിലും പെരുമാറ്റത്തിലും ഒരു മാറ്റം കണ്ടു. വീട്ടിൽ നിന്നും പത്ത് കിലോമിറ്ററകലെയാണീ ക്ഷേത്രം. ക്ഷേത്രത്തിനടുത്ത് തന്നെയുള്ള ലോഡ്ജിൽ മുറി വാടകയ്ക്കെടുത്താണ് താമസം. ആഴ്ചയിലൊരിക്കൽ വീട്ടിൽ വരും. കുറച്ചുനാളായി വീട്ടിൽ വന്നാലും ആരോടും ഒന്നും മിണ്ടുകയില്ല. രണ്ടാഴ്ചയിൽ കൂടുതലായി വീട്ടിൽ വരാതായപ്പോൾ സതി ക്ഷേത്രത്തിൽ ചെന്ന് മകനെക്കുറിച്ച് അന്വേഷിച്ചു. ശാന്തിയും ഇടയ്ക്കിടെ മുടങ്ങാറുണ്ടെന്ന് അപ്പോഴാണ് അറിഞ്ഞത്. ജഗദന്റെ സുഹൃത്തായ രമേശിനെ കണ്ട് സംസാരിച്ചു. ഓട്ടോറിക്ഷാ ഡ്രൈവറായ രമേശാണ് ജഗദൻ പോറ്റിക്ക് എന്തോ കുഴപ്പമുണ്ടെന്ന് പറഞ്ഞത്. എപ്പോഴും വിലാസിനി എന്ന പെൺകുട്ടിയുടെ വീട്ടിനു മുമ്പിൽ കാത്തുനിൽപ്പാണ്. ആ കുട്ടിക്ക് ജഗദനോട് പ്രേമമാണെന്ന് ജഗദൻ പറയുന്നുണ്ടെങ്കിലും സുഹൃത്ത് രമേശിന് ബോധ്യമായിട്ടില്ല. അമ്പലത്തിലെ ശാന്തിക്കാരൻ പോറ്റി കഞ്ചാവ് വലിക്കാറുണ്ടെന്ന് മുറുക്കാൻ കടക്കാരൻ രമേശിനോട് രഹസ്യം പറഞ്ഞു. മറ്റൊരു ദിവസം ആത്മഹത്യ ചെയ്യാൻ ഉറക്കുഗുളിക കഴിച്ചു. ക്ഷേത്രത്തിനടുത്തുള്ള മെഡിക്കൽഷോപ്പിൽ നിന്നും പോറ്റി ഇടയ്ക്കിടെ ഉറക്കഗുളിക വാങ്ങാറുണ്ടെന്ന് പലരും പറഞ്ഞു.

പോറ്റി ശാന്തിക്ക് വരാത്ത ഒരു ദിവസം രമേശ് മുറിയിൽ ചെന്നു നോക്കി. പോറ്റി നല്ല ഉറക്കത്തിലായിരുന്നു. തട്ടിവിളിച്ചപ്പോൾ ഉണർന്നു. താൻ മരിക്കാൻ വേണ്ടി ഉറക്കഗുളിക കഴിച്ചിരിക്കുകയാണെന്നും തന്നെ ഉടനെ ആശുപത്രിയിലാക്കണമെന്നും പോറ്റിതന്നെയാണ് പറഞ്ഞത്. രമേശ് സ്വന്തം ഓട്ടോയിൽ പോറ്റിയെ അടുത്തുള്ള പ്രൈമറി ഹെൽത്ത് സെന്ററിലെ ഡോക്ടറുടെ അടുത്തുകൊണ്ടുപോയി. ഡോക്ടർ പരിശോധിച്ചിട്ട് കുഴപ്പമൊന്നുമില്ലെന്നും ഒരു സൈക്കോളജിസ്റ്റിനെ കാണിച്ച് 'കൗൺസലിങ്' നടത്തിയാൽ മതിയെന്നും പറഞ്ഞു. ഇക്കാര്യങ്ങൾ കണക്കിലെടുത്താണ് ജഗദൻപോറ്റിക്ക് എന്തോ കുഴപ്പമുണ്ടെന്ന് രമേശ് പറഞ്ഞത്. ഡോക്ടർ പറഞ്ഞതനുസരിച്ച് അമ്മയും സുഹൃത്തായ രമേശും കൂടി ജഗദൻപോറ്റിയെ കൗൺസലിങ്ങിനു കൊണ്ടുവന്നിരിക്കുകയാണ്. താൻ പ്രണയിക്കുന്ന വിലാസിനിയെ വിവാഹം ചെയ്തുതരാത്തതിന് അവളുടെ അച്ഛനമ്മമാർക്കെതിരെ എന്തെങ്കിലും ചെയ്യണമെന്നാണ് ജഗദൻ പോറ്റിയുടെ ഉറച്ച നിലപാട്. അമ്മ സതി സംഭാഷണത്തിൽ ഇടപ്പെട്ടുകൊണ്ട് പറഞ്ഞു:

"ഇവൻ വെറുതെ പറയുന്നതാണ് ആ കുട്ടിക്ക് ഇവനോട് പ്രേമമാണെന്ന്."

ജഗദൻപോറ്റി ക്രുദ്ധനായി ചോദിച്ചു:

"അമ്മക്കെങ്ങനെ അറിയാം?"

"ഞാനാ കുട്ടിയോട് സംസാരിച്ചതല്ലേ?"

വിലാസിനിയുമായുള്ള വിവാഹം നിശ്ചയിച്ച് നടത്തിത്തന്നില്ലെങ്കിൽ താൻ ആത്മഹത്യ ചെയ്യുമെന്ന് ഭീഷണിപ്പെടുത്തിയപ്പോൾ സതി വിലാസിനിയെയും അവളുടെ അച്ഛനമ്മമാരെയും കണ്ട് സംസാരിച്ചു. അവരുടെ മകളുടെ പിന്നാലെ നടന്ന് ശല്യപ്പെടുത്തിയാൽ പൊലീസിൽ പരാതി കൊടുക്കുമെന്നാണ് അവർ പറയുന്നത്. സതി മകനുവേണ്ടി നാണം കെട്ടാണ് അവിടെ നിന്നും തിരിച്ചുപോന്നത്. അമ്മയുടെ വിശദീകരണമൊന്നും ജഗദന് തൃപ്തികരമായി തോന്നിയില്ല.

"ഒന്ന് സംസാരിക്കുമ്പളക്ക് മനസിലുള്ളത് അറിയാൻ പറ്റോ?" നിങ്ങള് രണ്ടുപേരും കുറച്ചുനേരം പുറത്തിരിക്കൂ. എനിക്ക് ഡോക്ടറോട് ഒരു കാര്യം പറയാനുണ്ട്."

അവർ പുറത്ത് പോയപ്പോൾ ജഗദൻപോറ്റി ശബ്ദം താഴ്ത്തിപ്പറഞ്ഞു:

"എനിക്കൊര് മിസ്റ്റേക്ക് പറ്റി ഡോക്ടർ. ഒരു ദിവസം ഞാൻ വിലാസിനിയുടെ വീട്ടിൽപ്പോയി. അപ്പഴവിടെ അത് തനിച്ചായിരുന്നു. ഞാൻ അൽപ്പം സെക്ഷ്വലായിട്ട് അപ്രോച്ച് ചെയ്തു. വിലാസിനിക്ക് അതൊക്കെ ഇഷ്ടമായിരുന്നു. അച്ഛനും അമ്മയും അറിഞ്ഞാൽ കുഴപ്പമാകുമെന്ന് പറഞ്ഞ് ഒഴിഞ്ഞുമാറിയതാണ്. ഇക്കാര്യം അതിന്റെ അച്ഛനും അമ്മയും അറിഞ്ഞു. അന്നുമുതലാണ് അവർക്ക് എന്നോട് ഇഷ്ടമില്ലാണ്ടായത്."

"അവരില്ലാത്തപ്പോഴല്ലേ സംഭവം നടന്നത്. പിന്നെ എങ്ങനെ അവരറിഞ്ഞു?"

"വിലാസിനി പറഞ്ഞതായിരിക്കും."

"വിലാസിനിക്ക് നിങ്ങളോട് പ്രേമമല്ലേ. അപ്പോൾ വിലാസിനി തന്നെ പറയുമോ?"

"അതെനിക്കറിഞ്ഞുകൂടാ. വീണ്ടും ഒരു ദിവസം ഞാനവിടെ ചെന്നപ്പം വിലാസിനിയുടെ അച്ഛനും അമ്മയും വീട്ടിലുണ്ടായിരുന്നു. അവരെന്നോട് മേലിൽ വീട്ടിൽ വരരുതെന്ന് പറഞ്ഞു. പൊലീസിൽ പരാതിപ്പെടുമെന്നും പറഞ്ഞു. അവരങ്ങനെ പറഞ്ഞതിന്റെ വിഷമത്തിലാണ് ആത്മഹത്യ ചെയ്യാൻ ഗുളിക കഴിച്ചത്. എന്നെ വിരട്ടാൻ പറഞ്ഞതാണെന്ന് പിന്നീട് മനസിലായി."

"അച്ഛനമ്മമാരുടെ എതിർപ്പിനെ അവഗണിച്ച് നിങ്ങളെ വിവാഹം ചെയ്യാൻ വിലാസിനി തയ്യാറുണ്ടോ എന്നന്വേഷിച്ചോ?"

"തമ്മിൽ സംസാരിക്കാൻ നിൽക്കാറില്ല. അച്ഛനും അമ്മയും വിലക്കിയിട്ടാണ്."

ജഗദൻപോറ്റി മിഥ്യാവിശ്വാസരോഗത്തിന്റെ (delusional disorder) പിടിയിലാണെന്ന് വ്യക്തമായി. അവരുടെ കുടുംബചരിത്രം ചോദിച്ചപ്പോൾ സതിയുടെ സഹോദരന്മാരിലൊരാൾക്ക് സംശയരോഗം ഉണ്ടെന്നും

ഇപ്പോഴും മരുന്നു കഴിച്ചുകൊണ്ടിരിക്കുകയാണെന്നും പറഞ്ഞു. ശത്രുക്കൾ ആക്രമിക്കാൻ വരുന്നെന്നുള്ള സംശയവും ഭയവുമാണയാൾക്ക്. ജഗദന് അമ്മാവന്റെ രോഗത്തിന്റെ വകഭേദമാണെന്നും വിലാസിനി എന്ന പെൺകുട്ടി അയാളുമായി പ്രണയത്തിലാണെന്ന മിഥ്യാവിശ്വാസത്തിൽ (delusion of love) ആണെന്നും അതൊരു മനോരോഗമാണെന്നും പറഞ്ഞു മനസിലാക്കാൻ ശ്രമിച്ചു. മരുന്നുകൊടുക്കുന്നകാര്യം പറഞ്ഞപ്പോൾ അർധമനസോടെയാണ് സതി സമ്മതിച്ചത്. ഒരു പെൺകുട്ടിക്ക് തന്നോട് പ്രണയമാണെന്ന് ഒരു യുവാവിന് തോന്നുന്നത് എങ്ങനെ മനോരോഗമാകും എന്നാണ് സതിയുടെ ചോദ്യം. ഒരു യുവാവിന് യുവതിയോടും ഒരു യുവതിക്ക് യുവാവിനോടും പ്രണയമുണ്ടെന്ന് തോന്നുക സാധാരണമാണ്. പക്ഷേ അങ്ങനെയുള്ള തോന്നൽ യാഥാർഥ്യമാണോ എന്ന് പരിശോധിക്കുകയും യാഥാർഥ്യമല്ലെന്ന് മനസിലാവുകയാണെങ്കിൽ ആ യാഥാർഥ്യം ഉൾക്കൊള്ളുകയും ചെയ്യും. ജഗദൻ പോറ്റിയാകട്ടെ തന്റെ തോന്നൽ യാഥാർഥ്യമാണോയെന്ന് പരിശോധനയൊന്നും കൂടാതെതന്നെ ദൃഢമായി വിശ്വസിക്കുകയും അതിനനുസരിച്ച് പെരുമാറുകയും ചെയ്തു. ഇതാണ് സാധാരണഗതിയിലുണ്ടാകുന്ന തോന്നലുകളും മിഥ്യാവിശ്വാസങ്ങളും തമ്മിലുള്ള വ്യത്യാസം. മിഥ്യാവിശ്വാസങ്ങളുടെ പല ഉദാഹരണങ്ങളും അവരോട് പറഞ്ഞു. ഭാര്യക്ക് അവിഹിത ബന്ധമുണ്ടെന്ന് ഭർത്താവും ഭർത്താവിനുണ്ടെന്ന് ഭാര്യയും അടിസ്ഥാനമൊന്നുമില്ലാതെ വിശ്വസിക്കുക (delusion of infidelity),താനൊരു അസാധാരണ പ്രതിഭാശാലിയാണെന്ന് വിശ്വസിക്കുകയും അതനുസരിച്ച് മറ്റുള്ളവരോട് പെരുമാറുകയും ചെയ്യുക (delusion of genius),തനിക്ക് ദിവ്യശക്തിയുണ്ടെന്നോ താനൊരു ദിവ്യനാണെന്നോ വിശ്വസിക്കുകയും അതനുസരിച്ച് പെരുമാറുകയും ചെയ്യുക (delusion of godliness)അങ്ങനെ നിരവധി ഉദാഹരണങ്ങൾ പറഞ്ഞു. സ്വന്തം സഹോദരനെ ശത്രുക്കൾ ആക്രമിക്കാൻ വരുന്നെന്ന മിഥ്യാവിശ്വാസമുള്ള (delusion of persecution) കാര്യവും പറഞ്ഞു. ഇല്ലാത്ത ശത്രുക്കൾ ആക്രമിക്കാൻ വരുന്നു എന്ന തോന്നൽ മനോരോഗമാണെന്ന് സമ്മതിക്കാം. പക്ഷേ വിലാസിനി എന്ന പെൺകുട്ടി ജീവിച്ചിരിക്കുകയും ആ കുട്ടിക്ക് പ്രണയമുണ്ടെന്ന് ജഗദൻ പോറ്റിക്ക് തോന്നുകയും ചെയ്യുന്നതെങ്ങനെ മിഥ്യാവിശ്വാസരോഗമാകും എന്ന സംശയം ദൂരീകരിക്കാൻ വേണ്ടി ഒരു യുവതിക്ക് സിനിമാനടനോട് പ്രണയം തോന്നിയതിന്റെ കഥ വിശദീകരിച്ചു. പതിവായി മലയാളസിനിമകൾ കാണാറുള്ള ഒരു യുവതിക്ക് എപ്പോഴും നായകനായി അഭിനയിക്കാറുള്ള ഒരു താരത്തോട് പ്രണയം തോന്നി. യുവതി കോളേജിൽ പഠിച്ചിരുന്ന കാലത്ത് കോളേജ് യൂണിയൻ ഉൽഘാടനം ചെയ്യാനെത്തിയത് ഈ സിനിമാതാരമാണ്. സിനിമാതാരത്തിന്റെ കൈയൊപ്പ് വാങ്ങാൻ യുവതീ യുവാക്കൾ അടുത്തുകൂടി. സുന്ദരനായ സിനിമാതാരം തന്നെ പ്രത്യേകം ശ്രദ്ധിച്ചതായി യുവതിക്ക് തോന്നി. അതിനുശേഷം താൻ സിനിമാതാരവുമായി അടുപ്പത്തിലാണെന്ന് യുവതി പറ

യാൻ തുടങ്ങി. താരം അവരെ സ്നേഹിക്കുന്നുണ്ടെന്ന ധാരണയാണ് ആദ്യം തുടങ്ങിയത്. വിവാഹിതയായതിനുശേഷവും സിനിമാതാരത്തോടുള്ള 'പ്രണയം' തുടർന്നു. ഒരു ആൺകുഞ്ഞ് ജനിച്ചപ്പോൾ അത് സിനിമാതാരത്തിന്റെ കുട്ടിയാണെന്ന് പറയുകയും കുഞ്ഞുപിറന്നകാര്യം അറിയിച്ചും മകനെകാണാൻ ഉടനെ വരണമെന്ന് അഭ്യർഥിച്ചും കൊണ്ട് സിനിമാതാരത്തിന് കത്തെഴുതി. ഇതറിഞ്ഞ ഭർത്താവ് വിവാഹബന്ധം വേർപെടുത്തി. അപ്പോഴാണ് യുവതിക്ക് മാനസികമായി എന്തോ കുഴപ്പമുണ്ടെന്ന് അച്ഛനമ്മമാർക്ക് മനസിലായത്. മിഥ്യാവിശ്വാസ രോഗിണിയായ യുവതി ഇപ്പോഴും മരുന്നു കഴിച്ചുകൊണ്ടിരിക്കുകയാണ്. മരുന്ന് നിറുത്തിയാൽ സിനിമാതാരത്തിന് കത്തെഴുതലും 'കുഞ്ഞിന്റെ അച്ഛനെ'കാണാൻ മദ്രാസിൽ പോകണമെന്ന് വാശിപിടിക്കുകയും ചെയ്യും. വിശദീകരണം കേട്ടു കഴിഞ്ഞപ്പോൾ ഒരു മാസം കഴിഞ്ഞ് വീണ്ടും പരിശോധനയ്ക്ക് വരണമെന്ന് നിർദേശിച്ചെങ്കിലും അവർ വന്നില്ല. മകന് മരുന്നുവാങ്ങിക്കൊടുക്കാമെന്ന് മനസില്ലാമനസോടെ സമ്മതിച്ചു.

ആറുമാസത്തിനുശേഷം ഒരു അപരിചിതൻ ജഗദൻപോറ്റിയെയും കൂട്ടിവന്നു. ജഗദൻ പോറ്റിയുടെ മരിച്ചുപോയ അച്ഛന്റെ സുഹൃത്ത് ദാമോദരൻ പോറ്റിയാണ് ചികിത്സയ്ക്കു കൊണ്ടു വന്നിരിക്കുന്നത്. സുഹൃത്തിന്റെ മകനെ മംഗലാപുരത്തുനിന്നും കൂട്ടിക്കൊണ്ടു വരികയാണ്. ജഗദൻപോറ്റി രണ്ടുദിവസമായി മംഗലാപുരം റയിൽവേസ്റ്റേഷൻ പരിസരത്ത് അലഞ്ഞുതിരിഞ്ഞുനടക്കുന്നകാര്യം വിളിച്ചു പറഞ്ഞത് ദാമോദരൻപോറ്റിയുടെ സുഹൃത്താണ്. ജഗദൻ പോറ്റിയുടെ പേഴ്സിൽ നിന്നും ഞാനെഴുതിക്കൊടുത്ത മരുന്നിന്റെ കുറിപ്പടി കിട്ടിയതുകൊണ്ട് വീട്ടിൽ കൊണ്ടുപോകാതെ റയിൽവേസ്റ്റേഷനിൽ നിന്നും നേരെ ചികിത്സയ്ക്കായി കൂട്ടികൊണ്ടുവന്നിരിക്കുകയാണ്.

ആറുമാസം മുമ്പ് മരുന്നിനെഴുതിവാങ്ങി പോയതിനുശേഷമുള്ള കഥ ദാമോദരൻ പോറ്റി പറഞ്ഞു. കുറിപ്പടിയനുസരിച്ച് അമ്മ പത്തു ദിവസം കഴിക്കാനുള്ള മരുന്നു വാങ്ങിക്കൊടുത്തു. രണ്ടു ദിവസമേ ജഗദൻപോറ്റി മരുന്നുകഴിച്ചുള്ളു. തനിക്ക് രോഗമൊന്നുമില്ലെന്ന് പറഞ്ഞാണ് മരുന്നുനിറുത്തിയത്. ജഗദൻപോറ്റിയെക്കൊണ്ടുള്ള ശല്യം സഹിക്കാതായപ്പോൾ വിലാസിനിയുടെ വീട്ടുകാർ പൊലീസിലും ദേവസ്വം ബോർഡിലും പരാതിനൽകി. പോറ്റിയെ സ്ഥലം മാറ്റി പ്രശ്നം പരിഹരിക്കുകയാണ് ബോർഡും പൊലീസും ചെയ്തത്.

പുതിയസ്ഥലത്ത് ശാന്തിക്കാരനായി പോയിത്തുടങ്ങി അധികം കഴിയുന്നതിനുമുമ്പ് ക്ഷേത്രത്തിനടുത്തുള്ള വീട്ടിലെ സുമതി എന്ന പെൺകുട്ടിക്ക് തന്നോട് പ്രണയമാണെന്ന് ജഗദൻപോറ്റി വിശ്വസിക്കാൻ തുടങ്ങി. സുമതിയുടെ പിന്നാലെ നടക്കാനും ഇടയ്ക്കിടെ വീട്ടിൽ പോകാനും തുടങ്ങി. പുതിയ ശാന്തിക്കാരൻ വീട്ടിൽ വരുന്നതിൽ വീട്ടുകാർ എതിർപ്പൊന്നും പറഞ്ഞില്ല. പക്ഷേ വരവ് അധികരിക്കുകയും സുമതിയോട് പ്രണയ സല്ലാപം നടത്താൻ ശ്രമിക്കുകയും ചെയ്തപ്പോൾ അവർ വില

ക്കി. വിലക്കിയിട്ടും രാത്രി വീട്ടിനുമുമ്പിൽ വന്നുനിന്ന് സുമതിയെ വിളിക്കാൻ തുടങ്ങിയപ്പോൾ സുമതിയുടെ ബന്ധുക്കൾ ജഗദൻപോറ്റിയെ മർദിച്ചു. വീണ്ടും മർദനമുണ്ടാകുമെന്ന് ഭയന്നാണത്രേ പിറ്റേന്ന് രാവിലെ പരശുറാം എക്സ്പ്രസിൽ കയറിയത്. രാത്രിയാണ് മംഗലാപുരത്തെത്തിയത്. രാത്രി റെയിൽവേ സ്റ്റേഷനിൽത്തന്നെ കഴിച്ചുകൂട്ടി. നേരം വെളുത്തപ്പോൾ കൈയിൽ പണമില്ലാത്തതുകൊണ്ടും എവിടെയും പോകാനിടമില്ലാത്തതുകൊണ്ടും റയിൽവേസ്റ്റേഷൻ പരിസരത്തുതന്നെ ചുറ്റിക്കറങ്ങി. അപ്പോഴാണ് ദാമോദരൻ പോറ്റിയുടെ സുഹൃത്ത് കണ്ടതും സംശയം തോന്നി ഊരും പേരും ചോദിച്ചുമനസിലാക്കി ഫോൺചെയ്തതും.

സുഹൃത്തിന്റെ മകന് മനോരോഗമാണെന്ന് ദാമോദരൻ പോറ്റിക്ക് ബോധ്യമുണ്ടെങ്കിലും ചികിത്സ നടക്കുമോ എന്ന കാര്യത്തിൽ സംശയമായിരുന്നു. കാരണം മകന് മനോരോഗമാണെന്ന് ജഗദൻപോറ്റിയുടെ അമ്മയ്ക്ക് ഇപ്പോഴും സംശയമാണത്രേ. ജഗദൻ പോറ്റിക്ക് സ്വന്തം രോഗത്തെക്കുറിച്ച് യാതൊരു ഉൾക്കാഴ്ചയും ഇല്ലാത്തതുകൊണ്ട് മരുന്നുകഴിക്കാതിരിക്കാൻ പരമാവധി ശ്രമിക്കും. സുഹൃത്തിന്റെ മകനെ സ്വന്തം വീട്ടിൽത്തന്നെ കുറച്ചുനാൾ പാർപ്പിച്ച് മരുന്നുകൊടുക്കാമെന്ന് ദാമോദരൻ പോറ്റി സമ്മതിച്ചു.

മനോരോഗിയുടെ ഉറ്റവർക്കും ഉടയവർക്കും രോഗത്തെക്കുറിച്ച് പൂർണബോധ്യം വരികയും ചികിത്സയുടെ കാര്യത്തിൽ ശ്രദ്ധിക്കുകയും ചെയ്തില്ലെങ്കിൽ മനോരോഗം സ്ഥായിയാകും. രോഗി തെരുവിൽ അലയുന്ന സ്ഥിതിയിലും (wandering lunatic) ആവും.

28

രോഗത്തിൽ നിന്നു രോഗമുണ്ടാകുന്നു

ആശുപത്രിയിലെ എല്ലാ രോഗികളെയും പരിശോധിച്ചുകഴിഞ്ഞ് പോകാനെഴുന്നേറ്റപ്പോൾ അച്ഛനും അമ്മയും രണ്ടു പെൺമക്കളുമടങ്ങുന്ന ഒരു കുടുംബത്തെ ഒന്നടങ്കം അഡ്മിറ്റ് ചെയ്യണമെന്നാവശ്യപ്പെട്ടുകൊണ്ട് ഒരാൾ വന്നിരിക്കുന്നുവെന്ന് നഴ്സ് പറഞ്ഞു. അവരെ കൊണ്ടുവന്ന ആളോട് അകത്ത് വരാൻ ആവശ്യപ്പെട്ടു. മധ്യവയസ്കനായ ഒരാൾ വന്ന് സ്വയം പരിചയപ്പെടുത്തി. കേന്ദ്രഗവൺമെന്റിന്റെ ഉടമസ്ഥതയിലുള്ള കമ്പനിയിലെ സൂപ്പർവൈസറാണ്. തന്റെ സെക്ഷനിലെ ഓപ്പറേറ്റർ തോമസിനെയും കുടുംബത്തെയുമാണ് കൊണ്ടുവന്നിരിക്കുന്നത്. അവരെ നാലുപേരെയും ഒന്നിച്ച് അഡ്മിറ്റ് ചെയ്യണമെന്നതാണ് ആവശ്യം. തോമസിന്റെ പ്രശ്നം അമിത മദ്യപാനമാണ്. ഭാര്യ ലിസിക്ക് എന്തോ മനോരോഗമുണ്ട്. ഭർത്താവിന് മറ്റു സ്ത്രീകളുമായി അവിഹിതബന്ധമുണ്ടെന്നാണ് സംശയം. അക്കാരണം പറഞ്ഞുകൊണ്ട് എപ്പോഴും കുടുംബവഴക്കും ബഹളവുമാണ്. രണ്ടു പെൺമക്കൾക്കും എന്തൊക്കെയോ മനസിക പ്രശ്നങ്ങളുണ്ട്. മൂത്തകുട്ടി നീനയ്ക്ക് പന്ത്രണ്ട് വയസായി. കല്ല് തിന്നുന്നു. സ്കൂളിൽ പോകാൻ മടി. ജനറൽ ആശുപത്രിയിലെ ഡോക്ടറെ കാണിച്ചപ്പോൾ മാനസിക പ്രശ്നമാണെന്നുപറഞ്ഞു. ഇളയകുട്ടി ലീനയ്ക്ക് ഒമ്പതുവയസ്സായി. സ്കൂളിൽ ചെന്നാൽ മറ്റുള്ള കുട്ടികളുമായി വഴക്കിടുന്നതുകൊണ്ട് സ്കൂളിലേക്കയക്കരുതെന്നും ഏതെങ്കിലും സൈക്യാട്രിസ്റ്റിനെ കാണിക്കണമെന്നും സെൻട്രൽ സ്കൂളിലെ പ്രിൻസിപ്പൽ പറഞ്ഞു. നാലുപേരെയും ഒന്നിച്ച് ഒരാശുപത്രിയിൽ അഡ്മിറ്റ് ചെയ്ത് ചികിത്സിക്കുന്നതാണ് നല്ലതെന്ന് കമ്പനിമാനേജർ അഭിപ്രായപ്പെട്ടു.അദ്ദേഹത്തിന്റെ നിർദേശമനുസരിച്ചാണ് കുടുംബത്തെ കമ്പനിവക കാറിൽ കൊണ്ടുവന്നിരിക്കുന്നത്.

സൂപ്പർവൈസറുടെ കാര്യമാത്രപ്രസക്തമായ അവതരണം കേട്ടപ്പോൾ കുടുംബത്തെ മുഴുവൻ ഗ്രസിച്ച ദുരന്തത്തിന്റെ ഉത്ഭവം ഒന്നുകിൽ തോമസിന്റെ മദ്യപാനരോഗത്തിൽ (alcohol abuse disorder) നിന്നും അല്ലെങ്കിൽ ലിസിയുടെ മിഥ്യാവിശ്വാസരോഗത്തിൽ (delusional disorder - delusion of infidelity) നിന്നും ആയിരിക്കുമെന്ന് ഊഹിച്ചു. രോഗത്തിൽ നിന്ന് രോഗമുണ്ടാകുന്നു. അതാണ് മനോരോഗങ്ങളുടെ കാര്യത്തിൽ പലപ്പോഴും സംഭവിക്കാറ്. എല്ലാവരെയും ഒന്നിച്ച് ചികിത്സിക്കണമെന്ന് നിർദേശിച്ച കമ്പനിമാനേജർ ഭാവനാസമ്പന്നനും ദീർഘവീക്ഷണവുമുള്ളയാളുമാണ്. ആശുപത്രിച്ചെലവ് മുഴുവൻ കമ്പനി വഹിച്ചുകൊള്ളും. അതുകൊണ്ട് എല്ലാവരും പൂർണസുഖം പ്രാപിച്ചതിനുശേഷം മാത്രമേ ഡിസ്ചാർജ് ചെയ്യാവൂ എന്നും മാനേജർ പറഞ്ഞത്രേ.

കുടുംബനാഥനായ തോമസിനെ ആദ്യം മുറിയിലേക്ക് വിളിപ്പിച്ചു. പൊക്കം കുറഞ്ഞ മധ്യവയസ്കനാണ് തോമസ്. അധ്വാനത്തിൽ സ്ഫുടം ചെയ്ത പേശികൾ അമിതമദ്യപാന രോഗത്തിന്റെ ആക്രമണത്തിനു കീഴ്പെടാതെ പിടിച്ചുനിൽക്കുന്നതുപോലെ തോന്നി. താൻ മദ്യത്തിനടിമയായിപ്പോയെന്ന് തോമസ് കുറ്റബോധത്തോടെ സമ്മതിച്ചു. രാവിലെ തന്നെ രണ്ട് പെഗ്ഗെങ്കിലും കുടിച്ചില്ലെങ്കിൽ ശരീരം വിറയ്ക്കും. അസ്വസ്ഥത അനുഭവപ്പെടും. ജോലിചെയ്യാൻ കഴിയില്ല. ഉച്ചയൂണിനുമുമ്പും കുടിക്കണം. രാത്രി ഉറക്കം കിട്ടണമെങ്കിൽ പകൽകഴിച്ചതിനുപുറമെ വീണ്ടും കഴിക്കേണ്ട സ്ഥിതിയിലാണ്. ഇതിൽ നിന്നും മുക്തിനേടണമെന്ന് അതിയായ ആഗ്രഹമുണ്ടെന്നും അയാൾ പറഞ്ഞു. മദ്യപാനം തുടങ്ങിയത് വിവാഹത്തിനുശേഷമാണ്. ഭാര്യയുടെ സ്വൈരംകെടുത്തലിൽ നിന്നും രക്ഷപ്പെടാനായിരുന്നു മദ്യപാനം തുടങ്ങിയത്.

ലിസിക്ക് തോമസിനെ എപ്പോഴും സംശയമാണ്. മറ്റ് സ്ത്രീകളുമായി അവിഹിത ബന്ധം പുലർത്തുന്നുവെന്നാണ് പരാതി. ഭാര്യയുമായല്ലാതെ മറ്റൊരു സ്ത്രീയുമായും യാതൊരു തരത്തിലുള്ള ബന്ധവും ഉണ്ടായിട്ടില്ലെന്ന് തോമസ് ആണയിട്ടുപറയുന്നു. എത്ര ആണയിട്ടു പറഞ്ഞാലും ലിസിക്ക് ബോധ്യം വരില്ല. അടുത്ത വീട്ടിലെ സ്ത്രീകളെ വശീകരിക്കുന്നു, കമ്പനിയിൽ ജോലിചെയ്യുന്ന സ്ത്രീകളുമായി അടുപ്പമുണ്ട്, യാത്രയിൽ കാണുന്ന അപരിചിതരായ സ്ത്രീകളെ വല്ലാതെ നോക്കുകയും അവർക്ക് സൂചനകൾ കൊടുക്കുകയും ചെയ്യുന്നു. ഇങ്ങനെപോകുന്നു ലിസിയുടെ ആരോപണങ്ങൾ. ഏറ്റവും ഒടുവിൽ ഉന്നയിച്ച ആരോപണം കേട്ടപ്പോൾ തോമസിന് സഹിക്കാൻ കഴിഞ്ഞില്ല. തൊണ്ടയിടറിക്കൊണ്ടാണ് തോമസ് പറഞ്ഞത്.

“ഞാനെന്റെ മക്കളെ ലൈംഗികമായി ഉപയോഗിക്കുന്നു എന്നാണവള് പറഞ്ഞത്. എനിക്കത് കേട്ടപ്പം സഹിക്കാൻ കഴിഞ്ഞില്ല. ഞാനൊരടികൊടുത്തു. അതോടെ വലിയ ബഹളമായി. അവളെ ഞാൻ കൊല്ലാൻ ശ്രമിച്ചെന്നും പറഞ്ഞ് വിളിച്ചുകൂവി. സ്റ്റാഫ്ക്വാർട്ടേഴ്സിലുള്ളവർ ഓടി

ക്കൂടി. അങ്ങനെയാണ് മാനേജർ അറിഞ്ഞതും ആശുപത്രീപ്പോകണമെന്ന് പറഞ്ഞതും."

"ഇതിനുമുമ്പ് നിങ്ങൾ ഭാര്യയെ ചികിത്സിക്കാൻ ശ്രമിച്ചില്ലേ?"

"ചികിത്സിക്കാൻ ഡോക്ടർമാർട്ടടുത്ത് ലിസി വരൂല. ഭ്രാന്തിയാക്കാൻ വേണ്ടിയാണ് സൈക്യാട്രിസ്റ്റിന്റെ അടുക്കൽ കൊണ്ടുപോകുന്നെന്നാ പരാതി. അവളുടെ അപ്പനും അമ്മേം ചികിത്സിക്കുന്നതിനെതിരാ. അതുകൊണ്ടു കൂടിയാ ചികിത്സിക്കാൻ കഴിയാതിരുന്നത്."

ലിസിയെ സൈക്യാട്രിസ്റ്റിനെ കാണിക്കുന്നതിനെപ്പറ്റി പറഞ്ഞാൽ തങ്ങളുടെ മകളെ ഭ്രാന്തിയാക്കാൻ നോക്കണ്ടെന്ന് ലിസിയുടെ അപ്പനും അമ്മയും പറയും. ലിസിയുടെ അമ്മയ്ക്ക് സംശയരോഗമുണ്ടെന്നാണ് തോമസിന്റെ അഭിപ്രായം. പക്ഷേ രോഗമൊന്നുമില്ലാത്ത അപ്പൻ എന്തുകൊണ്ടാണ് മകളുടെ ചികിത്സയെ എതിർക്കുന്നതെന്ന് തോമസിനറിഞ്ഞുകൂടാ. മകളെയും മരുമകനെയും ചികിത്സയ്ക്ക് വിധേയരാക്കിയില്ലെങ്കിൽ മരുമകന്റെ ജോലിപോകുമെന്നും മകളുടെ കുടുംബം തന്നെയാണ് ദാരിദ്ര്യത്തിലാവുകയെന്നും മാനേജർ നേരിട്ട് ലിസിയുടെ അപ്പനെയും അമ്മയെയും വിളിച്ചുപറഞ്ഞപ്പോൾ തങ്ങളുടെ മകൾക്ക് മാനസികരോഗമൊന്നുമില്ലെന്നും ഭർത്താവിനെയാണ് ചികിത്സിക്കേണ്ടതെന്നുമായിരുന്നു മറുപടി. എന്തായാലും രണ്ടുപേരെയും ഒരുമിച്ച് ആശുപത്രിയിലാക്കുകയാണെന്ന് പറഞ്ഞപ്പോൾ മറുത്തൊന്നും പറഞ്ഞില്ല. തോമസ് ഡി അഡിക്ഷൻ ചികിത്സയ്ക്ക് വിധേയനാകാൻ സന്നദ്ധതപ്രകടിപ്പിച്ചതുകൊണ്ടും മദ്യത്തിന്റെ പിടിയിൽ നിന്ന് മുക്തിനേടണമെന്ന് ആഗ്രഹമുണ്ടായിരുന്നതുകൊണ്ടും ചികിത്സ സുഗമമായിരുന്നു.

തോമസിനെ അഡ്മിറ്റ് ചെയ്തുകഴിഞ്ഞപ്പോൾ ലിസിയെ വിളിപ്പിച്ചു. യൗവനത്തിന്റെ പടവുകൾ മുഴുവൻ കടക്കാത്ത സുന്ദരിയാണ്. അവർ വളരെ കരുതലോടെയാണ് ചോദ്യങ്ങൾക്കു മറുപടി പറഞ്ഞത്. ഭർത്താവ് തോമസിന് ഒന്നിലധികം സ്ത്രീകളുമായി അവിഹിതബന്ധമുണ്ടെന്നാണ് അവരുടെ പരാതി. അതവർക്ക് സഹിക്കാവുന്ന കാര്യമല്ല. ഭർത്താവ് അപഥസഞ്ചാരം നിറുത്തുന്നതുവരെ താൻ എതിർത്തുകൊണ്ടിരിക്കുമെന്നാണ് ലിസിയുടെ ഉറച്ച നിലപാട്. 'തെളിവുകൾ' നിരത്തി ഭർത്താവിന്റെ കുറ്റങ്ങൾ തെളിയിക്കാൻ ശ്രമിച്ചു. സ്റ്റാഫ്ക്വാർട്ടേഴ്സിലെ മൂന്നു വീടുകളിലെ സ്ത്രീകളുമായി തോമസ് ഒരേസമയം ബന്ധം പുലർത്തുന്നു. ലിസി ഓരോരുത്തരുടെ പേരു പറയാൻ തുടങ്ങി. തോമസിന് അവരുടെ സാന്നിധ്യത്തിൽ ഉണ്ടാകുന്ന ഭാവമാറ്റങ്ങളിൽ നിന്നാണ് ലിസി അവിഹിത ബന്ധത്തെക്കുറിച്ച് മനസിലാക്കുന്നത്. അവരെ ആകർഷിക്കാൻ പല സിഗ്നലുകളും കൊടുക്കാറുണ്ട്. മറ്റു സ്ത്രീകളിൽ നിന്നും തോമസ് ലൈംഗികസംതൃപ്തി നേടുന്നതുകൊണ്ട് ഒരു ഭർത്താവിന്റെ ചുമതലകൾ നിർവഹിക്കാൻ കഴിയുന്നില്ല എന്ന വസ്തുതയാണത്രേ ഏറ്റവും ശക്തമായ തെളിവ്. ഇതൊക്കെ ഒരു ഭാര്യക്ക് എങ്ങനെ സഹിക്കാൻ കഴിയുമെന്ന ചോദ്യത്തോടെയാണ് ലിസി വിവരണം നിറുത്തിയത്.

"സ്വന്തം മകളെ പീഡിപ്പിക്കുന്നുവെന്ന് നിങ്ങൾ പറഞ്ഞോ?"

"പറഞ്ഞു. അങ്ങനെ ചെയ്യുന്നതുകൊണ്ടാ ഞാൻ പറഞ്ഞത്. വെറുതെ പറഞ്ഞതല്ല."

"ഏതു മകളെയാണ്....?"

"രണ്ടുമക്കളേം പീഡിപ്പിക്കാറുണ്ട്."

"നിങ്ങളെങ്ങനെയാണറിഞ്ഞത്? കുട്ടികൾ നിങ്ങളോട് പറഞ്ഞോ?"

"കുട്ടികൾ പറയുമോ? പറഞ്ഞാൽ പപ്പ വല്ലതും ചെയ്തു കളയുമെന്ന പേടി കാണത്തില്ലേ? കുട്ടികളെ ഉപദ്രവിക്കുന്നുണ്ടെന്ന് എനിക്കറിയാം. ഇത്തരം പ്രവൃത്തികൾ എനിക്കു മനസിലാകും."

ലിസിയുടെ വിവരണത്തിൽ നിന്നും അവർ മിഥ്യാവിശ്വാസരോഗത്തിന്റെ (delusional disorder) പിടിയിലാണെന്ന് മനസിലായി. തോമസ് ഭർത്താവിന്റെ കടമ നിർവഹിക്കുന്നില്ലെന്ന പരാതി പറയുകയുണ്ടായല്ലോ. ഒരു പക്ഷേ തോമസിന്റെ ലൈംഗികശേഷിക്കുറവായിരിക്കാം ലിസിയുടെ സംശയരോഗത്തിനുകാരണമായത്.

"തോമസ് എത്രകാലമായി മറ്റു സ്ത്രീകളുമായി അവിഹിതബന്ധം പുലർത്താൻ തുടങ്ങിയിട്ട്? നിങ്ങളുമായുള്ള വിവാഹം നടന്നകാലം മുതലുണ്ടോ അതോ അടുത്തകാലത്ത് തുടങ്ങിയതാണോ?"

"തൊടക്കം മുതലുള്ള സ്വഭാവദൂഷ്യമാ. ആദ്യമൊക്കെ ഞാൻ സാരമാക്കിയില്ല. പിന്നെ കണ്ട പെണ്ണുങ്ങളെല്ലാമായിട്ട് അടുപ്പം തൊടങ്ങിയപ്പളാ എനിക്ക് സഹിക്കാൻ കഴിയാതായത്."

ലിസിയുടെ മിഥ്യാവിശ്വാസരോഗത്തിന് വളരെ പഴക്കമുണ്ടെന്നും രൂക്ഷമായത് ഇടയ്ക്കുവെച്ചാണെന്നുമാണ് അവരുടെ വാക്കുകൾ നൽകുന്ന സൂചന. അവരെയും ഭർത്താവിനെയും ആശുപത്രിയിൽ അഡ്മിറ്റ് ചെയ്യുകയാണെന്നും മരുന്നുകൾ കഴിക്കണമെന്നും പറഞ്ഞതോടെ ലിസിയുടെ ഭാവം മാറി. ദേഷ്യം മറച്ചുവയ്ക്കാതെതന്നെ അവർ പറഞ്ഞു:

"രോഗമൊന്നുമില്ലാത്ത എന്നെയെന്തിനാണ് അഡ്മിറ്റ് ചെയ്യുന്നത്? ഞാൻ മരുന്നൊന്നും കഴിക്കത്തില്ല."

മിഥ്യാവിശ്വാസരോഗികൾക്ക് സ്വന്തം മാനസികാവസ്ഥയെക്കുറിച്ച് അവബോധമോ ഉൾക്കാഴ്ചയോ ഇല്ലാത്തതുകൊണ്ട് മരുന്നു കഴിപ്പിക്കുക പ്രയാസമേറിയ കാര്യമാണ്. മരുന്നുകൾ മിഥ്യാവിശ്വാസങ്ങളെ മനസിൽ നിന്നും തുടച്ചുനീക്കുകയല്ല. മിഥ്യാവിശ്വാസങ്ങൾ ഉളവാക്കുന്ന വികാരവിക്ഷോഭത്തിന് ശമനമുണ്ടാക്കുക എന്നതാണ് ഔഷധപ്രയോഗത്തിന്റെ ലക്ഷ്യം. ഭർത്താവിന്റെ അവിഹിതബന്ധങ്ങളെക്കുറിച്ചാലോചിച്ചിട്ട് ലിസിയുടെ മനസിന്റെ സ്വസ്ഥത നഷ്ടപ്പെടാതിരിക്കാനാണ് മരുന്നുകൾ കുറിക്കുന്നതെന്ന് പറഞ്ഞപ്പോൾ മരുന്നുകഴിക്കാമെന്ന് അർധമനസോടെ അവർ സമ്മതിച്ചു.

പന്ത്രണ്ടുകാരിയായ മൂത്തമകൾ നീനയുടെ മുഖത്ത് വിഷാദം നിഴലിട്ടു നിന്നിരുന്നു. കല്ല് തിന്നുന്നു എന്നാണ് അവളെക്കുറിച്ചുള്ള പരാതി.

ആശുപത്രിയിൽ അഡ്മിറ്റുചെയ്യുകയാണെന്നുള്ളകാര്യം കൊച്ചുമനസിൽ ആഘാതമുണ്ടാക്കുമെന്നുള്ളതുകൊണ്ട് വളരെ സൂക്ഷിച്ചു കൈകാര്യം ചെയ്യേണ്ടിയിരിക്കുന്നു കുട്ടികളുടെ അഡ്മിഷൻ കാര്യം.

"അച്ഛനും അമ്മയും കുറച്ചുദിവസം ഇവിടെ നിൽക്കാനാണ് വന്നത്. നീനയ്ക്ക് ഇവിടെ നിൽക്കണോ?"

"പപ്പടേം മമ്മടേം കൂടെ നിന്നോളാം."

"നീന എന്തിനാണ് കല്ലു തിന്നുന്നത്?"

"അറിയാതെ തിന്നുപോകുന്നതാ."

ചവച്ചിറക്കാൻ പാകത്തിലുള്ള ചെങ്കൽക്കഷണങ്ങളാണ് നീന തിന്നാറ്. അത്തരം കല്ലുകൾ കാണുമ്പോൾ അറിയാതെ പെറുക്കി വായിലിട്ടുപോകുന്നു എന്നാണ് അവളുടെ വിശദീകരണം. അവളുടെ മനസിനെ അലട്ടുന്ന പ്രശ്നങ്ങൾ എന്തൊക്കെയാണെന്ന് ചോദിച്ചപ്പോൾ പപ്പയും മമ്മിയും തമ്മിലുള്ള വഴക്കിനെക്കുറിച്ച് പറഞ്ഞു. തോമസ് കുട്ടികളെ പീഡിപ്പിക്കുന്നുവെന്ന ആരോപണം തികച്ചും അടിസ്ഥാനരഹിതമാണെന്ന് നീന പറഞ്ഞു. മമ്മിക്ക് എന്തോ മാനസികരോഗമുണ്ടെന്നും പപ്പ മദ്യപിക്കുന്നത് മമ്മിയുടെ കുറ്റപ്പെടുത്തലും ബഹളം വെയ്ക്കലും കാരണമാണെന്നും അവൾക്കഭിപ്രായമുണ്ട്. നീനയുടെ കല്ലുതീറ്റ സ്വഭാവദൂഷ്യം (behaviour disorder) അല്ലെന്നും വിഷാദരോഗലക്ഷണമാണെന്നും മനസിലായി. ലീനയുടെ സ്കൂളിലെ പെരുമാറ്റത്തിനും കാരണം വിഷാദരോഗംതന്നെ ആയിരുന്നു. അവളുടെയും മനസിനെ അലട്ടിയിരുന്ന പ്രശ്നവും പപ്പയും മമ്മിയും തമ്മിലുള്ള വഴക്കും പപ്പയുടെ മദ്യപാനവുമാണ്. പപ്പ തങ്ങളെ യാതൊരു തരത്തിലും ഉപദ്രവിച്ചിട്ടില്ലെന്നും മമ്മി വെറുതെ പറയുന്നതാണെന്നും നീനയും സാക്ഷ്യപ്പെടുത്തി.

വീട്ടിലെ കലഹങ്ങൾ കുട്ടികളുടെ മനസിനെ പെട്ടെന്ന് മുറിപ്പെടുത്തുന്നു. നൈരാശ്യവും വിഷാദവും ബാധിച്ച കുട്ടികളുടെ പെരുമാറ്റം പ്രവചനാതീതവും ദുരൂഹവുമായിരിക്കും. മുതിർന്നവരിൽ വിഷാദരോഗം വന്നാൽ പ്രകടമാവുന്ന ലക്ഷണങ്ങളല്ല കുട്ടികളിൽ കാണാറ്. നീനയുടെ കല്ലുതീറ്റയും ലീനയുടെ സഹപാഠികളുമായുള്ള വഴക്കുകൂടലും വിഷാദരോഗത്തിന്റെ ലക്ഷണങ്ങളായിരുന്നു. രണ്ടുപേരുടെയും വിഷാദരോഗത്തിന്റെ ഉത്ഭവം കുടുംബകലഹത്തിൽ നിന്നുതന്നെയായിരുന്നു.

തോമസിന്റെ കുടുംബത്തിന്റെ ചികിത്സ നടക്കുന്നതിനിടയിൽ ലിസിയുടെ അമ്മയെയും അച്ഛനെയും ആശുപത്രിയിൽ വരുത്തി. ലിസിയുടെ അമ്മയ്ക്ക് സംശയരോഗം ഉണ്ടെന്നുള്ള തോമസിന്റെ നിഗമനം ശരിയായിരുന്നു. അവരുടെ ഭർത്താവ് അനേകം സ്ത്രീകളുമായി ബന്ധം പുലർത്താറുണ്ടെന്നും ആദ്യമൊക്കെ തനിക്ക് അതൊന്നും സഹിക്കാൻ കഴിഞ്ഞിരുന്നില്ലെന്നും ഇപ്പോൾ അതൊന്നും വകവെക്കാറില്ലെന്നുമാണ് അവർ പറഞ്ഞത്. തന്നെ ഭ്രാന്തിയാക്കാൻ തന്റെ ഭർത്താവ് മുമ്പ് ശ്രമിച്ചതുപോലെ തന്റെ മകൾ ലിസിയെ ഭ്രാന്തിയാക്കാൻ മരുമകൻ തോമസ് ശ്രമിച്ചുകൊണ്ടിരിക്കുകയാണെന്നും ഡോക്ടർ അതിനു കൂട്ടുനിൽക്കാതെ

അവളെ ഡിസ്ചാർജ് ചെയ്ത് വീട്ടിലേക്കയക്കണമെന്നുമാണ് അവരുടെ ആവശ്യം. ലിസിയുടെ അപ്പന്റെ വിശദീകരണം വളരെ വിചിത്രമായി ത്തോന്നി. മരുമകനെക്കുറിച്ചുള്ള ഭാര്യയുടെ ആരോപണം ശരിയല്ലെന്ന് അറിയാമെങ്കിലും സ്വൈരജീവിതം നഷ്ടപ്പെടാതിരിക്കാൻ വേണ്ടി ഭാര്യ പറയുന്നത് അംഗീകരിച്ചുകൊടുക്കുകയാണത്രേ. ഭാര്യപറയുന്നതുപോലെ താനും പറയുന്നുണ്ടെങ്കിലും മകൾ ലിസിയുടെ ചികിത്സ തുടരണമെന്ന് തന്നെയാണ് അഭിപ്രായമെന്നും അദ്ദേഹം സമ്മതിച്ചു.

ലിസിയുടെ രോഗത്തിന് ശമനം വരുന്നതോടെ കുടുംബത്തിന്റെ ജീവിതം സാധാരണഗതിയിലാകുമെന്നും അവരെ വീട്ടിലേക്ക് തിരിച്ചയ ക്കാൻ കഴിയുമെന്നുമാണ് പ്രതീക്ഷ. തോമസിന്റെ കമ്പനിമാനേജർ എന്ന നല്ല ശമരിയാക്കാരൻ മുൻകൈയെടുത്തതുകൊണ്ടാണ് കുടുംബത്തിന്റെ ചികിത്സ സാധ്യമായത്.

29

വഴി തെറ്റിയ ചികിത്സയുടെ കഥ

കോഴിക്കോട് മെഡിക്കൽകോളേജിന്റെ സൈക്യാട്രിവകുപ്പ് നടത്തുന്ന തുടർപഠനത്തിൽ (Continuing Medical Education -CME) പങ്കെടുക്കാനെത്തിയതായിരുന്നു ഞാൻ. അന്ന് ഏതോ എൻട്രൻസ് പരീക്ഷ നടക്കുന്നതിനാൽ തങ്ങാൻ ഹോട്ടലുകളിൽ ഇടമില്ല. റയിൽവെസ്റ്റേഷനിൽത്തന്നെ നിത്യകർമങ്ങളും കുളിയും കഴിച്ചു. മുറി കിട്ടാഞ്ഞത് നന്നായെന്ന് തോന്നി. കാരണം ആ വകയിൽ ആകെ ചെലവ് ഏഴുരൂപ മാത്രം! നക്ഷത്രപ്പെരുമയുള്ള ഹോട്ടലിലെ കോൺഫറൻസ് ഹാൾ ലക്ഷ്യം വച്ച് ബാങ്ക്റോഡിലൂടെ നടക്കുകയായിരുന്നു. എതിരെവന്ന ഒരു മാരുതികാറിൽ നിന്ന് ആരോ കൈവീശിക്കാണിക്കുകയും കാറ് നിറുത്തുകയും ചെയ്തു. ഏതൊരു സ്ഥലത്തുള്ളതിനെക്കാളും സുഹൃത്തുക്കൾ എനിക്ക് കോഴിക്കോടുള്ളതുകൊണ്ട് കാറ് നിറുത്തിയപ്പോൾ അത്ഭുതമൊന്നും തോന്നിയില്ല. ഏത് ചങ്ങാതിയായിരിക്കുമെന്ന് ചിന്തിച്ചുകൊണ്ട് ജിജ്ഞാസയോടെ നോക്കിനിൽക്കുമ്പോൾ ഒരു അപരിചിതൻ കാറിൽ നിന്ന് പുറത്തേക്കിറങ്ങി.

“എന്നെ മനസിലായില്ലേ ഡോക്ടർ?”

ഇല്ല എന്ന് പറഞ്ഞ് അയാളെ നിരാശനാക്കാതെ ആരെന്ന് ഓർമയിൽ തപ്പിനിന്നു. ആൾ മധ്യവയസ്കനാണ്. ചെന്നികളിലും കനമുള്ള മീശയിലും അവിടവിടെ വെള്ളിക്കമ്പികൾ കാണാം. പണ്ടത്തെ സുഹൃത്തുക്കളിൽ ആരോ ആണ്. തന്നെ തിരിച്ചറിഞ്ഞില്ലെന്ന് മനസിലാക്കിയ അയാൾ സ്വയം പരിചയം പുതുക്കി.

“ഞാൻ ഡോക്ടറുടെ ചികിത്സയിലായിരുന്നു. ഒബ്സസ്സീവ് കമ്പൽസീവ് ന്യൂറോസിസിന് ട്രീറ്റ്ചെയ്ത ഒരു മോഹൻകുമാറിനെ ഓർക്കുന്നില്ലേ?പെരിന്തൽമണ്ണ അങ്ങാടിപ്പുറത്തെ.....”

“മനസിലായി മനസിലായി.”

അതിവേഗത്തിലോടുന്ന സിനിമപോലെ ഇരുപത്തേഴുകൊല്ല ങ്ങൾക്കുമുമ്പ് നടന്ന സംഭവങ്ങൾ ഓർമയിലൂടെ കടന്നുപോയി.

കുതിരവട്ടം മനോരോഗാശുപത്രിയിൽ ജോലിക്ക് ചേർന്ന് ഒരു കൊല്ലം തികഞ്ഞപ്പോഴാണ് പെരിന്തൽമണ്ണ അങ്ങാടിപ്പുറത്തുനിന്നും ഒരു ചെറുപ്പക്കാരനെ ചികിത്സയ്ക്ക് എന്റെ അടുക്കൽ കൊണ്ടുവന്നത്. അവർ കോഴിക്കോട്ടെത്തിയപ്പോൾ ആശുപത്രിയിലെ ഓ പി സമയം കഴിഞ്ഞിരുന്നതുകൊണ്ട് താമസസ്ഥലം തിരക്കിപ്പിടിച്ചാണ് എത്തിയിരിക്കുന്നത്. മഞ്ചേരി ആശുപത്രിയിൽ എന്നോടൊപ്പം ജോലിചെയ്തിരുന്ന ഡോക്ടർ സെയ്ദിന്റെ കത്തുമായിട്ടാണ് അച്ഛനും അമ്മയും മകനെ കൊണ്ടുവന്നിരിക്കുന്നത്. ദൂരെനിന്നും വന്നവരായതുകൊണ്ടും സഹപ്രവർത്തകനായിരുന്ന ഡോക്ടറുടെ ശുപാർശക്കത്തുള്ളതുകൊണ്ടും അടുത്ത ആഴ്ച എന്റെ ഓ പി ദിവസം വരണമെന്ന് പറഞ്ഞ് തിരിച്ചയച്ചില്ല.

രണ്ടരമണിക്കൂർ നീണ്ടുനിന്ന ബസ് യാത്രയും നഗരത്തിലെ അലച്ചിലും വാർധക്യത്തിലേക്ക് കടക്കാനൊരുങ്ങുന്ന അച്ഛനെയും അമ്മയെയും തളർത്തിയെങ്കിലും മകന് യാതൊരു ഉലച്ചിലുമില്ല. ചെറുപ്പക്കാരന് ആവശ്യത്തിലധികം വണ്ണമുണ്ടെന്ന് തോന്നി. അമിതാഹാരം നൽകിയ ദുർമേദസ്സ് അയാളെ വീർപ്പുമുട്ടിക്കുന്നതുപോലെ തോന്നി. അമ്മയെയും മകനെയും മുറിക്കുപുറത്തിരുത്തി അച്ഛൻ മകന്റെ സുഖക്കേടിന്റെ ചരിത്രം പറഞ്ഞു. രണ്ടുകൊല്ലത്തോളമായി ചികിത്സ തുടങ്ങിയിട്ട്. മറ്റാരുടേതുമല്ല, ആശുപത്രി സൂപ്രണ്ടിന്റെ തന്നെയാണ് ചികിത്സ. യാതൊരുമാറ്റവും കാണുന്നില്ലെന്നുമാത്രമല്ല മകന് രോഗമുക്തി ഒരിക്കലുമുണ്ടാവില്ല എന്ന നൈരാശ്യവും ബാധിച്ചുതുടങ്ങി. അയൽവാസിയും 'കുടുംബ ഡോക്ടർ'എന്ന സ്ഥാനത്തുള്ള ആളുമായ സെയ്ദിന്റെ ഉപദേശപ്രകാരം രണ്ടാമതൊരു സൈക്യാട്രിസ്റ്റിന്റെ അഭിപ്രായമാരായാമെന്നു കരുതി വന്നതാണ്. അത്രയും പറഞ്ഞിട്ട് അയാൾ അതുവരെയുള്ള മരുന്നുകുറിപ്പുകൾ ഒരൊറ്റക്കെട്ടാക്കിയത് എന്റെ കൈയിൽ തന്നു. ഞാൻ കൈയിൽ വാങ്ങിയെങ്കിലും വായിച്ചുനോക്കിയില്ല. കാരണം രോഗിയെ പരിശോധിക്കുന്നതിനുമുമ്പ് അതുവരെ ലഭിച്ച ചികിത്സയുടെ വിവരം വിശദമായറിഞ്ഞാൽ രോഗനിർണയത്തെ സംബന്ധിച്ച് സ്വതന്ത്രമായ നിഗമനത്തിലെത്താൻ പ്രയാസമായിരിക്കും.

മകന്റെ രോഗത്തെക്കുറിച്ച് തുടക്കം മുതൽ പറയാനാവശ്യപ്പെട്ടു. അതയാൾക്ക് ഇഷ്ടപ്പെട്ടു. അയാൾ മകന്റെ രോഗവിവരം മാത്രമല്ല ജനനം മുതലുള്ള ജീവചരിത്രവും സ്വന്തം കുടുംബചരിത്രവും അവതരിപ്പിക്കാൻ തുടങ്ങി. അവർ രണ്ടുപേരും അധ്യാപകരാണ്. മൂന്നുമക്കളാണ്. മൂത്തവർ രണ്ടും പെൺമക്കൾ. കോളേജ് അധ്യാപകരാകണമെന്ന ലക്ഷ്യത്തോടെ അവർ പഠിക്കുകയാണ്. മകനെ ഡോക്ടറാക്കണമെന്നായിരുന്നു ആഗ്രഹം. പത്താം ക്ലാസിൽ ഡിസ്റ്റിങ്ഷനോടെയാണ് പാസായത്. തങ്ങളുടെ ആഗ്രഹം സഫലമാകുമെന്ന് ഏതാണ്ടുറപ്പായി. പക്ഷേ പെട്ടെന്ന് സ്വപ്നം

തകർന്നു. പ്രീഡിഗ്രിക്ക് പഠിച്ചുകൊണ്ടിരിക്കുമ്പോഴാണ് മകന് അസുഖം തുടങ്ങിയത്. പതിവില്ലാത്തവിധം മൗനിയായി നടക്കുക. എപ്പോഴും എന്തോ അഗാധമായ ചിന്തയിലാണ്ടിരിക്കുക. ചിലപ്പോഴൊക്കെ ഏതോ അദൃശ്യശക്തിയുടെ ആക്രമണത്തെ തടുക്കുന്നതുപോലെ വായുവിൽ കൈവീശുകയും മുഖം വല്ലാതെ കോട്ടുകയും ചെയ്യുക. ചില ദിവസങ്ങളിൽ ഉറക്കമൊഴിച്ച് മുറിയിൽ ചുറ്റിത്തിരിഞ്ഞുകൊണ്ടിരിക്കുക. കോളേജിൽ പോകാൻ മടി. വളരെ നിർബന്ധിച്ചാൽ കോളേജിലേക്കെന്നുപറഞ്ഞ് ഇറങ്ങും. പോകുകയില്ല.

വിവരണം ഇത്രയുമായപ്പോൾത്തന്നെ മനസിൽ പറഞ്ഞു. സ്കിസോഫ്രീനിയ തന്നെ. ഇനി അശരീരികേൾക്കൽ (auditory hallluciations) എന്ന ലക്ഷണത്തെക്കുറിച്ച് രോഗിയിൽ നിന്നു നേരിട്ടു കേൾക്കുന്നതോടെ രോഗനിർണയം പൂർണമാകും. പിന്നെ അതുവരെകൊടുത്ത മരുന്നുകളിൽ എന്തെങ്കിലും മാറ്റം വരുത്തി പരീക്ഷണം നടത്തിനോക്കാം. ഭാഗ്യമുണ്ടെങ്കിൽ ഏശും. അയാൾ വിവരണം തുടരുകയാണ്.

മകന് എന്തോ മാനസിക പ്രശ്നമുണ്ടെന്ന് തോന്നിയതുകൊണ്ട് ചികിത്സിക്കാൻ തീരുമാനിച്ചു. സ്വാഭാവികമായും ആശുപത്രിസൂപ്രണ്ടിനെത്തന്നെ കാണിച്ചു. അദ്ദേഹത്തിന്റെ വീട്ടിൽ വന്നപ്പോഴാണ് നാട്ടിൽ ഇത്രയധികം മനോരോഗികളുണ്ടെന്ന് മനസിലായത്. അഞ്ചുമിനിട്ട് സമയം മാത്രമെടുത്ത് രോഗവിവരം കേൾക്കലും 'പരിശോധനയും' കഴിഞ്ഞ് മരുന്നെഴുതാൻ തുടങ്ങി. അതിൽക്കൂടുതൽ സമയം ഒരു രോഗിക്കുവേണ്ടി ചെലവഴിച്ചാൽ അർധരാത്രി കഴിഞ്ഞാലും എല്ലാവരെയും നോക്കിത്തീരുകയില്ലല്ലോ. മൂന്നുതരത്തിലുള്ള ഗുളികകളാണ് ദിവസവും കഴിക്കാനെഴുതിയത്. അതിനിടയിൽ രോഗി എന്തോ പറയാൻ തുടങ്ങിയപ്പോൾ അത് ശ്രദ്ധിക്കാതെ 'ശരി ശരി എല്ലാം മാറിക്കോളും' എന്ന് പറഞ്ഞ് അടുത്ത ആളിനെ വിളിച്ചു. മരുന്നുകൊടുക്കാൻ തുടങ്ങിയതിനുശേഷം മകൻ മൗനിയായിരിക്കുന്നതിനുപകരം ഇരുപത്തിനാലുമണിക്കൂറും ഉറങ്ങാൻ തുടങ്ങി. ഒരു മാസം കഴിഞ്ഞ് വീണ്ടും പരിശോധനയ്ക്ക് ചെന്നപ്പോൾ കുറവില്ലെന്ന് പറഞ്ഞു. അതുകേട്ടയുടനെ കഴിച്ചിരുന്ന ഗുളികകൾക്ക് പകരം മറ്റു ചിലതെഴുതി. ആറുമാസം അത് തുടർന്നിട്ടും കുറവില്ലാതായപ്പോൾ ഷോക്ക് ചികിത്സ വേണമെന്ന് പറഞ്ഞു. രണ്ടാഴ്ചകൊണ്ട് ആറ് പ്രാവശ്യം ഷോക്ക് കൊടുത്തു. അപ്പോൾ യുവാവ് നിലാവത്ത് കോഴിയെ കൂട്ടിൽ നിന്നിറക്കിവിട്ടതുപോലെ പെരുമാറാൻ തുടങ്ങി. അച്ഛനമ്മമാരെപ്പോലും ചിലപ്പോൾ തിരിച്ചറിയാതായി. ആ വിവരം പറഞ്ഞപ്പോൾ ഷോക്ക് ചികിത്സ നിറുത്തി. ഷോക്ക് ചികിത്സകൊടുത്താൽ ചിലപ്പോൾ ഓർമക്കുറവുണ്ടാകുമെന്നും ഒന്നുരണ്ടാഴ്ചകൊണ്ട് ഓർമ വീണ്ടുകിട്ടുമെന്നും സൂപ്രണ്ട് ഉറപ്പ് നൽകി. അതുപോലെതന്നെ രണ്ടാഴ്ചകൊണ്ട് മകന്റെ ഓർമ പൂർവസ്ഥിതിയിലായി.

മരുന്നുകൾ തുടർന്നു. രണ്ടുതരം മരുന്നുകൾ കൂടുതലായി നൽകി. ആകെ അഞ്ചുതരം ഗുളികകളാണ് ഷോക്ക് കഴിഞ്ഞപ്പോൾ കൊടുക്കാൻ

തുടങ്ങിയത്. അത് ആറുമാസത്തോളം തുടർന്നിട്ടും വ്യത്യാസമൊന്നും കാണാത്തതുകൊണ്ട് ഇൻസുലിൻ കോമ ചികിത്സകൊടുക്കണമെന്ന് പറഞ്ഞു. പ്രമേഹരോഗികൾക്ക് നൽകാറുള്ള ഇൻസുലിൻ കുത്തിവെക്കുന്നു. അപ്പോൾ രക്തത്തിലെ ഗ്ലൂക്കോസ് കുറയുകയും ആൾ അബോധാവസ്ഥയിലാകുകയും ചെയ്യും. തുടർന്ന് ധമനിയിലൂടെ ഗ്ലൂക്കോസ് കയറ്റി ബോധം വീണ്ടെടുക്കുന്നു. ബോധം തിരിച്ചുകിട്ടുമ്പോൾ ഒരു ലോകം മുഴുവൻ തിന്നുതീർക്കാനുള്ള വിശപ്പായിരിക്കും. അങ്ങനെ അമിതാഹാരം കഴിച്ചാണ് മകൻ ഇത്രയധികം തടിവച്ചതെന്ന് അയാൾ ദു:ഖത്തോടെ പറഞ്ഞു. ആഴ്ചയിൽ രണ്ടുവീതം എന്ന നിരക്കിൽ മൂന്നുമാസക്കാലം ഇൻസുലിൻ കോമ ചികിത്സ നടത്തിയിട്ടും കുറവൊന്നും കാണാതായപ്പോൾ അത് നിറുത്തി മരുന്നുകൾ തുടരുകയാണ്. ഇപ്പോഴും നാലുതരം ഗുളികകൾ ദിവസവും മൂന്നുനേരവും കൊടുത്തുകൊണ്ടിരിക്കുകയാണ്. അച്ഛന്റെ വിവരണം കേട്ടുകഴിഞ്ഞപ്പോൾ അമ്മയുടെ വിവരണം കേൾക്കണമെന്ന് ഞാൻ ആവശ്യപ്പെട്ടു. മകന്റെ രോഗവിവരം പറയുന്നതിനുമുമ്പ് അവരുടെ സഹോദരൻ പഠിക്കുന്നകാലത്ത് കുറച്ചുകാലം മൗനിയായിനടന്നിരുന്ന കാര്യമാണ് ആദ്യം പറഞ്ഞത്. അയാളും മോഹനൻ കാണിക്കുന്നതുപോലെ ചില ചേഷ്ടകൾ കാണിക്കാറുണ്ടായിരുന്നത്രേ. മരുന്നൊന്നും കൊടുക്കാതെതന്നെ കുറച്ചുകാലം കഴിഞ്ഞപ്പോൾ അയാളുടെ അസുഖം പൂർണമായും മാറിയതും ഇത്രയധികം മരുന്നുകൾ കൊടുത്തിട്ടും മകന്റെ രോഗം മാറാതിരിക്കുന്നതുമാണ് അവരെ അത്ഭുതപ്പെടുത്തിയത്. അത് തങ്ങൾക്കേറ്റ അജ്ഞാതമായ ഏതോ ശാപത്തിന്റെ ഫലമാണെന്നായിരുന്നു അമ്മയുടെ സ്വയംസാന്ത്വനം. 'ശാപം ഒഴിപ്പിക്കാൻ' ചെലവാക്കിയ തുകയുടെകാര്യം കൂടി ചോദിച്ച് അവരെ വേദനിപ്പിക്കേണ്ടന്നു കരുതി ഞാൻ മൗനംപാലിച്ചു.

മോഹൻകുമാറിനോട് സംസാരിച്ചുകൊണ്ടിരുന്നപ്പോൾ സ്കിസോഫ്രീനിയ തന്നെയാണ് അയാളുടെരോഗം എന്ന സംശയം ബലപ്പെട്ടുകൊണ്ടിരുന്നു. ചില 'ചീത്ത ചിന്തകൾ' അയാളുടെ മനസിലേക്ക് തള്ളിക്കയറിക്കൊണ്ടിരിക്കുന്നുവെന്നാണ് അയാൾ പറഞ്ഞത്. എന്തൊക്കെയാണ് ചീത്ത ചിന്തകൾ എന്നു ചോദിച്ചപ്പോൾ അയാൾ മൗനംപാലിച്ചു. അശരീരി കേൾക്കാറുണ്ടോ എന്നു ചോദിച്ചപ്പോൾ ചീത്തചിന്തകൾ ചിലപ്പോൾ തലയ്ക്കകത്ത് മുഴങ്ങുന്നതായും ആരോ ഉച്ചത്തിൽ വിളിച്ചുപറയുന്നതായും തോന്നാറുണ്ടെന്നും പറഞ്ഞു. ചീത്ത ചിന്തകൾ എന്തൊക്കെയാണെന്നറിയാൻ ഞാൻ വീണ്ടും ശ്രമം നടത്തി.

"എപ്പോഴും ചിന്തകൾ മനസിലേക്ക് തള്ളിക്കയറി വരാറുണ്ടോ?"

"ചെലപ്പോഴൊക്കെ."

"ഇന്ന് ഇങ്ങോട്ട് പോരാൻ ബസിലിരിക്കുമ്പോൾ ഉണ്ടായോ?"

"ഇല്ല."

"ഇന്നലെ എപ്പോഴെങ്കിലും ചിന്തകൾ ഉണ്ടായോ?"

"ഉണ്ടായി. ക്ഷേത്രത്തിൽ തൊഴാൻ പോയപ്പോൾ."

“ആദ്യമായി ചീത്ത ചിന്തകൾ വന്നത് ക്ഷേത്രത്തിൽ തൊഴുതു കൊണ്ട് നിൽക്കുമ്പോഴാണോ?”

“എപ്പോഴാണെന്ന് കൃത്യമായി ഓർക്കുന്നില്ല.”

“ക്ഷേത്രത്തിൽ പോയപ്പോൾ മനസിലേക്ക് വന്നത് ഈശ്വരനിന്ദ യുള്ള ചിന്തകളാണോ?”

കള്ളം കണ്ടുപിടിക്കപ്പെട്ട കുട്ടിയെപ്പോലെ മോഹൻകുമാർ തല കുനിച്ചിരുന്നു. കൗമാരക്കാരിൽ ഉണ്ടാകാറുള്ള ഒഴിയാബാധകളെക്കുറിച്ച് (obsessions) റാഞ്ചി ആൾ ഇന്ത്യാ ഇൻസ്റ്റിറ്റ്യൂട്ട് ഓഫ് സൈക്യാട്രിയിലെ വിശ്വപ്രസിദ്ധനായ മനോരോഗചികിത്സാവിദഗ്ധൻ ഡോ. ഭാസ്കരൻ ക്ലാസിൽ പറഞ്ഞ വാക്കുകൾ ഓർമയിൽ വന്നപ്പോഴാണ് ഞാൻ മോഹൻകുമാറിനോട് ആ ചോദ്യം ചോദിച്ചത്. യുവതികളെയും യുവാക്കളെയും ഈശ്വരനിന്ദാചിന്തകളും (Thoughts of Blasphemy)അഗമ്യ ഗമനചിന്തകളും (Thoughts of Incest)ഒഴിയാബാധയായി പിടികൂടാറുണ്ട്. വളരെ ശ്രദ്ധിച്ച് വിശകലനം ചെയ്തില്ലെങ്കിൽ സ്കിസോഫ്രീനിയയിലെ വിചാരവൈകല്യങ്ങൾ (thought disorder)ആണെന്ന് തെറ്റിദ്ധരിക്കപ്പെടാനിടയുണ്ടെന്നും അദ്ദേഹം മുന്നറിയിപ്പ് നൽകിയതും ഓർത്തു. ഇത്തരം ചിന്തകൾ അലട്ടുന്നതുകാരണം യുവാക്കൾ വിഷാദാവസ്ഥയിലോ മാനസികമായ വിക്ഷുബ്ധാവസ്ഥയിലോ ആയിപ്പോകാനും സാധ്യതയുണ്ടെന്ന് പറഞ്ഞകാര്യവും ഓർമിച്ചു. ഒരു പിടിവള്ളി കിട്ടിയപ്പോൾ അതിൽപ്പിടിച്ച് ഞാൻ മുന്നോട്ടു നീങ്ങി.

“സെക്സുമായി ബന്ധപ്പെട്ട തോട്ട്സും മനസിൽ തള്ളിക്കയറി വരുന്നുണ്ടോ?”

അപ്പോഴും മോഹൻകുമാർ മൗനംപാലിച്ചു. മനസിലേക്ക് തള്ളിക്കയറിവന്ന് മനസിനെ അലട്ടുന്ന ചിന്തകളെന്തൊക്കെയാണെന്ന് തുറന്നു പറഞ്ഞാൽ അതിൽ നിന്നും മുക്തിനേടാൻ അയാളെ സഹായിക്കാൻ കഴിയുമെന്ന് ഉറപ്പുകൊടുത്തപ്പോൾ മോഹൻകുമാർ തന്നെ ബാധിച്ച ‘ചീത്ത ചിന്തകളെ’ വെളിപ്പെടുത്തി. ദേവീക്ഷേത്രത്തിൽ ദർശനത്തിനെത്തിയാൽ ദേവിയെ ബന്ധപ്പെടുത്തിക്കൊണ്ടുള്ള അശ്ലീല ചിന്തകൾ മനസിൽ തള്ളിക്കയറിവരും. വീട്ടിലിരിക്കുമ്പോൾ സ്വന്തം ചേച്ചിമാരുമായി ലൈംഗികകേളികൾ നടത്തുന്ന ചിന്തകൾ എല്ലാ ചെറുത്തുനിൽപ്പുകളെയും തോൽപ്പിച്ച് മനസിൽ കടന്നുവരും. സ്വന്തം മനസിന്റെ പീഡനം കാരണം ജീവനൊടുക്കിയാലെന്തെന്നുവരെ ചിന്തിച്ചുപോയിട്ടുണ്ട്. ഇത്രയും കാലം മരുന്നുകൾ കഴിച്ചിട്ടും ഷോക്ക് ചികിത്സയും ഇൻസുലിൻകോമയും കൊണ്ടും ചിന്തകൾക്ക് യാതൊരുമാറ്റവും വന്നില്ല. അത്തരം ചിന്തകൾ ഇപ്പോഴും അയാളെ അലട്ടിക്കൊണ്ടിരിക്കുന്നു എന്നാണ് മോഹൻകുമാർ പറഞ്ഞത്. ചിന്തകളെ തടുക്കാനാണത്രേ അയാൾ വായുവിൽ കൈകൾ വീശുന്നതും പല്ലുകൾ കടിച്ച് മുഖം വക്രിക്കുന്നതും. അതുകൊണ്ടൊന്നും ചിന്തകൾ ഒഴിയുന്നില്ല. അതോടെ അയാളുടെ രോഗം സ്കിസോഫ്രീനിയ അല്ലെന്നും ഒഴിയാബാധകളും (obsessive thoughts) നിർബന്ധിതചേഷ്ടകളും (compulive acts) അടങ്ങുന്ന ഒബ്സസ്സീവ് കമ്പൽസീവ് ന്യൂറോസിസ് (ഇപ്പോൾ obsessive compulsive disorder - OCD എന്നാണ് പറയാറ്) ആണെന്ന് എനിക്കുറപ്പായി. മന:ശാസ്ത്ര ചികിത്സ (psychotherapy) കൊണ്ടാണ് ഇതിനെ നേരിടേണ്ടത്. മരുന്നുകൾക്ക് വലിയ പ്രാധാന്യമില്ല. 'ചീത്ത ചിന്തകളെ' കുറിച്ച് എല്ലാവരോടും തുറന്നുപറയാനും അത്തരം ചിന്തകൾ മനസിലേക്ക് തള്ളിക്കയറി വരുമ്പോൾ താൻ കുറ്റമൊന്നും ചെയ്തിട്ടില്ലെന്ന് സ്വയംപ്രത്യായനം (self suggestion) ചെയ്യാനും പറഞ്ഞു. കഴിച്ചുകൊണ്ടിരുന്ന മരുന്നുകളെല്ലാം നിറുത്തി ഒഴിയാബാധകൾ മൂലമുള്ള മാനസികാസ്വസ്ഥത (mental tension) കുറയാനുള്ള മരുന്നുമാത്രം കഴിച്ചാൽ മതിയെന്ന് പറഞ്ഞപ്പോൾ തന്നെ മോഹൻകുമാറിന്റെ മുഖം പ്രസന്നമായി. ജയിൽമോചനം കിട്ടിയ അനുഭൂതിയായിരുന്നു അയാൾക്ക്.

മോഹൻകുമാറിന് പഠനം തുടരാൻ സാധിച്ചു. ഇപ്പോഴയാൾ ഗവൺമെന്റ് കോളേജ് അധ്യാപകനാണ്. കോഴിക്കോട്ടേക്ക് സ്ഥലം മാറി വന്നിട്ട് ഒരു കൊല്ലമേ ആയുള്ളുവത്രേ. മോഹൻകുമാർ ചികിത്സയ്ക്കായി ആദ്യം എന്റെ അടുക്കലാണ് വന്നിരുന്നതെങ്കിൽ ഞാനും അയാൾക്ക് സ്കിസോഫ്രീനിയ ആണെന്ന നിഗമനത്തിലെത്തുകയും അതിനുള്ള ചികിത്സ ആരംഭിക്കുകയും ചെയ്യുമായിരുന്നു. പക്ഷേ മരുന്നുകൾ ഏശുന്നില്ലെന്നുകാണുമ്പോൾ രോഗനിർണയത്തെക്കുറിച്ച് പുന:പരിശോധന നടത്തുമായിരുന്നു. ചികിത്സകർ എപ്പോഴും തുറന്ന മനസോടെ സ്വന്തം നിഗമനങ്ങളെ സമീപിക്കണമെന്നുള്ളതാണ് ചികിത്സയിലെ ആദ്യപാഠം. സൂപ്രണ്ടിന്റെ ചികിത്സ തന്നെ തുടർന്നിരുന്നെങ്കിൽ തനിക്കെന്തു സംഭവിക്കുമായിരുന്നു എന്നാണ് വർഷങ്ങൾക്കുശേഷം എന്നെക്കണ്ടപ്പോൾ മോഹൻകുമാറിന് അറിയേണ്ടിയിരുന്നത്. വിശേഷിച്ച് ഒന്നും സംഭവിക്കുകയില്ലായിരുന്നു. അഞ്ചോ ആറോ വർഷങ്ങൾ കഴിയുമ്പോൾ ഒഴിയാബാധയായിട്ടുള്ള ചിന്തകളുടെ വൈകാരികാംശം കുറയുകയും കാലക്രമേണ ചിന്തകൾ തന്നെ അപ്രത്യക്ഷമാകുകയും ചെയ്യുമായിരുന്നു. ദീർഘകാലത്തെ ചികിത്സയുടെ ഫലമായാണ് അങ്ങനെ സംഭവിച്ചതെന്ന് ചികിത്സകൻ അവകാശപ്പെടും. മോഹൻകുമാറിന്റെ പഠനം തുടരാൻ കഴിയാതെ പോകുമായിരുന്നു. ഒഴിയാബാധയോടൊത്തു ജീവിക്കാൻ പഠിപ്പിക്കുക എന്നതാണ് മന:ശാസ്ത്രചികിത്സയുടെ ലക്ഷ്യം.

30

ലോപ്പസിന്റെ മരണവും നഷ്ടപരിഹാരക്കേസും

ഇന്ത്യൻ സൈക്യാട്രിക് സൊസൈറ്റി കേരളശാഖയുടെ തുടർ പഠനപരിപാടിയിൽ (CME) കണ്ടുമുട്ടിയപ്പോൾ തിരുവനന്തപുരം മനോരോഗാശുപത്രി മുൻസൂപ്രണ്ട് പറഞ്ഞു:

"ലോപ്പസ് കേസ് തീർന്നെന്നാണ് തോന്നുന്നത്."

വക്കീൽ ഗുമസ്തന്റെ കേസറിയിപ്പ് കാർഡ് വന്നിട്ട് രണ്ടുകൊല്ലത്തിലധികമായി. കേസ് വെച്ചിട്ടുള്ള ദിവസം അറിയിച്ചുകൊണ്ട് വക്കീൽ ഗുമസ്തൻ കാർഡ് അയക്കും. തലേന്ന് വൈകുന്നേരം വക്കീലാഫീസിൽ ച്ചെന്ന് വക്കീൽഫീസും ഗുമസ്തപ്പടിയും കൊടുക്കണം. രണ്ടുകൊല്ലത്തോളം തുടർന്ന ആ പതിവ് നിന്നുപോയകാര്യം ശ്രദ്ധിച്ചതപ്പോഴാണ്.

പെൻഷൻപറ്റി രണ്ടുകൊല്ലം കഴിഞ്ഞപ്പോൾ ഒരു കോടതിനോട്ടീസ് തപാൽ വഴി കിട്ടി. ഡോക്ടറെന്ന നിലയ്ക്ക് കോടതിയിൽ എക്സ്പർട്ട് വിറ്റ്നസ്സായി സാക്ഷിപറയാൻ പലപ്പോഴും പോകേണ്ടിവന്നിട്ടുണ്ട്. പെൻഷനായതിനുശേഷം കോടതി നോട്ടീസ് വരാനുള്ള കാരണമെന്തെന്ന് ഓർമയുടെ എല്ലാ മുക്കും മൂലയും പരതിനോക്കി. അടുത്ത കാലത്തൊന്നും നിയമപ്രശ്നങ്ങളുള്ള 'മെഡിക്കോലീഗൽ' കേസ് ചികിത്സിച്ചിട്ടുമില്ല.

കവർ പൊട്ടിച്ച് അവ്യക്തമായ വരികളിലൂടെ കണ്ണോടിച്ചു. സിവിൽ കേസ്സാണ്. സാക്ഷിയായിട്ടല്ല. പ്രതിയായിട്ടാണ് കോടതി വിളിച്ചിരിക്കുന്നത്. അഞ്ചു പ്രതികളുള്ളതിൽ നാലാം പ്രതിയാണ് ഞാൻ. ഒന്നാം പ്രതി ഗവൺമെന്റിനെ പ്രതിനിധീകരിക്കുന്ന ആരോഗ്യവകുപ്പ് സെക്രട്ടറിയാണ്. ആരോഗ്യവകുപ്പ് ഡയറക്ടർ, തിരുവനന്തപുരം മനോരോഗാശുപത്രി സൂപ്രണ്ട് എന്നിവരാണ് രണ്ടും മൂന്നും പ്രതികൾ. അഞ്ചാംപ്രതി മനോരോഗാശുപത്രി ആതിരവാർഡിലെ നഴ്സിങ് അസിസ്റ്റന്റ് വേലായുധൻ

പിള്ളയും. ലോപ്പസ് എന്ന മനോരോഗിയെ ആശുപത്രിയിൽ ചികിത്സയ്ക്കായി അഡ്മിറ്റ് ചെയ്തതിനുശേഷം പ്രതികളുടെ കുറ്റകരമായ അനാസ്ഥകാരണം മറ്റു രോഗികളുടെ മർദനമേറ്റ് മരിക്കാനിടയായതിൽ പ്രതികൾ കൂട്ടായി മൂന്നുലക്ഷം രൂപ നഷ്ടപരിഹാരം നൽകണം. മരണപ്പെട്ട ലോപ്പസിന്റെ പിതാവ് റോഡ്രിഗ്സ് സമർപ്പിച്ചിരിക്കുന്ന നഷ്ടപരിഹാര ഹർജി ഫയലിൽ സ്വീകരിച്ചാണ് കോടതി നോട്ടീസയച്ചിരിക്കുന്നത്. നോട്ടീസിനോടൊപ്പം ഹർജിയുടെ പകർപ്പുമുണ്ട്. പെൻഷനാകുന്നതിന് അഞ്ചുകൊല്ലം മുമ്പാണ് സംഭവം നടന്നത്. പെൻഷനായി രണ്ടു കൊല്ലം കഴിഞ്ഞാണ് കേസിന് നോട്ടീസ് ലഭിക്കുന്നത്. ഹർജിക്കാരന്റെ അപേക്ഷപ്രകാരം കാലതാമസം മാപ്പാക്കിക്കൊടുത്തിട്ടാണ് കോടതി ഹർജി ഫയലിൽ സ്വീകരിച്ചിരിക്കുന്നത്.

വക്കീലിനെക്കണ്ട് കേസ് നടത്താൻ ഏർപ്പാട് ചെയ്തു. ലോപ്പസിന്റെ പിതാവിന് നഷ്ടപരിഹാരം കിട്ടണമെന്നുതന്നെയാണ് എന്റെയും നിലപാട്. പക്ഷേ അത് ഉത്തരവാദികളായവരിൽ നിന്ന് ഈടാക്കണം. അത്തരത്തിലാണ് കേസ് നടത്തേണ്ടതെന്ന് വക്കീലിന് നിർദേശം കൊടുത്തു.

ഒരു വ്യാഴവട്ടക്കാലം മുമ്പ് നടന്ന സംഭവം ഇങ്ങനെയായിരുന്നു. ഞാൻ ആശുപത്രിയിൽ രാത്രി ഡ്യൂട്ടിയിലായിരുന്നു. വെളുപ്പിന് നാലു മണിക്ക് ലോപ്പസ് എന്ന ഉന്മാദരോഗിയെ ആശുപത്രിയിൽ പ്രവേശിപ്പിക്കാൻ അയാളുടെ അച്ഛൻ, അമ്മ, സഹോദരി, മറ്റൊരു ബന്ധു എന്നിവർ ചേർന്ന് ആശുപത്രിയിൽ കൊണ്ടുവന്നു. വൈകുന്നേരം അഞ്ചു മണിക്കുശേഷവും രാവിലെ എട്ടുമണിക്കുമുമ്പും കൊണ്ടുവരുന്ന രോഗികളെ സാധാരണഗതിയിൽ ആശുപത്രിയിൽ അഡ്മിറ്റ് ചെയ്യാറില്ല. ആവശ്യമായ മരുന്ന് കുത്തിവച്ച് ഗുളികകളും കൊടുത്ത് നിരീക്ഷണത്തിനായി ഓ പി യിൽ തന്നെയുള്ള ഒരു മുറിയിലാക്കും. രാവിലെ എട്ടുമണിക്ക് ഓ പി തുടങ്ങിയതിനുശേഷം മാത്രമേ അഡ്മിറ്റ് ചെയ്യാറുള്ളു. രോഗിയുടെ ബന്ധുക്കൾ തന്നെയാണോ കൊണ്ടുവന്നിരിക്കുന്നത്, എന്തെങ്കിലും ദുരുദ്ദേശത്തോടെ രോഗമില്ലാത്ത ആളിനെ രോഗിയെന്ന വ്യാജേന കൊണ്ടുവന്നതാണോ എന്നൊക്കെ തിട്ടപ്പെടുത്താനുള്ളതുകൊണ്ടാണ് ഓ പി സമയത്ത് മാത്രമേ അഡ്മിറ്റ് ചെയ്യുകയുള്ളു എന്ന നപടിക്രമം നിശ്ചയിച്ചിരിക്കുന്നത്.ഡ്യൂട്ടിയിലുള്ള ഡോക്ടർമാർക്ക് ബോധ്യം വന്നാൽ രോഗിയെ കൊണ്ടുവന്നപാടെ അഡ്മിറ്റ് ചെയ്യുകയും ആവാം.

ലോപ്പസിനെ ആശുപത്രിയിലാക്കിയതിനുശേഷം ബന്ധുക്കൾക്ക് നാട്ടിൽ തിരിച്ചുപോയി ഒരു വിവാഹച്ചടങ്ങിൽ പങ്കെടുക്കാനുള്ളതുകൊണ്ട് ഉടനെ തന്നെ അഡ്മിറ്റ്ചെയ്താൽ ഉപകാരമാവും എന്ന് ലോപ്പസിനെ കൊണ്ടുവന്നവർ അപേക്ഷിച്ചു. അയാളെ ഇതിനു മുമ്പ് മൂന്നു തവണ ഉന്മാദരോഗത്തിന് ചികിത്സിക്കാൻ ഇതേ ആശുപത്രിയിൽ അഡ്മിറ്റ് ചെയ്തിട്ടുള്ളതാണ്. ലോപ്പസിന്റെ പഴയ കേസ്ഫയൽ റെക്കോർഡ് ലൈബ്രറിയിൽ നിന്നും എടുപ്പിച്ച് നോക്കിയപ്പോൾ ബന്ധുക്കൾ പറഞ്ഞതെല്ലാം ശരിയാണെന്ന് തെളിഞ്ഞു.

ലോപ്പസ് നിറുത്താതെ സംസാരിക്കുകയാണ്. ലോകത്ത് മുഴുവൻ അനീതിയും അക്രമവും നടന്നുകൊണ്ടിരിക്കുകയാണെന്നും താൻ അതിനെതിരെ ശക്തമായി പോരാടുമെന്നുമാണ് പറഞ്ഞുകൊണ്ടിരിക്കുന്നത്. ആയിടെ ബസ്ചാർജ് വർധിപ്പിക്കുകയുണ്ടായി. അതാണ് ലോപ്പസിന്റെ രോഷം തിളച്ചുമറിയാനുണ്ടായ കാരണങ്ങളിലൊന്ന്. കുറച്ചുദിവസങ്ങളയി ലോപ്പസ് നാട്ടിലെല്ലാം ഓടിനടന്ന് ബസ്ചാർജ് വർധനവിനെതിരെ ഒറ്റയാൻ സമരം നടത്തിവരികയായിരുന്നു. വർധിപ്പിച്ച നിരക്കിൽ യാത്രക്കാരിൽ നിന്നും ചാർജ് ഈടാക്കിയ ഒരു പ്രൈവറ്റ് ബസ്സ് കണ്ടക്ടറെ മർദിച്ചതിന്റെ പേരിൽ പൊലീസ് ലോപ്പസിനെ ഒരു ദിവസം ലോക്കപ്പിൽ പാർപ്പിക്കുകയുമുണ്ടായി. ആൾ മനോരോഗിയാണെന്ന് മനസിലായപ്പോൾ പരാതിയില്ലെന്ന് കണ്ടക്ടർ പൊലീസിനെ അറിയിക്കുകയും ലോപ്പസിനെ വിട്ടയക്കുകയും ചെയ്തതാണ്. കുറെ ദിവസങ്ങളായി ലോപ്പസിനെ പിടികിട്ടാൻ കാത്തിരിക്കുകയായിരുന്നു ബന്ധുക്കൾ. അർധരാത്രികഴിഞ്ഞ് വീട്ടിലെത്തിയ ലോപ്പസിനെ എല്ലാവരും കൂടി പിടിച്ച് കാറിൽ കയറ്റി ആശുപത്രിയിലേക്ക് കൊണ്ടുവന്നതാണ്.

മനസിന്റെ ക്ഷോഭം ശമിച്ച് മയങ്ങാനുള്ള മരുന്നു കുത്തിവച്ചു. ഗുളികകളും കൊടുത്തു. അരമണിക്കൂർ കഴിഞ്ഞപ്പോൾ അയാളുടെ കൺപോളകൾക്ക് കനം വെച്ചു. അഡ്മിഷന്റെ നടപടിക്രമങ്ങൾ പൂർത്തിയാക്കി, പുതിയതായി വരുന്ന രോഗികളെ പ്രവേശിപ്പിക്കുന്ന 'ആതിര'വാർഡിലേക്ക് കൊണ്ടുപോകാൻ നിർദേശം കൊടുത്തു. രാവിലെ എട്ടുമണിക്കു ശേഷമേ അഡ്മിഷൻ നടക്കുകയുള്ളൂവെന്ന് പ്രതീക്ഷിച്ചുവന്ന ബന്ധുക്കൾ നേരം പുലരുമ്പോൾത്തന്നെ നാട്ടിലേക്ക് തിരിക്കാൻ സഹായിച്ചതിന് നന്ദി പറഞ്ഞ് യാത്രയായി. പകൽ ഡ്യൂട്ടിക്കുള്ള ഡോക്ടർ എത്തിയതോടെ ഞാൻ വീട്ടിലേക്ക് പോയി. രാത്രി ഡ്യൂട്ടികഴിഞ്ഞാൽ ഒരു ദിവസം അവധിയാണ്. അന്ന് യൂണിറ്റിലെ രോഗികളുടെ കാര്യങ്ങൾ സഹപ്രവർത്തകനായ ഡോക്ടർ തനിച്ചാണ് നിർവഹിക്കുക.

നൈറ്റ്ഡ്യൂട്ടി ഓഫ് കഴിഞ്ഞ് പിറ്റേദിവസം ആശുപത്രിയിലെത്തിയപ്പോൾ കേട്ടത് ഞെട്ടിപ്പിക്കുന്ന വാർത്തയായിരുന്നു. ഞാൻ അഡ്മിറ്റ് ചെയ്ത ലോപ്പസ് എന്ന രോഗിയെ സെൽമുറിയിലേക്ക് മാറ്റി. അവിടെ വച്ച് മറ്റു രണ്ടു രോഗികളുടെ മർദനമേറ്റ് മരണപ്രായനായതിനാൽ മെഡിക്കൽ കോളേജാശുപത്രിയിലേക്ക് കൊണ്ടുപോയിരിക്കുകയാണ്. അയാളുടെ സ്ഥിതി ആശങ്കാജനകമാണ്. തലയ്ക്ക് പരിക്കേറ്റതുകാരണം ന്യൂറോസർജറിയിലെ ഐ സി യു വിലാണ്. ഞാൻ ന്യൂറോസർജനെ ഫോണിൽ വിളിച്ച് ലോപ്പസിന്റെ സ്ഥിതിയെക്കുറിച്ചന്വേഷിച്ചു. നില ഗുരുതരമാണ്. തലയോട്ടിക്ക് പൊട്ടലും മസ്തിഷ്കത്തിനകത്ത് രക്തസ്രാവവും ഉണ്ടായിട്ടുണ്ട്. നാൽപ്പത്തെട്ടു മണിക്കൂർ കഴിയാതെ ഒന്നും പറയാനാവില്ല. ലോപ്പസ് മരണമടഞ്ഞാൽ മരണത്തിനുത്തരവാദികളായിട്ടുള്ളവർ സമാധാനം പറയേണ്ടിവരും. അതുകൊണ്ട് എല്ലാവരും സ്വയംരക്ഷയുടെ കവചങ്ങൾക്കകത്തേക്ക് വലിയുന്നതിനു മുമ്പ് സ്വന്തം നിലയ്ക്ക് അന്വേഷണം നടത്തി എന്താണ് യഥാർഥത്തിൽ സംഭവിച്ചതെന്നറിയാൻ ശ്രമിച്ചു.

യൂണിറ്റിലെ സഹപ്രവർത്തകനായ ഡോക്ടറാണ് ലോപ്പസിനെ അഡ്മിറ്റ് ചെയ്ത ആതിര വാർഡിൽ നിന്നും ഇരുപത്തേഴാം വാർഡിലെ സെൽമുറിയിലേക്ക് മാറ്റിയത്. രാവിലെ പത്തുമണിയോടെ ലോപ്പസ് അക്രമാസക്തനാവുകയും മറ്റുരോഗികളെ ആക്രമിക്കാൻ മുതിരുകയും ചെയ്തു. ഇൻജക്ഷൻ വീണ്ടും കൊടുത്തെങ്കിലും ശാന്തനായില്ല. അതു കൊണ്ടാണ് സെൽമുറിയിലേക്ക് മാറ്റിയത്. വാർഡിലെ നഴ്സിങ് അസി സ്റ്റന്റ് വേലായുധൻപിള്ളയും അതുതന്നെയാണ് പറഞ്ഞത്. ഉച്ചയ്ക്ക് പന്ത്രണ്ടു മണിയോടെ മറ്റൊരു യൂണിറ്റിലെ ഒരു രോഗി അക്രമാസക്ത നാവുകയും ലോപ്പസിനെ ഇട്ടിരുന്ന സെൽമുറിയിൽത്തന്നെ ആക്കുകയും ചെയ്തു. രണ്ടു മണിയോടെ മറ്റൊരു രോഗിയെക്കൂടി അതേ സെൽമുറി യിലാക്കി. ഒരാളെ മാത്രം പ്രവേശിപ്പിക്കാവുന്ന സെൽമുറിയിൽ അങ്ങനെ മൂന്നുപേരായി. ഇരുപത്തേഴാം വാർഡിലെ നഴ്സിങ് അസിസ്റ്റന്റ് തങ്കപ്പ നാണ് ഈ 'രഹസ്യങ്ങൾ' പറഞ്ഞത്. ഉന്മാദം മൂലം ക്ഷോഭിച്ചിരുന്ന ലോപ്പസിന്റെ കൂടെ അക്രമാസക്തരായ മറ്റുരണ്ടുരോഗികളെക്കൂടി എന്തി നാണ് സെല്ലിലടച്ചത് എന്ന ചോദ്യത്തിന് തങ്കപ്പന്റെ മറുപടി ഇതായിരുന്നു:

"യൂണിറ്റ് ചീഫുമാര് പറഞ്ഞാല് പിന്നെന്തര് ചെയ്യും?"

"സെല്ലിൽ മറ്റൊരു രോഗിയുണ്ടെന്ന് പറയരുതായിരുന്നോ?"

"പറഞ്ഞല്ല്. പറഞ്ഞപ്പം പറയണത് ഒരു സെല്ലില് മൂന്നുപേരെ വീതം ഇടാമെന്നാണ്."

"ലോപ്പസിന് എപ്പഴാണ് മർദനമേറ്റത്?"

"സത്യത്തില് ഞാൻ കണ്ടില്ല സാറെ."

"നൈറ്റ് ഡ്യൂട്ടിക്കാരൻ വരുന്നതുവരെയും തങ്കപ്പൻ വാർഡിലുണ്ടാ യിരുന്നോ?"

തങ്കപ്പൻ മറ്റൊരു 'രഹസ്യം' കൂടി വെളിപ്പെടുത്തി.

"ഞാനിച്ചിരി നേരത്തെ പോയി സാറേ. അതിനെടേലാണ് അവ ന്മാര് കുരുത്തക്കേടൊപ്പിച്ചത്."

ലോപ്പസ് മരിച്ചുപോകുകയാണെങ്കിൽ നടന്നേക്കാവുന്ന അന്വേഷ ണങ്ങളിലും ഇക്കാര്യം തുറന്നു പറയണമെന്ന് ഞാൻ തങ്കപ്പനോട് പറ ഞ്ഞു. പറയാമെന്ന് തങ്കപ്പൻ തലകുലുക്കുകയും ചെയ്തു.

മെഡിക്കൽ കോളേജിൽ അഡ്മിറ്റ് ചെയ്തതിന്റെ ആറാം ദിവസം അനീതികൾക്കെതിരെ ഒറ്റയാൾ പോരാട്ടം നടത്തിയ ലോപ്പസ് പരാജയം സമ്മതിച്ച് കീഴടങ്ങി, അനീതികൾ നിറഞ്ഞ ലോകത്തോട് വിടപറഞ്ഞു. മനോരോഗാശുപത്രിയിൽ പ്രവേശിപ്പിച്ച ഒരു രോഗി മറ്റുരോഗികളുടെ മർദനമേറ്റ് മരണമടഞ്ഞതിനുപിന്നിൽ അനാസ്ഥയല്ലാതെ മറ്റെന്താണ്?

ലോപ്പസിന്റെ പോസ്റ്റ്മോർട്ടം നടത്തിയ ഡോക്ടർ റിപ്പോർട്ട് എന്നെ കാണിച്ചു. ആകെ ഇരുപത്തിമൂന്നുമുറിവുകളാണ് ആ ശരീരം ഏറ്റുവാ ങ്ങിയത്. തലയോട്ടിയുടെ അടിഭാഗത്തെ പൊട്ടലാണ് മരണകാരണം. ശസ്ത്രക്രിയ നടത്തി പരിഹരിക്കാൻപോലും പറ്റാത്ത ക്ഷതമായിരുന്നു അത്. ലോപ്പസിന്റെ കൂടെ സെൽമുറിയിൽ പാർപ്പിച്ചിരുന്ന രണ്ടുരോഗി

കളോട് ഞാൻ സംസാരിച്ചു. ലോപ്പസ് കരാട്ടേ പഠിച്ച ആളാണെന്നും അവരെ മർമത്തിൽ ചവിട്ടിയതിനു പകരം വീട്ടാനായി രണ്ടുപേരും ചേർന്ന് മർദിച്ചതാണെന്നും സമ്മതിച്ചു. രണ്ടിലൊരാൾ ലോപ്പസിന്റെ തലപിടിച്ച് നിലത്തടിച്ചിട്ടുണ്ട്. അതുകൊണ്ടാണ് തലയോട്ടിയുടെ അടിഭാഗം പൊട്ടിയത്. ഉന്മാദത്തിന്റെ പിടിയിൽ നിന്നും മുക്തരാവാത്ത രോഗികളോട് ഞാൻ ചോദിച്ചു:

"ലോപ്പസിന്റെ തലപിടിച്ച് നിലത്തിടിച്ചതാരാണ്?"

"അത് ഞാനാണ് ചെയ്തത്."

" പോടാ ഞാനാണ് അങ്ങനെ ചെയ്തത്."

"അല്ല സാർ, ഞങ്ങള് രണ്ടുപേരും കൂടിയാണ് ചെയ്തത്."

ലോപ്പസിന്റെ മരണത്തെക്കുറിച്ചന്വേഷിക്കാൻ ആദ്യം വന്നത് ആരോഗ്യവകുപ്പ് വിജിലൻസ് വിഭാഗം അഡീഷണൽ ഡയറക്ടറാണ്. പ്രൊമോഷനാകുന്നതിനുമുമ്പ് അവർ ഗൈനക്കോളജിസ്റ്റായിരുന്നു. ആശുപത്രിയിലെ മുഴുവൻ പേരെയും അവർ ചോദ്യം ചെയ്തു. എനിക്കറിയാവുന്നതെല്ലാം അവരോട് പറഞ്ഞുകഴിഞ്ഞപ്പോൾ ഞാൻ ചോദിച്ചു:

"മാഡം പോസ്റ്റ്മോർട്ടം റിപ്പോർട്ട് കണ്ടോ?"

"അതെങ്ങനെ കാണാൻ കഴിയും? പോലീസിനല്ലേ കൊടുക്കൂ."

"ഞാൻ കണ്ടു മാഡം. ലോപ്പസിന്റെ ദേഹത്ത് ഇരുപത്തിമൂന്ന് മുറിവുകളുണ്ടായിരുന്നു."

സ്വന്തമായി നടത്തിയ അന്വേഷണത്തിൽ കണ്ടെത്തിയ കാര്യങ്ങളെല്ലാം അവരോട് പറഞ്ഞു. ഞാൻ പറഞ്ഞതെല്ലാം കുറിക്കുവാൻ മൊഴി രേഖപ്പെടുത്തുന്ന ക്ലർക്കിനു അവർ നിർദേശം കൊടുത്തു. ലോപ്പസിന്റെ കൂടെ ഒരു സെല്ലിൽ മറ്റു രണ്ടുരോഗികളെക്കൂടി പാർപ്പിച്ച ജീവനക്കാർക്കും ഡോക്ടർമാർക്കും എതിരെ ശിക്ഷണ നടപടികൾ എടുക്കാൻ ശുപാർശ ചെയ്തുകൊണ്ടാണ് അവർ റിപ്പോർട്ടെഴുതിയത്. ലോപ്പസിന്റെ പിതാവ് കൊടുത്ത പരാതിയുടെ അടിസ്ഥാനത്തിൽ ക്രൈംബ്രാഞ്ച് അന്വേഷണം നടന്നു. അന്വേഷണത്തിനുവന്ന ക്രൈംബ്രാഞ്ച് ഉദ്യോഗസ്ഥനോടും എനിക്കറിയാവുന്ന കാര്യങ്ങൾ പറഞ്ഞു. അതിനുശേഷം സുഹൃത്തുക്കളായിരുന്ന പലരും ശത്രുപക്ഷത്തായി. ക്രൈംബ്രാഞ്ച് അന്വേഷണത്തിന്റെ ഫലമായി ആർക്കെതിരെയും കേസെടുത്തതായി അറിവില്ല. വകുപ്പിലെ ശിക്ഷണനടപടികൾക്ക് ശുപാർശചെയ്തുകൊണ്ട് അവർ ഗവൺമെന്റിന് റിപ്പോർട്ട് കൊടുത്തിരിക്കാം.

നഷ്ടപരിഹാരക്കേസിൽ എന്നെയും പ്രതിചേർത്ത് കേസ്കൊടുക്കാനുണ്ടായ പ്രകോപനം എന്തെന്നറിയാൻ ഞാൻ ലോപ്പസിന്റെ പിതാവ് റോഡ്രിഗ്സിനെത്തേടി പുറപ്പെട്ടു. റോഡ്രിഗ്സ് കുറ്റബോധത്തോടെ പറഞ്ഞു:

"വക്കീലിനോട് ഞാനൊരുപാട് പറഞ്ഞതാണ് ഡോക്ടറെ കക്ഷി ചേർക്കണ്ടെന്ന്. യൂണിറ്റ് ചീഫ് എന്ന നിലയ്ക്കും ലോപ്പസിനെ അഡ്മിറ്റ്

ചെയ്ത ഡോക്ടറെന്ന നിലയ്ക്കും കക്ഷിചേർത്തില്ലെങ്കിൽ കേസ് ബലപ്പെടൂല്ലാന്നാണ് വക്കീല് പറഞ്ഞത്."

ഒരു കൊല്ലം കഴിഞ്ഞ് ഒരു ദിവസം വക്കീലാഫീസിൽ ചെന്നപ്പോൾ ഗുമസ്തൻ പറഞ്ഞു:

"കേസിലെ വാദി മരണപ്പെട്ട ലോപ്പസിന്റെ പിതാവ് റോഡ്രിഗ്സ് ഹാർട്ട് അറ്റാക്കായി മരിച്ചുപോയി. അയാളുടെ ഭാര്യയുടെ പേരിൽ കേസ് നടത്താൻ വക്കീല് അപേക്ഷ കൊടുത്തിട്ടുണ്ട്. നമ്മടെ ഒബ്ജക്ഷൻ ഫയൽ ചെയ്യണം. വക്കീലിനെ കണ്ടിട്ടേ പോകാവൂ."

വക്കീലിനെ കണ്ട് ഒബ്ജക്ഷൻ ഫയൽ ചെയ്യേണ്ടന്ന് പറഞ്ഞു. പിറ്റേമാസം വക്കീലാഫീസിൽ ചെന്നപ്പോഴാണ് അഞ്ചാം പ്രതിയായ നഴ്സിങ് അസിസ്റ്റന്റ് വേലായുധൻപിള്ള മരിച്ച വിവരം അറിഞ്ഞത്. കോടതി നോട്ടീസ് കിട്ടിയതിന്റെ പിറ്റേദിവസം വേലായുധൻപിള്ള എന്റെ വീട്ടിൽ വന്നിരുന്നു. അയാൾ പറഞ്ഞത് ഇപ്പോഴും ഓർക്കുന്നു:

"നിരപരാധിയായ എന്നെ പ്രതിചേർത്ത പാപികള് അനുഭവിക്കും."

ആറുമാസക്കാലം കൂടി വക്കീൽഗുമസ്തന്റെ കേസറിയിപ്പുകാർഡുകൾ വന്നുകൊണ്ടിരുന്നു. പിന്നെ വരാതായതിന്റെ കാരണം തിരക്കാൻ പോയില്ല.

മനോരോഗാശുപത്രിയിൽ പ്രവേശിപ്പിക്കുന്ന രോഗി അപകടം മൂലമോ മറ്റുരോഗികളുടെ ആക്രമണം മൂലമോ മരിക്കാനിടയായാൽ അനാസ്ഥ കാണിച്ചവരെ ശിക്ഷിച്ചാൽ മാത്രം പോരാ, നഷ്ടപരിഹാരം കൊടുക്കാനും ഗവൺമെന്റ് തയ്യാറാകണം. രോഗിയോ ബന്ധുക്കളോ കേസ് നടത്തി നഷ്ടപരിഹാരം നേടികൊള്ളട്ടെ എന്ന നിലപാടെടുക്കാതെ നഷ്ടപരിഹാരം കൊടുക്കാൻ സ്വമേധയാ സർക്കാർ മുന്നോട്ടു വരണം.

31

വഴികൾ മുടക്കുന്ന വിശ്വാസങ്ങൾ

പരിശോധനാമുറിയിലേക്ക് കടന്നപ്പോൾ ചില മാറ്റങ്ങൾ കണ്ടു. കേസ്ഫയലുകൾ രോഗികളെ വിളിക്കേണ്ട മുറയ്ക്ക് അടുക്കി മേശപ്പുറത്ത് വെച്ചിരിക്കുന്നു. കാളിംങ് ബെല്ല്, രക്തസമ്മർദം നോക്കാനുള്ള ബിപി അപ്പാരട്ടസ്, സ്റ്റെതസ്കോപ്പ്, പെൻടോർച്ച് തുടങ്ങിയവ ചിട്ടയോടെ നിരത്തിവെച്ചിരിക്കുന്നു. കുളിച്ച് കുറിയിട്ട് എവിടെയോ പോകാനൊരുങ്ങിയതുപോലെ അലക്കിത്തേച്ച ബംഗാൾകോട്ടൺസാരിയും ബ്ലൗസും ധരിച്ച് ഡോക്ടർ ലളിത മുറിയിൽ നിൽക്കുന്നുണ്ടായിരുന്നു.

"ഗുഡ്മോണിംഗ് ഡോക്ടർ. ഡോക്ടർ രോഗികളെ ഇന്റർവ്യൂ ചെയ്യുമ്പോൾ ഞാനിവിടെത്തന്നെ കേട്ടുകൊണ്ട് ഇരുന്നോട്ടേ?"

കാസർഗോഡ്കാരിയായ ലളിതയുടെ സംസാരത്തിന് കന്നടച്ചുവയുണ്ട്. ചോദ്യം ചോദിച്ചിട്ട് ഉത്തരത്തിന് കാത്തുനിൽക്കാതെ ലളിത മുമ്പിലുള്ള ഒരു കസേരയിലിരുന്നു. ചില രോഗികൾ മറ്റുള്ളവരുടെ സാന്നിധ്യത്തിൽ മനസിലുള്ളത് തുറന്നുപറയാൻ മടിക്കും. അങ്ങനെയുള്ള സന്ദർഭങ്ങൾ വരുമ്പോൾ ലളിതയോട് കുറച്ചുനേരം പുറത്തിരിക്കാൻ പറയും. സ്ത്രീകളെ പരിശോധിക്കുമ്പോൾ മറ്റൊരു സ്ത്രീയുടെ സാന്നിധ്യം ആവശ്യമാണുതാനും. അതുകൊണ്ട് പരിശോധനാമുറിയിൽത്തന്നെ ഇരിക്കാൻ അവരെ അനുവദിച്ചു.

ലളിത ആയുർവേദ ഡോക്ടറാണ്. ഒരു സ്വകാര്യ ആയുർവേദാശുപത്രിയിലെ കൺസൾട്ടന്റായിരുന്നു. ഇപ്പോഴും ആണ്. ചികിത്സ കഴിഞ്ഞ് ആശുപത്രിയിൽ നിന്നും ഡിസ്ചാർജ് ചെയ്താൽ പിറ്റേദിവസം തന്നെ ജോലിയിൽ തിരികെ പ്രവേശിക്കുമെന്നാണ് ലളിത പറയുന്നത്. പക്ഷേ, എന്ന് ഡിസ്ചാർജ് ചെയ്യാനാവുമെന്ന് പറയാൻ കഴിയുകയില്ല. ലളിതയെ ചികിത്സയ്ക്കായി ആശുപത്രിയിൽ പ്രവേശിപ്പിച്ചിട്ട് മൂന്നുമാസങ്ങൾ പിന്നി

ട്ടിട്ടും ഡിസ്ചാർജ് ചെയ്ത് വീട്ടിലേക്ക് കൊണ്ടുപോകാൻ ഭർത്താവോ അമ്മയോ ജ്യേഷ്ഠത്തിയോ വരുന്നില്ല. അവർ മൂന്നുപേരും കൂടിയാണ് ലളിതയെ ആശുപത്രിയിലാക്കിയത്.

തനിക്ക് രോഗമൊന്നുമില്ലെന്നാണ് ലളിത അവകാശപ്പെടുന്നത്. അതുകൊണ്ട് തന്നെ മരുന്നൊന്നും കഴിക്കുക്കയില്ലെന്ന് ശഠിക്കുന്നു. ഈ മാനസികാവസ്ഥമാറി സ്വന്തം രോഗത്തെക്കുറിച്ച് അവബോധവും ഉൾക്കാഴ്ചയും ഉണ്ടായി ചികിത്സയിൽ സഹകരിച്ച് മരുന്നുകൾ കഴിക്കുന്ന സ്ഥിതിയിലായാലേ ലളിതയെ ഡിസ്ചാർജ് ചെയ്യിച്ച് കൊണ്ടുപോകുന്നുള്ളു എന്ന ഉറച്ച നിലപാടിലാണ് ലളിതയുടെ ഭർത്താവും അമ്മയും ജ്യേഷ്ഠത്തിയും. തന്നെ മനോരോഗിണിയാക്കി സ്ഥിരമായി ആശുപത്രിയിൽ പാർപ്പിക്കാനുള്ള ഭർത്താവിന്റെ തന്ത്രമാണ് ഇല്ലാത്ത രോഗം ഉണ്ടെന്ന് ആരോപിക്കുന്നതിനു പിന്നിലെന്നാണ് ലളിതയുടെ വാദം. ലളിതയുടെ മനോരോഗം മാറ്റാനുള്ള അവസാനത്തെ ശ്രമമാണിതെന്നും ഇതിൽ പരാജയപ്പെട്ടാൽ താൻ ബന്ധമുപേക്ഷിക്കുമെന്നുമാണ് അഡ്വക്കേറ്റ് രാഘവൻ പറയുന്നത്. ലളിതയ്ക്ക് വിവാഹത്തിനുമുമ്പേ മനോരോഗം ഉണ്ടായിരുന്നതായും അത് തന്നിൽ നിന്നും മറച്ചുവെച്ച് വിവാഹം നടത്തിയതിനാൽ ബന്ധം വേർപെടുത്താനും നഷ്ടപരിഹാരത്തിനും തനിക്കവകാശമുണ്ടെന്നുമാണ് നിയമജ്ഞനായ ഭർത്താവ് പറയുന്നത്. ഭർത്താവുപേക്ഷിച്ചാൽ രണ്ടാമതൊരു വിവാഹത്തിന് സാധ്യതയില്ലാത്തതുകൊണ്ടും നഷ്ടപരിഹാരക്കേസിന്റെ കുരുക്കിൽ പെടാനിടയുള്ളതുകൊണ്ടും ഭർത്താവ് പറയുന്നതുപോലെ ചികിത്സ തുടരുകയല്ലാതെ മറ്റൊരു മാർഗവുമില്ലെന്നാണ് അമ്മയുടെയും മൂത്ത സഹോദരിയുടെയും ഇളക്കമില്ലാത്ത നിലപാട്.

“ഓറെല്ലാം അങ്ങനെത്തന്നെ പറയണതോണ്ട് ഞാനിവിടെത്തന്നെ നിന്നോളാം ഡോക്ടർ. ഇവടെ ആസ്പത്രീൽക്ക് വേണ്ടസഹായല്ലാം ചെയ്ത് നിന്നോളാം.”

ഞാൻ അവരെ വീണ്ടും ഉപദേശിച്ചു:

“മരുന്നു കഴിക്കാൻ തയ്യാറായാൽ ഡോക്ടറെ അവർ ഡിസ്ചാർജ് ചെയ്ത് കൊണ്ടു പോകും.”

“വേണ്ട ഡോക്ടർ. പ്ലീസ്. എനിക്ക് മരുന്നൊന്നും എഴുതരുത്. ഞാൻ കഴിക്കില്ല.”

“എന്തെങ്കിലും മരുന്നുകഴിക്കാതെ ആശുപത്രിയിൽ കഴിഞ്ഞിട്ടെന്താണ് കാര്യം?”

“ഞാൻ ത്രിഫലചൂർണം കഴിക്കുന്നുണ്ടല്ലോ. അത് മതി. എനക്ക് അലോപ്പതി മരുന്ന് എഴുതരുത്, പ്ലീസ്. ഒന്നാമതെനിക്ക് മരുന്നു കഴിക്കണ്ട രോഗൊന്നുല്ല.”

അലോപ്പതി മരുന്നു കഴിച്ചാൽ പാർശ്വഫലം ഉണ്ടാകുമെന്നാണ് ഡോക്ടർ ലളിതയുടെ വിശ്വാസം. ചികിത്സയ്ക്കായി മുമ്പ് ഒരു മനോരോഗാശുപത്രിയിൽ കിടന്നപ്പോൾ നിർബന്ധിച്ച് അലോപ്പതി മരുന്നു കഴിപ്പിക്കാൻ ശ്രമിച്ചു. നിർബന്ധിച്ച് മരുന്നുകഴിപ്പിച്ചാൽ ആത്മഹത്യ ചെയ്യു

മെന്ന് ഭീഷണിപ്പെടുത്തിയപ്പോൾ അവർ പേരുവെട്ടി വീട്ടിലേക്കയക്കുകയാണ് ചെയ്തത്. ഡോക്ടർ ലളിതയുടെ അറിവും സമ്മതവുമില്ലാതെ ഗുളിക പൊടിച്ച് അവർ പതിവായി കഴിക്കുന്ന ത്രിഫലചൂർണത്തിൽ കലർത്തി കൊടുത്താലെന്തെന്ന് ആശുപത്രിയിലെ സീനിയർ നഴ്സ് എന്നോട് അഭിപ്രായം ചോദിച്ചു. രോഗത്തെക്കുറിച്ച് ഉൾക്കാഴ്ചയില്ലാത്ത രോഗികൾക്ക് അവരുടെ സമ്മതമില്ലാതെ മരുന്നുകളും ഷോക്ക് ചികിത്സയും കൊടുക്കാൻ നിയമം അനുവദിക്കുന്നുണ്ടെങ്കിലും ഡോക്ടർ ലളിതയുടെ അറിവും സമ്മതവുമില്ലാതെ മരുന്നൊന്നും കൊടുക്കരുതെന്ന് ഞാൻ കർശനമായ നിർദേശം കൊടുത്തു. മരുന്നുകഴിക്കേണ്ട ആവശ്യമുണ്ടെന്നും മിതമായ അളവിൽ ആവശ്യമായ മരുന്നുകൾ മാത്രം കഴിച്ചാൽ അവർ ഭയപ്പെടുന്നതുപോലെ പാർശ്വഫലങ്ങൾ ഉണ്ടാവുകയില്ലെന്നും ആവർത്തിച്ചു നൽകുന്ന പ്രത്യായനങ്ങളിലൂടെ (suggestions) അവർക്ക് ബോധ്യമാകുമെന്നും ആയിരുന്നു എന്റെ പ്രതീക്ഷ.

ലളിതയ്ക്ക് വിവാഹത്തിനുമുമ്പ് തന്നെ മനോരോഗം ഉണ്ടായിരുന്നുവെന്ന ഭർത്താവിന്റെ ആരോപണത്തിൽ കഴമ്പുണ്ടെന്നു വേണം കരുതാൻ. ആയുർവേദകോളേജിൽ പഠിക്കുന്ന സമയത്ത് സഹപാഠികളിൽ ചിലർ തന്നെ മാനഭംഗപ്പെടുത്താൻ ഗൂഢാലോചന നടത്തിയിരുന്നതായി ലളിത പറയുന്നു. ആരൊക്കെയാണ് ഗൂഢാലോചന നടത്തിയതെന്ന് കൃത്യമായി പറയാൻ അന്നെന്നപോലെ ഇന്നും ലളിതയ്ക്ക് കഴിയുന്നില്ല.

സ്ത്രീപുരുഷബന്ധങ്ങളിൽ കർശനമായ നിയന്ത്രണങ്ങളും വിലക്കുകളും വേണമെന്ന് ഉറച്ച അഭിപ്രായമുള്ള ആളാണ് ലളിത. സഹപാഠികളുടെ മാനസികപീഡനം സഹിക്കാൻ കഴിയാതെ പഠനം കുറച്ചു നാൾ മുടങ്ങുകയുണ്ടായി. എങ്കിലും ധൈര്യം വീണ്ടെടുത്ത് പഠനം പുനരാരംഭിക്കുകയാണ് ചെയ്തത്. അന്ന് ലളിതയ്ക്ക് മനോരോഗമാണെന്നും ചികിത്സ നടത്തണമെന്നും അമ്മയും ജ്യേഷ്ഠത്തിയും പറഞ്ഞെങ്കിലും വഴങ്ങിയില്ല.

വിവാഹം കഴിഞ്ഞ് അധികമാകുന്നതിനുമുമ്പുതന്നെ ഭർത്താവുമായി സ്വരച്ചേർച്ചയില്ലാതായി. തന്റെ ഭർത്താവിന് പരസ്ത്രീകളുമായി അവിഹിതബന്ധമുണ്ടെന്ന് ലളിത ഉറച്ച് വിശ്വസിക്കുന്നു. അങ്ങനെയുള്ള ഒരാളുമായി ഒരുമിച്ച് ജീവിക്കാൻ തയ്യാറാണെങ്കിലും ശാരീരികബന്ധങ്ങൾക്ക് തയ്യാറല്ല. ഭർത്താവിന്റെ നിർബന്ധപ്രേരണയ്ക്ക് ചിലപ്പോഴെല്ലാം വഴങ്ങാറുണ്ട്. അതിന്റെ പേരിൽ കഠിനമായ മാനസികവ്യഥ അനുഭവിക്കാറുമുണ്ട്. ആരുമായിട്ടാണ് ഭർത്താവിന് അവിഹിതബന്ധമുള്ളതെന്ന് കൃത്യമായിട്ടറിഞ്ഞുകൂടാ. പഠിക്കുന്ന കാലത്ത് തന്നെ മാനഭംഗപ്പെടുത്താൻ ശ്രമിച്ച സഹപാഠികളുടെ അതേസ്വഭാവം തന്നെയാണ് തന്റെ ഭർത്താവിനുമെന്ന് ലളിത ഉറച്ച് വിശ്വസിക്കുന്നു. ലളിതയെ ആദ്യം പരിശോധിച്ച സമയത്ത് ഞാൻ ചോദിച്ചു:

"വ്യക്തമായ തെളിവൊന്നുമില്ലാതെ ഭർത്താവിന് അന്യസ്ത്രീകളുമായി ബന്ധമുണ്ടെന്ന് പറയുന്നത് ശരിയാണോ?"

"അതങ്ങന്ണ്ടന്ന് എനക്ക് നന്നായിട്ടറിയാം. അതിന് കോടതീല് കൊടുക്കണമാതിരി തെളിവൊന്നും വേണ്ട."

ലളിത,രാഘവൻ ദമ്പതികൾക്ക് കുട്ടികളില്ല. കുട്ടികളുണ്ടാവാതിരിക്കാൻ ലളിത എന്തൊക്കെയോ ആയുർവേദമരുന്നുകൾ കഴിക്കുന്നുണ്ടെന്നാണ് രാഘവന്റെ ആരോപണം. ലളിതയുടെ വിശദീകരണം ഇങ്ങനെ ആയിരുന്നു.

"കുട്ടികളില്ലാണ്ടിരിക്കാൻ ഞാൻ മരുന്നൊന്നും കഴിക്കണില്ല. കുട്ടികൾ ഇല്ലാത്തതാണ് നല്ലത്. കുട്ടികള്ണ്ടാവല്ലന്ന് ദൈവത്തോട് പ്രാർഥിക്കാറുണ്ട്."

"അതെന്താ?"

"ഓറും അച്ഛന്റെ സ്വഭാവം തന്ന്യാവും. വലുതാവുമ്പള് ചീത്തെല്ലം ചിന്തിക്കാനും പ്രവർത്തിക്കാനും തൊടങ്ങും. അതോണ്ട് കുട്ടികള് വേണ്ടന്ന് തന്നെ പ്രാർഥന. പ്രാർഥനയ്ക്ക് ഫലോണ്ട്."

ആയുർവേദഡോക്ടറായ ലളിത മിഥ്യാവിശ്വാസരോഗത്തിന്റെ (delusional disorder) പിടിയിലാണ്. അവരുടെ മിഥ്യാവിശ്വാസങ്ങൾ ലൈംഗികതയെയും സ്ത്രീപുരുഷബന്ധങ്ങളെയും ചുറ്റിപ്പറ്റിയുള്ളവയായിരുന്നു. ലളിതയുടെ അമ്മയുമായി സംസാരിച്ചപ്പോഴാണ് അമ്മയിൽ നിന്നാണ് രോഗം കിട്ടിയതെന്നകാര്യം വ്യക്തമായത്. ലളിതയുടെ അമ്മയും സ്ത്രീ–പുരുഷബന്ധങ്ങളിൽ കർശന നിയന്ത്രണങ്ങൾ വേണമെന്ന അഭിപ്രായക്കാരിയാണ്. അവരും ഭർത്താവിന്റെ അവിഹിതബന്ധങ്ങളെക്കുറിച്ച് സംശയിച്ചിരുന്നെങ്കിലും ഒരിക്കലും ഭർത്താവിനെ പിരിഞ്ഞ് ജീവിക്കേണ്ടിവന്നിട്ടില്ല. അവിഹിതബന്ധങ്ങളെക്കുറിച്ചുള്ള ആരോപണങ്ങൾ ലളിതയുടെ അച്ഛൻ അത്ര കാര്യമാക്കാറില്ലായിരുന്നു. അതുകൊണ്ടാണ് കുടുംബം തകരാതിരുന്നത്. ലളിതയുടെ അച്ഛന്റെ മരണം ആകസ്മികമായിരുന്നു. രാത്രി ഭക്ഷണം കഴിച്ച ഉടനെ ഛർദിച്ചു. അതിനെത്തുടർന്ന് ശരീരം തളർന്നുവീണു. ആശുപത്രിയിലെത്തിച്ചപ്പോഴേക്കും അന്ത്യം സംഭവിച്ചുകഴിഞ്ഞു. ലളിതയുടെ അച്ഛന്റെ ബന്ധുക്കൾക്ക് സംശയമുണ്ടായിരുന്നു. ഭർത്താവിന്റെ അവിഹിതബന്ധങ്ങളെക്കുറിച്ച് അടിസ്ഥാനരഹിതമായ പരാതികൾ പറയാറുള്ള ഭാര്യ വിഷം കൊടുത്തതായിരിക്കാമെന്ന സംശയം ഉന്നയിക്കുകയും കാഷ്വാലിറ്റിയിലെ ഡോക്ടർ അക്കാര്യം രേഖപ്പെടുത്തി പോലീസിനെ അറിയിക്കുകയും ചെയ്തു. ഇൻക്വസ്റ്റും പോസ്റ്റുമോർട്ടവും ചെയ്യേണ്ടിവന്നു. മരണം ഹൃദയാഘാതം മൂലമായിരുന്നെന്ന് പോസ്റ്റ്മോർട്ടത്തിൽ തെളിഞ്ഞു. ഇതെല്ലാം യുവതിയായിരുന്ന ലളിതയുടെ മനസിൽ മായാത്ത വടുക്കളുണ്ടാക്കി.

ആണുങ്ങൾ കുട്ടിക്കാലം മുതലേ സ്ത്രീകളെ ലൈംഗികമായി ചൂഷണം ചെയ്യാനും പെണ്ണുങ്ങളെ പീഡിപ്പിക്കാനും തക്കംനോക്കി നടക്കുന്നവരാണെന്നും ആൺകുട്ടികളുമായി യാതൊരുവിധത്തിലുമുള്ള അടുപ്പമോ സൗഹൃദമോ പാടില്ലെന്നുമാണ് അമ്മ ലളിതയോട് ചെറുപ്പം മുതലേ പറയാറുള്ളത്. ലൈംഗികതയെയും സ്ത്രീ–പുരുഷബന്ധങ്ങ

ളെയും കുറിച്ചുള്ള ലളിതയുടെ മിഥ്യാവിശ്വാസങ്ങൾ അമ്മയിൽ നിന്ന് മകളിലെത്തിയത് രണ്ട് മാർഗങ്ങളിലൂടെയാണ്. ജനിതകഘടകങ്ങളിലൂടെ രോഗത്തിന്റെ വിത്തുകൾ ശരീരകോശങ്ങളിലെത്തി. രോഗത്തിന്റെ ജീനുകളെ നിദ്രാവസ്ഥയിൽത്തന്നെ മസ്തിഷ്കകോശങ്ങളിൽ കിടക്കാൻ അനുവദിക്കാതെ അവയെ ജീവിതത്തിന്റെ വഴി മുടക്കുന്ന മിഥ്യാവിശ്വാസങ്ങളാക്കി വളർത്തിയത് ലൈംഗികതയെക്കുറിച്ചുള്ള അമ്മയുടെ ഉപദേശങ്ങളായിരുന്നു. മിഥ്യാവിശ്വാസങ്ങൾ മനസിൽ വേരുപിടിച്ചു കഴിഞ്ഞാൽ അവയെ പിഴുതുമാറ്റുക എളുപ്പമല്ല. മരുന്നുകൾ കഴിക്കുകയാണെങ്കിൽ മിഥ്യാവിശ്വാസങ്ങൾ മനസിലുളവാക്കുന്ന വൈകാരികപ്രതികരണങ്ങൾ കുറയ്ക്കാനും വിശ്വാസങ്ങൾ വഴിമുടക്കി നിൽക്കാനിടയാകാതെ ജീവിതം മുന്നോട്ടുകൊണ്ടുപോകാനും കഴിയും. പക്ഷേ മരുന്നു കഴിക്കുന്നതിൽ നിന്നും ആയുർവേദഡോക്ടറായ ലളിതയെ വിലക്കുന്നത് അലോപ്പതി മരുന്നുകളുടെ പാർശ്വഫലങ്ങളെക്കുറിച്ചുള്ള 'വിശ്വാസങ്ങൾ'തന്നെയാണ്. പാർശ്വഫലങ്ങൾ ഇല്ലാത്ത മരുന്നുകളില്ല. പാർശ്വഫലങ്ങളെക്കുറിച്ച് രോഗിയെ ബോധ്യപ്പെടുത്തുകയും അവ അനുഭവപ്പെടുന്നതുമുതൽ മരുന്നിന്റെ അളവ് കുറയ്ക്കുകയോ പൂർണമായും നിറുത്തി മറ്റൊന്ന് പരീക്ഷിക്കുകയോ ആണ് ചെയ്യേണ്ടത്. ഈ ചികിത്സാതത്വങ്ങളെല്ലാം ലളിതയ്ക്കറിയാമെങ്കിലും അലോപ്പതി മരുന്നുകൾ കഴിക്കുന്നത് ശരിയല്ല എന്ന വിശ്വാസത്താൽ ഉറച്ചുനിന്നു. മിഥ്യാവിശ്വാസരോഗമുള്ളവരുടെ മിഥ്യാവിശ്വാസങ്ങൾ ജീവിതത്തിന്റെ ഏതെങ്കിലും ഒരു മണ്ഡലത്തിൽ മാത്രമായി ഒതുങ്ങിനിൽക്കാറില്ല. ജീവിതത്തിന്റെ പല മണ്ഡലങ്ങളിലും മിഥ്യാവിശ്വാസങ്ങൾ വഴിമുടക്കിനിൽക്കും.

ലളിത പരിശോധനാമുറിയിൽ ഇരിക്കാൻ തുടങ്ങിയതുമുതൽ ഞാൻ രോഗികളോട് കഴിച്ചുകൊണ്ടിരിക്കുന്ന മരുന്നുകൾ എന്തെങ്കിലും പാർശ്വഫലങ്ങൾ ഉണ്ടാക്കുന്നുണ്ടോ എന്ന് എടുത്തു ചോദിക്കാൻ തുടങ്ങി. മരുന്നുകളുടെ പാർശ്വഫലങ്ങളെക്കുറിച്ചുള്ള അവരുടെ ഭയമകറ്റാൻ വേണ്ടിയായിരുന്നു അങ്ങനെ ചെയ്തത്. ഒരു മാസം കഴിഞ്ഞപ്പോൾ ഒരു ദിവസം ലളിതയോട് ചോദിച്ചു:

"വീട്ടിൽ നിന്നാരെങ്കിലും വന്നിരുന്നോ? വീട്ടിലേക്ക് പോകുന്ന കാര്യം ആരെങ്കിലും പറഞ്ഞോ?"

"ഇല്ല. ഓറൊന്നും വെരുന്ന മട്ടില്ല. കൊണ്ടുപോകുന്നും തോന്നണില്ല."

"ലളിത മരുന്നു കഴിക്കാൻ തുടങ്ങിയാൽ അവർ വരുമായിരിക്കും."

അപ്പോൾ അവരിൽനിന്നും പ്രതീക്ഷിക്കാത്ത പ്രതികരണമാണുണ്ടായത്.

"ഓർക്ക് നിർബന്ധമാണെങ്കിൽ രാത്രീല് ഒരു ടാബ്ലറ്റ് കഴിച്ചോളാം."

"സൈഡ് ഇഫക്റ്റിനെക്കുറിച്ച് ഭയം മാറിയോ?"

"മുഴുവൻ മാറീട്ടില്ല. എന്നാലും കൊർച്ചെല്ലം മാറി."

ഒരുമാസത്തോളം കാലം മരുന്നുകഴിച്ചപ്പോൾ മിഥ്യാവിശ്വാസങ്ങളോടുള്ള വൈകാരികപ്രതികരണങ്ങൾക്ക് മാറ്റം വന്നു തുടങ്ങി.

"ഭർത്താവിന്റെ തെറ്റായ നടപടികളെക്കുറിച്ച് എന്തു പറയുന്നു?"

"എന്താ പർയാ? മൂപ്പറ് തെറ്റ് ചെയ്യണ ആള് തന്നെ."

"തെറ്റ് ചെയ്യുന്ന ആളിനോടൊപ്പം ജീവിക്കാൻ തയ്യാറാണോ?"

"അല്ലാണ്ട്പ്പൊ എന്താണ് ചെയ്യ?"

ഈ ഘട്ടത്തിൽ ഭർത്താവിനെയും അമ്മയെയും ജ്യേഷ്ഠത്തിയെയും ആശുപത്രിയിലേക്ക് വിളിപ്പിച്ചു. തന്നെക്കുറിച്ച് അടിസ്ഥാനരഹിതമായ ആരോപണങ്ങൾ ഉന്നയിക്കുന്നത് നിറുത്തിയാലല്ലാതെ ലളിതയുമായി ജീവിക്കുവാൻ സാധ്യമല്ലെന്നാണ് നിയമജ്ഞനായ ഭർത്താവിന്റെ ശാഠ്യം. ഭാര്യ ഇത്തരം ആരോപണങ്ങൾ ഉന്നയിക്കുന്നത് തന്നെ അപകീർത്തിപ്പെടുത്താനാണെന്നാണ് അഡ്വക്കേറ്റ് രാഘവൻ ഉറച്ചുവിശ്വസിക്കുന്നത്. അടിസ്ഥാനരഹിതമായ ആരോപണങ്ങൾ ഉന്നയിക്കുന്നത് മനോരോഗം മൂലമാണെന്നും രോഗമുള്ളവരോട് സഹാനുഭൂതിയോടെയാണ് പെരുമാറേണ്ടതെന്നും ഓർമിച്ചപ്പോൾ ഒരുമാസക്കാലം കൂടി ലളിത മരുന്നുകൾ കഴിച്ചതിനുശേഷം അവരുടെ മാനസികാവസ്ഥ കുറച്ചുകൂടി മെച്ചപ്പെട്ടതിനുശേഷം മാത്രമേ ആശുപത്രിയിൽ നിന്നും കൊണ്ടുപോകുന്നുള്ളുവെന്ന് പറഞ്ഞുകൊണ്ട് സ്ഥലം വിടുകയാണ് ചെയ്തത്. മാസങ്ങൾക്കു ശേഷവും ലളിത ആശുപത്രിയിലെ ഒരു 'സഹായി' എന്ന നിലയിൽ കഴിയുകയാണ്. ജീവിതത്തിന്റെ വഴികൾ മുടക്കിക്കിടക്കുന്ന മിഥ്യാവിശ്വാസങ്ങൾ ലളിതയുടെയും ഭർത്താവിന്റെയും മനസിൽ നിന്നും മാറുമെന്നുതന്നെയാണ് പ്രതീക്ഷ.

32

ചികിത്സയുടെ ഭാരം

മകന്റെ ചികിത്സയുടെ പുരോഗതി അറിയാനാണ് ശാരദ വന്നത്. ജീവിതത്തിന്റെ താങ്ങാനാവാത്ത ഭാരം വഹിക്കുന്നതിന്റെ അവശത നിഴലിക്കുന്ന മുഖം സാരിത്തലപ്പുകൊണ്ട് തുടച്ചിട്ട് അവർ ആകാംക്ഷയോടെ ചോദിച്ചു:

"ചെറുക്കന് കൊറവുണ്ടാ? വീട്ടിലോട്ട് കൊണ്ട് പൂവാറായാ?"

രണ്ടാഴ്ചയായി രവിയെ അഡ്മിറ്റ് ചെയ്തിട്ട്. നഴ്സിന്റെ അഭിപ്രായത്തിൽ നല്ല മാറ്റമുണ്ട്. ഞാൻ നോക്കിയപ്പോഴും രവിയിൽ രോഗലക്ഷണങ്ങളൊന്നും കണ്ടില്ല.

"മോനെക്കണ്ടില്ലെ? അവനുമായി സംസാരിച്ചില്ലേ?"

"ഓ കണ്ട്. സംസാരിച്ച്."

"ശാരദയ്ക്ക് എന്തു തോന്നുന്നു? കുറവുണ്ടെന്ന് തോന്നുന്നോ?"

"സംസാരത്തിലൊന്നും ഇപ്പം കൊഴപ്പം കാണണില്ല. ജോലിക്ക് പോവാതെ മടിപിടിച്ച് കെടക്കലാണല്ല് പ്രശ്നം. അത് മാറീട്ടുണ്ടാന്ന് വീട്ടിച്ചെന്നാലല്ലേ അറിയാമ്പറ്റൂ."

രണ്ടാഴ്ച മുമ്പ് രവിയെ ആശുപത്രിയിലാക്കാൻ കൊണ്ടുവന്നപ്പോൾ മകന്റെ രോഗത്തെക്കുറിച്ചല്ല സ്വഭാവദൂഷ്യങ്ങളെക്കുറിച്ചായിരുന്നു ശാരദയ്ക്ക് പറയാനുണ്ടായിരുന്നത്. പത്താം ക്ലാസിൽ പഠിക്കുമ്പോഴാണ് 'ചീത്ത സ്വാഭാവങ്ങൾ' തുടങ്ങിയത്. പതിവായി സ്കൂളിൽ പോകുകയില്ല. കൂട്ടുകാരുമായി എവിടെയൊക്കെയോ അലഞ്ഞുതിരിഞ്ഞു നടക്കും. കഞ്ചാവ് വലിക്കും. രാത്രി പത്തും പന്ത്രണ്ടും മണിയാകും വീട്ടിലെത്തുമ്പോൾ. ഭക്ഷണം കഴിച്ച് ഉറങ്ങാൻ കിടക്കുമ്പോൾ അർധരാത്രികഴിയും. പിറ്റേന്ന് ഉറക്കമുണരാൻ പത്ത് മണിയാകും. ചിലപ്പോൾ ഉച്ചവരെ കിടന്നുറങ്ങും. രാവിലത്തെ കാപ്പികുടിക്കുന്നത് ഉച്ചയ്ക്കാണ്. അതുകഴിഞ്ഞയുടനെ സർക്കീട്ടിനിറങ്ങും. പിന്നെ വൈകുന്നേരം വന്നാണ് ഉച്ചഭക്ഷണം

കഴിക്കുന്നത്. അതുകഴിഞ്ഞ് വീണ്ടുമിറങ്ങും. വീട്ടിൽ നിന്ന് അൽപ്പമക ലെക്കൂടിയാണ് കരമനയാറൊഴുകുന്നത്. ആറ്റിൻകരയിൽ കൂട്ടുകാരുമായി കൂട്ടം കൂടിയിരുന്ന് കഞ്ചാവ് വലിക്കും. രാത്രി പത്തുമണിവരെയും ആറ്റിൽ കുളിയാണ്. ശാരദയുടെ വിവരണം ശരിയാണോ എന്ന് സംശയം തോന്നി.

"രാത്രി പത്തുമണിവരെ ആറ്റിൽ കുളിക്കുമെന്നാണോ പറയുന്നത്?"

"ഞാമ്പറഞ്ഞത് വിശ്വാസമായില്ലെങ്കി അവനെ വിളിച്ച് കേട്ടുനോക്കണം."

"കൂട്ടുകാരുമൊത്താണോ ആറ്റിൽക്കുളി?"

"കൂട്ടുകാരും കാണും. കൂട്ടുകാരല്ലേ അവനെ കഞ്ചാവ് വലിപ്പിക്കണത്."

ആറ്ററികത്ത് താവളമടിച്ച് രവിയും കൂട്ടുകാരും കഞ്ചാവ് വലിക്കുന്നുവെന്നാണ് ശാരദയുടെ പരാതി. മകനെ വഴിപിഴപ്പിക്കുന്ന കൂട്ടുകാരാരൊക്കെയാണ് ശാരദയ്ക്കറിഞ്ഞുകൂട. ആറ്ററികത്ത് രവി കൂട്ടുകാരുടെ കുടെയാണ് സമയം കഴിച്ചുകൂട്ടുന്നത് എന്ന് ഊഹിച്ചു പറഞ്ഞതാണ്. ഒരിക്കൽ ആറ്ററികത്ത് പോയി നോക്കിയപ്പോൾ രവി ഒറ്റയ്ക്കിരിക്കുന്നതാണ് കണ്ടത്. മറ്റൊരിക്കൽ ആറ്റിൽ കുളിക്കാൻ വരുന്ന പെണ്ണുങ്ങളെ നോക്കിയിരിക്കുകയാണെന്ന് പറഞ്ഞ് ധർമരോഷം പൂണ്ട നാട്ടുകാരിൽ ചിലർ രവിയെ വളഞ്ഞിട്ട് മർദിച്ചു. കുറച്ചുദിവസം ആശുപത്രിയിൽ കിടക്കേണ്ടിവന്നു. ആശുപത്രിയിലെ ഒരു ഡോക്ടറാണ് രവിക്ക് മനോരോഗമായിരിക്കുമെന്ന് സൂചന നൽകിയത്. അദ്ദേഹത്തിന്റെ അഭിപ്രായമനുസരിച്ചാണ് സൈക്യാട്രിസ്റ്റിനെ കാണിച്ചത്. സൈക്യാട്രിസ്റ്റും പറഞ്ഞത് മനോരോഗമാണെന്നാണ്. നാലുതരം ഗുളികകൾ എഴുതിക്കൊടുത്തു. ഗുളികകളും കഴിച്ച് രവി രാവും പകലും കിടന്നുറങ്ങുമെന്നല്ലാതെ സ്വഭാവത്തിന് യാതൊരുമാറ്റവും കണ്ടില്ല. പഠനം തുടരാൻ കഴിഞ്ഞില്ല. പഠിച്ചില്ലെങ്കിൽ വേണ്ട എന്തെങ്കിലും പണിക്ക് പോകാൻ പറഞ്ഞാൽ അതും അനുസരിക്കില്ല. രവിയുടെ അനുജൻ പത്താം ക്ലാസിൽ തോറ്റപ്പോൾ പെയിന്റിങ്ങിന്റെ പണിക്കുപോകാൻ തുടങ്ങി. ആദ്യം ബിൽഡിങ് കോൺട്രാക്ടറുടെ കീഴിലുള്ള പെയിന്ററുടെ കൈയാളായിട്ടാണ് പോയത്. അയാൾ പെയിന്റിങ്ങിന്റെ പണി പഠിപ്പിച്ചു. ഇപ്പോൾ സ്വന്തമായി ജോലി ചെയ്യുന്നു. അനുജന്റെ കൂടെ പണിക്കുപോകാൻ മടിയാണെങ്കിൽ മറ്റേതെങ്കിലും പണിക്കുപോകാൻ പറഞ്ഞാൽ അതും കേൾക്കില്ല. രണ്ടു കൊല്ലമായി സൈക്യാട്രിസ്റ്റ് എഴുതിക്കൊടുത്ത മരുന്നുകൾ അതേപടി കൊടുക്കുന്നു. മരുന്നിനുവേണ്ടി പണം ചെലവാക്കുന്നതല്ലാതെ സ്വഭാവത്തിൽ യാതൊരു മാറ്റവുമില്ല. നാലുതരം ഗുളികകൾക്കും കൂടി ഒരു മാസം ആയിരത്തിലധികം രൂപയാണ് മുടക്കുന്നത്. മൂന്നുപേർ തൊഴിലെടുത്തു കിട്ടുന്ന പണത്തിലധികവും രവിക്ക് മരുന്നു വാങ്ങാനാണ് ചെലവഴിക്കുന്നത്. രവിയുടെ അച്ഛൻ കൽപ്പണിക്കാരനാണ്. അനുജൻ പെയിന്ററും. ശാരദ നഗരത്തിൽ വീട്ടുജോലിക്കു പോകും. മൂന്നുവീടുകളിൽ പാർട്ട്ടൈമായി പണിയെടുത്താൽ ദിവസം നൂറ്റമ്പത് രൂപ കിട്ടും. രവിയും കൂടി

പണിയെടുത്തിരുന്നെങ്കിൽ സുഖമായി കഴിയാമായിരുന്നുവെന്നാണ് ശാരദ പറയുന്നത്. പണിയെടുത്തില്ലെങ്കിലും മരുന്നുവാങ്ങുന്ന ഭാരമൊഴിഞ്ഞു കിട്ടിയാലും മതിയായിരുന്നു.

രവിയെ പരിശോധിച്ചപ്പോൾ മറ്റൊരു ചിത്രമാണ് കിട്ടിയത്. അമ്മ പറയുന്നതുപോലെ പതിവായി കഞ്ചാവൊന്നും വലിക്കാറില്ല. ഒരിക്കൽ സഹപാഠികളിലൊരാൾ കഞ്ചാവ് പൊതി ക്ലാസിൽ കൊണ്ടുവന്നു. അന്ന് ഉച്ചയ്ക്കുശേഷം സ്കൂളിൽ നിന്നിറങ്ങി ആറ്റരികത്ത് പോയിരുന്ന് കഞ്ചാവ് വലിച്ചു. കഞ്ചാവ് വലിച്ചാൽ പല മായക്കാഴ്ചകളും കാണാമെന്നും സ്വർഗീയമായ അനുഭൂതികൾ ഉണ്ടാകുമെന്നുമാണ് സഹപാഠി പറഞ്ഞത്. പക്ഷേ തലയ്ക്കകത്ത് ഒരു 'കിരുകിരുപ്പ്' ആണ് രവിക്കനുഭവപ്പെട്ടത്. അതാകട്ടെ സ്വർഗീയാനുഭൂതിയല്ല മറിച്ച് പറഞ്ഞറിയിക്കാനാവാത്ത അസ്വസ്ഥതയാണുളവാക്കിയത്. അതിനുശേഷം ഒരിക്കൽക്കൂടി കഞ്ചാവ് വലിക്കുകയുണ്ടായി. അപ്പോഴും തലയ്ക്കകത്ത് കിരുകിരുപ്പും അസ്വസ്ഥതയും തോന്നിയതുകാരണം പിന്നീടൊരിക്കലും കഞ്ചാവ് വലിച്ചിട്ടില്ല. പക്ഷേ രണ്ടാംപ്രാവശ്യം വലിച്ചതിനുശേഷം തലയ്ക്കകത്തെ കിരുകിരുപ്പ് ഇടയ്ക്കിടെ അനുഭവപ്പെടാൻ തുടങ്ങി. ചിലപ്പോഴെല്ലാം കിരികിരുപ്പിനുപകരം മുഴക്കമായിരിക്കും കേൾക്കുക. അപ്പോഴും വല്ലാത്തൊരു അസ്വസ്ഥത തോന്നും. കിരുകിരുപ്പും അസ്വസ്ഥതയും കാരണമാണ് സ്കൂളിൽ പോകാതെ വിജനമായ ആറ്റരികത്ത് പോയിരിക്കുന്നത്. അമ്മ പറയുന്നതുപോലെ ആറ്റരികത്ത് കൂട്ടുകാരുമായല്ല പോകുന്നത്. അവിടെ മറ്റാരെങ്കിലുമുണ്ടെങ്കിൽ ആളില്ലാത്ത മറ്റെവിടെയെങ്കിലുമാണ് പോയിരിക്കുക. രാത്രി പത്തുമണിവരെ ആറ്റിൽ കുളിക്കുമെന്ന് പറഞ്ഞത് ശരിയാണ്. കുളിക്കുകയല്ല വെള്ളത്തിൽ വെറുതെ കിടക്കുകയാണ്. വെള്ളത്തിൽ കിടക്കുമ്പോൾ തലയ്ക്കകത്തെ കിരുകിരുപ്പും മനസിലെ വെപ്രാളവും കുറയും. വൈകുന്നേരങ്ങളിലാണ് കിരുകിരുപ്പും വെപ്രാളവും കൂടുതലായി അനുഭവപ്പെടുന്നത്. അതുകൊണ്ടാണ് വൈകുന്നേരം ഭക്ഷണം കഴിച്ചയുടനെ ആറ്റരികത്തേക്ക് പോകുന്നതും രാത്രി പത്തുമണിവരെ വെള്ളത്തിൽ കഴിച്ചുകൂട്ടുന്നതും.

തലയ്ക്കകത്തെ കിരുകിരുപ്പും ചിലപ്പോൾ കേൾക്കുന്ന മുഴക്കവും കുറേക്കഴിഞ്ഞപ്പോൾ വ്യക്തമായ ശബ്ദങ്ങളായിത്തീർന്നു. ശബ്ദങ്ങൾ ചിലപ്പോൾ മനുഷ്യരുടേതായിരിക്കും. ചിലപ്പോൾ ചില മൃഗങ്ങളുടേതായിരിക്കും. കിരുകിരുപ്പായാലും മുഴക്കമായാലും ശബ്ദങ്ങളായാലും അതുണ്ടാകുമ്പോഴൊക്കെ വലിയ അസ്വസ്ഥതതോന്നും. ആറ്റിൽ കുളിക്കാൻ വരുന്ന പെണ്ണുങ്ങളെ ഒളിഞ്ഞുനോക്കുന്നു എന്ന ആരോപണം തികച്ചും തെറ്റാണെന്ന് രവി ആണയിട്ട് പറഞ്ഞു. താൻ പോയിരിക്കാറുള്ള സ്ഥലത്തിന് കുറച്ചപ്പുറം സ്ത്രീകളുടെ കുളിക്കടവുണ്ടെങ്കിലും താനൊരിക്കലും അങ്ങോട്ട് നോക്കാറില്ലെന്നും ഒരു പാറക്കെട്ടിന്റെ മറവിലാണ് താനിരിക്കാറെന്നും രവി പറഞ്ഞു. ചിലർ അതിന്റെ പേരിൽ തന്നെ മർദിച്ചതിലല്ല രവിക്ക് വേദന. അമ്മയും അച്ഛനും അനുജനും തന്നെ തെറ്റിധരി

ക്കുന്നതിലാണ്. ജോലിക്ക് പോകാത്തതിനെക്കുറിച്ച് രവിക്ക് വിശദീകരണമൊന്നുമില്ല. പോകാൻ തോന്നുന്നില്ല. അത്രതന്നെ. ഒന്നും ചെയ്യാതെ ഇങ്ങനെ പല ചിന്തകളിലും മുഴുകിയിരിക്കാനാണ് തോന്നുക. മരുന്നുകൾ കഴിക്കാൻ തുടങ്ങിയതിനുശേഷമുള്ള അവസ്ഥ രവി വിവരിച്ചു. തലയ്ക്കുള്ളിലെ കിരുകിരുപ്പിനും മനസിലെ വെപ്രാളത്തിനും കുറവൊന്നും വന്നില്ലെങ്കിലും എപ്പോഴും മസങ്ങിക്കിടന്ന് ഉറങ്ങാൻ കഴിയുന്നതുകൊണ്ട് അതൊന്നും അനുഭവപ്പെടാറില്ലെന്നേയുള്ളു.

രവിയുടെ സുഖക്കേടിനും മടിക്കും സ്വഭാവദൂഷ്യത്തിനും മാറ്റമൊന്നും കണ്ടില്ലെങ്കിലും മാസംതോറും ആയിരത്തിലധികം രൂപ ചെലവുള്ള മരുന്നുകൊടുക്കൽ നിറുത്തിയില്ല. അസുഖത്തിനുകുറവില്ലെന്ന് ഡോക്ടറോട് പറഞ്ഞില്ല. കാരണം ഇതിനേക്കാൾ വിലക്കൂടുതലുള്ള മരുന്ന് എഴുതുമെന്നായിരുന്നു പേടി. മരുന്നുകൾ കുറച്ചുകൂടേ എന്ന് ചോദിച്ചപ്പോൾ മയങ്ങിക്കിടക്കാൻ പാകത്തിൽ മരുന്നുകൾ കൊടുത്തില്ലെങ്കിൽ അസുഖം വർധിക്കുമെന്നായിരുന്നു ഡോക്ടറുടെ മറുപടി. രണ്ടുകൊല്ലം താങ്ങാനാവാത്തവിധത്തിൽ മാസംപ്രതി ആയിരം രൂപ വിലവരുന്ന മരുന്നുകൾ തുടർച്ചയായി കൊടുത്തിട്ടും രോഗത്തിനും സ്വഭാവദൂഷ്യത്തിനും മാറ്റമൊന്നുമില്ലാത്തതുകാരണം പരീക്ഷണമെന്ന നിലയ്ക്കാണ് രവിയെ ആശുപത്രിയിൽക്കിടത്തി ചികിത്സിക്കാനായി കൊണ്ടുവന്നത്.

രവിക്ക് സ്കിസോഫ്രീനിയ രോഗമാണെന്ന് വ്യക്തമായി. ഈ രോഗത്തിന്റെ ലക്ഷണങ്ങളിലൊന്നായ അശരീരികേൾക്കൽ (auditory hallucination) ആണ് രവിക്ക് തലയ്ക്കകത്തെ 'കിരുകിരുപ്പാ'യി അനുഭവപ്പെടാൻ തുടങ്ങിയത്. പിന്നീടത് മുഴക്കമായും ശബ്ദങ്ങളായും അനുഭവപ്പെടാൻ തുടങ്ങി. ഒന്നും പ്രവർത്തിക്കാതെ അലസമായി സമയം കഴിച്ചുകൂട്ടാനുള്ള പ്രവണതയും സ്കിസോഫ്രീനിയ രോഗത്തിന്റെ ലക്ഷണമാണ്. പരിശോധനയിൽ വേഗം മനസിലാക്കാൻ കഴിയുന്ന അശരീരികേൾക്കൽ, ചേഷ്ടകൾ കാണിക്കൽ തുടങ്ങിയ ലക്ഷണങ്ങളെ സ്പഷ്ടലക്ഷണങ്ങൾ (Positive symptoms) എന്നാണ് പറയുന്നത്. രോഗം വ്യക്തിയുടെ പ്രകൃതത്തിൽ മടി, മേധാശക്തിയുടെ അപര്യാപ്തമായ പ്രയോഗം തുടങ്ങിയ നിഷേധാത്മകമായ പല ഭാവങ്ങളും പകരും. ഇത്തരം ലക്ഷണങ്ങളെ നിഷേധാത്മകലക്ഷണങ്ങൾ (negative symptoms) എന്നാണ് പറയുന്നത്. ചില മരുന്നുകൾ സ്കിസോഫ്രീനിയ രോഗത്തിന്റെ സ്പഷ്ടലക്ഷണങ്ങൾക്ക് വേഗം ശമനം വരുത്തുമെങ്കിലും നിഷേധാത്മകലക്ഷണങ്ങൾക്ക് ഭേദമൊന്നും ഉണ്ടാക്കുകയില്ല. സ്പഷ്ടലക്ഷണങ്ങൾക്ക് ശമനം വരുമ്പോൾ ചികിത്സ ഫലിച്ചെന്ന് രോഗിയുടെ ബന്ധുക്കൾ ധരിക്കുകയും ചികിത്സകന് പ്രതിഫലം സസന്തോഷം കൊടുക്കുകയും ചെയ്യും. ഇക്കാരണത്താലായിരിക്കണം ഇന്ത്യൻ സൈക്യാട്രിസൊസൈറ്റിയുടെ ഒരു തുടർപഠന (CME) പരിപാടിയിൽ പങ്കെടുത്ത അഖിലേന്ത്യാപ്രശസ്തിയുള്ള മനോരോഗചികിത്സകൻ സ്കിസോഫ്രീനിയരോഗത്തിന്റെ സ്പഷ്ടലക്ഷണങ്ങൾ ചികിത്സകന്റെ 'Bread and Butter' ആണെന്ന് വിശേഷിപ്പിച്ചത്.

രവിയുടെ മടി സ്വഭാവദൂഷ്യമല്ലെന്നും രോഗത്തിന്റെ ലക്ഷണമാണെന്നും ശാരദയെ ബോധ്യപ്പെടുത്താൻ വളരെയേറെ സമയമെടുത്തു. മടിപിടിച്ചുകിടക്കുന്ന സ്വഭാവത്തെ മാറ്റിയെടുക്കണമെങ്കിൽ മരുന്നുകളോടൊപ്പം മന:ശാസ്ത്രചികിത്സയും (psychotherapy) തൊഴിൽ പരിചയം നൽകുന്ന ചികിത്സയും (occupational therapy) നൽകണം. രവിയെ അഡ്മിറ്റ് ചെയ്തപ്പോൾത്തന്നെ മന:ശാസ്ത്ര ചികിത്സയും ആശുപത്രിയിലെ ഒരു സഹായി (helper) ആയി പ്രവർത്തിപ്പിക്കാനും സൈക്കോളജിസ്റ്റിനോട് പറഞ്ഞിരുന്നു. മുഴുവൻ സമയം ചിന്തയിൽ മുഴുകി മടിപിടിച്ചിരിക്കാതെ പലകാര്യങ്ങളിലും സഹകരിക്കുന്നുണ്ടെന്നാണ് നഴ്സും മറ്റു ജീവനക്കാരും പറഞ്ഞത്. രവിയുടെ മടി മാറ്റിയെടുക്കാമെന്ന് ശാരദയ്ക്ക് ഉറപ്പ് കൊടുത്തു. അവർ ചോദിച്ചു:

"അവൻ കൂട്ടുകൂടി കഞ്ചാവ് വലിച്ചിട്ടല്ലേ ഈ സൂക്കേട് വന്നത്?"

കഞ്ചാവ് ചിലരിൽ സ്കിസോഫ്രിനിയരോഗലക്ഷണങ്ങളോട് സാദൃശ്യമുള്ള ചില മാനസികാവസ്ഥകൾ ഉണ്ടാക്കാനിടയുണ്ട്. കഞ്ചാവ് വലി നിറുത്തിയാൽ അത്തരം ലക്ഷണങ്ങൾ അപ്രത്യക്ഷമാകും. ബഹുഭൂരിപക്ഷം പേരിലും കഞ്ചാവ് മയക്കവും സുഖാനുഭൂതിയുമാണ് ഉളവാക്കുക. സ്കിസോഫ്രീനയരോഗത്തിന്റെ പാരമ്പര്യഘടകങ്ങൾ (genetic factors) പൈതൃകമായി കിട്ടിയിട്ടുള്ള വ്യക്തി കഞ്ചാവ് വലിച്ചാൽ രോഗലക്ഷണങ്ങൾ പ്രകടിപ്പിക്കാൻ തുടങ്ങും. ശാരദയുടെ രണ്ടു സഹോദരന്മാരിലൊരാൾക്ക് ചെറിയതോതിൽ മനോരോഗമുള്ളതായിട്ടാണ് അവരുടെ വിവരണത്തിൽ നിന്നും മനസിലായത്. അയാൾ അവിവാഹിതനായി തുടരുകയാണ്. ഒരു ജോലിയിലും സ്ഥിരമായി നിൽക്കുകയില്ല. ഇടയ്ക്കിടെ നാട്ടിൽനിന്നും അപ്രത്യക്ഷനാകും. ഇതൊക്കെയാണെങ്കിലും 'മുഴുഭ്രാന്തനെ' പോലെ റോഡിൽ അലഞ്ഞുതിരിയുന്നില്ലെന്നാണ് ശാരദ പറയുന്നത്.

"അണ്ണന് ചെറിയൊരു വട്ടുണ്ടെന്നല്ലാതെ ഇവന്റതുപോലുള്ള സ്വഭാവദൂഷ്യമൊന്നുമില്ല."

ചില മനോരോഗികൾ ജീവിതത്തിലൊരിക്കലും ചികിത്സയ്ക്ക് വിധേയരാകാറില്ല. അവർ ചെറിയ തോതിലുള്ള 'വട്ട്' (eccentricity) പ്രകടിപ്പിച്ചുകൊണ്ട് ജീവിതം തുടരും. അവരിൽ നിന്നും പകർന്നുകിട്ടിയ ജീൻ അടുത്ത തലമുറയിൽ പൂർണതോതിലുള്ള മനോരോഗത്തിന് നിദാനമായി പ്രവർത്തിക്കും. രവിയുടെ കാര്യത്തിൽ സംഭവിച്ചത് അതാണെന്ന് ഞാൻ വിശദീകരിച്ചു. അപ്പോൾ അവർ മറ്റൊരു സംശയം ഉന്നയിച്ചു.

"ഇവൻ ആയുഷ്കാലം മുഴുവൻ മരുന്നുകഴിക്കേണ്ടിവരുമോ?"

മരുന്നുകൾ നിറുത്തിയാൽ രോഗലക്ഷണങ്ങൾ വീണ്ടും തലപൊക്കുമെന്നുള്ളതുകൊണ്ട് ഇത്തരം രോഗികൾ അനുസ്യൂതം മരുന്നുകഴിക്കേണ്ടിവരും. എങ്കിലും ആയുഷ്കാലം മുഴുവൻ കഴിക്കേണ്ടി വരുമെന്ന് ഞാൻ പറഞ്ഞില്ല.

"കുറച്ച് കാലം കഴിക്കണം."

"മാസം തോറും ആയിരം രൂപയിലധികമാണ് ചെലവ്."

"ഇനി അത്രയും വേണ്ടിവരില്ല. ഒരൊറ്റ ഗുളിക മാത്രമേ രവിക്ക് കൊടുക്കുന്നുള്ളു. അത് ദിവസം രണ്ടു നേരം കൊടുക്കണം."

"അതിനെത്രയായും ചെലവ്?"

"ഒരുമാസം മുന്നൂറുരൂപയിൽ താഴെയാകും."

ശാരദ ആശ്വാസത്തോടെ നെടുവിർപ്പിട്ടു. സ്കിസോഫ്രീനിയ രോഗികളിൽ നല്ലൊരു ശതമാനം ചികിത്സ ഇടയ്ക്കുവെച്ച് നിറുത്താനും വീണ്ടും രോഗത്തിന്റെ പിടിയിലമരാനും കാരണം മരുന്നുകളുടെ താങ്ങാനാവാത്ത വിലയാണെന്ന് പല പഠനങ്ങളും തെളിയിച്ചിട്ടുണ്ട്. മരുന്നുകമ്പനിക്കാരുടെ സമ്മർദതന്ത്രങ്ങൾക്കു വശംവദരാകാതെ അത്യാവശ്യമുള്ളതും വിലകുറഞ്ഞതുമായ മരുന്നുകൾ മാത്രമേ കുറിക്കുകയുള്ളൂവെന്ന് മനോരോഗചികിത്സകർ തീരുമാനമെടുക്കേണ്ട കാലം അതിക്രമിച്ചിരിക്കുന്നു.

33

വേദനയായി രൂപം മാറുന്ന വിഷാദം

പിച്ചവച്ചു തുടങ്ങുന്ന കുട്ടിയെ എന്നപോലെയാണ് രണ്ടുപേർ നഫീസുമ്മയെ കാറിൽനിന്നിറക്കി പിടിച്ചുനടത്തി പരിശോധനാമുറിയിലേക്ക് എത്തിച്ചത്. വാർധക്യത്തിന്റെ വാതിൽപ്പടിയിലേ എത്തിയിട്ടുള്ളുവെങ്കിലും നവതിയിലെത്തിയ പടുവൃദ്ധയുടെ ഭാവഹാവാദികളായിരുന്നു അവരുടേത്. കുറച്ച് ദുർമേദസുണ്ട്. പക്ഷേ ചുവടുവെപ്പുകൾ ഒരു മലയുടെ ഭാരംമുഴുവൻ വഹിക്കുന്ന ആളുടേതുപോലെ ആയിരുന്നു. ഓരോ അടിവയ്ക്കുമ്പോഴും വേദനയാൽ പുളയുന്നതുപോലെ മുഖം ചുളിഞ്ഞു. പത്തടി ദൂരം താണ്ടിയപ്പോൾ ദീർഘയാത്ര കഴിഞ്ഞ് തളർന്നയാളിന്റെ ക്ഷീണഭാവത്തോടെ നഫീസുമ്മ കസേരയിലേക്ക് വീണു. തലയിലിട്ടിരുന്ന തട്ടത്തിന്റെ ഒരറ്റംകൊണ്ട് മുഖവും കഴുത്തും തുടച്ചു. താഴ്ന്ന സ്വരത്തിൽ തുടങ്ങുന്ന പ്രസംഗംപോലെ നഫീസുമ്മ ആരംഭിച്ചു.

"ദേഹം മൊത്തം വേദനയാണ്....ഒരടി നടക്കാൻ വയ്യ... അനങ്ങുമ്പം വേദന...സഹിക്കാൻ വയ്യ മോനേ. സൂചികയറ്റുന്നതുപോലത്തെ പെരുത്ത വേദനയാണ്. ആവൂ! സഹിക്കാമ്പറ്റണില്ല."

കൂടെവന്നവർ എന്തോ പറയാൻ തുടങ്ങിയപ്പോൾ നഫീസുമ്മ തടഞ്ഞു.

"നില്ല് ഞാമ്പറയട്ട്."

മറ്റുള്ളവർ തന്റെ രോഗത്തെക്കുറിച്ച് വെള്ളം ചേർത്ത വിവരം നൽകിക്കളയുമോ എന്ന് അവർ ഭയപ്പെടുന്നതുപോലെ തോന്നി. ആദ്യം അവർക്ക് പറയാനുള്ളതെല്ലാം പറയാൻ അനുവദിക്കുക എന്ന് കൂടെ വന്നവരോട് നിർദേശിച്ചു. മൂത്തമകൻ റഷീദും ഭാര്യ സഫിയയുമാണ് കൂടെ വന്നിരിക്കുന്നത്. രണ്ടുപേരും ഉയർന്ന ശ്രേണിയിലെ സർക്കാർ ഉദ്യോഗസ്ഥരാണ്. മകനും മരുമകളും ഇടപെടുകയില്ലെന്ന് ബോധ്യമായപ്പോൾ നഫീസുമ്മയുടെ വേദനാവിവരണം പരന്നൊഴുകാൻ തുടങ്ങി.

ചിലപ്പോൾ നടുവേദനയായിട്ടാകും തുടങ്ങുക. എന്നിട്ടത് മേലോട്ടും കീഴോട്ടും വ്യാപിക്കും. കൈകാലുകളുടെ വിരൽത്തുമ്പുകൾ വരെ എത്തും. വിരലുകൾ പോലും അനക്കാൻ കഴിയുകയില്ല. അനങ്ങിയാൽ വേദന....സഹിക്കാനാവാത്ത വേദന. മറ്റുചിലപ്പോൾ വേദന ആരംഭിക്കുന്നത് കഴുത്തിന്റെ പിന്നിൽ നിന്നായിരിക്കും. അവിടെനിന്നും ഞൊടിയിടയിൽ വേദന വിരൽത്തുമ്പുകൾ വരെ മിന്നൽപ്പിണരുകൾപോലെ പാഞ്ഞെത്തും. ശരീരത്തിന്റെ ആന്തരാവയവങ്ങൾക്കുമുണ്ട് വേദന. തലവേദനയായിരിക്കും ചില ദിവസങ്ങളിൽ ആരംഭം. വേദന കാരണം ഒരു പോള കണ്ണടയ്ക്കാൻ പറ്റുന്നില്ല. മാസങ്ങളായി ഒന്നു സുഖമായി ഉറങ്ങിയിട്ട്. ഇങ്ങനെ വേദനതിന്ന് ജീവിക്കാനായി താനെന്ത് പാപം ചെയ്തുവെന്നാണ് സഫീസുമ്മയുടെ ഉത്തരം പ്രതീക്ഷിക്കാത്തചോദ്യം. വേദനയുടെ അസഹനീയത കേൾക്കുന്നവരെ ബോധ്യപ്പെടുത്താനായി നഫീസുമ്മ ഇടയ്ക്കിടെ മുഖം ചുളിക്കുന്നുണ്ടായിരുന്നു.

വേദനകളുടെ വിവരണം പൂർത്തിയാക്കിയിട്ട് നഫീസുമ്മ അതുവരെ നടത്തിയ ചികിത്സകളുടെ വിവരണം തുടങ്ങി. മെഡിക്കൽ കോളേജിലെ സ്പെഷ്യലിസ്റ്റുകളുടെ ചികിത്സയായിരുന്നു ആദ്യം. എല്ലിന്റെയും ഞരമ്പിന്റെയും ഹൃദയത്തിന്റെയും സ്പെഷ്യലിസ്റ്റുകളെ മാറിമാറിക്കാണിച്ചു. അവർ പറഞ്ഞ പരിശോധനകളെല്ലാം ചെയ്തു. രക്തം, മലം, മൂത്രം, കഫം....എല്ലാം പരിശോധിച്ചു. എക്സ്റെ പലവട്ടം എടുത്തു. നെഞ്ചിന്റെ മാത്രമല്ല ശരീരത്തിന്റെ പലഭാഗങ്ങളുടെയും എക്സ്റേകൾ എടുത്തു. ശരീരം മുഴുവൻ സ്കാൻ ചെയ്തു. ആരും ഒരുകുഴപ്പവും കണ്ടില്ല. നഫീസുമ്മയുടെ അഭിപ്രായത്തിൽ അത് തന്നെയാണ് കുഴപ്പം. ആർക്കും തന്റെ സുഖക്കേട് കണ്ടുപിടിക്കാൻ കഴിയുന്നില്ല. ഒരു രോഗവും കണ്ടെത്താൻ കഴിഞ്ഞില്ലെങ്കിലും പരിശോധനനടത്തിയ ഓരോ ഡോക്ടറും അഞ്ചും ആറും ഗുളികകൾ എഴുതികൊടുത്തു. മൂന്നുനേരവും ഗുളികകൾ കഴിച്ചിരുന്നത് എണ്ണിയല്ല, ഉഴക്ക്, ഉരി, നാഴി എന്നിങ്ങനെ അളന്നാണ്. അതുവരെ നടത്തിയ ചികിത്സകൾ വിവരിച്ചപ്പോൾ നഫീസുമ്മയുടെ നർമബോധം നിറഞ്ഞുതുളുമ്പിയിരുന്നു. അലോപ്പതി സ്പെഷ്യലിസ്റ്റുകൾ എഴുതിത്തന്ന ഗുളികകൾ കഴിച്ച് കഴിച്ച് ശരീരം തീവണ്ടി എഞ്ചിൻ പോലെ ചൂടായി എന്നാണ് നഫീസുമ്മ പറഞ്ഞത്. ശരീരത്തിന്റെ ഉഷ്ണം സഹിക്കാൻ വയ്യാതായപ്പോൾ അലോപ്പതി ചികിത്സ അവസാനിപ്പിച്ച് ആയുർവേദ ചികിത്സ തുടങ്ങി. ആദ്യം കുറച്ചുനാൾ വീട്ടിൽവച്ച് മരുന്നുകൾ കഴിച്ചു. ദേഹത്ത് തൈലങ്ങൾ പുരട്ടി മരുന്നിലകളിട്ട് തിളപ്പിച്ചാറ്റിയ ഇളം ചൂടുവെള്ളത്തിൽ കുളിച്ചു. വേദനയ്ക്ക് ശമനമില്ലെന്ന് കണ്ടപ്പോൾ ആശുപത്രിയിൽ കിടക്കണമെന്നായി. ഒരു മാസത്തോളം പ്രൈവറ്റ് ആയുർവേദാശുപത്രിയിൽ കിടന്ന് തിരുമ്മലും തടവലും പിഴിച്ചിലും ഒക്കെ നടത്തി. ആയുർവേദം മടുത്തപ്പോൾ ഹോമിയോ ചികിത്സ തുടങ്ങി. വേദനകളെല്ലാം ശരീരത്തിൽ നിന്നും ഓരോന്നായി നുള്ളിപ്പെറുക്കിയെടുത്ത് കളയാമെന്നു പറഞ്ഞാണ് ഹോമിയോ ഡോക്ടർ ചികിത്സ തുടങ്ങിയത്.

ഒരുപാട് പഞ്ചാരഗുളികകൾ തിന്നുകയും തുള്ളി മരുന്നുകൾ വെള്ളത്തിലൊഴിച്ച് കുടിക്കുകയും ചെയ്തു. ഒടുവിൽ അയാളും തോൽവിസമ്മതിച്ചു. ഹോമിയോ ഡോക്ടറാണ് പറഞ്ഞത് നഫീസുമ്മയ്ക്ക് എന്തോ മാനസിക പ്രശ്നമാണെന്നും സൈക്കോളജിസ്റ്റിനെയോ സൈക്യാട്രിസ്റ്റിനെയോ കാണിക്കണമെന്നും. നഫീസുമ്മ അതിനെപ്പറ്റി പറഞ്ഞത് ഇങ്ങനെയാണ്:

"കിട്ടേണ്ടതെല്ലാം കിട്ടിക്കഴിഞ്ഞപ്പളാണ് എനിക്ക് വട്ടാണെന്ന് അയാള് പറഞ്ഞത്."

അലോപ്പതി സ്പെഷ്യലിസ്റ്റിന്റെ ഉപദേശപ്രകാരം ഗൈനക്കോളജിസ്റ്റിനെ കണ്ട വകയിൽ തന്റെ ഗർഭാശയം നഷ്ടപ്പെട്ടുവെന്ന് നഫീസുമ്മ പറഞ്ഞു. ആ കഥ ഇങ്ങനെയാണ്. തുടക്കത്തിൽ നടുവേദന മാത്രമേ ഉണ്ടായിരുന്നുള്ളു. എല്ലിന്റെ സ്പെഷ്യലിസ്റ്റ് ഒരുപാട് ചികിത്സിച്ചിട്ടും നടുവേദന മാറാതായപ്പോൾ ഗർഭാശയത്തിന് എന്തെങ്കിലും തകരാറുണ്ടെങ്കിൽ വിട്ടുമാറാത്ത നടുവേദന ഉണ്ടാകാറുണ്ടെന്നും അതുകൊണ്ട് ഗൈനക്കോളജിസ്റ്റിനെ കാണണമെന്നും ഉപദേശിച്ചു. ഗൈനക്കോളജിസ്റ്റ് പരിശോധിച്ചപ്പോൾ ഗർഭപാത്രത്തിൽ ചെറിയൊരു മുഴ (fibroid) ഉണ്ടെന്നും ഗർഭാശയം എടുത്തുകളയുന്നതാണ് നല്ലതെന്നും പറഞ്ഞു. അവരുടെ ഉപദേശപ്രകാരം ഗർഭാശയം ഓപ്പറേഷൻ ചെയ്ത് നീക്കി. അതുമുതലാണത്രേ വേദന ശരീരമാകെ വ്യാപിച്ചത്.

വേദനകൾക്ക് അൽപ്പനേരത്തെ അവധികൊടുക്കാനായി ഞാൻ നഫീസുമ്മയുടെ വീട്ടുകാര്യങ്ങളെക്കുറിച്ച് ചോദിച്ചു. അതോടെ നഫീസുമ്മ വേദനകൾ മറന്ന് ആത്മകഥാകഥനം തുടങ്ങി. തനിക്ക് ഒമ്പത് മക്കളാണെന്ന് നഫീസുമ്മ അഭിമാനം തുളുമ്പുന്ന സ്വരത്തിൽ പറഞ്ഞു. നാല് പെണ്ണും അഞ്ചാണും. വയസ്സ് അറുപത്തൊന്നായി. ഭർത്താവ് പത്തു കൊല്ലം മുമ്പ് അറുപതാം വയസിൽ ഹൃദയാഘാതം മൂലം ആകസ്മികമായി മരിച്ചു. അതിനെക്കുറിച്ചു പറഞ്ഞപ്പോൾ നഫീസുമ്മ വിതുമ്പിപ്പോയി. തന്റെ ഭർത്താവ് ജീവിച്ചിരുന്നെങ്കിൽ തനിക്കീഗതി വരില്ലായിരുന്നെന്നും പറഞ്ഞു. അത് കേട്ടപ്പോൾ മകൻ റഷീദിന്റെ മുഖത്ത് ജാള്യം പ്രകടമായി. അയാൾ ഉമ്മയുടെ സംസാരം തടസപ്പെടുത്തി.

"ഉമ്മായ്ക്ക് യാതൊരു കുറവും വരുത്തീട്ടില്ല ഡോക്ടർ. ഒമ്പതു പേരുടെയും വീടുകളിൽ മാറിമാറിയാണ് ഉമ്മ കഴിയുന്നത്. ആരും ഒരു കുറവും വരുത്തീട്ടില്ല. എന്തുചെയ്താലും തൃപ്തിയില്ല. ഇതാണവരുടെ പ്രശ്നം."

താൻ പറഞ്ഞതിന് അടിവരയിടുന്നതുപോലെ റഷീദ് ഇംഗ്ലീഷിൽ ആവർത്തിച്ചു.

"ആക്ചലി ദിസീസ് ഹെർ പ്രോബ്ലം."

നഫീസുമ്മ മകന്റെ വാദം അപ്പാടെ തള്ളിക്കളയാതെ അതിന്റെ മറുവശം അവതരിപ്പിച്ചു.

"ഒരു കൊറവും വരുത്തീട്ടില്ല. അതൊക്കെ ശരിതന്നെ. ആവശ്യത്തിലധികം തിന്നാൻ തരുന്നുണ്ട്. കട്ടിലും മെത്തയുമുണ്ട്. ഉടുക്കാനും തേച്ചുകുളിക്കാനും തരുന്നുണ്ട്. ചികിത്സക്കും മുടക്കം വരുത്തീട്ടില്ല. ഒമ്പതുപേരും ഇപ്പറഞ്ഞതെല്ലാം തരണ്ണ്ട്. പക്ഷേങ്കില് ഏത് വീട്ടിച്ചെന്നാലും മുണ്ടാനും പറയാനും ആരൂല്ല. ഞാനിങ്ങനെ മയ്യത്തിനെ കുളിപ്പിച്ച് കെടത്തിയത് പോലെ കെടന്നോളണം."

നഫീസുമ്മ കണ്ണുനീരിൽ ചാലിച്ച വാക്കുകളിലാണ് അവസാനിപ്പിച്ചത്. നഫീസുമ്മയുടെ പ്രശ്നം വിഷാദരോഗമാണെന്ന് മനസിലായി. മനസിലെ വിഷാദത്തിന്റെ ലക്ഷണങ്ങൾ ശരീരത്തിലെ വേദനകളായിട്ടാണ് അവർക്ക് അനുഭവപ്പെടുന്നത്. ഈ മാനസികപ്രക്രിയയെ ആണ് മാനസികലക്ഷണങ്ങളുടെ ശരീരവൽക്കരണം (somatisation of psychological symptoms) എന്നു പറയുന്നത്.

ആലങ്കാരികമായി പറഞ്ഞാൽ ദുഃഖം വേദനയാണല്ലോ. മനസിലെ വേദനയാണ് ദുഃഖം. അലങ്കാരത്തിലെ അമൂർത്തത വെടിഞ്ഞാൽ ദുഃഖത്തിന്റെ സ്ഥാനം മനസിലും വേദനയുടേത് ശരീരത്തിലുമാണ്. അമൂർത്തത ഉപേക്ഷിച്ച് ദുഃഖങ്ങളെ വേദനകളാക്കി മാറ്റുന്നത് മനുഷ്യമനസിന്റെ ഒരു തന്ത്രമാണ്. വിഷാദം വിഷാദമായിത്തന്നെ മനസ്സിൽ നിന്നാൽ മറ്റുള്ളവർ അറിയുകയില്ല. മനസിലെ വേദനകൾ മറ്റുള്ളവരെ അറിയിക്കാനും ശ്രദ്ധയാകർഷിക്കാനും ശുശ്രൂഷകളും പരിലാളനകളും നേടിയെടുക്കാനും വേണ്ടിയാണ് മനസ്സ് ഈ തന്ത്രം പ്രയോഗിക്കുന്നത്. മനസിന്റെ ഉപബോധ (subconscious) തലത്തിൽ നടക്കുന്ന പ്രക്രിയയാണത്. വ്യക്തി അറിഞ്ഞുകൊണ്ട് ഒരു കാപട്യവും കാണിക്കുകയില്ല. വേദനകൾ യാഥാർഥ്യങ്ങളായിത്തന്നെ വ്യക്തിക്ക് അനുഭവപ്പെടുന്നു. അനുഭവം വെറും പ്രതീതി യാഥാർഥ്യം (virtual reality) ആണെന്നു മാത്രം. യഥാർഥ വേദന സഞ്ചരിക്കുന്ന നാഡീപഥങ്ങളിലൂടെ (neuronal pathways) തന്നെയാണ് വേദനയായി രൂപം മാറിയ ദുഃഖത്തിന്റെ സംജ്ഞകളും സഞ്ചരിക്കുന്നതെന്ന് ആധുനിക പഠനങ്ങൾ തെളിയിക്കുന്നു. ചില വിഷാദരോഗികളും ഹിസ്റ്റീരിയരോഗികളും വേദനകളെക്കുറിച്ച് പരാതി പറയുമ്പോൾ അവർ യഥാർഥത്തിൽ അനുഭവിക്കുന്ന വേദനയെക്കുറിച്ച് തന്നെയാണ് പറയുന്നത്. പക്ഷേ പ്രതീതിവേദനകൾ വേദനാസംഹാരികളുടെ പ്രയോഗം മൂലം അപ്രത്യക്ഷമാകുകയില്ല. മൂലകാരണമായ വിഷാദരോഗത്തിനുള്ള ചികിത്സ തന്നെ നൽകണം.

ഭർത്താവിന്റെ ആകസ്മികമായ വേർപാടിനുശേഷം ഏകാകിത അനുഭവിക്കാൻ തുടങ്ങിയ നഫീസുമ്മ പതുക്കെ വിഷാദാവസ്ഥയിലേക്ക് വഴുതിവീണു. മക്കളും മരുമക്കളും ചെറുമക്കളും നഫീസുമ്മയുമായി ഇടയ്ക്കിടെ സംസാരിക്കുകയും ഏകാകിത അകറ്റുകയും ചെയ്തിരുന്നെങ്കിൽ വിഷാദാവസ്ഥ അകന്നുപോകുമായിരുന്നു. ദുഃഖം തോന്നുമ്പോൾ മൗനംപാലിക്കാനും അനങ്ങാതിരിക്കാനുമാണ് ഭൂരിപക്ഷം മനുഷ്യരും

ഇഷ്ടപ്പെടുക. ചുരുക്കം ചിലർ ദു:ഖമകറ്റാനായി കൂടുതൽ സംസാരിക്കുകയും അനുസ്യൂതം പ്രവർത്തിച്ചുകൊണ്ടിരിക്കുകയും ചെയ്യും. അപൂർവം ചിലർ ദു:ഖത്തിൽ നിന്നു രക്ഷപ്പെടാനായി ഉറക്കത്തെ അഭയം പ്രാപിക്കും. വിഷാദമകറ്റാൻ കൂടുതൽ ഭക്ഷണം കഴിക്കുകയും കിട്ടുന്ന സമയം മുഴുവൻ ഉറങ്ങുകയും ചെയ്യുന്ന രോഗികളുമുണ്ട്. നഫീസുമ്മ അത്തരക്കാരിയായിരുന്നു. ദുർമേദസ് അങ്ങനെ ഉണ്ടായതാണ്. മൗനവും നിഷ്ക്രിയത്വവും ഉറക്കവും ഉണർന്നിരിക്കുമ്പോഴൊക്കെ വേദനകൾ മൂലമുള്ള പരിദേവനങ്ങളും നഫീസുമ്മയെ കുടുംബാംഗങ്ങളിൽ നിന്നും അകറ്റുകയാണ് ചെയ്തത്. അങ്ങനെയാണ് നഫീസുമ്മയുടെ വിഷാദാവസ്ഥ രോഗമായി മാറിയത്. രോഗലക്ഷണങ്ങൾ പ്രത്യക്ഷപ്പെട്ടത് വേദനകളുടെ രൂപത്തിലും. വിഷാദരോഗത്തിന്റെ മാനസികാനുഭവങ്ങളായ നൈരാശ്യവും വ്യർഥതാബോധവും ആകുലതയുമെല്ലാം മനസിന്റെ ഉപബോധതലത്തിൽ വേദനകളായി രൂപാന്തരപ്പെട്ടു. മക്കളുടെയും മരുമക്കളുടെയും ചെറുമക്കളുടെയും ശ്രദ്ധയും ശുശ്രൂഷയും കിട്ടുമെന്ന പ്രതീക്ഷയിലാണ് മനസ്സ് ഈ തിരിമറി ചെയ്തത്. പക്ഷേ അതെല്ലാം വിപരീത ഫലങ്ങളേ ഉളവാക്കിയുള്ളു. വേദനയാണെങ്കിൽ വേദനയ്ക്ക് ചികിത്സിക്കുക. അതാണ് അവരെല്ലാം കണ്ട പരിഹാരമാർഗം. കാരണം കണ്ടെത്താൻ കഴിഞ്ഞില്ലെങ്കിലും വേദന ശമിക്കാൻ വേദനാസംഹാരി കൊടുക്കുന്നത് ചികിത്സയിലെ യാന്ത്രികതയാണ്. എല്ലാവരും നഫീസുമ്മയുടെ വേദനയകറ്റാനുള്ള ചികിത്സയാണ് കൊടുത്തത്. അങ്ങനെയാണ് നഫീസുമ്മയുടെ ഭാഷയിൽത്തന്നെ പറഞ്ഞാൽ 'വണ്ടിക്കണക്കിന്' വേദനാസംഹാരികൾ കഴിക്കാനിടയായത്. നഫീസുമ്മയുടെ മകൻ റഷീദിന് തക്കതായ വിശദീകരണമുണ്ട്.

"ഒടുവിൽ ചികിത്സിച്ച ഹോമിയോ ഡോക്ടറാണ് എന്തോ മാനസികപ്രശ്നമുണ്ടെന്ന് പറഞ്ഞത്. നേരത്തെ ഏതെങ്കിലും ഡോക്ടർ ഒരു സൂചന തന്നിരുന്നെങ്കിൽ ചികിത്സ ആ വഴിക്കാക്കുമായിരുന്നു."

ഏകാകിത അനുഭവിക്കുന്നവരെല്ലാം വിഷാദാവസ്ഥയിലേക്കും തുടർന്ന് ആതുരാവസ്ഥയിലേക്കും നിപതിക്കാറില്ല. നഫീസുമ്മയിൽ രോഗത്തിന്റെ ബീജങ്ങൾ ഉണ്ടായിരിക്കും. അവരുടെ കുടുംബചരിത്രം ഓർമയിൽ നിന്നു ചികഞ്ഞെടുക്കാൻ അവരെ പ്രേരിപ്പിച്ചു. നഫീസുമ്മയുടെ ബാപ്പ ഇടയ്ക്കിടെ മൗനിയാകുമായിരുന്നു. ചികിത്സയൊന്നും ചെയ്തിട്ടില്ല. പള്ളിയിലെ ഖത്തീബ് വന്ന് പിഞ്ഞാണമെഴുതിക്കൊടുക്കുകയും 'ദൂആ' ചെയ്യുകയും ചെയ്യും. കുറച്ചുനാൾ കഴിയുമ്പോൾ സാധാരണ മട്ടിലാകും. നഫീസുമ്മയുടെ വിവാഹത്തിനുമുമ്പ് ബാപ്പ പെട്ടെന്ന് മരിക്കുകയാണുണ്ടായത്. നഫീസുമ്മയുടെ ഒരു സഹോദരനും ബാപ്പയുടെ പ്രകൃതമാണുള്ളത്. അയാൾക്കും ഇതുവരെയും ചികിത്സയൊന്നും വേണ്ടി വന്നിട്ടില്ല. നഫീസുമ്മയുടെ ഭർത്താവ് മരിക്കുന്നതിന് മുമ്പ് തന്നെ ഇടയ്ക്കിടെ നടുവേദന വരാറുണ്ടായിരുന്നു. അതിന് അലോപ്പതി മരു

ന്നൊന്നും കഴിക്കാറില്ലായിരുന്നു. ആയുർവേദ വൈദ്യന്റെ ഉപദേശപ്രകാരം തെങ്ങിൻ പൂക്കുലയും പച്ചമരുന്നുകളും ചേർത്ത് ഇടിച്ച് അരിപ്പൊടിയും ചേർത്ത് പുട്ടുണ്ടാക്കി കഴിക്കുകയാണ് ചെയ്യാറ്. രണ്ടോ മൂന്നോ ആഴ്ച കഴിക്കുമ്പോൾ നടുവേദന മാറും. വിഷാദരോഗത്തിന്റെ ബീജം നഫീസുമ്മയിലുണ്ടെന്നാണ് കുടുംബചരിത്രവും മുമ്പ് വരാറുണ്ടായിരുന്ന 'നടുവേദന'യുടെ ചരിത്രവും വ്യക്തമാക്കിയത്. ഭർത്താവിന്റെ മരണം വരെ നഫീസുമ്മയുടെ വിഷാദരോഗം നിദ്രാവസ്ഥയിലായിരുന്നു. ഭർത്താവിന്റെ വേർപാടും ഏകാകിതയും വിഷാദരോഗം ഉണരാനിടയാക്കി. വേദനയുടെ രൂപത്തിൽ പ്രത്യക്ഷപ്പെട്ട വിഷാദരോഗം എല്ലാവരെയും കബളിപ്പിച്ചു.

ആധുനിക പരിശോധനകളിലൂടെ കാരണം കണ്ടെത്താനാവാത്ത ശാരീരികവേദനകളുടെ ഉറവിടം മനസിലെ വിഷാദമാകാൻ ഇടയുണ്ട്. നടുവേദന അനുഭവപ്പെടുന്ന നല്ലൊരു ശതമാനം സ്ത്രീകളും വിഷാദ രോഗിണികളാണെന്ന് പല പഠനങ്ങളും കണ്ടെത്തിയിട്ടുണ്ട്.

34

കാണാമറയത്തിരുന്ന് ആക്രമണം നടത്തുന്ന രോഗം

വളരെക്കാലം മനഃശാസ്ത്രചികിത്സ (psychotherapy) ചെയ്തിട്ടും ഫലിക്കുന്നില്ലെന്ന് കണ്ടപ്പോഴാണ് സൈക്കോളജിസ്റ്റ് ചികിത്സ നിറുത്തി സുനിൽ എന്ന പതിനാറുകാരനെ സൈക്യാട്രിസ്റ്റിന്റെ അടുക്കലേക്കയച്ചത്. സുനിലിന്റെ അമ്മ ജയശ്രീയും അച്ഛൻ സുകുമാറും ഗസറ്റഡ് ആപ്പീസർമാരാണ്. ഒരു മകനേയുള്ളു. അയാളെ ഐ എ എസ് ആപ്പീസറാക്കണമെന്നായിരുന്നു ആഗ്രഹം. ഹൈസ്കൂളിലെത്തുന്നതുവരെ അച്ഛനമ്മമാരുടെ പ്രതീക്ഷയ്ക്കൊത്ത് സുനിൽ പഠിത്തത്തിൽ മിടുക്കുകാണിച്ചു. പക്ഷേ, കൂടുതൽ മിടുക്ക് കാണിക്കേണ്ട ഘട്ടം വന്നപ്പോൾ ഉഴപ്പാൻ തുടങ്ങി. കുട്ടികളെയും രക്ഷിതാക്കളെയും ഒരുപോലെ സൂചിമുനയിൽ നിറുത്തുന്ന "അൺഎയിഡഡ് റെക്കഗ്നൈസ്ഡ് ഇംഗ്ലീഷ്മീഡിയം സി ബിഎസ് ഇ സിലബസ്" സ്കൂളിലെ വിദ്യാർഥിയായിരുന്നു സുനിൽ. ഉഴപ്പാൻ തുടങ്ങിയതോടെ ഇടയ്ക്കിടെ രക്ഷിതാക്കൾക്ക് സ്കൂളിൽ ചെന്ന് റ്റീച്ചർമാരെയും പ്രിൻസിപ്പലിനെയും മുഖം കാണിച്ച് മകന്റെ കാര്യത്തിൽ കൂടുതൽ ശ്രദ്ധിച്ചുകൊള്ളാമെന്ന് ഉറപ്പ് കൊടുക്കേണ്ടിവന്നു.

സുനിൽ പഠിത്തത്തിൽ പിന്നോട്ട് പോയതോടൊപ്പം ചില സ്വഭാവദൂഷ്യങ്ങളും കാണിക്കാൻ തുടങ്ങി. അനുസരണ തീരെ ഇല്ലാതായി. ചിലപ്പോൾ അനിയന്ത്രിതമായ കോപാവേശമാണ്. സുനിൽ ആവശ്യപ്പെടുന്നതെല്ലാം നിർവഹിച്ചു കൊടുത്തില്ലെങ്കിൽ അച്ഛനമ്മമാരോട് തട്ടിക്കയറും. കൈയിൽക്കിട്ടുന്നതെല്ലാം എറിഞ്ഞുടയ്ക്കും. എല്ലാവരും തനിക്കെതിരാണെന്ന സംശയമാണെപ്പോഴും. വൈകുന്നേരം കളിക്കാൻ പോകുന്നെന്ന് പറഞ്ഞ് പുറത്തേക്കിറങ്ങിയാൽ രാത്രി എട്ട് മണി കഴിയാതെ വീട്ടിൽ തിരിച്ചെത്തുകയില്ല. ചിലപ്പോൾ ഒമ്പതുമാകും. എത്ര പറഞ്ഞിട്ടും അതിനുമാറ്റം വരുത്തിയില്ല. ഒരു ദിവസം രാത്രി ഒമ്പതരമണിയായി വന്നപ്പോൾ. സുകുമാറിന് കോപം നിയന്ത്രിക്കാൻ കഴിയാതെ

വന്നു. ചെമ്പരത്തിക്കമ്പൊടിച്ച് കുറേ അടിച്ചു. സുനിലാകട്ടെ കുലുക്കമൊന്നുമില്ലാതെ നിന്ന് അടി മുഴുവൻ കൊണ്ടു. ഇത്രയും മുതിർന്ന മകനെ അടിച്ചത് ശരിയായില്ലല്ലോ എന്നോർത്ത് സുകുമാറിന് പശ്ചാത്താപം തോന്നി. ഇപ്പോഴും അതോർക്കുമ്പോൾ സുകുമാറിന് ദു:ഖവും ലജ്ജയും തോന്നും.

കൊടുക്കുന്ന പോക്കറ്റുമണിക്ക് പുറമെ അച്ഛന്റെ പഴ്സിൽ നിന്നും അമ്മയുടെ ഹാന്റ്ബാഗിൽ നിന്നും സുനിൽ പണം മോഷ്ടിച്ചു. സുകുമാറിന്റെ പഴ്സിലും ജയശ്രീയുടെ ബാഗിലും ഇടയ്ക്കിടെ പണം കുറയുന്നുണ്ടോ എന്ന് സംശയം തോന്നി. സംശയം ദൂരീകരിക്കാനായി പഴ്സിലും ബാഗിലുമുള്ള പണം എത്രയെന്ന് രണ്ടുപേരും കൃത്യമായി കുറിച്ചുവയ്ക്കാൻ തുടങ്ങിയതോടെ പണം കുറയുന്നുണ്ടെന്ന് തെളിഞ്ഞു. അത് മകനല്ലാതെ മറ്റാരും എടുക്കാൻ തരമില്ല. അതോടെ പണം സുനിലിന് എടുക്കാൻ കഴിയാത്ത തരത്തിൽ ഷെൽഫിന്റെ ലോക്കറിൽവച്ച് പൂട്ടി സൂക്ഷിച്ചു. അപ്പോൾ വീട്ടിൽ നിന്നും ചിലസാധനങ്ങൾ അപ്രത്യക്ഷമാകാൻ തുടങ്ങി. ഒരു ദിവസം കാണാതായത് ഡിജിറ്റൽ ക്യാമറയാണ്. മറ്റൊരുദിവസം അമ്മയുടെ സ്വർണച്ചെയിനുള്ള വാച്ചാണ്. മൊബൈൽഫോൺ കാണാതെപോയപ്പോൾ ആരെങ്കിലും അത് ദുരുപയോഗം ചെയ്യുമെന്നും അതുകൊണ്ട് പൊലീസിൽ അറിയിക്കേണ്ടതുണ്ടെന്നും പറഞ്ഞെങ്കിലും സുനിൽ കുലുങ്ങിയില്ല. കാണാതായ ഫോണിലേക്ക് വിളിച്ചപ്പോഴൊക്കെ സ്വിച്ഓഫ് ചെയ്തിരിക്കുന്നു എന്ന പ്രതികരണം ലഭിച്ചതുകൊണ്ട് സിം കാർഡ് എടുത്തിട്ടായിരിക്കും വിറ്റിരിക്കുക എന്ന് നിഗമനത്തിലെത്തി. ഓരോ സാധനം അപ്രത്യക്ഷമാകുമ്പോഴും സുനിലിനോട് ചോദിക്കുമായിരുന്നു. യാതൊരു ഭാവഭേദവുമില്ലാതെ തനിക്കറിയില്ലെന്നും താൻ കണ്ടില്ലെന്നും പറഞ്ഞൊഴിയുകയാണ് ചെയ്തത്. എങ്കിലും അച്ഛനും അമ്മയ്ക്കും ഉറപ്പായിരുന്നു അപ്രത്യക്ഷമായ സാധനങ്ങൾ കൈക്കലാക്കിയത് മകൻ തന്നെയാണെന്ന്. പത്താം ക്ലാസിലെത്തിയപ്പോഴേക്കും പഠിത്തത്തിൽ വളരെ പിന്നോക്കമായിക്കഴിഞ്ഞിരുന്നു.

വീട്ടിനടുത്തുള്ള ചില തെമ്മാടികളുമായി സുനിൽ കൂട്ടുകൂടി നടക്കുന്നതായി പലരും വന്നുപറഞ്ഞു. അതിലൊരുവൻ പല ക്രിമിനൽ ക്കേസുകളിലും പ്രതിയാണ്. പലപ്പോഴും ജയിലിലുമായിരിക്കും. ക്രിമിനൽ സ്വഭാവമുള്ളവരുമായി കൂട്ടുകൂടരുതെന്ന് പലപ്രാവശ്യം ഉപദേശിച്ചെങ്കിലും ഫലമൊന്നുമുണ്ടായില്ല. ഉപദേശങ്ങളെല്ലാം തലകുനിച്ച് നിന്ന് കേൾക്കുകയും സമ്മതഭാവത്തിൽ തലകുലുക്കുകയും ചെയ്യും. പക്ഷേ തെല്ലും അനുസരിക്കുകയില്ല. പഠിത്തത്തിലെ അശ്രദ്ധയേക്കാൾ ജയശ്രീയെയും സുകുമാറിനെയും അലട്ടിയത് മകന്റെ സ്വഭാവദൂഷ്യങ്ങളായിരുന്നു. അതുകൊണ്ട് ഒരു സൈക്കോളജിസ്റ്റിനെ കാണിക്കാൻ തീരുമാനിച്ചു.

സൈക്കോളജിസ്റ്റ് ദീർഘനേരം സുനിലുമായി സംസാരിച്ചു. പല മന:ശാസ്ത്രപരിശോധനകളും (psychological tests) നടത്തി. സുനിലിന്

സാമൂഹ്യവിരുദ്ധസ്വഭാവം (antisocial behaviour) ഉണ്ടെന്നുള്ള നിഗമനത്തിലാണ് അദ്ദേഹം എത്തിയത്. സാമൂഹ്യവിരുദ്ധസ്വഭാവത്തെ ഒരു ആതുരാവസ്ഥയായിട്ടാണ് ആധുനിക മന:ശാസ്ത്രം കണക്കാക്കുന്നതെന്നും കൊഗ്നിറ്റീവ് ബിഹേവിയർ തെറാപ്പി എന്ന ആധുനിക മന:ശാസ്ത്ര ചികിത്സയിലൂടെ (cognitive behaviour therapy - CBT) വ്യക്തിഘടനയിൽ മാറ്റം വരുത്താൻ കഴിഞ്ഞേക്കുമെന്നും അദ്ദേഹം അഭിപ്രായപ്പെട്ടു. അങ്ങനെ മന:ശാസ്ത്ര ചികിത്സ തുടങ്ങി. അഞ്ചാറുമാസത്തിനുശേഷം 'കണക്കെടുത്ത്' നോക്കിയപ്പോൾ പഠനത്തിന്റെകാര്യത്തിൽ സ്ഥിതി മോശമാവുകയാണ് ചെയ്തതെന്ന് കണ്ടു. സുനിൽ പുസ്തകങ്ങൾ തൊടാതെയായി. സ്വഭാവത്തിലും മാറ്റമൊന്നും വന്നില്ല. മകന്റെ ഭാവി സുരക്ഷിതമല്ല എന്നോർത്ത് അച്ഛനും അമ്മയും വ്യാകുലപ്പെട്ടു.

മന:ശാസ്ത്രചികിത്സ നടന്നുകൊണ്ടിരിക്കെ ഒരു ദിവസം സുനിലിനെ കാണാതായി. പതിവുപോലെ വൈകുന്നേരം പുറത്തേക്കിറങ്ങിയതാണ്. രാത്രി വളരെ വൈകിയിട്ടുംതിരിച്ചു വന്നില്ല. പിറ്റേന്ന് പൊലീസിൽ രേഖാമൂലം പരാതിപ്പെട്ടു. ഫോട്ടോയും കൊടുത്തു. പത്രങ്ങളിൽ ഫോട്ടോസഹിതം പരസ്യം ചെയ്തു. രണ്ടാഴ്ചക്കാലം ജയശ്രീയും സുകുമാറും അവധിയെടുത്ത് പലയിടങ്ങളിലും മകനെ തിരക്കി. മകൻ നഷ്ടപ്പെട്ടുവെന്ന് ദു:ഖിച്ചിരിക്കുമ്പോൾ ഒരു ദിവസം അർധരാത്രിയോടെ സുനിൽ ക്ഷീണിച്ച് അവശനായി വീട്ടിലേക്ക് വന്നു. മകന്റെ അവസ്ഥ കണ്ട് സുകുമാറിനും ജയശ്രീക്കും കരച്ചിലടക്കാൻ കഴിഞ്ഞില്ല. അവർ *ബൈബിളി*ലെ മുടിയനായ പുത്രനെ സ്വീകരിച്ചതുപോലെ സ്വന്തം മകനെ സ്വീകരിച്ചു. പക്ഷേ സുനിലിന് ഭാവമാറ്റമൊന്നുമില്ല. വിശേഷിച്ച് ഒന്നും സംഭവിക്കാത്തതുപോലെ കുളിച്ച് ഭക്ഷണം കഴിച്ച് കിടന്നുറങ്ങി. മകൻ തിരിച്ചെത്തിയ വിവരം രാത്രിതന്നെ ബന്ധുക്കളെയെല്ലാം വിളിച്ചറിയിച്ചു. പിറ്റേദിവസം രാവിലെ സുനിൽ ഉണർന്നപ്പോൾ എവിടെപ്പോയതാണെന്ന് സൗമ്യമായി ചോദിച്ചു. സുനിൽ പറഞ്ഞത് എവിടെപ്പോയെന്ന് തനിക്കറിഞ്ഞുകൂടെന്നാണ്. സുകുമാറിന് അടക്കാനാവാത്ത കോപം തോന്നിയെങ്കിലും സ്വയം നിയന്ത്രിച്ചു. അന്നുതന്നെ സൈക്കോളജിസ്റ്റിന്റെ അടുക്കൽ വീണ്ടും കൊണ്ടുപോയി. അദ്ദേഹം ചോദിച്ചപ്പോഴും എവിടെയൊക്കെ പോയെന്ന് ഓർക്കുന്നില്ലെന്നാണ് സുനിൽ പറഞ്ഞത്. സാമൂഹ്യവിരുദ്ധസ്വഭാവത്തിന്റെ ലക്ഷണങ്ങളിലൊന്ന് വീടുവിട്ടുപോകലും അലഞ്ഞുതിരിയലുമാണെന്ന് അദ്ദേഹം വിശദീകരിച്ചു.

പഠനം പൂർണമായും നിലച്ചു. മന:ശാസ്ത്രചികിത്സ തുടർന്നെങ്കിലും സ്വഭാവദൂഷ്യങ്ങൾക്ക് കുറവൊന്നും കണ്ടില്ല. ഒരുദിവസം സുകുമാറും ജയശ്രീയും ഓഫീസിൽ നിന്നു തിരിച്ചെത്തി മകനെക്കുറിച്ചോർത്ത് ദു:ഖിച്ചിരിക്കുകയായിരുന്നു. ഗേറ്റിനു മുമ്പിൽ ഒരു പൊലീസ് ജീപ്പ് വന്നു നിന്നു. ഒരു പൊലീസുകാരൻ ഗേറ്റ് കടന്നുവന്നിട്ട് സുനിലിന്റെ വീട് ഇതല്ലേ എന്നു ചോദിച്ചു. അയാളെ സ്റ്റേഷനിലേക്ക് കൊണ്ടുപോകാനാണ് എസ് ഐ വന്നിരിക്കുന്നത് എന്നറിയിച്ചപ്പോൾ സുകുമാറും ജയശ്രീയും

ഇടിവെട്ടേറ്റതുപോലെ സ്തംഭിച്ചുനിന്നുപോയി. ജീപ്പിലിരിക്കുകയായിരുന്ന ഇൻസ്പെക്ടറുടെ അടുത്തേക്ക് സുകുമാർ ഓടിച്ചെന്ന് എന്താണ് കാര്യമെന്ന് തിരക്കി. സുനിൽ ഒരു സ്ത്രീയെ കടന്നുപിടിച്ച് അപമാനിക്കാൻ ശ്രമിച്ചുവെന്ന് സ്ത്രീയുടെ പരാതിയുണ്ടെന്നായിരുന്നു ഇൻസ്പെക്ടറുടെ മറുപടി. തങ്ങൾ ഗസറ്റഡ് ഓഫീസർമാരാണെന്നും സുനിൽ തങ്ങളുടെ മകനാണെന്നും അയാൾ അങ്ങനെയൊന്നും ചെയ്യില്ലെന്നും സുകുമാറും ജയശ്രീയും പറഞ്ഞു. അതെല്ലാം കോടതിയിൽ പറഞ്ഞാൽ മതിയെന്നും മകൻ വീട്ടിലുണ്ടെങ്കിൽ വിട്ടുതരണമെന്നുമായിരുന്നു ഇൻസ്പെക്ടറുടെ നിലപാട്. തങ്ങളുടെ മകൻ മനോരോഗത്തിന് സൈക്കോളജിസ്റ്റിന്റെ ചികിത്സയിലാണെന്നും തങ്ങളെ ഈ അപമാനത്തിൽ നിന്നും എങ്ങനെയെങ്കിലും രക്ഷിക്കണമെന്നും കേണപേക്ഷിച്ചപ്പോൾ എസ് ഐ യുടെ മനസലിഞ്ഞു. രാത്രിതന്നെ സ്ത്രീ പരാതി പിൻവലിക്കുകയാണെങ്കിൽ പരാതിയിൽ കഴമ്പില്ലെന്ന് പറഞ്ഞ് തള്ളാമെന്ന് സമ്മതിച്ചു. ഇൻസ്പെക്ടർ കൊടുത്ത വിലാസം തിരക്കിപ്പിടിച്ച് സുകുമാർ പരാതിക്കാരിയുടെ വീട്ടിലെത്തി. ഒരു കർഷകത്തൊഴിലാളിയുടെ കുടുംബമായിരുന്നു അത്. ഒരു ചെറുപ്പക്കാരൻ കഞ്ചാവോ മറ്റോ വലിച്ച് വെളിവില്ലാതെ വീട്ടിൽ വന്ന് ബഹളമുണ്ടാക്കുകയും സ്ത്രീകളെ ഉപദ്രവിക്കാൻ ശ്രമിക്കുകയും ചെയ്തപ്പോൾ അയൽക്കാർ ചേർന്ന് അയാളെ ചോദ്യം ചെയ്തു. ഊരും പേരും മനസിലാക്കി പൊലീസിൽ പരാതി കൊടുത്തു. തങ്ങൾക്കുനേരിട്ട അപഖ്യാതിക്ക് എന്തെങ്കിലും നഷ്ടപരിഹാരം കൊടുത്താൽ പരാതി പിൻവലിക്കാമെന്ന് വീട്ടുകാർ സമ്മതിച്ചപ്പോഴാണ് സുകുമാറിന്റെ ശ്വാസം നേരെയായത്. അന്നുരാത്രി പത്തുമണി കഴിഞ്ഞാണ് സുനിൽ വീട്ടിലെത്തിയത്. സംഭവത്തെക്കുറിച്ച് ചോദിച്ചപ്പോൾ തന്റെ കൂട്ടുകാരനെ തിരക്കിയാണ് അവിടെ പോയതെന്ന് മാത്രം പറഞ്ഞു.

ഇത്രയുമായപ്പോൾ സ്വഭാവദൂഷ്യം മാത്രമല്ല സ്കിസോഫ്രീനിയ രോഗം കൂടിയുണ്ടായിരിക്കാമെന്നും അതിന് മരുന്നുകൾ കൊടുക്കേണ്ടതുണ്ടെന്നും സൈക്കോളജിസ്റ്റ് നിർദേശിച്ചു. സൈക്യാട്രിസ്റ്റിനെ കാണിച്ച് സ്കിസോഫ്രീനിയ രോഗത്തിന് ചികിത്സ തുടങ്ങി. നാലിനം മരുന്നുകളാണ് അദ്ദേഹം എഴുതിയത്. മരുന്നുകൾ കഴിച്ചാൽ രാവും പകലും കിടന്നുറങ്ങുകയും ഉണർന്നിരിക്കുമ്പോൾ വെളിവില്ലാതെ പെരുമാറുകയും ചെയ്യും. ആ വിവരം പറഞ്ഞപ്പോൾ ആശുപത്രിയിൽ അഡ്മിറ്റ് ചെയ്ത് ഷോക്ക്ചികിത്സ കൊടുക്കണമെന്നാണ് അദ്ദേഹം നിർദേശിച്ചത്. സുനിലിന് ഷോക്ക് ചികിത്സകൊടുക്കാൻ സുകുമാറും ജയശ്രീയും തയ്യാറല്ല. ഷോക്ക് ചികിത്സയെ അവർക്കു ഭയമാണ്.

സുനിലിന്റെ കഥ മുഴുവൻ കേട്ടപ്പോൾ ഒരു അസംബന്ധനാടകം കണ്ട അനുഭവമാണുണ്ടായത്. സുകുമാറിനെയും ജയശ്രീയെയും മാറ്റിയിരുത്തി സുനിലുമായി സംസാരിച്ചു. അച്ഛനും അമ്മയും പറഞ്ഞതെല്ലാം ശരിതന്നെയെന്ന് സുനിൽ സമ്മതിച്ചു. മാനസികമായ യാതൊരു അപാകവും സുനിലിന്റെ സംസാരത്തിലും പെരുമാറ്റത്തിലും കണ്ടില്ല. അമ്മ

യെയും അച്ഛനെയും അറിയിക്കാതെ വീടുവിട്ടുപോയതെന്തിനാണെന്ന് ചോദിച്ചപ്പോൾ ബോംബെ കാണണമെന്നുണ്ടായിരുന്നു എന്നാണ് ലാഘവത്തോടെയുള്ള മറുപടി. ഭാവിയെക്കുറിച്ച് എന്താണ് ചിന്തിക്കുന്നതെന്ന് ചോദിച്ചപ്പോൾ പ്രത്യേകിച്ചൊന്നും ചിന്തിക്കുന്നില്ല എന്നു പറഞ്ഞു. സ്കിസോഫ്രീനിയ രോഗത്തിന്റെ ലക്ഷണമൊന്നും യുവാവിൽ കണ്ടില്ല. സുനിലുമായി സംസാരിച്ചുകൊണ്ടിരിക്കുമ്പോൾ ന്യൂറോ സയൻസസ് ഗ്രൂപ്പ് ഇന്ത്യ അടുത്തകാലത്ത് ചെന്നൈയിൽ നടത്തിയ Epilepsy, An Interface of Behavioural Changes എന്ന വിഷയത്തെ ആസ്പദമാക്കി നടത്തിയ ഏകദിന ശിൽപ്പശാലയിൽ പ്രൊഫസർ എണ്ണപ്പാടം എസ് കൃഷ്ണമൂർത്തി അവതരിപ്പിച്ച പ്രബന്ധത്തിന്റെ വിഷയത്തെക്കുറിച്ചോർമവന്നു. ചിലപ്പോൾ അപസ്മാരം പ്രത്യക്ഷമാകുകയില്ല. സ്വഭാവവൈകൃതങ്ങൾ മാത്രമായിരിക്കും പ്രത്യക്ഷമാകുന്ന ലക്ഷണങ്ങൾ. അപസ്മാരരോഗികളിൽ വളരെ ചുരുക്കംപേരിലേ ഇങ്ങനെ ഉണ്ടാകാറുള്ളൂ.

സുനിലിന്റെ അച്ഛൻ സുകുമാറിന്റെ ഒരു അകന്ന ബന്ധു മദ്യപാനരോഗത്തിന് അടിമപ്പെടുകയും മദ്യമുക്തിക്ക് ചികിത്സനടന്ന വേളയിൽ അപസ്മാര ബാധയുണ്ടാകുകയും ചെയ്തകാര്യം സുനിലിന്റെ പെരുമാറ്റദൂഷ്യങ്ങളുമായി കൂട്ടിവായിക്കേണ്ടതാണെന്ന് മനസിലായി. മസ്തിഷ്കത്തിന്റെ വിദ്യുത്തരംഗങ്ങൾ രേഖപ്പെടുത്തുന്ന ഇ ഇ ജിയിൽ (Electro Encephalogramme - EEG) ചിലപ്പോൾ അപസ്മാരത്തിന്റെ സൂചനകൾ ലഭിച്ചേക്കാം. സുനിലിന്റെ ഇ ഇ ജി എടുപ്പിച്ചുനോക്കി. അതിൽ അപാകത്തിലുള്ള തരംഗങ്ങളൊന്നുമില്ല. ഇത്തരത്തിലുള്ള ചിലരുടെ തലയോട്ടിക്കകത്തേക്ക് ഇലക്ട്രോഡിന്റെ സൂചി കടത്തി ഇ ഇ ജി (scalp-sphenoidal EEG) എടുത്താലേ അപസ്മാരതരംഗങ്ങൾ കാണുകയുള്ളൂ. അത്തരം പരിശോധനയ്ക്കുമുമ്പായി അപസ്മാരത്തിനുള്ള മരുന്നുകൊടുത്ത് പരീക്ഷണം (therapuetic trial) നടത്താവുന്നതാണ്. പരീക്ഷണാർഥമാണ് സുനിലിന് അപസ്മാരത്തിനുള്ള മരുന്നുകൊടുക്കുന്നത് എന്ന് വിശദീകരിച്ചുകൊണ്ട് മരുന്നെഴുതിക്കൊടുത്തു. ഒരു മാസം മരുന്നു കഴിച്ചപ്പോൾ മകന്റെ പെരുമാറ്റത്തിൽ ഗുണകരമായ മാറ്റം കണ്ടുതുടങ്ങിയതായി സുകുമാറും ജയശ്രീയും സമ്മതിച്ചു.

പൗരാണികകാലം മുതലേ മനുഷ്യന്റെ നിരീക്ഷണങ്ങൾക്കും പഠനങ്ങൾക്കും വിധേയമായിട്ടുള്ള രോഗമാണ് അപസ്മാരം. വിശ്വവിഖ്യാതസാഹിത്യകാരൻ ദസ്തേയ്വ്സ്കി ഒരു അപസ്മാര രോഗിയായിരുന്നു. രോഗത്തെക്കുറിച്ചുള്ള അദ്ദേഹത്തിന്റെ ഒരു വിവരണം ഇങ്ങനെയാണ്: "അന്തരീക്ഷത്തിൽ ഒരു വലിയ ശബ്ദം നിറഞ്ഞുനിന്നു. അതെന്നെ വിഴുങ്ങിയെന്ന് എനിക്കുതോന്നി. സത്യമായും ഞാൻ ദൈവത്തെ സ്പർശിച്ചു. അവൻ എന്നിലേക്ക് വന്നു. അതെ, ദൈവം ഉണ്ട് എന്ന് ഞാൻ നിലവിളിച്ചു. പിന്നെ ഞാനൊന്നും ഓർക്കുന്നില്ല. അപസ്മാര രോഗികളായ ഞങ്ങൾ രോഗമൂർച്ഛയുണ്ടാകുന്നതിന് ഏതാനും നിമിഷങ്ങൾക്കുമുമ്പ് അനുഭവിക്കുന്ന അവാച്യവും ദിവ്യവുമായ അനുഭൂതികൾ ആരോഗ്യവാന്മാരായ നിങ്ങൾക്കാർക്കും അനുഭവിക്കാൻ സാധിക്കുകയില്ല."

അപസ്മാരം ദിവ്യപ്രഭാവമുള്ള രോഗമാണെന്ന വിശ്വാസം ചില സമൂഹങ്ങളിൽ ഇപ്പോഴും നിലനിൽക്കുന്നുണ്ട്. മധ്യയുഗത്തിൽ കത്തോലിക്കാ സഭ കരുതിയത് നേരെ മറിച്ചാണ്. അപസ്മാരബാധ പിശാചുമായുള്ള സമ്പർക്കത്തിന്റെ ലക്ഷണമായിട്ടാണ് സഭ കണ്ടത്....അതുകൊണ്ട് അപസ്മാരരോഗികളെ മതകുറ്റവിചാരണയ്ക്ക് (Inquisition) വിധേയരാക്കുകയും കുറ്റസമ്മതത്തിനായി കഠോരമായ മർദനങ്ങൾക്ക് വിധേയരാക്കുകയും ചെയ്തു. ഇങ്ങനെ ലഭിക്കുന്ന കുറ്റസമ്മതത്തിന്റെ (confession) അടിസ്ഥാനത്തിൽ മരക്കുറ്റിയിൽ കെട്ടിനിറുത്തി ചുട്ടെരിച്ച് കൊല്ലുകയും ചെയ്യുമായിരുന്നു. അപസ്മാരരോഗികളെ മാത്രമല്ല അനേകായിരം മനോരോഗികളെയും യൂറോപ്പിൽ കത്തോലിക്കാ സഭ ചുട്ടെരിച്ചു കൊന്നിട്ടുണ്ട്. മധ്യയുഗത്തിൽ ചെയ്തുപോയ തെറ്റുകൾ സഭ ആധുനികയുഗത്തിൽ 'മിയ കുൾപ,മിയ കുൾപ' (എന്റെ പിഴ എന്റെ പിഴ) എന്ന് ഏറ്റുപറയുകയും കർത്താവിനോട് മാപ്പ് അപേക്ഷിക്കുകയും ചെയ്തു!

അപസ്മാരം ചിലപ്പോൾ കാണാമറയത്തിരുന്ന് ആക്രമണം നടത്തുന്ന രോഗമാണെന്നുള്ള അറിവ് ആധുനിക മസ്തിഷ്കപഠനങ്ങളിലൂടെ കൈവന്നതാണ്. പരീക്ഷണാർഥമുള്ള ചികിത്സയിലൂടെ (therapeutic trial) സുനിലിന്റെ രോഗം അപസ്മാരമാണെന്ന് തെളിഞ്ഞപ്പോൾ കൂടുതൽ പഠനത്തിനും ചികിത്സയ്ക്കുമായി ശ്രീചിത്രതിരുനാൾ മെഡിക്കൽ സെന്ററിലേക്ക് അയച്ചു. സുനിലിന്റെ സ്വഭാവം സാധാരണഗതിയിലാണെന്നും ഇടയ്ക്കുനിന്നുപോയ പഠനം തുടരാൻ ആരംഭിച്ചെന്നും ശ്രീചിത്തിരതിരുനാൾ സെന്ററിൽ അപസ്മാരത്തിനുള്ള ചികിത്സ തുടരുകയാണെന്നും മൂന്നുമാസങ്ങൾക്കുശേഷം സുകുമാർ ഫോണിൽ വിളിച്ചറിയിച്ചു.

35

അത്ഭുതചികിത്സകളുടെ ദുരന്തഫലം

അലുമിനിയംകൊണ്ടുള്ള രണ്ടു താങ്ങുവടികളുടെ (crutches) സഹായത്തോടെയാണ് ലൈല ഓട്ടോറിക്ഷയിൽ നിന്നിറങ്ങി പരിശോധനാമുറിയിലേക്ക് ആയാസപ്പെട്ട് നടന്നുവന്നത്. കാലുകളുടെ ശേഷിക്കുറവ് മാറ്റിനിറുത്തിയാൽ ആരോഗ്യം തുളുമ്പുന്ന ശരീരം. ഉറക്കച്ചടവ് ലൈലയുടെ മുഖത്തെ സൗന്ദര്യത്തിന് മങ്ങലേൽപ്പിച്ചു. ലൈലയുടെ അമ്മ പ്രൈമറിസ്കൂൾ അധ്യാപികയാണ്. ലൈലയുടെ അച്ഛനെക്കുറിച്ച് ചോദിച്ചപ്പോൾ യാതൊരു മറയുമില്ലാത്ത പുച്ഛഭാവത്തോടെ ജാനമ്മ പറഞ്ഞു:

"ഓ! അച്ഛൻ പേരിനേയുള്ളു. അയാളൊരു വലിയ ആളാണ്........ കമ്പനിയിലെ വലിയ ഉദ്യോഗസ്ഥനാണ്. ഞങ്ങളുടെ കാര്യങ്ങൾ നോക്കാൻ അയാൾക്ക് നേരമില്ല. അതിനൊള്ള മനസുമില്ല."

ജാനമ്മ അൽപ്പനേരത്തെ മൗനത്തിനുശേഷം എന്തോ ആലോചിച്ചുറച്ചതുപോലെ തുടർന്നു:

"ഡോക്ടറോടാവുമ്പം എല്ലാം തുറന്ന് പറയണമല്ല്. ഞങ്ങള് നിയമപ്രകാരം വിവാഹം ചെയ്തതല്ല. ഞങ്ങൾ തമ്മിൽ പരിചയപ്പെടുമ്പോൾ അയാൾക്കൊരു ഭാര്യയും കുഞ്ഞുമുണ്ടായിരുന്നു. എല്ലാം അറിഞ്ഞുകൊണ്ടുതന്നെ ഒരുമിച്ചുജീവിക്കാൻ ഞങ്ങള് തീരുമാനിച്ചു. അന്നങ്ങനെ തോന്നി. എന്റെതന്നെ പോഴത്തം കൊണ്ടാണ് അതൊക്കെ സംഭവിച്ചത്. അതിനൊന്നും ഞാനയാളെ കുറ്റം പറയണില്ല. പിന്നീട് എന്നോടും കുഞ്ഞിനോടും കാണിച്ച അവഗണനയാണ് പൊറുക്കാൻ പറ്റാത്തത്. അയാളുടെ ആദ്യഭാര്യക്കും കുട്ടിക്കും അതൊക്കെ അറിയാം. ഞങ്ങളെ സംരക്ഷിക്കുന്നതിനൊന്നും അവര് എതിരല്ല. എന്റെ പ്രസവം കഴിഞ്ഞതുമുതൽ അയാൾക്ക് എന്നോടും കുഞ്ഞിനോടും അത്ര പഥ്യമല്ലാണ്ടായി. അയാള് കുഞ്ഞിന്റെ ചികിത്സയ്ക്ക് ശരിക്ക് സഹായിച്ചിരുന്നെങ്കില് എന്റെ കുഞ്ഞിന് ഈ ഗതി വരൂലായിരുന്നു."

അച്ഛന്റെ അവഗണനകൊണ്ടാണ് ലൈല ഈ അവസ്ഥയിലായതെന്ന് ജാനമ്മ ദൃഢമായി വിശ്വസിക്കുന്നു. ലൈലയുടെ ചലനങ്ങളിൽ നിന്ന് ജനനം മുതലേയുള്ള മസ്തിഷ്ക സംബന്ധിയായ തളർവാതം (cerebral palsy) ആണെന്ന് ഊഹിച്ചു. ഊഹം ശരിയാണോ എന്നറിയാൻ ചോദിച്ചു:

"കാലിന്റെ ബലക്കുറവ് ജന്മനാ ഉള്ളതാണോ?"

ജാനമ്മ ഉത്സാഹത്തോടെ മകളുടെ ജനനം മുതലുള്ള രോഗചരിത്രം വിവരിക്കാൻ തുടങ്ങി. ഇപ്പോൾ 27 വയസുള്ള ലൈലയെ മാസം തികയാതെയാണ് പ്രസവിച്ചത്. ജനനസമയത്ത് കുഞ്ഞിന് ഒരു കിലോയിൽ താഴെ മാത്രമേ ഭാരമുണ്ടായിരുന്നുള്ളു. ഗർഭം പൂർണമാകാതെ പ്രസവിക്കുന്ന കുഞ്ഞുങ്ങളെ സൂക്ഷിക്കുന്ന പ്രീ മെച്യുവർബേബിനഴ്സറി ആശുപത്രിയിലുണ്ട്. മൂന്ന് മാസക്കാലമെങ്കിലും കുഞ്ഞിനെ അതിൽ സൂക്ഷിക്കണമെന്നും അല്ലെങ്കിൽ വളരുമ്പോൾ ചില വൈകല്യങ്ങൾ ഉണ്ടാകാൻ സാധ്യതയുണ്ടെന്നും ഡോക്ടർമാർ ഉപദേശിച്ചതാണ്. പണച്ചെലവ് താങ്ങാനാവുകയില്ലെന്ന് പറഞ്ഞ് ഒരാഴ്ച കഴിഞ്ഞപ്പോൾ ഡിസ്ചാർജ് ചെയ്യിച്ച് വീട്ടിലേക്ക് കൊണ്ടുവന്നു. കുഞ്ഞിനു പാല് കൊടുത്തതിനു ശേഷം തൊട്ടിലിൽ കിടത്താതെ ഗർഭപാത്രത്തിൽ എങ്ങനെയാണോ കിടക്കുന്നത് അതേപോലെ എപ്പോഴും കൈകളിൽ താങ്ങിപ്പിടിച്ചുകൊണ്ടിരിക്കണമെന്ന് ഉപദേശിച്ചാണ് ഡോക്ടർ വീട്ടിലേക്ക് വിട്ടത്. കുഞ്ഞിനെ അത്തരത്തിൽ ശുശ്രൂഷിക്കണമെങ്കിൽ ഒരാളുടെ സഹായം വേണമല്ലോ. അതിനും പണം ചെലവഴിക്കാൻ ഭർത്താവ് തയ്യാറായില്ല.

പത്ത് മാസം പ്രായമായപ്പോഴാണ് ലൈലയെ എഴുന്നേൽപ്പിച്ചിരുത്താൻ കഴിഞ്ഞത്. പിടിച്ചുനടക്കാൻ തുടങ്ങിയതാകട്ടെ രണ്ടാമത്തെ വയസിലും. സാധാരണ കുട്ടികൾ ഒരു വയസ്സ് തികയുമ്പോഴേക്കും പിടിച്ചുനടക്കാൻ തുടങ്ങേണ്ടതാണെന്ന് ജാനമ്മയ്ക്കറിയാം. ലൈലയുടെ വളർച്ച മുരടിച്ചതുകാരണമാണ് പിടിച്ചുനിൽക്കാൻ താമസിച്ചത്. പിടിച്ചു നിൽക്കുമ്പോൾ കാലുകൾ പിണഞ്ഞു പോകുമായിരുന്നു. അതിനു ഡോക്ടറെ കാണിച്ചപ്പോൾ തലച്ചോറിന്റെ വളർച്ച മുട്ടിയതുകാരണം പേശികൾക്ക് ബലക്ഷയമുണ്ടായതാണെന്നും മൂന്നു വയസുതികയുമ്പോൾ ഫിസിയോതെറാപ്പി തുടങ്ങണമെന്നും പറഞ്ഞു. നാലു കൊല്ലക്കാലം തുടർച്ചയായി ഫിസിയോ തെറാപ്പി ചെയ്തിട്ടും കാലുകളുടെ പേശിയുടെ ബലം വർധിച്ചില്ലെന്നാണ് ജാനമ്മയുടെ പരാതി. ഒടുവിൽ ക്രച്ചസുകൾ ഉപയോഗിച്ച് നടക്കാൻ പരിശീലിപ്പിച്ചു.

"ഫിസിയോതെറാപ്പി ചെയ്താൽ ബലംവച്ച് സാധാരണമട്ടിലാകുമെന്നും സാധാരണകുട്ടികൾ നടക്കുന്നതുപോലെ സഹായമില്ലാതെ നടക്കാനാവുമെന്നും ഡോക്ടർ പറഞ്ഞോ?"

"അങ്ങനെ പറഞ്ഞില്ല. ക്രച്ചസുപയോഗിച്ച് ഒരുവിധം നടക്കാറാവുമെന്നാണ് പറഞ്ഞത്. അഞ്ചുവയസായപ്പോൾ ഇനി ഫിസിയോതെറാപ്പി വേണ്ടെന്നും പറഞ്ഞു."

സെറിബ്രൽ പാൾസിക്ക് നൽകാറുള്ള ഫിസിയോതെറാപ്പി നൽകുകയും അഞ്ചുവയസായപ്പോൾ ക്രച്ചസുകൾ ഉപയോഗിച്ച് നടക്കാൻ പരിശീലിപ്പിക്കുകയും ചെയ്തതിനുശേഷം ചികിത്സ നിറുത്തിയതായിരിക്കാം. ജാനമ്മ അതിലൊന്നും തൃപ്തയല്ല. മകൾ സാധാരണ കുട്ടികളെപ്പോലെ നടന്നുകാണാൻ ഉൽക്കടമായി ആഗ്രഹിക്കുന്ന അമ്മയാണവർ. ഫിസിയോതെറാപ്പി നിറുത്തിയപ്പോൾ പത്താം വയസിൽ കാലിലെ പേശികൾ തമ്മിൽ പിണയാതിരിക്കാൻ ഒരു ഓപ്പറേഷൻ ചെയ്യിക്കണമെന്നും ഉപദേശിച്ചിരുന്നു. ഓപ്പറേഷൻ ചെയ്യാനായി ചെന്നൈയിലെ പ്രശസ്തമായ ഒരു ആശുപത്രിയിലാണ് കൊണ്ടുപോയത്. ഒരു ലക്ഷത്തോളം രൂപ ചെലവ് വരുമെന്ന് ചിലർ പറഞ്ഞതനുസരിച്ച് വീടിരിക്കുന്ന വസ്തുവിന്റെ ഒരു ഭാഗം വിറ്റുകിട്ടിയ പണവുമായാണ് ചെന്നൈയിൽപ്പോയത്. ഭാഗ്യവശാൽ ആകെ പതിനയ്യായിരം രൂപയേ ചെലവായുള്ളു. ബാക്കിയുള്ള പണം ബാങ്കിലിട്ടു. ലൈലയുടെ അച്ഛൻ സഹായിച്ചിരുന്നെങ്കിൽ വീടിരിക്കുന്ന വസ്തുവിന്റെ ഭാഗം വിൽക്കേണ്ടിവരില്ലായിരുന്നു.

ചികിത്സകഴിഞ്ഞപ്പോൾ ലൈലയെ സ്കൂളിൽ ചേർത്തു. പഠനത്തിൽ മിടുക്കിയായിരുന്നു. ക്രച്ചസ് ഉപയോഗിച്ച് വീട്ടിൽ നിന്നും ബസ്റ്റോപ്പ് വരെ നടന്നുപോയി ബസ്സിൽ കയറുകയും ഇറങ്ങുകയും ചെയ്യുമായിരുന്നു. സാധാരണകുട്ടികളെപ്പോലെതന്നെ ലൈല പഠനം തുടർന്നു. ഒന്നാം ക്ലാസോടെയാണ് പരീക്ഷ പാസായത്. സ്കൂൾ പഠനം കഴിഞ്ഞപ്പോൾ സാമ്പത്തിക ശാസ്ത്രത്തിൽ ബി എ ഡിഗ്രിക്ക് പഠിക്കാൻ കോളേജിൽ ചേർന്നു. ബി എ യും ഒന്നാംക്ലാസോടെ പാസായി. അമ്മയുടെ വിവരണങ്ങൾ നിസംഗതയോടെയാണ് ലൈല കേട്ടുകൊണ്ടിരുന്നത്. മുഖംമൂടിപോലെ തോന്നിച്ചിരുന്ന നിർവികാരത ലൈലയുടെ മനോരോഗത്തെക്കുറിച്ച് വിളിച്ചുപറയുന്നുണ്ടായിരുന്നു.

സെറിബ്രൽ പാൾസിയുള്ള കുട്ടികളിൽ നാലോ അഞ്ചോ ശതമാനത്തിന് ബുദ്ധിമാന്ദ്യം ഉണ്ടാകാറുണ്ട്. ഭാഗ്യവശാൽ മേധാശക്തിയുടെ കാര്യത്തിൽ ലൈല ശരാശരിയിലും മേലെയാണെന്ന് പഠനനേട്ടങ്ങൾ തെളിയിക്കുന്നു. ബി എ പാസായതിനുശേഷം തമിഴ്നാട്ടിലെ ഒരു യൂണിവേഴ്സിറ്റിയിൽ രജിസ്റ്റർ ചെയ്ത് സാമ്പത്തികശാസ്ത്രത്തിൽ എം എ ബിരുദവും നേടി. വീട്ടിനടുത്ത് ഒരു അൺഎയിഡഡ് ഇംഗ്ലീഷ് മീഡിയം സ്കൂളുണ്ട്. വികലാംഗയായ വനിത എന്ന പരിഗണനയിൽ റ്റീച്ചറായി മാനേജ്മെന്റ് ജോലികൊടുത്തു. ശമ്പളം കുറവാണെങ്കിലും സ്കൂൾ വീട്ടിനടുത്തുതന്നെയായിരുന്നതിനാൽ മെച്ചപ്പെട്ടജോലി കിട്ടുന്നതുവരെ അവിടെ തുടരാനാണ് ലൈലയും ജാനമ്മയും തീരുമാനിച്ചിട്ടുള്ളത്. തമിഴ്നാട്ടിലെ ഒരു യൂണിവേഴ്സിറ്റിയിൽ കറസ്പോണ്ടൻസ് കോഴ്സിനു ചേർന്ന് ലൈബ്രറി സയൻസിൽ ഡിപ്ലോമ നേടിയാൽ ലൈബ്രേറിയനായി വേഗംജോലി കിട്ടുമെന്ന് ജാനമ്മയുടെ സഹപ്രവർത്തക പറഞ്ഞതനുസരിച്ച് ലൈബ്രറിസയൻസിന് ചേർന്ന് പഠനം തുടങ്ങി. തമിഴ്നാട്ടിലെ ഒരു കോളേജിൽ ലൈബ്രറിസയൻസ് ക്ലാസെടുത്തിരുന്ന എഴുപതുകാ

രനായ റിട്ടേർഡ് അധ്യാപകൻ വീട്ടിൽ വന്ന് ലൈലയ്ക്ക് ട്യൂഷൻ കൊടുക്കുന്നുണ്ട്.

ലൈലയ്ക്ക് ഒരു വിവാഹാലോചന വന്നെങ്കിലും അംഗവൈകല്യത്തിന്റെ പേരിൽ തെറ്റിപ്പോയി. മകളുടെ വിവാഹക്കാര്യത്തിൽ ജാനമ്മയ്ക്ക് ആശങ്കയുണ്ട്. സെറിബ്രൽപാൾസി മൂലമുള്ള അംഗവൈകല്യം കാരണം മകൾക്കൊരിക്കലും സുമംഗലിയാകാൻ കഴിയുകയില്ലേ എന്ന ചോദ്യം അമ്മയുടെ മനസിനെ തപിച്ചുകൊണ്ടിരിക്കുന്നു. മെച്ചപ്പെട്ട ചികിത്സകൊണ്ട് സെറിബ്രൽ പാൾസി പൂർണമായും സുഖപ്പെടുത്താമെന്ന് പലരും പറഞ്ഞതിന്റെ അടിസ്ഥാനത്തിൽ ലൈലയെ നഗരത്തിലെ പ്രശസ്തനായ ഒരു ന്യൂറോളജിസ്റ്റിന്റെ അടുക്കൽ കൊണ്ടുപോയി കാണിച്ചു. ഇതിനുള്ള ഏറ്റവും പുതിയ മരുന്ന് അമേരിക്കയിലേ ഉള്ളുവെന്നും വില കൊടുത്താൽ വരുത്തിത്തരാമെന്നും അദ്ദേഹം പറഞ്ഞു. മരുന്നിന്റെ വിലയും വരുത്താനുള്ള ചെലവും ചേർത്ത് ഇരുപത്തയ്യായിരം രൂപ വേണമെന്ന് അദ്ദേഹം ആവശ്യപ്പെടുകയും ജാനമ്മ പ്രോവിഡന്റ് ഫണ്ടിൽ നിന്നും കടമെടുത്ത് തുക കൊടുക്കുകയും ചെയ്തു. ദിവസം ഒന്നു വീതം കഴിക്കണമെന്നും പറഞ്ഞു. മുപ്പത് ഗുളികകളും കഴിച്ചുതീർന്നിട്ടും ലൈലയുടെ കാലിന് യാതൊരു മാറ്റവുമുണ്ടായില്ല. ഇക്കാര്യം പറയാൻ ന്യൂറോളജിസ്റ്റിന്റെ അടുക്കൽ ചെന്നപ്പോൾ എല്ലാവർക്കും മരുന്ന് ഫലിക്കില്ലെന്നായിരുന്നു മറുപടി. എങ്കിൽ ആ വിവരം നേരത്തെ പറയണ്ടേ എന്നു ചോദിച്ചപ്പോൾ അദ്ദേഹം ദേഷ്യപ്പെടുകയാണ് ചെയ്തത്.

പണം നഷ്ടപ്പെട്ടതിന്റെ നൈരാശ്യത്തിൽ കഴിയുമ്പോഴാണ് നഗരത്തിൽ തന്നെയുള്ള പ്രശസ്തമായ ആയുർവേദവൈദ്യശാലയുടെ പ്രതിനിധി വന്ന് ലൈലയുടെ അസുഖം പൂർണമായും മാറ്റികൊടുക്കാമെന്നും ഒരുമാസം ആശുപത്രിയിൽ കിടക്കണമെന്നും പറഞ്ഞത്. ന്യൂറോളജിസ്റ്റ് പറഞ്ഞതുപോലാവുമോ ഫലം എന്ന സംശയം ജാനമ്മ ആശുപത്രിയുടെ പ്രതിനിധിയോട് ചോദിച്ചു അങ്ങനെയൊന്നും വരില്ലെന്ന് അയാൾ ഉറപ്പ് കൊടുത്തു. സെറിബ്രൽ പാൾസി ഉണ്ടായിരുന്ന പലരും അവിടെ കിടന്ന് ചികിത്സചെയ്ത് പൂർണ സുഖം പ്രാപിച്ച് സാധാരണ ആളുകളെപ്പോലെ നടന്നുപോയ കഥകളും പറഞ്ഞുകേൾപ്പിച്ചു. ചെലവ് പതിനയ്യായിരമോ ഇരുപതിനായിരമോ ആകും. ചെലവെത്രയായാലും മകളുടെ അസുഖം മാറിക്കിട്ടണം. അവളുടെ ഭാവി സുരക്ഷിതമാകണം. ആയുർവേദാശുപത്രിയിൽ ഒരു മാസക്കാലം കിടന്നു. പറഞ്ഞ ചികിത്സയെല്ലാം ചെയ്യിച്ചു. ചെലവ് ഇരുപതിനായിരം രൂപയ്ക്ക് മേലെയായി. പക്ഷേ യാതൊരു ഫലവുമുണ്ടായില്ല. ഒരു മാസക്കാലം ദേഹം അനങ്ങാതിരിക്കുകയും മധുരവും കൊഴുപ്പിന്റെ അംശങ്ങളുമടങ്ങിയ ലേഹ്യങ്ങളും കൂടുതലായി കഴിക്കുകയും ചെയ്തതുകാരണം തൂക്കം കൂടിയെന്നും ക്രച്ചസുപയോഗിച്ചുള്ള നടത്തം കൂടുതൽ ആയാസകരമായിത്തീർന്നെന്നുമാണ് ജാനമ്മ പറഞ്ഞത്. ക്രച്ചസിന്റെ വളയത്തിൽ ഊന്നൽ കൂടിയതിനാൽ കൈത്തണ്ടയിൽ പൊട്ടലുണ്ടായത് ലൈല കാണിച്ചു.

ആയുർവേദ ചികിത്സ കഴിഞ്ഞപ്പോൾ സുഹൃത്തുക്കളുടെ ഉപദേശ പ്രകാരം നഗരത്തിലെ പ്രശസ്തനായ ഹോമിയോ ഡോക്ടറെക്കാണിച്ചു. വളരെ വിശദമായ പരിശോധനകൾക്കുശേഷം ലൈലയ്ക്ക് സെറി ബ്രൽപാൾസിയല്ലെന്നും പേശികളുടെ ബലക്ഷയം മാത്രമുള്ള മസ്കു ലാർ പാൾസിയാണെന്നും (muscular Palsy - പേശീവാതം) ഹോമിയോ ഡോക്ടർ പറഞ്ഞു. അദ്ദേഹം ജാനമ്മയെ ഞെട്ടിപ്പിച്ച മറ്റൊരുകാര്യം കൂടി പറഞ്ഞു. ലൈലയ്ക്ക് ജനിക്കുന്ന കുട്ടികൾക്കും ഈ രോഗം ഉണ്ടാകാനിടയുണ്ട്! അടുത്ത തലമുറയെ ബാധിക്കുന്ന ജനിതകഘടകം വരെ ഒഴിപ്പിക്കുന്ന തരത്തിൽ സമ്പൂർണമായ രോഗമുക്തി ഉറപ്പുകൊ ടുത്ത് ചികിത്സ തുടങ്ങി. മൂന്നുമാസത്തെ ചികിത്സകഴിഞ്ഞിട്ടും യാതൊരു മാറ്റവും ഉണ്ടാകാത്തതുകാരണം ഹോമിയോ ചികിത്സയും ഉപേക്ഷിച്ചു. ചെലവ് ഏറ്റവും കുറവ് ഹോമിയോ ചികിത്സയ്ക്കായിരുന്നു എന്നത് മാത്ര മാണ് ആശ്വാസകരം.

മകളുടെ ഭാവിയെക്കുറിച്ചുള്ള ആശങ്കയിൽ കഴിയുമ്പോഴാണ് ചെന്നൈയിലെ മൈലാപ്പൂരിൽ അത്ഭുതസിദ്ധികളുള്ള ഒരു പാരമ്പര്യ വൈദ്യനുണ്ടെന്നും അയാളുടെ ചികിത്സയിൽ സെറിബ്രൽ പാൾസിയുള്ള പലരും അത്ഭുതകരമായി രക്ഷപ്പെട്ടിട്ടുണ്ടെന്നും ജാനമ്മയുടെ സഹാധ്യാ പികയുടെ പരിചയക്കാരൻ വന്നു പറഞ്ഞത്. പക്ഷേ ചികിത്സയ്ക്ക് ഭാരിച്ച ചെലവാകും. ആദ്യം കുറച്ചുദിവസം ലേഹ്യം കഴിക്കണം. പിന്നെ ഒരു ഭസ്മം. അത് ഒരു മാസക്കാലം കഴിക്കണം. അതോടെ ലൈലയ്ക്ക് ഊന്നു വടികളുടെ സഹായമില്ലാതെ നടക്കാൻ കഴിയും! പക്ഷേ ചെലവ് അഞ്ചു ലക്ഷം രൂപയാണെന്നാണ് പറഞ്ഞത്. ഞാൻ സംശയനിവൃത്തിക്കായി തുക എത്രയെന്ന് ചോദിക്കുകയും സംശയിക്കേണ്ട അഞ്ചുലക്ഷം തന്നെ യെന്ന് ജാനമ്മ ആവർത്തിക്കുകയും ചെയ്തു. മകളുടെ ചികിത്സയ്ക്കായി അഞ്ചുലക്ഷം രൂപ സമാഹരിക്കാനുള്ള ബദ്ധപ്പാടിലാണ് അവരിപ്പോൾ. പത്രങ്ങളിലും ചാനലുകളിലും പരസ്യം കൊടുത്താൽ ദയാശീലർ സഹാ യിക്കുമെന്ന് ചിലർ പറഞ്ഞെങ്കിലും അങ്ങനെ പരസ്യം കൊടുക്കാൻ ലൈലയുടെ അച്ഛനെന്ന് പറയുന്ന ആൾ സമ്മതിക്കുന്നില്ല. നിയമപര മായി അച്ഛനല്ലെങ്കിലും നാട്ടുകാർക്കെല്ലാം അറിയാമല്ലോ. പത്രത്തിലും ചാനലുകളിലും സ്വന്തം മകൾക്കുവേണ്ടി സഹായാഭ്യർഥന വരുന്നത് തനിക്ക് അപമാനകരമാണെന്നാണ് അയാളുടെ അഭിപ്രായം. മാത്രവു മല്ല അഞ്ചുലക്ഷം രൂപ ആവശ്യപ്പെടുന്ന പാരമ്പര്യ ചികിത്സ തട്ടിപ്പായി രിക്കുമെന്നും അയാൾ പറയുന്നു. സെറിബ്രൽ പാൾസിക്ക് ഫിസിയോ തെറാപ്പി നൽകിയ ഫിസിക്കൽ മെഡിസിൻ സ്പെഷ്യലിസ്റ്റും പേശിക ളുടെ കെട്ടുപിണയൽ മാറ്റാൻ ഓപ്പറേഷൻ ചെയ്ത ആശുപത്രിയിലെ ഡോക്ടറും പറഞ്ഞത് ഇനിയൊരു ചികിത്സയും ചെയ്ത് പണം വെറുതെ കളയേണ്ടതില്ലെന്നാണ്. മകളുടെ ചികിത്സ വേണ്ടെന്നു പറയുന്നത് ഒരച്ഛന് ഭൂഷണമാണോ എന്നാണ് ജാനമ്മയുടെ ചോദ്യം.

ഇങ്ങനെയുള്ള വ്യാകുലതയിൽ കഴിയുമ്പോഴാണ് ലൈല മനസിന്റെ സമനില തെറ്റിയതുപോലെ പെരുമാറാൻ തുടങ്ങിയത്. രാത്രി ഉറക്കമില്ല. എപ്പോഴും എന്തോ കണ്ട് പേടിച്ചതുപോലെ ഭാവഹാവാദികൾ. എന്താണ് കാരണമെന്ന് ചോദിച്ചപ്പോൾ ലൈലയുടെ അച്ഛൻ 'ഉപദ്രവിച്ചു' എന്നാണ് പറഞ്ഞത്. അച്ഛൻ വീട്ടിൽ വന്ന് പോയതിനുശേഷമാണ് ലൈലയുടെ സമനില തെറ്റിയത്. എന്താണ് ചെയ്തതെന്ന് വീണ്ടും വീണ്ടും ചോദിച്ചപ്പോൾ 'ബ്രെസ്റ്റിലും കഴുത്തിലും പിടിക്കുകയും ഉപദ്രവിക്കാൻ നോക്കുകയും ചെയ്തു' എന്നാണവൾ പറഞ്ഞത്. ലൈലയുടെ അച്ഛൻ ഒരു ക്രൂരമൃഗമാണെന്നും സ്വന്തം മകളെപ്പോലും കാമപൂരണത്തിന് ഉപയോഗിക്കാൻ മടിക്കാത്ത ആളുമാണെന്ന് ജാനമ്മ തറപ്പിച്ചു പറഞ്ഞു. വീട്ടിനടുത്തുതന്നെയുള്ള ഒരു ഡോക്ടറെ കാണിച്ചപ്പോൾ ഉറക്കം കിട്ടാനും ഭയം മാറാനും ഒരു ഗുളിക എഴുതിക്കൊടുത്തു. അത് കഴിച്ചപ്പോൾ അൽപ്പം ആശ്വാസമായി. പക്ഷേ ഒരാഴ്ച കഴിഞ്ഞപ്പോൾ ലൈലയ്ക്ക് വീണ്ടും മാനസികമായ അസ്വസ്ഥത തുടങ്ങി. ഇത്തവണ ലൈബ്രറി സയൻസിൽ ട്യൂഷൻ കൊടുക്കാൻ വരുന്ന എഴുപതുകാരനായ അധ്യാപകൻ ഉപദ്രവിക്കാൻ ശ്രമിച്ചതാണ് കാരണം. മകളുടെ സാന്നിധ്യത്തിൽ തന്നെ അധ്യാപകന്റെ 'ഉപദ്രവമുറകൾ' വിശദീകരിക്കാൻ ജാനമ്മയ്ക്ക് മടിയില്ലായിരുന്നു. ലൈലയെ വശീകരിച്ച് സംയോഗപൂർവകേളികൾ ചെയ്തുവെന്നാണ് ജാനമ്മ പറഞ്ഞതിന്റെ ചുരുക്കം.വയസന്മാരെയും വിശ്വസിക്കാൻ കൊള്ളാത്ത കാലമാണിതെന്നും ജാനമ്മ നിഗമനത്തിലെത്തി.

അമ്മയുടെ അസാന്നിധ്യത്തിൽ ചോദിച്ചപ്പോൾ അച്ഛനും വൃദ്ധനായ അധ്യാപകനും എന്താണ് കൃത്യമായി ചെയ്തതെന്ന് ഓർക്കുന്നില്ലെന്നും അവർ വീണ്ടും ഉപദ്രവിക്കാൻ സാധ്യതയുണ്ടെന്നുമാണ് പറഞ്ഞത്. അധ്യാപകനെ ഒഴിവാക്കിയെങ്കിലും രാത്രി ആരുമറിയാതെവന്ന് ഉപദ്രവിക്കുമെന്ന് ലൈല ഭയപ്പെടുന്നു. പരിശോധനയിൽ ലൈലയ്ക്ക് സംശയരോഗത്തോടൊപ്പം വിഷാദവും ഉണ്ടെന്ന് മനസിലായി. തുടരെത്തുടരെ നടത്തിയ "അത്ഭുതചികിത്സ"കളുടെ പരാജയവും പൂർണമായ രോഗമുക്തി ഉറപ്പുപറയുന്ന ചെലവേറിയ പാരമ്പര്യചികിത്സ നടക്കാതെ പോകുമോ എന്ന ആകാംക്ഷയുമാണ് ലൈലയുടെ സമനില തെറ്റിച്ചത്. സ്വന്തം പിതാവും വൃദ്ധനായ അധ്യാപകനും നടത്തിയെന്ന് പറയുന്ന "ലൈംഗിക പീഡനങ്ങൾ" മനസിന്റെ സമനിലതെറ്റിയ ലൈംഗിക ആവേഗങ്ങളുള്ള (impulses) യുവതിയുടെ ഭ്രമകൽപ്പനകൾ (sexual fantasies) ആയിരിക്കാനേ ഇടയുള്ളു. മനസിന്റെ സമനില വീണ്ടെടുക്കാൻ മരുന്നുകൾ എഴുതിക്കൊടുത്തു. സെറിബ്രൽ പാൾസിയെക്കുറിച്ചുള്ള ശാസ്ത്രീയമായ അറിവ് അമ്മയ്ക്കും മകൾക്കും ഒരുപോലെ ആവശ്യമായിരുന്നു. ലോകത്തെമ്പാടും നടക്കുന്ന ജനനങ്ങളിൽ ആയിരത്തിന് ഒന്നോ രണ്ടോ കുഞ്ഞുങ്ങൾക്ക് ജനനത്തിനുമുമ്പോ ജനനസമയത്തോ ജനിച്ച ഉടനെയോ സെറിബ്രൽ പാൾസി ഉണ്ടാകുന്നു.

ലോകത്താകെയുള്ള സെറിബ്രൽ പാൾസി കേസുകളിൽ അമ്പത് ശതമാനത്തിന്റെ കാരണം മാസം തികയാതെ പ്രസവിക്കുന്നതാണ്. സെറിബ്രൽ പാൾസിയുള്ള ശിശുക്കളെ സാധാരണ ശിശുക്കളെപ്പോലെയാക്കാനുള്ള ചികിത്സയൊന്നും ഇതുവരെയും കണ്ടുപിടിച്ചിട്ടില്ല എന്നതാണ് യാഥാർഥ്യം. ഈ യാഥാർഥ്യം അറിയാതെയോ അറിഞ്ഞിട്ടും മറച്ചു പിടിച്ചുകൊണ്ടോ ഹതഭാഗ്യയായ യുവതിയെയും അവളുടെ ഭാവിയിൽ ആശങ്കയനുഭവിക്കുന്ന അമ്മയെയും ചൂഷണം ചെയ്യാനുള്ള ചില ചികിത്സകരുടെ വ്യഗ്രതയാണ് ലൈലയുടെ മനസിന്റെ സമനില തെറ്റിച്ചത്. ലൈല കമ്പ്യൂട്ടർ കോഴ്സ് പാസ്സായിട്ടുള്ളതുകൊണ്ട് ഇന്റർനെറ്റിൽ *Cerebral palsy; A guide for care by Miller, Bachrach,* et al published by Hopkins Press. തിരഞ്ഞുപിടിച്ച് വായിക്കാൻ നിർദേശിച്ചു. ഇംഗ്ലീഷറിയാവുന്ന സാധാരണക്കാർക്ക് മനസിലാകുന്ന ഭാഷയിലാണ് അതിലെ വിവരണങ്ങൾ. ഇന്റർനെറ്റിൽ ഗൂഗിളിന്റെ സർച്ചിൽ crebral palsy എന്ന് ടൈപ്പ് ചെയ്തിട്ട് സെർച്ച് ചെയ്താൽ പ്രസ്തുത ലേഖനമുള്ള Hopkins Press ന്റെ വെബ്സൈറ്റ് കിട്ടും. ലേഖനം സൗജന്യമായി വായിക്കുകയും പ്രിന്റൗട്ട് എടുക്കുകയും ചെയ്യാം.

36

ദുരന്തനാടകത്തിലെ രംഗങ്ങൾ

നേരം പുലരുന്നതിനുമുമ്പ് ആശുപത്രിയിൽ നിന്നും ഫോൺ വന്നു. മദ്യപാനരോഗത്തിനു (alchohol abuse disorder) ചികിത്സിക്കാനായി പ്രവേശിപ്പിച്ചിരുന്ന രവികുമാർ രക്തം ഛർദിക്കുന്നു! രക്തസ്രാവം നിൽക്കാൻ സഹായിക്കുന്ന വിറ്റാമിൻ കെ ഒരു ആംപ്യൂൾ കുത്തിവച്ച് ഗ്ലൂക്കോസും ഉപ്പും ചേർന്ന ഗ്ലൂക്കോസ്–സലൈൻ ഡ്രിപ് തുടങ്ങിയിട്ട് ആ ഡ്രിപ്പോടുകൂടി ആംബുലൻസിൽ മിന്നൽവേഗത്തിൽ മെഡിക്കൽ കോളേജ് ആശുപത്രിയിലെത്തിക്കാൻ നിർദേശിച്ചു. രവികുമാറിന്റെ ജീവൻ രക്ഷപ്പെടണമെങ്കിൽ എത്രയും വേഗം നഷ്ടപ്പെട്ടുകൊണ്ടിരിക്കുന്ന രക്തത്തിനു പകരം രക്തം ധമനിയിലൂടെ കൊടുത്തുതുടങ്ങണം. ഒപ്പം അകത്തെ രക്തസ്രാവം നിറുത്താനുള്ള ചികിത്സയും ചെയ്യണം. രക്തസ്രാവം നിറുത്താൻ ഓപ്പറേഷൻ വേണ്ടിവന്നേക്കാം. ഓപ്പറേഷൻ സാധ്യമല്ലാത്ത അവസ്ഥയാണെങ്കിൽ ജീവൻ അപകടത്തിലാണ്. മദ്യപാനരോഗമുള്ള ആൾ രക്തം ഛർദിച്ചുതുടങ്ങിയാൽ ദുരന്തനാടകത്തിന്റെ അവസാനരംഗം ആയെന്നുവേണം കരുതാൻ. ജീവൻ രക്ഷപ്പെടുത്താൻ കഴിഞ്ഞാൽ പിന്നീടൊരിക്കലും മദ്യപിക്കാതിരിക്കുകയാണെങ്കിൽ ആരോഗ്യം വീണ്ടെടുത്ത് സാധാരണഗതിയിൽ ജീവിതം തുടരാനാവും. രവികുമാറിന്റെ ജീവൻ മുമ്പൊരിക്കൽ ഇതുപോലെ രക്ഷപ്പെടുത്തിയതാണ്. അതിനുശേഷം ആറുമാസക്കാലമേ അയാൾ മദ്യപിക്കാതിരുന്നുള്ളു. വീണ്ടും കുടി തുടങ്ങി. ചികിത്സയ്ക്കായി ഭാര്യയും സഹോദരനും വീണ്ടും നിർബന്ധിച്ച് കൊണ്ടുവന്ന് ആശുപത്രിയിൽ പ്രവേശിപ്പിച്ചതായിരുന്നു.

കഴിഞ്ഞപ്രാവശ്യം മദ്യാസക്തിയിൽ നിന്ന് മുക്തിനേടാനായി വന്നപ്പോൾ തന്റെ ജീവിതം എങ്ങനെ ഒരു ദുരന്തനാടകമായെന്ന് രവികുമാർ വിവരിച്ചു. അച്ഛൻ പെൻഷനായതോടെ കുടുംബം സാമ്പത്തികപ്രയാസങ്ങൾ അനുഭവിക്കാൻ തുടങ്ങിയപ്പോഴാണ് മൂത്തമകൻ രവികുമാറിന് സർക്കാർ

ജോലികിട്ടിയത്. പൊരിയുന്ന വേനലിൽ മഴപെയ്തതുപോലെ കുടുംബത്തിലെല്ലാവർക്കും ആശ്വാസം തോന്നി. പൊതുമരാമത്ത് വകുപ്പിലെ ഉദ്യോഗസ്ഥനായാണ് ഔദ്യോഗിക ജീവിതം ആരംഭിച്ചത്. പഠിക്കുന്നകാലത്ത് രണ്ടോമൂന്നോ പ്രാവശ്യം കൂട്ടുകാരോടൊത്തുചേർന്ന് മദ്യത്തിന്റെ ലഹരി ആസ്വദിച്ചിട്ടുണ്ട്. തന്നെ മദ്യത്തിന്റെ അടിമയാക്കിയത് പൊതുമരാമത്തു വകുപ്പിലെ കരാറുകാരാണെന്ന് രവികുമാർ ഇടയ്ക്കിടെ പറയുമായിരുന്നു. ജോലിയിൽ പ്രവേശിച്ച് കുറച്ചുദിവസങ്ങൾക്കുശേഷം ഓഫീസിൽ ഒരു ആഘോഷം നടന്നു. ഒരു കരാറുകാരന്റെ ബില്ല് പാസായതിന്റെ ആഘോഷമായിരുന്നു. ബില്ല് പാസാക്കിയതിന് ഓഫീസ്ജീവനക്കാർക്കുള്ള 'സന്തോഷങ്ങൾ' കരാറുകാരൻ വിതരണം ചെയ്തു. അന്ന് ഓഫീസ് സമയം കഴിഞ്ഞിട്ടും അധികംപേരും പിരിഞ്ഞുപോയില്ല. രവികുമാർ പോകാനൊരുങ്ങിയപ്പോൾ പോകാൻ വരട്ടെ, ഒരു വിശേഷമുണ്ട് എന്ന് ഒരു സഹപ്രവർത്തകൻ പറഞ്ഞു. ശിപായി മുൻവശത്തെ ജന്നലുകളും വാതിലുകളും ഭദ്രമായി അടച്ചു. കരാറുകാരൻ ഹിന്ദിസിനിമ യിലെ പ്രശസ്ത ഹാസ്യനടന്റെ പേരുള്ള കുപ്പി പുറത്തെടുത്ത് ഓഫീസ് മേധാവിയുടെ കൈയിൽ കൊടുത്തു. അദ്ദേഹം കാമുകൻ കാമുകിയെ താലോലിക്കുന്നതുപോലെ കുപ്പിയെ താലോലിച്ച് വേദനിപ്പിക്കാതെ തുറന്നു. വിദേശത്തുതന്നെ നിർമിച്ച സാക്ഷാൽ വിദേശമദ്യം രവികുമാർ ആദ്യമായിട്ടായിരുന്നു രുചിച്ചതും അതിന്റെ ലഹരി ആസ്വദിച്ചതും. മദ്യപാനം പതിവില്ലാതിരുന്ന രവികുമാർ ലഹരിച്ചിറകുകൾ കൊണ്ട് പറന്നാണ് വീട്ടിലെത്തിയത്. അമ്മയും അച്ഛനും സഹോദരങ്ങളും രവികുമാറിന്റെ അവസ്ഥകണ്ട് സങ്കടപ്പെട്ടു. വീട്ടിനകത്തും പുറത്തും ഖദർമാത്രം ധരിക്കുന്ന അച്ഛൻ ഒന്ന് ആളിപ്പടർന്നെങ്കിലും ഉടനെ അമർന്നു. കുടുംബത്തിന്റെ സങ്കടമൊന്നും ലഹരിനിദ്രയുടെ അഗാധഗർത്തത്തിലേക്ക് വീണുപോയ രവികുമാർ അറിഞ്ഞതേയില്ല. പിറ്റേന്നു രാവിലെ സ്കൂൾ അധ്യാപകനായ അച്ഛൻ ചോദിച്ചപ്പോൾ രവികുമാർ കുറ്റബോധത്തോടെ എല്ലാം തുറന്നുപറഞ്ഞു. ഇനി ഇത്തരം ആഘോഷങ്ങളിൽ പങ്കെടുക്കരുതെന്ന് ഉപദേശിച്ചു. ഇനിയങ്ങനെ ഉണ്ടാവുകയില്ലെന്ന് അച്ഛന് ഉറപ്പുകൊടുത്തു. പക്ഷേ ഉറപ്പ് പാലിക്കാൻ സാധിച്ചില്ല. അതിനുകാരണം ഓഫീസിലെ സാഹചര്യമാണെന്നാണ് രവികുമാർ പറഞ്ഞത്.

"കൂട്ടത്തിൽക്കൂടാത്തവരെ സംശയദൃഷ്ടിയോടെ എല്ലാവരും നോക്കും. ഒരുതരം ഊരുവിലക്കാണ് ഓഫീസിൽ."

മദ്യപാനരോഗത്തിന് അടിമപ്പെട്ടവർ പല ന്യായങ്ങളും പറയും. അതാണവരുടെ മാനസികമായ പ്രതിരോധങ്ങൾ (Psychological defences). മുടന്തുന്ന ന്യായങ്ങളുടെ പൊയ്ക്കാലുകൾ തകർത്ത് മദ്യപാന രോഗിയുടെ മനസിനെ നിരാലംബമാക്കിയാലേ ലഹരി ആസ്വദിക്കാൻ ത്വരയില്ലാത്ത മനോഘടന പുന:സൃഷ്ടിക്കാൻ സാധിക്കുകയുള്ളൂ. അതുകൊണ്ട് രവികുമാറിനോട് ചോദ്യങ്ങൾ ചോദിച്ചു:

"നിങ്ങളുടെ ഓഫീസിൽ എത്രപേരുണ്ട്?"

എഞ്ചിനീയർമാരും അല്ലാത്തവരും അടങ്ങുന്ന മൊത്തം ജീവനക്കാരുടെ എണ്ണം രവികുമാർ മനസിൽ എണ്ണിത്തിട്ടപ്പെടുത്തിയതിനുശേഷം പറഞ്ഞു.

"ഇവരെല്ലാവരും തന്നെ കരാറുകാരന്റെ സൽക്കാരങ്ങളിൽ പങ്കെടുക്കാറുണ്ടായിരുന്നോ?"

"എല്ലാവരുമില്ല. എഞ്ചിനീയർമാർക്ക് പാർട്ടി സംഘടിപ്പിക്കുന്നത് അവരുടെ ക്ലബ്ബിലാണ്. മിനിസ്റ്റീരിയൽ ജീവനക്കാർക്ക് ഓഫീസിൽവച്ച് പാർട്ടി. അതിൽ സ്ത്രീകളാരും പങ്കെടുക്കാറില്ല. അവരെല്ലാം കാശ് മാത്രമേ വാങ്ങാറുള്ളു. അത് കിട്ടിക്കഴിഞ്ഞാൽ സ്ഥലം വിടും.

"ഓഫീസിലെ പുരുഷന്മാരെല്ലാം കുടിക്കാറുണ്ടായിരുന്നെന്നാണോ പറയുന്നത്?"

"എല്ലാവരുമില്ല. രണ്ടുമൂന്നുപേര് സ്ത്രീകളെപ്പോലെ കാശ്കിട്ടികഴിയുമ്പോൾ സ്ഥലം വിടും. കാശ് വാങ്ങാൻ പോലും കൂടാത്ത ഒരാളുമുണ്ട്. അയാൾക്ക് വട്ടാണെന്ന് പറഞ്ഞ് എല്ലാവരും ഒറ്റപ്പെടുത്തിയിരിക്കയാണ്."

"അപ്പോൾ കരാറുകാരനാണ് നിങ്ങളെ അഡിക്റ്റാക്കിയത് എന്നു പറയുന്നത് ശരിയാണോ? കുറച്ചുപേർക്ക് ആഘോഷത്തിൽ പങ്കുചേരാതിരിക്കാൻ കഴിയുന്നുണ്ടല്ലോ."

രവികുമാറിന് മറുപടിയില്ലായിരുന്നു. മനസിന്റെ ഒരു പൊയ്ക്കാൽ തകർന്നു. കുടുംബത്തിലെ പ്രശ്നങ്ങൾ കാരണമാണ് താൻ മദ്യപിക്കുന്നതെന്നായിരുന്നു അയാളുടെ മറ്റൊരു മുടന്തൻ വാദം. മദ്യപിച്ച് വീട്ടിൽ ചെന്നാൽ ഭാര്യ കലഹിക്കും. പിന്നെ സ്നേഹശൂന്യമായ പെരുമാറ്റമാണ് തുടർന്നുള്ള ദിവസങ്ങളിൽ. അതിന്റെ 'മന:പ്രയാസം' കാരണം വീണ്ടും കുടിക്കാൻ തോന്നുമത്രേ. ചരിത്രത്തിന്റെ വിശദാംശങ്ങളിലേക്ക് കടന്നപ്പോൾ വിവാഹത്തിനുമുമ്പുതന്നെ രവികുമാർ പതിവായി മദ്യപിക്കാൻ തുടങ്ങിയകാര്യം വെളിവായി. അക്കഥ അയാൾ തന്നെ വിവരിച്ചു.

കരാറുകാരൻ ആപ്പീസിൽ വച്ച് നടത്തുന്ന പാനോത്സവത്തിൽ പങ്കെടുക്കുകയില്ലെന്ന് അച്ഛന് ഉറപ്പ് കൊടുത്തെങ്കിലും സഹപ്രവർത്തകരുടെ ഒറ്റപ്പെടുത്തൽ ഭയന്ന് കൂട്ടത്തിൽ കൂടുമായിരുന്നു. എട്ടും പത്തും ദിവസം കൂടുമ്പോൾ ഏതെങ്കിലുമൊരു കരാറുകാരൻ സൽക്കരിക്കും. അപ്പോഴൊക്കെ മിതമായി മാത്രമേ മദ്യപിക്കാറുണ്ടായിരുന്നുള്ളു. അതുകൊണ്ട് അച്ഛനോ അമ്മയോ മനസിലാക്കാറില്ലായിരുന്നു. കരാറുകാരുടെ സൽക്കാരങ്ങൾക്കായി ദിവസങ്ങളോളം കാത്തിരിക്കണം. അതിനിടയിൽ ലഹരി ആസ്വദിക്കാൻ അദമ്യമായ ആഗ്രഹം (craving) തോന്നും. ആഗ്രഹത്തെ ചെറുക്കാനാവാതെ രവികുമാർ തനിയെ ബാറിൽ കയറി ഇടയ്ക്കിടെ മദ്യപിക്കാൻ തുടങ്ങി. ആദ്യമൊക്കെ രണ്ട് പെഗ്ഗിൽ നിറുത്തുമായിരുന്നു. ലഹരികിട്ടാൻ 'ഡോസ്' കൂട്ടേണ്ടി വന്നു. മൂന്നോ നാലോ പെഗ്ഗ് ചെന്നാലേ തൃപ്തികരമായ നിലയിൽ ലഹരി ഉണ്ടാവുകയുള്ളു എന്നായി. പകൽ സമയത്ത് ജോലി ചെയ്യുമ്പോഴും വൈകുന്നേരം മദ്യപിക്കുന്നതിനെക്കു

റിച്ച് ചിന്തിക്കാൻ തുടങ്ങി. ചില ദിവസങ്ങളിൽ, ജോലിയുള്ള ദിവസങ്ങളിൽത്തന്നെ, വിശേഷിച്ച് സൂപ്രണ്ട് ആപ്പീസിൽ ഇല്ലാത്ത ദിവസങ്ങളിൽ ഉച്ചയ്ക്ക് ബാറിൽ പോയി പെഗ്ഗ് കഴിക്കാൻ തുടങ്ങി. ഊണിനുമുമ്പായി രണ്ട് പെഗ്ഗ് കഴിക്കുന്നത് കൂടുതൽ ആനന്ദം നൽകുന്നതായി അനുഭവപ്പെട്ടു. മിക്ക ദിവസങ്ങളിലും രാവിലെ മുതൽ ഉച്ചയ്ക്കും വൈകുന്നേരവും മദ്യപിക്കുന്നതിനെക്കുറിച്ചുള്ള ചിന്തകൾ മനസിൽ പൊന്തിവരാൻ തുടങ്ങി. തനിയെ ബാറിൽ പോയി മദ്യപിക്കുന്നതു കൂടാതെ ആര് എപ്പോൾ മദ്യപാനത്തിനു ക്ഷണിച്ചാലും പോകുമെന്ന നിലയായി.

മദ്യപാനാസക്തി ഒരു മനോരോഗമാണ്. അതിന്റെ ഏറ്റക്കുറച്ചിൽ നിർണയിക്കുന്നത് പല ഘടകങ്ങളാണ്. ജനിതകം ഒരു പ്രധാനഘടകമാണ്. രവികുമാറിന്റെ അച്ഛന്റെ കുടുംബത്തിലാരും മദ്യപിക്കാറേയില്ല. അമ്മയുടെ കുടുംബത്തിൽ മദ്യപാനാസക്തിയുള്ളവരുണ്ട്. അമ്മാവന്മാരിലൊരാൾ അമിതമദ്യപാനത്തിന്റെ ഫലമായി കരൾരോഗം ബാധിച്ച് അകാലത്തിൽ മരിച്ചുപോയകാര്യം രവികുമാർ തന്നെയാണ് പറഞ്ഞത്. ജനിതകം ഒരു ഘടകം മാത്രമാണ്. മദ്യപാനാസക്തിയുടെ ജീനുകൾ ശരീരത്തിൽ പേറുന്ന ഒരു വ്യക്തി അതിനുവിധേയനാകാൻ ഭൗതിക സാഹചര്യങ്ങളും ഒത്തുവരണം. രവികുമാറിലെ ജനിതകഘടകത്തെ ത്വരിപ്പിച്ചത് സാഹചര്യങ്ങളാണ്.

വിവാഹത്തിനുശേഷമാണ് മദ്യപാനം ഒരു കുടുംബപ്രശ്നമായത്. രവികുമാറിന്റെ ഭാര്യ സുശീല ഒരു അധ്യാപികയാണ്. ഭർത്താവ് മദ്യപിക്കുന്നത് അവർ തീരെ ഇഷ്ടപ്പെടുന്നില്ല. തനിക്കതിന്റെ ഗന്ധം സഹിക്കാനാവുന്നില്ലെന്നാണ് പറയുന്നത്. ഭർത്താവ് മദ്യപിച്ചുവരുന്ന ദിവസം തനിക്ക് അസ്വസ്ഥത അനുഭവപ്പെടുകയും എന്തെങ്കിലുമൊക്കെ പറയുകയും ചെയ്യും. അതിന്റെ വാശിതീർക്കാനായി രവികുമാർ മദ്യപാനം നിത്യേനയാക്കിയെന്നാണ് സുശീലയുടെ ആരോപണം.

"വിവാഹത്തിനുമുമ്പു തന്നെ നിങ്ങൾ ഇടയ്ക്കിടെ ബാറിൽ പോയി കുടിക്കാൻ തുടങ്ങിയില്ലേ?"

"തുടങ്ങി. വല്ലപ്പോഴുമൊരിക്കലേ പോകാറുണ്ടായിരുന്നുള്ളു."

"അത് എന്തെങ്കിലും മാനസികപ്രശ്നം ഉണ്ടായിട്ടാണോ?"

"അല്ല. റ്റെംപ്റ്റേഷൻ കൺട്രോള് ചെയ്യാൻ കഴിഞ്ഞിരുന്നില്ല."

"അപ്പോൾ കുടുംബപ്രശ്നങ്ങൾ കാരണമാണ് നിത്യവും കുടിക്കാൻ തുടങ്ങിയതെന്ന് പറയുന്നത് വെറുതെയല്ലേ?"

"ഭാര്യ ബഹളമുണ്ടാക്കുമ്പോൾ കൂടുതൽ കുടിക്കാൻ തോന്നും."

"നിങ്ങൾക്ക് കുടിക്കാനുള്ള ആഗ്രഹം അടക്കാൻ കഴിയുന്നില്ല. അതിന് ഭാര്യയെ കുറ്റം പറയുന്നതല്ലേ? രവികുമാറിന് മറുപടി ഉണ്ടായില്ല. മനസിന്റെ എല്ലാ പ്രതിരോധവും തകർത്ത് ചികിത്സ കഴിഞ്ഞുപോയാലും രവികുമാർ ലഹരി ആസ്വദിക്കാൻ വേണ്ടി മദ്യപിക്കാറുണ്ടായിരുന്നു. ലഹരി ആസ്വദിക്കാനുള്ള ത്വര ഒരു മനോരോഗമാണ്. മറ്റെല്ലാ മനോരോഗങ്ങളെയും പോലെ ചികിത്സ ആവശ്യമാണ്. ചില വ്യക്തികൾക്ക്

ആയുഷ്കാലം മുഴുവൻ ചികിത്സ തുടരേണ്ടിവരും. രവികുമാർ അത്തരത്തിലുള്ള ഒരു വ്യക്തിയാണ്. മദ്യപാനരോഗത്തോടൊപ്പം മറ്റുചില രോഗങ്ങളും സഹയാത്രികരായുണ്ടാകും. കരൾദ്രവീകരണരോഗം (cirthosis liver), അപസ്മാരം, മേധാക്ഷയം, (alcoholic dementia), മസ്തിഷ്കദ്രവീകരണം, (encephalopathy), നാഡീദ്രവീകരണം (Peripheral neuropathy) എന്നീ രോഗങ്ങൾ അമിതമദ്യപാനത്തിന്റെ അനന്തരഫലങ്ങളായി ഉണ്ടാകാം. നിർഭാഗ്യവാനായ രവികുമാറിനെ കരൾദ്രവീകരണവും അപസ്മാരവുമാണ് പിടികൂടിയത്.

മദ്യത്തിന് അടിമയായവർ മദ്യപാനം നിറുത്തുമ്പോൾ മസ്തിഷ്കകോശങ്ങൾ അസ്വസ്ഥത പ്രകടിപ്പിക്കാൻ തുടങ്ങുന്നു. മസ്തിഷ്കം ഉന്മത്തമായാൽ ശരീരമാസകലമുള്ള വിറയലോടുകൂടിയ വിഭ്രമാവസ്ഥയോ (delirium tremens) അപസ്മാരബാധയോ ഉണ്ടാകും. ചിലപ്പോൾ രണ്ടുംകൂടി വരും. കഴിഞ്ഞതവണ രവികുമാറിനെ ആശുപത്രിയിൽ പ്രവേശിപ്പിച്ച് ഒരു ദിവസം കഴിഞ്ഞപ്പോൾ വിറയ്ക്കാനും വിഭ്രാന്തികാണിക്കാനും തുടങ്ങി. ഒപ്പം അപസ്മാരബാധയും ഉണ്ടായി. അന്ന് നഴ്സും ജീവനക്കാരും ഉറക്കമൊഴിഞ്ഞിരുന്ന് ശുശ്രൂഷയും ചികിത്സയും നൽകിയതുകൊണ്ടാണ് ജീവൻ രക്ഷപ്പെട്ടത്. തനിക്കുണ്ടായ വിഭ്രമാവസ്ഥ രവികുമാർ പിന്നിട് വിവരിക്കുകയുണ്ടായി. ആദ്യം ഘോരമായ മാനസികാസ്വസ്ഥതയാണ് അനുഭവപ്പെടുക. കൊടുങ്കാറ്റിനും പേമാരിക്കും മുമ്പുള്ള അന്തരീക്ഷം പോലെയാവുന്നു മനസ്സ്. എന്തോ സംഭവിക്കാൻ പോകുന്നു എന്ന ഭയം അയാളെ ഗ്രസിച്ചു. അന്ത്യം അടുത്തു എന്നതോന്നൽ കാരണം തല ഉയർത്തി നോക്കാൻ പോലും കഴിയാതായി. ഒപ്പം ശരീരം കൊടുങ്കാറ്റിൽ പെട്ടതുപോലെ ആടിയുലയാനും പ്രകമ്പനം കൊള്ളാനും തുടങ്ങി. പകൽവെളിച്ചത്തിനു മങ്ങലേറ്റതുപോലെ തോന്നി. കണ്ണിൽ കയറിയ ഇരുട്ട് വിട്ടുപോകുന്നില്ല. ഭീകരരൂപികൾ അന്തരീക്ഷത്തിൽ തന്റെ തലയ്ക്ക് ചുറ്റും വട്ടം കറങ്ങി അട്ടഹസിക്കുന്നതായും തോന്നി. ആത്മരക്ഷയ്ക്കായി എവിടേക്ക് തിരിഞ്ഞാലും അവിടെയെല്ലാം ഭീകരരൂപികൾ. യുക്തിവാദിയായ രവികുമാറിന് ഈശ്വരനിലോ പിശാചിലോ വിശ്വാസമില്ല. പക്ഷേ വിഭ്രമാവസ്ഥയിൽ താൻ കണ്ട ഭീകരരൂപങ്ങളെല്ലാം യഥാർഥമാണെന്നും ഇപ്പോൾ കടന്നാക്രമിച്ച് രക്തമൂറ്റിക്കുടിച്ച് കൊല്ലുമെന്നും തോന്നി. ഭയം കാരണം അലറിവിളിച്ചുപോയി. തന്നെ പിടിക്കാനും കീഴ്പ്പെടുത്താനും അടുത്തെത്തിയ ആശുപത്രിജീവനക്കാരും പൈശാചികമായ രൂപത്തിലാണ് കണ്ണിൽപ്പെട്ടത്. അത് വിവരിക്കുമ്പോൾ രവികുമാറിന്റെ മുഖത്ത് ഭയം നിഴലിച്ചു. ഡെലീരിയം ട്രെമൻസ് മദ്യപാനരോഗികളുടെ ജീവൻ അപഹരിക്കാൻ സാധ്യതയുള്ള അതീവഗുരുതരാവസ്ഥയാണ്. ഭാഗ്യാതിരേകത്താലാണ് രവികുമാർ അതിൽ നിന്നും രക്ഷപ്പെട്ടത്.

രക്തപരിശോധനയിൽ അയാളുടെ കരളിന്റെ പ്രവർത്തനങ്ങൾ തകരാറിലാണെന്ന സൂചനകളാണ് കിട്ടിയത്. വീണ്ടും മദ്യപിച്ചാൽ കരളിന്റെ

കോശങ്ങൾ നശിക്കുകയും കരൾദ്രവീകരണം (cirrhosis liver) സംഭവിക്കുകയും ചെയ്യാനിടയുണ്ടെന്ന് മുന്നറിയിപ്പ് നൽകിയിരുന്നതാണ്. കരൾദ്രവീകരണം സംഭവിച്ചാൽ കരളിൽ നിന്നും ധമനികൾ വഴി നടക്കുന്ന രക്തചംക്രമണത്തിന് തടസ്സം നേരിടുന്നു. ഈ അവസ്ഥയ്ക്കാണ് Portal Hypertension എന്നു പറയുന്നത്. പോർട്ടർ ഹൈപർറ്റെൻഷൻ വന്നവരുടെ പചനവ്യൂഹത്തിലെ ധമനികൾ വീർക്കുകയും ചിലപ്പോൾ പൊട്ടുകയും ചെയ്യുന്നു. അങ്ങനെയാണ് ആമാശയത്തിനകത്തേക്ക് രക്തസ്രാവം ഉണ്ടാകുന്നതും രക്തം ഛർദിക്കുന്നതും. ഇക്കാര്യങ്ങളെല്ലാം രവികുമാറിനെ പറഞ്ഞു മനസിലാക്കിയാണ് ആശുപത്രിയിൽ നിന്നും വിട്ടത്. മൂന്നോ നാലോ മാസം മദ്യപിക്കാതിരുന്നതിനുശേഷം വീണ്ടും തുടങ്ങി. ആദ്യം രക്തം ഛർദിച്ചത് ആപ്പീസിൽ ജോലി ചെയ്തുകൊണ്ടിരിക്കുമ്പോഴാണ്. ഉടനെ തന്നെ ആശുപത്രിയിലെത്തിച്ചതുകൊണ്ട് ജീവൻ രക്ഷപ്പെടുത്താൻ കഴിഞ്ഞു. രക്തസ്രാവത്തിനുള്ള ചികിത്സ കഴിഞ്ഞതിനുശേഷം മെഡിക്കൽ കോളേജാശുപത്രിയിൽ നിന്നും മദ്യാസക്തി ചികിത്സിച്ചുമാറ്റാൻ ഉപദേശിച്ചു. അന്നത്തെ ചികിത്സ കഴിഞ്ഞുപോയതിനുശേഷം മൂന്നോ നാലോ മാസം മദ്യപിച്ചില്ല. വീണ്ടും തുടങ്ങിയപ്പോഴാണ് ഭാര്യയും സഹോദരനും നിർബന്ധിച്ച് ചികിത്സയ്ക്കായി കൊണ്ടു വന്നത്. രണ്ടാം പ്രാവശ്യം രക്തം ഛർദിച്ച അസ്ഥയിൽ ജീവൻ രക്ഷപ്പെടുമെന്ന് ഉറപ്പ് പറയാനാവില്ലെന്നാണ് മെഡിക്കൽ കോളേജിൽ നിന്നും അറിയിച്ചത്.

37

നഷ്ടപ്പെട്ട ഭൂതവും ഭാവിയും

സർക്കാർ ജീവനക്കാരനായ സുരേഷ് സംഘടനാപ്രവർത്തകൻ കൂടിയായിരുന്നു. കൈക്കൂലി, അഴിമതി തുടങ്ങിയ സാമൂഹ്യ ദുരാചാരങ്ങൾ സ്വന്തം അംഗങ്ങളിൽ വച്ചുപൊറുപ്പിക്കുകയില്ലെന്ന ദൃഢനിശ്ചയം ചെയ്യുക മാത്രമല്ല സിവിൽ സർവീസ് അഴിമതിരഹിതവും കാര്യക്ഷമവുമാക്കാൻ പോരാടുകയും ചെയ്യുന്ന സംഘടനയിലാണ് സുരേഷ് പ്രവർത്തിച്ചിരുന്നത്. നിസ്വാർഥമായ സംഘടനാപ്രവർത്തനം കാഴ്ചവച്ച സുരേഷ് സർവീസിൽ കയറി അധികം കഴിയുന്നതിനുമുമ്പ് സംഘടനയുടെ പ്രാദേശിക നേതൃസ്ഥാനത്തെത്തി. മറ്റാരും കാണാത്ത ഒരു മുഖം കൂടി അയാൾക്കുണ്ടായിരുന്നു. സുരേഷ് രഹസ്യമായി മദ്യപിക്കാറുണ്ടായിരുന്നു. യാദൃച്ഛികമായാണ് അയാൾ മദ്യപാനരോഗത്തിന് (alcohol abuse disorder) അടിമപ്പെട്ടത്. സംഘടനയുടെ ഭാരവാഹി ആയപ്പോൾ മദ്യപാനരോഗത്തിൽ നിന്നും മുക്തി നേടാൻ തീരുമാനിച്ചു. ഭാര്യയല്ലാതെ മറ്റാരുമറിയാതെ അവധിയെടുത്ത് ഡീ അഡീക്ഷൻ ചികിത്സയ്ക്കായി വന്നു. രഹസ്യമായി മദ്യപിക്കാൻ തുടങ്ങിയതും മദ്യത്തിന് അടിമപ്പെട്ടതും എങ്ങനെയെന്ന് ആശുപത്രിയിൽ പ്രവേശിപ്പിച്ച സമയത്ത് വിവരിച്ചിരുന്നു.

സുരേഷ് ജോലിയെടുക്കുന്നത് ഒരു കെമിക്കൽ ലബോറട്ടറിയിലാണ്. നിറപ്പകിട്ടാർന്ന ആടയാഭരണങ്ങളോടെയും വേഷഭൂഷാദികളോടെയും പുറത്തുവരുന്ന എല്ലാത്തരം മദ്യങ്ങളുടെയും സത്തും സാരാംശവുമായ എതനോൾ അഥവാ ഈതൈൻ ആൽക്കഹോൾ (CH_3CH_2OH- Ethanoal or Ethyl alcohol) ഏറ്റവും സാന്ദ്രവും ശുദ്ധവുമായ രൂപത്തിലുള്ളത് പരീക്ഷണങ്ങൾക്കായി എല്ലാ സമയത്തും ലാബോറട്ടറിയിൽ ധാരാളം സ്റ്റോക്കുണ്ടായിരിക്കും. ചില ജീവനക്കാർ അതിൽ നിന്നും പത്തോ പതിനഞ്ചോ “മില്ലി” എടുത്ത് വെള്ളം ചേർത്ത് കഴിക്കാറുള്ള കാര്യം സുരേ

ഷിനറിയാമായിരുന്നു. ശപിക്കപ്പെട്ട ഒരു നിമിഷത്തിൽ അതിന്റെ രുചി ഒന്നറിയാൻ സുരേഷിനും ആഗ്രഹം തോന്നി. ലാബോറട്ടറി അസിസ്റ്റന്റ് ശങ്കു അണ്ണനോട് തന്റെ ആഗ്രഹം രഹസ്യമായി വെളിപ്പെടുത്തി. എതനോൾ വെള്ളത്തിൽ കലക്കികുടിച്ച് "കിറുങ്ങി"യിരിക്കാറുള്ള ശങ്കു അണ്ണന് വളരെ സന്തോഷമായി. അണ്ണൻ എതനോളിന്റെ ഗുണഗണങ്ങൾ വിവരിച്ചു. വ്യാജനോ നാടനോ നാട്ടിൽനിരന്ന വിദേശിയോ വിദേശത്തുനിന്നും വന്ന സാക്ഷാൽ വിദേശിയോ ആയ മദ്യങ്ങളേക്കാളെല്ലാം പരിശുദ്ധവും പരമാനന്ദദായകവുമാണ് പരീക്ഷണശാലയിലെ എതനോൾ എന്നാണ് ശങ്കുഅണ്ണൻ വർണിച്ചത്. ലോകത്തുള്ള എല്ലാത്തരം മദ്യവും ഈതൈൽ ആൾക്കഹോൾ നേർപ്പിച്ച് നിറം പിടിപ്പിക്കുന്നതാണെന്ന് രസതന്ത്രബിരുദധാരിയായ സുരേഷിനറിയാം. ആൾക്കഹോൾ കുടുംബത്തിൽ വളരെയധികം ജ്യേഷ്ഠാനുജന്മാരുണ്ടെന്നുമറിയാം. കുടുംബത്തിലെ രണ്ടാമന് മനുഷ്യന് ലഹരിയുടെ ആനന്ദം പകരുന്ന ഈതൈൽ ആൽക്കഹോൾ. ആദ്യജാതനായ മെതനോൾ അഥവാ മിതൈൽ ആർക്കഹോൾ (CH_3OH - Methyl alcohol or Methanol) ഒരു കൊലയാളിയാണെന്ന് സുരേഷിനറിയാം. ലഹരികൂടുതലിനായി വ്യാജമദ്യങ്ങളിൽ മീതൈൻ ആൽക്കഹോൾ ചേർക്കുന്നതാണ് വ്യാജമദ്യദുരന്തങ്ങൾക്കു കാരണമാവുന്നത്. മണിച്ചനെയും കല്ലുവാതുക്കൽ താത്തയെയും ചതിച്ചത് മെതനോൾ ആണ്. മെതനോളിനുശേഷം പിറന്നവർക്ക് ലഹരി കുറവും സുഗന്ധം കുടുതലുമാണ്. അവയൊക്കെ സുഗന്ധലേപനങ്ങളിൽ ഉപയോഗിക്കാനേ കൊള്ളാവൂ. സൗദി അറേബ്യയിൽ ജോലിതേടിപ്പോയ ഒരാൾ അവിടെവച്ച് ലഹരിക്കുവേണ്ടി യു ഡി കൊളോൺ (eau de Cologne) -ഓ ദെ കൊളോഞ്ഞ് എന്ന് ഫ്രഞ്ച് ഉച്ചാരണം. കൊളോഞ്ഞിലെ വെള്ളമെന്ന് അർഥം) വാങ്ങി കുടിച്ചിരുന്ന രഹസ്യം വെളിപ്പെടുത്തുകയുണ്ടായി.

ഒരു ബീക്കറിൽ അൽപ്പം ഈതൈൽ ആൽക്കഹോൾ എടുത്ത് വെള്ളം ചേർത്ത് കുടിച്ചപ്പോൾ ശങ്കു അണ്ണൻ പറഞ്ഞതെല്ലാം ശരിയാണെന്ന് സുരേഷിനു തോന്നി. ശപിക്കപ്പെട്ട ആ നിമിഷത്തെക്കുറിച്ചോർത്ത് സുരേഷ് ദു:ഖിച്ചു. പിന്നീട് പലപ്പോഴും ആരുമറിയാതെ ബീക്കറിൽ ഈതൈൽ ആൽക്കഹോൾ എടുത്ത് വെള്ളം ചേർത്ത് കുടിക്കുക പതിവായി. ഒരിക്കൽ ലബോറട്ടറി സൂപ്പർവൈസറുടെ ശ്രദ്ധയിൽപെട്ടു. സുരേഷിന്റെ അമ്മയുടെ പ്രായമുള്ള സ്നേഹമയി സുരേഷിനെ ഉപദേശിച്ചു:

"സുരേഷ്! ഡോൺട് റിപീറ്റ് ഇറ്റ്. നിങ്ങൾ വളരെ ചെറുപ്പമല്ലേ? ലൈഫ് സ്പോയിൽ ചെയ്യരുത്."

"ഇല്ല മാഡം. ഇനി ചെയ്യുകയില്ല."

പക്ഷേ സുരേഷിന് ഉറപ്പ് പാലിക്കാൻ കഴിഞ്ഞില്ല. ശങ്കു അണ്ണനാണ് ലബോറട്ടറിയിലെ ഈതൈൽ ആൽക്കഹോളിന്റെ ലഹരി ആസ്വദിക്കാൻ പലപ്പോഴും സുരേഷിനെ പ്രേരിപ്പിച്ചത്. ലബോറട്ടറിയിലെയും സംഘടനയിലെയും സഹപ്രവർത്തകർ അറിയുമോ, മാന്യതയുടെ മുഖംമൂടി അഴിഞ്ഞുവീണുപോകുമോ എന്ന ഭയമാണ് സുരേഷിനെ പലപ്പോഴും

പിന്തിരിപ്പിച്ചത്. ഒരു ദിവസം ശങ്കുഅണ്ണൻ ലാബറട്ടറി പൂട്ടി ഇറങ്ങുമ്പോൾ ന്യൂസ്പേപ്പറിൽ പൊതിഞ്ഞ ഒരു കുപ്പി കൈയിൽ കൊടുത്തിട്ട് പറഞ്ഞു:

"വീട്ടിക്കൊണ്ട് വെച്ചോ. രാത്രി ചാപ്പാടിനുമുമ്പ് ലേശം വെള്ളം ചേർത്ത് കഴിക്കാം."

അത് സ്വീകരിക്കരുതെന്ന് മനസിലിരുന്ന് ആരോ താക്കീത് ചെയ്തിട്ടും സുരേഷ് അത് കൈയിൽ വാങ്ങി ബാഗിൽ സൂക്ഷിച്ചു. അന്നു മുതലാണ് നിത്യേന ഈഥൈൽ ആൾക്കഹോളിന്റെ ലഹരി ആസ്വദിക്കാൻ തുടങ്ങിയത്. ദിവസങ്ങൾ കടന്നുപോയതോടെ മദ്യം കഴിക്കാത്ത ദിവസം ഉറക്കം കിട്ടാത്ത സ്ഥിതി വന്നു. സംഘടനയുടെ ഭാരവാഹി ആയതോടെ രഹസ്യമായ മദ്യപാനംമൂലം സുരേഷ് മാനസിക സംഘർഷം അനുഭവിക്കാൻ തുടങ്ങി. കുറ്റബോധം മനസ്സിനെ അലട്ടി. ചിലദിവസം മദ്യം തൊടുകയില്ലെന്ന് ശപഥം ചെയ്ത് കഴിക്കാതിരിക്കും. പക്ഷേ ഉറക്കം കിട്ടാതെ കിടക്കയിൽ തിരിഞ്ഞും മറിഞ്ഞും കിടന്ന് നേരം വെളുപ്പിക്കേണ്ടിവന്നു. ആയിടെയാണ് സുരേഷിന്റെ വിവാഹം നടന്നത്. ആദ്യരാത്രിയിൽ സുരേഷ് തന്റെ രഹസ്യമായ മദ്യപാനത്തെക്കുറിച്ച് ഭാര്യയോട് പറഞ്ഞു. നവവധുവിന് തന്റെ ഭർത്താവിന്റെ ദു:ശീലത്തെക്കുറിച്ച് എന്താണ് പറയേണ്ടതെന്ന് നിശ്ചയമില്ലായിരുന്നു. വധുവിന്റെ മൗനം സമ്മതമാണെന്ന് കരുതി സുരേഷ് മദ്യപാനം തുടർന്നു.

വിവാഹത്തിനുശേഷം സുരേഷും ഭാര്യയും തറവാട്ടിൽ നിന്നും വാടക വീട്ടിലേക്ക് താമസം മാറ്റി. വീട്ടിൽവച്ച് മദ്യപിക്കുന്നതിനോട് ഭാര്യക്ക് വലിയ എതിർപ്പൊന്നുമില്ലായിരുന്നു. ലബോറട്ടറി അസിസ്റ്റന്റ് സുരേഷിന് ന്യൂസ്പേപ്പറിൽ പൊതിഞ്ഞ കുപ്പി കൊടുക്കാറുണ്ടായിരുന്നു. മദ്യപാനം നിത്യേന ആയപ്പോൾ തന്നെ വിശ്വസിച്ച സംഘടനയെ വഞ്ചിച്ചുകൊണ്ടിരിക്കുകയാണെന്ന കുറ്റബോധം സുരേഷിന്റെ മനസിനെ അനുസ്യൂതം അലട്ടി. ചിലപ്പോഴൊക്കെ സുരേഷ് നിഷ്ക്രിയനാകാനും തുടങ്ങി. സഹപ്രവർത്തകർ നിഷ്ക്രിയത്വത്തിന്റെ കാരണം തിരക്കാൻ തുടങ്ങിയപ്പോഴാണ് രഹസ്യചികിത്സയ്ക്ക് വിധേയനായി മദ്യത്തിന്റെ പിടിയിൽ നിന്നും മുക്തി നേടാൻ സുരേഷ് തീരുമാനിച്ചത്. ഭാര്യയോട് മാത്രമേ ചികിത്സയുടെ കാര്യം പറഞ്ഞുള്ളു.

ഡി അഡിക്ഷൻ ചികിത്സ തുടങ്ങി നാലുദിവസം കഴിഞ്ഞപ്പോൾ സുരേഷ് സ്ഥലകാലങ്ങൾ മറന്നതുപോലെ പെരുമാറുന്നതായി നഴ്സു പറഞ്ഞു. സുരേഷിനെ പരിശോധനാമുറിയിലേക്ക് കൊണ്ടുവന്നു. എന്നാണ് ആശുപത്രിയിൽ വന്നതെന്ന് ചോദിച്ചപ്പോൾ ഇന്ന് രാവിലെ എന്നായിരുന്നു മറുപടി. രാവിലെ ഒമ്പത് മണിക്കാണ് അയാളെ പരിശോധിച്ചത്. സമയമെത്രയായെന്നുള്ള ചോദ്യത്തിനു വൈകുന്നേരമായി എന്നായിരുന്നു മറുപടി. ഭാര്യയുടെ പേര് ചോദിച്ചപ്പോൾ താൻ വിവാഹം ചെയ്തിട്ടില്ലെന്നുപറഞ്ഞു. സ്ഥലകാലങ്ങൾ മറന്നുപോയ സുരേഷ് പല ചോദ്യങ്ങൾക്കും സ്വന്തമായ ഉത്തരങ്ങൾ കണ്ടുപിടിച്ചു. മദ്യത്തിനടിമപ്പെട്ടവർക്ക് വരാറുള്ള മറവിരോഗം (amnesia) തുടങ്ങിയതാണെന്നുറപ്പായി.

പതിവായി മദ്യം കഴിക്കുന്നവരുടെ ശരീരത്തിൽ വിറ്റാമിൻ കുടുംബത്തിലെ ഒന്നാമനായ തയാമിൻ (Thiamine - Vitamine B1) കുറയുന്നു. അന്നജത്തിന്റെ (carbohydrate) പചനത്തിൽ (metabolism) പ്രധാന പങ്കുവഹിക്കുന്ന ഒന്നാണ് തയാമിൻ. ഇതിന്റെ കുറവുമൂലം മസ്തിഷ്കത്തിലെ നാഡീകോശങ്ങളുടെ (neurons) തന്തുക്കളുടെ (axons) മൈലിൻ കവചം (myelin sheath) തേഞ്ഞുപോകുന്നു. നാഡീതന്തുവിന് കവചം ഇല്ലാതെവന്നാൽ തന്തുക്കളിലൂടെ വൈദ്യുതിതരംഗങ്ങളുടെ രൂപത്തിൽ സംജ്ഞകൾ സഞ്ചരിക്കുന്നതിന് തടസം നേരിടുന്നു. മറവിരോഗം ഉണ്ടാകുന്നത് അങ്ങനെയാണ്. മദ്യപാനരോഗികളിലുണ്ടാകുന്ന മറവിരോഗത്തെക്കുറിച്ച് ആദ്യം വിവരിച്ചത് റഷ്യൻ ശാസ്ത്രജ്ഞനായ സെർജി സെർജിയോവിച്ച് കൊർസാക്കോഫ് (Sergei Sergeievich Korsakoff 1954-1900) എന്ന റഷ്യൻ ശാസ്ത്രജ്ഞനാണ്. അതുകൊണ്ട് ഈ രോഗത്തിന് കൊർസാക്കോഫിന്റെ ചിത്തരോഗം (Korsakoff psychosis) എന്നാണ് പറയുന്നത്. കൊർസാക്കോഫിന്റെ ചിത്തരോഗത്തിനുകാരണമായി മസ്തിഷ്കത്തിൽ ഉണ്ടാകുന്ന കേടുപാടുകൾ എന്തൊക്കെയാണെന്നു കണ്ടുപിടിച്ചത് കാൾ വെർണിക്കെ (Carl Wernicke 1848-1905) എന്ന ജർമൻ ഭിഷഗ്വരനാണ്. മദ്യപാനം കൊണ്ട് മസ്തിഷ്കഭാഗങ്ങൾക്കുണ്ടാകുന്ന നാശങ്ങളെ 'വെർണിക്കെയുടെ മസ്തിഷ്കനാശം' (Wernicke's encephalopathy) എന്നു പറയുന്നു. ഭാഗ്യവശാൽ വെർണിക്കെയുടെ മസ്തിഷ്കനാശവും തന്മൂലമുണ്ടാകുന്ന കൊർസാക്കോഫ് ചിത്തഭ്രമവും താൽക്കാലികപ്രതിഭാസങ്ങളാണ്. മദ്യപാനം നിറുത്തുകയും തയാമിൻ എന്ന വിറ്റാമിൻ കൊടുക്കുകയും ചെയ്താൽ സംഭവിച്ചുപോയ നാശം മസ്തിഷ്കം രണ്ടോ മൂന്നോ ആഴ്ചകൊണ്ട് സ്വയം പരിഹരിക്കുകയും ഓർമശക്തി വീണ്ടെടുക്കുകയും ചെയ്യും.

സുരേഷ് പൂർണ സുഖം പ്രാപിച്ച് ആശുപത്രി വിട്ടുവെങ്കിലും ഇടയ്ക്കിടെയുള്ള രഹസ്യമദ്യപാനം വീണ്ടും തുടങ്ങി. മദ്യപിച്ചാൽ മറവിരോഗം വീണ്ടും വരുമോ എന്നായിരുന്നു സുരേഷിന്റെ ഭാര്യയുടെ ഭയം. ഭർത്താവിന്റെ രക്ഷയ്ക്കായി ഗൾഫിൽ ജോലിചെയ്യുന്ന സഹോദരന്റെ സഹായം അവർ തേടി. സഹോദരിയുടെ ഭർത്താവിനെ മദ്യത്തിൽ നിന്നും പൂർണമായും മോചിപ്പിക്കാനായി അയാൾ കണ്ട മാർഗം സുരേഷിനെ ഗൾഫിലേക്ക് കൊണ്ടുപോകുക എന്നതാണ്. വിദേശത്ത് ജോലിചെയ്യാനുള്ള ദീർഘകാല അവധിയെടുത്ത് ഗൾഫിൽപോയി ജോലിചെയ്യാൻ സംഘടന സുരേഷിന് അനുവാദം കൊടുത്തു. അമേരിക്കൻ ഉടമസ്ഥതയിലുള്ള ഒരു കെമിക്കൽ കമ്പനിയിലാണ് സുരേഷിന് ജോലിലഭിച്ചത്.

ആറു മാസങ്ങൾക്കുശേഷം സുരേഷിനെ ഭാര്യയും ബന്ധുക്കളും ചേർന്ന് വീണ്ടും ആശുപത്രിയിൽ കൊണ്ടുവന്നു. ഇത്തവണ അയാളുടെ പ്രശ്നം മദ്യപാനമല്ലായിരുന്നു. ഭാര്യയുൾപ്പെടെ ഏറ്റവും അടുത്ത ബന്ധുക്കളെപ്പോലും സുരേഷിന് തിരിച്ചറിയാൻ കഴിയുന്നില്ല. രാത്രിയാണോ പകലാണോ എന്നുപോലും പറയാൻ അറിഞ്ഞുകൂട. ഭൂതവും ഭാവിയും

പൂർണമായും നഷ്ടപ്പെട്ട അയാൾ ചലിക്കുന്ന ജഡമായി മാറിയിരുന്നു. ഗൾഫ് നാട്ടിൽ വച്ച് എന്താണ് സംഭവിച്ചതെന്ന് കൃത്യമായി ആർക്കുമറിയില്ല. സുരേഷിന്റെ സുഹൃത്തുക്കളിൽ നിന്നും അറിയാൻ കഴിഞ്ഞകാര്യങ്ങൾ സുരേഷിനെ ഗൾഫിലേക്ക് കൊണ്ടുപോയ ആൾ വിവരിച്ചു. കമ്പനി സൗജന്യമായി താമസിക്കാൻ കൊടുത്ത അപ്പാർട്ട്മെന്റിലെ മുറിയിൽ തനിച്ചായിരുന്നു സുരേഷ് കഴിഞ്ഞിരുന്നത്. ഒരുദിവസം രാവിലെ മുറിയിൽ അബോധാവസ്ഥയിൽ കിടക്കുന്നതാണ് സുഹൃത്തുക്കൾ കണ്ടത്. ജോലിചെയ്യുന്ന ലബോറട്ടറിയിൽ നിന്നും ഈഥൈൻ ആൽക്കഹോൾ മുറിയിൽ കൊണ്ടുവന്ന് തലേന്ന് രാത്രി മദ്യപിച്ചതിന്റെ ലക്ഷണങ്ങളുണ്ടായിരുന്നു. സുഹൃത്തുക്കൾ സുരേഷിനെ ആശുപത്രിയിലെത്തിച്ചു. ലബോറട്ടറിയിൽ നിന്നും ഈഥൈൽ ആൽക്കഹോൾ കടത്തിക്കൊണ്ടുവന്ന കാര്യം പുറത്തറിഞ്ഞാൽ പൊലീസ് കേസെടുക്കുമെന്ന ഭയം കാരണം സുഹൃത്തുക്കൾ അക്കാര്യം ആശുപത്രിയിലാരോടും പറഞ്ഞില്ല. സാധാരണ മദ്യം കഴിച്ചതിന്റെ അളവ് കൂടിപ്പോയതുകൊണ്ടുണ്ടായ ബോധക്ഷയം എന്ന നിഗമനത്തിലായിരുന്നു ആശുപത്രിയിലെ ചികിത്സ. അധികം താമസിയാതെ സുരേഷിന്റെ ബോധം തെളിഞ്ഞു. പക്ഷേ അയാൾ ഉണർന്നെണീറ്റത് വിസ്മൃതിയുടെ കനത്ത ഇരുട്ട് നിറഞ്ഞ അറയിലാണ്. പല പരിശോധനകളും ആശുപത്രിയിൽ ചെയ്തു. മസ്തിഷ്കത്തിന്റെ സൂക്ഷ്മതലം വരെ നോട്ടമെത്തിക്കുന്ന എം ആർ ഐ (magnetic resonance imaging) സ്കാൻ ഉൾപ്പെടെയുള്ള പരിശോധനകളിലൊന്നും ഒരു അപാകവും കണ്ടെത്താൻ കഴിഞ്ഞില്ല. ആഴ്ചകൾ നീണ്ട ചികിത്സ കൊണ്ടും ഓർമശക്തി വീണ്ടെടുക്കാൻ കഴിയാതിരുന്ന സുരേഷിനെ കമ്പനി നാട്ടിലേക്കയച്ചു.

നാട്ടിലെത്തിയതിനുശേഷം സുരേഷിനെ ശ്രീചിത്തിരതിരുനാൾ മെഡിക്കൽ സെന്ററിലെ ന്യൂറോളജി വിഭാഗത്തിൽ കാണിച്ചു. അവിടെയും പല പരിശോധനകളും നടത്തി. സുരേഷിന് മേധാക്ഷയം (dementia) ആണെന്നായിരുന്നു അവരുടെ കണ്ടെത്തൽ. പെട്ടെന്നുണ്ടായ മേധാക്ഷയത്തിന്റെ കാരണമെന്തെന്ന് തിട്ടപ്പെടുത്താൻ സാധ്യമായില്ല. ശ്രീചിത്രയിലെ പരിശോധനകളിൽ തൃപ്തിവരാതെ ബന്ധുക്കൾ സുരേഷിനെ ചെന്നൈയിലെ അപ്പോളോ ആശുപത്രിയിൽ കൊണ്ടുപോയി. അവിടെയും പരിശോധനകൾ ആവർത്തിക്കുകയും മേധാക്ഷയമാണെന്ന നിഗമനത്തിലെത്തുകയും ചെയ്തു. മേധാക്ഷയത്തിന് ഔഷധമൊന്നുമില്ലാത്തതിനാൽ ഏതെങ്കിലും മനോരോഗാശുപത്രിയിൽ പ്രവേശിപ്പിച്ച് ചികിത്സ നടത്താനാണ് അപ്പോളോ ആശുപത്രിയിൽ നിന്നും ലഭിച്ച ഉപദേശം. അതനുസരിച്ചാണ് സുരേഷിനെ വീണ്ടും ആശുപത്രിയിൽ കൊണ്ടുവന്നിരിക്കുന്നത്. സുരേഷിന് എന്താണ് സംഭവിച്ചതെന്ന് ഊഹിക്കാനേ കഴിയുകയുള്ളു. കെമിക്കൽ ലബോറട്ടറിയിൽ നിന്നും കൊണ്ടുവന്ന ഈഥൈൽ ആൽക്കഹോളിൽ അപകടകാരിയായ മീഥൈൽ ആൽക്കഹോൾ കലർന്നിരിക്കാനിടയുണ്ട്. പരീക്ഷണങ്ങൾക്കായുള്ള ഈഥൈൽ ആൽക്ക

ഹോൾ ജീവനക്കാർ ലഹരിക്കുവേണ്ടി കുടിക്കാതിരിക്കാൻ ചെറിയ തോതിൽ മീതൈൽ ആൽക്കഹോൾ ചേർത്ത് വിഷമയമാക്കാറുണ്ട്. രസതന്ത്രം അറിയാവുന്ന സുരേഷിന് അതൊക്കെ അറിയാമെങ്കിലും മീതൈൽ ആൽക്കഹോളിന്റെ അളവ് വളരെ കുറവാണെന്ന ധൈര്യത്തിലായിരിക്കണം അദമ്യമായ മദ്യാസക്തിക്കു കീഴടങ്ങിയ സുരേഷ് ലബോറട്ടറിയിൽ നിന്നും ആൽക്കഹോൾ കൊണ്ടുവന്ന് മുറിയിൽ വച്ച് കുടിച്ചത്. മീതൈൽ ആൽക്കഹോൾ നാഡീതന്തുക്കളുടെ മൈലിൻ കവചങ്ങളെ വ്യാപകമായ തോതിൽ നശിപ്പിക്കുന്നു. മീതൈൽ ആൽക്കഹോൾ കൊലയാളിയാകാനുള്ള കാരണവും ഇതുതന്നെ. കുറഞ്ഞ അളവിലാണെങ്കിൽ അത് ജീവൻ അപഹരിക്കാതെ അന്ധത, മേധാക്ഷയം, സ്മൃതിക്ഷയം തുടങ്ങിയ അവസ്ഥകൾക്ക് കാരണമാകുന്നു. തീർക്കാൻ കഴിയാത്തത്ര വ്യാപകമായ തോതിലാണ് മീതൈൽ ആൽക്കഹോൾ മസ്തിഷ്കത്തിനുണ്ടാക്കുന്ന കേടുപാടുകൾ. അതുകൊണ്ട് സുരേഷിന് ഭൂതകാലത്തെ വീണ്ടെടുക്കാനോ ഭാവിയെക്കുറിച്ച് ചിന്തിക്കാനോ കഴിഞ്ഞെന്നുവരില്ല. മറ്റുള്ളവരുടെ സഹായത്തോടെ ജീവൻ നിലനിറുത്താനേ കഴിയൂ.

38

മുടിയനായ ഭർത്താവിനുവേണ്ടി

അനിയന്ത്രിതവും അമിതവുമായ മദ്യപാനശീലം സ്വയം ഒഴിവാക്കാൻ കഴിയാത്തതുകൊണ്ട് അതിനുള്ള ചികിത്സ ചെയ്യാൻ സ്വയം തീരുമാനമെടുത്ത് ഭാര്യ സുമതിയോടൊപ്പം ആശുപത്രിയിൽ വന്നതായിരുന്നു മധ്യവയസ്കനായ ശശികുമാർ. ഡീ അഡിക്ഷൻ ചികിത്സയുടെ ആദ്യ ഘട്ടത്തെ ഡീറ്റോക്സിഫിക്കേഷൻ (detoxification) എന്നാണ് പറയുന്നത്. ശരീരത്തെ വിഷരഹിതമാക്കുന്ന വിഷഹരക്രിയയാണ് ഡീറ്റോക്സിഫിക്കേഷൻ. യഥാർഥത്തിൽ മദ്യപാനം നിറുത്തിയാൽ ശരീരം സ്വയം വിഷഹരക്രിയ നടത്തിക്കൊള്ളും. പ്രകൃതിയാണല്ലോ ഏറ്റവും വലിയ ചികിത്സകൻ. ഡീറ്റോക്സിഫിക്കേഷൻ മൂന്നു മുതൽ ആറ് ആഴ്ചകൾ വരെ നീണ്ടുനിൽക്കും. ഈ ഘട്ടത്തിൽ ആശുപത്രിയിൽ തന്നെ കഴിയണം. രോഗം വീണ്ടും വരാതിരിക്കാനുള്ള ചികിത്സയാണ് (relapse prevention) രണ്ടാം ഘട്ടം. അതിന് ആശുപത്രിയിൽ കഴിയേണ്ടതില്ല. മാസത്തിലൊരിക്കൽ വന്ന് മന:ശാസ്ത്രചികിത്സയ്ക്ക് (psychotherapy) വിധേയനായാൽ മതി. വ്യക്തിയുടെ മദ്യപാനരോഗത്തോടുള്ള മനോഭാവം മാറുന്നതുവരെ സൈക്കോതെറാപി തുടരണം.

ചികിത്സയുടെ ക്രമങ്ങൾ വിവരിച്ചുകേട്ടതിനുശേഷമാണ് ഇതെല്ലാം തനിക്കറിയാമെന്ന് ശശികുമാർ പറയുന്നത്. അയാൾ ഇതിനുമുമ്പ് നാലഞ്ചു തവണ മറ്റു പല ആശുപത്രികളിലും കിടന്ന് ചികിത്സ നടത്തിയിട്ടുണ്ടത്രേ. മദ്യപാനാസക്തിയിൽ നിന്നും സമ്പൂർണമുക്തിനേടാൻ വേണ്ടിയാണ് വീണ്ടും ആശുപത്രിയിൽ കിടന്നുള്ള ചികിത്സയ്ക്ക് സ്വമേധയാ എത്തിയത്. പക്ഷേ ഇരുപത്തൊന്നുദിവസം ആശുപത്രിയിൽ കഴിയുന്നകാര്യം പ്രയാസമാണെണാണ് അയാൾ പറഞ്ഞത്. കാരണം ഒരു കമ്പ്യൂട്ടർ സോഫ്റ്റ്‌വെയർ സ്ഥാപനത്തിന്റെ ഉടമയായ അയാൾക്ക് എപ്പോഴും തിരക്കാണ്. ഒരാഴ്ചയിൽ കൂടുതൽ ആശുപത്രിയിൽ കിട

ന്നാൽ തന്റെ സ്ഥാപനം നിശ്ചലമാകും. നഗരത്തിലുള്ള സ്ഥാപനത്തിൽ നൂറിലധികം ജീവനക്കാരുണ്ട്. അവരുടെ മേൽ എപ്പോഴും നോട്ടം ഇല്ലാതിരുന്നാൽ സ്ഥാപനത്തിന്റെ പ്രവർത്തനം തകരാറിലാവുമെന്നാണ് ശശികുമാറിന്റെ ഭയം. അതുകൊണ്ട് ഒരാഴ്ചയിൽ കൂടുതൽക്കാലം ആശുപത്രിയിൽ കഴിയുന്നത് പ്രയാസമുള്ള കാര്യമാണെന്ന് ശശികുമാർ ഉറപ്പിച്ചുപറഞ്ഞു. ഒരു ധനാഢ്യന്റെ അഹന്ത പ്രകടമാക്കുന്ന ഭാവഹാവാദികളോടെയാണ് ശശികുമാർ പെരുമാറിയത്.

ബന്ധുക്കളുടെ നിർബന്ധത്തിനുവഴങ്ങി ചികിത്സയ്ക്ക് വരുന്നവരുടെ പൊതുവായ ആവശ്യമാണ് കഴിയുന്നതും വേഗം ആശുപത്രിയിൽ നിന്നും പോകണമെന്നുള്ളത്. അവർക്ക് മദ്യപാനരോഗത്തിൽ നിന്നും മുക്തിനേടണമെന്നുള്ള ഉദ്ദേശ്യമില്ല. ബന്ധുക്കളെ തൃപ്തിപ്പെടുത്താനായി ചികിത്സയ്ക്ക് വിധേയനായെന്ന് വരുത്തിത്തീർക്കുകയും ചികിത്സകഴിയുമ്പോൾ മെന്റൽ റ്റെൻഷൻ, കുടുംബപ്രശ്നം, ജോലിഭാരം, അവിചാരിതമായി കുറച്ചു പണം കൈവന്നതിന്റെ സന്തോഷം, കുറച്ചുപണം നഷ്ടപ്പെട്ടതിന്റെ സങ്കടം എന്നിങ്ങനെ പല മുടന്തൻ ന്യായങ്ങളും പറഞ്ഞ് വീണ്ടും കുടി തുടങ്ങുകയും ചെയ്യും. ആശുപത്രിയിൽ ചേർക്കുന്നതിനു മുമ്പുള്ള പരിശോധന കഴിഞ്ഞ് ഭാര്യയും ഭർത്താവും മുറിയിൽ നിന്നും പുറത്തിറങ്ങിയപ്പോൾ നഴ്സ് വന്ന് പറഞ്ഞു:

"ശശികുമാറിന്റെ ഭാര്യക്ക് ഡോക്ടറോട് ഒറ്റയ്ക്ക് കുറച്ചുനേരം സംസാരിക്കണമെന്ന് പറഞ്ഞിരുന്നു. ഭർത്താവറിയാതെ സംസാരിക്കണമെന്നാണ് പറയുന്നത്."

ശശികുമാറിനെ മുറിയിലാക്കിയതിനുശേഷം സുമതിയെ പരിശോധനാമുറിയിലേക്ക് കൊണ്ടുവരാൻ നിർദേശിച്ചു. യൗവനം പിന്നിട്ടിട്ടില്ലാത്ത സുന്ദരിയായ സുമതി ശശികുമാറിനേക്കാൾ പക്വതയുള്ള സ്ത്രീയാണെന്ന് തോന്നി. താൻ പറയുന്നത് ശശികുമാർ കേൾക്കാതിരിക്കാൻ ശബ്ദം താഴ്ത്തിയാണ് സംസാരിച്ചത്. അവർ സ്വന്തം ഭർത്താവിനെ ഭയപ്പെടുന്നതുപോലെ തോന്നി.

"ഞാൻ പറയുന്നത് ശശികുമാർ അറിയരുത്."

"എന്താ ഭർത്താവ് നിങ്ങളെ ഉപദ്രവിക്കാറുണ്ടോ?"

അവർ ചോദ്യത്തിനു വ്യക്തമായ മറുപടി പറയാതെ ഒഴിഞ്ഞുമാറി.

"വീട്ടുകാര്യങ്ങളൊന്നും ഡോക്ടറോട് സംസാരിക്കരുതെന്ന് പറഞ്ഞാണ് ഹോസ്പിറ്റലിലേക്ക് വന്നത്."

ഭർത്താവിന്റെ പെരുമാറ്റരീതികളെക്കുറിച്ച് പറയാൻ സാവകാശം കൊടുക്കണമെന്ന ആമുഖത്തോടെ അവർ തുടങ്ങി. അവർ വിവാഹിതരായിട്ട് പതിനാറ് കൊല്ലം കഴിഞ്ഞു. പതിനാലും പന്ത്രണ്ടും വയസുള്ള രണ്ടാൺമക്കളുണ്ട്. ശശികുമാർ ഒരു കമ്പ്യൂട്ടർ സോഫ്റ്റ്വെയർ എഞ്ചിനീയറാണെന്ന് പറഞ്ഞാണ് വിവാഹബന്ധം ഉറപ്പിച്ചത്. വിവാഹത്തിനു മുമ്പുതന്നെ സോഫ്റ്റ്വെയർ എഞ്ചിനീയറിംഗ് പഠിക്കുകയും സ്വന്തമായി ഒരു സംരംഭം തുടങ്ങുകയും ചെയ്ത സുമതി വിചാരിച്ചത് തന്റെ ജീവി

തപങ്കാളി ബിസിനസ് പാർട്ട്നർകൂടി ആയിരിക്കുമെന്നാണ്. വിവാഹത്തിനുശേഷം ഗൾഫിലെ ജോലി ഉപേക്ഷിച്ച് സുമതിയുടെ സോഫ്റ്റ് വെയർ സ്ഥാപനം നടത്താൻ കൂടാമെന്ന് ശശികുമാർ സമ്മതിക്കുകയും ചെയ്തു. വിവാഹം കഴിഞ്ഞ് അധികം താമസിയാതെ ശശികുമാർ ഗൾഫിൽ നിന്നും തിരിച്ചെത്തുകയും ചെയ്തു. പക്ഷേ എപ്പോഴും മദ്യപിച്ച് ബോധമില്ലാതെ നടന്നിരുന്ന ശശികുമാറിന് ഒന്നിലും താൽപ്പര്യമില്ലായിരുന്നു.

യഥാർഥത്തിൽ ശശികുമാറിന് കമ്പ്യൂട്ടർ ആപ്ലിക്കേഷന്റെ ഡിപ്ലോമ പോലുമില്ലെന്നുള്ളകാര്യം സുമതി മനസിലാക്കിയത് പിന്നീടാണ്. അയാൾ കമ്പ്യൂട്ടർ ആപ്ലിക്കേഷന്റെ ഡിപ്ലോമ കോഴ്സിന് പഠിച്ചിരുന്നു. അതു പൂർത്തിയാക്കുന്നതിനു മുമ്പ് പഠിത്തം നിറുത്തുകയാണ് ചെയ്തത്. പഠിത്തം നിറുത്തി നാടുവിട്ട് ഗൾഫിലെത്തി. ഗൾഫിൽ എന്തു ജോലിയായിരുന്നെന്ന് കൃത്യമായി പറയുന്നില്ല. ഒരു സോഫ്റ്റ്വെയർ കമ്പനിയിൽ ജോലിചെയ്തിരുന്നുവെന്നാണ് പറഞ്ഞത്. കമ്പ്യൂട്ടർ ഭാഗങ്ങൾ വിൽക്കുന്ന ഒരു കടയിൽ വിൽപ്പനക്കാരൻ മാത്രമായിരുന്നുവെന്ന് സുമതി മനസിലാക്കിയത് ശശികുമാറിന്റെകൂടെ ജോലിചെയ്തിരുന്ന ഒരാളെ കണ്ടുമുട്ടിയപ്പോഴാണ്. അയാൾ നാട്ടിലെത്തിയ ഉടനെ പഴയ സുഹൃത്തിനെ തേടിപ്പിടിച്ച് കാണാൻ വന്നിരുന്നു. അയാൾ വന്ന സമയത്ത് ശശികുമാർ വീട്ടിലില്ലായിരുന്നു. അങ്ങനെ യാദൃച്ഛികമായാണ് സുമതി യാഥാർഥ്യം മനസിലാക്കാൻ ഇടയായത്. ഭർത്താവിന്റെ സുഹൃത്തിൽ നിന്നും മറ്റുപല കാര്യങ്ങളും സുമതി അറിഞ്ഞു. ഗൾഫിൽ വച്ച് തന്നെ ശശികുമാർ മദ്യത്തിന് അടിമയായിക്കഴിഞ്ഞിരുന്നു. പക്ഷേ അമിതമദ്യപാനത്തിന്റെ പേരിലല്ല പണാപഹരണത്തിനാണ് ശശികുമാറിനെ സ്ഥാപനത്തിൽ നിന്നും പുറത്താക്കിയത്. അവിടത്തെ ജയിൽശിക്ഷ ഒഴിവാക്കാൻ പ്രതിസന്ധിഘട്ടത്തിൽ പണം കടം കൊടുത്തു സഹായിച്ച സുഹൃത്തിനെയും കബളിപ്പിച്ചാണ് ശശികുമാർ ഗൾഫിൽ നിന്നും പോന്നത്. തന്റെ പണം മടക്കിക്കിട്ടുമോ എന്നറിയാനാണ് സുഹൃത്ത് ശശികുമാറിനെ തേടിയെത്തിയിരിക്കുന്നത്. ശശികുമാർ വീട്ടിൽ തിരിച്ചെത്തിയപ്പോൾ പഴയ സുഹൃത്തിനെ കണ്ട് അന്ധാളിച്ചുപോയി. സുഹൃത്തിൽ നിന്നും സുമതി അറിഞ്ഞകാര്യങ്ങൾ സത്യമാണെന്ന് ഗത്യന്തരമില്ലാതെ സമ്മതിക്കേണ്ടിവന്നു. സുഹൃത്തിനു കൊടുക്കാനുണ്ടായിരുന്ന അഞ്ചുലക്ഷം രൂപ സുമതി തന്നെയാണ് കൊടുത്തത്.

താൻ പറയുന്നത് ശശികുമാർ കേൾക്കുന്നില്ലെന്ന് ഒന്നുകൂടി ഉറപ്പുവരുത്തിയതിനുശേഷം സുമതി അൽപ്പം കൂടി ശബ്ദം താഴ്ത്തിപ്പറഞ്ഞു:

“സോഫ്റ്റ്വെയർ കമ്പനി നടത്തുന്നകാര്യം പറഞ്ഞില്ലേ? അതൊക്കെ പച്ചക്കള്ളമാണ്. കമ്പനി എന്റെ സ്വന്തമാണ്. അതിന്റെ മാനേജ്മെന്റും ഞാൻ തന്നെയാണ്. പുള്ളിക്ക് തറവാട്ട് സ്വത്തിന്റെ വിഹിതം കിട്ടിയതെല്ലാം ധൂർത്തടിച്ചുതീർത്തു. എല്ലാം തീർന്നപ്പോൾ അനാവശ്യമായി ചെലവാക്കുന്ന പണവും ഞാനാണ് കൊടുത്തുതീർക്കാറ്. പുള്ളിയാണ് കമ്പനി നടത്തുന്നതെന്ന് പുറമേ പറഞ്ഞുനടക്കും. ചിലപ്പോഴൊക്കെ

എന്റെ ഓഫീസ്മുറിയിൽ കടന്നുവന്നിട്ട് മറ്റുള്ളവരുടെ സാന്നിധ്യത്തിൽ എന്റെ സൂപ്പർവൈസറാണെന്ന മട്ടിൽ അത് ചെയ്തില്ലേ ഇതു ചെയ്തില്ലേ എന്നൊക്കെ അധികാരസ്വരത്തിൽ ചോദിക്കും. മറ്റുള്ളവരുടെ സാന്നിധ്യത്തിൽ ലോക്കറിന്റെ കീ അധികാരത്തോടെ ചോദിക്കും. മറ്റുള്ളവർ ഇരിക്കുന്നതുകൊണ്ട് എനിക്ക് അത് നിഷേധിക്കാനും കഴിയാറില്ല. ലോക്കറിൽ നിന്ന് അയ്യായിരം പതിനായിരം എന്ന കണക്കിനാണ് പണം എടുത്തുകൊണ്ട് പോകുന്നത്.

"പണം എങ്ങനെയാണ് ചെലവാക്കുന്നത്?"

"ക്ലബ്ബിൽപ്പോയി മദ്യപിക്കും. ഫ്ളാഷ് കളിക്കും. പിന്നെ....."

അൽപ്പനേരത്തെ മൗനത്തിനുശേഷം സുമതി തുടർന്നു:

"കാൾഗേൾസിനുകൊടുക്കും. ഇദ്ദേഹത്തിന്റെ മറ്റെല്ലാ ദ്രോഹങ്ങളും ഞാൻ സഹിക്കാം. ചീത്ത സ്ത്രീകളുമായുള്ള ബന്ധം....അതെങ്ങനെയാണ് ഡോക്ടർ ഒരു സ്ത്രീ റ്റോളറേറ്റ് ചെയ്യുക?"

ശശികുമാർ തോന്നുമ്പോഴൊക്കെ വേശ്യകളുടെ അടുത്ത് പോകുന്ന തരക്കാരനല്ല. ഏതെങ്കിലും ഒരു സ്ത്രീയുമായി കുറേക്കാലം കൂട്ടായിരിക്കും. അവളുമായി കുറെനാൾ ബന്ധം പുലർത്തിയതിനുശേഷം ഉപേക്ഷിക്കും. അധികം താമസിയാതെ മറ്റൊരു സ്ത്രീയുമായി ബന്ധപ്പെടാൻ തുടങ്ങും. ഇപ്പോൾ രണ്ടാം ഭാര്യയെപ്പോലെ കൊണ്ടുനടക്കുന്ന സ്ത്രീ നാലാമത്തെയോ അഞ്ചാമത്തേയോ കാമുകിയാണത്രേ. ഒരു സ്ത്രീയുമായി ബന്ധം തുടങ്ങിയാൽ അവളുമായി സുഖവാസകേന്ദ്രങ്ങളിൽ വിനോദയാത്രപോകും. നക്ഷത്രഹോട്ടലുകളിൽ താമസിക്കും. പരസ്യമായി മോട്ടോർ സൈക്കിളിലും കാറിലും അവളെയും കൊണ്ട് നഗരത്തിൽ ചുറ്റിക്കറങ്ങും. സുമതി ഭർത്താവിന്റെ പരസ്ത്രീഗമനങ്ങളെ വിവരിച്ചത് വളരെ സമചിത്തതയോടും സംയമനത്തോടും കൂടിയായിരുന്നു. അതുകൊണ്ട് സംശയരോഗിണിയല്ലെന്ന കാര്യം ഉറപ്പായി. സംശയരോഗികൾ ഭർത്താവിന്റേയോ ഭാര്യയുടേയോ അപഥസഞ്ചാരങ്ങളെക്കുറിച്ച് വിവരിക്കുമ്പോൾ വികാരവിക്ഷുബ്ധരാകും. അവരുടെ വിവരണങ്ങളിൽ അതിശയോക്തിപരവും വികലവും ആയ ഭാവനകളും ധാരാളം ഉണ്ടായിരിക്കും.

ശശികുമാറിന്റെ കാമുകിമാർ അധികാരഭാവത്തിൽ അയാളെ തിരക്കി വീട്ടിലോ സ്ഥാപനത്തിലോ വരുന്നതും ഫോണിൽവിളിച്ചു ചോദിക്കുന്നതുമാണ് സുമതിയുടെ മനസിനെ ഏറ്റവും കൂടുതൽ മുറിപ്പെടുത്തുന്ന കാര്യം. സുമതിയുടെ അച്ഛനമ്മമാർ അയാളുമായുള്ള ബന്ധം ഉപേക്ഷിക്കാൻ പലവട്ടം ഉപദേശിച്ചതാണ്. കുട്ടികൾ അനാഥരാകുമല്ലോ എന്ന ചിന്തയാണ് ബന്ധം വേർപെടുത്തുന്നതിൽ നിന്നും പിന്തിരിപ്പിക്കുന്നതെന്നാണ് സുമതി പറഞ്ഞത്. അത് യുക്തിക്ക് നിരക്കുന്നതാണെന്ന് തോന്നിയില്ല.

"അവർ ആൺകുട്ടികളല്ലേ? യുവാക്കളായല്ലോ."

"എന്നാലും കുട്ടികൾക്ക് അച്ഛനില്ലാതാവുന്നത്....."

"ശശികുമാർ നിങ്ങളെ ദേഹോപദ്രവം ഏൽപ്പിക്കാറുണ്ടോ?"

വളരെ നേരത്തെ മൗനത്തിനുശേഷമാണ് ശശികുമാർ തന്നെ ശാരീരികമായി മർദിക്കാറുണ്ടെന്ന് സുമതി തുറന്നുപറഞ്ഞത്. അയാൾ അവരെ ഭീഷണിപ്പെടുത്താറുണ്ടെന്നും തോന്നി.

“ബന്ധം വേർപെടുത്തിയാൽ സുമതിയെ എന്തെങ്കിലും ചെയ്യുമെന്ന് ശശികുമാർ പറഞ്ഞിട്ടുണ്ടോ? അല്ലെങ്കിൽ അങ്ങനെ സുമതി ഭയപ്പെടുന്നുണ്ടോ?”

ആവർത്തിച്ചുചോദിച്ചിട്ടും സുമതി മൗനംപാലിച്ചതേയുള്ളു. സുമതിക്ക് അറിയേണ്ടിയിരുന്നത് ഭർത്താവിന് അമിതമദ്യപാനത്തിന്റെ സ്വഭാവദൂഷ്യത്തിനുപുറമേ മറ്റെന്തെങ്കിലും മനോരോഗമുണ്ടോ എന്നാണ്. ആളൊരു മനോരോഗിയാണെങ്കിൽ ചികിത്സിക്കുകയല്ലേ വേണ്ടത്, ശിക്ഷിക്കുകയല്ലല്ലോ എന്നാണ് സുമതിയുടെ ചോദ്യം. സുമതിയുടെ മഹാമനസ്കത എന്നെ അത്ഭുതപ്പെടുത്തി. കുറച്ചുദിവസം ശശികുമാറിനെ ആശുപത്രിയിൽവച്ച് സൂക്ഷ്മമായി നിരീക്ഷിച്ചതിനുശേഷം സംശയം തീർത്തുതരാമെന്ന് ഉറപ്പുകൊടുത്തു. അമിതമദ്യപാനശീലത്തെയും (alcohol abuse disorder) മയക്കുമരുന്നുപയോഗത്തെയും (substance abuse disorder)സാമൂഹ്യവിരുദ്ധസ്വഭാവങ്ങളെയും (antisocial behaviour) ഇന്ന് മനോരോഗങ്ങളുടെ പട്ടികയിലാണ് പെടുത്തിയിരിക്കുന്നത്. സാമൂഹ്യവിരുദ്ധ സ്വഭാവത്തെ ഔഷധപ്രയോഗം (pharmatherapy) കൊണ്ടല്ല മന:ശാസ്ത്രചികിത്സ (psychotherapy) കൊണ്ട് മാറ്റിയെടുക്കാമെന്നാണ് സിദ്ധാന്തം. ഇത്തരത്തിലുള്ള രോഗമായ മദ്യപാനത്തിനു പുറമേ ഉന്മാദം വിഷാദം സ്കിസോഫ്രീനിയ പോലെ ഏതെങ്കിലും രോഗംകൂടി തന്റെ ഭർത്താവിനുണ്ടോ എന്നായിരുന്നു സുമതിയുടെ സംശയം. സുമതിയുമായി സംസാരിച്ചുകൊണ്ടിരുന്നപ്പോൾ മനോരോഗങ്ങളളെക്കുറിച്ച് ഒരു ചിന്തകൻ പറഞ്ഞത് ഓർമവന്നു.

ഹംഗറിയിൽ ജനിച്ച മനോരോഗചികിത്സകനും സൈദ്ധാന്തികനുമായ തോമസ് സ്റ്റീഫൻ സാസിന്റെ (Thomas Stephen Szasz) അഭിപ്രായത്തിൽ മനോരോഗം എന്നൊന്നില്ല. അദ്ദേഹം 1960 ൽ പ്രസിദ്ധീകരിച്ച *The Myth of Mental Illness* എന്ന ഗ്രന്ഥത്തിൽ ഇങ്ങനെ പറയുന്നു: ‘മനുഷ്യൻ ദൈവത്തോട് സംസാരിച്ചാൽ പ്രാർഥനയാണ്. എന്നാൽ ദൈവം മനുഷ്യനോട് സംസാരിക്കുമ്പോൾ മനോരോഗമായി ചിത്രീകരിക്കപ്പെടുന്നു.’ ഡോക്ടർ തോമസ് സ്റ്റീഫൻ സാസ് ആത്മീയതയിൽ അഭിരമിച്ചിരുന്ന ആളാണ്. മനുഷ്യന്റെ മനസ്സ് ശരീരത്തിൽ നിന്നു വേറിട്ട് സ്വതന്ത്രമായി നിലനിൽക്കാൻ കഴിയുന്ന ഒന്നാണെന്ന ആശയവാദമാണ് സാസിന്റെ സിദ്ധാന്തത്തിന്റെ അടിത്തറ. എന്നാൽ യുക്തിവാദിയായ റിച്ചാർഡ് ഡോക്കിൻസ് (Richard Dawkins) *The God Delusion* എന്ന ഗ്രന്ഥത്തിൽ അവതരിപ്പിക്കുന്ന വാദം തികച്ചും യാന്ത്രികമാണ്. ദൈവവിശ്വാസം മാനസികമായ ആതുരവാസ്ഥയിലുണ്ടാകുന്ന മിഥ്യാവിശ്വാസം (delusion) തന്നെയാണെന്ന് സിദ്ധാന്തിക്കുന്നു. സമൂഹത്തിലെ മറ്റംഗങ്ങൾ വച്ചുപുലർത്താത്ത മിഥ്യാവിശ്വാസങ്ങളാണ് ‘ഡെല്യൂഷൻ’ എന്ന ശാസ്ത്രീയ നിർവചനത്തെ ഡോക്കിൻസ് തള്ളിക്കളയുന്നു. ഇദ്ദേഹത്തിന്റെ സിദ്ധാന്തമനുസരിച്ച് ഈശ്വരവിശ്വാസികളെല്ലാം മാനസികമായ ആതുരാവസ്ഥയുള്ളവരാണ്. ഇത്തരം വാദം യാന്ത്രികമാണ്. ചിന്തക

ളിലും (thinking) വ്യവഹാരങ്ങളിലും (behaviour) വൈകാരികപ്രതികരണങ്ങളിലും (emotional responses) സാധാരണയിൽ നിന്നും ആതുരമായ വ്യതിയാനങ്ങൾ മാത്രമാണ് ആതുരാവസ്ഥയുടെ സൂചകങ്ങൾ എന്നാണ് ശാസ്ത്രലോകം അംഗീകരിച്ചിട്ടുള്ള നിലപാട്. മനസിന്റെ ആതുരാവസ്ഥയ്ക്ക് എല്ലായ്പ്പോഴും ജൈവികകാരണങ്ങൾ (organic causes) വേണമെന്നില്ല. കുർട്ട് ഷ്നീഡർ (Kurt Schneider 1887-1967) എന്ന ജർമൻ മനോരോഗചികിത്സകന്റെ അഭിപ്രായത്തിൽ സ്കിസോഫ്രീനിയ (schizophrenia) വിഷാദരോഗം (Melancholy) ഉന്മാദം (Mania) എന്നീ മനോരോഗങ്ങൾക്ക് ജൈവീകകാരണങ്ങളുണ്ട്. മറ്റുള്ള ലഘുമനോരോഗങ്ങൾക്ക് (neuroses) മാനസികകാരണങ്ങൾ മാത്രമേയുള്ളൂവെന്നായിരുന്നു ഷ്നീഡറുടെ വിശ്വാസം. വികാരവിചാരങ്ങളുടെയും വ്യവഹാരങ്ങളുടെയും ഉത്ഭവസ്ഥാനം മസ്തിഷ്കമായതുകൊണ്ട് മസ്തിഷ്കത്തിന്റെ സൂക്ഷ്മതലങ്ങളിലുണ്ടാകുന്ന മാറ്റങ്ങൾ തന്നെയാണ് എല്ലാത്തരം ആതുരാവസ്ഥകളുടെയും നിദാനം എന്നാണ് ആധുനികചികിത്സാശാസ്ത്രം സിദ്ധാന്തിക്കുന്നത്. എന്നാൽ എല്ലാത്തരം വ്യതിയാനങ്ങളെയും ഔഷധപ്രയോഗംകൊണ്ട് നേരെയാക്കിക്കളയാമെന്നതും യാന്ത്രികമായ സമീപനമാണ്. സാമൂഹ്യവും മന:ശാസ്ത്രപരവുമായ ഇടപെടലുകൾകൊണ്ട് (psychosocial interventions) മാറ്റാവുന്ന ആതുരാവസ്ഥകളുമുണ്ട്. ഔഷധപ്രയോഗം ആവശ്യമായ മനോരോഗങ്ങളുടെ ചികിത്സയിലും psychosocial intervention ചികിത്സയെ സുഗമമാക്കുന്നു.

ഒരാഴ്ചത്തെ നീരിക്ഷണത്തിൽ ശശികുമാറിന് ചില ചിന്താവൈകല്യങ്ങളും (thought disorders) വ്യവഹാരവൈകല്യങ്ങളും (abnormal behaviours) ഉണ്ടെന്നുകണ്ടു. ചിലപ്പോഴൊക്കെ പരസ്ത്രീയുൾപ്പെടുയുള്ള അയാളുടെ പ്രവർത്തികളെ നിയന്ത്രിക്കുന്നത് ചില അഭൗമശക്തികളാണെന്ന് അയാൾ ദൃഢമായി വിശ്വസിക്കുന്നു. അയാൾ ജീവിതത്തിൽ യാതൊരു തെറ്റും ചെയ്തിട്ടില്ലെന്നും ധിഷണാപരമായ ചില അത്ഭുതശക്തികൾ അയാൾക്കുണ്ടെന്നും വിശ്വസിക്കുന്നു. ഇതെല്ലാം സൂചിപ്പിക്കുന്നത് അയാൾക്ക് ഉന്മാദത്തിന്റെയും സ്കിസോഫ്രീനിയയുടെയും അംശങ്ങൾ കൂടിച്ചേർന്ന സ്കിസോഅഫെക്റ്റീവ് ഡിസോർഡർ എന്ന മനോരോഗം ഉണ്ടെന്നാണ്. സുമതിയുടെ സംശയം അടിസ്ഥാനരഹിതമായിരുന്നില്ല. ശശികുമാർ ഇപ്പോൾ മനോരോഗത്തിനുള്ള ചികിത്സയിലാണ്.

39

മനസിലെ കവിത കവർന്നെടുത്ത രോഗം

രാജീവ് കവിത എഴുതാറുണ്ടായിരുന്നു. ചില കവിതകൾ ആഴ്ച പ്പതിപ്പുകളിൽ പ്രസിദ്ധപ്പെടുത്തിയിട്ടുണ്ട്. ഒരിക്കൽ ആകാശവാണിയുടെ സാഹിത്യരംഗത്തിൽ കവിത വായിച്ചിട്ടുണ്ട്. അന്ന് റേഡിയോയിൽ ഈണ ത്തിലുള്ള രാജീവിന്റെ കവിതാലാപനം കേട്ട് വീട്ടിലുള്ളവരെല്ലാം കോരി ത്തരിച്ചു. രാജീവിന്റെ വല്യച്ഛൻ ചെല്ലപ്പനാശാരി അഭിമാനത്തോടെ തുടർന്നു:

"റേഡിയോയില് കവിത വായിച്ചതിന് അഞ്ഞൂറു രൂപയാണിവന് കിട്ടിയത്."

ചിറ്റപ്പന്റെ വിവരണം രാജീവ് നിസ്സംഗതയോടെ വിദൂരതയിൽ നോക്കിയിരുന്നാണ് കേട്ടുകൊണ്ടിരുന്നത്. രാജീവിനെ ഉണർത്താനായി ഞാൻ അയാളോടു ചോദിച്ചു:

"കവിത ആകാശവാണിക്ക് അയച്ചുകൊടുക്കാൻ രാജീവിനോടാ രെങ്കിലും പറഞ്ഞതാണോ അതോ തന്നത്താൻ തോന്നിയിട്ട് അയച്ച താണോ?"

ചോദ്യം തന്നോടാണോ എന്ന അർഥത്തിൽ എന്റെ മുഖത്തേക്ക് നോക്കി. അൽപ്പനേരം ആലോചിച്ചതിനുശേഷം രാജീവ് സാവകാശം പറഞ്ഞു:

"കവിത ഓ എൻ വി കുറുപ്പ് സാറിന് അയച്ചു. കവിത നന്നായിട്ടു ണ്ടെന്നും ആകാശവാണിക്ക് അയച്ചുകൊടുക്കണമെന്നും പറഞ്ഞ് സാറ് മറുപടി അയച്ചു."

എന്റെ കൗതുകം ഉണർന്നു. ഒപ്പം സംശയങ്ങളും.

"ഓ എൻ വി കുറുപ്പ് സാറിനെ മുമ്പ് കാണുകയോ പരിചയപ്പെടു കയോ ചെയ്തിരുന്നോ?"

"ഇല്ല. സാറിനയക്കണമെന്നുതോന്നി അയച്ചതാണ്."

എന്റെ സംശയം തീർന്നില്ല.

"ഓ എൻ വി കുറുപ്പ്സാറിന്റെ അഡ്രസ് എവിടന്ന് കിട്ടി?"

"സാറിന്റെ പുസ്തകത്തീന്ന്."

"സാറിന്റെ പുസ്തകത്തിൽ നിന്നോ? ഏതു പുസ്തകം?"

രാജീവ് ഓർമ്മയിൽ ചികഞ്ഞതിനുശേഷം പറഞ്ഞു:

"*ശാർങ്ഗകപ്പക്ഷികൾ* എന്ന പുസ്തകത്തിൽ നിന്നും."

"പുസ്തകം എവിടന്നു കിട്ടി?"

"ഞാൻ വാങ്ങിച്ചു."

"പണം എവിടന്നു കിട്ടി?"

"ജോലി ചെയ്തു കിട്ടി."

"എന്തു ജോലി?"

"ആശാരിപ്പണി."

കവിതാപുസ്തകം കാശുകൊടുത്ത് വാങ്ങുന്ന യുവാവ്! അതും ആശാരിപ്പണി ചെയ്തു കിട്ടുന്ന കൂലിയിൽ നിന്നെടുത്ത്. ബാലചന്ദ്രൻ ചുള്ളിക്കാടിനെയും എ അയ്യപ്പനെയും തീക്കുനിയെയുമാണ് രാജീവിന് ഏറ്റവും പ്രിയം. എല്ലാ കവികളുടെയും കവിതാസമാഹാരങ്ങൾ പുറത്തിറങ്ങുമ്പോൾ കാശ്കൊടുത്ത് വാങ്ങും രാജീവ്. ഓ എൻ വി കുറുപ്പും സുഗതകുമാരി ടീച്ചറുമൊക്കെ രാജീവിന് ഗുരുസ്ഥാനീയരാണ്. സുഗതകുമാരിയുടെ 'ഇനിയെന്റെ മനസിൽ കവിതയില്ലാ' എന്നു തുടങ്ങുന്ന കവിത വായിച്ചപ്പോൾ രാജീവൻ കരഞ്ഞുപോയെന്നാണ് പറഞ്ഞത്.

"രാജീവ് ആകാശവാണിയിൽ വായിച്ച കവിത ഓർമിച്ചു ചൊല്ലാമോ?"

കുറച്ചുനേരം ധ്യാനിച്ചതിനുശേഷം പരാജയം സമ്മതിച്ചു.

"വരികൾ കൃത്യമായി ഓർക്കാൻ കഴിയുന്നില്ല."

"കവിതയുടെ വിഷയം എന്തായിരുന്നു?"

"മഴ."

മഴ! ഞാൻ പെട്ടെന്നോർമിച്ചത് വിജയലക്ഷ്മിയുടെ കവിതയാണ്. രാജീവിന്റെ പ്രചോദനം ആ കവിതയായിരിക്കുമോ എന്ന് സംശയിച്ചു. ഇല്ല. അതായിരിക്കാനിടയില്ല. കാരണം രാജീവിന്റെ കവിത ആകാശവാണിയിൽ പ്രക്ഷേപണം ചെയ്തത് ഏഴെട്ടു വർഷങ്ങൾക്കു മുമ്പ് അയാൾ ഒമ്പതാം ക്ലാസിൽ പഠിക്കുമ്പോഴായിരുന്നു. സംശയം തീർന്നെങ്കിലും ഞാൻ ചോദിച്ചു:

"മഴയെക്കുറിച്ച് വിജയലക്ഷ്മിയുടെ കവിതയുണ്ട്. വായിച്ചിട്ടുണ്ടോ?"

"ഇല്ല."

"മഴയെക്കുറിച്ച് വേറെ ആരെല്ലാം കവിതയെഴുതിയിട്ടുണ്ട്?"

"സുഗതകുമാരിടീച്ചറുടെ 'രാത്രിമഴ' എന്ന കവിതയുണ്ട്."

രാജീവിന്റെ വാക്കുകൾ കേട്ടുകൊണ്ടിരുന്നപ്പോൾ കവിമനസുകൾ തമ്മിലുള്ള തരംഗസമാനതകളും സമരസതകളുമാണ് എന്റെ മനസിൽ തെളിഞ്ഞത്. ഒരു കവിമനസ് മറ്റൊരു കവിമനസിനെയും കവിതയെയും പെട്ടെന്ന് തിരിച്ചറിയുന്നു. സഹൃദയരുടെ കവിതാസ്വാദനത്തേക്കാൾ അതീ

തവും ഉദാത്തവുമായ ഒരു തിരിച്ചറിയലാണത്. അജ്ഞാതനായ ഒരു ചെറുപ്പക്കാരൻ കവിതയെഴുതി തപാലിൽ അയച്ചുകൊടുത്തപ്പോൾ അത് വായിച്ചുനോക്കി പ്രോത്സാഹിപ്പിച്ചുകൊണ്ട് മറുപടി അയച്ച കവികുല ഗുരുവിന്റെ മഹാമനസ്കത വാഴ്ത്തപ്പെടേണ്ടതു തന്നെ. പക്ഷേ രാജീവിന് തുടർന്ന് കവിതയെഴുതാൻ കഴിഞ്ഞില്ല. ചെല്ലപ്പനാശാരി വേദനയോടെ പറഞ്ഞു:

"അവൻ പിന്നെയും കവിത എഴുതിയിരുന്നെങ്കില് ആകാശവാണിയിലും ആഴ്ചപ്പതിപ്പുകളിലുമൊക്കെ വരുമായിരുന്നു."

ചെല്ലപ്പനാശാരി സങ്കടപ്പെട്ടത് ഒരുപക്ഷേ രാജീവിന് കിട്ടാതെ പോയ പ്രതിഫലങ്ങളെക്കുറിച്ചോർത്തായിരിക്കാം. അയാൾ ഹതഭാഗ്യനായ രാജീവിന്റെ ജീവിതകഥ അവതരിപ്പിച്ചു. രാജീവ് ചെല്ലപ്പനാശാരിയുടെ സഹോദരിയുടെ മകനാണ്. ആശാരിപ്പണി ചെയ്ത് ജീവിക്കുന്ന കുടുംബമാണവരുടേത്. രാജീവിന്റെ അമ്മയ്ക്ക് മനോരോഗം ബാധിച്ചപ്പോൾ അച്ഛൻ നാടുവിട്ടു. അമ്മ മനോരോഗാശുപത്രിയിലുമായി. പക്ഷേ രാജീവൻ അനാഥനായില്ല. സഹോദരിയെയും കുഞ്ഞിനെയും പോറ്റേണ്ട ഭാരം ചെല്ലപ്പനാശാരി ഏറ്റെടുത്തു.

"അമ്മേം അച്ഛനും ഇല്ലാത്ത ദു:ഖം അവന് അറിയേണ്ടി വന്നിട്ടില്ല."

നിർഭാഗ്യം രാജീവിനെ വിടാതെ പിന്തുടരുന്നുവെന്ന് തുടർന്നുള്ള കഥ കേട്ടപ്പോൾ എനിക്കുതോന്നി.

"രാജീവൻ കവിത എഴുതാൻ തുടങ്ങിയതെപ്പോഴാണ്?"

"രണ്ടാം ക്ലാസിലോ മൂന്നാം ക്ലാസിലോ പഠിക്കുമ്പോഴാണ്."

എനിക്കു വിശ്വാസമായില്ല.

"രണ്ടാം ക്ലാസിൽ പഠിക്കുമ്പോൾ കവിത എഴുതിത്തുടങ്ങിയെന്നോ?"

"രണ്ടിലോ മൂന്നിലോ."

"എങ്ങനെ കവിത വശമായി?"

"അമ്മൂമ്മ പാട്ട് പാടി കേൾപ്പിക്കുമായിരുന്നു. നാടൻ പാട്ടുകൾ. അതീന്ന് ഓരോ വരികള് ഓർമിച്ച് എന്തേതും കൂട്ടിച്ചേർത്ത് എഴുതും."

"പിന്നെ എന്തൊക്കെ ചെയ്യുമായിരുന്നു?"

"ചിത്രം വരയ്ക്കുമായിരുന്നു. പാട്ട് പാടും."

കവിതയും കലകളും രാജീവിന്റെ സിദ്ധികളാണ്. ഒമ്പതാം ക്ലാസിൽ പഠിക്കുമ്പോഴാണ് രാജീവ് ആകാശവാണിയിൽ കവിത അവതരിപ്പിച്ചത്. എപ്പോഴും ചിന്താലോകത്ത് കഴിയാനാഗ്രഹിച്ചിരുന്ന രാജീവിന് അധികം കൂട്ടുകാരില്ലായിരുന്നു. മൗനിയാണെങ്കിലും പത്താം ക്ലാസുവരെയും പഠനത്തിൽ ഒന്നാമനായിരുന്നു. പത്താം ക്ലാസിലെത്തി കുറച്ച് കഴിഞ്ഞപ്പോഴാണ് താളം തെറ്റിയത്. കവിത എഴുത്തൊക്കെ നിന്നു. പഠനത്തിലും പിന്നോട്ട് പോയി. ചെല്ലപ്പനാശാരിയെയും ഭാര്യയെയും പലരും പ്രതിക്കൂട്ടിലാക്കി.

"സത്യം പറഞ്ഞാ ഞങ്ങള് ഇവന്റെ കാര്യം സാധിച്ചിട്ടേ മറ്റു രണ്ടു കുട്ടികളുടെ കാര്യങ്ങള് നോക്കാറുള്ളു. എന്നിട്ടും ഇവന്റെ സാറമ്മാര്

ഞങ്ങളെ കുറ്റം പറഞ്ഞു. പഠിത്തത്തില് ഒന്നാമനായതോണ്ടും കവിത എഴുതണ കുട്ടി ആയതോണ്ടും സാറമ്മാർക്കൊക്കെ ഇവനോട് നല്ല സ്നേഹമായിരുന്നു. ഞങ്ങള് അവനെ ശരിക്കുനോക്കാത്തതോണ്ടാണ് അവൻ പഠിത്തത്തില് മോശമായതെന്നാണ് അവരൊക്കെ കുറ്റം പറഞ്ഞത്."

രാജീവ് പത്താംക്ലാസിൽ കഷ്ടിച്ച് ജയിച്ചു. പിന്നെ പഠിച്ചത് തൊഴിലായിരുന്നു. അമ്മാവൻ രാജീവിനെ കൂടെ ജോലിക്കുകൊണ്ടുപോയി ആശാരിപ്പണി പഠിപ്പിച്ചു. ആശാരിപ്പണിയെടുത്ത് കിട്ടുന്ന കാശിൽ നിന്നുമെടുത്ത് രാജീവ് കവിതാപുസ്തകങ്ങൾ വാങ്ങുമായിരുന്നുവെന്ന് ചെല്ലപ്പനാശാരി പറഞ്ഞത് കുറ്റപ്പെടുത്തലായിരുന്നില്ല. ക്രമേണ രാജീവിന്റെ മൗനത്തിന്റെ ആഴം കൂടിക്കൂടി വന്നു. ജോലിക്കുപോകാൻ മടിയായി.

"വീട്ടിനു പുറത്തിറങ്ങാണ്ടായപ്പോഴാണ് ഇവന് എന്തരോ കൊഴപ്പമുണ്ടെന്ന് തോന്നിയത്."

കുഴപ്പം എന്താണെന്നറിയാൻ ചെല്ലപ്പനാശാരി രാജീവിനെ ഒരു സൈക്കോളജിസ്റ്റിന്റെ അടുക്കൽ കൊണ്ടുപോയി. അദ്ദേഹമാണ് രാജീവിന് മനോരോഗമുണ്ടെന്നും കുറച്ചുദിവസം ആശുപത്രിയിൽ കിടത്തി ചികിത്സിക്കണമെന്നും പറഞ്ഞത്. പരിശോധനയിൽ രാജീവിന് സ്കിസോഫ്രീനിയ എന്ന മനോരോഗമാണെന്ന് വ്യക്തമായി. രോഗത്തിന്റെ ജീനുകൾ അമ്മയിൽ നിന്നുമാണ് കിട്ടിയത്.

സ്കിസോഫ്രീനിയ പ്രധാനമായും ചിന്തകളെ ബാധിക്കുന്ന രോഗമാണ്. മനസിന്റെ ക്യാൻസറെന്നാണ് വിശ്വപ്രസിദ്ധയും മലയാളിയുമായ സൈക്യാട്രിസ്റ്റ് ഡോ.ശാരദമേനോൻ സ്കിസോഫ്രീനിയയെ വിശേഷിപ്പിച്ചിട്ടുള്ളത്. എനിക്ക് അതിനോട് പൂർണ യോജിപ്പാണ്. ചിന്തകളെയാണ് ഈ രോഗം ശിഥിലമാക്കുന്നത്.

ചിന്തനത്തിന്റെ ഏറ്റവും ഉയർന്ന മേഖലയിലാണ് അമൂർത്ത ചിന്തനവും (abstract thinking) സർഗാത്മകചിന്തനവും (creative thinking) വസ്തുക്കളിൽ നിന്നും ആശയത്തെ വേർപെടുത്തി പൊതുവാക്കുന്ന പ്രക്രിയയാണ് അമൂർത്തചിന്തനം. ഉദാഹരണം മാവ് ഒരു മരമാണ്. പ്ലാവും ഒരു മരമാണ്. മാവും പ്ലാവും മരങ്ങളാണ്. മാവിനോടും പ്ലാവിനോടും സാദൃശ്യമുള്ളതെല്ലാം മരങ്ങളാണ്. അമൂർത്തതയിൽ നിന്നും മൂർത്തതയിലേക്കും മനസിന് സഞ്ചരിക്കാൻ കഴിയും. ഉദാഹരണം: ഒരു പ്രസിദ്ധീകരണം... ഒരു വർത്തമാന പത്രം.... *ദേശാഭിമാനി* ദിനപത്രം രണ്ടായിരത്താറ് ഡിസംബർ പത്തിലെ *ദേശാഭിമാനി.* സ്കിസോഫ്രിനിയ രോഗികൾക്ക് അമൂർത്ത ചിന്തനശേഷി കുറയുന്നു. അതുകാരണം എല്ലാം അക്ഷരാർഥത്തിൽ ഗ്രഹിക്കുന്നു. പഴഞ്ചൊല്ലുകളുടെ ശരിയായ വ്യഖ്യാനമോ അർഥമോ പറയാൻ കഴിയാതെ വരുന്നു. എല്ലാ പ്രസ്ഥാനങ്ങളിലെയും മൗലികവാദികളുടെ വൈകല്യവും ഇതുതന്നെ. ചികിത്സാശാസ്ത്രത്തിൽ മൗലികവാദികൾ മനോരോഗികളല്ല. വിശാലമായ അർഥത്തിൽ ആണുതാനും. അമൂർത്തചിന്തനത്തിന്റേതിനേക്കാൾ ഉയർന്ന തലത്തിലാണ് സർഗാത്മകചിന്തനം നടക്കുന്നത്. പുതിയ ആശയങ്ങളും

സങ്കൽപ്പങ്ങളും സൃഷ്ടിക്കുകയോ നിലവിലുള്ളവയെ പുതിയ രീതിയിൽ സംശ്ളേഷണം (association) ചെയ്യുകയോ ചെയ്യുന്ന പ്രക്രിയയാണ് സർഗാത്മകചിന്തനം. കലയും ശാസ്ത്രവുമെല്ലാം വളരുന്നതും മനുഷ്യ സമൂഹം മുന്നോട്ടുപോകുന്നതും മനുഷ്യന്റെ സർഗാത്മകചിന്തകളുടെ ഫലമായിട്ടാണ്. കലയിലും സാഹിത്യത്തിലും മാത്രമല്ല മനുഷ്യജീവിതത്തിന്റെ ഏതുമണ്ഡലത്തിലും പുതുമയുള്ളത് ആവിഷ്കരിക്കുന്നത് സർഗാത്മകതയാണ്. പുതിയ കണ്ടുപിടിത്തങ്ങൾ നടത്തുന്ന ശാസ്ത്രജ്ഞനും നൂതനമായ രാഷ്ട്രീയതന്ത്രം (political strategy) ആവിഷ്കരിക്കുന്ന രാഷ്ട്രമീമാംസകനും തത്വചിന്തയിൽ പുതിയ സരണികൾ തുറക്കുന്ന ചിന്തകനും സർഗാത്മകപ്രവർത്തനമാണ് നടത്തുന്നത്.

ഭാവന സർഗാത്മകതയുടെ അവിഭാജ്യഘടകമാണ്. മനസിൽ പുതിയ ബിംബങ്ങളും (images) ആശയങ്ങളും സൃഷ്ടിക്കുന്ന പ്രക്രിയയാണ് ഭാവന. പുതിയ ബിംബങ്ങളും ആശയങ്ങളും ശൂന്യതയിൽ നിന്നും സൃഷ്ടിക്കാനാവില്ല. മുമ്പ് സംവേദനം ചെയ്ത് ഓർമയിൽ സൂക്ഷിച്ചിട്ടുള്ള ബിംബങ്ങളുടെയും ആശയങ്ങളുടെയും നവീകരണമാണ് യഥാർഥത്തിൽ നടക്കുന്നത്. ഭ്രമകൽപ്പനയിലെ (fantasy) ബിംബങ്ങൾ തികച്ചും പുതിയവയാണെന്ന് സൃഷ്ടികർത്താവിനും അനുവാചകനും തോന്നുമെങ്കിലും മനസിൽ നിലനിൽക്കുന്ന ബിംബങ്ങളെയും ആശയങ്ങളെയും ആശ്രയിച്ചുമാത്രമേ അവയും ഉണ്ടാകുന്നുള്ളു.

സ്കിസോഫ്രീനിയ രോഗത്തിന്റെ ഫലമായുണ്ടാകുന്ന മിഥ്യാവിശ്വാസങ്ങൾ (delusions) ചിന്തകളുടെ ശൈഥില്യം (loosening of association of thoughts) തുടങ്ങിയുള്ള ചിന്തയിലെ കുഴപ്പങ്ങളും (thought disorders) മിഥ്യാനുഭവങ്ങളും (halluinations) സർഗാത്മകതയുടെ (creativity) ലക്ഷണങ്ങളാണെന്ന് തെറ്റിദ്ധരിക്കാറുണ്ട്. മനോരോഗത്തിനും സർഗാത്മകതയ്ക്കും പാരസ്പര്യമുണ്ടെന്ന് ധരിച്ചുവശായിട്ടുള്ള ഒരു സാഹിത്യകാരനെ എനിക്കു നേരിട്ടറിയാം. ഭാഗ്യവാൻമാരായ ചില എഴുത്തുകാരെ സ്കിസോഫ്രീനിയരോഗം ഗ്രസിച്ചാലും മേധാശക്തിയെ സാരമായി ബാധിക്കുകയില്ല. മനോരോഗം സഹയാത്രികനായി തുടരും. അങ്ങനെയുള്ളവരുടെ രചനകളിൽ ചിന്തകളിലെ അപാകങ്ങൾ പ്രകടമായിരിക്കും. അത് ആധുനികതയുടെയും ഉത്തരാധുനികതയുടെയുമൊക്കെ ലക്ഷണങ്ങളായി വ്യാഖ്യാനിക്കുന്ന നിരൂപകന്മാരും ഉണ്ട്. സാധാരണഗതിയിൽ സ്കിസോഫ്രീനിയ രോഗം ആദ്യം കവർന്നെടുക്കുന്നത് സർഗാത്മകചിന്തനശേഷിയെ ആണ്. രാജീവ് കവിത എഴുതാത്തത് സ്കിസോഫ്രീനിയ രോഗം മനസിന്റെ സർഗശേഷിയെ തളർത്തിയതുകൊണ്ടാണ്.

"രാജീവ് കവിത എഴുതാത്തതെന്തുകൊണ്ടാണ്?"

"കവിത തോന്നുന്നില്ല."

"മുമ്പ് കവിത തോന്നുമായിരുന്നോ?"

"തോന്നും. അത് താനേ വന്നുകൊള്ളും. അപ്പഴ് കടലാസിൽ പകർത്തും. എന്നിട്ട് വായിച്ചു നോക്കും. ഭംഗിപോരെന്നു തോന്നുന്ന ഭാഗം തിരുത്തിയെഴുതും."

രാജീവിന് സ്കിസോഫ്രീനിയരോഗത്തിന്റെ മറ്റു ലക്ഷണങ്ങളുണ്ടോ എന്നറിയണം.

"രാജീവ് അശരീരികൾ കേൾക്കാറുണ്ടോ?"

"ഉണ്ട്. അത് എ അയ്യപ്പൻ വിവരിച്ചതുപോലെ തന്നെ ആയിരുന്നു."

"കവി അയ്യപ്പനോ? എന്താണ് വിവരിച്ചിട്ടുള്ളത്?"

"*മുറിവേറ്റ ശീർഷകങ്ങൾ* എന്ന പുസ്തകത്തിൽ വിവരിച്ചിട്ടുണ്ട്. ആദ്യം മുഴക്കമായിരുന്നു. പിന്നെ തിരിച്ചറിയാൻ കഴിയാത്ത വാക്കുകളായി. പിന്നെപ്പിന്നെ ശരിക്കും ചീത്തവിളിയും ശകാരങ്ങളുമായി. ചെലപ്പം എന്റെ അമ്മേടെ ശബ്ദം കേൾക്കും."

സ്കിസോഫ്രീനിയരോഗം മേധാശക്തിയിൽ ഏറ്റവും കൂടുതൽ നാശനഷ്ടമുണ്ടാക്കുന്നത് ആദ്യത്തെ മൂന്നോ നാലോ വർഷങ്ങളിലാണ്. ചികിത്സ ലഭിച്ചില്ലെങ്കിൽ മനസ്സ് കൊടുങ്കാറ്റിൽപ്പെട്ട വാഴത്തോപ്പ് പോലെ ആയിപോകും. രാജീവിന്റെ നിർഭാഗ്യത്താൽ രോഗം തുടങ്ങി രണ്ടോ മൂന്നോ വർഷത്തിനുശേഷമാണ് ചികിത്സ തുടങ്ങിയിരിക്കുന്നത്. തുടക്കത്തിൽത്തന്നെ ചികിത്സ ആരംഭിച്ചിരുന്നെങ്കിൽ സർഗാത്മകചിന്തനശേഷി വാട്ടം തട്ടാതെ നിൽക്കുമായിരുന്നു. ആശുപത്രിയിൽ കഴിയുമ്പോഴും ചികിത്സകഴിഞ്ഞ് പോയാലും എപ്പോഴും കവിതയെ ധ്യാനിക്കണമെന്ന് രാജീവിനോട് പറഞ്ഞിട്ടുണ്ട്. ചിലപ്പോൾ രാജീവിനെ കവിത വീണ്ടും പ്രസാദിച്ചേക്കും. മനുഷ്യനു ലഭിച്ച വരദാനമാണ് കവിമനസ്സ്. സാഹിത്യലോകത്തിലെ ചക്രവർത്തിയാണ് കവി എന്ന് എം കൃഷ്ണൻ നായർ പറഞ്ഞതിനോട് എനിക്ക് പൂർണയോജിപ്പാണ്.

40

മദ്യവും മിഥ്യാവിശ്വാസരോഗവും ഒന്നിക്കുമ്പോൾ

കാഴ്ചയിൽ നാൽപ്പത് വയസ്സ് തോന്നിക്കുന്ന രാംകുമാറിനെ വാർധക്യത്തിലേക്ക് കടന്ന അമ്മ കൈപിടിച്ച് നടത്തി പരിശോധനാമുറിയിലേക്ക് കൊണ്ടുവന്ന് കുഴഞ്ഞുവീണുപോകാതെ പിടിച്ച് കസേരയിലിരുത്തി. നടക്കാൻപോലും ശേഷിയില്ലാത്തത്ര അവശനായിരുന്നു വെളുത്തു മെലിഞ്ഞ രോഗി. താൻ രോഗിയുടെ അമ്മയാണെന്ന് സ്വയം പരിചയപ്പെടുത്തിയതിനുശേഷം ലക്ഷ്മിയമ്മ മകന്റെ രോഗത്തെക്കുറിച്ച് പറയാൻ തുടങ്ങി.

"ഇവന്റെ കാര്യങ്ങള് കൊറച്ച് പറയാനുണ്ട്. ഡോക്ടർക്ക് സമയമുണ്ടല്ലോ?"

"സമയമുണ്ട്. പറഞ്ഞോളൂ."

രാംകുമാർ സംസ്ഥാനസർക്കാരിന്റെ ഉടമസ്ഥതയിലുള്ള നിർമാണ സ്ഥാപനത്തിലെ എഞ്ചിനീയറാണ്. അച്ഛൻ പെൻഷൻപറ്റിയ കോളേജ് അധ്യാപകനാണ്. കുളിമുറിയിൽ കാൽവഴുതി വീണ് നടുവിന് പരിക്കുപറ്റി കിടപ്പിലായതുകൊണ്ടാണ് കൂടെ വരാതിരുന്നത്. ലക്ഷ്മിയമ്മ ബി എ പാസായെങ്കിലും ജോലിക്കൊന്നും പോയില്ല. രണ്ടു സന്താനങ്ങളാണവർക്ക്. രാംകുമാറും താഴെയുള്ള മകൾ പാർവതിയും. പാർവതി ഭർത്താവിന്റെ കൂടെ അമേരിക്കയിൽ ഡോക്ടറാണ്. രാംകുമാർ സിവിൽ എഞ്ചിനീയറിങ് ഡിപ്ലോമ പാസായ ഉടനെ നിർമാണ സ്ഥാപനത്തിൽ ഡ്രാഫ്റ്റ്മേനായി ജോലിക്കുചേർന്നു. അച്ഛന്റെ നിർബന്ധപ്രകാരം ഗവൺമെന്റ് എഞ്ചിനീയറിങ് കോളേജിലെ ഈവനിങ് ക്ലാസിൽ ചേർന്ന് പഠിച്ച് ബിരുദമെടുത്തു. അധികം താമസിയാതെ അസിസ്റ്റന്റ് എഞ്ചിനീയറായി ഉദ്യോഗക്കയറ്റവും കിട്ടി. എഞ്ചിനീയറായതിനുശേഷം ഒരു ദിവസം രാംകുമാർ വളരെ വൈകിയാണ് വീട്ടിലെത്തിയത്. അയാളുടെ കാലുകൾ ആടുന്നുണ്ടായിരുന്നു. മദ്യത്തിന്റെ ഗന്ധം മുറിയിലാകെ പരന്നു. രാംകുമാറിന്റെ അച്ഛൻ മദ്യം തൊടാത്ത ആളായിരുന്നു. മദ്യപന്മാരോട്

കടുത്ത വെറുപ്പുമാണ്. മകൻ മദ്യപിച്ചുവന്നത് കണ്ടപ്പോൾ പരമേശ്വരൻ പിള്ളയുടെ രോഷം കത്തിയാളി. മകനോടു ചോദിച്ചു:

"നീ മദ്യപിച്ചോ?"

രാംകുമാർ നാക്ക് കുഴച്ചിലോടെ പറഞ്ഞു:

"ക്ലബ്ബിൽ എഞ്ചിനീയേഴ്സിന് കോൺട്രാക്റ്ററുടെ പാർട്ടിയുണ്ടായിരുന്നു."

മേലിൽ ഇതാവർത്തിക്കരുതെന്ന ഉഗ്രശാസന കേട്ട് രാംകുമാർ തല കുലുക്കിയെങ്കിലും പല ദിവസങ്ങളിലും അതാവർത്തിച്ചു. രാംകുമാറിന്റെ അമ്മയുടെ വിവരണം കേട്ടപ്പോൾ മനുഷ്യർ മദ്യത്തോടും മദ്യപരോടും എടുക്കുന്ന നിലപാടുകളാണ് ചിന്തയിൽ വന്നത്.

മനുഷ്യൻ ചരിത്രാതീത കാലം മുതലേ മദ്യം ഉൽപ്പാദിപ്പിക്കാൻ തുടങ്ങി. അന്നുമുതലേ മൂന്നു തരത്തിലായിരുന്നു മനുഷ്യരുടെ മദ്യത്തോടുള്ള സമീപനം. ഒരു കൂട്ടർ മദ്യത്തെയും മദ്യപരേയും കടുത്ത ശത്രുതയോടെ കാണുന്നു. മറ്റൊരു കൂട്ടർ മിതമായ തോതിൽ മദ്യപാനം നല്ലതാണെന്ന് വാദിക്കുന്നു. ഗ്രീക്ക്ചിന്തകരിൽ സീനോഫണും (Xenophon 431-351 BC)പ്ളേറ്റോയും (Plato 429-347 BC) മിതമായ തോതിൽ മദ്യപിക്കുന്നതിനെ അനുകൂലിച്ചവരായിരുന്നു. അരിസ്റ്റോട്ടിലും(Aristotle 384-322 BC) സീനോയും (Zeno 336-264 BC) മദ്യത്തോടും മദ്യപരോടും കടുത്ത എതിർപ്പ് പ്രകടിപ്പിച്ചു. മൂന്നാമത്തെ കൂട്ടർ മദ്യത്തിന്റെ ലഹരിക്കുവേണ്ടി ദാഹിക്കുന്നവരാണ്. അവർ അനിയന്ത്രിതമായി മദ്യപിക്കുകയും എളുപ്പത്തിൽ മദ്യത്തിനടിമയാകുകയും ചെയ്യുന്നു. ഇക്കൂട്ടർ പൊതുസമൂഹത്തിൽ രണ്ടു ശതമാനമേ വരൂ.

മദ്യത്തോട് കടുത്ത എതിർപ്പു പ്രകടിപ്പിക്കുന്നവരുടെ അബോധമനസിൽ (unconscious mind) മദ്യാസക്തിയുണ്ടെന്നാണ് മനോവിശകലനത്തിന്റെ (Psychoanalysis)പിതാവായ സിഗ്മണ്ട് ഫ്രോയിഡ് പറഞ്ഞത്. അവരുടെ എതിർപ്പ് കാപട്യമാണെന്നല്ലേ ഫ്രോയിഡ് പറഞ്ഞതിന്റെ സാരം. അബോധമനസിലെ മദ്യാസക്തിയെ ചെറുക്കാനായി അവരുടെ മനസ്സ് അബോധമായ പ്രതിരോധം (unconscious defence) സൃഷ്ടിക്കുന്നു. അബോധമനസിലെ അസ്വീകാര്യമായ ആസക്തികളെ ചെറുക്കാനായി വിരുദ്ധമനോഭാവം സൃഷ്ടിക്കുന്നത് മനസിന്റെ ഒരു പ്രതിരോധമാണ്. ഇതിനെ വിരുദ്ധശക്തി രൂപവൽക്കരണം (reaction formation) എന്നാണ് പറയുന്നത്. മനുഷ്യമനസിന് പല പ്രതിരോധോപാധികൾ(defence mechanisms) ഉണ്ട്. അതിലൊന്നാണ് വിരുദ്ധശക്തി രൂപവൽക്കരണം. ഫ്രോയിഡിന്റെ സിദ്ധാന്തപ്രകാരം ഇവരാണ് സമൂഹത്തിലെ മദ്യവിരുദ്ധ പ്രവർത്തരാകുന്നത്. പലപ്പോഴും ഇക്കൂട്ടർ യാന്ത്രികവും വരട്ടുതത്വവാദപരവുമായ നിലപാടുകൾ സ്വീകരിക്കാറുണ്ട്.

മേൽപ്പറഞ്ഞ തരത്തിലൊന്നും പെടാത്ത നാലാമതൊരു കൂട്ടരുമുണ്ട്. അവരുടെ അമിത മദ്യപാനത്തിനു കാരണം മറഞ്ഞിരിക്കുന്ന മനോരോഗമാണ്. ഇത്രത്തോളം അവശനായിട്ടും മദ്യപാനം ഉപേക്ഷിക്കാൻ തയ്യാ

റാകാത്ത രാംകുമാറിന്റെ യഥാർഥപ്രശ്നം മനോരോഗമാണോ എന്ന് സംശയം തോന്നി.

ലക്ഷ്മിയമ്മ വിവരണം തുടർന്നു. എഞ്ചിനീയറായത് നാശത്തിലേക്കുള്ള വഴിതുറക്കലായിരുന്നുവെന്നാണ് അവരുടെ അഭിപ്രായം. മകൻ ഗ്രാജുവേറ്റ് എഞ്ചിനീയറാകണമെന്ന് അച്ഛനായിരുന്നു നിർബന്ധം. മകന് ഉള്ള പഠിപ്പു മതിയെന്നാണ് താൻ അന്നും പറഞ്ഞിരുന്നതെന്ന് ലക്ഷ്മിയമ്മ ഓർമിക്കുന്നു.

ക്ലബ്ബിലെ പാനോത്സവം കഴിഞ്ഞ് വീട്ടിൽ വൈകിവരുന്ന ദിവസങ്ങളിലെല്ലാം അച്ഛൻ മകനെ ശാസിക്കുകയും ഭർത്സിക്കുകയും ചെയ്യും. അച്ഛനും മകനും തമ്മിൽ നടക്കാറുള്ള സംഭാഷണം ലക്ഷ്മി അതേപടി വിവരിച്ചു. ചില ദിവസങ്ങളിൽ അച്ഛനുമായി പിണങ്ങി രാത്രി വീട്ടിൽ നിന്നിറങ്ങും. പിന്നെ രണ്ടുദിവസം പുറത്തെവിടെയെങ്കിലുമായിരിക്കും. മദ്യപാനത്തിന്റെ പേരിൽ പ്രായമായ മകനെ ഇങ്ങനെ ശാസിക്കുന്നതും ഭർത്സിക്കുന്നതും നിറുത്തണമെന്ന് ലക്ഷ്മിയമ്മ പലപ്പോഴും ഭർത്താവിനെ ഉപദേശിച്ചിട്ടുണ്ടെങ്കിലും ചെവിക്കൊണ്ടില്ല.

ഒരു ദിവസം അച്ഛന്റെ ഭർത്സനം സഹിക്കവയ്യാതെ താൻ മദ്യപിക്കുന്നതുകൊണ്ട് ആർക്കും ഒരു നഷ്ടവും വരുന്നില്ലല്ലോ എന്ന് രാംകുമാർ തിരിച്ചടിച്ചു. അതുമുതൽ രാംകുമാർ എല്ലാ ദിവസവും മദ്യപിച്ചു വരാൻ തുടങ്ങി. നിത്യവും അച്ഛനും മകനും തമ്മിലുള്ള തർക്കവും വഴക്കും നടക്കും.

അച്ഛന് മകനോട് ദേഷ്യം തോന്നാൻ മറ്റൊരുകാരണം കൂടിയുണ്ടായിരുന്നു. വിവാഹാലോചനകൾ വന്നതെല്ലാം നിരാകരിക്കുകയാണ് രാംകുമാർ ചെയ്തത്. ഓരോ ആലോചനവരുമ്പോഴും വീട്ടിലൊരു വഴക്ക് നടക്കുന്ന സ്ഥിതിയായി. ഒടുവിൽ താൻ വിവാഹമേ ചെയ്യുന്നില്ലെന്ന് തറപ്പിച്ചു പറഞ്ഞതോടെ വിവാഹാലോചനകളുടെ പ്രവാഹം നിലച്ചു. ഞാൻ ഇടപെട്ടുകൊണ്ട് ചോദിച്ചു:

"എന്തുകൊണ്ടാണ് ഓരോ ആലോചന വന്നപ്പോഴും നിരസിച്ചത് എന്ന് മകൻ പറയാറുണ്ടായിരുന്നോ?"

"ആദ്യമൊക്കെ വിവാഹം കഴിക്കാറായില്ലെന്നു പറയുമായിരുന്നു. വയസൊരുപാടായല്ലോ എന്ന് ഞങ്ങള് പറയുമ്പം ഒന്നും മിണ്ടൂല. പിന്നെ പിന്നെ പെണ്ണിനെ ഇഷ്ടപ്പെട്ടില്ലെന്നായിരുന്നു പറച്ചില്. ഒടുവില് അവൻ പറഞ്ഞത് വിവാഹം കഴിക്കണത് റിസ്കാണ്, അവന് റിസ്കെടുക്കാൻ കഴിയൂലെന്നാണ്."

ലക്ഷ്മിയമ്മ വീണ്ടും മകന്റെ മദ്യപാനത്തിലേക്ക് വന്നു. നിത്യവും മദ്യപിക്കാൻ തുടങ്ങിയതോടെ രാംകുമാർ ആഹാരം കഴിക്കുന്നത് കുറഞ്ഞു. ശരീരം ശോഷിക്കാൻ തുടങ്ങി. എത്ര ശാസിച്ചിട്ടും മകൻ മദ്യപാനം ഉപേക്ഷിക്കാൻ സന്നദ്ധനാകാതെ വന്നപ്പോൾ അച്ഛൻ പരാജയം സമ്മതിച്ചു. മദ്യത്തിന്റെ അളവ് കുറയ്ക്കാനും ശരിയാംവണ്ണം ആഹാരം കഴിക്കാനും മാത്രമായി ഉപദേശം. ബാറിലും ക്ലബ്ബിലും പോയി ഒരുപാട് മദ്യം അക

ത്താക്കാതെ കുപ്പി വീട്ടിൽ കൊണ്ടുവച്ച് രാത്രി ഭക്ഷണത്തിനു മുമ്പായി രണ്ട് പെഗ്ഗ് മാത്രം കഴിക്കുന്നത് ശീലമാക്കണമെന്ന അച്ഛന്റെ ഉപദേശം മകൻ സ്വീകരിച്ചു. രണ്ടുമൂന്നുമാസം രണ്ടോ മൂന്നോ പെഗ്ഗ് മാത്രം കഴിക്കുന്നതിൽ ഒതുങ്ങി നിന്നു. പിന്നെ കൂടുതൽ കഴിക്കാൻ തുടങ്ങി. രാത്രി മാത്രം പോര രാവിലെയും വേണമെന്നായി. അച്ഛനും മകനും തമ്മിലുള്ള തർക്കം വീണ്ടും തുടങ്ങി. അതിനനുസരണമായി മദ്യത്തിന്റെ അളവും കൂടി.

ഒരു ദിവസം രാംകുമാർ രാവിലെ തന്നെ അര ഗ്ലാസ് മദ്യം കഴിച്ച് കാപ്പികുടിക്കാനിരുന്നു. പെട്ടെന്ന് ഒരു അലർച്ചയോടെ കസേരയിൽ നിന്നും താഴെ വീണു. അപസ്മാര ചേഷ്ടകൾ കാണിക്കാൻ തുടങ്ങി. ആംബുലൻസ് വരുത്തി രാംകുമാറിനെ മെഡിക്കൽ കോളേജിലെത്തിച്ചു. കാഷ്വാലിറ്റിയിൽവച്ച് പലവട്ടം അപസ്മാരബാധയുണ്ടായി. രാംകുമാറിന് മസ്തിഷ്കസംബന്ധിയായ എന്തെങ്കിലും രോഗമുണ്ടോ എന്ന് വിശദമായ പരിശോധനകൾ നടന്നു. അങ്ങനെ യാതൊരു രോഗവുമില്ലെന്നും അമിതമദ്യപാനം മൂലമുണ്ടായ അപസ്മാരബാധയാണെന്നും ആയിരുന്നു മെഡിക്കൽ കോളേജിലെ വിദഗ്ധരുടെ അഭിപ്രായം. ഡീ അഡിക്ഷൻ ചികിത്സയ്ക്ക് വിധേയനാകാൻ പറഞ്ഞയച്ചു. കുറച്ചുദിവസം രാംകുമാർ മദ്യപിക്കാതെ കഴിച്ചുകൂട്ടിയതിനുശേഷം വീണ്ടും മദ്യപാനം തുടങ്ങി. അപസ്മാര ബാധയുണ്ടായി ആറുമാസം കഴിയും മുമ്പാണ് രക്തം ഛർദിച്ചത്. രാത്രി പതിവനുസരിച്ച് നാല് പെഗ്ഗ് മദ്യം കഴിച്ചതിനുശേഷം അൽപ്പം ഭക്ഷണം കഴിച്ച് ഉറങ്ങാൻ കിടന്നതായിരുന്നു. ഛർദിക്കുന്ന ശബ്ദം കേട്ട് ലക്ഷ്മിയമ്മ ചെന്നു നോക്കിയപ്പോൾ നിലത്ത് ഛർദിച്ച രക്തം തളം കെട്ടിക്കിടക്കുകയായിരുന്നു. രാംകുമാർ ശബ്ദിക്കാൻപോലും ശേഷിയില്ലാതെ വിളറിവെളുത്ത് അവശനായി കിടക്കുന്നു. ആംബുലൻസ് വരുത്തി മെഡിക്കൽ കോളേജിലെത്തിച്ചു. രക്തം ഛർദിച്ചത് അമിതമദ്യപാനത്തിന്റെ ഫലമായി കരൾദ്രവീകരണം (cirrosis liver) ഉണ്ടായതുമൂലമാണെന്ന് പരിശോധനയിൽ കണ്ടെത്തി. അടിയന്തരമായി ഡീഅഡിക്ഷൻ ചികിത്സയ്ക്ക് വിധേയനാകണമെന്ന് ഉപദേശിച്ചാണ് ആശുപത്രിയിൽനിന്നും വിട്ടത്. ഇത്തവണ ലക്ഷ്മിയമ്മ നിർബന്ധിച്ച് രാംകുമാറിനെ ഡീഅഡിക്ഷൻ ചികിത്സയ്ക്ക് കൂട്ടിക്കൊണ്ടുവരികയാണ് ചെയ്തത്.

അമ്മയുടെ വിവരണം കഴിഞ്ഞപ്പോൾ മദ്യപാനം ഉപേക്ഷിക്കുന്നതിനെക്കുറിച്ച് രാംകുമാറിന്റെ അഭിപ്രായമെന്തെന്ന് ചോദിച്ചു. മറുപടി വളരെ വിചിത്രമായിരുന്നു. ആയാസപ്പെട്ട് രാംകുമാർ കുഴഞ്ഞശബ്ദത്തിൽ പറഞ്ഞു:

"ഡോക്ടർ എനിക്ക് ഫിറ്റ്സ് വന്നതും ബ്ലഡ് വമിറ്റ് ചെയ്തതും ആൾക്കഹോൾ കഴിക്കുന്നതുകൊണ്ടാണെന്ന് വെറുതെ പറയുന്നതാണ്. അതെല്ലാം വേറെ അസുഖം കൊണ്ടാണ്. അതിനെല്ലാം മെഡിക്കൽകോളേജിലെ ഡോക്ടർ മരുന്നുതന്നു. അതെല്ലാം മാറി."

"സ്പെഷ്യലിസ്റ്റ് ഡോക്ടർമാർ വിദഗ്ദ്ധപരിശോധനകൾക്കുശേഷം കണ്ടെത്തിയതല്ലേ?"

"അതെല്ലാം അവർ അച്ഛനെ സാറ്റിസ്ഫൈ ചെയ്യാൻ പറയുന്നതാണ്. എന്നെ കഴിയുന്നതും വേഗം ഡിസ്ചാർജ് ചെയ്യണം ഡോക്ടർ. പിന്നെ.... തിരിച്ചുപോയാൽ ഭക്ഷണത്തിനുമുമ്പ് രണ്ട് പെഗ്ഗ് കുടിക്കുന്നത് ഞാൻ തുടരും. അതിൽ യാതൊരു തെറ്റുമില്ല. അത് എന്റെ ഹെൽത്തിന് നല്ലതാണ്. എനിക്ക് ഡൈജഷൻ ശരിയാകണമെങ്കിൽ രണ്ട് പെഗ്ഗ് കഴിക്കണം. ആൾക്കഹോൾ കഴിക്കുന്നതുകൊണ്ട് പല അഡ്വാന്റേജസും ഉണ്ട്. നോൺവെജിറ്റേറിയൻ ഡയറ്റ് ശരിക്കും അബ്സോർബ് ചെയ്യണമെങ്കിൽ ആൽക്കഹോൾ കഴിക്കണം. ഇവിടെ അഡ്മിറ്റ് ചെയ്താൽ ഞാൻ ഭക്ഷണമൊന്നും കഴിക്കില്ല. എന്തെങ്കിലും ഫ്രൂട്ട്സ് മാത്രമേ കഴിക്കൂ. ഭക്ഷണം കഴിക്കണമെങ്കിൽ അതിനുമുമ്പായി രണ്ട് പെഗ്ഗ് വിസ്കിയോ ബ്രാൻഡിയോ കഴിക്കാൻ അനുവദിക്കണം. അതില്ലാതെ ഭക്ഷണം കഴിച്ചാൽ ഞാൻ ഛർദിക്കും. എനിക്ക് ഡ്യൂട്ടിക്ക് ജോയിൻ ചെയ്യണം. ഒരുപാട് വർക്ക് പെന്റിങ്ങുണ്ട്. എന്നെ ഉടനെ തന്നെ ഡിസ്ചാർജ് ചെയ്യണം.

"ഓഫീസിൽ പോകാനും ജോലിചെയ്യാനും രാംകുമാറിന്റെ ആരോഗ്യം വീണ്ടെടുക്കണ്ടേ?"

"എന്റെ ആരോഗ്യത്തിനു യാതൊരു കുറവുമില്ല. ഭക്ഷണത്തിനു മുമ്പ് രണ്ട് പെഗ്ഗ് കഴിക്കാൻ അനുവദിച്ചാൽ മതി. ഞാൻ നല്ല ഭക്ഷണം കഴിച്ച് ആരോഗ്യം വീണ്ടെടുത്തുകൊള്ളാം. മദ്യം കഴിക്കാതിരുന്നാലാണ് എനിക്ക് കുഴപ്പമുണ്ടാകുക. രണ്ടു പെഗ്ഗ് കഴിക്കുന്നതുകൊണ്ടെന്തു കുഴപ്പമാണുണ്ടാകുക? യൂറോപ്പിലും അമേരിക്കയിലുമൊക്കെ എല്ലാവരും ഭക്ഷണത്തിനുമുമ്പ് മദ്യം പതിവായി കഴിക്കാറുണ്ടല്ലോ. അവരുടെയൊക്കെ ആരോഗ്യം തകരുകയാണോ?"

"അമിതമദ്യപാനം കാരണം രാംകുമാറിന് സിറോസിസ് ലിവർ ഉണ്ടെന്നാണ് മെഡിക്കൽ കോളേജിലെ റിപ്പോർട്ട്. ഫിറ്റ്സ് ഉണ്ടായത് ആൽക്കഹോൾ ബ്രെയിനിനെ ബാധിച്ചതുകൊണ്ടാണെന്ന് ന്യൂറോളജിയിലെ റിപ്പോർട്ട്. ഇതെല്ലാം ശാസ്ത്രീയമായി തെളിഞ്ഞതാണ്."

"ഞാൻ പറഞ്ഞല്ലോ. അതെല്ലാം അച്ഛൻ പറഞ്ഞിട്ട് അവരങ്ങനെ റിപ്പോർട്ട് ചെയ്തതാണ്. ഇതൊരു കോൺസ്പിരസിയാണ് ഡോക്ടർ."

"രാംകുമാറിനെത്ര വയസായി?"

"നാൽപ്പത്തൊന്ന്."

"വിവാഹം കഴിക്കാത്തതെന്തുകൊണ്ടാണ്?"

"അതമ്മ പറഞ്ഞല്ലോ. വിവാഹം കഴിക്കുന്നത് റിസ്കാണ്. എനിക്ക് റിസ്കൊന്നും എടുക്കാൻ വയ്യ."

"വിവാഹം കഴിക്കുന്നതിൽ എന്തു റിസ്കാണ്?"

"എല്ലാംകൊണ്ടും റിസ്കാണ്. മറ്റൊരാളുടെ കാര്യം കൂടി നോക്കണം. എനിക്ക് അതിനൊന്നും വയ്യ. എനിക്ക് സ്വതന്ത്രമായി കഴിയാനാണ് ഇഷ്ടം."

രാംകുമാറിന് ചില മിഥ്യാവിശ്വാസങ്ങൾ ഉണ്ടെന്ന് വ്യക്തമായി. മിഥ്യാവിശ്വാസരോഗം (delusional disorder) മദ്യപാനം തുടങ്ങുന്നതിനു മുമ്പു തന്നെ ഉണ്ടായിരിക്കാം. അപസ്മാരരോഗികളും സ്കിസോഫ്രീനിയ രോഗികളും മദ്യപാനം തുടങ്ങിയാൽ വളരെ വേഗം അതിനടിമപ്പെടുന്നു. രാംകുമാറിന്റെ മിഥ്യാവിശ്വാസരോഗം മദ്യപാനവുമായി കൂടിച്ചേരാൻ കാരണം അച്ഛന്റെ വിട്ടുവീഴ്ചയില്ലാത്തതും യാന്ത്രികവുമായ നിലപാടാണ്. മദ്യം കഴിക്കുന്നതിനെതിരെയുള്ള തുടർച്ചയായ ഭർത്സനങ്ങൾ മദ്യം കഴിക്കുന്നത് നല്ലതാണെന്ന മിഥ്യാവിശ്യാസമാണ് രാംകുമാറിന്റെ മനസിൽ ഉളവാക്കിയത്. മനോരോഗിയായ രാംകുമാറിന് മദ്യപാനത്തിന്റെ ദൂഷ്യങ്ങളെക്കുറിച്ച് ഉൾക്കാഴ്ചയും തിരിച്ചറിവും (insight) കുറവായതിനാൽ മദ്യ മുക്തനാക്കാനും പ്രയാസമാണ്. ആദ്യം ചികിത്സിക്കേണ്ടത് മനോരോഗത്തിനായതുകൊണ്ട് അതിനുള്ള മരുന്നുകളും മന:ശാസ്ത്രചികിത്സയും കൊടുക്കാൻ തുടങ്ങി. രാംകുമാർ ചികിത്സയിൽ സഹകരിക്കുന്നുണ്ടെന്ന് ഒരാഴ്ച കഴിഞ്ഞപ്പോൾ സൈക്കോളജിസ്റ്റ് പറഞ്ഞു. മദ്യമില്ലാതെ തന്നെ ഭക്ഷണം കഴിക്കാനും തുടങ്ങിയെന്ന് നഴ്സുമാരും സാക്ഷ്യപ്പെടുത്തി. മൂന്നോ നാലോ ആഴ്ചയിലെ ചികിത്സകൊണ്ട് അയാൾ മനസിന്റെ സമനില വീണ്ടെടുക്കുമെന്നാണ് പ്രതീക്ഷ.

രാംകുമാറിന്റെ മാനസികനിലയും ശാരീരികാവസ്ഥയും മോശമാകാൻ പല കാരണങ്ങളിലൊന്ന് അയാളുടെ അച്ഛന്റെ യാന്ത്രികവും കർശനവുമായ നിലപാടുകളാണ്. തുടരെയുള്ള ഭർത്സനങ്ങൾ അയാളുടെ മിഥ്യാവിശ്വാസങ്ങളെ ബലപ്പെടുത്തുകയാണ് ചെയ്തത്. എഞ്ചിനീയറായപ്പോഴാണ് മദ്യപാനം തുടങ്ങിയതെന്ന ലക്ഷ്മിയമ്മയുടെ ആരോപണം വിരൽ ചൂണ്ടുന്നത് തൊഴിൽരംഗങ്ങളിലെ ജീർണതകളിലേക്കാണ്.

41

അദൃശ്യശക്തികളുമായുള്ള സഹവാസം

സരസ്വതി എത്രയോ വർഷങ്ങളായി അദൃശ്യരായ ദേവതകളും ഭൂതങ്ങളും യക്ഷികളുമായി സംവദിക്കാൻ തുടങ്ങിയിട്ട്. ഇന്നേവരെ അവർ തനിക്ക് യാതൊരുപദ്രവവും ചെയ്തിട്ടില്ലെന്ന് സരസ്വതി ഉറപ്പിച്ചു പറയുന്നു. മാത്രമല്ല, പലവിധത്തിലുള്ള അത്ഭുതശക്തികളും പകർന്നുതരുന്നുണ്ടെന്ന് അവകാശപ്പെടുകയും ചെയ്യുന്നു. ഇങ്ങനെ അദൃശ്യശക്തികളുമായി സഹവസിക്കുന്നതിന്റെ പേരിൽ ആരെങ്കിലും തനിക്ക് ഭ്രാന്താണെന്ന് പറയുകയോ ചികിത്സിക്കാൻ നിർബന്ധിക്കുകയോ ചെയ്തിട്ടില്ലെന്നും വെളുത്ത് മെലിഞ്ഞ അമ്പതുകാരി അഭിമാനത്തോടെ പറഞ്ഞു. പക്ഷേ കുറച്ചുനാളായി ചില ദുർദേവതകൾ മാനസികമായി ശല്യം ചെയ്യാൻ തുടങ്ങിയിരിക്കുന്നു. അതിനെന്തെങ്കിലും പരിഹാരം കാണണമെന്ന് സരസ്വതി തന്നെയാണ് ഭർത്താവിനോട് ആവശ്യപ്പെട്ടത്. സരസ്വതി പറഞ്ഞതെല്ലാം ശരിയാണെന്ന് ഭർത്താവ് സുകുമാരനും സമ്മതിച്ചു.

സുകുമാരൻ ചെറുകിടക്കാരിൽ ചെറുകിടക്കാരനായ കൃഷിക്കാരനാണ്. സ്വന്തമായുള്ളത് ഇരുപത് സെന്റ് കരഭൂമിയാണ്. അതിലാണ് വീടിരിക്കുന്നത്. ശേഷിച്ച ഭാഗത്ത് ഏതാനും റബ്ബർ മരങ്ങളുണ്ട്. സീസണിൽ ആകെ ഒരുഷീറ്റ് റബ്ബറാണ് അതിൽ നിന്നുള്ള വരുമാനം. കുടുംബത്തെ പോറ്റാനായി വയൽ പാട്ടത്തിനെടുത്ത് വാഴ, മരച്ചീനി, മലക്കറി എന്നിവയൊക്കെ കൃഷിചെയ്യും. വീട്ടുജോലി കഴിഞ്ഞാൽ സരസ്വതി കൃഷിപ്പണിക്ക് സുകുമാരനോടൊപ്പം ചേരും. സുകുമാരൻ സരസ്വതിയെ വിവാഹം ചെയ്തത് മുപ്പതുകൊല്ലം മുമ്പാണ്. മുപ്പതുകൊല്ലവും സരസ്വതിയും സുകുമാരനും ഒന്നിച്ച് പാടത്തും പറമ്പിലും പണിയെടുക്കുന്നു. അവർക്ക് മൂന്നു മക്കളുണ്ട്.

സരസ്വതി ഇരിക്കുമ്പോഴും നടക്കുമ്പോഴും പാടത്തും പറമ്പിലും പണിയെടുക്കുമ്പോഴും വീട്ടുജോലി ചെയ്യുമ്പോഴും ഉറങ്ങാൻ കിടക്കു

മ്പോഴും മൃദുസ്വരത്തിൽ മറ്റാരും കേൾക്കാതെ എന്തൊക്കെയോ പറഞ്ഞുകൊണ്ടിരിക്കും. വിവാഹം കഴിഞ്ഞ് ഏതാനും ദിവസങ്ങൾ കഴിഞ്ഞപ്പോഴാണ് സരസ്വതി തന്നത്താൻ എന്തൊക്കെയോ 'പിറുപിറുക്കുന്നതായി' സുകുമാരന് തോന്നിയത്. ഏതെങ്കിലും തരത്തിലുള്ള പ്രതിഷേധമോ അസംതൃപ്തിയോ ആയിരുന്നില്ല പിറുപിറുക്കലിനു കാരണമെന്ന് സരസ്വതിയുടെ ഭാവഹാവാദികളിൽ നിന്നും സുകുമാരൻ മനസിലാക്കി. എന്താണ് തന്നത്താൻ പറയുന്നതെന്ന് ഒരുദിവസം സുകുമാരൻ ചോദിച്ചു. സരസ്വതി നാണിച്ച് ഒന്നുമില്ലെന്ന് പറഞ്ഞു. കുറച്ചു ദിവസം കഴിഞ്ഞപ്പോൾ അറിയാനുള്ള കൗതുകത്തോടെ നിർബന്ധപൂർവം സുകുമാരൻ വീണ്ടും ചോദിച്ചു:

"നീ ആരോടാണ് സംസാരിക്കണത് സരസു?"

"ആരോടുമില്ല."

"പിന്നെ തന്നത്താനാണോ വർത്തമാനം പറഞ്ഞോണ്ടിരിക്കുന്നത്?"

"അല്ല."

"പിന്നെ ആരോടാണെന്നു പറ."

സരസ്വതി മന്ത്രിക്കുന്ന സ്വരത്തിൽ പറഞ്ഞു:

"ഉദിയന്നൂരമ്മയോട്."

തന്റെ ഭാര്യ ഉദിയന്നൂരമ്മയോട് സംസാരിക്കുന്നു! ഉദിയന്നൂരമ്മ സാക്ഷാൽ ദുർഗയാണ്. സരസ്വതിക്ക് മാനസികരോഗമാണോ എന്ന് സുകുമാരന് സംശയമായി. സരസ്വതിയുടെ അച്ഛനമ്മമാരെകണ്ട് സരസ്വതി പറഞ്ഞതും താൻ കണ്ടതുമായ കാര്യങ്ങൾ സംസാരിച്ചു. അവർ സുകുമാരനെ ആശ്വസിപ്പിച്ചു. സരസ്വതിക്ക് മാനസികരോഗമൊന്നുമില്ല. പതിനഞ്ചോ പതിനാറോ വയസായതുമുതൽ തുടങ്ങിയ ഒരു സ്വഭാവമാണ് തന്നത്താൻ പതിഞ്ഞ സ്വരത്തിൽ സംസാരിച്ചുകൊണ്ടിരിക്കുക എന്നത്. സരസ്വതിയുടെ അച്ഛനമ്മമാരും മനോരോഗമാണോ പ്രേതബാധയാണോ എന്നൊക്കെ സംശയിച്ചതാണ്. കണിയാന്മാരെയും മന്ത്രവാദികളെയും കാണിച്ചു. അവരൊക്കെപ്പറഞ്ഞത് സരസ്വതിയിൽ ദുർഗയുടെ സാന്നിധ്യമുണ്ടെന്നും അത് നല്ലതാണെന്നുമാണ്. ഭ്രാന്താണെന്ന് പറഞ്ഞ് അവളെ ചികിത്സിക്കാനും ഷോക്കടിപ്പിക്കാനും പാടില്ലെന്നും അവരെല്ലാം പറഞ്ഞു. പതിഞ്ഞസ്വരത്തിൽ സംസാരിച്ചുകൊണ്ടിരിക്കുമെന്നല്ലാതെ മറ്റൊരു അപാകവും അവൾക്കില്ലെന്നും അവർ ഉറപ്പുകൊടുത്തു. ഇങ്ങനെ തന്നത്താൻ സംസാരമൊക്കെ ഉണ്ടായിരുന്നുവെങ്കിലും സരസ്വതി പത്താം ക്ലാസിൽ നല്ല രീതിയിൽ മാർക്ക് വാങ്ങി ജയിച്ചു. അതുതന്നെ തെളിയിക്കുന്നത് അവൾക്ക് മനോരോഗമൊന്നും ഇല്ലെന്നാണല്ലോ. സരസ്വതിയുടെ അച്ഛനമ്മമാരുടെ വിശദീകരണം മുഖവിലയ്ക്കെടുത്ത് സുകുമാരൻ തിരിച്ചുപോന്നു. അവർ പറഞ്ഞതുപോലെ തന്നത്താൻ സംസാരമുണ്ടെന്നല്ലാതെ മറ്റൊരു ദൂഷ്യവും കാണുന്നുമില്ല. വീട്ടുജോലികൾ നിർവഹിക്കുന്നതിലോ കൃഷിപ്പണിയിൽ സഹായിക്കുന്നതിലോ കുട്ടികളെ പോറ്റുന്നതിലോ യാതൊരുകുറവും സരസ്വതി വരുത്തിയിട്ടില്ല. 'ഭാര്യയുടെ കടമ'

നിർവഹിക്കുന്ന കാര്യത്തിലും സരസ്വതിക്ക് ഒരു വീഴ്ചയും വന്നിട്ടില്ല. അവരുടെ ലൈംഗിക ജീവിതത്തെക്കുറിച്ചാണ് സുകുമാരൻ സൂചിപ്പിച്ചത്. അതിനേക്കാളൊക്കെ സുകുമാരനെ സന്തുഷ്ടനാക്കിയത് 'ഉള്ളതുകൊണ്ട് ഓണം പോലെ' എന്ന മട്ടിൽ എപ്പോഴും സംതൃപ്തയായി കഴിയുന്ന ഭാര്യയാണ് സരസ്വതി എന്ന വസ്തുതയാണ്. വിവാഹജീവിതത്തിന്റെ നീണ്ട മുപ്പത് കൊല്ലത്തിനിടയിൽ സരസ്വതി ഒരിക്കൽപ്പോലും തന്റെ കഴിവിനതീതമായ ആവശ്യം സ്വന്തം പേരിലോ കുട്ടികൾക്കുവേണ്ടിയോ ഉന്നയിച്ച് സുകുമാരനെ ബുദ്ധിമുട്ടിച്ചിട്ടില്ല.

ഭാര്യയുടെ ഗുണവിശേഷങ്ങൾ വിവരിക്കുമ്പോൾ സുകുമാരൻ വാചാലനായിരുന്നു. ഉദിയന്നൂരമ്മയുടെയും മറ്റു ദേവീദേവന്മാരുടെയും സാന്നിധ്യമായിരിക്കാം സരസ്വതിയെ പട്ടുപോലെയുള്ള സ്വഭാവക്കാരിയാക്കിയതെന്ന് സുകുമാരനും വിശ്വസിക്കാൻ തുടങ്ങി. അതുകൊണ്ട് മുടക്കം കൂടാതെ വ്രതങ്ങൾ അനുഷ്ഠിക്കാനും ക്ഷേത്രങ്ങളിൽ പോയി ദർശനം നടത്താനും വഴിപാടുകൾ അർപ്പിക്കാനും സുകുമാരൻ പരമാവധി സഹായിക്കാറുണ്ട്. സരസ്വതിയുടെ ഉപാസനാമൂർത്തികൾ സമ്പത്തിന്റെ രൂപത്തിൽ ഐശ്വര്യങ്ങൾ ചൊരിഞ്ഞില്ലെങ്കിലും അല്ലലും അലട്ടലുമില്ലാതെ കഴിഞ്ഞുകൂടാൻ സഹായിക്കുന്നുണ്ടല്ലോ എന്നാണ് സുകുമാരൻ ആശ്വസിക്കുന്നത്.

സരസ്വതി ഇടയ്ക്കിടെ മൂകയാകുന്നതും മാനസികമായി അസ്വസ്ഥയാകുന്നതും സുകുമാരൻ ശ്രദ്ധിച്ചു. ഇങ്ങനെയുള്ള അവസ്ഥ രണ്ടോ മൂന്നോ മാസം തുടരും. ഈ അവസ്ഥയിൽ മഴക്കാലത്ത് മാനത്ത് കാറു കൊണ്ടതുപോലെ സരസ്വതിയുടെ മുഖത്ത് എപ്പോഴും ദു:ഖഭാവം തളം കെട്ടി നിൽക്കും. അപ്പോൾ തന്നത്താൻ കേൾക്കാൻ പറ്റാത്ത വിധം സംസാരം വളരെ പതുക്കെ ആയിരിക്കും. ചില സന്ദർഭങ്ങളിൽ സരസ്വതി വളരെ സന്തോഷവതിയായിരിക്കും. ഈ അവസ്ഥ ഒന്നോ രണ്ടോ മാസം നീണ്ടുനിൽക്കും. അപ്പോഴൊക്കെ തന്നത്താൻ സംസാരം മറ്റുള്ളവർക്ക് കുറെശ്ശെ കേൾക്കത്തക്കവിധം ഉറക്കെയായിരിക്കും. ചിലപ്പോൾ സരസ്വതി മൂളിപ്പാട്ടും പാടും.

സുകുമാരന്റെ വിവരണങ്ങളിൽ നിന്നും സരസ്വതിക്ക് യൗവനാരംഭം മുതലേ സ്കിസോഫ്രീനിയ എന്ന മനോരോഗം ബാധിച്ചതായിരിക്കാമെന്ന സൂചനകളാണ് ലഭിച്ചത്. അതോടൊപ്പം ഇടയ്ക്കിടെ വിഷാദവും ഉന്മാദവും മാറിമാറി വരുന്നതും പതിവായിരുന്നു. എടുത്തുപറയാവുന്ന കാരണമൊന്നുമില്ലാതെ രണ്ടോ മൂന്നോ മാസം നീണ്ടു നിൽക്കുന്ന ദു:ഖവും സന്തോഷവും അതാണ് സൂചിപ്പിക്കുന്നത്. ഇതൊക്കെയായിട്ടും സരസ്വതിക്ക് സാധാരണജീവിതം തുടരാനായത് അത്ഭുതം തന്നെ. മനോരോഗികളിൽ അപൂർവമായി മാത്രം കാണാവുന്ന ഒരു സ്ഥിതിയാണിത്. ഒന്നിലധികം മനോരോഗങ്ങൾ ഒരുമിച്ചാക്രമിച്ചിട്ടും കീഴടങ്ങാതെ നാൽപ്പത് വർഷക്കാലം സാധാരണജീവിതം നയിച്ച സരസ്വതി അപൂർവ വ്യക്തി

ത്വത്തിന്റെ ഉടമയാണ്. സരസ്വതിയുടെ നിഗൂഢമായ അനുഭവങ്ങൾ മന സിലാക്കുവാനുള്ള കൗതുകത്തോടെ ചോദിച്ചു:

"സരസ്വതിക്ക് അദൃശ്യശക്തികളുടെ അതായത് ദേവിയുടെയും മറ്റും സാന്നിധ്യം എങ്ങനെയാണ് മനസിലാകുന്നത്?"

"അത് എനിക്കറിയാമ്പറ്റും."

"എങ്ങനെ?"

"എങ്ങനേന്ന് എനിക്ക് പറയാമ്പറ്റൂല. ഉള്ളില് തോന്നണം."

ചില മനുഷ്യർക്കുണ്ടാകുന്ന ദിവ്യാനുഭവങ്ങളോട് (mystic experience) സാമ്യമുള്ളതാണ് സരസ്വതിയുടെ മിഥ്യാനുഭവങ്ങൾ (hallucinations). മനസിന്റെ ഉപബോധതലത്തെ ഉയർത്തിക്കൊണ്ടുവന്ന് സർഗ പരമായ ഭാവനയെ പ്രവർത്തിക്കുമ്പോഴാണ് ദിവ്യാനുഭവം ഉണ്ടാകുന്നത്. ഒരു തരം ഭ്രമകൽപ്പന (fantasy)ആണത്. സർഗപ്രതിഭയുള്ളവർക്കെല്ലാം ഭ്രമകൽപ്പനയും സാധ്യമാണ്. ഇത്തരം അനുഭവങ്ങൾ ദിവ്യമാണെന്നുള്ളത് മതവിശ്വാസം (religious faith) ആണ്. ചില സന്ദർഭങ്ങളിൽ സ്വത്വത്തിന്റെ അതിരുകൾ ഇല്ലാതായി സ്വത്വം പ്രപഞ്ചവുമായി താദാത്മ്യം പ്രാപിച്ചു എന്ന തോന്നലായിരിക്കും. മന:ശാസ്ത്രത്തിൽ ഇത്തരം അനുഭവങ്ങളെ മഹിഷ്ഠാനുഭവം (peak experience) എന്നാണ് പറയുന്നത്. മഹിഷ്ഠാ നുഭവങ്ങളുടെ ശാസ്ത്രീയമായ വിശദീകരണം ആദ്യം നൽകിയത് എബ്രഹാം മാസ്ലോ എന്ന മന:ശാസ്ത്രജ്ഞനാണ്. അതുകൊണ്ട് ഈ ദിവ്യാനുഭവത്തെ Maslow's Peak Experience എന്നും പറയുന്നു. ദൈവ ത്തിന്റെ തൊട്ടടുത്തുനിൽക്കുന്നതായിട്ടും ദൈവം, ദൈവത്തിന്റെ അവ താരം, ദൈവദൂതൻ (മാലാഖ – മലക്ക്), ദേവീദേവന്മാർ എന്നിവരൊക്കെ പ്രത്യക്ഷപ്പെടുന്നതായിട്ടും അനുഭവപ്പെടുന്നതിനെ 'വെളിപ്പെടൽ അനു ഭവം' (epiphanic experience)എന്നാണ് പറയുന്നത്. മെസ്കലിൻ, എൽ എസ് ഡി (Lysergic Acid Diethylamide)എന്നീ ഔഷധങ്ങൾ മുകളിൽ വിവരിച്ചതിനുസമാനമായ മാനസികാവസ്ഥ സൃഷ്ടിക്കും. സൈക്കെഡെ ലിക് ഔഷധങ്ങൾ (Psychedelic Drugs) എന്നാണവയുടെ പേര്. മെസ്ക ലിൻ കഴിച്ച് ദിവ്യാനുഭവപരീക്ഷണത്തിന് സ്വമേധയാ തയ്യാറായ ചിന്ത കൻ ആൽഡസ് ഹക്സിലി തന്റെ അനുഭവങ്ങളുടെ അടിസ്ഥാനത്തി ലാണ് *Doors of Perception* എന്ന വിശ്വവിഖ്യാതഗ്രന്ഥം രചിച്ചത്. ദിവ്യാ നുഭവങ്ങൾ സ്കിസോഫ്രീനിയ രോഗത്തിന്റെ ലക്ഷണങ്ങളിൽ ഒന്നായ മിഥ്യാനുഭവങ്ങൾ (hallucinations) ആയി തെറ്റിദ്ധരിക്കപ്പെടാൻ സാധ്യ തയുണ്ട്. സരസ്വതിക്ക് മിസ്റ്റിക് അനുഭവമായിരുന്നില്ല, മിഥ്യാനുഭവം തന്നെ ആയിരുന്നുവെന്ന് സരസ്വതിയുടെ വാക്കുകൾ തെളിയിക്കുന്നു.

"ദേവി സരസ്വതിയോട് സംസാരിക്കാറുണ്ടോ?"

"ഉണ്ട്. എന്നോട് ഓരോന്നൊക്കെ ചോദിക്കും."

"എന്തൊക്കെയാണ് ചോദിക്കാറ്?"

"നമ്മട വീട്ടലെ കാര്യങ്ങളൊക്കെത്തന്നെ. ചോറും കറീം വെച്ചാ. അമ്മേം അച്ഛനേം കാണാൻ പോവാത്തതെന്താ എന്നൊക്കെ ചോദിക്കും."

"വഴക്ക് പറയാറുണ്ടോ?"

"ഇല്ല യക്ഷീം ശാശുക്കളുമൊക്കെ ചീത്തവിളിക്കാറുണ്ട്." (ശാശുക്കൾ=പിശാചുക്കൾ)

"ഏതെങ്കിലും അദൃശ്യശക്തികളെ നേരിട്ട് കണ്ടിട്ടുണ്ടോ?"

"ഇല്ല. കാണണോന്ന് പറഞ്ഞാല് ചീത്ത വിളിക്കും."

"ദേവിയോ?"

"ദേവിയല്ല. ശാശുക്കള്. ദേവിയോട് കാണണമെന്ന് പറഞ്ഞപ്പം ചിരിച്ചോണ്ട് പറഞ്ഞ് കാണാറാവുമ്പം കാണാംന്ന്."

"ഇങ്ങനെ അദൃശ്യശക്തികളുമായി സംസാരിക്കുകയും ബന്ധപ്പെടുകയുമൊക്കെ ചെയ്യുന്നതുകൊണ്ട് സരസ്വതിക്ക് എന്തെങ്കിലും ഗുണമുണ്ടോ?"

"പിന്നെ. ഒരുപാട് ഗുണമുണ്ട്."

"എന്താണ് ഗുണമുണ്ടായത്?"

"അത്..... കുഞ്ഞുങ്ങൾക്കും വീട്ടിലൊള്ളോർക്കും ഒക്കെ വയ്യാണ്ടായാ അവര് നോക്കിക്കോളും. മനസിന് സന്തോഷം തോന്നും."

"ഇപ്പൊ ഭയമാണല്ലോ തോന്നിയത്?"

"അത് ശാശുക്കളും യക്ഷീമൊക്കെ വന്നതോണ്ടാണ്."

"ദേവി അവരെയൊക്കെ അകറ്റൂലെ?"

"ദേവി ശാശുക്കളൊള്ളപ്പം വരൂല."

ആശുപത്രിയിൽ നിൽക്കാനും മരുന്നുകഴിക്കാനും തയ്യാറാണെങ്കിലും ശരീരം ഉഷ്ണിക്കാനിടവരുന്ന ശക്തികൂടിയ മരുന്നുകൾ കൊടുക്കരുതെന്ന് സരസ്വതി പറഞ്ഞു. ശരീരം ഉഷ്ണിച്ചാൽ ദേവിയുടെ സാന്നിധ്യം നഷ്ടമാകുമെന്ന് അവർ ഭയപ്പെടുന്നു.

ഭൂരിപക്ഷം സ്കിസോഫ്രീനിയ രോഗികളും മിഥ്യാനുഭവങ്ങൾ മൂലം മാനസികമായി വ്യഥ അനുഭവിക്കുന്നവരാണ്. അവർ കേൾക്കുന്ന അശരീരികൾ പലപ്പോഴും കുറ്റപ്പെടുത്തലുകളോ ഭർത്സനങ്ങളോ അസഭ്യവർഷങ്ങളോ അരുതാത്തത് ചെയ്യാനുള്ള ആജ്ഞകളോ ആയിരിക്കും. സിഗ്മണ്ട് ഫ്രോയിഡിന്റെ സിദ്ധാന്തമനുസരിച്ച് മിഥ്യാദർശനങ്ങളും അശരീരികളും മറ്റുതരത്തിലുള്ള മിഥ്യാനുഭവങ്ങളും വ്യക്തിയുടെ അബോധമനസിലെ ആശയങ്ങളും ബിംബങ്ങളും ബാഹ്യലോകത്തേക്ക് പ്രലംബനം (projection) ചെയ്യുന്നതുകൊണ്ടുണ്ടാകുന്നതാണ്. ഈ സിദ്ധാന്തം അതേ പടി ഇന്ന് അംഗീകരിക്കാൻ കഴിയില്ല. സ്കിസോഫ്രീനിയരോഗത്തിന്റെ താണ്ഡവം മസ്തിഷ്കത്തിന്റെ സൂക്ഷ്മതലങ്ങളിലുണ്ടാകുന്ന രാസമാറ്റങ്ങളുടെ അനന്തരഫലങ്ങളാണ് മിഥ്യാവിശ്വാസങ്ങളും (delusions) മിഥ്യാനുഭവങ്ങളും (hallucinations) എന്ന യാഥാർത്ഥ്യം ആധുനിക ശാസ്ത്രം അനാവരണം ചെയ്തതാണ്. പക്ഷേ രോഗിയുടെ മിഥ്യാവിശ്വാസങ്ങളുടെയും മിഥ്യാനാഭവങ്ങളുടെയും ഉള്ളടക്കങ്ങൾ ശൂന്യതയിൽ നിന്നുണ്ടാകുന്നതല്ല. സമൂഹത്തിൽ നിലനിൽക്കുന്നതും വ്യക്തിയുടെ മനസിൽ കടന്നുകൂടി സ്ഥിതിചെയ്യുന്നതുമായ വിശ്വാസങ്ങളും അന്ധ

വിശ്വാസങ്ങളും ആചാരാനുഷ്ഠാനങ്ങളെക്കുറിച്ചുള്ള ധാരണകളും തന്നെ ആയിരിക്കും രോഗലക്ഷണങ്ങളായി പ്രത്യക്ഷപ്പെടുന്ന മിഥ്യാനുഭവങ്ങളുടെയും മിഥ്യാവിശ്വാസങ്ങളുടെയും ഉള്ളടക്കം. ഇതിനെയാണ് ഫ്രോയിഡ് അബോധമനസിലെ കാര്യങ്ങളുടെ പ്രലംബനമായിട്ട് വ്യാഖ്യാനിച്ചത്. മനോരോഗലക്ഷണങ്ങൾ സംസ്കാരബന്ധിതങ്ങളാണെന്ന് നിരവധി പഠനങ്ങൾ വ്യക്തമാക്കിയിട്ടുണ്ട്. ഫ്രോയിഡിന്റെ നിഗമനങ്ങളെയും സിദ്ധാന്തങ്ങളെയും ആധുനികശാസ്ത്രത്തിന്റെ വെളിച്ചത്തിൽ പരിശോധിക്കാതെ പഴയപടി തന്നെ 'ഗുദരതി, വദനരതി' എന്നൊക്കെ ഉരുവിട്ടു നടക്കുന്ന ഫ്രോയിഡിയന്മാരും ഉണ്ട്.

ദേവതകളും മറ്റ് അദൃശ്യശക്തികളുമായിട്ട് സമ്പർക്കമുണ്ടെന്ന് അവകാശപ്പെടുക മാത്രമല്ല അവരുടെയൊക്കെ ഭാഷണങ്ങളും ഭർത്സനങ്ങളും നേരിട്ട് 'കേൾക്കുകയും' ചെയ്യുന്ന സരസ്വതി മറ്റൊരു ആൾദൈവമായി ഉയർന്നുവരാതിരുന്നത് അവരെ 'സ്പോൺസർ ചെയ്യാൻ' ആരും എത്താതിരുന്നതുകൊണ്ടാണ്. ആൾദൈവങ്ങളെ വളർത്തിയെടുക്കുന്ന 'ശക്തികൾ' സരസ്വതിയുടെ മിഥ്യാവിശ്വാസങ്ങളെക്കുറിച്ചും മിഥ്യാനുഭവങ്ങളെക്കുറിച്ചും അറിഞ്ഞില്ലെന്നതാണ് വസ്തുത. തനിക്ക് ദിവ്യശക്തികളുണ്ടെന്ന് അവകാശപ്പെട്ടുകൊണ്ട് സമൂഹത്തിൽ സ്വയം വരാനുള്ള പാടവം സരസ്വതിക്കില്ലാതെപോയി. അവരെ അങ്ങനെ അവതരിപ്പിക്കാനുള്ള കൗശലം അവരുടെ ഭർത്താവിനും ഇല്ലായിരുന്നു.

മൂന്നാഴ്ച നീണ്ടുനിന്ന മരുന്നും മന:ശാസ്ത്രപരമായ മാർഗനിർദേശങ്ങളുമടങ്ങിയ ചികിത്സയ്ക്കുശേഷം വീട്ടിലേക്ക് പോകുന്ന സമയത്ത് തന്റെ അനുഭവങ്ങൾ മിഥ്യയായിരുന്നുവെന്ന് സരസ്വതി സമ്മതിച്ചു. വീണ്ടും സ്കിസോഫ്രീനിയ രോഗം പത്തിപൊക്കാതിരിക്കാൻ മരുന്നുകൾ തുടർച്ചയായി കഴിക്കണമെന്ന് ഉപദേശിച്ചു. എത്രകാലം മരുന്നുകഴിക്കണമെന്നുള്ള ചോദ്യത്തിനുള്ള സത്യസന്ധമായ മറുപടി ആയുഷ്കാലം മുഴുവൻ കഴിക്കണമെന്നായിരുന്നു. എങ്കിലും അങ്ങനെ പറഞ്ഞ് സരസ്വതിയെ നിരുത്സാഹപ്പെടുത്താതെ കുറച്ചുകാലം കഴിക്കൂ, അതിനുശേഷം മരുന്നുനിറുത്തുന്ന കാര്യത്തെക്കുറിച്ച് നമുക്ക് ആലോചിക്കാം എന്നു പറഞ്ഞ് അവരെ യാത്രയാക്കി.

42

ഒരു 'മിസ്‌കാൾ' ദുരന്തം

മിനി ലബോറട്ടറി ടെക്‌നീഷ്യൻ കോഴ്‌സിന്റെ പഠനം പൂർത്തിയാക്കിയതിനുശേഷം പരിശീലനത്തിനായി ഒരു സ്വകാര്യ ആശുപത്രിയിലെ ലബോറട്ടറിയിൽ പോകുകയായിരുന്നു. രാവിലെ ഏഴുമണിക്ക് വീട്ടിൽ നിന്നിറങ്ങിയാൽ ഉച്ചകഴിഞ്ഞ് രണ്ടു മണിയോടെ വീട്ടിൽ തിരിച്ചെത്തുകയാണ് പതിവ്. ഒരു ദിവസം മൂന്നുമണിയായിട്ടും വീട്ടിൽ തിരിച്ചെത്താതായപ്പോൾ ലീനയുടെ അമ്മ ആശുപത്രിയിലേക്ക് ഫോൺ ചെയ്ത് അന്വേഷിച്ചു. ആശുപത്രിയിൽ നിന്നും കിട്ടിയ മറുപടി കേട്ട് ലീലാമ്മ അസ്തപ്രജ്ഞയായി അൽപ്പനേരം നിന്നുപോയി. ലീന അന്ന് ആശുപത്രിയിൽ ചെന്നിട്ടില്ല! അതുകേട്ടപ്പോൾ മനസിൽ തോന്നിയ വികാരവിചാരങ്ങൾ ലീലാമ്മ വിവരിച്ചു.

"എന്റെ ഡോക്ടറേ, ഞാനങ്ങു സ്തംഭിച്ചുനിന്നുപോയി. ആദ്യം എന്റെ മനസിത്തോന്നിയത് ഇവളെവിടെയോ പോയി എന്തോ കടുംകൈ ചെയ്തെന്നാ. തലേന്ന് രാത്രി ഞാൻ വഴക്കുപറഞ്ഞതിന്റെ വാശി തീർത്തതാന്നാ കരുതിയത്. രാത്രി രണ്ട് മണിക്ക് ഉണർന്നുനോക്കിയപ്പം ഇവളാരോടോ മൊബൈൽഫോണിൽ സംസാരിച്ചോണ്ടിരിക്കുന്നതാ കണ്ടത്. അത് കണ്ടപ്പം ഞാൻ കൊറച്ച് വഴക്കുപറഞ്ഞു."

വഴക്കുപറഞ്ഞതിന്റെ പേരിൽ മകൾ എവിടെയോ പോയി ആത്മഹത്യ ചെയ്തിരിക്കും എന്നു ചിന്തിച്ചുപോയതിന്റെ പശ്ചാത്തലം ലീലാമ്മ വ്യക്തമാക്കി. അവർക്ക് രണ്ട് പെൺകുട്ടികളായിരുന്നു. മൂത്തമകൾ എൽസി രണ്ടുവർഷം മുമ്പ് പപ്പ ശാസിച്ചതുകാരണം ആത്മഹത്യ ചെയ്തു. സൗദിഅറേബ്യയിൽ ജോലിചെയ്യുന്ന പപ്പ രണ്ടുവർഷം മുമ്പ് അവധിക്കുവന്ന സമയത്താണ് ആ ദുരന്തം സംഭവിച്ചത്. കൂടെ പഠിച്ചിരുന്ന അന്യമതക്കാരനായ ചെറുപ്പക്കാരൻ എൽസിയെത്തിരക്കി ഇടയ്ക്കിടെ വീട്ടിൽ വരുന്നതും ഫോൺ ചെയ്യുന്നതും പപ്പയുടെ ശ്രദ്ധയിൽ

പ്പെട്ടു. അന്യമതത്തിൽ പെട്ട യുവാവുമായി പ്രണയത്തിലായതിനു പപ്പ എൽസിയെ കുറ്റപ്പെടുത്തി. തനിക്ക് യുവാവിനോട് യാതൊരു അടുപ്പമി ല്ലെന്നും, അക്കാര്യം അയാളോടു തുറന്നുപറഞ്ഞിട്ടും തന്നെ ശല്യപ്പെടു ത്തുകയാണെന്നും എൽസി തറപ്പിച്ചുപറഞ്ഞു. എൽസി പറഞ്ഞത് പപ്പയ്ക്ക് വിശ്വാസമായില്ല. പെണ്ണിനു സമ്മതമില്ലെങ്കിൽ ആണുങ്ങൾ പുറകെ നടക്കാൻ ധൈര്യപ്പെടുകയില്ലെന്നായിരുന്നു പപ്പയുടെ സിദ്ധാന്തം. എൽസിയുടെ സഹപാഠി ഒരു രാത്രി ഫോൺചെയ്തു. ഫോണെടുത്തത് പപ്പ. എൽസിക്ക് കൊടുക്കണമെന്ന് ഫോൺചെയ്ത ആൾ ആവശ്യപ്പെ ട്ടപ്പോൾ ഉറക്കമായെന്ന് പറഞ്ഞു. ഫോൺ വച്ചതിനുശേഷം പപ്പ എൽസിയെ കുറ്റപ്പെടുത്തി സംസാരിച്ചു. അതിൽ മനംനൊന്ത് എൽസി അന്നു രാത്രി ഉറക്കമുറിയിലെ ഫാനിൽ കെട്ടിത്തൂങ്ങി ആത്മഹത്യ ചെയ്തു. ഈ സാഹചര്യത്തിലാണ് താൻ വഴക്കുപറഞ്ഞതിന്റെപേരിൽ ലീന എവിടെയെങ്കിലും പോയി ആത്മഹത്യചെയ്തിരിക്കുമോ എന്ന ഭയം അശനിപാതം പോലെ ലീലാമ്മയുടെ മനസിനെ നടുക്കിയത്.

ലീലാമ്മ മകളെ വഴക്കു പറഞ്ഞതിനു കാരണം പ്രണയം തന്നെ ആയിരുന്നു. ലീനയുടെ പ്രണയം വിശേഷതരത്തിലുള്ളതായിരുന്നു. അഞ്ചാറുമാസങ്ങൾക്കു മുമ്പ് ഒരു ദിവസം മൊബൈൽ ഫോണിൽ ഒരു "മിസ്കാൾ"(missed call) കണ്ടപ്പോൾ ലീനയ്ക്ക് കൗതുകം തോന്നി ആ നമ്പറിൽ വിളിച്ചു. ഒരു യുവാവാണ് മറുപടി പറഞ്ഞത്. ലീനയ്ക്ക് ആ സ്വരം ഇഷ്ടപ്പെട്ടു. ആരാണ് സംസാരിക്കുന്നതെന്ന് ലീന ചോദിച്ചു. തന്റെ പേര് ജിനൻ എന്നാണെന്നും കൊല്ലത്താണ് വീടെന്നും പറഞ്ഞു. ലീനയും തന്റെ വിവരങ്ങളെല്ലാം പറഞ്ഞു. യുവാവ് കൊല്ലത്തെ ഒരു കോളേജിൽ ബി എ യ്ക്ക് പഠിക്കുകയാണ്. ശബ്ദത്തിലൂടെ മാത്രം പരി ചയപ്പെട്ടതിനുശേഷം ജിനനും ലീനയും നിത്യവും ഫോണിൽ സംസാരിക്കാൻ തുടങ്ങി. മിക്ക ദിവസങ്ങളിലും അമ്മ ഉറങ്ങിയതിനു ശേഷം ലീനയാണ് ജിനനെ വിളിക്കാറ്. ഏതാനും ദിവസങ്ങൾക്കുള്ളിൽ അവരുടെ സംസാരം പ്രണയസല്ലാപമായിമാറി. ഫോണിൽക്കൂടിയുള്ള പ്രേമസല്ലാപം അർധരാത്രിയും കടന്നുപോകാറുണ്ടായിരുന്നു. ചിലപ്പോൾ വെളുപ്പാൻ കാലം വരെയും നീണ്ടുനിൽക്കും.

ഒരു രാത്രി ലീലാമ്മ ഉറക്കത്തിൽ നിന്നും ഇടയ്ക്കുണർന്നപ്പോൾ മകൾ ഉറക്കമൊഴിച്ചിരുന്ന് ഫോണിൽ ആരോടോ സല്ലപിക്കുന്നതാണ് കണ്ടത്. അത് പ്രേമസല്ലാപമാണെന്നും ലീലാമ്മയ്ക്ക് തോന്നി. അതി നാണ് ലീനയെ വഴക്കുപറഞ്ഞതും പിറ്റേദിവസം പതിവുസമയത്ത് ലീന വീട്ടിൽ തിരിച്ചെത്താതിരുന്നതും. ലീലാമ്മ തൊട്ടടുത്തുതാമസിക്കുന്ന സഹോദരനോട് വിവരം പറഞ്ഞു. സഹോദരന്റെ നിർദേശപ്രകാരം പൊലീസ്സ്റ്റേഷനിൽ മകളെ കാണാനില്ലെന്ന് കാണിച്ചുകൊണ്ട് ഒരു പരാതി എഴുതികൊടുത്തു. ഭർത്താവിനെ വിവരമറിയിക്കണോ വേണ്ടയോ എന്ന ചിന്ത മനസിനെ അലട്ടി. അസ്വസ്ഥത കാരണം ലീലാ മ്മയുടെ മനസിന്റെ സമനില തെറ്റുമെന്നായി. രാത്രിയായപ്പോൾ

കൊല്ലത്തെ ഒരു പൊലീസ് സ്റ്റേഷനിൽ നിന്നും ലീലാമ്മയ്ക്ക് ഫോൺ വന്നു. മകൾ ലീന പൊലീസ് കസ്റ്റഡിയിലുണ്ടെന്നും സുരക്ഷിതമായി അബലാമന്ദിരത്തിൽ പാർപ്പിച്ചിരിക്കുകയാണെന്നും രാവിലെവന്ന് കൂട്ടി കൊണ്ടുപോകണമെന്നും സബ്ഇൻസ്പെക്ടർ പറഞ്ഞപ്പോൾ മകൾ ജീവിച്ചിരിപ്പുണ്ടല്ലോ എന്ന് പകുതി ആശ്വാസമായി. മകൾ പൊലീസ് കസ്റ്റഡിയിലായതെങ്ങനെ? സൗദിയിലുള്ള ഭർത്താവിനെ വിവരം അറി യിക്കണ്ടേ? തുടങ്ങിയ ചിന്തകൾ ഒഴിയാബാധയായി മനസിനെ അലട്ടി കൊണ്ടിരുന്നതുകാരണം രാത്രി ഉറങ്ങാൻ കഴിഞ്ഞില്ല. എന്താണുണ്ടാ യതെന്ന് പൂർണമായും അറിഞ്ഞതിനുശേഷം ഭർത്താവിനെ അറിയിച്ചാൽ മതിയെന്ന് ജ്യേഷ്ഠൻ ഉപദേശിച്ചത് ആശ്വാസം പകർന്നു. പിറ്റേ ദിവസം രാവിലെ ലീനയെ കൂട്ടിക്കൊണ്ടുവരാൻ ലീലാമ്മ ജ്യേഷ്ഠനോടൊപ്പം പുറ പ്പെട്ടു. കൊല്ലത്തെത്തിയപ്പോഴാണ് ലീന സൃഷ്ടിച്ച അസംബന്ധനാടക ത്തിന്റെ രംഗങ്ങളെക്കുറിച്ചുള്ള വ്യക്തമായ ചിത്രം കിട്ടിയത്.

ലബോറട്ടറി പരിശീലനത്തിനായി ആശുപത്രിയിൽ പോകാതെ ലീന കൊല്ലത്തേക്ക് ട്രെയിൻ കയറുകയാണ് ചെയ്തത്. ശബ്ദത്തിലൂടെ മാത്രം പരിചയപ്പെടുകയും പ്രണയിക്കുകയും ചെയ്ത ജിനന്റെ വീട്ടി ലേക്ക് തെല്ലും പതറാതെ കയറിച്ചെന്നു. അപ്രതീക്ഷിതമായി ലീനയെ കണ്ടപ്പോൾ ജിനൻ ഞെട്ടി. ആരാണിവൾ എന്ന അച്ഛനമ്മമാരുടെ ചോദ്യ ത്തിന് പെട്ടെന്നു മറുപടിപറയാൻ കഴിഞ്ഞില്ല. ഭീരുവായ യുവാവ് ലീനയെ തള്ളിപ്പറഞ്ഞു. തനിക്ക് ലീനയെ അറിഞ്ഞുകൂടെന്ന് നുണപറ യുന്നതിനു പകരം താൻ ഈ പെൺകുട്ടിയെ ആദ്യമായി കാണുക യാണെന്ന നിറം പിടിപ്പിച്ച സത്യം പറഞ്ഞ് ജിനൻ തടിതപ്പി. ലീനയ്ക്ക് സഹിക്കാൻ കഴിഞ്ഞില്ല. ഇത്രയും നാൾ ഭാര്യാഭർത്താക്കന്മാരെപ്പോലെ കഴിഞ്ഞിട്ട് തള്ളിപ്പറയുന്നോ എന്ന് ചോദിച്ചുകൊണ്ട് വീട്ടിനകത്തേക്ക് പാഞ്ഞുകയറി. തിരികെ വന്നത് വീട്ടിലെ കറിക്കത്തിയുമായാണ്. എല്ലാ വരും വിചാരിച്ചത് ജിനനെ ആക്രമിക്കാനാണെന്നാണ്. പക്ഷേ ലീന നിമി ഷനേരം കൊണ്ട് എല്ലാവരും നോക്കിനിൽക്കെ സ്വന്തം ഇടതുകൈത്ത ണ്ടയിലെ രക്തധമനി മുറിക്കുകയാണ് ചെയ്തത്. രക്തം ചിന്തുന്നത് കണ്ട് ലീന ബോധമറ്റ് നിലത്തുവീണു. ജിനന്റെ അച്ഛനും അമ്മയും സഹോദ രിമാരും ഭയപ്പെട്ടു. കൈത്തണ്ടയിലെ രക്തസ്രാവം നിൽക്കാനായി ജിനന്റെ അച്ഛൻ തോർത്തുകൊണ്ട് വരിഞ്ഞുകെട്ടി. പൊലീസ് സ്റ്റേഷനിലേക്ക് ഫോൺ ചെയ്തു. പൊലീസെത്തി ലീനയെ ആശുപത്രിയിൽ കൊണ്ടു പോയി. മുറിവ് തുന്നിക്കെട്ടിയതിനുശേഷം അബലാമന്ദിരത്തിലെത്തിച്ചു.

ലീലാമ്മയോടും ജിനന്റെ മാതാപിതാക്കളോടും ജിനന്റെ കാര്യങ്ങൾ ചോദിച്ചറിഞ്ഞ സബ്ഇൻസ്പെക്ടർ മകളെ ഉടനെ തന്നെ ഒരു സൈക്യാ ട്രിസ്റ്റിനെ കാണിക്കാൻ ലീലാമ്മയോട് നിർദേശിച്ചുകൊണ്ടാണ് തിരി ച്ചേൽപ്പിച്ചത്.

അമ്മ സംഭവം വിവരിക്കുമ്പോൾ ലീന സശ്രദ്ധം കേട്ടുകൊണ്ടിരി ക്കുകയായിരുന്നു. ഇരുപതുകാരിയാണെങ്കിലും നാലരയടി മാത്രം പൊക്ക

മുള്ള മെലിഞ്ഞ ലീനയെ കണ്ടാൽ ഹൈസ്കൂൾ വിദ്യാർഥിനിയാണെന്നേ തോന്നുകയുള്ളു. ശിശുസഹജമായ നിഷ്കളങ്കത പ്രകടമാക്കുന്ന മുഖം. അമ്മ പറഞ്ഞതെല്ലാം ശരിയാണോ എന്ന് ചോദിച്ചപ്പോൾ യാതൊരു കൂസലുമില്ലാതെ അതെ എന്നു പറഞ്ഞു. എന്തോ ആലോചിച്ച് അൽപ്പനേരമിരുന്നതിനുശേഷം ലീന അമ്മയെ ഒന്നുനോക്കി. എന്നിട്ട് പറഞ്ഞു:

"എനിക്ക് ഡോക്ടറോട് മാത്രമായി ചില കാര്യങ്ങൾ പറയാനുണ്ട്."

ലീലാമ്മ ഉടനെ തന്നെ പരിശോധനാമുറിക്ക് പുറത്തിറങ്ങി. താൻ പറയുന്നതൊന്നും അമ്മ കേൾക്കുന്നില്ലെന്ന് ഉറപ്പ് വരുത്തിയതിനു ശേഷം ലീന പറഞ്ഞു:

"എനിക്ക് ജിനൻ ചേട്ടനെ പിരിഞ്ഞിരിക്കാൻ കഴിയില്ല ഡോക്ടർ."

"അയാൾ ലീനയെ തള്ളിപ്പറഞ്ഞതല്ലേ?"

"അതപ്പോഴത്തെ സാഹചര്യത്തിൽ ജിനൻചേട്ടൻ പറഞ്ഞുപോയതാണെന്ന് എനിക്കറിയാം. ജിനൻ ചേട്ടൻ എന്നെ ജീവനെപ്പോലെ സ്നേഹിക്കുന്നുണ്ട്. ഞങ്ങൾ അഞ്ചാറുമാസക്കാലം ഭാര്യാഭർത്താക്കന്മാരെപ്പോലെയാണ് കഴിഞ്ഞത്. ഇനി എങ്ങനെയാണ് പിരിയുക? പിരിയേണ്ടി വന്നാൽ എനിക്ക് ജീവിതം അവസാനിപ്പിക്കേണ്ടിവരും."

"ഭാര്യാഭർത്താന്മാരെപ്പോലെ കഴിഞ്ഞതെന്ന് പറഞ്ഞാൽ? നിങ്ങൾ തമ്മിൽ ആദ്യമായി കണ്ടത് ലീന കൊല്ലത്ത് ജിനന്റെ വീട്ടിൽ ചെന്നപ്പോഴല്ലേ?"

"ഫോണിക്കൂടിയുള്ള സംസാരത്തിൽ ഞങ്ങൾ ഭാര്യാഭർത്താക്കന്മാരെപ്പോലെ ആയിരുന്നു."

"എന്നു വെച്ചാൽ?"

"ഞങ്ങൾ സെക്സിനെക്കുറിച്ചൊക്കെ ഫ്രീയായിട്ട് സംസാരിക്കുമായിരുന്നു."

"ആരാണ് സെക്സിനെക്കുറിച്ച് ആദ്യം സംസാരിച്ചു തുടങ്ങിയത്? ലീനയാണോ ജിനനാണോ?"

"ജിനൻ ചേട്ടനാണ്."

"ജിനനെ പിരിഞ്ഞ് ജീവിക്കാൻ സാധ്യമല്ലെന്ന് അമ്മയോട് ലീന പറഞ്ഞോ?"

"പറഞ്ഞു."

"അമ്മയെന്തു പറഞ്ഞു?"

"അമ്മ ജിനൻ ചേട്ടന്റെ വീട്ടുകാരുമായി സംസാരിച്ചു."

"അവരെന്തു പറഞ്ഞു?"

"അവർക്ക് സമ്മതമല്ലെന്ന് പറഞ്ഞു. പക്ഷേ ജിനൻ ചേട്ടന് എന്നെ ഇഷ്ടമാണ്. അതെനിക്കറിയാം. എല്ലാവരും കൂടി ജിനൻ ചേട്ടനെ പറഞ്ഞ് തിരിച്ചതാണ്. എനിക്കിനി ജീവിക്കണമെന്നില്ല."

ലീന വിതുമ്പിക്കരയാൻ തുടങ്ങി. അവൾ തീവ്രമായ വിഷാദത്തിലായിരുന്നു. വിഷാദരോഗത്തോടൊപ്പം ലീനയ്ക്ക് ആവേഗങ്ങൾ (impulses) നിയന്ത്രിക്കാൻ കഴിയാത്ത മാനസിക വൈകല്യവും (impulse control disorder) ഉണ്ടെന്നു മനസിലായി. ആവേഗങ്ങൾ നിയന്ത്രിക്കാനാവാത്ത മനോവൈകല്യത്തിന്റെ പട്ടികയിൽ ഇടയ്ക്കിടെയുള്ള പൊട്ടിത്തെറികൾ (Intermittent Explosive Disorder - IED) മോഷണത്വര (Kleptomania), തീവെച്ചുനശിപ്പിക്കാനുള്ള അദമ്യവാസന (pyromania), ചൂതാട്ടത്വര (Pathological Gambling) , സ്വന്തം തലമുടി പിഴുതുകളയുന്ന സ്വഭാവം (Trichotillomania) എന്നിവയാണ് ഉൾപ്പെടുത്തിയിട്ടുള്ളത്. എടുത്തുചാട്ടസ്വഭാവവും ആത്മഹത്യാപ്രവണതയും ആവേഗങ്ങൾ നിയന്ത്രിക്കുന്നതിനുള്ള പൊതുവായ ശേഷിക്കുറവുമൂലമാണുണ്ടാവുന്നത്. ആവേഗങ്ങൾ നിയന്ത്രിക്കാനുള്ള കഴിവ് ശിശുക്കൾക്ക് കുറവായിരിക്കും. വ്യക്തി വളർച്ച പ്രാപിക്കുന്നതോടെ നിയന്ത്രണശേഷി കൈവരിക്കുന്നു. എന്നാൽ ചില വ്യക്തികൾ മാനസികമായ വ്യഥ അനുഭവിക്കുമ്പോൾ ആവേഗനിയന്ത്രണത്തിനുള്ള (impulse control) ശേഷി പൂർണമായും നഷ്ടപ്പെടുകയോ കുറയുകയോ ചെയ്യും. അതുകൊണ്ടാണ് ചില മനോരോഗികൾ ആത്മഹത്യ ചെയ്യുന്നത്. ലീനയുടെ മൂത്ത സഹോദരി അച്ഛൻ വഴക്കുപറഞ്ഞതിന്റെ പേരിൽ ആത്മഹത്യ ചെയ്യുകയുണ്ടായല്ലോ. ആവേഗനിയന്ത്രണശേഷി കുറവായതുകൊണ്ടാണ് അങ്ങനെ സംഭവിച്ചത്. ലീനയും പറഞ്ഞതുപോലെ തന്നെ ആത്മഹത്യചെയ്യാൻ സാധ്യതയുണ്ട്. അതുകൊണ്ട് മരുന്നുകളോടൊപ്പം തന്നെ മനഃശാസ്ത്രചികിത്സയും അത്യാവശ്യമാണ്. മകളെ ശാസിക്കുകയോ കുറ്റപ്പെടുത്തുകയോ ചെയ്യാതെ സഹാനുഭൂതിയോടെ പെരുമാറണമെന്ന് ലീലാമ്മയെ ബോധ്യപ്പെടുത്താനായിരുന്നു കൂടുതൽ പ്രയാസം. ജിനൻ തള്ളിപ്പറഞ്ഞിട്ടും വീട്ടുകാരെതിർത്തിട്ടും അയാളോട് അടുപ്പമാണെന്നും അയാളെ പിരിഞ്ഞ് ജീവിക്കാൻ കഴിയുകയില്ലെന്നും ലീന പറയുന്നത് എന്തുകൊണ്ടാണെന്ന് മനസിലാകുന്നില്ലെന്നാണ് അവരുടെ വാദം. പ്രണയം യുക്തിബോധത്തെയും കാര്യകാരണചിന്തകളെയും തളർത്തും. കൗമാരപ്രണയത്തിന്റെ മാത്രം കഥയല്ല അത്. ഏതു പ്രായത്തിലുള്ളവരായാലും പ്രണയം മനസിനെ വികാരതരളിതമാക്കുന്നു. ആവേഗനിയന്ത്രണശേഷി കുറഞ്ഞവരുടെ പ്രണയം സഫലമാകാതെ വന്നാൽ നൈരാശ്യം അവരെ ആത്മഹത്യയിലേക്കോ നരഹത്യയിലേക്കോ നയിക്കുകയും ചെയ്യും.

ജിനന്റെ വീട്ടുകാരുമായി സംസാരിച്ചകാര്യം ശരിയാണെന്ന് ലീലാമ്മയും സമ്മതിച്ചു. മൂത്ത മകൾ ആത്മഹത്യ ചെയ്തതിൽ നിന്നും പാഠം ഉൾക്കൊണ്ട പപ്പ അന്യമതക്കാരനായ ജിനനുമായി ലീനയുടെ വിവാഹം നടത്തുന്നതിന് തടസമൊന്നും പറഞ്ഞില്ല. ജിനന്റെ വീട്ടുകാർ സമ്മതിക്കുകയാണെങ്കിൽ വിവാഹം നടത്തിക്കൊടുക്കാമെന്ന് പപ്പ സമ്മതിച്ചതനുസരിച്ചാണ് ജിനന്റെ മാതാപിതാക്കളുമായി ലീലാമ്മ സംസാരിച്ചത്. പക്ഷേ അവർ അന്യമതത്തിൽപ്പെട്ട ഒരു പെൺകുട്ടിയെ മരുമകളായി സ്വീകരിക്കാൻ തയ്യാറല്ല. ജിനനാകട്ടെ ഒരു തമാശയ്ക്കുവേണ്ടിയാണ് താൻ ലീനയുമായി രാത്രി മുഴുവൻ നീണ്ടുനിൽക്കാറുണ്ടായിരുന്ന മൊബൈൽ ഫോൺ സംസാരങ്ങൾ നടത്തിയതെന്ന് പറഞ്ഞ് തടിതപ്പിയതോടെ ലീന

യുടെ ആഗ്രഹം ഒരിക്കലും സഫലമാകുകയില്ലെന്ന് ബോധ്യമായി. എന്നിട്ടും തന്റെ മകൾ എന്തുകൊണ്ട് ആ പയ്യന്റെ പേരിൽ കണ്ണീരൊഴുക്കുന്നു എന്നാണവരുടെ ചോദ്യം. ലീനയുടെ മനോരോഗമായിരുന്നു അതിനുകാരണം. മരുന്നുകൾ കഴിച്ചു തുടങ്ങിയപ്പോൾ ജിനനെക്കുറിച്ചു സംസാരിക്കുന്നതും സങ്കടപ്പെടുന്നതും കുറഞ്ഞിട്ടുണ്ടെന്ന് ലീനയുടെ അമ്മ ഫോണിൽ വിളിച്ചറിയിച്ചു. എങ്കിലും ആവേഗത്താൽ എന്തെങ്കിലും പ്രവർത്തിക്കാൻ സാധ്യതയുണ്ടെന്നുള്ള കാര്യം കണക്കിലെടുത്ത് ലീനയുടെമേൽ ശ്രദ്ധ ചെലുത്തണമെന്നു നിർദേശിച്ചു.

ഞാൻ ഛത്തീസ്ഘട്ടിലെ റായ്പൂരിൽ ഇന്ത്യൻ സൈക്യാട്രിക് സൊസൈറ്റിയുടെ ദേശീയ സെമിനാറിൽ പങ്കെടുത്തുകൊണ്ടിരുന്നപ്പോൾ ലീലാമ്മ വീണ്ടും ഫോൺ ചെയ്തു. ലീന കണ്ണുവെട്ടിച്ച് വീണ്ടും കൊല്ലത്തുപോയി ജിനന്റെ വീട്ടിൽ കയറിച്ചെന്ന് ബഹളമുണ്ടാക്കിയ വിവരം പറഞ്ഞു. ലീനയെ കണ്ട പടി ജിനന്റെ വീട്ടുകാർ പൊലീസിൽ വിവരമറിയിക്കുകയും പൊലീസ് വന്ന് ലീനയെ കൂട്ടിക്കൊണ്ടുപോകുകയും ചെയ്തു. എന്റെ നിർദേശപ്രകാരം ലീനയെ ആശുപത്രിയിൽ പ്രവേശിപ്പിച്ചു. ആവേഗങ്ങൾ നിയന്ത്രിക്കാനുള്ള ശേഷി ഉണ്ടാകുന്നതുവരെ ആശുപത്രിയിൽ നിറുത്താനും മരുന്നുകളോടൊപ്പം മന:ശാസ്ത്രചികിത്സയും നൽകാനും നിർദേശം നൽകി. സെമിനാറിൽ പങ്കെടുത്ത് തിരിച്ചെത്തിയപ്പോൾ, വീണ്ടും കൊല്ലത്ത് ജിനന്റെ വീട്ടിൽ പോയതെന്തിനാണെന്ന് ലീനയോട് ചോദിച്ചു. ഭാര്യാഭർത്താക്കന്മാരെപ്പോലെ അഞ്ചാറുമാസം കഴിഞ്ഞിട്ട് തന്നെ തള്ളിപ്പറഞ്ഞതെന്തിനാണെന്ന് ചോദിക്കാൻ പോയതായിരുന്നു എന്നാണ് ലീനയുടെ വിശദീകരണം. അങ്ങനെയൊക്കെ ചിന്തിച്ചതും ചെയ്തതുമൊക്കെ തന്റെ എടുത്തുചാട്ടങ്ങളായിരുന്നുവെന്ന ഉൾക്കാഴ്ച നേടിക്കൊണ്ടിരിക്കുകയാണ് ലീന. അധികം താമസിയാതെ തന്നെ ആശുപത്രി വിടാനും സാധാരണ ജീവിതത്തിലേക്ക് തിരിച്ചുപോകാനും കഴിയുമെന്നാണ് പ്രതീക്ഷ.

43

മുടിയനായ പുത്രനും ദുരിതമനുഭവിക്കുന്ന ഉമ്മയും

ആശുപത്രിയിലാക്കിയ മകൻ റഹിമിനെക്കാണാനും ചികിത്സയുടെ പുരോഗതി അറിയാനും വന്നതാണ് അത്തർ ബീവി. റഹിമിനെ ആശുപത്രിയിൽ അഡ്മിറ്റ് ചെയ്യാൻ കൊണ്ടുവന്നത് അത്തർ ബീവിയുടെ സഹോദരൻ മാഹീനാണ്. അയാൾക്ക് റഹിമിന്റെ സ്വഭാവദൂഷ്യങ്ങളുടെ പൂർണചിത്രം ഡോക്ടറുടെ മുമ്പിൽ അവതരിപ്പിക്കാൻ കഴിഞ്ഞിരിക്കില്ലെന്നും അക്കാര്യങ്ങൾ ഡോക്ടറോട് നേരിട്ടുപറയണമെന്നും മനസിൽ കരുതിയാണ് റമദാൻ മാസത്തിലെ നൊയമ്പ് നോറ്റുകൊണ്ട് അത്തർ ബീവി ആറ്റിങ്ങൽ നിന്നും തനിയെ വെള്ളനാട്ടെ കരുണാസായി ആശുപത്രിയിൽ വന്നിരിക്കുന്നത്.

"അവന്റെ എല്ലാ കാര്യങ്ങളും ആദ്യം മൊതലേ പറയാനൊള്ള അവസരം തരണം. ഞാമ്പറയണത് മുഴുവൻ കേക്കാൻ ഒരു ഡാക്റ്ററിനും നേരമില്ല."

"കേൾക്കാൻ നേരമുണ്ട്. എല്ലാം പറഞ്ഞോളു."

അത്തർ ബീവി മകന്റെ 'ചരിത്രം' വിസ്തരിച്ചുതന്നെ പറയാൻ തുടങ്ങി. നഗരത്തിലും പ്രാന്തപ്രദേശങ്ങളിലുമുള്ള മിക്കവാറും എല്ലാ മനോരോഗാശുപത്രികളിലും ഡീഅഡിക്ഷൻ സെന്ററുകളിലും റഹിമിനെ കിടത്തി ചികിത്സിച്ചിട്ടുണ്ട്. സാധാരണ നോട്ടുബുക്കിന്റെ പകുതി വലിപ്പമുള്ള ബുക്ക് മടിയിൽ തിരുകിവെച്ചിരുന്നത് പുറത്തെടുത്ത് മേശപ്പുറത്തിട്ടുകൊണ്ട് പറഞ്ഞു:

"ഇത് മെന്റലാശുപത്രീലെ ബുക്കാണ്. അവടന്ന് കൊടുത്ത മരുന്നിന്റെ കാര്യങ്ങളൊക്കെ ഇതിനകത്തുണ്ട്. ഇവന്റെ തല പൊറത്ത് കണ്ടതുമുതല് എന്റെ നരകം തുടങ്ങി."

അത്തർ ബീവിക്ക് മൂന്നു ആൺമക്കൾ മാത്രമേയുള്ളു. ഏറ്റവും ഇളയവനായ റഹിമിന് പത്തുവയസുള്ളപ്പോൾ ബാപ്പ മരിച്ചു. അതിനു

ശേഷം മക്കളെ വളർത്തി ഒരു നിലയിലാക്കാൻ അത്തർ ബീവി പെടാപ്പാട് പെട്ടു. ചന്തയിൽപ്പോയി മലക്കറിക്കച്ചവടം ചെയ്തു. വീടുകളിൽപ്പോയി വീട്ടുപണികൾ ചെയ്തു. റോഡിൽ ടാറിടുന്ന പണിക്കും കെട്ടിടം പണിയിൽ മേസന്റെ കൈയാളായും ചുമടെടുക്കാനും ഒക്കെ പോയിട്ടുണ്ട്. അത്തർ ബീവി ചെയ്യാത്ത പണിയൊന്നുമില്ല. വേലചെയ്ത് തഴമ്പ് വീണ കൈപ്പത്തികൾ എന്റെ മുമ്പിൽ നിവർത്തിക്കാണിച്ചു കൊണ്ട് വാർധക്യത്തിന്റെ പടിവാതിൽക്കൽ നിൽക്കുന്ന അത്തർ ബീവി അഭിമാനത്തോടെ പറഞ്ഞു:

"പടച്ചോന്റെ വേണ്ടുകൊണ്ട് എനിക്കിപ്പളും പണിയെടുക്കാൻ കഴിയും. പക്ഷേങ്കില് ഇവനൊരുത്തൻ കാരണം എനിക്കൊരു മനസമാധാനോം കിട്ടണില്ല."

അത്തർ ബീവിയുടെ വിവരണത്തിൽ ഇടയ്ക്കിടെ റഹിം കടന്നു കയറിവന്നെങ്കിലും രേഖീയമായിത്തന്നെ കഥ മുന്നോട്ടുനീങ്ങി. മൂത്ത മക്കൾ രണ്ടു പേരും പത്താം ക്ലാസ്വരെ പഠിച്ചുപാസ്സായി. അവർ രണ്ടു പേരും ഗൾഫിലാണ്. അവരയക്കുന്ന പണം കൊണ്ട് അത്തർബീവിക്ക് നല്ല നിലയിൽ കഴിയാമായിരുന്നു. പക്ഷേ എല്ലാം ചോർന്നു പോകുന്നത് റഹിം കാരണമാണ്.

"മൂത്തോര് രണ്ടുപേരും നേരേവാ നേരേപോന്ന് പഠിച്ച് പത്താംക്ലാസ് പാസായി. ഇവൻ പത്താം ക്ലാസിലെത്തിയതുമൊതല് കുരുത്തക്കേട് തൊടങ്ങി. കുരുത്തക്കേട് എന്തരാണെന്നാ? കഞ്ചാവ് വലി. അതാണ് ആദ്യം തൊടങ്ങ്യേത്."

കുരുത്തക്കേട് കാണിച്ചെങ്കിലും റഹിം പത്താം ക്ലാസ് പാസായി. മൂന്നുമക്കളും നാടുവിട്ടാൽ താൻ തനിച്ചാവുമല്ലോ എന്ന് കരുതി നാട്ടിൽ തന്നെ എന്തെങ്കിലും പണി ചെയ്ത് ജീവിക്കാൻ റഹിമിനെ പ്രേരിപ്പിച്ചു. ഉമ്മയെ തനിച്ചാക്കി നാടുവിടുന്നതിൽ റഹിമിനും താൽപ്പര്യമില്ലായിരുന്നു. റഹിം ആദ്യം ഒരു പലചരക്കുകടയിൽ എടുത്തുകൊടുപ്പുകാരനായി നിന്നു. വലിയ ശമ്പളമൊന്നുമില്ലെങ്കിലും അതുമതിയെന്ന് അത്തർബീവി പറഞ്ഞു. മൂത്ത മക്കൾ സഹായം എത്തിച്ചിരുന്നതുകൊണ്ട് മുട്ടില്ലാതെ കഴിയുകയായിരുന്നു. അപ്പോഴാണ് റഹിം ഇടയ്ക്കിടെ നടത്തിയിരുന്ന കഞ്ചാവ് സേവയോടൊപ്പം 'കള്ളുകുടിയും' തുടങ്ങിയത്. കുടിച്ചിരുന്നത് കള്ളല്ല, ബ്രാണ്ടിയും വിസ്കിയും ഒക്കെയാണ്. കൈയിൽ കാശ് കുറവാണെങ്കിൽ കള്ളവാറ്റ് ചാരായവും കുടിക്കും. ആദ്യമൊക്കെ കുടിച്ചു വന്നാൽ 'അലമ്പൊന്നും' ഉണ്ടാക്കാറില്ലായിരുന്നു. അതുകൊണ്ട് അത്തർ ബീവി മകന്റെ ദുശ്ശീലങ്ങളോട് എതിർപ്പ് പ്രകടിപ്പിച്ചിരുന്നെങ്കിലും അതിനെതിരെ വലിയ ബഹളമൊന്നും ഉണ്ടാക്കിയില്ല. ക്രമേണ കുടി അധികമായി. കുടിയോടൊപ്പം നാട്ടുകാരോട് വക്കാണം കൂടാനും തുടങ്ങി. കുടിച്ചുവന്നാൽ നിശ്ശബ്ദനായി ഭക്ഷണം കഴിച്ച് കിടന്നുറങ്ങിയിരുന്ന റഹിം രാത്രി മുഴുവൻ ഉറങ്ങാതെ പാട്ടുപാടാനും നൃത്തം ചെയ്യാനും തുടങ്ങി. അപ്പോൾ അയൽക്കാർ ഇടപ്പെട്ടു. പലരുടെയും നിർബന്ധ

പ്രകാരം റഹിമിനെ ഗവൺമെന്റ് മാനസികരോഗാശുപത്രിയിൽ കൊണ്ടുപോയി കാണിച്ചു. അവിടന്ന് കുറേ മരുന്ന് കൊടുത്ത് വിടുകയാണ് ചെയ്തത്. വീട്ടലെത്തിയ ഉടനെ തനിക്ക് ഭ്രാന്തൊന്നുമില്ലെന്ന് പറഞ്ഞ് മരുന്നുകൾ വലിച്ചെറിഞ്ഞുകളഞ്ഞു.

റഹിം മദ്യപാനവും കഞ്ചാവ് വലിയും തുടർന്നു. ഒരു ദിവസം രാത്രി മദ്യപിച്ചതിനുശേഷം പട്രോൾ നടത്തിയിരുന്ന പൊലീസ് ജീപ്പിനു കൈകാണിച്ചു നിറുത്തി. കുപിതരായ പോലീസുകാർ റഹിമിനെ ജീപ്പിൽ കയറ്റികൊണ്ടുപോയി ലോക്കപ്പിലടച്ചു. മകനെ കാണാതായപ്പോൾ അത്തർബീവി അന്വേഷണം ആരംഭിച്ചു. ആദ്യം കള്ളുഷാപ്പുകളിലും പിന്നെ ബാറുകളിലും തിരക്കി.

'ചിത്രേല്' ഒള്ളോര് പറഞ്ഞത് കൊറച്ച് കാലമായിട്ട് അവടെ ചെല്ലാറില്ലാന്നാണ്. 'ഗംഗ'യിലൊള്ളോര് പറഞ്ഞ് തലേന്ന് രാത്രി പത്തുമണി വരേം അവടൊണ്ടായിരുന്നെന്ന്. തൊട്ടടുത്തുള്ള മുറുക്കാൻ കടക്കാരനാണ് പൊലീസുകാര് ജീപ്പിക്കേറ്റി കൊണ്ടുപോണത് കണ്ടെന്ന് പറഞ്ഞത്. ഞാൻ നേരെ സ്റ്റേഷനിലോട്ട് ചെന്നപ്പം കുരുത്തം കെട്ടോൻ ലോക്കപ്പീക്കെടക്കണ്. പോലീസുകാര് ഇടിച്ചു ചതക്കാതിരിക്കാൻ അവന് വട്ടാണെന്ന് പറഞ്ഞു. മെന്റലാശുപത്രീലെത്തിച്ചുതരാൻ പോലീസുകാരോട് തന്നെ പറഞ്ഞപ്പം അവര് അതുപോലെ ചെയ്തു. പൊലീസ് ജീപ്പിത്തന്നേണ് ഊളമ്പാറ എത്തിച്ചത്.

അന്നാണ് റഹിമിനെ ആദ്യമായി മനോരോഗാശുപത്രിയിൽ അഡ്മിറ്റ് ചെയ്തത്. ഒരുമാസത്തോളം റഹിം ആശുപത്രിയിലായിരുന്നു. റഹിമിന്റെ മദ്യപാനത്തെക്കുറിച്ചും കഞ്ചാവു വലിയെക്കുറിച്ചും അറിഞ്ഞ മൂത്ത ജ്യേഷ്ഠൻ നൂഹ്ക്കണ്ണ് വിസയ്ക്ക് ചെലവായ കാശ് പിന്നീട് തന്നാൽ മതിയെന്ന നിബന്ധനയിൽ റഹിമിന് ഒരു വിസ അയച്ചുകൊടുത്തു. വിസയുടെ കാലാവധി കഴിഞ്ഞപ്പോൾ പുതുക്കാനൊന്നും നിൽക്കാതെ റഹിം നാട്ടിലേക്ക് പ്ലെയ്ൻ കയറി. അത്തർ ബീവി വിവരണം തുടർന്നു.

"തിരിച്ച് വന്നപ്പം ഇഷ്ടംപോലെ പണമൊണ്ടായിരുന്നു അവന്റെ കൈയില്. എന്നാപ്പിന്നെ അവനെക്കൊണ്ട് പെണ്ണ് കെട്ടിക്കാമെന്ന് കരുതി. അങ്ങനെ ഒരു ഭാരം കൂടി എന്റെ തലേക്കേറി. അതില് രണ്ട് കുട്ട്യോളുമുണ്ട്. അയിറ്റങ്ങള്ടെ കാര്യം ഇപ്പം അവതാളത്തിലാണ്. ഇവന്റെ ജ്യേഷ്ഠമ്മാര് അയച്ച് തരണ പണംകൊണ്ട് അവര്ടെ പഠിത്തം നടക്കണുണ്ട്."

വിവാഹം കഴിഞ്ഞ് കുറച്ചുനാൾ റഹിം മദ്യപാനവും കഞ്ചാവു വലിയുമില്ലാതെ 'തങ്കം പോലെത്തെ മനുഷ്യനായി' കഴിഞ്ഞു.

"പിന്നേം പഴേതുപോലെ തൊടങ്ങ്യേപ്പം മെന്റലില് അഡ്മിറ്റാക്കി. മെന്റലീന്ന് വന്നിട്ടും കുടി നിർത്തീല."

മദ്യപാനത്തിൽ നിന്നും മുക്തി കിട്ടാനായി റഹിമിനെ ഒരു ഡീഅഡിക്ഷൻ സെന്ററിലാക്കി. അവിടെ ഇരുപത്തൊന്നു ദിവസത്തെ ചികിത്സ ചെയ്തു.

"അവടന്ന് വന്നതിന്റെ മൂന്നാം പക്കം കുടിക്കാൻ തൊടങ്ങി. ഒപ്പം കഞ്ചാവും. എല്ലാവരും കഞ്ചാവ് ബീഡിയാക്കി ചുരുട്ടി കത്തിച്ച് വലിക്കലാണല്ല്. ഇവൻ ചെയ്യണതെന്തര്ന്നാ? പൊതിയഴിച്ച് അത് മൊത്തം കൈവെള്ളേലിട്ട് ഞരടി കുരുവൊക്കെക്കളഞ്ഞ് മൊത്തത്തീ വായിലോട്ട് തട്ടും. എന്നട്ട് ആട് പച്ചെല ചവക്കണതുപോലെ ചവച്ചരച്ച് എറക്കും. അഞ്ചാറ് ഗ്ലാസ്സ് വെള്ളോം കുടിക്കും. പത്തുപതിനഞ്ചു മിനിട്ടു കഴിയുമ്പം തൊടങ്ങും പാട്ടും കൂത്തും."

മുടിയനായ മകന്റെ വികൃതികൾ വിവരിക്കുന്നതിൽ അത്തർബീവി ആനന്ദം കൊള്ളുന്നതുപോലെ തോന്നി. പക്ഷേ ഇടയ്ക്ക് ദു:ഖം അണ പൊട്ടിയൊഴുകുകയും ചെയ്യും.

"കഞ്ചാവിന്റെ വിത്തെല്ലാം തൊടീല് വിതയ്ക്കും. മഴ പെയ്താലുടനെ തൊടീല് മുഴുവൻ കഞ്ചാവ് കിളുക്കും. പിന്നെ അതോക്കെ വെട്ടിപ്പറിച്ചുകളയലാണെന്റെ ജോലി. തൊടീല് കഞ്ചാവ് വളന്നാല് പൊലീസ് പിടിക്കൂലേ? ഇവനെക്കൊണ്ടുള്ള ദുരിതം എന്തരൊക്കെയാണെന്ന് എനിക്ക് പറയാമ്പറ്റൂല ഡാക്റ്ററേ."

ദുരിതം സഹിക്കാൻ കഴിയാതായപ്പോൾ രണ്ടാമത്തെ മകനോട് പറഞ്ഞ് റഹിമിന് വീണ്ടും ഒരു വിസകൂടി സമ്പാദിച്ച് ഗൾഫിലേക്കയച്ചു. അവിടെ തുടർന്നിരുന്നെങ്കിൽ റഹിമിന്റെ സ്വഭാവം മെച്ചപ്പെടുമെന്നായിരുന്നു അത്തർബീവിയുടെ സിദ്ധാന്തം. ഒരു കൊല്ലം തികയുന്നതിനുമുമ്പ് റഹിം വീണ്ടും നാട്ടിൽ തിരിച്ചെത്തി. സമ്പാദ്യമെല്ലാം ഏതാനും ദിവസങ്ങൾക്കുള്ളിൽ മദ്യപിച്ചും കഞ്ചാവ് വലിച്ചും ധൂർത്തടിച്ചു. നാട്ടുകാരുമായി നിസ്സാരകാരണങ്ങൾക്ക് വഴക്കടിക്കാൻ തുടങ്ങിയതോടെ വീണ്ടും മനോരോഗാശുപത്രിയിൽ അഡ്മിറ്റ് ചെയ്തു. ചികിത്സ കഴിഞ്ഞ് തിരിച്ചെത്തിയപ്പോൾ വീണ്ടും ഗൾഫിലേക്കയച്ചു.

മൂത്ത പുത്രന്മാരുടെ സഹായത്തോടെ മൂന്നു പ്രാവശ്യം റഹിമിനെ അത്തർബീവി ഗൾഫിലയച്ചു. അവിടെ ജോലിചെയ്ത് വലിയ തുക നേടിയെന്നാണ് അത്തർബീവി പറഞ്ഞത്. എന്നിട്ടും വിസയ്ക്കുവേണ്ടി ജ്യേഷ്ഠന്മാർ ചെലവാക്കിയ തുകയുടെ ചെറിയൊരംശംപോലും തിരിച്ചുകൊടുക്കാതെ മദ്യപിച്ചും കഞ്ചാവ് വലിച്ചും നശിപ്പിച്ചുവെന്നാണ് അത്തർബീവിയുടെ വിവരണത്തിന്റെ സാരംശം. അത്തർബീവി മന:ശാസ്ത്രപരമായ ഒരു നിഗമനത്തോടെയാണ് വിവരണം നിറുത്തിയത്:

"അവന്റെ കഞ്ചാവ് വലികാരണം വട്ടെളകിപ്പോയതോണ്ടാണ് ഇങ്ങനെയൊക്കെ ആയതെന്നാ എന്റെ ഒരു തോന്നല്. വട്ടുണ്ടെങ്കി അതിനും മരുന്നു കൊടുക്കണം. ഇനി ചാരായമോ ബ്രാണ്ടിയോ കുടിച്ചാല് ആള് കാലിയാവണ മരുന്നുണ്ടല്ല് അതും കൊടുക്കണം. അങ്ങനെയൊരു മരുന്നുണ്ടെന്നും അത് ഈ കരുണാസായി ആശുപത്രിയിലുണ്ടെന്നും എസ് ഐ പറഞ്ഞതനുസരിച്ചാണ് ഇവനെ ഇങ്ങോട്ട് കൊണ്ടുവന്നത്. ഇനി ഇവൻ കുടിച്ചാല് അതോടെ ഇവന്റെ കാര്യം തീരണം. എന്റെ ദുരിതം തീരുമല്ല്.

മുടിയനായ പുത്രനെക്കൊണ്ടുള്ള ദുരിതങ്ങൾ സഹിക്കവയ്യാതായപ്പോഴാണ് അത്തർ ബീവി മകന്റെ മരണംപോലും ആഗ്രഹിക്കാൻ തുടങ്ങിയത്. റഹിമിന് വിഷാദവും ഉന്മാദവും മാറി മാറി വരുന്ന ഇരുധ്രുവ രോഗവും (bipolar disorder) മദ്യപാനരോഗവും മയക്കുമരുന്ന് ദുരുപയോഗരോഗവും (alcohol and substance abuse disorder) ഉണ്ട്. അത്തർബീവി സ്വന്തം നിരീക്ഷണത്തിലൂടെ നിഗമനത്തിലെത്തിയതുപോലെ കഞ്ചാവുവലിയായിരിക്കാം റഹിമിന്റെ മസ്തിഷ്കകോശങ്ങളിൽ സ്ഥിതിചെയ്തിരുന്ന ജനിതക ഘടകങ്ങളെ (genetic factors or genes) ഉത്തേജിപ്പിച്ചത്. രോഗത്തിന്റെ ജനിതകബീജങ്ങൾ ഒരുപക്ഷേ ഉമ്മയായ അത്തർബീവിയിൽ നിന്നു തന്നെയായിരിക്കണം റഹിം ആർജ്ജിച്ചത്. അത്തർബീവിയുടെ സംസാരത്തിനും ഭാവഹാവാദികൾക്കും ഉന്മാദഭാവം (Mamiac profile) ഉണ്ടായിരുന്നു. ഒരു തലമുറയിലെ ആളുകളുടെ ശരീരകോശങ്ങളിൽ സ്ഥിതിചെയ്യുന്ന രോഗജീൻ (രോഗത്തിനു കാരണമാകുന്ന ജീൻ) രോഗത്തിനു കാരണമാകാതെ സൗമ്യമായി നിദ്രാവസ്ഥയിൽ കഴിഞ്ഞുകൂടും. അടുത്ത തലമുറയിൽ ഈ ജീനുകൾ ഭൗതിക സാഹചര്യങ്ങളുടെ സ്വാധീനത്താൽ സൗമ്യതയും നിദ്രയും വെടിഞ്ഞ് വിശ്വരൂപം പ്രദർശിപ്പിച്ച് താണ്ഡവനടനം നടത്തും. റഹീമിന്റെ രോഗത്തിനും അത്തർബീവിയുടെ ദുരിതങ്ങൾക്കും ഇടയായത് അങ്ങനെയാണ്.

മദ്യം കുടിച്ചാൽ 'ആളുകാലിയാവണ മരുന്ന്' കൊടുക്കണമെന്നാണല്ലോ അത്തർബീവിയുടെ ആവശ്യം. മദ്യപാനരോഗത്തിനുള്ള വിരക്തി ചികിത്സയെ (Aversion Therapy) കുറിച്ചാണ് അവർ പറഞ്ഞത്. മദ്യപർക്ക് ഡൈസൾഫിരാം (disulfiram) എന്ന മരുന്ന് പതിവായി കൊടുത്താൽ മദ്യപാനത്തിനുശേഷം ലഹരിക്കുപകരം അസ്വസ്ഥതയായിരിക്കും അനുഭവപ്പെടുക. മദ്യത്തിലടങ്ങിയിട്ടുള്ള ഈതൈൽ ആൾക്കഹോളിനെ (ethyl alcohol) ശരീരം ആദ്യം അസെറ്റാൽഡിഹൈഡ് (acetaldehide) ആയും പിന്നെ അസെറ്റിക് അമ്ലമായും (acetic acid) അതിനെ കാർബൺഡൈ ഓക്സൈഡ് (CO_2) വെള്ളം (H_2O) എന്നിവയായും വിശ്ലേഷിപ്പിക്കുന്നു. ഡൈസൾഫിരാം (disulfiram) വിശ്ലേഷണത്തെ ആൽഡിഹൈഡ് ഘട്ടത്തിൽ തടയുന്നതുകാരണം ശരീരത്തിൽ അസെറ്റാൽഡി ഹൈഡിന്റെ അളവ് കൂടുന്നു. ഇതാണ് അസ്വാസ്ഥ്യ ജനകമായ അനന്തരഫലങ്ങൾക്ക് കാരണം. ആൽഡിഹൈഡിന്റെ അളവ് അധികമായാൽ ശരീരം രൂക്ഷമായി പ്രതികരിക്കുകയും രക്തമർദം കുറയാനും ഹൃദയമിടിപ്പ് നിന്നുപോകാനും ഇടയുണ്ട്. ചിലപ്പോൾ മരണത്തിനിടയാക്കുന്ന വിരക്തി ചികിത്സ മദ്യപാനത്തിൽ നിന്നും പൂർണ മുക്തി നേടണമെന്നാഗ്രഹിക്കുന്നവർക്കുമാത്രമേ നൽകാറുള്ളു. അങ്ങനെ ആഗ്രഹിക്കുന്നവർക്ക് ഡൈസൾഫിരാം ഗുളിക കൊടുത്തതിനുശേഷം അയാളുടെ ഇഷ്ടപാനീയം അൽപ്പം കൊടുക്കുന്നു. അപ്പോൾ ലഹരിക്കു പകരം അസ്വസ്ഥത അനുഭവപ്പെടുന്നു. ഇത് പല തവണ ആവർത്തിച്ചാൽ മദ്യത്തോടുള്ള അഭിനിവേശം കുറയുകയും മദ്യപാനത്തെക്കുറിച്ചാലോചി

ക്കുമ്പോഴൊക്കെ അസുഖകരമായ അനുഭവങ്ങളെക്കുറിച്ച് ഓർക്കുകയും മദ്യപാനത്തോട് വിരക്തി തോന്നുകയും ചെയ്യും. ഉന്മാദവിഷാദരോഗങ്ങൾ മാറി മാറി വരുന്ന ബൈപോളാർ രോഗമുള്ള റഹിമിന് ഡൈസൾഫിരാം ഗുളികകൊടുത്താൽ ഉന്മാദാവസ്ഥയിൽ ആഹ്ലാദത്തിമിർപ്പുമൂലവും വിഷാദാവസ്ഥയിൽ ദു:ഖഭാരത്താലും അയാൾ മദ്യം സേവിക്കാൻ സാധ്യതയുണ്ട്. അങ്ങനെ ചെയ്താൽ ജീവൻ തന്നെ അപകടത്തിലായേക്കാം. അതുകൊണ്ട് റഹിമിന് വിരക്തി ചികിത്സ നൽകണമെന്ന അത്തർബീവിയുടെ നിർദേശം സ്വികരിക്കാൻ പ്രയാസമുണ്ടെന്ന് അവരെ അറിയിച്ചു. ഉന്മാദവും വിഷാദവും മാറിമാറി വരുന്നത് ഒഴിവാക്കാനുള്ള മരുന്ന് (mood stabiliser)പതിവായി കഴിക്കാനുള്ള നിർദേശത്തോടെയാണ് റഹിമിനെ വിട്ടത്. ഒരു വർഷക്കാലം അയാൾ മരുന്നുകഴിച്ചതിനുശേഷം വീണ്ടും ഗൾഫിൽ പോകാനുള്ള ഒരുക്കത്തിലാണ് റഹിം. ഗൾഫിൽ ചെന്നാലും മരുന്നുതുടരണമെന്ന ഉപദേശത്തോടെയാണ് യാത്രയാക്കിയത്. മുടിയനായ പുത്രനെക്കൊണ്ടുള്ള ദുരിതങ്ങൾക്ക് അവധിയാണെന്ന ആശ്വാസത്തിലാണ് അത്തർ ബീവിയിപ്പോൾ.

44

ഒരു രോഗജീനിന്റെ താണ്ഡവനടനം

കുമാരേട്ടൻ സംഘടനാരംഗത്ത് നിറഞ്ഞു നിന്നിരുന്ന ആളാണ്. അന്നൊക്കെ ഞങ്ങൾ പല വേദികളിലും ഒന്നിച്ചിട്ടുണ്ട്. കേന്ദ്രപൊതു മേഖലാസ്ഥാപനത്തിൽ നിന്നും പെൻഷനായതിനുശേഷം പൊതുരംഗ ത്താണ് പ്രവർത്തനം. ഒരു ദിവസം കുമാരേട്ടൻ ഫോൺ ചെയ്ത് പറഞ്ഞു:

“എനിക്ക് ഡോക്ടറോട് കുറച്ച് സംസാരിക്കാനുണ്ട്. എന്റെ മൂത്ത മോളുടെ പ്രശ്നമാണ്. എപ്പോൾ വന്നാലാണ് കുറച്ചുനേരം സംസാരി ക്കാൻ സൗകര്യം കിട്ടുക? വൈകുന്നേരമായാലും വിരോധമില്ല. രാത്രി അമൃതയ്ക്ക് മടങ്ങിക്കൊള്ളാം.”

ഞാൻ ഒഴിവുള്ള സമയം പറഞ്ഞു. കുമാരേട്ടൻ തനിച്ചാണ് വന്നത്.

“ഞാൻ മോളെ കൊണ്ടുവന്നില്ല. അവളുടെ കാര്യം മുഴുവൻ കേട്ടിട്ട് എന്താണ് വേണ്ടതെന്ന് ഡോക്ടർ പറയണം. അതനുസരിച്ച് ചെയ്യാം.”

വർഷങ്ങൾക്കുശേഷം കുമാരേട്ടനെ കണ്ടപ്പോൾ യാതൊരു മാറ്റവും വന്നതായി തോന്നിയില്ല. പ്രതിബന്ധങ്ങൾക്കുമുമ്പിൽ പതറാത്ത ആളാണ് കുമാരേട്ടൻ. എപ്പോഴും ഊർജസ്വലത തുളുമ്പുന്ന മുഖം. സ്വന്തം കുടുംബത്തിന്റെ കഥ പറയാൻ തുടങ്ങിയപ്പോൾ കുമാരേട്ടൻ പതറുന്നതുപോലെ തോന്നി. രണ്ടു പെണ്ണും ഒരാണുമാണ്. ഭാര്യ ബി എ ക്കാരിയാണെങ്കിലും ജോലിക്കൊന്നും പോയില്ല. മൂത്ത മകൾ സൗമ്യ പഠിക്കാൻ മിടുക്കിയായിരുന്നു. പ്ലസ് റ്റു കഴിഞ്ഞപ്പോൾ എൻട്രൻസ് എഴുതി ബി ടെക്കിനു കിട്ടി. കോഴ്സ് തുടങ്ങി ഒരു കൊല്ലം പഠനം നല്ല നിലയിൽ നടന്നു. പിന്നെ പഠിത്തത്തിൽ താൽപ്പര്യം കുറഞ്ഞു. പതിവു പോലെ ക്ലാസിൽ പോകുകയും വീട്ടിൽ വന്നാൽ വായിക്കുകയും ചെയ്യാ റുണ്ടായിരുന്നു. പക്ഷേ പരീക്ഷകളിൽ തുടർച്ചയായി തോൽക്കാൻ തുട ങ്ങി. എന്തുകൊണ്ടാണിങ്ങനെ എന്ന ചോദ്യത്തിന് സൗമ്യ വ്യക്തമായ മറുപടി പറഞ്ഞില്ല.

ചെറുപ്പം മുതലേ സൗമ്യ അന്തർമുഖിയായിരുന്നു. ക്ലാസിലും പുറത്തും അധികം കൂട്ടുകാരില്ല. സൗമ്യയുടെ അമ്മയും അതേ പ്രകൃതമാണ്. അധികം സംസാരിക്കാറില്ല. അതുകൊണ്ട് സൗമ്യയുടെ അന്തർമുഖത്വത്തിൽ സവിശേഷതയൊന്നും തോന്നിയില്ല. എല്ലാ പരീക്ഷകളിലും തോൽക്കാൻ തുടങ്ങിയപ്പോൾ തനിക്കീ പഠനം പൂർത്തിയാക്കാൻ കഴിയില്ലെന്ന് സൗമ്യ തുറന്നുപറഞ്ഞു. എന്തുകൊണ്ട് എന്ന ചോദ്യത്തിന് തനിക്ക് ഒന്നിലും ശ്രദ്ധകേന്ദ്രീകരിച്ചുനിറുത്താൻ കഴിയുന്നില്ലെന്നും മനസിലാക്കിയതൊന്നും ഓർമയിൽ നിൽക്കുന്നില്ലെന്നുമാണ് സൗമ്യ മറുപടി പറഞ്ഞത്. പെൺകുട്ടികൾ പഠിച്ച് ഒരു തൊഴിലിൽ ഏർപ്പെടണമെന്ന ഉറച്ച അഭിപ്രായമുള്ള ആളാണ് കുമാരേട്ടൻ. സ്ത്രീക്ക് സ്വന്തമായ തൊഴിലും സ്വന്തമായ വരുമാനവും ഇല്ലാത്തതാണ് സ്ത്രീയുടെ അടിമത്തത്തിനും രണ്ടാം തരം പൗരത്വത്തിനും കാരണമെന്നാണ് കുമാരേട്ടൻ വിശ്വസിക്കുന്നത്. അതുകൊണ്ട് ബി ടെക്ക് അല്ലെങ്കിൽ മറ്റെന്തെങ്കിലും കോഴ്സിനു ചേർന്ന് പഠിച്ച് സൗമ്യ ഒരു ജോലി സമ്പാദിക്കണമെന്ന് ഉപദേശിച്ചു. ആലോചിക്കട്ടെ എന്ന മറുപടിയാണ് സൗമ്യ പറഞ്ഞത്. കുറച്ചുദിവസം കഴിഞ്ഞിട്ടും മറുപടിയൊന്നും പറയാതായപ്പോൾ കുമാരേട്ടൻ വീണ്ടും പഠനത്തിന്റെ കാര്യം സൂചിപ്പിച്ചു. സൗമ്യ പതിവില്ലാത്തവിധം പൊട്ടിത്തെറിക്കുകയാണ് ചെയ്തത്. പൊട്ടിത്തെറിച്ചെന്ന് മാത്രമല്ല ഒരു മകൾ അച്ഛനോട് ഒരിക്കലും പറയരുതാത്ത വാക്കുകളിലായിരുന്നു സൗമ്യയുടെ പ്രതികരണം. കുമാരേട്ടൻ ശബ്ദം താഴ്ത്തി മകളുടെ വാക്കുകൾ ആവർത്തിച്ചു:

'താൻ അധികമൊന്നും ഉപദേശിക്കണ്ട. തന്റെ അടിമയൊന്നുമല്ല ഞാൻ. താൻ എന്റെ അമ്മയെ പീഡിപ്പിക്കുന്നതുപോലെ എന്നെയും പീഡിപ്പിക്കാൻ നോക്കണ്ട.'

"അത് കേട്ടപ്പോൾ ഞാനങ്ങ് ഞെട്ടിപ്പോയി ഡോക്ടർ. പെട്ടെന്നെനിക്ക് തോന്നിയത് അവൾക്ക് മാനസികമായി എന്തോ തകരാറുണ്ടെന്നാണ്. പിന്നീട് ഞാൻ ചിന്തിച്ചു, അവൾ വികാരക്ഷോഭത്താൽ പറഞ്ഞുപോയതാണെന്ന്. കുറച്ചുകഴിയുമ്പോൾ തെറ്റു മനസിലാക്കി അച്ഛനോട് ക്ഷമ ചോദിക്കുമെന്നാണ് കരുതിയത്. ങേ ഹെ. അവൾക്ക് യാതൊരു കൂസലുമുണ്ടായില്ല. എന്തായാലും ഞാൻ അവളെ ഒരു സൈക്കോളജിസ്റ്റിനെ കാണിക്കാൻ തീരുമാനിച്ചു. അക്കാര്യം പറഞ്ഞപ്പോൾ അവൾ എതിരൊന്നും പറയാതെ കൂടെ വരികയാണ് ചെയ്തത്. സൈക്കോളജിസ്റ്റ് ഒരു മണിക്കൂറോളം അവളുമായി സംസാരിച്ചു. എന്നിട്ട് കുഴപ്പമൊന്നുമില്ല. കൗൺസലിങ് നടത്തിയാൽ മതിയെന്നുപറഞ്ഞു. ആറുമാസക്കാലം കൗൺസലിങ് തുടർന്നു: എന്നിട്ടും അസാധാരണമായി പ്രതികരിച്ചത് തെറ്റായിപ്പോയെന്ന് പറയാൻ സൗമ്യ തയാറായില്ല. തുടർന്നുപഠിക്കുന്നതിനുള്ള മടിയും മാറിയില്ല. തനിക്കിനി പഠിക്കാനൊന്നും വയ്യെന്നു തന്നെയായിരുന്നു സൗമ്യയുടെ നിലപാട്. സൗമ്യ വികാരവിക്ഷുബ്ധയാകുമെന്ന ഭയത്താൽ പിന്നീടൊരിക്കലും പഠനത്തിന്റ കാര്യം ഓർമിപ്പിച്ചില്ല.

ആയിടെ സൗമ്യക്ക് ഒരു വിവാഹാലോചന വന്നു. അന്വേഷണത്തിൽ നല്ല ബന്ധമാണെന്ന് മനസിലായി. പയ്യൻ കമ്പ്യൂട്ടർ സയൻസിൽ ബിരുദം നേടിയ ആളാണ്. കമ്പ്യൂട്ടർ അസംബിൾ ചെയ്ത് വിൽക്കുകയും വീടുകളിൽപ്പോയി സോഫ്റ്റ്വെയർ സർവീസ് നടത്തുകയും ചെയ്യുന്ന ഒരു സ്ഥാപനത്തിന്റെ ഉടമയുമായിരുന്നു. പത്തോ പന്ത്രണ്ടോ ജീവനക്കാരുള്ള ഒരു സ്ഥാപനം. വിവാഹം നിശ്ചയിക്കുമ്പോൾ എന്തെങ്കിലും 'ഡിമാന്റ്' ഉണ്ടോ എന്ന് ചോദിച്ചപ്പോൾ യാതൊന്നുമില്ലെന്നായിരുന്നു വീട്ടുകാരുടെ മറുപടി. വിവാഹത്തിനുശേഷം സൗമ്യയും ഭർത്താവും വീട് വാടകയ്ക്കെടുത്ത് താമസം തുടങ്ങി. എങ്കിലും ഇടയ്ക്കിടെ അമ്മയെ കാണാനെന്നു പറഞ്ഞ് വീട്ടിൽ വരും. വന്നാൽ ഭർത്താവിന്റെ അടുക്കലേക്ക് തിരിച്ചുപോകാൻ മടിയായിരുന്നു. സൗമ്യ ഗർഭിണിയാണെന്ന് അറിഞ്ഞതുമുതൽ ഭർത്താവിന്റെ അടുത്തേക്ക് പോകാതെ അമ്മയുടെ അടുത്തുതന്നെനിന്നു. നാട്ടുനടപ്പ് അതായതുകൊണ്ട് അതിൽ അപാകമൊന്നും തോന്നിയില്ല. പ്രസവം കഴിഞ്ഞ് ആറുമാസം കഴിഞ്ഞിട്ടും തിരിച്ചുപോകാൻ സൗമ്യ മടികാണിച്ചപ്പോൾ കാരണമെന്തെന്ന് അന്വേഷിച്ചു. ഭർത്താവിന് തന്നോട് സ്നേഹമില്ലെന്നായിരുന്നു സൗമ്യയുടെ നിസ്സംഗതയോടുള്ള മറുപടി. കുഞ്ഞിനെ നോക്കുന്നതിലും സൗമ്യ തികഞ്ഞ അശ്രദ്ധയാണ് കാണിച്ചത്. ഇതെല്ലാം അസാധാരണമായ പെരുമാറ്റങ്ങളായതുകൊണ്ട് സൗമ്യയുടെ മാനസികാവസ്ഥയെക്കുറിച്ചുള്ള ചിന്ത വീണ്ടും കുമാരേട്ടനെ അലട്ടാൻ തുടങ്ങി. എന്നാൽ സൗമ്യയുടെ അമ്മയ്ക്കാകട്ടെ അങ്ങനെ യാതൊരു ചിന്തയുമില്ലായിരുന്നു. സ്നേഹമില്ലാത്തവന്റെ കൂടെ മകളെ നിർബന്ധിച്ചയക്കേണ്ടെന്നായിരുന്നു അമ്മയുടെ നിലപാട്. ഭർത്താവിന് സ്നേഹമില്ലെന്ന് സൗമ്യ പറഞ്ഞത് കുമാരേട്ടന് വിശ്വസിക്കാൻ കഴിഞ്ഞില്ല. കാരണം സൗമ്യ അമ്മയുടെ അടുത്തു വന്നു നിൽക്കുമ്പോഴും അനിൽ ഇടയ്ക്കിടെ വീട്ടിൽ വന്ന് സൗമ്യയുടെ കാര്യങ്ങൾ തിരക്കുകയും സ്നേഹപൂർവം സംസാരിക്കുകയും ആവശ്യപ്പെടുന്നതെല്ലാം വാങ്ങിക്കൊടുക്കുകയും ചെയ്യുന്നതിന് യാതൊരു മടിയും കാണിച്ചിരുന്നില്ല. എന്നിട്ടും മകൾ പറയുന്നത് അതേപടി അമ്മ വിശ്വസിക്കുന്നതെന്തുകൊണ്ടാണെന്ന് കുമാരേട്ടന് മനസിലായില്ല. തന്റെ മകൾക്ക് എന്തോ മാനസികപ്രശ്നമുണ്ടെന്ന സംശയം ബലപ്പെട്ടപ്പോൾ വീണ്ടും സൈക്കോളജിസ്റ്റിന്റെ അടുക്കൽ കൊണ്ടുപോയി. ഇത്തവണ ഫാമിലി കൗൺസലിങ് നടത്തണമെന്നാണ് സൈക്കോളജിസ്റ്റ് പറഞ്ഞത്. അതനുസരിച്ച് അനിലും സൗമ്യയും ഒരുമിച്ച് സൈക്കോളജിസ്റ്റിന്റെ അടുത്ത് പോകാൻ തുടങ്ങി. അഞ്ചാറുമാസം ഫാമിലി കൗൺസലിങ് നടത്തിയിട്ടും സൗമ്യയുടെ പെരുമാറ്റത്തിൽ മാറ്റമൊന്നും വന്നില്ല. ഭർത്താവിനോടൊപ്പം ജീവിക്കാനും കുഞ്ഞിനെ നോക്കാനും തീരെ താൽപ്പര്യം കാണിച്ചില്ല. സൗമ്യയെയും കുഞ്ഞിനെയും സ്വന്തം വീട്ടിലേക്ക് കൊണ്ടുപോകാനായി അനിൽ പലപ്രാവശ്യം ശ്രമിച്ചെങ്കിലും സൗമ്യ വഴങ്ങിയില്ല. കുഞ്ഞിനു നല്ല സുഖമില്ല, വീടു മാറിക്കിടന്നാൽ കുഞ്ഞ് ഉറങ്ങുകയില്ല,

കുഞ്ഞിന് അവിടത്തെ അന്തരീക്ഷം പിടിക്കുകയില്ല തുടങ്ങിയ മുടന്തൻ ന്യായങ്ങൾ പറഞ്ഞ് ഒഴിയുകയാണ് ചെയ്തത്.

"അവളുടെ അമ്മ അവളെ ഭർത്താവിന്റെ കൂടെ അയക്കുന്നതിനു പകരം മകൾ പറയുന്നതെല്ലാം അതേപടി അംഗീകരിച്ച് ഭർത്താവിന്റെ കൂടെ പോകാതിരിക്കാൻ സഹായകമായ നിലപാടാണ് എടുത്തത്. അതാണ് എനിക്കു മനസിലാകാത്തത്. അവൾക്കിഷ്ടമില്ലാത്ത കാര്യം ചെയ്യാൻ നിർബന്ധിക്കണ്ടെന്നാണ് പറയുന്നത്."

അനിൽ വിവാഹമോചനത്തിനായി വക്കീൽ നോട്ടീസയച്ചു. അതിൽ പറയുന്നത് സൗമ്യക്ക് മാനസികരോഗമാണെന്നും വിവാഹത്തിനു മുമ്പു തന്നെ അതുണ്ടായിരുന്നെന്നും അത് മറച്ചുപിടിച്ചാണ് വിവാഹം നടത്തിയതെന്നുമാണ്. കുമാരേട്ടൻ വക്കീൽ നോട്ടീസിനു മറുപടി അയപ്പിച്ചു. മനോരോഗം ഉണ്ടെന്ന് അടിസ്ഥാനരഹിതമായ ആരോപണം ഉന്നയിച്ച് ഭർത്താവിന്റെ ചുമതലയിൽ നിന്നൊഴിയാനുള്ള ശ്രമമാണെന്നു പറഞ്ഞാണ് മറുപടി അയച്ചത്. അനിൽ വിവാഹമോചനത്തിനായി കുടുംബകോടതിയിൽ കേസ് ഫയൽ ചെയ്തിരിക്കുകയാണ്.

"ഞാനിനി എന്താണ് ചെയ്യേണ്ടതെന്ന് ഡോക്ടർ പറയണം. എന്റെ നോട്ടത്തിൽ അവൾക്ക് എന്തോ മനോരോഗമുണ്ട്."

കുമാരേട്ടൻ മകളുടെ വിവരങ്ങൾ പറഞ്ഞത് ഒരു മണിക്കൂറിലധികം സമയമെടുത്താണ്. എങ്കിലും കഥ അപൂർണമായിരുന്നു. ഭാര്യയുടെയും മറ്റു രണ്ടു മക്കളുടെയും കാര്യങ്ങൾ കൂടി അറിഞ്ഞാലേ ഒരു നിഗമനത്തിലെത്താൻ കഴിയുകയുള്ളു. അതുകൊണ്ട് അവരുടെ കഥകൾ ചുരുക്കിപ്പറയാൻ പറഞ്ഞു.

ഭാര്യ വിചിത്രസ്വഭാവക്കാരിയാണെന്നാണ് കുമാരേട്ടന്റെ അഭിപ്രായം. കുമാരേട്ടൻ പൊതുപ്രവർത്തനത്തിൽ ഏർപ്പെടുന്നത് ഇഷ്ടപ്പെടുന്നില്ല. പലപ്പോഴും സംശയത്തോടുകൂടിയുള്ള ചോദ്യം ചെയ്യലാണ്. എവിടെയായിരുന്നു ഇത്രയും ദിവസം? എന്തിനവിടെ പോയി? ആരൊക്കെയായിരുന്നു കൂടെ? ഇനി എന്നാണ് യാത്ര? ഇങ്ങനെ നടന്നാൽ വീട്ടുകാര്യങ്ങൾ ആരു നോക്കും? നിങ്ങൾ മാത്രമേയുള്ളോ ഈ പണിക്ക്? എന്നിങ്ങനെ അലോസരപ്പെടുത്തുന്ന ചോദ്യങ്ങളാണ് ചോദിക്കുക. അതവരുടെ പ്രകൃതമാണെന്ന് മനസിലാക്കി തർക്കത്തിനൊന്നും പോകാറില്ലായിരുന്നതുകൊണ്ട് ബന്ധം വഷളാകാതെ മുന്നോട്ടുപോയി. എല്ലാക്കാര്യവും അവർ വിചാരിച്ചതുപോലെ തന്നെ നടക്കണം. സംഘടനാപ്രവർത്തനങ്ങൾക്ക് പോകുന്നത് തടസപ്പെടുത്തിയതുകൊണ്ട് പ്രയോജനമൊന്നുമില്ലെന്ന് അവർ കാലക്രമേണ മനസിലാക്കിയതുകൊണ്ടായിരിക്കണം അക്കാര്യം പറഞ്ഞ് വഴക്കുകൂടാതായി. പക്ഷേ മർക്കടമുഷ്ടി സ്വഭാവത്തിനു യാതൊരു മാറ്റവും വന്നില്ല. മകളുടെ വിവാഹബന്ധത്തിന്റെ കാര്യത്തിൽ യാഥാർഥ്യബോധമില്ലാത്ത നിലപാട് സ്വീകരിച്ചതാണ് ഏറ്റവും വിചിത്രമായി കുമാരേട്ടന് തോന്നിയത്.

രണ്ടാമത്തെ മകൾ സന്ധ്യയുടെ കാര്യവും പറഞ്ഞുതുടങ്ങിയപ്പോഴാണ് അസാധാരണമാണെന്ന് കുമാരേട്ടൻ തിരിച്ചറിഞ്ഞത്. സന്ധ്യക്ക് ഇരുപത്തെട്ടുവയസായി. എം ബി എ പാസായെങ്കിലും ഒരു ജോലിയിലും ഉറച്ചുനിൽക്കുന്നില്ല. നഗരത്തിലെ പല സ്ഥാപനങ്ങളിലും പല നിലകളിലും ജോലിചെയ്തു. ഒരു സ്ഥലത്തും ആറുമാസത്തിൽ കൂടുതൽ തങ്ങുകയില്ല. ശമ്പളം പോര, ജോലിഭാരം കൂടുതലാണ്, കമ്പനിയുടെ ഡീലിങ്സ് ഷേഡിയാണ് തുടങ്ങിയ കാരണങ്ങൾ പറഞ്ഞാണ് ജോലി ഉപേക്ഷിക്കുന്നത്. വിവാഹാലോചനകളുടെ കാര്യത്തിലും അതു തന്നെയാണ് സംഭവിക്കുന്നത്. ഇതിനകം ഒരു ഡസനിലധികം വിവാഹാലോചനകൾ വന്നു. നിസ്സാരകാരണങ്ങൾ പറഞ്ഞാണ് സന്ധ്യ തള്ളിക്കളയാറ്. പയ്യന് നിറം പോര, പൊക്കം പോര, പൊക്കം കൂടുതലാണ്, പ്രൊഫഷണലല്ല, പെരുമാറ്റം മോശം അങ്ങനെ പോകുന്നു തടസവാദങ്ങൾ.

"ഏറ്റവും ഒടുവിൽ ഒരു എഞ്ചിനീയറുമായുള്ള വിവാഹാലോചന വന്നു. ഒരു പൊതുമേഖലാ സ്ഥാപനത്തിലെ സിവിൽ എഞ്ചിനീയറാണ്. ആ ബന്ധം ഉറപ്പിക്കുന്നതിനുള്ള തടസമായി പറഞ്ഞത് സിവിൽ എഞ്ചിനീയറിങ് മോശമാണെന്നായിരുന്നു. ഇലക്ട്രോണിക്സാണത്രേ ഇന്നത്തെ കാലത്ത് എല്ലാവരും അംഗീകരിക്കുന്നത്. ഇങ്ങനെയൊക്കെപ്പറഞ്ഞാൽ എന്താ ചെയ്യുക? ഒടുവിൽ വിവാഹം വേണ്ടേന്ന് ഞാൻ ചോദിച്ചു. അപ്പഴവള് പറഞ്ഞതെന്തെന്നാ? വിവാഹം കഴിക്കാതെയും മനുഷ്യന് ജീവിക്കാമല്ലോന്നാണ്. അവൾക്ക് ഒരു പ്രൊഫഷണൽ ഡിഗ്രി കൈയിലുണ്ട്. ജോലി ചെയ്ത് ജീവിക്കാനവസരമുണ്ട്. അതുകൊണ്ട് അവളുടെ കാര്യത്തിൽ എനിക്കാശങ്കയില്ല. മൂത്തവളുടെ കാര്യം അതല്ലല്ലോ."

മകന്റെ കാര്യത്തിലും ചില വൈചിത്ര്യങ്ങൾ ഉള്ളതായി കുമാരേട്ടൻ സമ്മതിച്ചു. ഡോക്ടറാകണമെന്നായിരുന്നു ആദ്യത്തെ ആഗ്രഹം. എൻട്രൻസെഴുതി പാസായി അഡ്മിഷൻ നേടുകയും ചെയ്തു. രണ്ടു കൊല്ലം പഠിച്ചുകഴിഞ്ഞപ്പോഴാണ് എഞ്ചിനീയറായാൽ മതിയെന്നു തോന്നിയത്. അതിന് എൻട്രൻസെഴുതി നോക്കി. കിട്ടിയില്ല. ഇപ്പോൾ പറയുന്നത് എഞ്ചിനീയറിംങ്ങും മെഡിസിനും മനുഷ്യജീവിതവുമായി ബന്ധമില്ലാത്തതാണ്. അതുകൊണ്ട് ഇംഗ്ലീഷ് സാഹിത്യം പഠിക്കണമെന്ന്. ഇപ്പോൾ ഇംഗ്ലീഷ് ലിറ്ററേച്ചർ ബി എ യ്ക്ക് ചേർന്നിരിക്കുകയാണ്. എത്രകാലം അതിൽ തുടരുമെന്ന് അറിഞ്ഞുകൂട.

രണ്ടു മണിക്കൂർ നേരത്തെ കഥാകഥനം കേട്ടുകഴിഞ്ഞപ്പോൾ സ്കിസോഫ്രീനിയ എന്ന മനോരോഗത്തിനു കാരണക്കാരനായ ജീൻ ഒരു കുടുംബത്തിനകത്ത് നടത്തിക്കൊണ്ടിരിക്കുന്ന താണ്ഡവനടനമാണ് എനിക്ക് കാണാൻ കഴിഞ്ഞത്. അശരീരി കേൾക്കുക, ചിന്തകൾ ചിതറുക (loosening of association) ചേഷ്ടകൾ കാണിക്കുക (mannerisms) തുടങ്ങി മാനസികവും കായികവുമായ പ്രകടലക്ഷണങ്ങൾ (positive symptoms) ഒന്നുമില്ലാതെ നിഷേധാത്മക ചിന്തകൾ മൂലം ജീവിത

ത്തിന്റെ ഗതി മുടക്കുന്ന പരോക്ഷലക്ഷണങ്ങൾ (negative symptoms) മാത്രമുള്ള തരത്തിലുള്ളതായിരുന്നു കുമാരേട്ടന്റെ ഭാര്യയിലും മക്കളിലും കുടികൊണ്ടിരിക്കുന്ന രോഗജീൻ മൂലമുണ്ടായ സ്കിസോഫ്രീനിയ രോഗം. അത് മനോരോഗമാണെന്ന് മനസിലാക്കാൻ തന്നെ പ്രയാസമായിരിക്കും. ചിലരിൽ ഈ രോഗം സ്വഭാവവൈചിത്ര്യങ്ങളായി മാത്രം വ്യാഖ്യാനിക്കപ്പെടാവുന്ന തരത്തിൽ ആയുഷ്കാലം മുഴുവൻ അടങ്ങിയൊതുങ്ങിക്കഴിഞ്ഞുകൊള്ളും. ഇവരുമായി ഇടപെടേണ്ടിവരുന്നവർ ഇവരുടെ പെരുമാറ്റങ്ങളുടെയും ചിന്തകളുടെയും സവിശേഷതയും വൈചിത്ര്യവും മനസിലാക്കി അവരുമായി സംഘർഷമുണ്ടാക്കാതെ, കുമാരേട്ടൻ ചെയ്തതുപോലെ ഒത്തിണങ്ങി പോകുകയാണെങ്കിൽ ഇവർക്ക് ഔഷധപ്രയോഗത്തിന്റെയോ മറ്റുതരത്തിലുള്ള ചികിത്സയുടെയോ ആവശ്യം വരാറില്ല. കുമാരേട്ടന്റെ ഭാര്യയുടെ മാനസികാവസ്ഥ അത്തരത്തിലുള്ളതായിരുന്നു. എന്നാൽ മകളുടെ വിവാഹജീവിതം സംബന്ധിച്ചുള്ള അവരുടെ യാഥാർഥ്യബോധമില്ലായ്മ പ്രകടമായ ചിന്തനവൈകല്യം (disorder of thinking) തന്നെയാണ്. രോഗകാരണമായ ജീൻ ഒരു തലമുറയിൽ നിന്നും അടുത്ത തലമുറയിലേക്ക് കടക്കുമ്പോൾ സൗമ്യഭാവം വെടിഞ്ഞ് രൗദ്രഭാവം പൂണ്ടെന്നുവരാം. കുമാരേട്ടന്റെ മക്കളുടെ കാര്യത്തിൽ സംഭവിച്ചത് അതാണ്. മകൾക്ക് മാനസികമായ എന്തോ തകരാറുണ്ടെന്നുള്ള കുമാരേട്ടന്റെ സംശയം അടിസ്ഥാനരഹിതമായിരുന്നില്ലെന്ന് ബോധ്യം വന്നപ്പോൾ മകൾക്ക് മരുന്നുകൊടുക്കാനും മനഃശാസ്ത്രചികിത്സയ്ക്ക് (psychotherapy)വിധേയമാക്കാനും സമ്മതിച്ചു. മകൾക്ക് മനോരോഗമുണ്ടെന്നും മരുന്നു കൊടുക്കേണ്ടതുണ്ടെന്നും കുമാരേട്ടന്റെ ഭാര്യയെ ബോധ്യപ്പെടുത്താൻ വളരെയേറെ പാടുപെട്ടു. മകളുടെ വ്യക്തിത്വത്തിന്റെ പ്രത്യേകതമാത്രമാണെന്നായിരുന്നു അവരുടെ വാദം. മനോരോഗങ്ങളെക്കുറിച്ച് വേൾഡ് സൈക്യാട്രിക് അസോസിയേഷൻ(WPA) 2005 ൽ പ്രസിദ്ധപ്പെടുത്തിയ *Myth and Facts* എന്ന രേഖയിലെ പ്രസക്തഭാഗം അവരെ വായിച്ചുകേൾപ്പിച്ചു.

മിഥ്യ: സ്കിസോഫ്രീനിയ രോഗമല്ല, വ്യക്തിത്വ വൈകല്യങ്ങൾ മാത്രമാണ്.

വസ്തുത: സ്കിസോഫ്രീനിയ ഗൗരവതരമായ മനോരോഗമാണ്. അത് പലപ്പോഴും വ്യക്തിത്വത്തിന്റെ വൈകല്യങ്ങളായി തെറ്റിദ്ധരിക്കപ്പെടാറുണ്ട്. അത് യാഥാർഥ്യബോധത്തെ വികലമാക്കുന്നു. സ്കിസോഫ്രീനിയ ബാധിച്ചവരിൽ സമൂഹത്തിൽ നിന്നും അകാരണമായി അകന്നു നിൽക്കുക മാത്രം ചെയ്യുന്നവരും പ്രത്യക്ഷലക്ഷണങ്ങൾ പ്രകടമാക്കുന്നവരും ഉണ്ട്.

ഒരുമാസം മരുന്നുകഴിച്ചതിനുശേഷം വീണ്ടും പരിശോധനയ്ക്കായി വന്നപ്പോൾ കാരണമൊന്നുമില്ലാതെ ഭർത്താവുമായി അകന്നു കഴിഞ്ഞത് തെറ്റായിപ്പോയെന്ന തിരിച്ചറിവ് (insight) ഉണ്ടായതായി സൗമ്യ സമ്മതിച്ചു. ഇപ്പോൾ കുമാരേട്ടനെയും മകളെയും അലട്ടുന്ന പ്രശ്നം മറ്റൊ

ന്നാണ്. സൗമ്യക്ക് മനോരോഗമാണെന്ന് ഉറപ്പായാൽ ഭർത്താവ് അനിലും അയാളുടെ കുടുംബക്കാരും സൗമ്യയെ സ്വീകരിക്കാൻ തയ്യാറാവുമോ അതോ വിവാഹമോചനത്തിനായി കോടതിയിൽ ഉന്നയിച്ച വാദത്തിൽ ഉറച്ചുനിന്ന് വിവാഹമോചനം ആവശ്യപ്പെടുമോ എന്നതായിരുന്നു. മരുന്നുകൊടുത്തപ്പോൾ മൂത്തമകൾ സൗമ്യയുടെ മാനസികാവസ്ഥ മെച്ചപ്പെട്ട അനുഭവപാഠം ഉൾക്കൊണ്ട് മരുന്നുകഴിക്കാൻ രണ്ടാമത്തെ മകളെയും മകനെയും പ്രേരിപ്പിക്കേണ്ടതുണ്ടെന്ന് കുമാരേട്ടന് മനസിലായിട്ടുണ്ട്.

45

ജനിതകവും സാഹചര്യവും ഒത്തുവരുമ്പോൾ

സെയ്താലി ഒരു പൊതുമേഖലാ സ്ഥാപനത്തിലെ ഡ്രൈവറാണ്. ട്രേഡ് യൂണിയൻ പ്രവർത്തകനുമാണ്. താൻ മദ്യപാനരോഗത്തിന് അടിമപ്പെട്ടുപോയി എന്ന തിരിച്ചറിവ് ഉണ്ടായതുകൊണ്ട് ആരുടെയും പ്രേരണയോ നിർബന്ധമോ ഇല്ലാതെ സ്വമേധയാ ഡീ അഡിക്ഷൻ ചികിത്സയ്ക്ക് ആശുപത്രിയിൽ വന്നതാണ്. ഇനി ഒരിക്കലും മദ്യപിക്കാൻ തോന്നാത്ത ഒരു മനോഘടന ഉണ്ടാകുന്നതുവരെ ആശുപത്രിയിൽ തങ്ങാനുള്ള ഒരുക്കത്തോടെയാണ് വന്നത്. പത്താംക്ലാസ് വരെ മാത്രമേ പഠിച്ചിട്ടുള്ളു എങ്കിലും അച്ചടി ഭാഷയിലുള്ള സംസാരമാണ്. ട്രേഡ് യൂണിയൻ സംഘടിപ്പിക്കാറുള്ള എല്ലാ സെമിനാറുകളിലും പഠനക്ലാസുകളിലും പങ്കെടുക്കാറുണ്ട്. സാർവദേശീയ, ദേശീയ രംഗങ്ങളിലെ രാഷ്ട്രീയവും സാമൂഹ്യവുമായ അവസ്ഥകളെക്കുറിച്ചെല്ലാം സെയ്താലിക്കറിയാം. വീട്ടിലെ കാര്യങ്ങൾ ചോദിച്ചപ്പോൾ സെയ്താലി പറഞ്ഞു: എനിക്ക് ഭാര്യയും ഒരു മോളുമാണ്. എന്റെ ഭാര്യക്ക് അപസ്മാരം വരാറുണ്ട്. അതിന് ഒരു മരുന്നെഴുതിത്തരണം. ആളിനെ പരിശോധിക്കാതെയും അപസ്മാരബാധതന്നെയാണെന്ന് ഉറപ്പുവരുത്താതെയും മരുന്നെഴുതിത്തരുന്നത് ശരിയല്ലെന്ന് പറഞ്ഞപ്പോൾ സെയ്താലി ആവർത്തിച്ചു: "അപസ്മാരം തന്നെയാണ്. ആദ്യമായി അപസ്മാരം ഉണ്ടായത് ഞാൻ നേരിട്ടു കണ്ടതാണ്. നിന്ന നിൽപ്പിൽ അലർച്ചയോടെ ബോധം കെട്ടു നിലത്തു വീണു. ശരീരമാകെ വില്ലുപോലെ വളഞ്ഞതിനുശേഷം കൈയും കാലും ഇട്ടടിക്കാൻ തുടങ്ങി. കണ്ണ് രണ്ടും മേലോട്ട് മറിഞ്ഞു. പിന്നെ ശരീരമാകെ വിറയ്ക്കാൻ തുടങ്ങി. വായീന്ന് നുരയും പതയും വന്നു. ഇതെല്ലാം അഞ്ചാറു മിനിറ്റുനേരം കൊണ്ടാണ് സംഭവിച്ചത്. അതിനുശേഷം പത്തു മിനിട്ടോളം അനക്കമില്ലാതെ തളർന്നുകിടന്നു. അത് കഴിഞ്ഞപ്പോൾ കണ്ണു

മിഴിച്ചെഴുന്നേറ്റു. കുറച്ചുനേരത്തേക്ക് എന്നെയും മോളെയും തിരിച്ചറിഞ്ഞില്ല. പത്തുമിനിട്ടോളം കഴിഞ്ഞ് എന്താണ് സംഭവിച്ചതെന്ന് ചോദിച്ചു. വായീന്ന് കുറെശ്ശേ ചോരവരുന്നുണ്ടായിരുന്നു. വായ തുറന്നുനോക്കിയപ്പോ മനസിലായി നാക്ക് കടിച്ചു മുറിച്ചതാണെന്ന്."

സെയ്താലിയുടെ നിരീക്ഷണം സൂക്ഷ്മവും വിവരണം കൃത്യവും ആണെന്ന് തോന്നി. ഭാര്യയുടെ രോഗം അപസ്മാരം തന്നെയാണെന്നും ബോധ്യമായി. കഴിയുന്നതും വേഗം തലച്ചോറിന്റെ വിദ്യുത് തരംഗങ്ങളുടെ നില മനസിലാക്കുവാനായി ഇ ഇ ജി (Electro Encephalogram) എടുത്ത് അതുമായി ആള് നേരിട്ട് വരണമെന്ന നിബന്ധനയോടെ മരുന്നെഴുതിക്കൊടുക്കാൻ തീരുമാനിച്ചു. മരുന്നെഴുതാനായി ഭാര്യയുടെ പേര് ചോദിച്ചപ്പോൾ സെയ്താലി പറഞ്ഞു: ശ്രീലത. ഞാൻ സംശയത്തോടെ വീണ്ടും ചോദിച്ചപ്പോൾ സെയ്താലി ആവർത്തിച്ചു: ശ്രീലത തന്നെ. ഞങ്ങള് ഇന്റർകാസ്റ്റ് മാര്യേജാണ്.

തങ്ങളുടെ മിശ്രവിവാഹവും അതിനെ തുടർന്നുണ്ടായ അനുഭവങ്ങളും വിവരിക്കുവാൻ സെയ്താലി വെമ്പുന്നതുപോലെ തോന്നി. ഞാൻ അയാളെ പ്രോത്സാഹിപ്പിച്ചു. സെയ്താലിയും ശ്രീലതയും സ്കൂളിൽ പഠിക്കുമ്പോൾ പ്രണയബദ്ധരായതാണ്. അവരുടെ ഗ്രാമത്തിൽ മുസ്ലീങ്ങളാണ് ഭൂരിപക്ഷം. ഒരു മുസ്ലീം യുവാവ് ഹിന്ദുപെണ്ണിനെ പ്രേമിക്കുന്നത് പരസ്യമായപ്പോൾ എതിർപ്പ് തുടങ്ങി. സെയ്താലിയും ശ്രീലതയും വകവെച്ചില്ല. എങ്കിലും പരസ്യമായ വെല്ലുവിളിക്കൊന്നും പോകാതെ അവരുടെ പ്രണയം നിശ്ശബ്ദമായിത്തുടർന്നു. സെയ്താലിയുടെ പഠനം പൂർത്തിയായപ്പോൾ ഡ്രൈവിങ് പഠിച്ചു. ഓട്ടോറിക്ഷ ഡ്രൈവറായി ജോലി തുടങ്ങി. ശ്രീലത പത്താംക്ലാസ് പാസായതോടെ പഠനം നിറുത്തി. സെയ്താലിയുമായി കണ്ടുമുട്ടാനുള്ള അവസരം കുറഞ്ഞു. എങ്കിലും പ്രണയബന്ധത്തിന് ഉലച്ചിലൊന്നും തട്ടിയില്ല. ഒരു ദിവസം ശ്രീലതയുമായുള്ള വിവാഹക്കാര്യം സെയ്താലി ഉമ്മയുമായി സംസാരിച്ചു. ഉമ്മയ്ക്ക് എതിർപ്പൊന്നുമില്ല. പക്ഷേ ബാപ്പ എന്തുപറയുമെന്ന് അറിഞ്ഞുകൂടാ. പക്ഷേ ബാപ്പയും സമ്മതിച്ചു. ബാപ്പ ഒരു കമ്യൂണിസ്റ്റ് ആശയക്കാരനായതുകൊണ്ടാണ് ശ്രീലതയുമായുള്ള വിവാഹത്തിന് സമ്മതിച്ചതെന്ന് സെയ്താലി ഉറച്ച് വിശ്വസിക്കുന്നു. ബാപ്പയും ഉമ്മയും സമ്മതിച്ചെങ്കിലും ശ്രീലതയുടെ വീട്ടുകാർ എന്തുപറയുമെന്ന് തിട്ടമില്ലായിരുന്നു. അവർക്കും സമ്മതമാണെന്ന് ശ്രീലതയും പറഞ്ഞു. എങ്കിലും വിവാഹം പരസ്യമായി നടത്താനോ വിവാഹശേഷം നാട്ടിൽ സ്വൈരമായി ജീവിക്കാനോ സാധ്യമല്ലായിരുന്നു. കാരണം പെണ്ണിനെ മതം മാറ്റാതെ വിവാഹം കഴിക്കരുതെന്നായിരുന്നു പള്ളിക്കാരുടെയും പ്രദേശത്തെ പ്രമാണിമാരുടെയും ശാസനം. സെയ്താലി ഒന്ന് ചിരിച്ചുകൊണ്ട് പറഞ്ഞു: "പെണ്ണിനു മതമുണ്ടെങ്കിലല്ലേ മതം മാറ്റാൻ പറ്റൂ? ശ്രീലതയും എന്നെപ്പോലെ തന്നെ ആയിരുന്നു.

സെയ്താലിയും ശ്രീലതയും അച്ഛനമ്മമാരുടെയും ബന്ധുക്കളുടെയും അനുവാദത്തോടെ രജിസ്റ്റർ കച്ചേരിയിൽ വച്ച് വിവാഹിതരായി. മതഭ്രാന്തന്മാരെ ഭയന്ന് അവർ ഗ്രാമം ഉപേക്ഷിച്ച് അടുത്തുള്ള ചെറുനഗരത്തിൽ താമസം തുടങ്ങി. സെയ്താലി ഓട്ടോറിക്ഷഡ്രൈവറായും ശ്രീലത തുണിക്കടയിൽ സെയിൽസ്ഗേളായും തൊഴിലെടുത്തു. മതഭ്രാന്തന്മാർ അവിടെയും ജീവിക്കാൻ അനുവദിച്ചില്ലെന്നാണ് സെയ്താലി പറഞ്ഞത്. ഓട്ടോറിക്ഷയുടെ ഉടമസ്ഥനെ സ്വാധീനിച്ച് സെയ്താലിയെ ഡ്രൈവർജോലിയിൽ നിന്നും ഒഴിവാക്കി. തുണിക്കടമുതലാളിയെ വിരട്ടി ശ്രീലതയെയും പിരിച്ചുവിടുവിച്ചു. ഗ്രാമത്തിൽ നിന്നും ബന്ധുക്കളാരും നവദമ്പതികളെ കാണാൻ വരാൻ പാടില്ലെന്നായിരുന്നു ശാസനം. ഊരുവിലക്കിനെയും പീഡനങ്ങളെയും ഭയന്ന് ആരും ശാസനങ്ങളെ ലംഘിക്കാൻ ധൈര്യപ്പെട്ടില്ല.

സെയ്താലിയുടെ വിവരണം കേട്ടുകൊണ്ടിരുന്നപ്പോൾ ഇതെല്ലാം കേരളത്തിൽ നടന്ന കാര്യങ്ങളാണോ എന്നെനിക്കു തോന്നി. ആ സംശയം ഞാൻ പ്രകടിപ്പിക്കുകയും ചെയ്തു. സെയ്താലി എന്റെ സംശയം തീർത്തത് ഇങ്ങനെയാണ്: "ഒരു പ്രദേശത്ത് ഒരു സമുദായം മഹാഭൂരിപക്ഷമാണെങ്കിൽ ആ സമുദായത്തിലെ മതമേധാവികളുടെയും പ്രമാണിമാരുടെയും സ്വേച്ഛാധിപത്യമാണ് നടക്കുക. അതിനെതിരായി പരാതിപ്പെടാനൊന്നും ആരും മെനക്കെടാറില്ല. പരാതിപ്പെട്ടാൽ ഊരുവിലക്കാണ് ഫലം. അതു പേടിച്ചാണ് ആരും അനങ്ങാത്തത്."

സെയ്താലിയുടെ സ്വന്തം അനുഭവങ്ങളുടെ അടിസ്ഥാനത്തിലാണല്ലോ ഇങ്ങനെയൊരു നിഗമനത്തിലെത്തിയത്. മുപ്പത്തെട്ടു വർഷങ്ങൾക്കു മുമ്പ് മഞ്ചേരി ആശുപത്രിയിൽ ഡോക്ടറായി ജോലി ചെയ്തപ്പോഴുണ്ടായ എന്റെ സ്വന്തം അനുഭവങ്ങളുമുണ്ട്. അതുകൊണ്ട് സെയ്താലിയുടെ നിഗമനങ്ങളെ ഖണ്ഡിക്കാൻ തുനിഞ്ഞില്ല. സെയ്താലിയുടെ മദ്യപാന രോഗത്തിന്റെ തുടക്കം എങ്ങനെ ആയിരുന്നു എന്നറിയാനായി ചോദിച്ചു: "സെയ്താലി മദ്യപിച്ചുതുടങ്ങിയതെപ്പോഴാണ്?"

സെയ്താലി രോഗത്തിന്റെ ആരംഭം മുതൽ വിവരിച്ചു: എന്റെ മോള് ജനിച്ചതിനുശേഷമാണ് ആദ്യമായി കഴിച്ചത്. ശ്രീലത പ്രസവിച്ചപ്പോൾ സഹായിക്കാനാരുമുണ്ടായിരുന്നില്ല. ഞങ്ങളെ സഹായിക്കാൻ ആരെയും അനുവദിച്ചില്ലെന്ന് പറയുന്നതാണ് ശരി. ഒരുദിവസം വളരെ രഹസ്യമായി ബാപ്പയും ഉമ്മയും കൂടി കുഞ്ഞിനെ കാണാൻ വന്നു. ഞങ്ങൾക്ക് അത്യാവശ്യച്ചെലവിനായി കുറച്ച് കാശും തന്നു. പിറ്റേന്ന് രാത്രി മൂന്നുനാലാളുകൾ വീട്ടിൽ കയറി വന്ന് ഇനി ബാപ്പ ഇവിടെ വരികയാണെങ്കിൽ ജീവനോടെ തിരിച്ചുപോവൂലാന്ന് ബാപ്പോട് പറയണമെന്ന് പറഞ്ഞു. ഒന്നുകിൽ ശ്രീലത മതം മാറണം. അല്ലെങ്കിൽ മതത്തിലുള്ളവരുമായി യാതൊരു ബന്ധവും വെക്കാൻ പാടില്ല. അതായിരുന്നു അവരുടെ താക്കീത്. എനിക്ക് സങ്കടം സഹിക്കാൻ കഴിഞ്ഞില്ല. ജീവിതം അവസാനിപ്പിച്ചാലെ

ണ്ടെന്ന് തോന്നി. സങ്കടം മറക്കാനായി അന്നുരാത്രി ഞാൻ ഷാപ്പിൽ പോയി കള്ളുകുടിച്ചു.അന്നുമുതല് കുറെശ്ശെ തുടങ്ങി. ഭാഗ്യംകൊണ്ട് എനിക്ക് ആയിടെ ഒരു സ്ഥാപനത്തില് ഡ്രൈവറായി ജോലി കിട്ടി. ആദ്യം ദിവസക്കൂലി അടിസ്ഥാനത്തിലായിരുന്നു. പിന്നെ മാസശമ്പളമായി. ജോലി ആയെങ്കിലും എന്തിനിങ്ങനെ ജീവിക്കുന്നു എന്ന തോന്നല് വിട്ടുമാറിയില്ല. അതുകൊണ്ട് മദ്യപാനവും തുടർന്നു. യൂണിയൻ വർക്കിനൊക്കെ പോകുമ്പോഴും ഭയങ്കര കുറ്റബോധത്തോടെയാണ് പോകാറ്. ആരും അറിയാതെ രഹസ്യമായിട്ടാണ് മദ്യപിക്കാറ്. എങ്കിലും ഭയങ്കര കുറ്റബോധമാണ്. അതുകൊണ്ടാണ് ഇത് നിറുത്താൻ തീരുമാനിച്ചത്.

സംസാരം നിറുത്തുമ്പോൾ സെയ്താലിയുടെ കണ്ണുകൾ നിറഞ്ഞിരുന്നു. സെയ്താലി തീവ്രമായ വിഷാദത്തിലായിരുന്നു. സെയ്താലിയുടെ മദ്യപാനരോഗത്തിന്റെ നിദാനം വിഷാദരോഗമാണെന്ന് ബോധ്യമായി. അതിന്റെ വേരുകൾ തേടിയപ്പോഴാണ് സെയ്താലിയുടെ ബാപ്പയും ഇടയ്ക്കിടെ വിഷാദമഗ്നനാകാറുണ്ടെന്ന് മനസിലായത്. വിഷാദരോഗത്തിന്റെ ജനിതകഘടകം സെയ്താലിയുടെ ജീവകോശങ്ങളിലുണ്ടായിരുന്നു. മാനസികമായ പീഡനങ്ങൾ അനുഭവിക്കേണ്ടിവന്നപ്പോഴാണ് ജനിതകഘടകം ഉത്തേജിക്കപ്പെട്ടതും രോഗം പ്രത്യക്ഷമായതും. ജനിതകഘടകം ഉത്തേജിപ്പിക്കപ്പെടാതിരുന്നെങ്കിൽ രോഗം ബാധിക്കുമായിരുന്നില്ല. വൃക്ഷത്തിന്റെ വിത്ത് ഉണങ്ങിയ മണ്ണിൽ കിടന്നാൽ മുളച്ച് പൊന്തുകയില്ല. ജനിതകഘടകവും സാമൂഹ്യസാഹചര്യങ്ങളും എങ്ങനെയാണ് ഒത്തു പ്രവർത്തിപ്പിച്ച് മനോരോഗം ഉണ്ടാക്കുന്നതെന്നതിന് സെയ്താലി നല്ലൊരു ഉദാഹരണമാണ്. ഭാര്യയുടെ അപസ്മാരബാധയെപ്പറ്റി ഒരുകാര്യം കൂടി പറയാനുണ്ടെന്നു സെയ്താലി പറഞ്ഞു:

“സത്യത്തിൽ ഞാൻ കാരണമാണ് അവൾക്ക് അപസ്മാരത്തിന്റെ അസുഖം തുടങ്ങിയത്. എനിക്ക് ഭയങ്കര മുൻകോപമായിരുന്നു. അൽപ്പം മദ്യപിച്ച് വരുമ്പോൾ ശ്രീലത വഴക്കുപറയും. അതുകേൾക്കുമ്പോൾ എനിക്ക് കോപം അടക്കാൻ കഴിയാതാവും. കൈയിൽകിട്ടിയതൊക്കെയെടുത്ത് വലിച്ചെറിയും. ഒരു ദിവസം ഞാൻ ശ്രീലതയുടെ തലക്കൊരടികൊടുത്തു. അന്നാണ് അവൾക്ക് അപസ്മാരബാധ ഉണ്ടായത്. എന്റെ അടികൊണ്ട് തലച്ചോറിന് എന്തെങ്കിലും കേടുപറ്റിയോന്ന് എനിക്ക് സംശയമുണ്ട്.

ഞാൻ പറഞ്ഞു: “എന്തായാലും മരുന്നു കഴിച്ച് തുടങ്ങട്ടെ. ഇ ഇ ജി യുമായി അടുത്ത ആഴ്ച വരാൻ പറയൂ. അത് നോക്കിയിട്ട് ബാക്കി കാര്യങ്ങൾ തീരുമാനിക്കാം.”

ശ്രീലത അടുത്ത ആഴ്ച ഇ ഇ ജിയുമായി വന്നു. വെളുത്തു മെലിഞ്ഞ യുവതി. മുഖം പ്രസന്നമാണ്. ഏതുതരം പീഡനങ്ങളെയും അതിജീവിക്കാൻ തനിക്ക് കരുത്തുണ്ടെന്ന കൂസലില്ലാത്ത ഭാവം. ശ്രീലത ആഹ്ലാദത്തോടെ വലിയ പുസ്തകം പോലുള്ള ഇ ഇ ജി മേശപ്പുറത്ത്

വച്ചുകൊണ്ട് പറഞ്ഞു: "ഈ ഗുളിക കഴിച്ചു തുടങ്ങിയതിനുശേഷം ഫിറ്റ്സ് വന്നിട്ടില്ല."

ഞാൻ ശ്രീലതയുടെ ഇ ഇ ജി പേജുകൾ മറിച്ച് സൂക്ഷ്മമായി പരിശോധിച്ചു. മസ്തിഷ്കത്തിന്റെ കേന്ദ്രഭാഗത്തു നിന്നുത്ഭവിക്കുന്ന അപസ്മാരബാധയാണ് ശ്രീദേവിയുടേത് എന്ന് വ്യക്തമാക്കുന്ന വിദ്യുത് തരംഗങ്ങളുടെ രേഖാരൂപങ്ങളായിരുന്നു ഇ ഇ ജിയിൽ. താൻ തലയ്ക്ക് അടിച്ചതിനാൽ ശ്രീദേവിയുടെ മസ്തിഷ്കത്തിനു ക്ഷതമേറ്റതുകൊണ്ടാണ് അപസ്മാരബാധ ഉണ്ടായതെന്ന സെയ്താലിയുടെ വിശ്വാസം തെറ്റായിരുന്നു. അങ്ങനെ പറഞ്ഞത് വിഷാദരോഗം മൂലമുള്ള തീവ്രമായ കുറ്റബോധം കൊണ്ടായിരുന്നു. ശ്രീലതയ്ക്ക് അങ്ങനെയുള്ള ചിന്തയുണ്ടോ എന്നറിയാനായി ഞാൻ ചോദിച്ചു: തലയ്ക്കടിയേറ്റതുകൊണ്ടാണ് അപസ്മാരം ഉണ്ടായതെന്ന് സെയ്താലി പറയുന്നു. ശ്രീലതയ്ക്കെന്തു തോന്നുന്നു?

"ഇങ്ങേരെന്നെ തലയ്ക്കടിച്ച ദിവസമാണ് ആദ്യമായിട്ട് ഫിറ്റ്സ് വന്നത്. അന്നെനിക്ക് ഭയങ്കര സങ്കടം തോന്നീന്നുള്ളത് സത്യം തന്നെ. പക്ഷേ അതോണ്ടാണ് ജന്നിവന്നതെന്ന് പറയാൻ പറ്റൂല. എന്റെ കുഞ്ഞമ്മയ്ക്ക് ഫിറ്റ്സ് വരാറുണ്ട്. അവരിപ്പോഴും മരുന്നുകഴിക്കുന്നുണ്ട്.

സെയ്താലിയുടെ കോശങ്ങളിൽ വിഷാദരോഗത്തിന്റെ ജനിതകഘടകങ്ങൾ ഉള്ളതുപോലെ ശ്രീദേവിയുടെ മസ്തിഷ്കകോശങ്ങളിൽ അപസ്മാരത്തിന്റെ ജനികതകഘടകങ്ങൾ ഉണ്ടായിരുന്നു. പ്രണയിച്ചു വിവാഹം കഴിച്ച ജീവിതപങ്കാളി തലയ്ക്കടിച്ചപ്പോൾ മസ്തിഷകത്തിനു ക്ഷതമേറ്റില്ലെങ്കിലും മനസിന് ആഘാതമുണ്ടായി. മാനസികാഘാതമാണ് അപസ്മാരത്തിന്റെ ജനിതകഘടകത്തെ പത്തിപൊക്കാൻ പ്രകോപിപ്പിച്ചത്. അപസ്മാരവും മനോരോഗങ്ങളും പാരമ്പര്യമായി ഒരു തലമുറയിൽ നിന്നും മറ്റൊന്നിലേക്ക് ജനിതകഘടകങ്ങളിലൂടെ കൈമാറുന്നതാണെന്നായിരുന്നു വൈദ്യശാസ്ത്രത്തിന്റെ ധാരണ. ഒരു വ്യക്തിയിൽ ജനിതകഘടകങ്ങൾ കുടികൊള്ളുന്നുണ്ടെങ്കിലും രോഗം പ്രകടമാകാത്തത് എന്തുകൊണ്ട് എന്ന അന്വേഷണത്തിന്റെ ഫലമായി എത്തിച്ചേർന്നത് ജനിതകഘടകവും ഭൗതികസാഹചര്യങ്ങളും കൂട്ടായി ശ്രമിച്ചാൽ മാത്രമേ രോഗം പ്രത്യക്ഷമാകുകയുള്ളുവെന്ന കണ്ടെത്തലിലാണ്. മറ്റൊരു ഭാഷയിൽ പറഞ്ഞാൽ സാമൂഹ്യസാഹചര്യങ്ങൾക്ക് രോഗനിദാനത്തിൽ നിർണായക പങ്കുണ്ട്.

പാരമ്പര്യമായി സെയ്താലിയുടെ ജീവകോശങ്ങൾ വിഷാദരോഗത്തിന്റെയും ശ്രീലതയുടെ മസ്തിഷ്കകോശങ്ങൾ അപസ്മാരത്തിന്റെ ജനിതകഘടകങ്ങൾ ഏറ്റുവാങ്ങിയിട്ടുണ്ടെങ്കിലും അവരെ രോഗികളാക്കിയത് ചില മതഭ്രാന്തന്മാരാണെന്നത് ശാസ്ത്രത്തിന്റെ വെളിച്ചത്തിൽ നോക്കിയാൽ കാണുന്ന സത്യമാണ്. ഇത് മനോരോഗങ്ങൾക്കുമാത്രമല്ല പകർച്ചവ്യാധികൾക്കുപോലും ബാധകമായ ശാസ്ത്രസത്യമാണ്.

മൈക്രോസ്കോപ് കണ്ടുപിടിച്ച കാലത്ത് രോഗകാരണം രോഗാണു മാത്രമാണെന്നായിരുന്നു ശാസ്ത്രലോകത്തിന്റെ ധാരണ. രോഗാണു ശരീരത്തിൽ പ്രവേശിച്ചാലും രോഗം പ്രകടമാകുന്നത് വ്യക്തിയുടെ പ്രതിരോധശക്തിയുടെ അഭാവത്തിൽ മാത്രമാണ്. വ്യക്തിയുടെ പ്രതിരോധ ശക്തിയാകട്ടെ സാമൂഹ്യസാഹചര്യങ്ങളെ ആശ്രയിച്ചാണിരിക്കുന്നത്. സമൂഹത്തിന്റെ അടിത്തട്ടിൽ പട്ടിണിയും ദാരിദ്ര്യവും അനുഭവിക്കുന്നവരുടെ രോഗപ്രതിരോധ ശക്തി കുറവായിരിക്കുമെന്നുള്ള വസ്തുത കാണാൻ വിശേഷാൽ ഗവേഷണമൊന്നും നടത്തേണ്ടതില്ലല്ലോ.

46

ചതിക്കുഴിയിൽ വീഴാതെ രക്ഷപ്പെട്ടപ്പോൾ

ദേവിക വടക്കേ ഇന്ത്യയിലെ വൻനഗരത്തിലാണ് ജനിച്ചതും വളർന്നതും. ബഹുരാഷ്ട്ര കമ്പനിയിലെ ഉദ്യോഗസ്ഥദമ്പതികളായ സതീശന്റെയും രജനിയുടെയും ഏകമകളാണ്. ബി കോമിനു പഠിച്ചുകൊണ്ടിരിക്കുകയായിരുന്നു ദേവിക. ബി കോമിനുശേഷം എം ബി എ യ്ക്ക് അയയ്ക്കണമെന്നും മകളെ തങ്ങൾ ജോലി ചെയ്യുന്ന ഭീമൻ കമ്പനിയിലെ എക്സിക്യൂട്ടീവ് പദവിയിൽ ഇരുത്തണമെന്നും ഒക്കെ ആയിരുന്നു അവരുടെ സ്വപ്നങ്ങൾ. ദേവികയും ഭാവിയെക്കുറിച്ച് അങ്ങനെതന്നെയാണ് ചിന്തിച്ചിരുന്നത്. പക്ഷേ എല്ലാമുപേക്ഷിച്ച് വൻനഗരത്തോടും ബഹുരാഷ്ട്രകമ്പനിയോടും വിടപറഞ്ഞ് സ്വന്തം വേരുകളുള്ള നാട്ടിൻപുറത്തേക്ക് തിരിച്ചുവരാൻ സതീശും രജനിയും നിർബന്ധിതരായിരിക്കുന്നു. ഏക മകളുടെ ഭാവി സുരക്ഷിതമാക്കാൻ വേണ്ടിയാണ് അവർ അങ്ങനെ ചെയ്തത്. പരിശോധനാമുറിയുടെ പുറത്തിരിക്കുന്ന ദേവിക കേൾക്കുന്നില്ലെന്ന് ഉറപ്പുവരുത്തിയതിനുശേഷം രജനി ഉൽക്കണ്ഠനിറഞ്ഞ സ്വരത്തിൽ പറഞ്ഞു:

"ഞങ്ങൾക്ക് ഞങ്ങളുടെ മോളാണ് വലുത്. അവളുടെ ഭാവിക്കുവേണ്ടിയല്ലേ ജീവിക്കുന്നത്. അതോണ്ടാണ് എല്ലാം കളഞ്ഞിട്ട് പോരാൻ തീരുമാനിച്ചത്. മോളോടങ്ങനെ പറഞ്ഞിട്ടില്ല ഡോക്ടർ. കുറച്ചുനാള് ഇവിടെ നിന്നതിനുശേഷം തിരിച്ചു പൂവ്വാന്നാ പറഞ്ഞിരിക്കുന്നത്. എന്നിട്ടും അവൾക്ക് ബോധ്യം വരാത്തോണ്ടാണ് അവളിങ്ങനൊക്കെ ചെയ്തത്...."

രജനി സൂചിപ്പിച്ചത് മകളുടെ ആത്മഹത്യാശ്രമത്തെക്കുറിച്ചാണ്. വൻനഗരത്തിൽ നിന്നും പോന്നതിനുശേഷം ദേവിക വിഷാദമഗ്നയായിരുന്നു. അത് സ്വാഭാവികമാണെന്ന് കരുതി. കാമുകനിൽ നിന്നകന്ന് കഴിയേണ്ടിവരുന്ന തരുണിയുടെ ദു:ഖവും മൗനവും സ്വാഭാവികമാണല്ലോ. നഗരത്തിൽ ജനിച്ചുവളർന്ന യുവതിക്ക് കുഗ്രാമത്തിൽ കഴിയേണ്ടി

വന്നാൽ ഗൃഹാതുരത്വം ഉണ്ടാവുകയും ചെയ്യുമല്ലോ. ഒരൊറ്റ ആശ്വാസമേ സതീശ–രജനി ദമ്പതികൾക്കുണ്ടായിരുന്നുള്ളു. ദേവികയെ മലയാളം പഠിപ്പിക്കുകയും വീട്ടിൽ എപ്പോഴും മലയാളം സംസാരിക്കാൻ ശ്രദ്ധിക്കുകയും ചെയ്തിരുന്നതുകൊണ്ട് ദേവികയും നല്ലതുപോലെ മലയാളം സംസാരിക്കും. അതുകൊണ്ട് സ്വന്തം നാട്ടിൽ പ്രവാസിയായി മകൾക്ക് കഴിയേണ്ടിവരില്ലെന്ന് അവർക്ക് ഉറപ്പുണ്ടായിരുന്നു. നാട്ടിലെത്തി ഒരാഴ്ചക്കാലം ദേവിക അയൽവീടുകളിൽ പോകുകയും അയൽക്കാരും ബന്ധുക്കളുമായി സംസാരിക്കുകയും തമാശ പറയുകയും ഒക്കെ ചെയ്തിരുന്നതുകൊണ്ട് തീവ്രമായ ദു:ഖത്തിന് ഇടയില്ലെന്നാണ് അവർ കരുതിയത്. ഒരാഴ്ച കഴിഞ്ഞപ്പോൾ ദേവിക അധികം പുറത്തിറങ്ങാതായി. മുഖത്ത് ദു:ഖം പ്രകടമായി. കൂടുതൽ സമയം എന്തോ ചിന്തയിലാണ്ടിരിക്കുന്നതും ഇടയ്ക്കിടെ നെടുവീർപ്പിടുന്നതും കണ്ടപ്പോൾ വേർപാടിന്റെയും ഗൃഹാതുരതയുടെയും സാധാരണമായുള്ള സങ്കടമാണെന്നുകരുതി. ഒരു ദിവസം രാവിലെ പതിവുസമയത്ത് ദേവിക ഉണരാതിരുന്നപ്പോൾ രജനി ചെന്നു നോക്കി. മകൾ അബോധാവസ്ഥയിൽ കിടക്കുന്നത് കണ്ട് രജനി ഞെട്ടി. കട്ടിലിനരികിൽ ഉറക്കഗുളികകളുടെ അലുമിനിയം ഫോയിലുകൾ ചിതറിക്കിടക്കുന്നത് കണ്ട് ഉറക്കെ നിലവിളിച്ചുപോയി. മകൾ മരണപ്പെട്ടു പോയെന്നാണ് ദേവിക കരുതിയത്. നിലവിളികേട്ട് സതീശ് ഓടിവന്ന് നോക്കി. മനസ്സാന്നിധ്യം കൈവിടാതെ മകളുടെ നാഡിമിടിപ്പ് നോക്കി. മകൾ മരിച്ചിട്ടില്ലെന്ന് മനസിലായപ്പോൾ മറ്റുള്ളവരുടെ സഹായത്തോടെ മകളെ കാറിൽ കയറ്റി മിന്നൽവേഗത്തിൽ നഗരത്തിലെ ആശുപത്രിയിലെത്തിച്ചു. അങ്ങനെയാണ് ദേവികയുടെ ജീവൻ രക്ഷപ്പെടുത്തിയത്. ആശുപത്രിയിലെ അടിയന്തരചികിത്സ കഴിഞ്ഞപ്പോൾ ആത്മഹത്യപ്രവണത കുറയുന്നതുവരെ മനോരോഗാശുപത്രിയിൽ അഡ്മിറ്റ് ചെയ്ത് ചികിത്സിക്കണമെന്ന് ഡോക്ടർ ഉപദേശിച്ചു. അതനുസരിച്ചാണ് ദേവികയെ മനോരോഗാശുപത്രിയിൽ കൊണ്ടുവന്നിരിക്കുന്നത്.

പ്രായപൂർത്തിയായ മകൾ ഒരു യുവാവുമായി പ്രണയത്തിലായതിന് എല്ലാം ഉപേക്ഷിച്ച് പോരേണ്ടതുണ്ടായിരുന്നോ എന്നായിരുന്നു എന്റെ സംശയം. സതീശിന്റെ പ്രതികരണം ഇങ്ങനെയായിരുന്നു: "അയാൾ ഒരു ക്രിസ്റ്റ്യൻ ചർച്ചിലെ പ്രീസ്റ്റിന്റെ മകനാണ്. ഞങ്ങൾക്ക് പയ്യന്റെ ജാതിയും മതവും പ്രശ്നമല്ല. പ്രീസ്റ്റിന്റെ മകനാണെന്ന് പറഞ്ഞിട്ട് കാര്യമില്ല. അന്വേഷിച്ചപ്പോഴാണറിഞ്ഞത് അയാളൊരു ഡ്രഗ് അഡിക്റ്റും ആൽക്കഹോളിക്കുമാണെന്ന്. അതുമല്ല അയാളുടെ ഇന്റൻഷൻ ഞങ്ങളുടെ മകളെ സെക്ഷ്വലി എക്സ്പ്ലോയിറ്റ് ചെയ്യലാണ്. പിന്നെ...ഏറ്റവും വലിയ പ്രശ്നമായത് ദേവികയെ അയാള് കൺവർട്ട് ചെയ്യാൻ നിർബന്ധിച്ചതാണ്."

ഞാൻ ചോദിച്ചു: "അയാൾ മതം മാറ്റത്തിന് നിർബന്ധിച്ചെന്നാണോ പറഞ്ഞത്?"

"അതെ. അതിനയാളുടെ ഫാദർ തന്നെ ആയിരിക്കും മുൻകൈയെടുത്തത്."

"ദേവിക സമ്മതിച്ചോ?"

"സമ്മതിക്കുകയും കൺവർട്ട് ചെയ്യാൻ പോകുന്ന കാര്യം ഞങ്ങളോട് പറയുകയും ചെയ്തു. അപ്പോഴാണ് ഞങ്ങള് നാട്ടിലേക്ക് പോരാമെന്ന് തീരുമാനിച്ചത്."

ദേവികയുടെ കാമുകൻ മതംമാറ്റത്തിന് പ്രേരിപ്പിക്കുകയും ദേവിക അതിനു സമ്മതം മൂളുകയും ചെയ്തതായിരിക്കാം ഒരുപക്ഷേ സതീശിനെയും രജനിയെയും കൂടുതൽ പ്രയാസത്തിലാക്കിയത്. പയ്യൻ മദ്യത്തിനും മയക്കുമരുന്നിനും അടിമപ്പെട്ടവനാണെന്നും മകളെ ലൈംഗികമായി ചൂഷണം ചെയ്യാൻ ശ്രമിച്ചുവെന്നും ഉള്ള ആരോപണങ്ങൾ തങ്ങളുടെ പലായനത്തെ സാധൂകരിക്കാൻ പറയുന്നതാകാമെന്നാണ് എനിക്കുതോന്നിയത്. പക്ഷേ ദേവികയുമായി സംസാരിച്ചപ്പോൾ അവരുടെ ആരോപണങ്ങൾ അടിസ്ഥാനരഹിതമല്ലെന്നു മനസിലായി.

യുവത്വത്തിന്റെ തുടിപ്പുകളും വടിവുകളും വ്യക്തമാകുന്ന തരത്തിലുള്ള ഇറുകിപിടിച്ച ജീൻസും ടോപ്പുമായിരുന്നു പരിശോധനാമുറിയിലേക്ക് വരുമ്പോൾ ദേവികയുടെ വേഷം. മുടി ക്രോപ് ചെയിട്ടാണ്. വേഷം അത്യാധുനികമാണെങ്കിലും ദേവിക കാതിൽ കമ്മലും കഴുത്തിൽ മാലയും അണിഞ്ഞിരുന്നു. വൻനഗരത്തിൽ ജനിച്ചുവളർന്ന യുവതിയാണ് ദേവികയെന്ന് സംസാരം കേട്ടപ്പോൾ തോന്നിയില്ല. ഒരു സാധാരണ മലയാളിപെൺകുട്ടിയുടെ ഭാഷണരീതിയായിരുന്നു ദേവികയുടേത്. ചോദ്യങ്ങൾക്ക് കൂസലൊന്നുമില്ലാതെ മറുപടി പറഞ്ഞതാണ് ദേവികയെ വ്യത്യസ്തയാക്കിയത്. ഞാൻ ചോദിച്ചു:

"ദേവികയുടെ ബോയ്ഫ്രണ്ടിന്റെ പേരെന്താണ്?"

"മാർട്ടിൻ."

"എന്തുകൊണ്ടാണ് ആത്മഹത്യക്ക് ശ്രമിച്ചത്?"

"ജീവിക്കണ്ടെന്ന് തോന്നി. മാർട്ടിനെക്കൂടാതെ എനിക്ക് ജീവിക്കണ്ട."

"നാട്ടിലേക്ക് പോരുന്നതിനുമുമ്പ് അച്ഛനോടും അമ്മയോടും അക്കാര്യം പറഞ്ഞോ?"

"പറഞ്ഞു. കുറച്ച് നാള് നാട്ടിൽ നിന്നിട്ട് തിരിച്ചുപോകാമെന്നു പറഞ്ഞാണ് വന്നത്. പിന്നെയാണ് എനിക്ക് തോന്നിയത് ഇനിയൊരിക്കലും തിരിച്ചുപോകില്ലെന്ന്. അപ്പഴെനിക്ക് ഭയങ്കര ഡിപ്രെഷൻ തോന്നി. കാരണം മാർട്ടിനെ ഇനിയൊരിക്കലും കാണാൻ പറ്റൂലാന്ന് തോന്ന്യേപ്പള് മാർട്ടിൻ മരിച്ചുപോയെന്ന തോന്നലാണുണ്ടായത്. അന്നാണ് എനിക്കും മരിക്കണോന്ന് തോന്ന്യേത്. ഇപ്പഴും മാർട്ടിനെക്കുറിച്ചോർക്കുമ്പഴ് അങ്ങനെ തോന്നാറുണ്ട്."

സംസാരം ഇവിടെയെത്തിയപ്പോൾ ദേവികയുടെ കണ്ണുകൾ നിറഞ്ഞു. വാക്കുകൾ തൊണ്ടയിൽ തടയുന്നതുപോലെ തോന്നി. ഞാൻ ചോദ്യം

ചോദിക്കുന്നത് തൽക്കാലത്തേക്ക് നിറുത്തി വികാരവിക്ഷുബ്ധത അടങ്ങാനായി കാത്തിരുന്നു. ദേവിക മനസിന്റെ സമനില വീണ്ടെടുത്തുവെന്ന് തോന്നിയപ്പോൾ ചോദ്യം ചോദിക്കുന്നതിനുപകരം സാന്ത്വനിപ്പിക്കാൻ ശ്രമിച്ചു:

"ദേവികയുടെ മനസിലെ വേദന എനിക്കു മനസിലാവുന്നുണ്ട്."

"താങ്ക് യൂ ഡോക്ടർ. എനിക്ക് ഉറക്കം കിട്ടാൻ എന്തെങ്കിലും മരുന്നെഴുതണം."

"എഴുതാം. ദേവികയ്ക്ക് കുറച്ചു ദിവസം ആശുപത്രിയിൽ നിൽക്കാൻ വിരോധമുണ്ടോ?"

"ഇല്ല. ചാച്ചനും മമ്മയും ഉണ്ടെങ്കിൽ കൂടെ നിൽക്കാം. ഇല്ലെങ്കിൽ എനിക്ക് ലോൺലിനെസ്സ് തോന്നും."

"ചാച്ചനോടും മമ്മയോടും കൂടെ നിൽക്കാൻ ഞാൻ ആവശ്യപ്പെടാം. മരുന്നു കഴിക്കണമെന്ന് തോന്നുന്നുണ്ട് അല്ലേ?"

"എനിക്ക് ഭയങ്കര ഡിപ്രഷനാണ്. അതിനെന്തെങ്കിലും മരുന്നുകഴിക്കണം."

ദേവിക പറഞ്ഞതിനോട് ഞാൻ പൂർണമായും യോജിച്ചു. ദേവികയെ തീവ്രമായ വിഷാദരോഗം ഗ്രസിച്ചിരിക്കുന്നു. കാരണം കാമുകനിൽ നിന്നുള്ള വേർപിരിയലാണ്. ദേവികയുടെ അച്ഛന്റെയോ അമ്മയുടെയോ കുടുംബങ്ങളിൽ വിഷാദരോഗം ബാധിച്ചവരാരും തന്നെയില്ല. ജനിതകഘടകത്തിന്റെ അഭാവത്തിലും ജീവിതാനുഭവങ്ങളുടെ ആഘാതത്താൽ വിഷാദരോഗം ബാധിക്കുമെന്നതിന് ഉദാഹരമാണ് ദേവിക. ഇണയുടെ മരണമോ ഇണയുമായുള്ള വേർപിരിയലോ ആണ് ജീവിതാനുഭവങ്ങളിൽ ഏറ്റവും വേദനാജനകമെന്ന് മനോരോഗചികിത്സാവിദഗ്ധരായ തോമസ്ഹോംസും റിച്ചാഡ് റേഹിയും (Thomas Holmes and Richard Rahe) മനോമർദങ്ങളെക്കുറിച്ചുള്ള പഠനത്തിലൂടെ സ്ഥാപിച്ചിട്ടുണ്ട്. വേർപാടിന്റെ തീവ്രദു:ഖം ചിലപ്പോൾ വിഷാദാവസ്ഥയിലേക്ക് വ്യക്തിയെ നയിക്കുകയും വിഷാദരോഗത്തിലേക്ക് തള്ളിവിടുകയും ചെയ്തേക്കാമെന്നും അവർ കണ്ടെത്തിയിട്ടുണ്ട്. മാർട്ടിൻ ദേവികയുമായുള്ള പ്രണയത്തെ എങ്ങനെയാണ് കണ്ടിരുന്നതെന്ന് വ്യക്തമല്ല. പക്ഷേ ദേവികയുടെ പ്രണയം സത്യസന്ധവും തീവ്രവുമായിരുന്നുവെന്ന് വേർപിരിയലിനുശേഷമുള്ള വിഷാദാവസ്ഥ വ്യക്തമാക്കുന്നു. ദേവികയുടെ മനസ്സ് മാർട്ടിനെ സ്വന്തം ഇണയായി സ്വീകരിച്ചുകഴിഞ്ഞിരുന്നു.

മാർട്ടിനും ദേവികയുമായുള്ള ബന്ധത്തിന്റെ മറ്റുവശങ്ങളെക്കുറിച്ചൊക്കെ പിന്നീട് സംസാരിക്കാമെന്ന ധാരണയോടെ വിഷാദരോഗത്തിനുള്ള മരുന്ന് എഴുതിയതിനുശേഷം അന്നത്തെ കൂടിക്കാഴ്ച അവസാനിച്ചു. മറ്റുരോഗികളെ കാണുന്ന കൂട്ടത്തിൽ നിത്യവും ദേവികയെ കാണുകയും പൊതുവായ ആരോഗ്യസ്ഥിതി പരിശോധിക്കുകയും ചെയ്യാറുണ്ടെങ്കിലും ഒരാഴ്ച കഴിഞ്ഞാണ് വിശദമായ അഭിമുഖത്തിന് ദേവികയെ വിളിപ്പിച്ചത്. വിഷാദരോഗത്തിന് കുറച്ച് ശമനം വന്നിട്ടുണ്ടായിരുന്നു. വികാരവിക്ഷുബ്ധതയില്ലാതെ ചോദ്യങ്ങൾക്കു മറുപടി പറയാനും കാര്യകാരണ

ബന്ധത്തോടെ സംസാരിക്കാനും കഴിയുന്ന ഒരു മാനസികാവസ്ഥയിൽ ദേവിക എത്തിയിരുന്നു. ഞാൻ ആമുഖമായി പറഞ്ഞു:

"കുറച്ച് സെൻസിറ്റീവായ ചോദ്യങ്ങൾ ചോദിക്കുന്നതിന് വിരോധമില്ലല്ലോ?"

"മാർട്ടിനെക്കുറിച്ചാണോ ചോദിക്കുന്നത്?"

"അതെ. എന്താ വിരോധമുണ്ടോ?"

"ഇല്ല. മാർട്ടിന്റെ സിൻസീരിയറ്റിയെക്കുറിച്ച് എനിക്കിപ്പോൾ സംശയമുണ്ട്."

"എന്തുകൊണ്ട്?"

"കൺവർഷനുവേണ്ടി മാർട്ടിൻ എന്നെ ഒരുപാട് കമ്പെൽ ചെയ്തു. സിൻസീയറായിരുന്നെങ്കിൽ റിലീജിയനെക്കുറിച്ച് ബോതറാവുമായിരുന്നോ?"

പ്രണയം ആത്മാർഥമായിരുന്നെങ്കിൽ മതപരിവർത്തനത്തിനു നിർബന്ധിക്കുമായിരുന്നില്ലെന്ന നിഗമനത്തിൽ ദേവിക സ്വയം എത്തിച്ചേർന്നിരിക്കുന്നു. ഞാൻ പറഞ്ഞു:

"ദേവികയുടെ അമ്മയും അച്ഛനും പറഞ്ഞത് മാർട്ടിൻ ദേവികയെ സെക്ഷ്വലായി എക്സ്പ്ലോയിറ്റ് ചെയ്യാൻ ശ്രമിക്കുകയായിരുന്നുവെന്നാണ്. അതിനവർ നിരത്തിയ തെളിവ് അയാളുടെ അച്ഛനും അമ്മയും വീട്ടിലില്ലാതിരുന്ന സമയത്ത് ദേവികയെ വീട്ടിലേക്ക് ക്ഷണിക്കാറുണ്ടായിരുന്നുവെന്നാണ്. അതിനെക്കുറിച്ച് ദേവിക എന്തു പറയുന്നു?"

ദേവിക പറഞ്ഞു: "ഒരു ദിവസം റെസ്റ്റോറന്റിലിരുന്ന് സംസാരിക്കുമ്പോൾ വീട്ടിലേക്ക് പോകാമെന്ന് മാർട്ടിൻ പറഞ്ഞു. വീട്ടിൽ മമ്മയും ഡാഡിയും ഇല്ലാത്തതുകൊണ്ട് സ്വസ്ഥമായിരുന്ന് ചാറ്റ് ചെയ്യാമെന്നാണ് പറഞ്ഞത്. ഞാനത് വിശ്വസിച്ച് മാർട്ടിന്റെ കൂടെ വീട്ടിലോട്ട് പോയി. കുറച്ച് നേരം ചാറ്റ്ചെയ്തതിനുശേഷം സെക്സിനെക്കുറിച്ച് സംസാരിക്കാൻ തുടങ്ങി. അവൻ അഡ്വാൻസ് ചെയ്യുകയും ചെയ്തു. ഞാൻ പ്രൊട്ടസ്റ്റ് ചെയ്തു. എന്നിട്ടും മാർട്ടിൻ സെക്സിനെക്കുറിച്ച് തന്നെ സംസാരിച്ചപ്പോൾ മാര്യേജിനുശേഷമേ സെക്സ് പാടുള്ളുവെന്ന് ഞാൻ പറഞ്ഞു. കൺവേർഷൻ നടത്താതെ മാര്യേജ് പറ്റില്ലെന്ന് മാർട്ടിൻ തീർത്തു പറഞ്ഞു. ഞാൻ മാർട്ടിനോട് പിണങ്ങിയാണ് വീട്ടിൽനിന്നിറങ്ങിപ്പോന്നത്. കുറച്ചുദിവസം പിണങ്ങി നടന്നു. പിന്നെ എനിക്ക് കൺട്രോൾ ചെയ്യാൻ കഴിഞ്ഞില്ല. ഞാൻ മാർട്ടിനെ മൊബൈലില് വിളിച്ചു... പിന്നെ പലപ്പോഴും വീട്ടിലോട്ട് വിളിക്കാറുണ്ടായിരുന്നു. അപ്പോഴൊക്കെ ഞാൻ പോകാതെ ഒഴിഞ്ഞുമാറി. അതിന്റെ പേരില് മാർട്ടിൻ പിണങ്ങാറുണ്ടായിരുന്നു. ഞാൻ മൈൻഡ് ചെയ്യാതെ മാർട്ടിനെ വിളിക്കും. തമ്മിൽ കാണും..."

മാർട്ടിൻ മദ്യത്തിനും മയക്കുമരുന്നിനും അടിമപ്പെട്ട ആളെന്ന് ദേവികയുടെ അച്ഛനും അമ്മയും പറഞ്ഞകാര്യം ഞാൻ സൂചിപ്പിച്ചു. ദേവിക പറഞ്ഞു: "മാർട്ടിൻ അതൊക്കെ ഉപയോഗിക്കാറുണ്ട്. പക്ഷേ അഡിക്റ്റാണെന്ന് എനിക്ക് തോന്നീട്ടില്ല. അവിടെ പലരും അതൊക്കെ ഉപയോഗി

ക്കാറുണ്ട്."

വൻനഗരത്തിലെ പല യുവതീയുവാക്കളും അതൊക്കെ ഇടക്കിടക്ക് ഉപയോഗിക്കാറുള്ളതുകൊണ്ട് അതൊരു വലിയ ദോഷമാണെന്ന് ദേവികയ്ക്ക് തോന്നിയിട്ടില്ലെന്നാണ് പറഞ്ഞത്. മാർട്ടിൻ മദ്യപിക്കുകയും മയക്കുമരുന്നുപയോഗിക്കുകയും ലൈംഗികബന്ധത്തിന് ദേവികയെ പ്രേരിപ്പിക്കുകയുമൊക്കെ ചെയ്തകാര്യം അച്ഛനും അമ്മയും അറിഞ്ഞതെങ്ങനെയെന്ന് ഞാൻ ചോദിച്ചു. താൻ തന്നെയാണ് അക്കാര്യങ്ങളെല്ലാം അമ്മയോടും അച്ഛനോടും പറഞ്ഞതെന്ന് ദേവിക പറഞ്ഞു. മാർട്ടിന്റെ നിർബന്ധപ്രകാരം മതംമാറ്റത്തിനും തുടർന്ന് മാർട്ടിനുമായുള്ള വിവാഹത്തിനും ദേവിക ഒരുങ്ങിയതോടെയാണ് അമ്മയും അച്ഛനും നഗരം വിട്ടുപോരാൻ തീരുമാനിച്ചതെന്ന് ദേവിക പറഞ്ഞു.

വീണ്ടും അഭിമുഖത്തിനായി വിളിപ്പിച്ചപ്പോൾ ദേവികയുടെ മനസിനെ അലട്ടിയ പ്രശ്നം മറ്റൊന്നായിരുന്നു. ദേവിക പറഞ്ഞു: "എനിക്ക് ഉറക്കമൊക്കെ കിട്ടുന്നുണ്ട്." ഡിപ്രഷൻ കുറഞ്ഞെന്നാണ് തോന്നുന്നത്. മുഖത്തും വിഷാദഭാവം ഇല്ലായിരുന്നു. ശബ്ദം താഴ്ത്തി ദേവിക പറഞ്ഞു: "മാർട്ടിന്റെ വീട്ടിൽ പോയ അന്ന് ഞങ്ങള് തമ്മില് സെക്സ് നടന്നു ഡോക്ടർ. ഞാനിപ്പോൾ പ്രെഗ്നന്റാണ്."

സൈക്കോതെറാപ്പിയുടെ വേളയിൽ സൈക്കോളജിസ്റ്റിനോടും ഇതു തന്നെ പറഞ്ഞതായി അദ്ദേഹവും സൂചിപ്പിച്ചു. വിഷാദരോഗത്തോടനുബന്ധിച്ച് ചിലപ്പോൾ മിഥ്യാവിശ്വാസങ്ങൾ ഉണ്ടാകാറുണ്ട്. അത് മാറുന്നതിനാവശ്യമായ മരുന്നുകൾ കൂടി കൊടുക്കണം. എങ്കിലും യുവതിയും യുവാവും തമ്മിൽ ലൈംഗികബന്ധം നടന്നുവെന്ന മിഥ്യാവിശ്വാസം ഭാവിയിൽ നിയമപ്രശ്നങ്ങൾ പൊന്തിവരാൻ സാധ്യതയുള്ളതുകൊണ്ട് ദേവികയെ ഗൈനക്കോളജിസ്റ്റിന്റെ വിദഗ്ധപരിശോധനയ്ക്ക് അയച്ചു. ഗൈനക്കോളജിസ്റ്റിന്റെ പരിശോധനയിൽ ദേവിക കന്യകയാണെന്ന് തെളിഞ്ഞു.

ദേവികയുടെയും അച്ഛനമ്മമാരുടെയും വിവരണങ്ങളിൽ നിന്നും യുവതി ചതിക്കുഴിയിൽ വീഴാതെ രക്ഷപ്പെട്ടതായിട്ടാണ് എനിക്കു തോന്നിയത്. പക്ഷേ മിഥ്യാവിശ്വാസങ്ങളോടുകൂടിയ കടുത്ത വിഷാദരോഗത്തിനു (psychotic depression) വിധേയയാകേണ്ടി വന്നു. ഏതാനും ദിവസങ്ങൾക്കുള്ളിൽ രോഗമുക്തയായി ദേവികയ്ക്ക് വീട്ടിലേക്ക് പോകാൻ കഴിയുമെന്നാണ് പ്രതീക്ഷ. ജോലിസ്ഥലത്തേക്ക് തിരിച്ചുപോകുന്നതിനെക്കുറിച്ചുള്ള സതീശിന്റെയും രജനിയുടെയും ചോദ്യത്തിനു മറുപടി പറയാൻ എനിക്കുകഴിഞ്ഞില്ല. മാർട്ടിൻ വീണ്ടും പ്രണയാഭ്യർഥനയുമായി വന്നാൽ ദേവികയ്ക്ക് തിരസ്കരിക്കാൻ കഴിയുമോ എന്ന കാര്യം എനിക്കുറപ്പില്ലായിരുന്നു.

47

ജീവിതം തകർത്ത സംശയങ്ങളുടെ ഉത്ഭവസ്ഥാനം

മെലിഞ്ഞ് ഇരുണ്ട നിറമുള്ള നാൽപ്പതുകാരൻ തന്റെ പേര് ഭരതനെന്നാണെന്നും മദ്യപാനരോഗത്തിൽ നിന്നും മുക്തിനേടാനുള്ള ഡീ അഡിക്ഷൻ ചികിത്സയ്ക്ക് വിധേയനാകാൻ സ്വന്തം ഇഷ്ടപ്രകാരം വന്നതാണെന്നും പറഞ്ഞു. അഡ്മിഷൻ സമയത്ത് ഒപ്പിടേണ്ട രേഖകളിൽ ഒപ്പിട്ട് തരുവാൻ കൂടെ ആരുമില്ലാത്തതുകാരണം ഭരതനെ അഡ്മിറ്റു ചെയ്യുന്നകാര്യം തീരുമാനിക്കാനായി എന്റെ അടുക്കലേക്കയച്ചു. ഭരതൻ ഒരു മെഡിക്കൽഷോപ്പുടമയാണ്. ഭാര്യയും രണ്ടു പെൺമക്കളുമുണ്ട്. ഭാര്യ കുറച്ചുനാളായി പിണക്കത്തിലാണ്. കാരണം ഭരതന്റെ മദ്യപാനം തന്നെ. തകർച്ചയുടെ വക്കിലെത്തിനിൽക്കുന്ന കുടുംബജീവിതത്തെ വീണ്ടെടുക്കാനാണ് ഭരതൻ സ്വമേധയാ ചികിത്സയ്ക്ക് വന്നത്. ഭരതന് അടുത്ത ബന്ധുക്കളാരുമില്ലെന്നാണ് പറഞ്ഞത്. ബാല്യത്തിൽ അച്ഛനും അമ്മയും മരിച്ചു. ജ്യേഷ്ഠനാണ് ഭരതനെ വളർത്തിയതും പഠിപ്പിച്ചതും. അഞ്ചാറുകൊല്ലം മുമ്പ് ജ്യേഷ്ഠനും മരിച്ചു. ജ്യേഷ്ഠന്റെ കുടുംബം വളരെ അകലെയാണ്. ചികിത്സ കഴിഞ്ഞെത്തുന്നതുവരെ നോക്കി നടത്താൻ മെഡിക്കൽഷോപ്പ് വിശ്വസ്തനായ ഒരു സുഹൃത്തിനെ ഏൽപ്പിച്ചിരിക്കുയാണ്. ചികിത്സയ്ക്കു വരുന്ന കാര്യം ഭാര്യവീട്ടുകാരെ അറിയിച്ചെങ്കിലും അവർ പ്രതികരിച്ചില്ല. മദ്യപാനം പൂർണമായി നിറുത്തിയെന്ന് ബോധ്യപ്പെട്ടാലേ തന്റെ കൂടെ വരൂ എന്ന് ഭാര്യ ലളിത പറഞ്ഞതുകൊണ്ടാണ് തനിയെ ചികിത്സയ്ക്ക് വരേണ്ടിവന്നതെന്ന് ഭരതൻ പറഞ്ഞത് വിശ്വസനീയമായി തോന്നി. ഭരതനെ അഡ്മിറ്റ് ചെയ്യാൻ നിർദേശിച്ചു.

മദ്യപാനം തുടങ്ങിയതിന്റെ ചരിത്രം ഭരതൻ വിവരിച്ചു. പ്രീഡിഗ്രി പാസായതിനുശേഷം ഒരു മെഡിക്കൽ ഷോപ്പിൽ സെയിൽസ്മേനായി ജോലി തുടങ്ങി. പത്തുവർഷത്തോളം സെയിൽസ്മേനായി ജോലിചെയ്തുണ്ടാക്കിയ സമ്പാദ്യവും കടം വാങ്ങിയ തുകയും ചേർത്ത് നഗര

പ്രാന്തത്തിൽ ഒരു ചെറിയ മെഡിക്കൽഷോപ്പ് സ്വന്തമായി തുടങ്ങി. അതിനുശേഷമാണ് ലളിതയെ വിവാഹം ചെയ്തത്.

വിവാഹത്തിനുശേഷമാണ് ഭരതൻ മദ്യപിക്കാൻ തുടങ്ങിയത്. കാരണം ഭാര്യയുടെ പെരുമാറ്റരീതികളാണെന്നാണ് ഭരതന്റെ വിശദീകരണം. പല മദ്യപന്മാരും പറയാറുള്ള പല്ലവിയാണിത്. അതുകൊണ്ട് ഭരതന്റെ വിശദീകരണം തൃപ്തികരമായി തോന്നിയില്ല. ഞാൻ ചോദിച്ചു:

"എന്താണ് നിങ്ങൾക്കിഷ്ടപ്പെടാതിരുന്നത്?"

"അവൾക്കൊന്നിലും തൃപ്തിയില്ല. വീട്ടിലെ കാര്യങ്ങളോ കുട്ടികളുടെ കാര്യങ്ങളോ ശ്രദ്ധിക്കുകയില്ല. കെട്ടിയൊരുങ്ങി നടക്കുന്നതിലാണ് താൽപ്പര്യം."

"കെട്ടിയൊരുങ്ങി നടക്കുന്നു എന്നു പറഞ്ഞാലെന്താ?"

"അവളുടെ മേക്കപ്പിന് തന്നെ വേണം ഒരുപാട് കാശ്. പൗഡർ, സ്പ്രേ..... അങ്ങനെ ഒരു പാട് മേക്കപ്പ് സാധനങ്ങൾ വേണം. എപ്പോഴും വിലകൂടിയ പട്ടുസാരിയേ ഉടുക്കൂ. ബ്യൂട്ടിപാർലറിലും പോകാറുണ്ടെന്നാണ് തോന്നുന്നത്."

"തോന്നുന്നേയുള്ളോ? ഭാര്യ ബ്യൂട്ടിപാർലറിൽ പോകുന്നത് കണ്ടിട്ടുണ്ടോ?"

"ഞാൻ കണ്ടിട്ടില്ല. എല്ലാം ഭർത്താവിനെ കാണിച്ചുകൊണ്ടല്ലല്ലോ ചെയ്യാറ്."

ഭാര്യയുടെ കാര്യങ്ങൾ വിശദമായി ചോദിക്കുന്നത് ഭരതന് ഇഷ്ടമില്ലെന്ന് ഭാവഹാവാദികളിൽ നിന്നും മനസിലായി. ഭാര്യാഭർതൃബന്ധത്തിലെ ഭിന്നതകളാണ് ഭരതന്റെ മദ്യപാനരോഗത്തിന്റെ നിദാനമെന്ന് ഏറെക്കുറെ വ്യക്തമായി. എങ്കിലും ഭാര്യയോടുകൂടി ചോദിച്ചാലേ പൂർണ ചിത്രം കിട്ടുകയുള്ളു. അതുകൊണ്ട് ഞാൻ പറഞ്ഞു:

"ഭരതൻ ചികിത്സ തുടങ്ങിയ സ്ഥിതിക്ക് ഭാര്യയോട് ചികിത്സയിൽ സഹകരിക്കണമെന്ന് പറയൂ. ഒരു ദിവസം ആശുപത്രിയിൽ വന്ന് ഡോക്ടറുമായി സംസാരിക്കണമെന്ന് അവരോട് പറയൂ." ഭരതൻ മനസില്ലാമനസോടെ പറഞ്ഞു:

"ഞാൻ പറയാം. പക്ഷേ അവള് വരുമെന്ന് തോന്നുന്നില്ല."

ഒരാഴ്ചയ്ക്കുശേഷവും ലളിത ആശുപത്രിയിൽ വന്നില്ല. ഭരതൻ ലളിതയോട് ആശുപത്രിയിൽ വരുന്ന കാര്യം സംസാരിച്ചോ എന്ന് എനിക്ക് സംശയം തോന്നി. അതുകൊണ്ട് ലളിതയുമായി നേരിട്ടു സംസാരിക്കുവാൻ നഴ്സിനെ ചുമതലപ്പെടുത്തി. നഴ്സ് പറഞ്ഞതിങ്ങനെയാണ്:

"വളരെ മടിയോടെയാണ് ഭാര്യയുടെ ഫോൺ നമ്പർ തന്നത്. വിളിച്ചുനോക്കിയപ്പോൾ അത് മറ്റേതോ നമ്പറായിരുന്നു. ആശുപത്രിയിൽ നിന്നും എന്തെങ്കിലും വിവരം അടിയന്തരമായി അറിയേണ്ടി വന്നാൽ ബന്ധപ്പെടാൻ തന്നിരുന്ന നമ്പർ മെഡിക്കൽഷോപ്പിലെ നമ്പരാണ്."

ഞാൻ ഭരതനോട് ചോദിച്ചു:

"ഭാര്യയുടെ ഫോൺ നമ്പറാണെന്ന് പറഞ്ഞ് സിസ്റ്റർക്ക് കൊടുത്ത നമ്പർ ഭരതന്റെ ഭാര്യയുടെ വീട്ടിലെ നമ്പറല്ലല്ലോ എന്തു പറ്റി?"

"നമ്പറ് മാറിയതായിരിക്കും. നമ്പറ് മാറിയ കാര്യം എന്നോടവൾ പറഞ്ഞിട്ടില്ല."

മൂന്നാഴ്ച നീണ്ടുനിന്ന ഡീ അഡിക്ഷൻ ചികിത്സ കഴിയുന്നതു വരെയും ലളിത ആശുപത്രിയിൽ വന്നില്ല. രണ്ടാഴ്ച കഴിഞ്ഞ് പരിശോധനയ്ക്ക് വരുമ്പോൾ ഭാര്യയോടൊപ്പം വരണമെന്നു പറഞ്ഞ് ഭരതനെ ഡിസ്ചാർജ് ചെയ്തു. ഭരതൻ വീണ്ടും പരിശോധനയ്ക്ക് വന്നപ്പോൾ ഭാര്യ ലളിതയും കൂടെയുണ്ടായിരുന്നു. കാഴ്ചയിൽ ഭരതന്റെ വിപരീതമായിരുന്നു ലളിത. യൗവനം തുടിക്കുന്ന വടിവൊത്ത ശരീരം. വെളുത്ത നിറം. സൗന്ദര്യമുള്ള മുഖം. ഒരു സീരിയൽ നടിയാണെന്ന് തോന്നും കണ്ടാൽ. മാന്യവും ഹൃദ്യവുമായ പെരുമാറ്റം. ഭരതനോടൊപ്പം പരിശോധനാമുറിയിലേക്ക് കടന്ന ലളിത കൈകൾകൂപ്പി അഭിവാദ്യം ചെയ്തു. രണ്ടുപേരോടും ഇരിക്കാൻ പറഞ്ഞു. ഭരതന്റെ മുഖത്ത് അസ്വസ്ഥത നിഴലിക്കുന്നുണ്ടായിരുന്നു. ഞാൻ ചോദിച്ചു:

"ഇവിടന്ന് പോയതിനുശേഷം മദ്യപിച്ചില്ലല്ലോ?"

"ഇല്ല. ഭാര്യ പിണക്കമൊക്കെ മാറി തിരിച്ചു വന്നു."

"കൊള്ളാം. ഭരതൻ ആശുപത്രിയിലായിരുന്നപ്പോൾ ലളിതയോട് വരണമെന്ന് പറഞ്ഞിട്ട് വരാത്തതെന്തുകൊണ്ടായിരുന്നു?"

ലളിത അത്ഭുതത്തോടെ പറഞ്ഞു: "അയ്യോ! എന്നോടങ്ങനെ ആരും പറഞ്ഞില്ല. വരണമെന്ന് പറഞ്ഞെങ്കിൽ ഞാൻ വരുമായിരുന്നു."

ഭാര്യാഭർതൃബന്ധത്തിൽ ഗുരുതരമായ പ്രശ്നങ്ങളുണ്ടെന്ന് ബോധ്യമായതുകൊണ്ട് ഭരതനോട് കുറച്ചുനേരം പരിശോധനാമുറിയുടെ പുറത്തിരിക്കാൻ പറഞ്ഞു. ലളിത കാര്യങ്ങൾ തുറന്നുപറഞ്ഞു. ഭരതന്റെ മദ്യപാനം മാത്രമായിരുന്നില്ല പ്രശ്നം. ജീവൻ അപകടത്തിലാവുമോ എന്ന് ഭയന്നാണ് ലളിത ഭരതന്റെ കൂടെ കഴിഞ്ഞിരുന്നത്. നിത്യവും മദ്യപിച്ചുവന്ന് ശാരീരികമായ മർദനവും പീഡനവുമാണ്. ഒരു ദിവസം കഴുത്ത് ഞെരിച്ചുകൊല്ലാൻ ശ്രമിച്ചു. മറ്റൊരുദിവസം വെട്ടുകത്തിയെടുത്ത് വെട്ടാനോങ്ങി. അപ്പോഴാണ് പൊലീസിൽ പരാതികൊടുത്തത്. മദ്യപിച്ചു ബോധമില്ലാതെവന്ന ഭർത്താവ് ഭരതൻ തന്നെ ദേഹോപദ്രവമേൽപ്പിച്ചു കൊല്ലാൻ ശ്രമിച്ചു എന്നാണ് ലളിത പൊലീസ് സ്റ്റേഷനിൽ കൊടുത്ത പരാതിയിൽ പറഞ്ഞത്. പൊലീസ് ഭരതനെ അറസ്റ്റ് ചെയ്ത് കേസെടുത്തു. ആ ക്രിമിനൽ കേസിന്റെ അന്വേഷണം നടക്കുമ്പോൾ തന്നെ നിത്യവും മദ്യപിച്ചുവരികയും മർദിക്കുകയും ചെയ്യുന്നതുകൊണ്ടാണ് ലളിത രണ്ടു പെൺമക്കളെയും കൂട്ടി അച്ഛനമ്മമാരുടെ അടുത്തേക്ക് പോയതും വിവാഹമോചനത്തിനു കുടുംബകോടതിയിൽ കേസുകൊടുത്തതും. വിവാഹമോചനത്തിനു പറഞ്ഞ കാരണവും ഭരതന്റെ മദ്യപാനവും അതിനെത്തുടർന്നുള്ള മർദനവുമാണ്. ഭരതൻ മദ്യപാനരോഗത്തിൽ നിന്നും മുക്തനാകാൻ ഡീ അഡിക്ഷൻ ചികിത്സയ്ക്ക് വിധേയനാകണമെന്നും അതിനുശേഷം ലളിത ഭരതനോടൊപ്പം ജീവിക്കണമെന്നും കുടുംബകോടതി ഇടക്കാല ഉത്തരവ് പുറപ്പെടുവിച്ചു. അതനുസരിച്ചാണ് ഭരതൻ ഡീ അഡി

ക്ഷൻ ചികിത്സയ്ക്കായി ആശുപത്രിയിൽ വന്നത്. ചികിത്സ കഴിഞ്ഞ കാര്യം ഭരതന്റെ വക്കീൽ മുഖേനയാണ് ലളിത അറിഞ്ഞത്. അന്നുമുതൽ അവരൊരുമിച്ചായി ജീവിതം. ആശുപത്രിയിൽ തുടർപരിശോധനയ്ക്ക് വരുമ്പോൾ തനിക്ക് കൂടെ വരണമെന്നും ഡോക്ടറോട് എല്ലാ പ്രശ്നങ്ങളും പറയണമെന്നും ലളിതയാണ് നിർബന്ധം പിടിച്ചത്. തന്നെ കൂടെ കൊണ്ടുവന്നില്ലെങ്കിൽ അക്കാര്യം കോടതിയെ അറിയിക്കുമെന്നും ബന്ധം വേർപെടുത്തിത്തരാൻ ആവശ്യപ്പെടുമെന്നും പറഞ്ഞപ്പോഴാണ് ലളിതയെ ആശുപത്രിയിൽ വരാൻ അനുവദിച്ചത്. മദ്യപാനവും ശാരീരിക പീഡനവും മാത്രമല്ലായിരുന്നു പ്രശ്നം. ലളിത തുടർന്നു; ഇദ്ദേഹത്തിന് എന്നെ എപ്പോഴും സംശയമാണ്. വിവാഹം ചെയ്ത നാൾ മുതൽ ഞാനനുഭവിക്കുന്ന ദുരിതമാണിത്. ഞാൻ മറ്റൊരാളോട് സംസാരിക്കാൻ പാടില്ല. അപ്പോൾ സംശയമായി. എന്തിനേറെപ്പറയുന്നു എന്റെ സ്വന്തം അച്ഛനോടും ചേട്ടനോടും സംസാരിക്കുന്നതുപോലും സംശയത്തോടെയാണ് നോക്കുന്നത്. അവരൊന്നും വീട്ടിൽ വരുന്നതുപോലും ഇഷ്ടമില്ല. ഞാൻ ഒരു ജോലിക്കും പോകുന്നതും ഇഷ്ടമില്ല. ഞാൻ ഹിന്ദി ആചാര്യ പാസായതാണ്. ഏതെങ്കിലും സ്കൂളിൽ എനിക്ക് ഹിന്ദി ടീച്ചറായി ജോലി കിട്ടുമായിരുന്നു. അല്ല കിട്ടിയതാണ്. എന്നെ ജോലി ചെയ്യാൻ സമ്മതിക്കുകയില്ല. പുറത്തിറങ്ങാൻ പാടില്ല. നല്ല രീതിയിൽ വസ്ത്രം ധരിക്കാൻ പാടില്ല. പൗഡറിടാൻ പാടില്ല. പൊട്ട് തൊടാൻ പാടില്ല. ഞാൻ മനുഷ്യരുടെ മുമ്പിൽ പോകാനായി മാന്യമായി വസ്ത്രം ധരിച്ചാൽ ചോദിക്കും ആരുടെ മുമ്പിൽ പ്രദർശിപ്പിക്കാനാണെന്ന്. ചിലപ്പോഴൊക്കെ മറ്റുപുരുഷന്മാരെയും ബന്ധപ്പെടുത്തി പുളിച്ച തെറിയാണ് പറയുക. പുറത്ത് റോഡിലൂടെ നടന്നുപോകുമ്പോൾ എതിരെ ഒരു പുരുഷൻ നടന്നു വന്നാൽ ചോദിക്കും നീയെന്തിനാടീ അവനോട് കണ്ണ് കാണിച്ചതെന്ന്. നിനക്കവനെ അറിയാമല്ലേ. നീ അവനുമായി...ലളിതയുടെ വാക്കുകൾ ഇടറാൻ തുടങ്ങി. അവരുടെ കണ്ണുകൾ ഈറനായി. അവർ തറപ്പിച്ചു പറഞ്ഞു:

"കുടി നിറുത്തിയാൽ മാത്രം പോര. ഇത്തരത്തിൽ മനുഷ്യനെ അപമാനിക്കുന്ന പെരുമാറ്റങ്ങളും അവസാനിപ്പിക്കണം. എന്നാലേ കൂടെ ജീവിക്കാൻ പറ്റൂ. അത് കേസിന്റെ അടുത്ത അവധിക്ക് കോടതീല് വക്കീലിനെക്കൊണ്ട് ഞാൻ പറയിപ്പിക്കും. ഇങ്ങനെയൊക്കെ തൊട്ടതിനും പിടിച്ചതിനും സംശയിക്കുന്നത് സംശയരോഗമാണെങ്കിൽ അത് ചികിത്സിച്ച് മാറ്റണം. എന്നാലേ ഒന്നിച്ച് ജീവിക്കാൻ പറ്റൂ.

ലളിതയുടെ രോഗനിർണയം കൃത്യമായിരുന്നു. ഭരതന് ഒഥല്ലോ സിൻഡ്രം (Othello Syndrome - ഒഥല്ലോ രോഗം) എന്ന പേരിലറിയപ്പെടുന്ന സംശയരോഗം തന്നെയായിരുന്നു. ഈ രോഗം ബാധിച്ചാൽ തന്റെ ഭാര്യ അന്യപുരുഷന്മാരുമായി അവിഹിതലൈംഗികബന്ധം പുലർത്തുന്നു എന്ന സംശയം സദാ മനസിനെ മഥിച്ചുകൊണ്ടിരിക്കും. ഷേക്സ്പിയറുടെ *The Tragedy of Othello, The Moore of Venice* എന്ന നാടകത്തിലെ ദുരന്തനായകൻ ഒഥല്ലോ നീചനായ ഇയാഗോവിന്റെ ദുഷ്പ്രേര

ണയാൽ നിഷ്കളങ്കയായ ഭാര്യ ഡെസ്ഡിമോണയുടെ ചാരിത്ര്യ ശുദ്ധിയെ സംശയിക്കുകയും നിഷ്കളങ്കയായ ഭാര്യയെ വധിക്കുകയും ചെയ്തു. ഭാര്യയുടെ ചാരിത്ര്യശുദ്ധിയെക്കുറിച്ചുള്ള സംശയാവസ്ഥയ്ക്ക് (paranoid state) അടിമപ്പെട്ട് ദുരന്തത്തിലേക്ക് നിപതിച്ച അനശ്വരകഥാ പാത്രത്തെ അനുസ്മരിച്ചുകൊണ്ട് വൈദ്യശാസ്ത്രം ഈ ആതുരാവ സ്ഥയ്ക്ക് Othello Syndrome എന്ന പേരുകൊടുത്ത കാര്യം "മറ്റൊരു ഒഥല്ലോ" എന്ന ശീർഷകത്തിലുള്ള കുറിപ്പിൽ വിവരിച്ചിട്ടുണ്ട്. സംശയ രോഗങ്ങളെ മുമ്പ് paranoid disorders എന്നാണ് വിവക്ഷിച്ചിരുന്നത്. ഇപ്പോൾ മിഥ്യാവിശ്വാസരോഗങ്ങൾ (delusional disorders)എന്നാണ് വിവ ക്ഷിക്കുന്നത്. പുരാതനകാലം മുതലേ അറിയപ്പെട്ടിരുന്ന മനോരോഗമാണ് മിഥ്യാവിശ്വാസരോഗം. പുരാതനഗ്രീക്കുകാർ ഭ്രാന്ത് (insanity, madness) എന്ന് വിളിച്ചിരുന്നത് സംശയാവസ്ഥയെ (paranoia) ആണ്. ആധുനിക മനോരോഗചികിത്സാശാസ്ത്രത്തിന്റെ (modern psychiatry) പിതാവ് എന്ന റിയപ്പെടുന്ന എമിൽ ക്രേപ്ലിൻ മിഥ്യാവിശ്വാസരോഗത്തെ paranoia എന്ന പേരിൽ പ്രത്യേകമായിട്ടും മറ്റു മനോരോഗങ്ങളെ dementia precox (അ കാല മേധാക്ഷയം) എന്ന പേരിൽ പൊതുവായും ആണ് പരിഗണിച്ചത്. മനസിൽ നിന്നും മാറ്റാൻ കഴിയാത്തതും അനുചിതവും അയുക്തികവു മായ സംശയങ്ങളും മിഥ്യാവിശ്വാസങ്ങളുമാണ് രോഗത്തിന്റെ ലക്ഷണം. മറ്റു സ്കിസോഫ്രീനിയരോഗികളുടെ കാര്യത്തിൽ സംഭവിക്കാറുള്ളതു പോലെ മേധാശക്തിയെ ബാധിക്കാറില്ല മിഥ്യാവിശ്വാസരോഗം. വ്യക്തിത്വ ഘടനയിലും പുറമേയ്ക്ക് മാറ്റമൊന്നും കാണുകയില്ല. അടുത്ത് ജീവി ക്കുന്നവരും ഇടപെടുന്നവരും മാത്രമേ ഈ രോഗികളുടെ മാനസികാ വസ്ഥ തിരിച്ചറിയുകയുള്ളു. ഈ രോഗം സ്കിസോഫ്രീനിയ രോഗ ത്തിന്റെ വകഭേദങ്ങളിലൊന്നു മാത്രമാണെന്നും അതല്ല വ്യതിരിക്തമായ മറ്റൊരു മനോരോഗമാണെന്നും ഉള്ള തർക്കങ്ങൾ ഇപ്പോഴുമുണ്ട്. മിഥ്യാ വിശ്വാസങ്ങൾ പല തരത്തിലാണ്. തങ്ങൾ സദാ ശത്രുക്കളാൽ ആക്രമി ക്കപ്പെടാൻ സാധ്യതയുണ്ടെന്ന മിഥ്യാവിശ്വാസത്തിൽ കഴിഞ്ഞുകൂടുകയും ആക്രമണത്തിൽ നിന്ന് രക്ഷപ്പെടാനുള്ള മുൻകരുതലുകൾ എടുക്കുകയും ചെയ്യുന്നു. ഇത്തരത്തിലുള്ളത് പീഡാകരമായ സംശയരോഗമാണ് (persecutory type). ചില മിഥ്യാവിശ്വാസരോഗികളുടെ പ്രശ്നം കടുത്ത അസൂയ (morbid jealosy) ആണ്. ഇണയോടുള്ള അസൂയയാണ് വ്യഭി ചാരശങ്കയായി വളരുന്നത്. ഇത് വളരെ അപകടകരമായ സ്ഥിതിയാണ്. വ്യഭിചാരശങ്കയിൽ ഭാര്യയെ/ഭർത്താവിനെ ദേഹോപദ്രവം ചെയ്യാനും ചിലപ്പോൾ കൊല്ലാനും രോഗി ശ്രമിക്കുന്നു. മൂന്നാമത്തെ വിഭാഗത്തിൽ പ്പെട്ട മിഥ്യാവിശ്വാസരോഗികൾ മറ്റൊരു പ്രധാന വ്യക്തി തങ്ങളുമായി പ്രണയത്തിലാണെന്ന് വിശ്വസിക്കുന്നു. ഈ വിഭാഗത്തെ erotomanic type എന്നാണ് പറയുന്നത്. പതിവായി മലയാളം സിനിമകൾ കാണാറുള്ള ഒരു യുവതിക്ക് എപ്പോഴും നായകനായി അഭിനയിക്കാറുള്ള ഒരു താര ത്തോട് പ്രണയം തോന്നിയ സംഭവം മുമ്പ് വിവരിച്ചിട്ടുണ്ട്. നാലാമത്തെ

വിഭാഗക്കാർ തങ്ങൾക്ക് ഏതെങ്കിലും ഒരു ശാരീരികരോഗം ബാധിച്ചിട്ടുണ്ടെന്ന് വിശ്വസിക്കുന്നു. ഉദാഹരണം: തന്റെ തലച്ചോറിൽ ക്യാൻസർ ഉണ്ടെന്നായിരുന്നു ഒരു രോഗി വിശ്വസിച്ചിരുന്നത്. ഈ വിഭാഗത്തെ somatic type എന്ന് പറയുന്നു. ഇനിയുമൊരു വിഭാഗം മിഥ്യാവിശ്വാസരോഗികൾ തങ്ങൾക്ക് സവിശേഷമായ ഒരു കഴിവുണ്ടെന്ന് വിശ്വസിക്കുന്നു. ഉദാഹരണം: താനൊരു ജീനിയസ് ആണെന്ന മിഥ്യാവിശ്വാസത്തിന് വിധേയനായിപ്പോയ യുവാവിനെക്കുറിച്ച് “ഒരു ജീനിയസിന്റെ ജനനം” എന്ന കുറിപ്പിൽ വിവരിച്ചിട്ടുണ്ട്. ഈ വിഭാഗത്തെ grandios type എന്നു പറയുന്നു.

മിഥ്യാവിശ്വാസം ശൂന്യതയിൽ നിന്നും ഉണ്ടാകുന്നില്ല. സ്വന്തം ജീവിതാനുഭവങ്ങളോ മനസിലെ ധാരണകളോ ആണ് മിഥ്യാവിശ്വാസങ്ങളുടെ രാസത്വരകമായി വർത്തിക്കുന്നത്. താൻ കറുത്തു മെലിഞ്ഞ വികൃതരൂപനാണെന്ന അധമഭാവം (inferiority complex) ഭരതന്റെ മനസിനെ കൗമാരക്കാലം മുതലേ മഥിച്ചിരുന്നു. തന്റെ ജീവിതസഖിയായി കിട്ടിയ ലളിതയാകട്ടെ വെളുത്ത നിറമുള്ളവളും രൂപവതിയുമായിരുന്നു. ഈ വൈരുധ്യമാണ് ഭരതന്റെ മിഥ്യാവിശ്വാസരോഗത്തിന്റെ ഉത്ഭവസ്ഥാനം. മിഥ്യാവിശ്വാസരോഗികളെ ചികിത്സയ്ക്ക് വിധേയരാക്കാൻ പ്രയാസമാണ്. കാരണം അവർക്ക് സ്വന്തം ആതുരാവസ്ഥയെക്കുറിച്ച് അവബോധമോ തിരിച്ചറിവോ (insight) ഇല്ല. ഭരതനുമായുള്ള കുടുംബജീവിതം തുടരണമെങ്കിൽ സംശയരോഗത്തിനു ചികിത്സിക്കണമെന്ന് ലളിത ശഠിച്ചതു കാരണം ഭരതൻ മരുന്നുകഴിക്കാൻ നിർബന്ധിതനായി. ഒരു മാസം മരുന്നു കഴിച്ചതിനുശേഷം പരിശോധനയ്ക്ക് വന്നപ്പോൾ ഭരതന്റെ സ്വഭാവത്തിൽ പ്രകടമായ മാറ്റമുണ്ടെന്ന് ലളിത തന്നെ സാക്ഷ്യപ്പെടുത്തി.

48

ദുഷ്കീർത്തിഭയം ചികിത്സ മുടക്കിയപ്പോൾ

സോമനും ലീലയും കേന്ദ്രഗവൺമെന്റ് സർവീസിലെ ഓഫീസർമാരായിരുന്നു. സോമൻ പെൻഷനായിട്ട് അഞ്ചുകൊല്ലത്തോളമായി. ലീല അടുത്തകാലത്താണ് റിട്ടയർ ചെയ്തത്. ഒരു മകളേയുള്ളു. നീതുവിന്റെ വിവാഹം കഴിഞ്ഞിട്ട് ആറുകൊല്ലമായി. സ്വസ്ഥമായ റിട്ടയർമെന്റ് ജീവിതം പ്രതീക്ഷിച്ചിരുന്ന സോമനും ലീലയും ഇന്ന് മകളുടെ കാര്യത്തിൽ ആശങ്കാകുലരാണ്. അസ്വസ്ഥമായ ദിനങ്ങളും ഉറക്കമില്ലാത്ത രാത്രികളുമാണ്. കാരണം മരുമകൻ സജീവ് നീതുവുമായുള്ള വിവാഹബന്ധം വേർപെടുത്താൻ കുടുംബകോടതിയിൽ കേസുകൊടുത്തിരിക്കുന്നു. ബന്ധം വിച്ഛേദിക്കാതിരിക്കാൻ കോടതി ഒരു ശ്രമം നടത്തി. രണ്ടുപേരും ഫാമിലി കൗൺസലിങ്ങിനു പോകണമെന്ന് നിർദേശിച്ചു. കുറച്ചുനാൾ രണ്ടുംപേരും കൂടി കൗൺസലിങ്ങിനു പോകുകയും ചെയ്തു. എന്നിട്ടും വേർപിരിയണമെന്ന നിലപാടിലാണ് സജീവ്. നീതുവിനോടൊപ്പം ജീവിക്കാൻ സാധ്യമല്ലെന്നാണ് സജീവിന്റെ നിലപാട്. ഇത്രയും പറഞ്ഞിട്ട് സോമൻ ചോദിച്ചു:

"കുറച്ച് സമയമെടുത്ത് വിവരങ്ങൾ പറയുന്നതിൽ വിരോധമില്ലല്ലോ?"

പൂർണചിത്രം കിട്ടിയാലേ ഇക്കാര്യത്തിൽ ഒരു നിഗമനത്തിലെത്താൻ കഴിയൂ. അതുകൊണ്ട് വിശദമായിത്തന്നെ പറയാൻ ആവശ്യപ്പെട്ടു.

പത്താംക്ലാസ് പാസാകുന്നതുവരെ നീതു പഠനത്തിൽ വളരെ മിടുക്കിയായിരുന്നു. പത്താംക്ലാസ് പരീക്ഷയിൽ ഡിസ്റ്റിങ്ഷനേക്കാളും ഉന്നതമായ നിലയിലാണ് പാസായത്. പത്താംക്ലാസ് കഴിഞ്ഞ് പ്ലസ് റ്റുവിന് ചേർന്നതുമുതൽ പഠനത്തിൽ പിന്നോക്കമായി. പഠനം മോശമാകാൻ കാരണമെന്താണെന്ന് മനസിലായില്ല. പുതിയ വിഷയങ്ങൾ പഠിക്കാനുള്ള പ്രയാസമായിരിക്കും കാരണമെന്നു കരുതി എല്ലാ വിഷയത്തിനും ട്യൂഷൻ

ഏർപ്പെടുത്തി. മറ്റൊരു മാറ്റം കൂടി കണ്ടു. അസാധാരണമായ മുൻകോപം. നിസ്സാരകാരണങ്ങൾക്ക് അച്ഛനമ്മമാരോട് ശുണ്ഠിയെടുക്കും. പഠനത്തിനുള്ള പ്രയാസം കാരണമാണെന്നാണ് സോമന്റെ ഭാഷ്യം. രാത്രി കൂടുതൽ സമയം ഉറക്കമൊഴിച്ചിരുന്ന് പഠിക്കുന്നതും നീതുവിന്റെ മുൻകോപത്തിനും സ്വഭാവമാറ്റത്തിനും കാരണമായത്രേ. എങ്കിലും എൻട്രൻസ് പരീക്ഷ എഴുതണമെന്നും ബി ടെക്കിന് അഡ്മിഷൻ നേടണമെന്നും ഉള്ള ലക്ഷ്യം നീതു ഉപേക്ഷിച്ചില്ല. പ്ലസ് റ്റു പരീക്ഷയിൽ ഉയർന്ന മാർക്കൊന്നും കിട്ടിയില്ലെങ്കിലും എൻട്രൻസ് പരീക്ഷയെഴുതി. റാങ്ക് വളരെ പിന്നിലായതുകൊണ്ട് സെൽഫ് ഫൈനാൻസിങ് വിഭാഗത്തിലാണ് ചേരാൻ കഴിഞ്ഞത്. ബി ടെക്കിനു ചേരാൻ താൽപ്പര്യമുണ്ടായിരുന്നെങ്കിലും പഠനത്തിൽ ശ്രദ്ധകുറവാണെന്ന് കണ്ടപ്പോൾ ഒരു സൈക്കോളജിസ്റ്റിനെ കാണിച്ചു. വിശദമായ പരിശോധനയ്ക്കുശേഷം നീതുവിന് ചില മരുന്നുകൾ കൊടുക്കേണ്ടതുണ്ടെന്നും അതുകൊണ്ട് ഒരു സൈക്യാട്രിസ്റ്റിനെ കാണിക്കണമെന്നും അദ്ദേഹം ഉപദേശിച്ചു. പക്ഷേ സൈക്യാട്രിസ്റ്റിന്റെ ചികിത്സയിലാണ് നീതു എന്ന് പുറത്തറിഞ്ഞാലുണ്ടാകുന്ന ദുഷ്കീർത്തിയെക്കുറിച്ചോർത്ത് സൈക്യാട്രിസ്റ്റിന്റെ ചികിത്സയ്ക്ക് കൊണ്ടുപോയില്ല. അത്രവലിയ പ്രശ്നം ഉണ്ടെന്ന് തോന്നിയില്ല. കൗൺസലിങ് കൊണ്ട് തന്നെ നീതുവിന്റെ മുൻകോപവും പഠനത്തിലുള്ള അലസതയും മാറുമെന്ന് കരുതി മറ്റൊരു സൈക്കോളജിസ്റ്റിനെ കാണിച്ചു. അദ്ദേഹവും ഒരു സൈക്യാട്രിസ്റ്റിനെ കാണിക്കണമെന്ന് പറഞ്ഞെങ്കിലും സൈക്കോതെറാപിയും കൗൺസലിങും മതിയെന്ന് സോമനും ലീലയും ശഠിച്ചു. മാസങ്ങളോളം മന:ശാസ്ത്രചികിത്സ നടത്തി. മുൻകോപത്തിനും ശുണ്ഠിയെടുക്കലിനും കുറച്ച് ശമനം വന്നെങ്കിലും പഠനം മെച്ചപ്പെട്ടില്ല. സെമസ്റ്ററുകൾ പലതും കഴിഞ്ഞെങ്കിലും ആകെ രണ്ട് പേപ്പറുകൾ മാത്രമേ പാസായുള്ളു. നാലുവർഷം നീണ്ടുനിന്ന കോഴ്സ് പൂർത്താക്കിയെങ്കിലും നീതുവിന് പരീക്ഷകളൊന്നും പാസാകാൻ കഴിഞ്ഞില്ല. പഠിക്കാൻ ഉപദേശിക്കുമ്പോഴൊക്കെ പൊട്ടിത്തെറിച്ചുകൊണ്ട് താൻ പഠിച്ചുകൊള്ളാമെന്ന് പറഞ്ഞ് ഒഴിയുകയാണ് ചെയ്തത്. ഒരു ദിവസം നീതു തീർത്തു പറഞ്ഞു. തന്നെക്കൊണ്ടിനി പഠിക്കാനാവില്ലെന്ന്. കാരണമെന്തെന്ന് ചോദിച്ചപ്പോൾ തനിക്ക് ശ്രദ്ധകേന്ദ്രീകരിക്കാൻ കഴിയുന്നില്ലെന്നാണ് പറഞ്ഞത്. നീതു പഠനം നിറുത്തി പുറത്തേയ്ക്കൊന്നും പോകാതെ മുറിയിൽത്തന്നെ അധികസമയവും കഴിച്ചുകൂട്ടി. വീട്ടിൽ ആരെങ്കിലും വന്നാൽ അവരോട് സംസാരിക്കാനും ലോഹ്യം കാണിക്കാനും നീതുവിന് മടിയായിരുന്നു. വളരെ നിർബന്ധിച്ചാൽ മാത്രം മുറിയിൽനിന്നും പുറത്തുവന്ന് അതിഥിയോടൊന്നു ചിരിക്കും. അവരെന്തെങ്കിലും ചോദിച്ചാൽ ഒറ്റവാക്കിൽ മറുപടി പറയും. ഉടനെ തന്നെ സ്വന്തം മുറിയിലേക്ക് പോകുകയും ചെയ്യും. വീട്ടിൽ വരുന്നവരോട് നല്ല രീതിയിൽ പെരുമാറണമെന്നുപദേശിച്ചാൽ

കോപാവിഷ്ഠയായി എനിക്കിത്രയൊക്കേ പറ്റുകയുള്ളുവെന്ന് ഉച്ചത്തിൽ പറയും. വീട്ടിലെ കാര്യങ്ങളൊന്നും നീതു ശ്രദ്ധിക്കാറില്ലായിരുന്നു.

സോമൻ ഇടയ്ക്കൊന്ന് നിറുത്തിയിട്ട് പറഞ്ഞു: ഒരു കാര്യം പറയാൻ വിട്ടുപോയി. പഠിക്കുന്നകാലത്തും നീതുവിന് അധികം കൂട്ടുകാരില്ലായിരുന്നു. എപ്പോഴും തനിച്ചിരിക്കുന്നതും തനിച്ച് നടക്കുന്നതുമായിരുന്നു ഇഷ്ടം. പഠിത്തം നിറുത്തിയതുകൊണ്ട് ഞങ്ങൾ വിവാഹത്തെക്കുറിച്ച് ആലോചിച്ചു.

ആയിടയ്ക്കാണ് സജീവിന്റെ വീട്ടുകാർ വിവാഹാലോചനയുമായി വന്നത്. സജീവ് കമ്പ്യൂട്ടർ ഹാർഡ്‌വെയർ അസംബ്ലിങ്ങും നെറ്റ് വർക്കിങ്ങും പഠിച്ച് ബിരുദാനന്തര ഡിപ്ലോമ എടുത്ത ആളാണ്. സ്വന്തമായി ഒരു കമ്പ്യൂട്ടർ സ്ഥാപനം നടത്തുന്നു. കമ്പ്യൂട്ടറുകൾ അസംബിൾ ചെയ്ത് വിൽക്കുകയും സോഫ്റ്റ്‌വെയർ സർവീസ് നൽകുകയും ചെയ്യുന്ന സ്ഥാപനമാണ്. സ്ഥാപനത്തിൽ പത്ത് ജീവനക്കാരുണ്ട്. ഇനിയും വികസിക്കാനുള്ള സാധ്യതകളുണ്ട്. എല്ലാംകൊണ്ടും നല്ല ബന്ധമാണെന്ന് തോന്നി വിവാഹമുറപ്പിച്ചു. ആറുമാസം കഴിഞ്ഞാണ് വിവാഹം നടത്തിയത്. അതിനുമുമ്പ് നീതുവും സജീവും ഇടയ്ക്കിടെ ഫോണിൽ സംസാരിക്കും. സജീവുമായി ഞായറാഴ്ച വൈകുന്നേരങ്ങളിൽ പാർക്കിൽ പോകാറുമുണ്ടായിരുന്നു. നീതുവിന്റെ മുൻകോപത്തിനു ശമനം വന്നു. വിവാഹം കഴിയുന്നതോടെ മകളുടെ പഴയ സ്വഭാവം വീണ്ടുകിട്ടുമെന്ന് സോമനും ലീലയും ഉറപ്പിച്ചു. വിവാഹം കഴിഞ്ഞ് അധികം താമസിയാതെ തന്നെ ഒരു പ്രശ്നം തലപൊക്കി. നീതുവിന് ഭർത്താവിന്റെ വീട്ടിൽ പോകുന്നതും അവരുമായി ഇടപെടുന്നതും ഇഷ്ടമില്ല. ഭർത്താവിന്റെ വീട്ടിൽ പോയാൽ അന്നുതന്നെ തിരിച്ചുപോരണമെന്ന് ശഠിക്കും. ഭർത്താവിന്റെ സഹോദരിയെയും അമ്മയെയും കാണുന്നതുപോലും ഇഷ്ടമില്ല. ഇതിന്റെ പേരിൽ നീതുവും സജീവും തർക്കവും വഴക്കും ഉണ്ടാകാൻ തുടങ്ങി. വിവാഹം കഴിഞ്ഞെന്നു വിചാരിച്ച് തനിക്ക് അച്ഛനമ്മമാരെയും സഹോദരിയെയും ഉപേക്ഷിക്കാൻ കഴിയുമോ എന്നായിരുന്നു സജീവിന്റെ പ്രസക്തമായ ചോദ്യം. എങ്കിലും സോമനും ലീലയും പ്രേരണ ചെലുത്തിയതിന്റെ ഫലമായി വീട് വാടകയ്ക്കെടുത്ത് താമസം മാറ്റാമെന്ന് അയാൾ സമ്മതിച്ചു. ഗർഭിണിയാണെന്ന് അറിഞ്ഞ ഉടനെ നീതു ഭർത്താവിനെ വിട്ട് അമ്മയുടെയും അച്ഛന്റെയും കൂടെ താമസം തുടങ്ങി. പ്രസവം കഴിഞ്ഞ് ഒരു കൊല്ലം തികയാറായിട്ടും ഭർത്താവിന്റെകൂടെ താമസിക്കുന്ന കാര്യത്തിൽ നീതു വിമുഖയായിരുന്നു. കാരണം പറഞ്ഞത് വളരെ വിചിത്രമായി തോന്നി. സജീവിന് തന്നോട് സ്നേഹമില്ലെന്നാണ് നീതു പറഞ്ഞത്. മാത്രവുമല്ല കുഞ്ഞിന്റെ കാര്യങ്ങളും തനിച്ച് നോക്കാനാവില്ലത്രേ. കുഞ്ഞിനെ നോക്കാനും വീട്ടുജോലിക്കും ആളുകളെ ഏർപ്പെടുത്തിക്കൊടുക്കാമെന്ന് സോമനും ലീലയും പറഞ്ഞിട്ടും നീതു ഭർത്താവിന്റെ കൂടെ പോകാൻ വിസമ്മതിച്ചു. ഒരു കൊല്ലം കഴിഞ്ഞപ്പോഴാണ് അച്ഛനമ്മമാരുടെ നിർബന്ധത്തിനു വഴങ്ങി ഭർത്താവിന്റെ കൂടെ പോയത്.

ക്യാൻസർ രോഗിണിയായ സജീവിന്റെ അമ്മ അത്യാസന്ന നിലയിലാണെന്ന് അറിഞ്ഞപ്പോൾ വീട്ടിലേക്ക് പോകാൻ തയ്യാറാകാൻ സജീവ് പറഞ്ഞു. താൻ വരുന്നില്ലെന്നാണ് നീതു പറഞ്ഞത്. മരണശയ്യയിൽ കിടക്കുന്ന അമ്മയെ കാണാൻ വരാൻ തയ്യാറല്ലെങ്കിൽ ബന്ധം ഉപേക്ഷിക്കേണ്ടിവരുമെന്ന് സജീവൻ പറഞ്ഞു. തനിക്കീ ബന്ധം തുടരുവാൻ താൽപ്പര്യമില്ലെന്നായിരുന്നു നീതുവിന്റെ മറുപടി. സജീവൻ ഫോൺ ചെയ്ത് സോമനോടും ലീലയോടും ഇക്കാര്യം പറഞ്ഞു. അവർ മകളുടെ അടുക്കലെത്തി നിർബന്ധിച്ച് സജീവന്റെ കൂടെ അയച്ചു. പിറ്റേന്ന് രാത്രി തന്നെ സജീവ് നീതുവിനെ വീട്ടിൽകൊണ്ടു വന്നാക്കിയിട്ട് അമ്മ ആസന്ന മരണയായിക്കിടക്കുമ്പോഴും നീതു തന്റെ സഹോദരിയോടും അച്ഛനോടും തട്ടിക്കയറുകയും അപമര്യാദയായി പെരുമാറുകയും ചെയ്യുന്നുവെന്ന് പരാതി പറഞ്ഞു. പിറ്റേദിവസം സജീവിന്റെ അമ്മ മരിച്ചു. ലീലയും സോമനും മകളോടൊപ്പം പുറപ്പെട്ടു. സഞ്ചയനം കഴിയുന്നതുവരെ സജീവിന്റെ വീട്ടിൽ കലഹിക്കാതെ നിൽക്കണമെന്ന് നീതുവിനോട് ഉപദേശിച്ചിട്ടാണ് സോമനും ലീലയും മടങ്ങിയത്. പക്ഷേ പിറ്റേന്നു തന്നെ സജീവ് നീതുവിനെ വീട്ടിൽ കൊണ്ടാക്കി. ഒരു മരണവീട്ടിൽ പെരുമാറേണ്ട രീതിയിലല്ല നീതു പെരുമാറുന്നതെന്നായിരുന്നു പരാതി. മാസങ്ങൾക്കുശേഷം സോമന്റെ നിർബന്ധപ്രേരണയിലാണ് സജീവും നീതുവും വീണ്ടും ഒരുമിച്ചു ജീവിക്കാൻ തുടങ്ങിയത്. പക്ഷേ ആറുമാസം തികച്ച് അവർ ഒരുമിച്ചു കഴിഞ്ഞില്ല. സജീവ് നീതുവിനെ വീട്ടിൽ കൊണ്ടാക്കിയതിനുശേഷം വാടകവീട് ഒഴിഞ്ഞ് കുഞ്ഞിനെയും കൊണ്ട് സ്വന്തം വീട്ടിലേക്ക് പോയി. മൂന്നുമാസം കഴിഞ്ഞപ്പോൾ വക്കീൽ നോട്ടീസ് വന്നു. നീതുവിന് മനോരോഗമാണെന്നും വിവാഹത്തിനുമുമ്പും രോഗമുണ്ടായിരുന്നെന്നും അത് മറച്ചുപിടിച്ചാണ് വിവാഹം നടത്തിയതെന്നുമാണ് ആരോപണം. സജീവിന് ലൈംഗികശേഷി കുറവായതിനാൽ ഉത്തരവാദിത്വത്തിൽ നിന്നൊഴിയാനാണ് വിവാഹബന്ധം ഉപേക്ഷിക്കുന്നതെന്ന മറുപടിയാണ് കൊടുത്തത്. സജീവ് കുടുംബകോടതിയിൽ കേസ് കൊടുത്തു. വക്കീൽ നോട്ടീസിൽ ആരോപിക്കുന്നതുപോലെ നീതുവിന് മനോരോഗമാണോ എന്ന് അറിയണം. അതിനാണ് മകളെയും കൂട്ടി സോമനും ലീലയും വന്നിരിക്കുന്നത്. ഞാൻ ചോദിച്ചു: "പഠിക്കുന്ന കാലത്ത് രണ്ട് സൈക്കോളജിസ്റ്റുകൾ പറഞ്ഞല്ലോ ഒരു സൈക്യാട്രിസ്റ്റിനെ കാണിച്ച് മരുന്നു കൊടുക്കണമെന്ന്. അപ്പോൾ മനസിലായില്ലേ മകൾക്ക് മനോരോഗമുണ്ടെന്ന്?"

സോമൻ അൽപ്പനേരം ആലോചിച്ചതിനുശേഷമാണ് മറുപടി പറഞ്ഞത്.

"സംശയമുണ്ടായിരുന്നു. എന്നാലും നീതുവിന് ഇങ്ങനെയുള്ള രോഗമുണ്ടെന്ന് തോന്നിയില്ല. സൈക്കോളജിസ്റ്റ് മനോരോഗമാണെന്ന് പറഞ്ഞതുമില്ല. സ്വഭാവദൂഷ്യം മാറാനുള്ള മരുന്നുകൊടുക്കണമെന്നാണ് ധരിച്ചത്. ഇപ്പോഴും സ്വഭാവദൂഷ്യം മാത്രമേയുള്ളൂവെന്നാണ് എന്റെ മനസ്സ് പറയുന്നത്.

ഞാൻ ലീലയോട് ചോദിച്ചു:

"നിങ്ങൾക്കെന്തു തോന്നി അന്ന്? ഇപ്പഴെന്തു തോന്നുന്നു?"

"ഇവൾക്കെന്തോ കുഴപ്പമുണ്ടെന്ന് അന്ന് തന്നെ തോന്നിയിരുന്നു. പക്ഷേ അത് സ്വഭാവദൂഷ്യം മാത്രമാണെന്നായിരുന്നു എന്റെയും ധാരണ. കാരണം ഇവൾക്ക് അങ്ങനെയുള്ള രോഗം വരാൻ യാതൊരു കാരവുമില്ല. ഞങ്ങളുടെ രണ്ടുപേരുടെയും കുടുംബങ്ങളിൽ ആർക്കും തന്നെ യാതൊരു വിധത്തിലുള്ള മെന്റൽ ഡിസീസും ഉണ്ടായിട്ടില്ല. ഇവൾക്ക് മെന്റൽ ഡിസീസ് തന്നെയാണെയാണെന്നാണോ ഡോക്ടർ പറയുന്നത്?"

ഞാൻ പറഞ്ഞു: "നീതുവിനെ വിശദമായി പരിശോധിച്ചിട്ട് പറയാം."

അച്ഛന്റെയും അമ്മയുടെയും അഭാവത്തിൽ നീതുവിനെ പരിശോധിച്ചു. നീതുവിന് സ്പഷ്ടമായ ചിന്താവൈകല്യങ്ങൾ (thought disorders) ഉണ്ടായിരുന്നു.

ഞാൻ നീതുവിനോട് ചോദിച്ചു: "എന്തുകൊണ്ടാണ് ഭർത്താവിന്റെ കൂടെ താമസിക്കാൻ ഇഷ്ടമില്ലാത്തത്?"

"സജീവിനെന്നോട് ഇഷ്ടമില്ല. ഇഷ്ടമില്ലാത്ത ആളിനോടുകൂടെ ജീവിക്കാൻ പ്രയാസമാണ്."

"എന്താണ് ഇഷ്ടക്കുറവിന് കാരണം?"

"സെക്ഷ്വൽ വീക്ക്നെസ്സാണ്."

"എന്താണ് ഉദ്ദേശിച്ചത്? വ്യക്തമായിട്ട് പറയൂ."

"എപ്പോഴും ബിസിനസിന്റെ കാര്യം മാത്രമേയുള്ളു."

"സജീവ് രാത്രി എത്ര മണിക്ക് വീട്ടിലെത്തും?"

"എട്ടുമണിക്കു മുമ്പെത്തും?"

"പിന്നെ എന്തുകൊണ്ടാണ് എപ്പോഴും ബിസിനസിന്റെ കാര്യം മാത്രമേയുള്ളുവെന്ന് പറയാൻ കാരണം?"

"വീട്ടിലെത്തിയാലും എന്നോടൊന്നും സംസാരിക്കൂല."

"നീതു അങ്ങോട്ട് സംസാരിക്കാറുണ്ടോ?"

"എന്നോട് മിണ്ടാത്ത ആളിനോടെന്തിന് സംസാരിക്കുന്നു?"

"എന്തുകൊണ്ടാണ് ബി ടെക് എഴുതി പാസ്സാകാത്തത്?"

"എനിക്ക് പഠിക്കാൻ പ്രയാസമാണ്. കോൺസെൻട്രേഷൻ കിട്ടുന്നില്ല."

"അശരീരി കേൾക്കാറുണ്ടോ?"

"അങ്ങനെയൊന്നുമില്ല."

"രാത്രിയൊക്കെ തനിച്ചിരിക്കുമ്പോൾ എന്തെങ്കിലും തരത്തിലുള്ള ശബ്ദം കേൾക്കാറുണ്ടോ?"

"ചെലപ്പോഴൊക്കെ."

"എന്തുതരത്തിലുള്ള ശബ്ദങ്ങളാണ്? മനുഷ്യരുടെ ശബ്ദങ്ങളാണോ?"

"ആളുകൾ കൂട്ടംകൂടിനിന്ന് ബഹളം കൂട്ടുന്നതുപോലെ തോന്നും."

"അതുകൊണ്ടാണോ ഉറക്കം കിട്ടാത്തത്?"

"അതുകൊണ്ടായിരിക്കും."

"ഭാവിയെക്കുറിച്ച് എന്താണ് ചിന്തിക്കുന്നത്?"

"ഒന്നും ചിന്തിക്കാറില്ല."

"നിങ്ങളുടെ കുഞ്ഞിനെത്ര പ്രായമായി?"

"നാല് വയസ്സ്."

"കുഞ്ഞിനെ കാണാത്തതിൽ വിഷമമില്ലേ?"

"ഇല്ല. ഇവനും എന്നോടല്ല ഇഷ്ടം. അച്ഛനോടാണ്."

ചിന്താവൈകല്യങ്ങൾ (thought disorder), അശരീരികേൾക്കൽ (auditory hallucinations), വൈകാരികമായ മുരടിപ്പ് (emotional blunting) തുടങ്ങിയ ലക്ഷണങ്ങളോടുകൂടിയ സ്കിസോഫ്രീനിയ രോഗമാണ് നീതുവിന്. ഇത്രയും കാലം ചികിത്സിക്കാതെ കൊണ്ടു നടന്നതാണ് ഈ അവസ്ഥയിലെത്താൻ കാരണം. മനോരോഗത്തെക്കുറിച്ചുള്ള ദുഷ്കീർത്തി ഭയമാണ് (stigma) സോമനെയും ലീലയെയും മകൾക്ക് ശരിയായ ചികിത്സ നൽകുന്നതിൽ നിന്നും പിന്തിരിപ്പിച്ചത്.

മകളുടെ രോഗത്തെക്കുറിച്ച് വിശദീകരിച്ചപ്പോൾ ഇനി എന്തു ചെയ്യണമെന്നായിരുന്നു അവരുടെ ചോദ്യം. ആദ്യമായി സ്വന്തം മകൾക്ക് മനോരോഗമാണെന്നുള്ള യാഥാർഥ്യം അംഗീകരിക്കണം. രോഗശമനത്തിനുള്ള മരുന്നുകൊടുക്കണം. യാഥാർഥ്യബോധത്തോടെ ഭാവി ആസൂത്രണം ചെയ്യണം. സജീവിനോട് കാര്യങ്ങൾ തുറന്നുപറയണം. ഈ രോഗത്തിനു ഫലപ്രദമായ ചികിത്സയുണ്ടെന്നും മരുന്നുകഴിച്ചാൽ സ്വഭാവത്തിലെ വൈകല്യങ്ങൾ ഒരു പരിധിവരെ മാറുമെന്നും അയാളോടു പറയുക. അയാൾ നീതുവുമായി ഒരുമിച്ച് ജീവിക്കാനും ഭാര്യയെ ചികിത്സിക്കാനും തയ്യാറായേക്കും. അതിനയാൾ തയ്യാറാണെങ്കിൽ ഒരു മാസം കഴിഞ്ഞ് നീതുവിനെ വീണ്ടും കാണിക്കാൻ വരുമ്പോൾ സജീവിനെയും കൂട്ടി വരാൻ ഞാൻ പറഞ്ഞു. കേസുമായി മുന്നോട്ട് പോകാനാണ് അയാളുടെ തീരുമാനമെങ്കിൽ എന്തു ചെയ്യണമെന്നായിരുന്നു സോമന്റെ ചോദ്യം. അതപ്പോൾ ആലോചിക്കാമെന്ന് പറഞ്ഞ് അവരെ യാത്രയാക്കി.

ഒരു മാസം കഴിഞ്ഞപ്പോൾ സോമൻ എനിക്ക് ഫോൺ ചെയ്തു. സജീവിന് ഡോക്ടറോട് സംസാരിക്കാനുണ്ടെന്നും അതുകൊണ്ടു അടുത്തതവണ നീതുവിനെ കാണിക്കാൻ വരുമ്പോൾ അയാളും കൂടെ ഉണ്ടായിരിക്കുമെന്നും അറിയിക്കാനാണ് ഫോൺ ചെയ്തത്.

49

ഔഷധപ്പേടിയുടെ ദുരന്തഫലങ്ങൾ

ഗീത ആത്മഹത്യാശ്രമത്തിൽ മൂന്നാം പ്രാവശ്യവും പരാജയപ്പെട്ടത് ഭാഗ്യാതിരേകത്താൽ മാത്രമാണ്. ആദ്യം ആത്മഹത്യ ചെയ്യാൻ ശ്രമിച്ചത് കോളേജിൽ പഠിക്കുന്ന കാലത്താണ്. രണ്ടാമത്തെ ശ്രമം രണ്ടു കൊല്ലം മുമ്പായിരുന്നു. ഗീതയുടെ ഭർത്താവ് ഹരി ഗൾഫിലാണ്. വർഷത്തിലൊരിക്കൽ നാട്ടിൽ വരാറുണ്ട്. ഭർത്താവ് നാട്ടിൽ വന്ന് തിരിച്ചുപോയ ഉടനെയാണ് ഗീത രണ്ടാം പ്രാവശ്യം ശ്രമിച്ചത്. ഇത്തവണ ഗീത ജീവനൊടുക്കാൻ ശ്രമിച്ചതിനെക്കുറിച്ച് ഗീതയുടെ അമ്മ സരസ്വതി കുറ്റബോധത്തോടെ പറഞ്ഞതിങ്ങനെയാണ്:

"ഞങ്ങക്ക് ഒരബദ്ധം പറ്റി ഡോക്ടർ. ഡോക്ടർ പറഞ്ഞതനുസരിക്കാതെ മരുന്നുനിറുത്തി. ഈ മരുന്ന് അധികകാലം കഴിച്ചാല് കൊഴപ്പമാണെന്ന് പേടിച്ചാണ് നിറുത്തിയത്. പലരും അങ്ങനെ പറഞ്ഞു. പിന്നെ പലരും എഴുതിയതും വായിച്ചു. റ്റി വിയിലും അങ്ങനെയൊക്കെയാണ് കണ്ടത്. കൊഴപ്പമൊന്നുമില്ലെന്ന് ഡോക്ടർ പറഞ്ഞെങ്കിലും ഞങ്ങള് പേടിച്ചു മരുന്നുനിറുത്തി. അതോടെ അവള് പഴയ മട്ടിലായി. രണ്ടു വയസുള്ള കുഞ്ഞിനെപ്പോലും ശ്രദ്ധിക്കാതെ സങ്കടപ്പെട്ടിരിപ്പായി. എന്നാലും.. മൂന്നാംവട്ടവും ഇങ്ങനെ ചെയ്യുമെന്ന് ഓർത്തില്ല...

സരസ്വതിക്ക് രണ്ട് മക്കളാണ്. ഗീതയും അനുജൻ സന്തോഷും. അച്ഛൻ ഹൃദയാഘാതം മൂലം മരിച്ചിട്ട് പത്തുകൊല്ലമായി. ഗീതയ്ക്ക് ഇരുപത്തഞ്ചു വയസായി. മൂന്നുകൊല്ലം മുമ്പാണ് വിവാഹം നടന്നത്. രണ്ടു വയസുള്ള ഒരു മകനുണ്ട്. സരസ്വതിയുടെ അഭിപ്രായത്തിൽ ഗീത ചെറുപ്പം മുതലേ ഒരു 'തൊട്ടാവാടി'യാണ്. ആരെങ്കിലും അൽപ്പം ദേഷ്യത്തിൽ എന്തെങ്കിലും പറഞ്ഞാൽ മുഖം വാടും. ചിലപ്പോൾ കരയും. സ്കൂളിൽ പഠിക്കുമ്പോൾ അധികം കൂട്ടുകാരില്ലായിരുന്നു. പത്താംക്ലാസിൽ പഠിക്കുമ്പോൾ ക്ലാസ് ടീച്ചർ എന്തോ കാര്യത്തിന് വഴക്കുപറഞ്ഞ

തിന്റെ പേരിൽ കുറച്ചുദിവസം സ്കൂളിൽ പോകാതിരുന്നു. പലദിവസങ്ങളിലും രാത്രി മുഴുവൻ ഉറങ്ങാതെയിരുന്നു കരഞ്ഞു. ക്ലാസ്ടീച്ചർ വഴക്കു പറഞ്ഞതിന്റെ പേരിൽ ഇത്രയധികം ദു:ഖിക്കാനെന്തിരിക്കുന്നു എന്ന് സമാധാനിപ്പിച്ചിട്ടും ഗീതയുടെ ദു:ഖം മാറിയില്ല. ഗീതയുടെ അച്ഛന് ഇടയ്ക്കിടെ വിഷാദരോഗം വരാറുണ്ടായിരുന്നു. അതുകൊണ്ട് ഗീതയെ ഒരു സൈക്യാട്രിസ്റ്റിനെ കാണിച്ചു. കുറച്ചുദിവസം മരുന്നുകൾ കഴിച്ചപ്പോൾ വിഷാദവസ്ഥയ്ക്ക് ശമനം വന്നു. വീണ്ടും സ്കൂളിൽ പോകാൻ തുടങ്ങിയപ്പോൾ ഡോക്ടറോട് ചോദിക്കാതെ മരുന്നുകൾ നിറുത്തി. കാരണം അധികകാലം ഇത്തരം മരുന്നുകൾ കഴിക്കുന്നത് നല്ലതല്ലെന്ന് പലരും പറഞ്ഞു.

പത്താംക്ലാസ് നല്ല രീതിയിൽ പാസായി. രണ്ടുകൊല്ലം കഴിഞ്ഞ് കോളേജിൽ പഠിക്കുമ്പോഴാണ് വീണ്ടും ഗീത മൗനത്തിലായത്. കൂടെ പഠിച്ചിരുന്ന ഒരു യുവാവിനോട് ഗീതയ്ക്ക് അടുപ്പം തോന്നി. എന്നാൽ അയാൾ ഗീതയെ ലൈംഗികമായി ചൂഷണം ചെയ്യാനായിരുന്നു പ്രണയം നടിച്ചത്. ഹോട്ടലിൽ മുറിയെടുത്ത് രസഹ്യവേഴ്ചക്ക് ക്ഷണിച്ചപ്പോഴാണ് ചതി മനസിലായത്. അതോടെ ഗീത ആകെ തകർന്നു. പഴയതുപോലെ ദു:ഖത്തിലാണ്ടു. വീണ്ടും സൈക്യാട്രിസ്റ്റിനെ കാണിക്കാൻ ഒരുങ്ങിയപ്പോൾ സരസ്വതിയുടെ സഹോദരൻ വിലക്കി. സൈക്യാട്രിസ്റ്റിനെ കാണിച്ചാൽ മരുന്നുകൾ കഴിക്കേണ്ടിവരും. ഇങ്ങനെയുള്ള മാനസികാവസ്ഥയ്ക്ക് മരുന്നുകൊടുക്കാൻ തുടങ്ങിയാൽ ആയുഷ്കാലം മുഴുവൻ മരുന്നുകഴിക്കേണ്ടിവരും. മാത്രവുമല്ല ഇത്തരം മരുന്നുകൾ കഴിക്കുന്നതുമൂലം വളരെ ഗൗരവമുള്ള അനന്തരഫലങ്ങൾ ഉളവാകുകയും ചെയ്യും. അതുകൊണ്ട് ഒരു സൈക്കോളജിസ്റ്റിനെ കാണിച്ച് "കൗൺസലിങ്" നടത്തിയാൽ മതിയെന്നായിരുന്നു ഗീതയുടെ അമ്മാവന്റെ ഉപദേശം. അതനുസരിച്ച് സൈക്കോളജിസ്റ്റിനെ കാണിച്ചു.

ആഴ്ചയിലൊരിക്കൽ എന്ന ക്രമത്തിൽ സൈക്കോളജിസ്റ്റ് "കൗൺസലിങ്" നടത്തിക്കൊണ്ടിരിക്കെയാണ് ഗീത ആത്മഹത്യക്ക് ശ്രമിച്ചത്. ഫാനിൽ സാരികെട്ടി അതിൽ തൂങ്ങിമരിക്കാനാണ് ശ്രമിച്ചത്. അസാധാരണശബ്ദം കേട്ട് അനുജൻ സന്തോഷ് ഗീതയുടെ മുറിയിലേക്കോടിച്ചെന്നപ്പോൾ കണ്ടത് ചേച്ചി ഫാനിൽ തൂങ്ങിയാടുന്നതാണ്. കഴുത്തിൽ കുരുക്ക് മുറുകാതിരിക്കാൻ കാലിൽ പിടിച്ചുയർത്തി നിന്നു. സരസ്വതിയുടെ ആർത്തനാദം കേട്ട് തൊട്ടടുത്ത് തന്നെ താമസിക്കുന്ന അമ്മാവൻ ഓടിയെത്തി ഗീതയെ രക്ഷിച്ചു. മരുന്നുകൾ കഴിച്ചാലുണ്ടാകുന്ന അനന്തരഫലങ്ങൾ എന്തായാലും ഉടനെ തന്നെ സൈക്യാട്രിസ്റ്റിനെ കാണിച്ച് ചികിത്സ തുടങ്ങണമെന്നായി അമ്മാവൻ.

ആറുമാസമെങ്കിലും മരുന്നുകൾ കഴിക്കണമെന്നാണ് സൈക്യാട്രിസ്റ്റ് ഉപദേശിച്ചത്. എങ്കിലും വിഷാദാവസ്ഥയ്ക്ക് അൽപ്പം ശമനം ഉണ്ടായ ഉടനെ മരുന്നുകൾ നിറുത്തി. മരുന്നുകൾ അധികനാൾ കഴിച്ചാൽ തന്റെ മസ്തിഷ്കത്തിന്റെ കോശങ്ങൾ നശിച്ച് ചിന്താശക്തി നഷ്ടപ്പെട്ട് ചലിക്കുന്ന ജഡമായി മാറുമെന്ന് ഗീത ഭയപ്പെട്ടു. അതുകൊണ്ടാണ്

വിഷാദാവസ്ഥയ്ക്ക് അൽപ്പം ശമനം കിട്ടിയപ്പോൾ മരുന്നുകൾ നിറുത്തിയത്. മരുന്നുകൾ കഴിക്കുന്നത് നിറുത്തിയെങ്കിലും കുഴപ്പമൊന്നും സംഭവിച്ചില്ല. അതിനുശേഷം നാലഞ്ചുകൊല്ലക്കാലം ഗീതയ്ക്ക് മാനസികമായ യാതൊരു അസുഖവും ഉണ്ടായില്ല.

ചരിത്രം ഐച്ഛികവിഷയമായെടുത്ത് ബി എ സെക്കന്റ് ക്ലാസോടെ പാസായി. മാസ്റ്റർ ബിരുദത്തിനു പഠിക്കണമെന്നും കോളേജ് അധ്യാപികയാകണമെന്നും ഗീത ആഗ്രഹിച്ചു. അപ്പോഴാണ് വിവാഹാലോചന വന്നത്. വിഷാദരോഗത്തിന് ചികിത്സിച്ച വിവരം പുറത്തറിഞ്ഞാൽ വിവാഹം നടക്കുകയില്ലെന്ന് ഭയപ്പെട്ട് കഴിയുകയായിരുന്നു ഗീതയും അമ്മയും സഹോദരനും. അതുകൊണ്ട് വിവാഹാലോചന വന്നപ്പോൾ തുടർന്നുള്ള പഠനത്തിന്റെകാര്യം മാറ്റിവച്ച് വിവാഹം നിശ്ചയിച്ചു. വിവാഹത്തിനുശേഷം ഗീത സന്തുഷ്ടയായിരുന്നു. രണ്ടു മാസം കഴിഞ്ഞ് ഭർത്താവ് വിദേശത്തെ ജോലിക്ക് തിരിച്ചുപോയി. ഭർത്താവിന്റെ വേർപാട് കാരണം ഗീത വീണ്ടും വിഷാദരോഗത്തിന് കീഴ്പ്പെടുമോ എന്ന ഭയമുണ്ടായിരുന്നു. ഗീത ഗർഭിണിയായി. ആൺകുഞ്ഞിനെ പ്രസവിച്ചു. പ്രസവത്തെത്തുടർന്നും വിഷാദരോഗം വരാൻ സാധ്യതയുണ്ടെന്ന് ചിലർ പറഞ്ഞെങ്കിലും അങ്ങനെയൊന്നും സംഭവിക്കാതിരുന്നപ്പോൾ ഇനിയൊരിക്കലും വിഷാദരോഗം ഉണ്ടാകുകയില്ലെന്നാണ് കരുതിയത്. പക്ഷേ യാതൊരു കാരണവുമില്ലാതെ ഗീത വീണ്ടും മൗനത്തിലായി. എപ്പോഴും എന്തോ ചിന്തിച്ചുകൊണ്ടിരിക്കും. ഇടയ്ക്ക് നെടുവീർപ്പിടും. മിക്ക രാത്രികളിലും ഉറക്കമില്ലാതായി.

മരുമകനെ അറിയിക്കാതെയാണ് സരസ്വതി ഗീതയെ ചികിത്സിക്കാൻ കൊണ്ടുവന്നത്. ഇങ്ങനെയൊരു രോഗം വരുന്ന കാര്യം അയാളറിഞ്ഞാൽ ബന്ധം വേർപെടുത്തുമോ എന്ന ഭയമായിരുന്നു അവർക്ക്. അതുകൊണ്ട് എത്രയും പെട്ടെന്ന് അസുഖം മാറുന്നതിനുവേണ്ട മരുന്നുകൾ കൊടുക്കണം. കാരണം രണ്ടുമാസം കഴിഞ്ഞാൽ ഭർത്താവ് അവധിക്ക് വരും.

പരിശോധനയിൽ ഗീതയ്ക്ക് തീവ്രമായ വിഷാദരോഗമാണെന്ന് വ്യക്തമായി. വിഷാദരോഗത്തിന് ഏറ്റവും ഫലപ്രദമായ എസ് എസ് ആർ ഐ (Selective Seronin Reuptake Inhibitor)വിഭാഗത്തിൽപ്പെട്ട ഒരു മരുന്നെഴുതിക്കൊടുത്തു. ഒരു മരുന്നുമാത്രം മതിയോ എന്നായിരുന്നു സരസ്വതിയുടെ ചോദ്യം. ഇതിനുമുമ്പൊക്കെ സൈക്യാട്രിസ്റ്റിനെ കാണിച്ചപ്പോൾ കൂടുതൽ മരുന്നുകൾ എഴുതിയിരുന്നു. ഒരു മരുന്ന് ആവശ്യമുള്ളപ്പോൾ ഞാൻ ഒന്നുമാത്രമേ എഴുതൂ. അതിന് ഫലസിദ്ധിയില്ലാതെ വന്നാൽ മാത്രമേ രണ്ടാമതൊന്നുകൂടി എഴുതാറുള്ളുവെന്ന് അവരോട് പറഞ്ഞു. വിഷാദവും ഉന്മാദവും മാറിമാറി വരാൻ സാധ്യതയുള്ള ഇരുധ്രുവരോഗം (Bipolar Disorder) ആണെങ്കിൽ Mood Stabiliser വിഭാഗത്തിൽപ്പെട്ട മറ്റൊരു മരുന്നുകൂടി എഴുതാറുണ്ട്. ഗീതയുടെ രോഗം വിഷാദം മാത്രമുള്ള ഏകധ്രുവവിഷാദരോഗം (Unipolar Depression)

ആണെന്ന് അതുവരെയുള്ള രോഗവിവരങ്ങളും അച്ഛന്റെ രോഗത്തെക്കുറിച്ചുള്ള വിവരണങ്ങളും വ്യക്തമാക്കി. അതുകൊണ്ട് ഒരു മരുന്നുമാത്രം കഴിച്ചാൽ മതിയെന്ന് പറഞ്ഞു. ഒരു മാസത്തിനുശേഷം വീണ്ടും പരിശോധനയ്ക്ക് വരണമെന്നും വിഷാദത്തിന് ശമനം വന്നാലും കുറച്ചുകാലം കൂടി മരുന്ന് തുടർന്നുകഴിക്കണമെന്നും നിർദേശിച്ചു

മരുന്നുകഴിക്കുമ്പോൾ ചിലർക്ക് ചില ദൂഷ്യഫലങ്ങൾ ഉണ്ടാകാനിടയുള്ളകാര്യം അവരെ പറഞ്ഞു മനസിലാക്കി. തലവേദന, ഉറക്കക്കുറവ്, തലചുറ്റൽ, മനംമറിച്ചിൽ, ഛർദി, വയറിളക്കം, തുടങ്ങി എന്തെങ്കിലും ദൂഷ്യഫലങ്ങൾ അനുഭവപ്പെട്ടാൽ ആ വിവരം അറിയിക്കുകയോ നേരിട്ടു വരികയോ ചെയ്യണമെന്നും പറഞ്ഞു. ഗീത ആത്മഹത്യാപ്രവണതയുള്ള രോഗിണി ആയതിനാൽ പ്രത്യേകശ്രദ്ധ ഉണ്ടായിരിക്കണമെന്ന് സരസ്വതിയോട് നിർദേശിച്ചു. മാത്രമല്ല ചില എസ് എസ് ആർ ഐ മരുന്നുകൾ ആത്മഹത്യാപ്രവണ വർധിപ്പിക്കുന്നു എന്ന റിപ്പോർട്ടുകൾ ഉള്ള കാര്യം മനസിൽ വച്ചുകൊണ്ട് മരുന്നുകഴിച്ചുതുടങ്ങിയാൽ രണ്ടാഴ്ചക്കാലം ഇരുപത്തിനാല് മണിക്കൂറും ശ്രദ്ധവേണമെന്ന് ആവർത്തിച്ചു മുന്നറിയിപ്പ് നൽകി.

നിർദേശിച്ചതുപോലെ ഗീതയും അമ്മയും ഒരു മാസം കഴിഞ്ഞപ്പോൾ വീണ്ടും പരിശോധനയ്ക്ക് വന്നു. വിഷാദരോഗത്തിന് വളരെയധികം കുറവുണ്ടെന്നും ദൂഷ്യഫലങ്ങൾ ഒന്നും തന്നെ ഉണ്ടായില്ലെന്നും രണ്ടുപേരും പറഞ്ഞു. ഗീതയുടെ മുഖം പ്രസന്നമായിരുന്നു. മരുന്നു കഴിക്കുന്നത് നിറുത്തിക്കൂടെ എന്ന് ചോദിച്ചപ്പോൾ വിഷാദരോഗം പൂർണമായി മാറിയതിനുശേഷം മൂന്നുമാസം കൂടി തുടരണമെന്നും മരുന്നിന്റെതോത് കുറച്ചുകൊണ്ടുവന്നിട്ടേ നിറുത്താവു എന്നും നിർദേശിച്ചു. താൻ കഴിക്കുന്നത് എസ് എസ് ആർ ഐ മരുന്നാണോ എന്നായിരുന്നു ഗീതയുടെ അടുത്ത സംശയം. അങ്ങനെ ചോദിക്കാൻ കാരണമെന്തെന്ന് ആരാഞ്ഞപ്പോൾ ഗീത പറഞ്ഞു:

"എസ് എസ് ആർ ഐ മരുന്നുകഴിച്ചാൽ ഭയങ്കരമായ സൈഡ് ഇഫക്റ്റ് ഉണ്ടാകുമെന്നാണ് എല്ലാവരും പറയുന്നത്."

"ആരാണ് പറഞ്ഞത്? മാമനാണോ?"

"മാമനോട് ഒരു സൈക്കോളജിസ്റ്റ് പറഞ്ഞെന്നാണ് പറഞ്ഞത്."

എല്ലാ മരുന്നുകൾക്കും ചില ദൂഷ്യഫലങ്ങൾ ഉള്ളതുപോലെ എസ് എസ് ആർ ഐ മരുന്നുകൾക്കും ചില ദൂഷ്യഫലങ്ങളുണ്ടെന്നും എന്തെങ്കിലും ദൂഷ്യഫലം അനുഭവപ്പെട്ടാൽ കഴിച്ചുകൊണ്ടിരിക്കുന്ന മരുന്നിന്റെ അളവ് കുറയ്ക്കുകയോ അതു നിറുത്തി മറ്റൊന്ന് കഴിക്കുകയോ ചെയ്യുകയാണ് പതിവെന്നും പറഞ്ഞു. എസ് എസ് ആർ ഐ മരുന്നുകളുടെ ദൂഷ്യഫലങ്ങളെക്കുറിച്ച് വിശദമായിത്തന്നെ അവരോട് പറഞ്ഞു.

മനം മറിച്ചിൽ, ഛർദി, വയറിളക്കം, മയക്കം തോന്നൽ (drowsiness), തലവേദന, എപ്പോഴും പല്ല് കടിക്കാൻ തോന്നൽ, അസ്വാസ്ഥ്യജനകമായ സ്വപ്നങ്ങൾ കാണൽ, തലചുറ്റൽ (dizziness), വിശപ്പ് കൂടു

കയോ കുറയുകയോ ചെയ്യൽ, ശരീരത്തിന്റെ തൂക്കം കൂടുകയോ കുറ യുകയോ ചെയ്യൽ, ആകുലതയും വിഷാദാവസ്ഥയും അധികരിക്കൽ, ഇരിപ്പിൽ നിന്നോ കിടപ്പിൽ നിന്നോ എഴുന്നേൽക്കുമ്പോൾ രക്തമർദം കുറയൽ (orthostatic hypotension), അമിതമായി ശരീരം വിയർക്കൽ, രണ്ടുകാലുകളിലും തരിപ്പ് തോന്നൽ (akathesia) ആത്മഹത്യാചിന്തകൾ കൂടുതലാകൽ (thoughts of suicide), കരളിന്റെയും വൃക്കകളുടെയും പ്രവർത്തനങ്ങളെ ബാധിക്കൽ എന്നിവയാണ് ദോഷങ്ങൾ. ചിലർക്ക് ലൈംഗികമായ ആഗ്രഹം (libido) കുറയും. മറ്റുചിലരുടെ ലിംഗോദ്ധാര ണത്തിന് ന്യൂനതയുണ്ടാകും (erectile dysfunction). ഇനിയുംചിലർക്ക് സ്ഖലനം ഇല്ലാത്ത അവസ്ഥയുമുണ്ടാകും. മറ്റുചിലർക്ക് ശീഘ്രസ്ഖല നവും ഉണ്ടാകും. അപൂർവമായി ഹൃദയത്തിന്റെ പ്രവർത്തനത്തെയും ബാധിക്കാറുണ്ട്. ഈ മരുന്നുകൾ പെട്ടെന്ന് നിറുത്തിലായുണ്ടാകുന്ന അപാകങ്ങളെക്കുറിച്ചും രോഗികളും ബന്ധുക്കളും മനസിലാക്കണം. കഴി ച്ചുകൊണ്ടിരിക്കുന്ന മരുന്ന് ക്രമേണ കുറച്ചതിനുശേഷമല്ലാതെ പെട്ടെന്ന് നിറുത്തിയാൽ മസ്തിഷ്കകോശങ്ങൾ അമിതമായി ഉത്തേജിപ്പിക്കപ്പെ ടുകയും അസ്വസ്ഥത അനുഭവപ്പെടുകയും ചെയ്യും. ചിലപ്പോൾ അപ സ്മാരസദൃശമായ ബാധകൾ ഉണ്ടായെന്നും വരാം. ഗർഭിണികൾ മരു ന്നുകഴിച്ചാൽ നവജാത ശിശുക്കളിൽ ചില അസ്വസ്ഥതകൾ (SSRI withdrawal syndromes) ഉണ്ടാകും. ഗർഭത്തിലായിരിക്കുമ്പോൾ ശിശുവിന് മരുന്നു കിട്ടിക്കൊണ്ടിരിക്കുകയും ജനിച്ചനിമിഷം മുതൽ അത് കിട്ടാതെ വരികയും ചെയ്യുന്നതു മൂലമാണിതുണ്ടാകുന്നത്. അങ്ങനെ സംഭവിക്കാ തിരിക്കാൻ പ്രസവത്തിനുമുമ്പായി മരുന്ന് ക്രമേണ കുറച്ച് നിറുത്തും.

എസ് എസ് ആർ ഐ വിഭാഗത്തിൽപ്പെട്ട മരുന്നുകൾ കഴിക്കുന്ന വരിൽ, വിശേഷിച്ച് യുവാക്കളിൽ, ആത്മഹത്യാപ്രവണത വർധിക്കുന്നു എന്നൊരു പ്രചാരണമുണ്ട്. ഇതിനെത്തുടർന്ന് ഈ മരുന്നുകളുടെ പാക്ക റ്റുകളിൽ കറുത്ത ചതുരക്കള്ളിയിൽ ആത്മഹത്യാപ്രവണത വർധി പ്പിക്കും എന്ന മുന്നറിയിപ്പ് (black box warning) രേഖപ്പെടുത്തണമെന്ന് അമേരിക്കയിലെ ഫുഡ് ആന്റ് ഡ്രഗ്സ് അഡ്മിനിസ്ട്രേഷൻ (FDA) മരുന്നുകമ്പനികളോട് അനുശാസിച്ചു. ഇന്ത്യയിൽ ഇത്തരമൊരു മുന്നറി യിപ്പ് ഇല്ലാതെയാണ് മരുന്നുകൾ ഇറക്കുന്നത്. എന്നാൽ അമേരിക്കയിലെ സൗത്ത് ഫ്ളോറിഡ യൂണിവേഴ്സിറ്റിയും ഇല്ലിനോയിസ് യൂണിവേഴ്സി റ്റിയും സംയുക്തമായി നടത്തിയ പഠനം തെളിയിച്ചത് ആത്മഹത്യാ പ്രവണതയും എസ് എസ് ആർ ഐ മരുന്നുകളും തമ്മിൽ ബന്ധമൊ ന്നുമില്ലെന്നാണ്. ഈ ഗവേഷണപ്രബന്ധം 2007 സെപ്തംബറിലെ *അമേ രിക്കൻ ജേണൽ ഓഫ് സൈക്യാട്രിയിൽ (American Journal of Psychiatry - AJP)* പ്രസിദ്ധപ്പെടുത്തിയിട്ടുണ്ട്. ഇന്ത്യൻ സൈക്യാട്രിക് സൊസൈറ്റി ഛത്തിസ്ഘഡിലെ റായ്പ്പൂരിൽ സംഘടിപ്പിച്ച സെമിനാ റിൽ ഈ പ്രശ്നം ചർച്ച ചെയ്യുകയുണ്ടായി. എസ് എസ് ആർ ഐ മരു ന്നുകൾ കഴിക്കുമ്പോൾ യുവാക്കളിൽ ആത്മഹത്യാപ്രവണത വർധിക്കു

ന്നതായി ചില റിപ്പോർട്ടുകൾ ഉള്ളതുകൊണ്ട് രോഗിയുടെ ബന്ധുക്കൾ ആത്മഹത്യയെക്കുറിച്ച് വിശേഷാൽ ജാഗ്രത പാലിക്കണമെന്ന ഉപദേശത്തോടെ വേണം മരുന്നുകൾ എഴുതിക്കൊടുക്കേണ്ടതെന്ന് ചർച്ചയിൽ പങ്കെടുത്ത വിദഗ്ധരെല്ലാം അഭിപ്രായപ്പെട്ടു.

മരുന്നിന്റെ ദൂഷ്യഫലങ്ങളെക്കുറിച്ച് ജനങ്ങളെയാകെ ഭയപ്പെടുത്തുന്ന രീതിയിലുള്ള പ്രചാരണങ്ങൾ നടത്തുന്നത് ഗുണത്തെക്കാളേറെ ദോഷമാണുണ്ടാക്കുക. അടുത്തകാലത്ത് ഒരു റ്റി വി ചാനലിൽ വിഷാദരോഗചികിത്സയ്ക്ക് ഉപയോഗിക്കുന്ന മരുന്നുകളെക്കുറിച്ചുള്ള ചർച്ചയിൽ പങ്കെടുക്കാൻ പരിപാടിയുടെ പ്രൊഡ്യൂസർ ക്ഷണിച്ചു. അവതാരകൻ ഒരു ക്ലിനിക്കൽ സൈക്കോളജിസ്റ്റായിരുന്നു. ചർച്ച തുടങ്ങുന്നതിനുമുമ്പ് *അമേരിക്കൻ ജേണൽ ഓഫ് സെക്യാട്രി*യിൽ എസ് എസ് ആർ ഐ മരുന്നുകൾ ഉണ്ടാക്കുന്ന മാരകമായ പാർശ്വഫലങ്ങളെക്കുറിച്ച് താനൊരു ലേഖനം വായിച്ചുവെന്നും അതിനെക്കുറിച്ചാണ് ചർച്ചയെന്നും പറഞ്ഞപ്പോൾ ഏതു ലക്കത്തിൽ ആരുടെ ലേഖനമാണെന്ന് ഞാൻ ചോദിച്ചു. കൃത്യമായി ഓർക്കുന്നില്ലെന്നായിരുന്നു അവതാരകന്റെ മറുപടി. *അമേരിക്കൻ ജേണൽ ഓഫ് സൈക്യാട്രിയുടെ* 2007 സെപ്തംബർ ലക്കത്തിൽ വന്ന ലേഖനത്തെക്കുറിച്ച് (മുകളിൽ സൂചിപ്പിച്ചത്) ഞാൻ പറഞ്ഞപ്പോൾ അദ്ദേഹം അത് കണ്ടിട്ടില്ലെന്ന് സമ്മതിച്ചു. എസ് എസ് ആർ ഐ മരുന്നുകളുടെ പാർശ്വഫലങ്ങളെക്കുറിച്ച് ജനങ്ങളെ ഭയപ്പെടുത്തുന്ന രീതിയിൽ ചർച്ച നടത്തുകയായിരുന്നു അവതാരകന്റെ ലക്ഷ്യമെന്ന് ചർച്ചയിൽ ഞാൻ വിശദീകരിച്ച പ്രസക്ത ഭാഗങ്ങൾ എഡിറ്റ് ചെയ്തു നീക്കിയതിനുശേഷം റ്റി വിയിൽ പ്രക്ഷേപണം ചെയ്തത് കണ്ടപ്പോൾ മനസിലായി. ഇക്കാര്യം ചൂണ്ടിക്കാണിച്ച് ഞാൻ പരിപാടിയുടെ പ്രൊഡ്യൂസർക്കും റ്റി വി ചാനലിന്റെ ചീഫ് എക്സിക്യൂട്ടീവിനും കത്തുകളെഴുതി. പ്രസ്തുത റ്റി വി പരിപാടി കണ്ടവരുടെ തെറ്റിദ്ധാരണകൾ മാറ്റാനായി അവർ എന്തു നടപടി എടുത്തെന്ന് അറിയില്ല.

അശാസ്ത്രീയമായ രീതിയിലുള്ളതും ഭയപ്പെടുത്തുന്നതുമായ "ചാനൽ പരിപാടികൾ" കണ്ടും ലേഖനങ്ങൾ വായിച്ചും ഗീതയുടെ മനസിൽ കടന്നുകൂടിയ ഔഷധപ്പേടി കാരണം ഗീത മരുന്നു കഴിക്കുന്നത് അകാലത്തിൽത്തന്നെ നിറുത്തുകയും വിഷാദരോഗം വീണ്ടും ഗ്രസിക്കുകയും ചെയ്തു. അതുകൊണ്ടാണ് ഗീത മൂന്നാംവട്ടം ആത്മഹത്യ ചെയ്യാൻ ശ്രമിച്ചത്. ഭാഗ്യാതിരേകത്താൽ മൂന്നാം തവണയും രക്ഷപ്പെട്ടു. വിഷാദരോഗത്തിന് ഏറ്റവും ഫലപ്രദമായ എസ് എസ് ആർ ഐ മരുന്നു തന്നെ ഗീതയ്ക്ക് എഴുതിക്കൊടുത്തു. മരുന്നിന്റെ ദൂഷ്യഫലത്തെക്കുറിച്ച് അമിതമായ ഭയം വച്ചുപുലർത്തേണ്ടതില്ലെന്ന് ആവർത്തിച്ചു പറയുകയും മരുന്ന് കഴിക്കുന്നത് നിറുത്തിയാൽ വിഷാദരോഗം അധികരിക്കുന്നതിന്റെ ഫലമായി ആത്മഹത്യാചിന്തകൾ (suicidal thoughts) മനസിൽ പൊന്തിവരാൻ സാധ്യതയുണ്ടെന്ന് മുന്നറിയിപ്പ് നൽകുകയും ചെയ്തു. വിഷാദരോഗത്തിൽ നിന്നും ഗീത മുക്തയായിട്ടുണ്ട്. ആറുമാസത്തോളം തുടർച്ച

യായിക്കഴിച്ചിട്ടും മരുന്നിന്റെ ദൂഷ്യഫലങ്ങൾ ഒന്നും തന്നെ ഗീതയ്ക്ക് അനുഭവപ്പെട്ടില്ല.

മനോരോഗങ്ങൾ ഔഷധങ്ങളില്ലാതെ തന്നെ മാറ്റാമെന്ന അശാസ്ത്രീയമായ പ്രചാരണങ്ങൾ പല കോണുകളിൽ നിന്നും ഉണ്ടാകുന്നുണ്ട്. ഇത്തരം പ്രചാരണങ്ങൾ മനോരോഗിക്ക് ആവശ്യമായി ചികിത്സ തക്കസമയത്ത് ലഭിക്കുന്നതിന് ചിലപ്പോഴെങ്കിലും തടസമാകാറുണ്ട്.

50

മനോരോഗി എന്ന "ഭീകരൻ"

ഒരു രോഗിയെ അഡ്മിറ്റ് ചെയ്യുന്നകാര്യം സംസാരിക്കാനായി ഒരാൾ വന്നിരിക്കുന്നു എന്നാണ് നഴ്സ് പറഞ്ഞത്. ആളിനെ അകത്തേക്ക് വിളിച്ചു. എഴുപതുകാരനായ ശിവശങ്കരൻ പെൻഷൻ പറ്റിയ സർക്കാരുദ്യോഗസ്ഥനാണ്. മുപ്പത് കിലോമീറ്റർ അകലെയുള്ള ഗ്രാമത്തിൽ നിന്നാണ് വരുന്നത്. സഹോദരിയുടെ മകൻ സജിത്തിനെ ആശുപത്രിയിൽ അഡ്മിറ്റ് ചെയ്യുന്ന കാര്യം അന്വേഷിക്കാനാണ് വന്നത്. മുപ്പത്തഞ്ചു വയസായ സജിത്ത് പതിനഞ്ചു കൊല്ലത്തോളമായിട്ട് മനോരോഗിയാണ്. അതായത് പതിനഞ്ച്കൊല്ലമായി ചികിത്സ തുടങ്ങിയിട്ട്. രോഗം അതിനുമുമ്പ് തന്നെ തുടങ്ങിയിരിക്കണം. വർഷങ്ങളോളം ആരും അയാളുടെ രോഗം തിരിച്ചറിഞ്ഞില്ല എന്നതാണ് സത്യം. പതിനഞ്ചുവർഷത്തിനിടയിൽ പലസ്ഥലത്തും ചികിത്സിച്ചു. രോഗത്തിനു ശമനമില്ല. കരുണാസായി ആശുപത്രിയിൽ കുറച്ചുകാലം താമസിപ്പിച്ച് ചികിത്സിപ്പിക്കണം. രോഗം പൂർണമായും മാറിയതിനുശേഷമേ വിടാവൂ. ശിവശങ്കരന് അറിയേണ്ടത് രോഗി ഒളിച്ചോടാതെ രോഗം മാറുന്നത് വരെ ആശുപത്രിയിൽ നിറുത്താനുള്ള സൗകര്യങ്ങളുണ്ടോ എന്നാണ്. അയാൾ ആവർത്തിച്ചു. എത്രകാലമെടുത്താലും വേണ്ടില്ല രോഗം പൂർണമായും മാറിയിട്ടേ വിടാവൂ. സജിത്ത് ഒളിച്ചോടാതിരിക്കാൻ തക്കവിധത്തിലുള്ള സുരക്ഷാക്രമീകരണങ്ങൾ ഉണ്ടോ എന്നുമറിയണം. ഷോക്ക് ഉൾപ്പെടെ എന്തു ചികിത്സയും കൊടുക്കാം.

സുരക്ഷാക്രമീകരണങ്ങളെക്കുറിച്ച് ഇങ്ങനെ വിശദമായി അന്വേഷിക്കുന്നതിന്റെ കാരണം ശിവശങ്കരൻ വ്യക്തമാക്കി. ഇതിനുമുമ്പ് ചികിത്സിക്കാനായി അഡ്മിറ്റ് ചെയ്ത ആശുപത്രികളിൽ നിന്ന് സജിത്ത് ചാടിപ്പോരുകയാണ് ചെയ്തിട്ടുള്ളത്. ശിവശങ്കരൻ തുടർന്നു:

"വീട്ടിലെത്തിയാൽ ഭയങ്കര വയലന്റാണ്. ആളുകളെ കൊല്ലാൻ വരെ അവന് മടിയില്ല. ഭയങ്കര അക്രമമാണ്. അമ്മയെപ്പോലും അക്ര

മിക്കും. ആശുപത്രിയിൽ അഡ്മിറ്റ് ചെയ്ത് അവനെ ഭ്രാന്തനാക്കിയെന്നും അവനെ കൊല്ലാൻ ശ്രമിച്ചുവെന്നും പറഞ്ഞാണ് ഞങ്ങളെയൊക്കെ ആക്രമിക്കുന്നത്." സജിത്ത് ആക്രമിച്ചതുമൂലം ആർക്കൊക്കെ എന്തൊക്കെ പരിക്കുകൾ പറ്റിയെന്ന് ശിവശങ്കരൻ വിശദീകരിച്ചില്ല. അയാൾ പറയുന്നത് അതിശയോക്തിപരമാണെന്ന് വളരെ വ്യക്തമായിരുന്നു.

രോഗി ഒളിച്ചോടിപ്പോകാതെ പരമാവധി ശ്രമിക്കാമെന്ന് ഉറപ്പുകൊടുത്തെങ്കിലും തൃപ്തിയായതുപോലെ തോന്നിയില്ല. അയാൾ മുറിയിൽ നിന്ന് പുറത്തിറങ്ങി ആശുപത്രിയിലെ സെക്യൂരിറ്റി ജീവനക്കാരുമായി സംസാരിക്കുന്നതുകണ്ടു. രോഗി ചാടിപ്പോകാതെ നോക്കാനുള്ള ക്രമീകരണങ്ങളിൽ തൃപ്തി വരാത്തതുകൊണ്ട് ശിവശങ്കരൻ മരുമകനെ അഡ്മിറ്റ് ചെയ്യാൻ കൊണ്ടുവരില്ലെന്നാണ് എനിക്കു തോന്നിയത്. രണ്ടു ദിവസങ്ങൾക്കുശേഷം ശിവശങ്കരൻ എന്നെ ഫോണിൽ വിളിച്ച് മരുമകൻ സജിത്തിനെ കരുണാസായിയിൽ ചേർക്കുവാൻ തീരുമാനിച്ചെന്നും അക്കാര്യം സംസാരിക്കാൻ അയാൾ ഒന്നുകൂടി വരുന്നുണ്ടെന്നും പറഞ്ഞു. രണ്ടുദിവസം കഴിഞ്ഞപ്പോൾ ശിവശങ്കരൻ വീണ്ടും വന്ന് മരുമകനെ ആശുപത്രിയിലെത്തിക്കാൻ സഹായിക്കണമെന്ന് പറഞ്ഞു. കാരണം ആശുപത്രിയിലേക്കെന്നു പറഞ്ഞാൽ സജിത്ത് വരില്ലത്രേ. വരില്ലെന്നു മാത്രമല്ല ആശുപത്രിയുടെ കാര്യം കേട്ടാലുടനെ 'വയലന്റാവുകയും' ചെയ്യും. ശിവശങ്കരൻ പറഞ്ഞു: "ഭയങ്കരമായിട്ട് വയലന്റാവും. എല്ലാവരും ജീവനുംകൊണ്ട് ഓടേണ്ടിവരും. അതുകൊണ്ട് അയാളറിയാതെ ഭക്ഷണത്തിലോ വെള്ളത്തിലോ ചേർത്ത് കൊടുത്ത് ആളിനെ മയക്കാവുന്ന എന്തെങ്കിലും മരുന്നുതന്നയക്കണം." അങ്ങനെയൊരു മരുന്ന് കൊടുക്കാൻ സാധ്യമല്ലെന്ന് ഞാൻ തറപ്പിച്ചു പറഞ്ഞു. ശിവശങ്കരൻ പിന്മാറിയില്ല. അയാൾ പറഞ്ഞു: "ഇതിനു മുമ്പെല്ലാം അഡ്മിറ്റു ചെയ്തത് അങ്ങനെയാണ് ഡോക്ടർ."

ആളിനോട് പറഞ്ഞ് ബോധ്യപ്പെടുത്തി കൊണ്ടുവരാൻ ശ്രമിക്കുക. അതിനു സാധ്യമല്ലെങ്കിൽ മറ്റുള്ളവരുടെ സഹായത്തോടെ ആശുപത്രിയിൽ കൊണ്ടുവന്നാലേ അഡ്മിറ്റ് ചെയ്യാൻ സാധിക്കുകയുള്ളുവെന്ന് ഞാൻ പറഞ്ഞു. അതോടെ ശിവശങ്കരൻ പിന്മാറുമെന്നാണ് കരുതിയത്. രണ്ടു ദിവസം കഴിഞ്ഞപ്പോൾ ശിവശങ്കരൻ വീണ്ടും ഫോണിൽ വിളിച്ചു. മരുമകനെ കരുണാസായിയിൽ അഡ്മിറ്റ് ചെയ്യാൻ തന്നെ തീരുമാനിച്ചെന്നും ആളിനെ കാറിൽ കയറ്റി അവിടെ എത്തിച്ചാലുടനെ പിടിച്ചുകെട്ടി ഇൻജക്ഷൻ കൊടുത്ത് മയക്കാനുള്ള ഏർപ്പാടുകൾ മുൻകൂറായി ചെയ്യണമെന്നുമാണ് പറഞ്ഞത്. ആൾ ആശുപത്രിയിലെത്തിയാൽ വേണ്ടത് ചെയ്യാമെന്ന് പറഞ്ഞ് ഞാൻ ഫോൺ വെച്ചു. ഒരു മണിക്കൂറിനുശേഷം ഓ പി ക്കു മുമ്പിൽ ഒരു കാർ വന്നുനിന്നു. അതിൽ നിന്നും ശിവശങ്കരൻ തിടുക്കത്തിൽ ഇറങ്ങിവന്ന് ശബ്ദം താഴ്ത്തി പറഞ്ഞു: "ആള് കാറിലിരിക്കുന്നുണ്ട്. ഉടനെ എന്തെങ്കിലും ഇഞ്ചക്ഷൻ കൊടുത്തു മയക്കണം ഡോക്ടർ."

ഞാൻ ചോദിച്ചു: "എന്തിനാണ് ഇഞ്ചക്ഷൻ കൊടുക്കുന്നത്?"

ശിവശങ്കരൻ ആവർത്തിച്ചു. ഇഞ്ചക്ഷൻ ഉടനേ കൊടുക്കണം. അല്ലെങ്കിൽ ആള് വയലന്റാവും. ഇത് ആശുപത്രിയാണെന്ന് അയാൾക്കറിഞ്ഞുകൂട. മാരുതിവാൻ വാങ്ങണമെന്ന് അയാളെപ്പോഴും പറയാറുണ്ട്. മാരുതി വാൻ വാങ്ങാൻ വേണ്ടി ഒരെണ്ണം നോക്കാനെന്നും പറഞ്ഞാണ് ഇങ്ങോട്ട് കൊണ്ടുവന്നിരിക്കുന്നത്.

ഞാൻ പറഞ്ഞു: "അയാളോട് സൗമ്യമായി പറയൂ ഡോക്ടറെ കാണാൻ ഈ മുറിയിലേക്ക് വരണമെന്ന്. അപ്പോൾ അയാൾ വരും. വന്നില്ലെങ്കിൽ ഇവിടത്തെ സെക്യൂരിറ്റിക്കാരുടെ സഹായത്തോടെ നമുക്ക് അകത്തേക്ക് കൊണ്ടുവരാം."

ശിവശങ്കരൻ പുറത്തുപോയി കാറിലിരുന്നിരുന്ന മരുമകനോട് എന്തൊക്കെയോ പറഞ്ഞു. അയാൾ സാവകാശം കാറിന്റെ ഡോർ തുറന്ന് പുറത്തിറങ്ങി ശിവശങ്കരന്റെ പുറകെ നടന്നു വരുന്നത് എനിക്ക് ജനലിലൂടെ കാണാമായിരുന്നു. ആറടിയോളം ഉയരമുള്ള ഉറച്ച ശരീരമായിരുന്നു സജിത്തിന്റേത്. ശിവശങ്കരൻ പറഞ്ഞതുപോലെ ആൾ ആക്രമകത (agression) ഉള്ള രോഗിയാണെങ്കിൽ വളരെ സൂക്ഷിക്കണം. അങ്ങനെയുള്ള രോഗികളുടെ ഭാവഹാവാദികൾ സസൂക്ഷ്മം നിരീക്ഷിച്ചുകൊണ്ടിരിക്കണം. ആക്രമണം ഏൽക്കാത്തത്ര ദൂരത്തിൽ അയാളെ ഇരുത്തണം. രോഗികൾക്കുള്ള കസേര ചൂണ്ടിക്കാട്ടി ഇരിക്കാൻ പറഞ്ഞപ്പോൾ സജിത്ത് അനുസരിച്ചു. ഞാൻ ചോദിച്ചു: "സജിത്തിന് എന്താണ് പ്രശ്നം?"

അയാൾ പറഞ്ഞു: "എനിക്കൊരു പ്രശ്നവുമില്ല. ഒരു മാരുതി വാൻ വാങ്ങണമെന്നുണ്ടായിരുന്നു. ഇവിടെ ഒരെണ്ണം ഉണ്ടെന്നും അത് നോക്കാമെന്നും പറഞ്ഞാണ് എന്നെ ഇങ്ങോട്ട് കൊണ്ടുവന്നത്. ഇവിടെ വന്നപ്പോഴാണ് മനസിലായത് ആശുപത്രിയാണെന്ന്."

അക്രമമൊന്നും ഉണ്ടാകുന്നില്ലെന്ന് കണ്ടപ്പോൾ ഭയത്തോടുകൂടിയാണെങ്കിലും സജിത്തിന്റെ അമ്മാവനും അടുത്ത കസേരയിലിരുന്നു. ഞാൻ രണ്ടുപേരോടും ചോദിച്ച് സജിത്തിന്റെ രോഗചരിത്രം മനസിലാക്കി. ഹൈസ്കൂൾ ക്ലാസിൽ പഠിക്കുമ്പോൾ തന്നെ സജിത്തിന് മനസിന്റെ സമനില തെറ്റാൻ തുടങ്ങിയിരുന്നു. പഠനത്തിൽ ശ്രദ്ധ കേന്ദ്രീകരിക്കാൻ കഴിയാതെ വരിക, അശരീരികൾ കേൾക്കുക, തന്റെ ചിന്തകൾ തലച്ചോറിൽ നിന്നും പുറത്തേക്ക് പ്രസരിക്കുന്നതായി തോന്നുക, തന്നെ ഏതോ അദൃശ്യശക്തി നിയന്ത്രിക്കുന്നതായി തോന്നുക, ചില ആളുകൾ തന്നെ കൊല്ലാനായി ഗൂഢാലോചനകൾ നടത്തുന്നുണ്ടെന്ന് സംശയം തോന്നുക തുടങ്ങിയ അനുഭവങ്ങളെല്ലാം ഉണ്ടായിട്ടുണ്ട്. ഇങ്ങനെയുള്ള അനുഭവങ്ങളുണ്ടാകുന്നതുകൊണ്ട് താനൊരു മനോരോഗിയാണോ എന്ന സംശയം മനസിനെ അലട്ടാൻ തുടങ്ങി. ഇത്തരം അനുഭവങ്ങളും വ്യഥകളും ഉണ്ടായിരുന്നെങ്കിലും പഠനം തുടരാൻ കഴിഞ്ഞു. ബി കോമിനു പഠിക്കുമ്പോഴാണ് ആദ്യമായി സജിത്തിന്റെ സമനില പൂണമായും തെറ്റി

യത്. ദിവസങ്ങളോളം തീരെ ഉറങ്ങാൻ കഴിയാതിരുന്നതുമൂലമാണ് സമനില തെറ്റിയതെന്നാണ് സജിത്തിന്റെ നിഗമനം. ആരെല്ലാമോ തന്നെ ആക്രമിക്കാൻ വരുന്നു എന്ന തോന്നലും മരണഭയവുമായിരുന്നു സമനില തെറ്റിച്ചത്. സജിത്ത് ഭയന്ന് ഉച്ചത്തിൽ അലറി വിളിക്കുകയും പുറത്തേക്കോടുകയും ചെയ്തു. ആളുകൾ ഓടിക്കൂടി ബലമായി കീഴടക്കി ആശുപത്രിയിലാക്കുകയാണ് ചെയ്തത്. ഒരു മാസത്തോളം മനോരോഗാശുപത്രിയിൽ കഴിഞ്ഞു. പുറത്തിറങ്ങിയപ്പോൾ മനോരോഗാശുപത്രിയിലാക്കിയവരോട് സജിത്തിന് കടുത്ത പക തോന്നി. ജനറൽ ആശുപത്രിയിലാക്കുന്നതിനുപകരം മനോരോഗാശുപത്രിയിലാക്കിയത് തന്നെ ഭ്രാന്തനാക്കാനായിരുന്നുവെന്നാണ് സജിത്തിന്റെ ആരോപണം. അത് അജ്ഞാതരായ തന്റെ ശത്രുക്കളുടെ പ്രേരണ മൂലമാണന്നും സജിത്ത് വിശ്വസിക്കുന്നു. തന്നെ മനോരോഗിയാക്കിയതിന്റെ പ്രധാന ഉത്തരവാദിത്വം അമ്മാവനാണെന്നും സജിത്ത് വിശ്വസിക്കുന്നു. തന്റെ അച്ഛനുണ്ടായിരുന്നെങ്കിൽ ഇങ്ങനെയൊന്നും സംഭവിക്കുകയില്ലായിരുന്നുവെന്നും സജിത്തിന് വിശ്വാസമുണ്ട്. സജിത്തിന് അഞ്ചുവയസുള്ളപ്പോഴാണ് അച്ഛൻ ഒരു റോഡപകടത്തിൽ മരിച്ചത്. സജിത്തിന്റെ അനുജന്റെ ചോറൂണിന് കുടുംബസമേതം ഗുരുവായൂരിലേക്ക് പോകുമ്പോഴാണ് അപകടം സംഭവിച്ചതും അച്ഛൻ മരിച്ചതും.

അച്ഛന്റെ മരണത്തെക്കുറിച്ച് പറഞ്ഞുതുടങ്ങിയപ്പോൾ സജിത്ത് മൗനത്തിലായി. മറ്റെന്തോ ശ്രദ്ധിക്കുന്നതുപോലെ തോന്നി. ഒരുപക്ഷേ അശരീരികൾ കേൾക്കുന്നുണ്ടാവാം. അല്ലെങ്കിൽ അച്ഛന്റെ ഓർമകൾ മനസിനെ കീഴടക്കിയതാവാം. ഞാൻ ചോദിച്ചു: “സജിത്ത് എന്താണ് ചിന്തിക്കുന്നത്?”

ഒന്നുമില്ലെന്ന അർഥത്തിൽ തലയാട്ടുകയാണ് ചെയ്തത്.

“സജിത്തിനെ ഇപ്പോഴും ശത്രുക്കൾ ഉപദ്രവിക്കാൻ ശ്രമിക്കുന്നുണ്ടോ?”

അയാൾ മറുപടി പറയാതെ മൗനം പൂണ്ടിരുന്നു. തൊട്ടടുത്തിരിക്കുന്ന അമ്മാവനെ അയാൾ ശത്രുക്കളുടെ ഗണത്തിലായിരിക്കാം പെടുത്തിയിരിക്കുന്നത്.

“മാരുതി ഓമ്നി വാങ്ങണമെന്നു പറഞ്ഞല്ലോ. എന്തിനാണ് ഓമ്നി വാങ്ങുന്നത്?”

“അതില് ചില സ്ഥലങ്ങളിലൊക്കെ പോകണമെന്നുണ്ട്. പിന്നെ സൗകര്യമായിട്ട് യാത്ര ചെയ്യാം.”

“സജിത്തിന് ജോലിയോ വരുമാനമോ ഉണ്ടോ?”

വളരെ നേരത്തെ മൗനത്തിനുശേഷമാണ് ഇല്ല എന്ന് മറുപടി പറഞ്ഞത്.

“പിന്നെ എങ്ങനെയാണ് മാരുതിവാൻ സ്വന്തമായി ഓടിക്കാൻ കഴിയുക?”

സജിത്ത് മറുപടി പറയാതെ മറ്റെന്തിലോ ശ്രദ്ധിച്ചുകൊണ്ടിരുന്നു. സംശയങ്ങളും ശത്രുക്കൾ ആക്രമിക്കാൻ വരുന്നു എന്ന മിഥ്യാവിശ്വാസവും (persecutory delusions) പ്രധാനലക്ഷണങ്ങളായുള്ള സ്കിസോ

ഫ്രീനിയ രോഗമാണ് സജിത്തിനെ ബാധിച്ചിരിക്കുന്നത്. ശത്രുവിന്റെ ആക്രമണഭയമുള്ള രോഗികൾ ആക്രാമകത പ്രകടിപ്പിക്കാറുണ്ട്. എങ്കിലും ശിവശങ്കരൻ ഭയപ്പെടുന്നതുപോലെ സജിത്ത് ഒരു ഭീകരനല്ലെന്ന് ഇതിനകം അയാൾക്ക് ബോധ്യപ്പെട്ടിരിക്കണം. ഞാൻ സജിത്തിനോട് പറഞ്ഞു: "ഞാൻ സജിത്തിനെ ഇവിടെ അഡ്മിറ്റ് ചെയ്യുകയാണ്."

മറുപടി പെട്ടെന്നുള്ള ചോദ്യമായിരുന്നു. "എന്തിന്?"

"സജിത്തിന് ചില മാനസിക പ്രശ്നങ്ങളുണ്ട്."

"എനിക്കൊരു പ്രശ്നവുമില്ല."

"ശത്രുക്കൾ ആക്രമിക്കാൻ വരുന്നു എന്ന ഭയമില്ലേ എപ്പോഴും?"

"അതിനെന്തിനാണ് ആശുപത്രിയിൽ അഡ്മിറ്റ് ചെയ്യുന്നത്?"

"അങ്ങനെയുള്ള ഭയമാണ് മാനസിക പ്രശ്നം. അത് പരിഹരിക്കാനാണ് കുറച്ചുനാൾ ആശുപത്രിയിൽ നിന്നുകൊണ്ട് മരുന്നുകൾ കഴിക്കണമെന്നു പറഞ്ഞത്."

തർക്കത്തിനില്ലെന്ന മട്ടിൽ അയാൾ ചോദിച്ചു: "എത്ര ദിവസം ആശുപത്രിയിൽ നിൽക്കണം?"

"അത് പിന്നീട് പറയാം. തൽക്കാലം ഇവിടെ നഴ്സുമാർ തരുന്ന മരുന്നുകൾ കഴിക്കുക. ഇപ്പോൾ ഒരു ഇൻജക്ഷൻ എടുക്കുന്നതിൽ വിരോധമില്ലല്ലോ?"

സജിത്ത് തലകുലുക്കി സമ്മതിച്ചു.

"എങ്കിൽ നഴ്സിന്റെ കൂടെ ചെല്ലൂ."

സജിത്ത് അനുസരണയോടെ നഴ്സിന്റെ പിന്നാലെ പോയി. ശിവശങ്കരൻ അത്ഭുതപ്പെട്ടു. സംശയങ്ങളും മിഥ്യാവിശ്വാസങ്ങളും ഉള്ള രോഗികളോട് കാര്യങ്ങൾ തുറന്നു സംസാരിക്കുകയും അവരുടെ സമ്മതത്തോടെ ചികിത്സാവിധികൾ പ്രയോഗിക്കുകയും ചെയ്യുന്നതായിരിക്കും നല്ലത്. തീരെ വഴങ്ങാത്തവരെ മാത്രമേ ബലപ്രയോഗത്തിലൂടെ ചികിത്സയ്ക്ക് വിധേയരാക്കാവൂ.

മനോരോഗികളുടെ ആക്രാമകതയെക്കുറിച്ച് നിരവധി പഠനങ്ങൾ നടന്നിട്ടുണ്ട്. ആക്രാമകത സാധാരണ ജനങ്ങളിൽ ഉള്ളതിനേക്കാൾ കൂടുതലാണ് മനോരോഗികളിൽ എന്ന കാര്യത്തിൽ സംശയമോ തർക്കമോ ഇല്ല. അത് സ്വാഭാവികമാണ്. കാരണം രോഗമുള്ള ആൾ മാനസിക വ്യഥ അനുഭവിക്കുന്നതിന്റെയും മസ്തിഷ്കം ശരിയാംവണ്ണം പ്രവർത്തിക്കാത്തതിന്റെയും ഫലമായി കോപവും ആവേഗങ്ങളും (impulses) നിയന്ത്രിക്കാൻ കഴിയാതെ വരുന്നതുകൊണ്ടാണ് അക്രമം പ്രവർത്തിച്ചുപോകുന്നത്. എന്നാൽ ഓരോ മനോരോഗിയും ആക്രമണകാരിയാണ് എന്നത് തെറ്റായ ധാരണയാണ്. നല്ലൊരു ശതമാനം രോഗികളും അക്രമാസക്തരാകുന്നത് മറ്റുള്ളവരുടെ പ്രകോപനപരമായ പെരുമാറ്റങ്ങൾ കാരണമായിരിക്കും.

2006 നവംബർ 16 ലെ *ദി ന്യൂ ഇംഗ്ലണ്ട് ജേണൽ ഓഫ് മെഡിസിൻ* എന്ന അമേരിക്കൻ ശാസ്ത്രമാസികയിൽ പ്രശസ്ത മനോരോഗചികി

ത്സകൻ റിച്ചാഡ് എ ഫ്രീഡ്മേൻ (Richard A Friedman) മനോരോഗികളുടെ ആക്രമകതയെക്കുറിച്ചെഴുതിയ ലേഖനം തുടങ്ങുന്നതിങ്ങനെയാണ്: 2006 സെപ്തംബർ 3 ഞായറാഴ്ച വൈകുന്നേരം നാഷണൽ ഇൻസ്റ്റിറ്റ്യൂട്ട് ഓഫ് മെന്റൽ ഹെൽത്തിലെ അസിസ്റ്റന്റ് ഡയറക്റ്ററും സ്കിസോഫ്രീനിയ രോഗചികിത്സയിൽ സ്പെഷ്യലിസ്റ്റുമായ ഡോ. വെയിൻ ഫെന്റൺ (Wayne Fenton) തന്റെ ഓഫീസിൽ മരിച്ചു കിടക്കുന്നതായിട്ടാണ് കാണപ്പെട്ടത്. ഡോക്ടർ ആരുടെയൊ ഇടികൊണ്ടാണ് മരിച്ചതെന്ന് പോസ്റ്റ്മോർട്ടം റിപ്പോർട്ട് തെളിയിച്ചു. ഡോക്ടറുടെ ചികിത്സയിലായിരുന്ന പത്തൊമ്പതുകാരനായ ഒരു സ്കിസോഫ്രീനിയ രോഗി ഡോ. ഫെന്റണെ തന്റെ മുഷ്ടികൊണ്ട് ഇടിച്ചു കൊന്നതാണെന്ന് സമ്മതിച്ചു. പ്രസ്തുത ലേഖനത്തിൽ പൊതുജനങ്ങൾ, മനോരോഗമുള്ളവർ, മദ്യപർ, മദ്യപാനവും മനോരോഗവും ഒന്നിച്ചുള്ളവർ എന്നീ നാലു വിഭാഗങ്ങളിലെ ആക്രമകതയുടെ നിരക്കിനെക്കുറിച്ച് അമേരിക്കയിൽ 2001 ൽ നടത്തിയ പഠനത്തിന്റെ വിശദാംശങ്ങളും കൊടുത്തിട്ടുണ്ട്. അമേരിക്കയിലെ സാധാരണ ജനങ്ങളിൽ നൂറു പേരിൽ ഏഴുപേർ ജീവിതത്തിലൊരിക്കലെങ്കിലും അക്രമം പ്രവർത്തിക്കുന്നു. നൂറു മനോരോഗികളിൽ 16 പേർക്ക് ആക്രമാകതയുണ്ട്. മനോരോഗികളിൽ ഉള്ളതിനെക്കാൾ കൂടുതൽ ആക്രാമകത (35 ശതമാനം) മദ്യപരിലുണ്ട്. നമ്മുടെ നാട്ടിലെ സ്ഥിതിവിവരക്കണക്കുകളും നൽകുന്ന സൂചനകൾ വ്യത്യസ്തമല്ല. പക്ഷേ മദ്യപരേക്കാൾ ജനങ്ങൾ കൂടുതൽ ഭയപ്പെടുന്നത് മനോരോഗികളെയാണ്. എല്ലാ മനോരോഗികൾക്കും ആക്രാമകതയുണ്ട് എന്ന തെറ്റായ ധാരണയാണ് കാരണം.

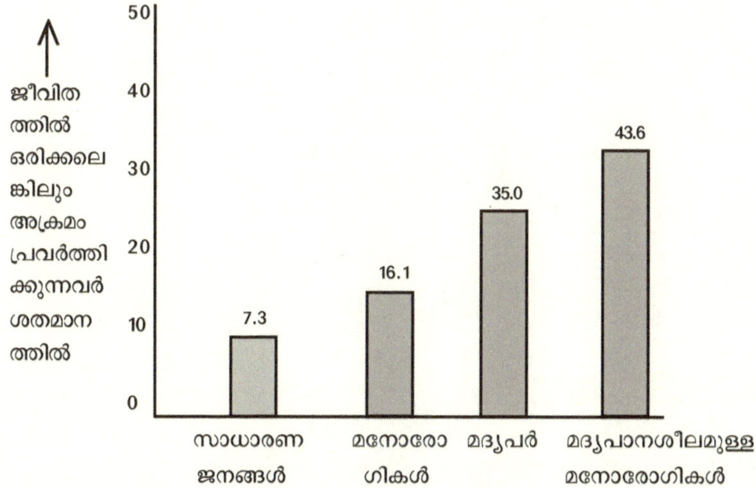

സജിത്ത് രണ്ടാഴ്ചക്കാലമായിട്ട് ആശുപത്രിയിൽ വളരെ സഹകരണത്തോടെ കഴിയുകയാണ്. മരുന്നുകളും മന:ശാസ്ത്രചികിത്സയും നൽകിക്കൊണ്ടിരിക്കുകയാണ്. ആശുപത്രിയിൽ നിന്നും പോയാലും തുടർച്ചയായി മരുന്നു കഴിക്കണമെന്നും കഴിച്ചില്ലെങ്കിൽ രോഗം വീണ്ടും തലപൊക്കും എന്നുമുള്ള തിരിച്ചറിവുകൾ (insight) ഉണ്ടാക്കാനുള്ള ശ്രമം വിജയിക്കുമെന്നാണ് പ്രതീക്ഷ.

www.ingramcontent.com/pod-product-compliance
Lightning Source LLC
LaVergne TN
LVHW101403051026
849519LV00005BC/1636